மலர் மஞ்சம்

மலர் மஞ்சம்

தி. ஜானகிராமன் (1921–1982)

தி. ஜானகிராமன் தஞ்சை மாவட்டம் மன்னார்குடியை அடுத்த தேவங்குடியில் பிறந்தவர். பத்து வருடங்கள் பள்ளியாசிரியராகப் பணியாற்றியவர். பின்பு அகில இந்திய வானொலியில் பணியாற்றி ஓய்வுபெற்றார். கர்நாடக இசை அறிவும் வடமொழிப் புலமையும் பெற்றிருந்தவர்.

1943இல் எழுதத் தொடங்கிய தி. ஜானகிராமன், 'மோக முள்', 'அம்மா வந்தாள்', 'மரப்பசு' உள்ளிட்ட ஒன்பது நாவல்கள், நூற்றுக்கும் மேற்பட்ட சிறுகதைகள், மூன்று நாடகங்கள், பயண நூல்கள் ஆகியவற்றை எழுதினார். சிட்டியுடன் இணைந்து எழுதிய 'நடந்தாய் வாழி காவேரி' பயண இலக்கிய வகையில் முக்கியமான நூலாகக் கருதப்படுகிறது.

'மோக முள்', 'நாலு வேலி நிலம்' ஆகியன திரைப்படமாக்கப் பட்டுள்ளன. 'மோக முள்', 'மரப்பசு', 'அம்மா வந்தாள்' ஆகிய நாவல்களும் பல சிறுகதைகளும் இந்திய, ஐரோப்பிய மொழிகளில் மொழிபெயர்க்கப்பட்டிருக்கின்றன.

1979இல் 'சக்தி வைத்தியம்' சிறுகதைத் தொகுப்பிற்கு சாகித்திய அக்காதெமி விருது வழங்கப்பட்டது.

ஆசிரியரின் காலச்சுவடு வெளியீடுகள்

நாவல்

- அமிர்தம்
- மோக முள்
- அன்பே ஆரமுதே
- அம்மா வந்தாள்
- உயிர்த்தேன்
- செம்பருத்தி
- மரப்பசு
- நளபாகம்

சிறுகதை

- கொட்டு மேளம்
- சிவப்பு ரிக்ஷா
- கச்சேரி
- சிலிர்ப்பு
- தி. ஜானகிராமன் சிறுகதைகள் (முழுத் தொகுப்பு)

குறுநாவல்

- அடி
- தி. ஜானகிராமன் குறுநாவல்கள் (முழுத் தொகுப்பு)

பயண நூல்

- நடந்தாய் வாழி காவேரி (சிட்டியுடன்)
- கருங்கடலும் கலைக்கடலும்

வாழ்வியல் சித்திரம்

- அபூர்வ மனிதர்கள்

'மலர் மஞ்சம்' *சுதேசமித்திரனில்* 1960ஆம் ஆண்டு தொடராக வெளிவந்தது.

'மலர் மஞ்சம்' முதல் பதிப்பைக் கொடுத்துதவிய
விஜய் ஐயப்பன் அவர்களுக்கு நன்றி

இப்பதிப்பில் உதவிய தஞ்சாவூர் கவிராயர் அவர்களுக்கும் நன்றி.

தி. ஜானகிராமன்

மலர் மஞ்சம்

காலச்சுவடு பதிப்பகம்

அன்பார்ந்த வாசகருக்கு,

வணக்கம்.

காலச்சுவடு நூலை வாங்கியமைக்கு நன்றி.

நூலின் உள்ளடக்கம், உருவாக்கம், அட்டைப்படம் இன்ன பிற அம்சங்கள் பற்றிய உங்கள் கருத்துகளையும் ஆலோசனைகளையும் காலச்சுவடு வரவேற்கிறது. தகவல், எழுத்து, வாக்கியப் பிழைகள் தென்பட்டால் கட்டாயம் தெரிவித்து உதவுங்கள். நூல் தயாரிப்பில் கடும் குறைபாடு இருப்பின் மாற்றுப் பிரதி உங்களுக்குக் கிடைக்கக் காலச்சுவடு ஏற்பாடு செய்யும்.

மின்னஞ்சல்: publisher@kalachuvadu.com

காலச்சுவடு நாகர்கோவில் தலைமையகத்துக்கும் கடிதம் அனுப்பலாம்.

தங்கள்
எஸ்.ஆர். சுந்தரம் (கண்ணன்)
பதிப்பாளர் — நிர்வாக இயக்குநர்

மலர் மஞ்சம் ❖ நாவல் ❖ ஆசிரியர்: தி. ஜானகிராமன் ❖ © உமாசங்கரி ❖ முதல் பதிப்பு: ஆகஸ்ட் 1961 ❖ காலச்சுவடு முதல் பதிப்பு: டிசம்பர் 2017, நான்காம் (குறும்) பதிப்பு: அக்டோபர் 2020 ❖ வெளியீடு: காலச்சுவடு பப்ளிகேஷன்ஸ் (பி) லிட்., 669, கே.பி. சாலை, நாகர்கோவில் 629001

malar mancam ❖ Novel ❖ Author: Thi. Janakiraman ❖ © Umashankari ❖ Language: Tamil ❖ First Edition: August 1961 ❖ Kalachuvadu First Edition: December 2017, Fourth (Short) Edition: October 2020 ❖ Size: Demy 1 x 8 ❖ Paper: 18.6 kg maplitho ❖ Pages: 600

Published by Kalachuvadu Publications Pvt. Ltd., 669 K.P. Road, Nagercoil 629001, India ❖ Phone: 91-4652-278525 ❖ e-mail: publications @kalachuvadu.com ❖ Printed at Compuprint Premier Design House, Chennai 600086

ISBN: 978-93-5244-074-0

10/2020/S.No. 751, kcp 2664, 18.6 (4) rss

ராமையாவுக்கு இருப்பாக இருக்கவில்லை. மர்மத்தைப் பேதிக்கும் இந்தப் புலம்பலிலிருந்து அப்பால் ஓடிவிடலாம். ஊர்க்கோடியில் ஒரு சத்திரம் இருக்கிறது. பாதிரி மரம் இரண்டு, பன்னீர் மரம் இரண்டு, இருபது வாழைகள், ஏற்றக் கிணறு, குளுகுளுவென்று கீற்றுச்சார்ப்பு வேய்ந்த திண்ணை. ஆனால், அந்தத் திண்ணையில் போய் உட்கார்ந்தாலும் இந்தக் கூச்சல் எட்டாமலிருக்கப் போகிறதா? இது வெறும் காதையும் மனதையும் தாக்குகிற கூச்சலில்லை. யாரோ அன்னிய உயிர் போடும் கூச்சலில்லை.

பக்கத்தில் பத்தெட்டு நடந்தால் சிவன் கோயில் திண்ணை. அங்கும் ஒரு பன்னீர் மரமும் ஏற்றக் கிணறும் கீற்றுக் கொட்டகையும் உண்டு. அது மட்டும் கலவரத்தைச் சாந்தப்படுத்திவிடப் போகிறதா?

ராமையா சகித்துக்கொண்டு தன் வீட்டுத் திண்ணையிலேயே உட்கார்ந்திருந்தார்.

"அம்மா... வ்..."

கூச்சல் சற்று முனகலாகத் தேயும். அப்பாடா என்று ஆறுதல் அடையும்போது, திடீரென்று பீறிட்டெழும்.

ஏன் திண்ணையில் உட்கார்ந்திருக்க வேண்டும்? ஒரு சமயம் யமன் வந்தால், என்னைப் பார்த்து விட்டுப் பயந்துகொண்டு போய்விடுவானா?

ராமையா சட்டென்று சிலிர்த்து அந்த எண்ணத்தை உதறி எறிந்தார். போதும்... போதும்... பட்டது போதும்.

கூச்சல்களுக்கு நடுவே காணும் இடைவெளியும் குறைந்துவிட்டது. ராமையா குலதெய்வத்தை

வேண்டிக்கொண்டேயிருந்தார். இந்தக் கூச்சல் எல்லாம் உன்னைக் கூப்பிடுவதாக வைத்துக்கொள் என்று வைத்தியநாதனை வேண்டிக்கொண்டார். வைதீச்வரன் கோயிலுக்கும் அவருக்கும் ஒரு அன்யோன்யம் உண்டு. எல்லாரையும்விட என்னிடத்தில் அந்த வைதீச்வரனுக்குத் தனிச் செல்லம், சலுகை எல்லாம் உண்டு என்ற ஒரு நிச்சயம். எது கேட்டாலும் நீ கொடுக்க வேண்டும்; கொடுத்துவிடுவாய் என்ற ஒரு நம்பிக்கை. நான் என்னத்தைக் கேட்கப் போகிறேன்? ஒன்றும் வாயைத் திறந்து கேட்கவில்லை. உன்னை நினைக்கிறதுதான் என் தொழில், என் சம்பத்து. மூன்று தடவை நீ கைவிட்டதைக் கூட நீ கைவிட்டதாக நான் நினைக்கவில்லை. காலாகாலத்தில் செய்ய வேண்டியது உனக்குத் தெரியும் என்ற ஒரு வரம்பு கடந்த நம்பிக்கை.

வைதீச்வரன் என்ற பெயரில் யாரோ தன் கூடவே வாழ்வதாகவே அவர் நினைத்துக்கொண்டிருந்தார். சாப்பிடும் போதும், வயலுக்குப் போகும்போதும், பல் தேய்க்கும் போதும், காமாட்சியுடனும், பின்பு கங்காவுடனும், பின்பு பங்கஜத்துடனும், இந்த அகிலாண்டத்துடனும் தனிமையில் படுத்துக்கொண்டிருக்கும்போதும் அவர்கூட இருப்பதாக நினைத்துக்கொள்ளும் ஒரு பழக்கம் வந்துவிட்டது.

வலியிலும் வேதனையிலும் போடுகிற கூச்சல் இல்லை இது. உன் பெயர்தான் இப்படிக் கூச்சலாக உருமாறி ஒலிக்கிறது. இந்தக் கூச்சலை நிறுத்துவது உன் பொறுப்பு. நல்லபடியாக இந்தக் கண்டத்திலிருந்து அகிலாண்டத்தைக் கரையேற்றுவது உன் பொறுப்பு.

உதவிக்கு யார் யாரோ உள்ளேயிருக்கிறார்கள். வடிவக்காள் எல்லாம் செய்துகொண்டிருக்கிறாள். அடுத்த வீட்டிலிருந்து ஜகது வந்து ஆளோடி வழியாக மரியாதையாக அவருக்கு ஒதுங்கிப்போன ஞாபகம். கிணற்றடி வீட்டு யோகாம்பாளும் உள்ளே போயிருக்கிறாள். அவரைக் கடந்ததும் நிலையருகில் நின்று, "மருத்துவச்சிக்குச் சொல்லியனுப்பியிருக்காங்களா அண்ணா" என்று கேட்டாள் அவள்.

"இல்லை; வடிவு வேண்டாம்னு சொன்னா."

"வடிவுக்குத் தெரியாததில்லே. இருந்தாலும் அவங்களும் உள்ளே போயிட்டா, வீட்டு வேலையைக் கவனிக்கணுமே யாராவது!"

"எல்லாம் தானே பார்த்துக்கறேங்கறா அவ. பொன்னுவை வரச்சொல்லியிருக்காளாம், சமையலைக் கிமையலைக் கவனிச்சக்கலாம்னு."

“அப்ப சரி” என்று உள்ளே போனாள் யோகம். அவளிடம் போய் உண்மையைச் சொல்வானேன்? வடிவக்காவுக்கு மருத்துவத்திற்கு சுப்பச்சியை வரவழைக்க இஷ்டமில்லை, அவள் கை வைத்துத்தான் காமாட்சிக்கு உயிர் போயிற்று. பங்கஜத்திற்கு உயிர்போனதும் சுப்பச்சியால்தான் என்று சொல்ல முடியாது. ஆனால் என்னத்தையோ பச்சை வெட்டு மருந்தைக் கொடுத்து உயிருக்கும் உடலுக்கும் உள்ள பிடியை உலுக்கிவிட்டது அவள்தான் என்று வடிவக்காவுக்கு எண்ணம். ‘துக்கிரிக்கை தம்பி அது. ரெண்டு தடவை அந்தக் கொள்ளிக்கட்டை வந்தது போதும். மறுபடியும் ஒரு தடவையா?’ என்று காலையில் அகிலாண்டத்துக்கு நோவெடுத்ததுமே அவள் சொல்லிவிட்டாள்.

ஆஸ்பத்திரிக்குத் தூக்கிக்கொண்டு போகலாம். ஆஸ்பத்திரிக்குப் பத்து மைல் கட்டை வண்டியில் போக வேண்டும். வடிவக்காளிடம் பாரத்தைப் போட்டுவிட்டு, திண்ணையில் உட்கார்ந்துவிட்டார் ராமையா.

இந்தத் திண்ணையைவிடக் குளிர்ச்சியான இடம் இருக்க முடியாது – சத்திரத்துத் திண்ணை, சிவன் கோயில் முகப்புக் கூட இவ்வளவு குளிர்ச்சியாக இராது. மண் திண்ணை. ஆனால், வழவழவென்று தேய்த்திருந்தது. சுவரும் மண் சுவர்தான். கறுப்பாகக் கரி பூசியிருந்தது. ஒரு கீற்றுச் சார்ப்பு. வாசலில் சின்னப் பந்தல். இதைவிட வெயிலுக்குப் புகலான இடம் ஏது? எதிரேயும் வீடுகள் இல்லை, தோப்பு. எதிர்ச்சரகு வீடுகள் சற்றுக் கிழக்கே தள்ளி ஆரம்பிக்கின்றன. ராமையா வீட்டுக்கும் அடுத்த நாலு வீடுகளுக்கும் எதிரே வீடுகள் இல்லை. ஆறாவது வீட்டுக்கு எதிரே தான் எதிர்ச்சரகு தொடங்குகிறது. இந்த ஒதுப்புறமான இடத்தையும் நிழலையும் கண்டுதான் கறுப்பையா பந்தல் காலில் பள்ளம் பண்ணி, கழுத்தை வளைத்துப் படுத்து உறங்குகிறது.

‘அம்மாவ்’ என்று ஓய்ந்திருந்த கூச்சல் தொடங்கிற்று. கூச்சலோடு நிற்கவில்லை. அழுகையாக ஓங்கிற்று.

அகிலாண்டம் வாய்விட்டு அழுது, இப்போதுதான் கேட்கிறார் அவர். அவள்கூட அழமுடியுமா? வெடவெடவென்று மெல்லிய உடல், ஊர்ப் பெண்கள் மற்றவர்களை விட உயரம். மாநிறத்துக்கும் சற்று பளிச்சிடும் நிறம். சுருட்டை மயிரும் இல்லை. இரண்டிலும் சேராத பெரிய அலையாக நாலைந்து ஓடுகிற தலைமயிர், தொங்குகிற மயிரை வாரி முடிச்சிட்டால், தலையளவுக்குச் சற்று அதிகம் என்று தோன்றும். சிவப்புத் தோடு, காதில் மாட்டடல். பாதத்தில் பின் எலும்பை எடுத்துக் காட்டுகிற ஒரு பின்னல் கொலுசு. கழுத்தை ஒட்டி வளைந்த அட்டிகை. இந்த மென்மையான உருவம் உரக்கச் சிரித்துக்கூட

ராமையா கேட்டதில்லை. ஜகதுவின் குழதைகளைக் கூட்டி வைத்துக்கொண்டு, அவள் கதை சொல்லும்போதுகூட அவள் சிரிப்பு குறிப்பாகத்தான் கேட்கும். உரத்த சிரிப்பாகக் கேட்காது. அவள் முகம் வாடியும் பார்த்தது கிடையாது. அவளா இப்போது அழுகிறாள்? வாழைத் தண்டின் உட்குருத்தைப் போன்ற அந்த மெல்லிய உடலினின்று இந்த அழுகை எழுந்து கேட்கும்போது, ஏதோ முரணாக இருந்தது.

"வைதீச்வரன் கோயிலுக்கு வேண்டிக்கிட்டிருக்கேன் அண்ணா. பாலாம்பாளுக்கு மஞ்சத்துணியிலே முடிஞ்சு வைக்கிறேன்" என்று ஜகது வந்து நிலை ஓரமாக நின்றாள். அவள் முந்தானையைப் பிடித்துக்கொண்டு அவளுடைய மூன்று வயதுக் குழந்தையும் விரலை வாயில் போட்டுக்கொண்டு நின்றது.

"செய்யேம்மா, உனக்குத் தோணித்துன்னா, அப்புறம் என்னை ஒரு தடவை கேட்கணுமா?"

"பணம் தர்றீங்களா!"

"கூடத்திலே பூஜை அலமாரியிருக்கு பாரு. அதிலே காசி விச்வேசர் படத்துக்குப் பின்னாடி பித்தளை சம்புடம் ஒண்ணு இருக்கு. துண்ணூறு சம்புடம் அதிலே மூணோ நாலோ போட்டு வச்சேன் நேத்து... எத்தனை ரூபா முடியப் போறே?"

"ஒண்ணோ ரெண்டோ – எதாவது."

"ஒண்ணு ரெண்டு என்ன? அதிலே இருக்கறதை அப்படியே முடிஞ்சு வையேன்."

"சரிண்ணா."

தன் கூடவே, தனக்கு உள்ளேயே காற்றைப்போல, கற்பனையைப்போல வாழ்கிற வைதீச்வரனும் அதைக் கேட்டிருப்பார் என்றே தோன்றிற்று ராமையாவுக்கு.

2

கூச்சல் அதிகமாக ஆக அவருக்கு உட்கார முடியவில்லை. திண்ணையில் எழுந்து சுவருக்கும் ஓரத்துக்குமாக உலாத்தினார். சிறிது நேரம் எதிர்த்தோப்பைப் பார்த்துக்கொண்டு நின்றார். கறுப்பண்ணன் ஒரு தடவை படுத்தபடியே அவரை நிமிர்ந்து பார்த்துவிட்டு மீண்டும் கழுத்தை வளைத்துக் கண்ணை மூடிக்கொண்டது. இப்படி நாலு காலியாகப் பிறப்பதில் எவ்வளவு நிம்மதி! எவ்வளவு சாந்தி! உலகத்தில் அறிவுபிறந்த அன்றே இந்த நிம்மதியும் அமைதியும் போய்விட்டன. கறுப்பண்ணனுக்குச் சாப்பாட்டுக் கஷ்டம் ஒன்று தானே. அதுகூட ஒரு கஷ்டம் இல்லை. தெரு நாயாக வளர்வதில் ஒரு ஆனந்தம் இருக்கிறது. எல்லாரும் செல்லமாக வளர்க்கிறார்கள். கல்லெடுக்கும் பையன் களிடமிருந்து அப்போதப்போது தப்பித்துக்கொண்டு, வாலைக் காலுக்கிடையில் நுழைத்து ஓடுவதைத் தவிர, வேறு கவலை ஒன்றுமில்லை. இப்படி வேதனைப்பட சந்தர்ப்பங்கள் ஏது?

எதிரே தோப்பைப் பார்த்தார் ராமையா. இறங்கி வந்து பந்தல் நிழலில் நின்று வானத்தைப் பார்த்தார். வானம் ஒரு பஞ்சு பிசிறு இல்லாமல் முழு நீலமாகப் பரந்து கிடந்தது. எதிர்த் தோப்பில் வேலியோரமாக நிற்கும் முருங்கை மரத்துக் கிளையில் ஒரு அணில் வாலைத் தூக்கித் தூக்கி 'ணி'க்கிட்டுக்கொண்டிருந்தது. ஒரு நாழியாக அதே இடத்தில் உட்கார்ந்து, அது கத்தியது ஊரில் ஆள்கிற அமைதிக்குச் சாட்சி சொல்லிற்று.

பொழுது ஏறுகிற இதே வேளையில் திண்ணையில் வந்து இரண்டு நாழிகையாவது உட்கார்வது ராமையாவுக்குப் பிடிக்கும். வானின் நீலத்தில் மேலேமேலே செல்வதாகக் குழந்தைபோலக் கற்பனை செய்துகொண்டிருப்பார். ஜபம், பூஜையெல்லாம் முடித்துவிட்டு, அதே அமைதியுடன், சிதறாத, ஒருமுகப்பட்ட மனதுடன் திண்ணைக்கு வந்தால், அந்த மனது வான் வெளியில் யாரையோ தேடிக்கொண்டுபோவது போல் போய்க் கொண்டிருக்கும். பக்கத்திலேயே நிற்பது போல் தோன்றும் வைதீச்வரனைத்தான் தொடர்ந்து போவாரோ என்னவோ . . . எப்படியோ, வெளிப்புலன், உட்புலன், மனம், ஆத்மா எல்லாம் ஒருங்கே திரண்டு அமைதியும் நிறைவும் காண்கிற அனுபவம் அது. அந்த வான் நீலமும் தோப்பின் பச்சையும், வெயில் ஏறியும் ஏறாமலும் இருந்த முற்பகலின் குளிர்ச்சியும் வெளிப் புலன்களுக்கு ஒரு போதை கொடுக்கும். இன்று அவர் உயிரே அந்த நீலத்தில் கரைந்துவிடும் போலத் துடித்தது.

“அண்ணா” என்று குரல் வந்தது. திரும்பினார் அவர். ஜகதுதான் நிலையண்டை நின்றுகொண்டிருந்தாள்.

“என்ன ஜகது!”

“நோவு ரொம்ப ஜாஸ்தியா இருக்கு. யாராவது வைத்தியரை அழைச்சிட்டு வந்தாத் தேவலைன்னு தோணுது.”

“இந்த ஊர்லே சுப்பச்சியை விட்டா வேறு யார் இருக்காங்க? அவ வாண்டாம்கறா வடிவக்கா.”

“சுப்பச்சி வாண்டாம். உடையாரைக் கூப்பிட்டு வர்றது.”

“உடையாரையா? ஷண்முக உடையாரையா?”

“அவரைத்தான்.”

“முனியங் காட்டுக்கில்ல போகணும்?”

“வண்டியைக் கட்டிக்கிட்டுப் போயிட்டு வாங்களேன்.”

“வண்டி கட்டு கழண்டு கிடக்கு.”

“நம்ம ஊட்டு வண்டியைக் கட்டிக்கிட்டுப் போறது . . . நான் போய் கலியனை வண்டியைப் பூட்டிக்கிட்டு வரச் சொல்றேன்.”

ஜகது குழந்தையை எடுத்து இடுப்பில் வைத்துக்கொண்டு வேகமாகப் போனாள்.

ராமையாவுக்குப் போக அரை மனதுதான். பந்தலில் நிற்க முடியாமல் ஒலிக்கிற கூச்சலைக் கேட்டால், ஏதாவது சாக்கை வைத்துக்கொண்டு எங்கேயாவது கண்காணாத

இடத்திற்கு ஓடிவிடலாம் போலிருக்கிறது. ஆனால், அப்படி ஓடினால் உடம்புதானே ஓடப் போகிறது! உயிரும் மனமும் இந்த இடத்தைவிட்டு நகரப்போகின்றனவா? கண்காணாத இடத்தில் போய் என்ன நேருமோ நேர்ந்ததோ என்று அனாதைப் பரப்பு பரப்பதைவிட இங்கேயே இதயத்தை உடைத்துக் கொண்டிருக்கலாம்.

ஜகது தன் வீட்டிலிருந்து வெளியே வந்தாள். "கலியன் சோறு திங்கப் போயிட்டானாம். நான் போய் கூட்டிக்கிட்டு வந்திடறேன்."

"நான் போய்க் கூட்டி வர்றேன் ஜகது. நீ இங்கேயே இரு. வடிவக்கா ஏதாவது வேணும்னா கூடமாட இருந்து கவனிச்சுக்க" என்று சொல்லிக்கொண்டே தெருவில் கிழக்கே பார்க்க நடந்தார். கீழத் தெருவில் அல்லிக் குட்டையோரமாகக் கலியன் வீடு.

எதிர் வெயில் சுள்ளென்று முகத்தைப் பொரித்தது. வழக்கம்போல இல்லை. இந்த வருஷம் பங்குனி மாசத்திலேயே நடுக்கோடை போலச் சூடு கிளம்பிவிட்டது.

"நான் பாடம் எல்லாம் நெட்டுருப் பண்ணிட்டேன் மாமாவ்" என்ற குரல் கேட்டது. கிட்டன் செம்பட்டைத் தலையும் கூனல் முதுகுமாக இளித்துக்கொண்டிருந்தான். இந்த வருசத்து ருக்மாங்கத நாடகத்தில் அவனுக்கு அசட்டுக் காவல்காரன் வேஷம். யாருக்கும் உபயோகமில்லாமல் வளர்ந்துவிட்ட பிறவி. கிட்டன் உடலால் உபயோகமில்லை. உடம்பில் தெம்பில்லை. கண் பழுது. கூனல் உடம்பு. திடீர் திடீர் என்று வாயில் நுரை தப்பும்; மடேர் என்று கீழே விழுந்துவிடுவான். பத்து நிமிஷம் ஆகும் மயக்கம் தெளிய. அப்புறம் செத்த மூஞ்சியுடன் நாலு பக்கமும் விழிப்பான். புத்தியாலும் உபயோகம் கிடையாது. புத்தி இருந்தால் தானே, உபயோகத்துக்கு? இந்த அழகில் ஒரே பிள்ளை. ஆனால், பெற்றோருடனும் அவன் வாழவில்லை. சிற்றப்பா வீட்டில் இந்த ஊரில் வளர்கிறான். சாப்பிட்டுவிட்டு மயக்கம் போட்டு விழுவதும், மருந்து சாப்பிடுவதும், சாப்பாடு சாப்பிடுவதும்தான் அவன் செய்கிற வேலை. ராமையாவுக்கும் அவனுக்கும் ஒரு அந்தரங்கமான பிரியம். அனாதைகளுக்கும் அனாதரட்சகர்களுக்கும் இடையே நிலவுகிற பிரியம், பரிவு.

"பலே" என்றார் ராமையா.

இந்தக் கிட்டன் மாதிரி யாரும் பாக்கியசாலி இருக்க முடியுமா என்று நினைத்துக்கொண்டே நடந்தார் அவர். மடேர் என்று கீழே மயக்கம் போட்டு விழுவதைத் தடுக்க அவனாக மருந்து சாப்பிடவில்லை. யாரோ வைத்தியரை அழைத்து வந்து

காண்பிக்கிறார்கள். இல்லாவிட்டால் மருந்து சாப்பிடவேண்டும், உடம்பு நன்றாக இருக்க வேண்டும் என்றெல்லாம் அவனுக்குக் கவலையே கிடையாது. வியாதி ஒன்றைத் தவிர, அவனுக்கு எந்தக் கஷ்டமும் இல்லை. சாப்பாட்டுக்கு உழைக்கவில்லை. துக்கங்களை இழுத்துப் போட்டுக்கொள்ள அறிவுமில்லை. மிருகங்களின் தரத்தில் அவன் வளர்ந்து வருவது பெரும் அதிர்ஷ்டமாகத்தான் ராமையாவுக்குத் தோன்றிற்று.

அல்லிக்குட்டை வந்துவிட்டது. புளியமரத்து நிழலில் ஒரு குடிசை, வாசலில் நின்று குரல் கொடுத்தார் ராமையா.

அவர் குரலைக்கேட்டு, அவசர அவசரமாக எச்சில் கையோடு ஓடி வந்தான் கலியன்.

“அம்மா கூப்பிடறாங்கப்பா உன்னை.”

“வாங்க... அம்மா கூப்பிடறாங்களா?”

“ஜகது கூப்பிடுது... எனக்குத்தான் வண்டி கட்டணும். முனியங்காட்டுக்கு வைத்தியரைக் கூட்டிக்கிட்டு வரணும். வீட்டிலே நோவு கண்டிருக்கு. என் வண்டி கட்டு கழண்டிருக்கு.”

“இதோ வர்ரேனுங்க... போயிட்டிருங்களேன். பின்னாலே ஓடியாறேன்” என்றான் கலியன்.

“சுருக்க வா” என்று சொல்லிவிட்டுத் திரும்பினார் ராமையா. சுருக்க வா என்று, ஆட்களைக் கூப்பிடுகிறபோது வாயில் வருகிற வழக்கப்படி வந்த வார்த்தை. அவன் வர வேண்டாம் என்றுதான் அவருக்கு உள்ளுக்குள் ஆசை. தனக்குப் போக இஷ்டமில்லை என்று அவருக்கு இப்போது நிச்சயமாகத் தெரிந்தது. வேலையிருக்கு, உடம்பு சரியில்லை என்று அவன் சொல்லித் தொலைத்தாலென்ன?

வேகமாக நடந்தார் அவர். வேறு யாரையாவது போகச் சொல்லலாம் என்றால் ஊரில் விஷயம் தெரிந்த ஆண்பிள்ளை யாரும் வீட்டில் இல்லை. போரடி நடக்கிற சமயம். உளுந்து, பயறு பிடுங்குவதும் ஆரம்பமாகிவிட்டது. பட்டப் பகலில் வந்து கொள்ளையடித்தால் ஊரில் ஏன் என்று கேட்க ஆள் கிடையாது. அவரும் போயிருக்க வேண்டியவர்தான் இந்த நெருக்கடியில்லா விட்டால்.

வீட்டுக்குள்ளே போனார். கூடத்தில் ஜகது, பொன்னு, காவேரி எல்லோரும் நின்றுகொண்டிருந்தார்கள். தங்கக் கிளி – காவேரியின் மருமகள் – வந்து உள்ளே எட்டிப் பார்த்துக் கொண்டிருந்தாள். கூடத்துக் கோடியில் உள்ள அறையிலிருந்து புலம்பல் வந்துகொண்டிருந்தது.

அகிலாண்டத்தைப் பார்க்கவேண்டும் போலிருந்தது ராமையாவுக்கு.

"கலியன் இருந்தானாண்ணா?"

"வரேன்னாம்மா... இப்ப எப்படி இருக்கு?"

"அப்படியேதானிருக்கு, முனியங்காட்டுக்குப் போயிட்டு வரதுதான் தேவலை."

"வடிவக்காவைக் கேட்டியா?"

"கேட்டேன். அது ஈரெட்டாச் சொல்லுது. நான்தான் எல்லாத்துக்கும் இருக்கட்டுமே வைத்தியருங்கறேன்."

"வடிவு!" என்று சொல்லிக்கொண்டே அறைப் பக்கம் போனார். அப்படியாவது அகிலாண்டத்தைப் பார்க்கலாம் என்ற துடிப்பு. அறையை எட்டிப் பார்க்க தைரியமில்லை, அகிலாண்டத்தின் கொலுசிட்ட கால்மட்டும் பளபளவென்று அந்தப் பாதி இருளில் தெரிந்தது.

"வடிவு, வைத்தியரைக் கூட்டி வாங்குது ஜகது."

"வேணும்னா கூட்டிவாயேன்."

"அவசியமாக் கூட்டிவரணுமா?"

"பார்த்துக்கலாம், வந்தாலும் பரவாயில்லை." தைரியம் கொடுக்கிற பேச்சு இது! சிறிது நேரம் நின்றார் அவர்.

வாசலில் வண்டிச் சலங்கை கேட்டது.

"வண்டி தயாராயிருக்கு. புறப்படுங்கண்ணா" என்றாள் ஜகது.

வாசலுக்கு வந்தார் ராமையா. வண்டியில் ஏறி உட்கார்ந்து கொண்டார். விறுக்கென்று இழுத்துக்கொண்டு மாடுகள் கிளம்பின.

பெருமாள் கோயில் தாண்டியதும் வாசலில் ஜகது வந்து கூப்பிட்டாள்.

"அம்மா கூப்பிடறாங்கப்பா. வண்டியை நிறுத்து."

வண்டி நின்றது.

ஜகது "வாண்டாம் வந்திடுங்க. ஆயிடிச்சு" என்று சொல்லி, கூச்சல் போட வெட்கப்பட்டுக்கொண்டு ஓடி வந்தாள். கூட குழந்தையும் வாயில் விரலைப் போட்டுக்கொண்டே ஓடி வந்தது.

ஜகதுவின் முகம் மலர்ந்து மின்னிற்று.

"திரும்புங்கண்ணா அகிலம் சமத்துப் பொண்ணாச்சே. உங்களை அலைக்கழிப்பாளா? கவலை வைக்காம பெத்துப் பிட்டா."

"அப்படியா?" என்றார் ராமையா.

'என்ன?' என்று கேட்க அவருக்கு ஆசை. அதற்குள் ஜகது திரும்பி ஓடிவிட்டாள்.

ராமையாவின் விரக்தியை அழுத்திக்கொண்டு, ஆசை உந்தி எழுந்தது. அவருக்கு உலகப் பற்று குறைய எத்தனையோ காரணங்கள் இருந்தனவே!

ராமையா உலகப்பற்று, உயிர்ப்பற்று உந்த உந்தத்தான் ஓடி வந்தார். ஓடி வருவதில் அவர் வெட்கப்படவில்லை. வெட்கப்பட என்ன இருக்கிறது?

ஆனால், உள்ளே வந்ததும் ஏதோ கூச்சம் அவரைப் பற்றிக்கொண்டது. உள்ளே பொன்னு அடுப்பைக் கவனித்துக் கொண்டிருந்தாள். காவேரி தண்ணீர்ப் பாத்திரமும் கையுமாக பிரசவஉள்ளுக்கும் அடுக்களைக்குமாக அலைந்தாள். ஜகதுவும் யோகமும் தங்கக்கிளியும் அறைக்குள் குனிந்து எட்டிப் பார்த்துக் கொண்டிருந்தார்கள்.

"ராமையா வந்திட்டானா?" – உள்ளேயிருந்து வடிவக்காளின் குரல்.

"வந்திட்டேனக்கா."

"அப்பாடா..."

"விளக்கு மாதிரி ஒரு பொண்ணு பிறந்திருக்கு" என்றாள் வடிவு.

"பொண்ணா..!" என்று இழுத்தார் அவர்.

தி. ஜானகிராமன்

3

ராமையா வாசல் திண்ணையில் மறுபடியும் வந்து உட்கார்ந்துகொண்டார். உட்காரும்போது "பெண்ணாயிருந்தா என்னவாம்... எதாயிருந்தாத் தான் என்ன?" என்று வடிவு பதில் சொன்னது கேட்டது.

அவருக்கும் வேடிக்கையாகத்தானிருந்தது, பெண்ணாயிருந்தாலும் பிள்ளையாயிருந்தாலும் அவருக்குத்தான் என்ன? அப்படியிருக்கும்போது 'பெண்ணா...' என்று பெண் பெற்றுச் சளைத்தவர் களைப்போல் இழுத்தோமே? இந்த 'கௌரவம்' எப்படியெல்லாம் நம் நடவடிக்கைகளில் கரைந்து கிடக்கிறது என்று சிரித்துக்கொண்டார் அவர்.

"அண்ணாவையே உரிச்சு வச்சிருக்கு" என்றாள் ஜகது உள்ளே.

"ஆமாண்டி. அதுக்குள்ளியும் கண்டுட்டா இவ. கண்ணை மூடிக்கிட்டு, மாவிளக்குமா உருட்டி வச்சாப்பல கிடக்கு அது. அதுக்குள்ளியும் சாயல் அடையாளம் எல்லாம் கண்டுட்டா இவ... போதும்... சாயல்லாம் அப்புறம் பார்த்துக்கலாம் – வாசல்லெ போய் உன் கையாலே, கோலம் போட்டு வா..." என்று காவேரியின் குரல் கேட்டது.

"நீங்க வாணாப் பாருங்களேன். அண்ணன் மாதிரியே, அண்ணனுக்குப் பொம்பிளை வேஷம் போட்டாப்பலவே இருக்கப் போவுதால்லியா பாருங்களேன்... அண்ணன் ஒரு தடவை மேனகை வேஷம் போட்டாங்கள்ள, அந்த மாதிரி சொக்க அடிக்கப் போறாளா இல்லியா பாருங்களேன்..."

“அப்பன்னா கொஞ்சம் வெளிச்சம் வராப்பல ஒதுங்கி நில்லு வாசப்படியை மறைக்காம. நானும் நல்லாப் பார்க்கறேன்.”

“நல்லாப் பாருங்க. நான் சொல்றது நெசந்தானா, இல்லியான்னு தெரியும்.”

ராமையாவுக்குக்கூட ஓடிப்போய்ப் பார்க்கவேண்டும் போலிருந்தது.

“தலையிலே எத்தனை முடி பாத்திங்களா? இப்பவே ஒரு சீசாத் தைலம் வேணும் போலிருக்கு” என்று தங்கக்கிளி சிரித்துக் கொண்டிருந்தாள்.

“தைலம் அப்புறம் வாங்கலாம்... உள்ள போய் பொன்னுவைக் கூப்பிட்டு ஒரு தட்டிலே சர்க்கரை எடுத்துக்கொடுக்கச் சொல்லி வாங்கிக்க... ஜகது. காவேரி, அண்ணன் எல்லோருக்கும் கொடு பார்ப்பம்.”

“அண்ணா” என்று கூப்பிட்டுக்கொண்டே ஜகது கோலக் குழாய், மாவுமரவையுடன் நடையில் வந்தாள். “‘அண்ணா’ உங்களைத்தான் உரிச்சு வச்சிருக்கு அப்படியே. நீங்க எப்படியாவது கூப்பிடுங்க. நான் பாலாம்பான்னுதான் கூப்பிடப் போறேன் அவளை. நான்தான் பாலாம்பாளுக்கு நாலு ரூவா மஞ்சத் துணி முடிஞ்சு வச்சேன். உங்களையும் முனியங்காட்டுக்கும் புளியங்காட்டுக்கும் அலையவக்யப்படாதுன்னு நான்தான் பாலாம்பாளைக் கேட்டுக்கிட்டேன்...” என்று சொல்லிக்கொண்டே ஜகது படியிறங்கி வாசலில் குனிந்து புள்ளி வைத்தாள்.

ராமையாவுக்குப் பதில் சொல்ல முடியாமல் தொண்டையை அடைத்தது. ‘நீயே அந்த பாலாம்பா, வைதீச்வரன் கோயில்லேர்ந்து புறப்பட்டு வந்தாப்பலதான் இருக்கே’ என்று சொல்லவேண்டும் போலிருந்தது. ஜகதுவிடம் அவருக்குத் தனியாக ஒரு மரியாதை, ஒரு கௌரவம். வெறும் பிரியம் மட்டும் இல்லை. வயசில் ஏழெட்டு வருஷம் சிறியவள் ஆவள். ஆனால், யாரிடமும் காட்டாத மரியாதை அவளிடம் காண்பிக்க வேண்டும் என்று தோன்றும். ஒரு காரணம், ஜகதுவின் முகத்தோற்றம்தான். தஞ்சாவூர்ப் படங்களில் வருகிற சீதை, யசோதை, கஜலட்சுமி – இந்த மாதிரி ஒரு முகம் அது. இன்னொரு காரணம் அவள் காமாட்சியின் பிராண சிநேகிதி. காமாட்சி போன பிறகு ஜகது இரண்டு மாசம் பிரமை பிடித்தாற்போல் அலைந்து கொண்டிருந்தாள். நினைத்து நினைத்து அழுவாள்.

அவருடைய கலியாண வாழ்க்கை நாலு கட்டு வீடாகி விட்டது. முதல் கட்டில், அதாவது காமாட்சியைக் கலியாணம்

செய்துகொள்ளும்போது அவருக்கு இருபத்தைந்து வயது. காமாட்சி அவர் மனைவியாக இந்த வீட்டில் புகுந்தது பங்குனி மாதம். சரியாக ஒரு மாதம் கழித்து, ஜகதுவும் அடுத்த வீட்டு மருமகளாக வந்து சேர்ந்தாள். பதினேழு வயதிருக்கும். காமாட்சியைவிட இரண்டு மூன்று வயது குறைவு. இரண்டு பெண்களும் உயிருக்குயிராகப் பழகிக்கொண்டிருந்தார்கள். ஆனால், இந்தப் பிணைப்பு முழுசாக இரண்டு வருஷம்கூட தரிக்கவில்லை. கலியாணமாகி வந்த இருபத்தோராவது மாதம் காமாட்சிக்கு நோவு கண்டது. வீட்டில் ஒருவருமில்லை. வேலைகளைக் கவனித்துக்கொள்ள; திருவாரூரிலிருந்து வடிவக்கா வந்திருந்தாள். சுப்பச்சியை மருத்துவத்துக்கு அழைத்து வந்தாள்.

அதை எப்படி மறக்க முடியும்? ஒரே மாயமாக நடந்து விட்டது. கடைசி நிமிஷம் வரையில் காமாட்சி நடமாடிக் கொண்டிருந்தாள். இருட்டி அரை நாழியிருக்கும். திடீர் என்று நோவு கண்டது. இரண்டு மணி நேரம் சுப்பச்சி அரிக்கேன் விளக்கை வைத்துக்கொண்டு அம்மியில் அரைப்பதும் அறைக்குள் போவதுமாக வேர்த்து விறுவிறுத்தாள். ஆனால், இந்த வைத்தியம் கண்ட பலன் இரட்டைச் சேதம். குழந்தை செத்துப் பிறந்தது. பிறந்த இரண்டு மணி நேரத்திற்குள் பெற்றவளும் கண்ணை மூடிவிட்டாள்.

அந்தச் சமயம் ராமையா வீட்டில் இல்லை. மடையை அடைக்க ஒரு ஆளைக் கூட்டிக்கொண்டு பிடாரி கோயிலைப் பார்க்கப் போயிருந்த சமயம். அந்த ராத்திரியில் வரப்பில் நிற்கும்போது எங்கிருந்தோ இருளில் ஒரு குரல் அவரைக் கூப்பிட்டது.

"யாரது?"

"நான்தான் மாமா முத்துசாமி... விடு விடுன்னு புறப்பட்டு வாங்களேன்."

"என்ன?"

"வாங்களேன்."

உடம்பை என்னமோ செய்தது அவருக்கு. அவர் எதிர் பார்த்தபடியே ஆபத்தான சேதிதான். குழந்தை இறந்து பிறந்ததாம். நல்ல வேளை ... இத்தோடு விட்டதே என்று அவர் பாதி மயங்கித் திண்ணையில் உட்கார்ந்திருக்கும்போது, திடீர் என்று உள்ளே மீண்டும் அவ ஓசை எழுந்தது. அவர் எதிர்பார்க்கவில்லை. கழன்ற உயிர், பெற்ற உயிரையும் கொண்டுவிட்டது. ஜகது பேய் பிடித்தாற்போல உட்கார்ந்துகிடந்தாள். அப்புறம் ஆறு மாதம்

வரையில் அவள் தலைவாரிக்கொள்ளவில்லை. அடுத்த வீட்டு சம்பவம் என்று அவளுக்கு நினைக்க முடியவில்லை இதை.

ஒரு மாதம் கூட இருந்தாள் வடிவக்கா. எத்தனை நாள் தங்கமுடியும்? பிறகு அவள் திருவாரூருக்குத் திரும்பிய பிறகு அவர் தனியாகப் பொங்கித் தின்பதைச் சகிக்காமல் ஜகதுவும் அவள் கணவன் சுப்ரமண்யனும் நாலாம் நாள் வந்தார்கள். சாப்பாட்டைத் தங்கள் வீட்டிலேயே வைத்துக்கொள்ளலாம் என்று மல்லுக் கட்டினார்கள். என்ன பைத்தியக்காரத்தனம்! அவர் கேட்கவில்லை. கடைசியில் சுப்ரமண்யனின் தாயார் வந்தாள். அவளும் கொஞ்சமாகச் சொல்லவில்லை.

“தம்பி, உனக்குப் பூஜை படையல்லாம் உண்டு, தெரியும். ஜகது என்ன அதெல்லாம் தெரியாத பொண்ணா? காலமே குளிச்சிட்டுத்தான் சமைக்குது. நீ பூசையைப் பண்ணு. சமயலை இஞ்ச கொண்டுவரச் சொல்றேன். சாமிக்கு நைவேத்தியம் பண்ணு . . .”

“நான் அதுக்குச் சொல்லலேக்கா.”

“பின்ன என்னா? என்னத்துக்கு பிடிவாதம் பண்றே?”

மென்று மென்று விழுங்கினார் அவர். பிறரைத் தொல்லைப் படுத்த அவருக்கு என்ன உரிமையிருக்கிறது?

ஜகதுவும் விடுகிற வழியாக இல்லை. கடைசியில் சோறு மட்டும் அவர் களைந்து வைத்துக்கொள்ள வேண்டியது. குழம்பு, கறி எல்லாம் அடுத்த வீட்டிலிருந்து வாங்கிக்கொள்கிறது என்று சுப்ரமணியனின் தாயார் பெரிய பாகப் பிரச்னையைத் தீர்த்து வைப்பதுபோல் தீர்த்துவைத்தாள்.

ஒரு வருஷம் இப்படிக் கைப்பொங்கலாகவே கழிந்தது. வடிவக்காளின் கணவனுக்கு ஒரு அத்தை மகள் இருந்தாளாம். கங்கா என்று பெயராம். கம்பசேவை பார்க்க வந்த வடிவு அவளையும் அழைத்துக்கொண்டு வந்து ஒரு வாரம் தங்கினாள், திருவிழா முடிந்ததும் அழைத்துப் போனாள். அவ்வளவுதான். அடுத்தமாதம் கங்கா காமாட்சியின் இடத்திற்கு வந்துவிட்டாள். அந்தக் கலியாணத்திற்கு ஜகது, சுப்ரமண்யன் இரண்டு பேரும்தான் இந்த ஊரிலிருந்து வந்திருந்தார்கள். ஆனால், இந்த கங்காவின் ஞாபகம் அதிகமாக இல்லை. அவள் வந்த ஆறாம் மாதமே மீண்டும் அவர் பழைய நிலைக்குத் திரும்பிவிட்டார். அவள் ஏதோ கிராமத்துப் பெண். சாதாரண அறிவுதான். வீட்டை விட்டு அசையமாட்டாள். அலங்காரம் ஆபரணம் என்று செய்துகொள்ளவும் தெரியாது. வாயைத் திறக்க

மாட்டாள் கலகலவென்று சிரித்துப் பேசினதும் கிடையாது. இன்னும் கொஞ்ச காலம் இருந்திருந்தால் புகுந்த வீட்டில் ஒட்டுதல் ஏற்பட்டிருக்குமோ என்னமோ. ஆனால், காலத்திற்கு அதற்கெல்லாம் போதில்லை. மார்கழி மாதம் பேதி ஊரைச் சூரையாடிக்கொண்டிருந்தது. புளித்த காடி வாங்கி வருவதற்காக நரசிங்கபுரத்திற்கு வயலிலும் வரப்பிலும் விழுந்தடித்து ஓடினார் ராமையா. முற்றிச் சாய்ந்த கதிர்களையும் நாயுருவிகளையும் மிதித்துக்கொண்டு தாண்டித் தாண்டி வந்தார். ஆனால், வீடு வரும்போது வாசலில் சுப்ரமண்யன் நின்றுகொண்டிருந்தான். அவன் முகம் உள்ளேயிருந்த சூன்யத்தாலேயே செய்து வைத்தாற் போலிருந்தது. “காடியைத் தூக்கி எறியுங்க மாமா... குப்பையிலே. நல்லவங்களுக்குக் காலமில்லே இது” என்றான். உள்ளே மரணம் பேச்சு மூச்சற்றுக் கிடந்தது.

அந்த கங்காவைப் பற்றி விசேஷமாக நினைத்துப் பார்க்க ஒன்றும் இல்லை. மனதைக் கல்லாங்காயாக்குவது ஒன்றைத் தவிர வேறு ஒன்றும் அவள் செய்யவில்லை. ராமையாவுக்குக் கோபம் கோபமாக வந்தது. பூஜை அலமாரியைத் திறந்து அந்தப் படங்களைத் தூக்கி, எதிர்த்த தோப்பின் வேலியோரமாகச் சேர்ந்து கிடந்த குப்பை மேட்டில் எறியத் துடித்தது கை. பித்தளைப் பெட்டியிலிருந்த பாணம், லிங்கம், படிகப்பிள்ளையார் எல்லாவற்றையும் எருமைகள் குளிக்கிற மேலக் குட்டையில் முழுக்கவேண்டும் போலிருந்தது. ஆனால், பதினைந்தாம் நாளே பூஜை எல்லாம் தொடங்கிவிட்டார். நன்றி கெட்டவர்களுக்கு மேலே மேலே நல்லது செய்வதைத் தவிர வேறு என்ன செய்ய முடியும்?

வடிவக்காளின் கணவனுக்கு உறுத்திக்கொண்டேயிருந்தது போலிருக்கிறது. இரண்டு வருஷம் ஓயாமல் ஒழியாமல் நச்சரித்து விட்டார் மனுஷன். தொல்லை பொறுக்காமல் முச்சுக்கொட்டினார் ராமையா. அவ்வளவுதான்; அவர் தலையைக் குனிந்துகொண்டு, ‘இந்த உலகத்தில் பிறர் சௌகர்யமாக இருக்கவேண்டும் என்று நினைக்கிறதே தப்பு’ என்று என்னமோ யாரோ அவருக்கு அநீதி யிழைத்து விட்டதுபோல மென்மையும் கண்டிப்புமாகச் சொல்லிவிட்டு ஊருக்குப் போனார். அவர் கோபத்தைச் சாந்தப்படுத்த பின்னாலேயே மறுநாள் திருவாரூருக்கு ஓடினார் ராமையா.

“எங்கே மாமா பார்த்துக்கிட்டிருக்கீங்க . . . இந்தாங்க சர்க்கரை” என்ற குரல் கேட்டு மிரண்டார் ராமையா. தங்கக் கிளி சர்க்கரைத் தட்டுடன் நின்றுகொண்டிருந்தாள்.

4

"ஜகதக்கா . . . இந்தாங்க, சக்கரையைப் போட்டுக்குங்க. அப்புறம் மேலே கோலம் போடலாம்."

ஜகது பாதியில் கோலத்தை விட்டு வந்து சர்க்கரையை வாயில் போட்டுக்கொண்டு திரும்பினாள்.

பெரிய கோலமாக வரைந்துகொண்டிருந்தாள் ஜகது. கையில் என்ன சுருக்கு! என்ன தீர்மானம்; இந்த சுப்ரமணியன் எவ்வளவு கொடுத்து வைத்தவன்! ஜகதுவைக் கலியாணம் செய்துகொண்டவன் தெய்வத்தைக்கூட சட்டைசெய்ய வேண்டியதில்லை. அதன் தயவுக்குக் காத்து நிற்க வேண்டியதில்லை.

இந்த மாதிரிக் கோலவித்தைகளில் பங்கஜம்கூட கை தேர்ந்தவள்தான். அதாவது ஜகது அவளை இந்த வித்தைகளில் கைதேர்ந்தவளாகச் செய்துவிட்டாள்.

அவர் அதிக காலம் குடித்தனம் நடத்தியது பங்கஜத்தோடுதான். கங்கா இறந்து கிட்டத்தட்ட மூன்று வருஷம் துறவியாகத்தான் இருந்தார். ஆனால், வடிவக்காளின் கணவன் அவரைச் சும்மா இருக்கவிடவில்லை. அவரை நச்சரித்துவிட்டு அவர் கோபித்துக்கொண்டு திருவாரூர் போனவுடன் அவருக்குச் சமாதானம் சொல்ல மறுநாளே ஓடினார் ராமையா. அங்கிருந்து மாயவரத்திற்கு ராமையாவை அழைத்துச் சென்றுவிட்டார் அவர், இந்த பங்கஜத்தைப் பார்க்க. கூறை நாட்டில் சின்ன ஜவுளிக் கடை ஒன்று. அதில்

கணக்கு எழுதிக்கொண்டிருந்தார் பங்கஜத்தின் தகப்பனார். கடையிலிருந்தே அவரை அழைத்துக்கொண்டு வீட்டுக்குப் பெண் பார்க்கப் போனார்கள். பெண்ணைப் பார்த்தார்கள். அன்றிரவே கலியாணம் நிச்சயமாகிவிட்டது.

அப்போது ராமையாவுக்கு முப்பது வயது. கங்காவோடு அவ்வளவாக ஒட்டாத ஜகது, பங்கஜத்தைத் தலையில் வைத்துக் கூத்தாடிக்கொண்டிருந்தாள். பங்கஜத்திற்கு சளசளவென்று பேசிக்கொண்டேயிருக்க வேண்டும். துறுதுறுவென்று அலைய வேண்டும். ஏதாவது செய்துகொண்டே இருக்கவேண்டும். கூத்துப் பாட்டெல்லாம் ஒரு பத்துநாளில் ராமையா பாடிக் கேட்டே அவள் பாடத் தொடங்கிவிட்டாள்.

ஐந்து வருஷம் இருக்குமா? அன்று சித்திரா பௌர்ணமி. அன்று காலையில் வயிற்றைப் புரட்டுகிறது என்றாள். இரண்டு நாள் விடாமல் வயிற்றைப் புரட்டிற்கு. மசக்கையோ என்று ஜகதுவுக்குத் தோன்றிற்று. கிணற்றடி வீட்டு யோகத்துக்குக்கூட அதே சந்தேகம். சுப்பச்சியை அழைத்து வந்தார்கள். இந்தத் தடவை சுப்பச்சியோடு அவள் தம்பியும் வந்தான். அவன் எங்கோ கும்பகோணத்தில் நாட்டு வைத்தியம் செய்துகொண்டிருந்தானாம். வெள்ளையாக ஏதோ பொட்டணம் ஒன்றைக் கொடுத்தான். அதைச் சாப்பிட்டு ஒரு டம்ளர் வெந்நீர் சாப்பிட்டாள் பங்கஜம். அவ்வளவுதான், இரண்டு நாளைக்கெல்லாம் மூஞ்சி முகரை எல்லாம் வீங்கி அறுந்து தொங்கின. காலில் வீக்கம். கையில் வீக்கம். வாயில் வேக்காளம். வயிற்றில் புண். எதைக் கொடுத்தானோ மகராஜன்! பங்கஜம் படுத்துவிட்டாள். சகாயத்திற்கு எத்தனை நாள் அண்டை வீட்டுக்காரர்களைக் கொண்டு ஓட்ட முடியும்! வடிவக்காள் மீண்டும் வந்தாள். முனியன்காட்டு வைத்தியர் வந்தார். இரண்டு நாள் தங்கி பத்தியம் வைத்தார் அவர். வீக்கம் வடிந்தது. வீக்கம் வடிந்து அவளைப் பார்க்கும்போது பழைய பங்கஜத்தின் எலும்பும் தோலும்தான் மிச்சமிருந்தன. உடம்பில் நோய் இல்லை, ரத்தம் ஊற வேண்டும் என்று லேகியம், தைலம் என்று என்னென்னமோ செய்து அனுப்பினார் அவர். ஆனால், தைல சீசாவோ லேகிய டப்பாவோ பாதிகூட முடியவில்லை. அவளுக்கு சளி ஜுரம் வந்தது. பதின்மூன்று நாள் விடாமல் அடித்தது காய்ச்சல். பதினாலாம் நாள் வெறும் உடல்தான் மிச்சம்.

மூன்று தடவை சறுக்கி விழுந்ததுபோதும் என்று தெய்வத்தோடு சமரசம் செய்துகொண்டார் ராமையா. அமைதியை வீட்டில் குடியிரு என்று கட்டிப்போட்டார். ஆனால் அவரை யார்விட்டார்கள்? அவருக்கு வயது முப்பத்துநாலுதான்

என்று ஊரிலிருக்கிற பெண்ணைப் பெற்றவர்கள் ஞாபகப்படுத்திக் கொண்டேயிருந்தார்கள். அவருடைய எடுப்பான தோற்றமும் அவர்களுக்குச் சாதகமாயிருந்தது. உயரம் என்று யாரும் அவரைச் சொல்ல முடியாது. உடம்பில் இயற்கையாக இருந்த சந்தனக் கட்டை நிறம் மெருகு ஏறி வந்தது. உடம்பில் எலும்பு தெரியாது. ஆனால் பருமனில்லை. அந்த மாதிரி ஒரு சதைப்பற்று.

"எப்படியிருக்கு பாரேன் இது; சந்தனக்காப்பிட்ட மாதிரி" என்று அவர் ஆற்றில் குளித்துவிட்டு கரை ஏறும்போது மஞ்சள் காரர் சங்கரம் பிள்ளையின் மனைவி லோகம் சொன்னாளாம். கூட தோய்த்துக்கொண்டிருந்த மற்ற மனைவிகளும் கலந்து கொண்டார்கள். ஏக்கமும் நெஞ்சிலேயே சாகப் பிறந்த ஆசையும் கேலியும் சிரிப்புமாக படித்துறையில் ஒலித்தன.

வெண்ணெய்போல தோற்றத்திற்குத் தெரிந்த உடல் அது. வைரம் பாய்ந்த உடம்பு. உடம்பு மட்டுமில்லை. அவருடைய போக்கே ஒரு கவர்ச்சி, அவராலும் சும்மா இருக்க முடியாது. ஏதாவது செய்துகொண்டே இருக்க வேண்டும். பஜனைக்குப் பாடுவார் அவர். ராம நாடகக் கீர்த்தனையா, நந்தன் சரித்திரமா, தொட்ட இடத்தில் சொல்லுவார் – அதாவது பாடுவார். வெண்கலக் குரல். அவர் தலை எடுத்த பிறகுதான் ஊரில் போடுகிற திருவிழாக் கூத்தை நாடகம் என்று அழைக்க ஆரம்பித்தார்கள். மேடை கட்டி, பாட்டுச் சொல்லிக் கொடுத்து, நடிப்புச் சொல்லிக் கொடுத்து, ஆட்களை மேய்க்க வேண்டும். ஊருக்கு ஜாதகம் கணிக்கிறவரும் அவர்தான். ஸ்லேட்டையும் குச்சியையும் வைத்துக்கொண்டு கூட்டிக் கழித்துக் கொண்டேயிருப்பார். புடம் போடுவார். ஜாதகத்தில் அவருக்கு நம்பிக்கையெல்லாம் காமாட்சியோடு போய்விட்டது. கணக்குப் போடுகிற வெறியில் தான் இன்றும் இந்த ஜாதகங்களைத் துழாவிக்கொண்டிருந்தார் அவர். காமாட்சியிருக்கிறபோதுதான் அவர் ஆடுதுறைக்கு அருகில் உள்ள ஒரு ஊருக்கு வாரம் ஒரு நடை போய்விட்டு வந்து கொண்டிருந்தார். அங்கே யாரோ சாஸ்திரியார் இருந்தாராம். அவர்தான் லீலாவதி கணிதம், மனையடி சாஸ்திரம், மாட்டு லட்சணம், நாள் பார்ப்பது – இந்த வித்தைகளை அவருக்குச் சொல்லிக் கொடுத்தாராம்.

இவற்றை எல்லாம்விடப் பெரிய கவர்ச்சி ஒன்று இருந்தது. அது முக்கிய கவர்ச்சியோ என்னவோ – முக்கியம் என்று யாரும் வெளிப்படையாகச் சொல்லவில்லை. ராமையாவுக்கு இருபது ஏக்கர் நஞ்சையும் மூன்று ஏக்கர் புஞ்சையும் பூர்வீகச் சொத்து. தென்னந்தோப்பு, ஏழெட்டு ஜாதி மாமரங்கள், அவர் பூஜைக்காக நட்டு ஆளாக்கிய நாகலிங்கமரம், இரண்டு பாதிரி

மரங்கள், கொன்றை, நந்தியாவட்டை, பவழமல்லி, துளசிக் கன்றுகள், மாசிப் பச்சை, துண்ணூற்றுப் பச்சை, பேயன் வாழைகள், இருபது மூங்கில் கொத்து – இவற்றை எல்லாம் முக்கியமான கவர்ச்சி என்று வெளிப்படையாகச் சொல்ல வேண்டிய தேவையில்லை என்றுதான் யாரும் அதைப்பற்றி பிரஸ்தாபிக்காமலேயே, பங்கஜம் கண்ணை மூடிய ஆறாம் மாசத்திலிருந்தே நாலாம் கலியாணத்துக்கு அவருக்குக் கிடுக்கி போட்டுக் கொண்டிருந்தார்கள்.

அதில் மாட்டிக்கொள்ளும் விருப்பமில்லை அவருக்கு. அதனால்தான் நரசிங்கபுரத்திலிருந்து பெரியநாயகியை அழைத்து வந்தார் – சமைத்துப்போட. இருபத்தைந்து வயதில் அவளை ஒன்றியாக விட்டுவிட்டு இறந்துவிட்டான் அவள் புருஷன். சோற்றுக்கில்லாமல் நாய் பிடுங்கின மாதிரி இளைத்துக் கறுத்து ஆயுசை அழுது கழித்துக் கொண்டிருந்தவள்மீது இரக்கப்பட்டு அழைத்து வந்தார் இவர். காரியத்தில் நறுவிசுக்கே பிறந்தவள் அவள். மூன்று வருஷமாக அவருக்கு வைதீச்வரனை இடைவிடாமல் நினைக்க, கவலைப்படாமல் இருக்க, வழி கிடைத்தது. அவள் வந்து வீட்டுப்பொறுப்பை ஏற்றுக்கொண்டதில் ஆயிரம் ரூபாய்க்கு மேல் மிச்சம்.

அன்று வைகாசி மாதம் கடைசி நாள். அலமாரிக்கு முன் உட்கார்ந்து பூஜை செய்துகொண்டிருந்தார் அவர். நரசிங்கபுரத்து உடையார் தோட்டத்து மல்லிகைப் பூ பிரசித்தம். முதல்நாள் காலை நரசிங்கபுரம் போயிருந்த பெரியநாயகி மாலையில் திரும்பும்போது மல்லிகை மாலை ஒன்றை காசி விச்வேச்வர படத்திற்காகக் கட்டி வந்திருந்தாள். இரவு சாப்பிடுமுன் தன் கையாலேயே அதைப் படத்திற்குச் சாத்தினார் ராமையா. காலையில் குளித்துவிட்டு அலமாரியைத் திறந்தபோது வெதவெதப்போடு மேலே வீசிய அந்த மணத்தை முகர்ந்து மருண்டார் அவர். பூஜை முடியும் போது சோறும் குழம்பும் நைவேத்யமாகக் கொண்டு வைத்தாள் அவள். அவள் கை! கரகரவென்று சரிவும் பளபளப்பும் குழைந்து சரிந்த, கிடைத்த உணவின் மினுமினுப்பும் ஓடிய அந்தக் கையைப் பார்த்து குடையைக் கண்ட மாடு மாதிரி மிரண்டார் அவர். முகத்தைத் திரும்பிக்கொண்டார். மனத்தைக் கடிந்து கொண்டார். இழுத்து நிறுத்தினார். சாப்பிடும்போது தலைநிமிராமல் சாப்பிட்டார். கையலம்பி, தட்டில் வைத்திருந்த வெற்றிலை பாக்கைப் போட்டுக் கொண்டே “பெரியநாயகி, நான் கொஞ்சம் மன்னார்குடி மட்டும் போயிட்டுவரேன். நாலு நாளில் வந்திருவேன்” என்று சொல்லிக்கொண்டு வெயிலில் தெருவில் நடந்தார்.

அவர் வர நாலுநாள் ஆகவில்லை. பதினைந்து நாளாயிற்று. ஆனி பதினெட்டுத் தேதிக்குமேல் ஆகி விட்டது. பெரிய நாயகி குழம்பினாள். எருவடி ஆரம்பிக்க வேண்டும். புழுதிக்கால் உழவேண்டும். ஆளைக் காணோம் ஊரும் எங்கே எங்கே என்று கேட்டது. கவலைப்பட்டது. கேள்விமேல் கேள்வியாகக் கேட்டது.

திடீரென்று ஒருநாள் விடை வந்தது. ராமையா வந்தார். கூட யாரோ வந்தார்கள். மணமஞ்சள் கலையாமல் அவரோடுவந்த அகிலாண்டத்தைப் பார்த்ததும், வாசல் திண்ணையில் இருக்கச் சொல்லி, ஆரத்தி சுற்றுவதற்காக ஜகதுவைக் கூப்பிட ஓடினாள் பெரியநாயகி. அன்றும் ஜகது விடவில்லை. இதே மாதிரி பெரிய கோலமாகத்தான் போட ஆரம்பித்து விட்டாள். வாசலில் மட்டும் இல்லை. திண்ணை ஆளோடி, கூடம் கொல்லை எல்லாம் கோலம் வெள்ளைப் பாம்புகள் போல நெளிந்துகொண்டிருந்தது.

"என்னண்ணா பார்க்கிறீங்க?" என்றாள் ஜகது. "இழை கோலம் போடலியேன்னு பார்க்கிறீர்களா? பேர் வைக்கிற அன்னிக்குத்தான்" என்று சிரித்தாள்.

"ராமையா" என்று உள்ளேயிருந்து குரல் வந்தது.

"வடிவக்கா கூப்பிடுது" என்றாள் ஜகது.

ராமையா உள்ளே போனார்.

வடிவக்காள் பிரசவ அறையில்தான் இருந்தாள்.

"ஏங்க்கா?"

"அகிலம்தான் கூப்பிட்டுது."

"என்ன?"

"வந்தாச்சா?" – அகிலத்தின் குரல்.

"வந்திருக்கேனே."

"பொண்ணான்னு இழுத்தாப்பல இருக்கே... பொண்ணா யிருந்தா என்ன? நம்ம சொர்ணக்கா மகனுக்குக் கொடுத்துடறது" *என்றாள் அகிலம் உள்ளிருந்து.*

"சொர்ணக்கா மகனுக்குத்தானே! செஞ்சிடறது" என்றார் *ராமையா.*

"இதுக்குத்தான் கூப்பிட்டியா?" என்று ஜகது சிரித்தாள்.

"பொறந்த பூச்சி இன்னும் கண்ணே திறக்கலே, அதுக்குள்ளியும் கலியாணமே நிச்சயம் பண்ணிட்டியே" என்றாள் வடிவக்கா.

"செய்ய வேண்டியதுதானேக்கா. எப்ப செய்தா என்ன? ஒரு நாளைக்கு நடக்கத்தானே போவுது."

"குங்குமச்சிமிழை எடுத்துக்கொண்டாரச் சொல்லுங்க அதை" – என்று மீண்டும் அகிலத்தின் குரல் கேட்கவே, ராமையா அலமாரியிலிருந்து குங்குமப் பரணியை எடுத்து வடிவுவிடம் நீட்டினார். அகிலாண்டம் பரணியைத் திறந்து ஒரு பொட்டு குழந்தையின் முகத்திலிட்டாள். "சொர்ணக்கா மருமவ நீ... சரிதானே?" என்றாள்.

"அதுதான் செஞ்சுவிடறதுன்னுட்டேனே."

5

ராமையாவுக்கு சற்று வியப்பாகத்தான் இருந்தது.

இந்த மாதிரி 'துணிச்சலை' அகிலாண்டத்திடம் கண்டதில்லை அவர். நோயாளிகள் கையாள்கிற சலுகையாயிருக்கலாம். கலியாணமாகி வந்த நாளாக, நாலு பேருக்கு நடுவில் அவரோடு பேசியதில்லை அவள். குறுக்கே ஆற்றைப் போல நின்று வயது வித்தியாசத்தை ஒரு பார்வையால், ஒரு நாணச் சிவப்பால் கடந்து விட்டவள் அவள். கூச்சத்திற்கோ, நாணத்திற்கோ சின்ன வயதுப் புருஷன்தான் வேண்டும் என்று அகிலாண்டம் எண்ணியதில்லை. அவரும் அப்படித்தான் நடந்துகொண்டிருக்கிறார். வயது முப்பத்தெட்டுதான். ஆனால் ஐம்பது வயது வருகிற சமயம் உண்டு. இருபது வயது வருகிற சமயம் உண்டு. பதினைந்து பதினாறு என்ற வயதுக்கு விளையாடுவதும் உண்டு. ஊருக்கு ஜாதகம் பார்த்தல், கோயில் மரியாதை, நாடக வாத்தியார், ஊரில் விதைவிட, காப்புக்கட்ட நாள் பார்க்கிற கிராம ஜோதிடர், மொய்க்கிற குழந்தைகளுக்கு ஓலைக் கிளியும் ஊதலும் தாமரையும் செய்து கொடுக்கிற 'சேப்பு மாமா' – எல்லாமாகவும் மாற்றிக்கொள்ள முடியும் அவரால். குழந்தைகள் அவருக்கு 'சேப்பு மாமா' என்று பெயர் வைத்திருந்தார்கள். குழந்தைப் பருவமும் பால்யமும் கடந்த இளைஞர்கள், சேப்பண்ணா என்று கூப்பிடுகிறார்கள். அகிலாண்டத்திடமும் அவருக்குச் சம வயதாக இருக்க முடிகிறது. இருந்துதான் வருகிறார்.

‘பெண்ணாயிருந்தா என்னவாம்? சொர்ணக்கா மவனுக்குக் கொடுத்திட்டாப் போவுது?’

ராமையாவுக்கு ஒரு தடவை புல்லரித்தது. அந்தக் குரலில் இருந்த நிச்சயம், தெளிவு, திடம், என்றுமில்லாத துணிவு! புல்லரிப்போடு நிற்கவில்லை. பயமாகவும் இருந்தது. பிறப்பதற்கு முன்னால் இந்தக் கலியாணத்திற்கு என்ன அவசரம்? சம்பந்த மில்லாத நேரங்களில் சம்பந்தமில்லாத விஷயங்கள் நடக்கும்போது, ஓசை கேட்டு மருண்ட குருவி போல அவர் இதயம் படபடத்தது. லேசாக உற்றுக் கேட்டாலொழியக் கேட்காத ஒரு படபடப்பு.

மீண்டும் வந்து திண்ணையில் உட்கார்ந்திருந்தார் அவர். உள்ளே இன்னும் சிரிப்பும் பேச்சும் அடங்கவில்லை. கலியாணப் பேச்சைக் கேட்ட பாதி திகைப்பிலிருந்து மீண்டு சிரிப்பும் வழக்கும் ஒலித்துக் கொண்டிருந்தன. சாயல் தகராறு திரும்பவும் கிளைத்துவிட்டது.

“அகிலம் மாதிரிதான்க்கா உதடு, காதெல்லாம் இருக்கு” என்று தங்கக்கிளி சொல்லிக் கொண்டிருந்தாள்.

“பார்த்த உடனே யாரு சாயல்? அதைச் சொல்றியா? இந்த மூக்கு, மோவாய், நெற்றி இதெல்லாம் ராமையாவுது. ராஜங்காட்டு மண்ணுக்குத்தான் இந்த மோவாய், நெற்றி எல்லாம் உண்டு. வம்ச வம்சமா இந்த ஊர்க் காத்தை மோந்து, இந்தத் தண்ணியைக் குடிச்சவங்க மூஞ்சி அது” என்றது காவேரியின் குரல்.

காவேரி ராஜங்காட்டில் பிறக்கும் குழந்தைகளுக்கு வேறு சாயல் இருக்கும் என்பதை ஒத்துக்கொள்ள மாட்டாள். அப்படி இருந்தால் தரக் குறைவோ, பலமான அதிர்ஷ்டப் பஞ்சமோதான் அந்தக் கூடாத மாறுதலைக் கொண்டு விட்டிருக்க வேண்டும் என்று அவளுக்குக் கொள்கை உண்டு. அதிர்ஷ்டப் பஞ்சம் இல்லாவிட்டாலும் மனித லட்சணத்தின் தரக்குறைவு அது என்பதை விட்டுக்கொடுத்துவிட மாட்டாள். “கண்ணைப் பாரு – இந்தா பார் புருவத்தை. இதெல்லாம் ராமையால்ல?”

“அது இன்னும் கண்ணைத் திறக்கவில்லை. முழிச்சுப் பார்த்தால்ல அண்ணனா அண்ணியான்னு தெரியும்? கண்ணை திறக்கதுக்குள்ளார பெத்தவ பாக்கு வெத்திலை மாத்திப்பிட்டா. நீங்கள் சாயல் யாருதுன்னு பஞ்சாயத்துக்குப் போயிட்டீங்களேம்மா. ஜகது! அண்ணனைக் கூப்பிட்டு நெல்லு எடுத்துக் கொடுக்கச் சொல்லு, குதிரைத் திறந்து” என்று வடிவக்காளின் குரல் கேட்டது.

"கலியாணம் நிச்சயம் பண்ணின பாக்கு வெற்றிலையும், அதோட" என்றாள் தங்கக்கிளி.

ஊர்க்காரர்கள் ஒவ்வொருவராகக் குழந்தை பிறந்ததை விசாரிக்க வந்தார்கள். பஞ்சுப்பிள்ளை, சுந்தரம், நாவன்னா, வையன்னா, மாணிக்கம், இருபது முப்பது குழந்தைகள் எல்லோருக்கும் குதிரிலிருந்து சரிந்து நெல்லைப் பக்காப்படி பக்காப்படியாக ஏந்தி ஏந்திக் கொடுத்தாள் ஜகது.

"மாமாவுக்கு இனிமேல் பேசப் போது இராது."

"எத்தினி காலம்தான்யா ஊர்ப்புள்ளைங்களுக்கு ஊதல் பண்ணிக் கொடுக்க முடியும்?"

"அதுக்குச் சொல்லலே. நாடகம் நடந்தாகணும். மாமாவுக்குப் புள்ளையைத் தூக்கிட்டு நிக்கறதுக்கே போது சரியாயிருக்கும்."

"வேணும்னா, உங்க கூத்தெல்லாம் இஞ்ச வந்து சொல்லிங்களேண்டா? அதுக்காகப் புள்ளையைத் தூக்கிக்கிட்டு பழைய மாதிரி சத்திரத்திற்கு வரச் சொல்றியா?"

"அதெல்லாம் கிடக்கட்டும். பேர் வைக்கிற அன்னக்கி எங்களுக்கு நிலாச் சாப்பாடு போட்டிரணும்."

"சாப்பிடேன். அவரு என்னவோ மாட்டேன்னு சொன்னாப்பலல்ல அங்கலாய்க்கிறே!"

"சாப்பாடு அப்புறம் பார்த்துக்கலாம். முன்னாடி புதுக்குளத்திக்கு பச்சை போடச் சொல்லுங்க. புதுக்குளத்தி சொல்லப் போவுது."

"என்னத்தை?"

"ஐயாவுக்கு மருமவன் எந்தத் திக்கால்லெ பிறந்து வளர்றான், எப்படியிருப்பான், தாசில் பண்றவனா, மிராசுதாரா, நெல்லு வியாபாரியா?"

"என்னது? மறுபடியும் சொல்லு!"

"ஆமாங்க. நிலம் நிலமா வாரிக் கட்டி ஊரோடே பெரிய மனுசனா வாளனும். இல்லாட்டி தெனக்கிம் ஆயிரக் கணக்கிலே மூட்டை மூட்டையா நெல்லரைச்சு கொளும்புக்குக் கப்பம் ஏத்தணும். இல்லாட்டி டக்கு டக்குன்னு குதிரை வண்டியிலே போயிக்கிட்டு தாசில் பண்ணணும்."

"இந்த மூணு பேருதான் பெரிய மனுசன்னு சொல்லு."

“நீங்க புதுக்குளத்துக்குப் பச்சை படைச்சுக் கேட்டுப் பாருங்களேன். ஐயா மருமவன் இந்த மூணிலே ஒண்ணாத்தான் இருக்கப் போவுது.”

“அப்ப மாமா, பச்சை படைச்சிருங்க.”

“செஞ்சுவிடறது.”

“என்ன இருந்தாலும் மருமவன்னா மருமவன்தான்.”

ராமையாவைக் கண்டாலே எல்லாரும் இப்படித்தான் பேசுகிற வழக்கம். இந்த நாட்டுப்புறத்துப் பேச்சு, நாட்டுச் சிரிப்பு – எல்லாவற்றிற்கும் அவரால் ஈடுகொடுத்துச் சகித்துக்கொண்டிருக்க முடியும்.

இன்று என்னமோ அவரால் முடியவில்லை. நெல்லு வாங்கிக்கொண்டு எப்போது போவார்கள் என்று துடித்துக் கொண்டிருந்தார். தனியாக இருந்தால் தேவலை போலிருந்தது அவருக்கு.

“மாமாவுக்கு நாம பேசறதெல்லாம் காதிலே விழுதுன்னு நெனச்சிட்டிருக்கியா? அவரு எப்படா தாசில்பண்ற மருமவனோட குதிரை வண்டியிலே போகலாம்னு யோசிச்சிட்டிருக்காரு.”

கிட்டன் வந்து நின்றான். அவனைப் பார்த்ததும் கையிலகப் படாமல் புகைந்துகொண்டிருந்த ஏக்கம் அவர் உள்ளத்தில் கொழுந்துவிட்டது.

“வா கிட்டா.”

“என்ன மாமாவ், அப்பா ஆயிட்டீங்களா?” என்றான்.

“கிட்டா! நீ ரண்டு படி நெல்லு வாங்கிக்க. நீ துவார பாலகன் இல்லே. நாடகத்திலே அந்த வேஷம்தான் கஷ்டம்.”

“ஆமா மாமா, ஆடாம அசையாம எத்தினி நேரம்தான் நிக்கறது.”

“அதான் தெம்பா நிக்கிணுமில்ல? ரண்டு படி நெல்லு வாங்கிட்டுப் போ.”

ராமையா ரண்டு படிக்கு அதிகமாகவே நெல்லை எடுத்து முறத்தில் கொண்டு வந்து, அவன் சவுக்கத்தில் கவிழ்த்தார்.

அரை நாழிகைக்கெல்லாம் வந்தவர்கள் போய்விட்டார்கள். கடைசியாகப் பஞ்சுப் பிள்ளை போனதும் ஜகது வந்து நின்றாள்.

“அண்ணா.”

"ஏம்மா."

"சித்தெ உள்ளே வாங்களேன்."

ராமையாவுக்கு என்னமோ செய்தது. எழுந்து நடைக்குப் போனதும் ஜகது சொன்னாள்: "அகிலத்துக்கு மாரெல்லாம் வலிக்குதாம் . . . ஜுரமும் நிக்கலை..." என்று நிறுத்திவிட்டாள்.

ராமையா பிரமை பிடித்தாற்போல நின்றார்.

"முனியங்காட்டுக்குப் போயிட்டு வந்திட்டாத் தேவலை அண்ணா. எல்லாத்துக்கும் உடையார் வந்து ஒரு தடவை பார்த்திரட்டுமே."

அவளோடு உள்ளே சென்றார் அவர். அறையில் நிலையண்டை நின்றார்.

அகிலம் கண்ணை மூடிக்கொண்டிருந்தாள்.

"ஜுரம் அடிக்கிறதாக்கா?"

"நெருப்பா இருக்கு."

வீல் என்று ஒரு கூச்சல் கேட்டுது. 'அம்மா,' என்று மார்பைப் பிடித்துக்கொண்டாள் அகிலம். கண்ணைத் திறந்தாள்.

"முனியங்காட்டாரைக் கூப்பிட்டு வந்திடேன்" என்றாள் வடிவு. அவள் குரல் உடைந்து கரகரத்தது. கன்னச் சதை பீதியிலும் துயரத்திலும் கோணிற்று.

அகிலம் 'வேண்டாம்' என்ற பாவனையில் கையை உயர்த்தி அசைத்தாள்.

"வாண்டாம்க்கா ... எல்லாம் சரியாப் போயிடும்."

"ராமையா! நீ போய்ட்டு வா சொல்றேன்."

வேண்டாம் அக்கா ... தம்பி உள்ளர வரலாமா . . ? சித்த இப்படி வந்தாத் தேவலாமே."

"அண்ணா, உன்னைத்தான் கூப்பிடுது." ராமையாவுக்கு அருகில் போகவேண்டும் போலிருந்தது. ஆனால், கட்டுப்பாடு காலை வெளியே இழுத்தது. பிள்ளை பெற்ற அறையில் யார் யார் முன்னாலோ போகிறதா?

"போய்ப் பாருங்கண்ணா ..." என்று சொல்லிக்கொண்டே ஜகது உள்ளே சென்றாள்.

"வாங்கண்ணா."

ராமையா தைரியமாக உள்ளே வந்துவிட்டார். எதற்குப் பயப்படுறோம் என்று அவருக்குப் புரியவில்லை. வழக்கத்திற்குப் பயப்படுகிற பயமா? இல்லை; அவளைப் பார்க்கப் போகிற பயமா?

அவர் உள்ளே காலடி வைத்ததும் 'அம்மா... வ்' என்று மீண்டும் பெரிதாக ஒரு கூச்சல் எழுந்து, அவரை ஒரு முறை உலுக்கிவிட்டது. ஜகது ஓடிப்போய் அவள் மார்பில் கையை வைத்துத் தடவினாள்.

"என்னமா செய்யுது?"

"வலி தாங்கலேக்கா" – அகிலம் வாய்விட்டு அழுதாள்.

"சரியாப் போயிடும்... பயப்படாதே... அண்ணா இதோ வைத்யரைக் கூப்பிட்டுவரப் போறாங்க."

"அண்ணா எங்கே?"

"இதோ."

அகிலம் திரும்பினாள்.

"இப்படிவரச் சொல்லுங்க... கிட்டவரச் சொல்லு."

ஜகதுவும் வடிவும் சற்று ஒதுங்கிக்கொண்டனர். ராமையா அருகில் குந்தி உட்கார்ந்தார். குழந்தை அப்பால் கிடந்தது.

உற்று நோக்கினார் அவர். அவள் தலைகூட அதிகமாகக் கலையவில்லை எப்போதும் நறுவிசாக, பட்டுப் போல, சற்று முன்தான் குளித்ததுபோல ஒரு தோற்றம் உண்டு அவளுக்கு. இந்த அவஸ்தைகளுக்கும் நடுவில் அந்தப் புதுமை அவளை விட்டுப் போகவில்லை என்றுதான் தோன்றிற்று. கலைவும் குழப்பமும் இல்லாத பிறவி அது – அப்படியே... சந்தேகமும் பீதியும் அவர்முன் இருளாகப் படர்ந்தன.

அகிலம் ஒன்றும் பேசவில்லை. அவரையே கண் எடுக்காமல் பார்த்துக்கொண்டிருந்தாள். சூன்யமான ஒரு கணம் போலிருந்தது அவருக்கு. ஆனால் அந்தக் கணத்தில் கடந்த காலமும் நடப்பும் மட்டுமின்றி, அவளுடைய இளமை, இடைக் காலம், முதிர்ச்சி எல்லாவற்றையும் வாழ்கிறாற் போலிருந்தது. முதிர்ச்சிக்குப் பிறகு என்ன என்று, அந்தச் சூன்யக் கணத்தின் அடியில் ஓடிய எண்ணம் கேட்டு மிரண்டது.

"என்ன அகிலம்? உடம்பு என்ன செய்யுது?"

"நீங்க மறுபடியும் கலியாணம் செய்துக்குவீங்களா?"

"என்னது!"

"சொல்லணும்."

"சும்மா உளறாதே அகிலம் . . . இதோ வைத்யரை அழைச்சுட்டு வரப் போறேன்."

"வைத்யர் என்னைத் தடுத்து நிறுத்திர முடியுமா?"

"அப்படியெல்லாம் சொல்லப்படாது."

"இப்பகூட நெஜத்தை சொல்லாம இருக்கணுமா?'

"நீ ரொம்ப நெசத்தைக் கண்டுப்பிட்டே!" என்றாள் ஜகது.

"ஜகதக்கா . . . இந்த மாதிரி பேசிட்டா ஆயிடாது. நான் இவங்களை வைத்தியர்ட்ட போகவிடமாட்டேன். வைத்தியரைக் கூப்பிடப் போற நேரமாவது எனக்குக் கிடைக்கட்டும்... அப்புறம் நான் பார்க்கப் போறனா?"

"அதெல்லாம் சொல்லாதே அகிலம். நாங்க இதெல்லாம் காதாலெ கேட்க முடியலே . . . சும்மா இரேன்" என்று வடிவக்காளின் துயரம் தழுதழுத்தது.

"நீங்க இங்கேயே இருக்கீங்களா?"

"வைத்யர் வந்தாத் தேவலை."

"ஜகதுக்கா, வைத்யர் வரணும்னு எனக்குத் தோணலெ. உங்களுக்கு செய்யறதைச் செஞ்சிரணும்னு பட்டுதுன்னா, வேற யாரையாவது அனுப்புங்கக்கா. நான் இவங்களை அனுப்ப மாட்டேன்."

அந்த வார்த்தைகளையும் இழுத்துதான் வெளியே தள்ளினாள் அவள். வலி மீண்டும் வந்து பேச்சை அடைத்தது. பிறகு, ஒரு நாழிகை நேரம் நெஞ்சு கிழியக் கூச்சலிட்டாள். ராமையா அவளைப் பிடித்துக்கொண்டிருந்தார்.

ஜகது வீட்டுக்கு ஓடிப் புருஷனை முனியங்காட்டுக்கு அனுப்பிவிட்டுத் திரும்பி வந்தாள்.

ஒரு நாழிகை நேரத்திற்குப் பிறகு வலி சிறிது சிறிதாகக் குறைகிறாற் போலத் தோன்றிற்று. கூச்சல் அடங்கிற்று.

"இப்ப சொல்லுங்க, செஞ்சுக்கறேன்னு."

"என்ன அகிலம்?"

"நான் இன்னும் இரண்டு நாழிதான் இருப்பேன். இன்னொரு பெண்ணைக் கலியாணம் பண்ணிக்கிட்டு வந்திருங்க. உங்களாலெ ஒண்டியாக காலம் தள்ள முடியாது – இதையும் வச்சுக்கிட்டு."

ராமையா பதில் சொல்லவில்லை.

"என்ன?... சொல்லுங்களேன்."

"உனக்கு வலி தாங்காமல் புத்தி மயங்கிக் கிடக்கு."

"இப்ப வலி இல்லே எனக்கு. வலியோட என்னை அழைச்சுக்க மாட்டான் வைதீச்சுவரன். அதனால்தான் வலி நின்னு போயிடிச்சு... நீங்க மழுப்பப்படாது."

"பேசாம இரு அகிலம்... எனக்கு வேற வேலை கிடையாதா? கலியாணம் பண்ணிக்கிறதையே ஒரு மனுஷன் தொழிலா வச்சுக்க முடியுமா? நீ வேற ஏதாவது பேசேன்."

"இதுதான் முக்ய சேதி."

"எனக்கு முக்கியமில்லை இது?"

அவள் அந்தராத்மா பரிவிலும் வேதனையிலும் துடித்தது.

"சரி... இதை ஜாக்ரதையாப் பார்த்துக்கங்கன்னு நான் சொல்லணுமா?... வாண்டாம்... சொர்ணாக்கா மவனுக்கு இதைக் கொடுத்துப்பிடனும்... அவ்வளவுதான்..."

அவள் பார்வை ராமையாவைவிட்டு நகர்ந்து மேலே போயிற்று. உதடுகள் முணுமுணுத்துக் கொண்டிருந்தன. தன்னிடம் கடைசியாக விடை பெற்றுக் கொண்டு விட்டாள் என்று தோன்றிற்று ராமையாவுக்கு.

உண்மைதான். அவரை விட்டுக் கண்ணை எடுத்து மேலே பார்த்தவள், பின்பு அவர் பக்கம் திரும்பவில்லை. முனகின வாய் மூடிற்று, கண்ணும் மூடிற்று. ராமையா ஆத்மா செல்வதையே பார்த்துக்கொண்டிருந்தார்.

6

ராமையா இயந்திரம்போல ஏதேதோ செய்துகொண்டிருந்தார். புது அனுபவமில்லை இது. மஞ்சளும் பூவுமாக ஒருத்தி விடை பெற்றுக் கொள்கிறபோது என்னென்னெல்லாம் செய்ய வேண்டும் என்று அவருக்கு அற்றுப் போயிருந்தது. ஏதாவது தவறினால், வடிவு இருக்கிறாள். அவருடைய முதல் தாரத்திலிருந்து இந்த அகிலாண்டம்வரை நாலு பேருக்குக்கூட நின்று வழி அனுப்பினவள் அவள். ஒரே ஒரு வித்தியாசம். அதுவரை அவளுக்குப் புருஷன் இருந்தான். இப்போது அவள் ஒன்றிக் கட்டை.

ராமையா கல்லாக உட்காரவில்லை. மனம் கரையவுமில்லை. பூண்டும் வேரும் கூட இன்றிக் களைந்த வெற்று மனத்துடன் காரியங்களைச் செய்து கொண்டிருந்தார்.

வழக்கம்போல் துக்கம் கேட்க ஊரார் வந்தார்கள். பஞ்சு, வையன்னா இவர்களைப் பார்த்ததும் அவர் மனம் சற்று அசைந்து கொடுத்தது. வைராக்கியத்திலும் தத்துவத்திலும் விழுந்து காரியத்திற்குத் தடைசெய்து கொள்ளாமலிருந்த மனம், சற்று அசைந்து கொடுத்தது.

வையன்னாவைப் பார்க்கும்போது அந்த விரக்திப் பள்ளத்தில் விழுந்து தனக்குத் தானே சிறிது இரக்கப்பட்டுக்கொண்டது. தன்னைத்தானே கண்டு கண்ணீர் விட்டுக்கொண்டது. சாதாரண மனிதர்கள் அகப்பட்டுக்கொள்கிற நியாய அநியாயச் சிக்கலில் விழுந்தது.

அந்த வையன்னாவைப் பெற்றவர்கள் உலகப் புண்களையும் ஆற்றும் வைத்யநாதனின் பெயரை வைத்துவிட்டுப் போனார்கள். ஆனால், இந்த வைத்யநாத பிள்ளை ஆதி நாளிலிருந்து, வேட்டி கட்டிக்கொள்ளத் தெரிந்த நாள் முதல் செய்துகொண்டிருந்தது உலகத்தைப் புண்படுத்தும் ஒரே தொழில்தான். கடன் வாங்கினவர்கள், ஏழைகள், பெண்கள், விதவைகள், கிராமத்தைச் சேர்ந்த இன்னும் பலர் – எல்லோரையும் அவர் ஆழ்ந்து புண்படுத்தியிருக்கிறார். ஆனால், அவருக்கு ஒன்றும் குறைவு வந்துவிடவில்லை. அறுவடை ஆனதும், அவர் நெல்தான் உச்சவிலைக்குப் போகிறது. அவருக்குத்தான், அதிக விளைச்சல்; அதிகக் காய்ப்பு, ரெவின்யூ இன்ஸ்பெக்டர் முதல், உதவி கலெக்டர் வரையில் சலுகை... சை... இதென்ன பாமரமான நினைவு என்று இந்த எண்ணத்திலிருந்து தன்னை மீட்டுக் கொண்டார் ராமையா.

எனக்கு எதற்காக இந்த விசித்திரமான அனுபவம் ஏற்பட வேண்டும்? காமாட்சி, கங்கா, பங்கஜம், அகிலாண்டம்!... ஜமீன்தார்களைத் தவிர, மகாராஜாக்களைத் தவிர, வேறு யாராவது இந்த மாதிரி கலியாணத்தைத் தொழிலாக வைத்துக்கொண்டால், உலகம் கோபமாகச் சிரித்திருக்கும்.

ஆனால், அவரைப் பார்த்து உலகம் கோபங்கொள்ளவில்லை. வடிவக்காளை விட்டால் சொந்த மனிதர்கள் என்று அவருக்கு யாரும் கிடையாது. ஊரில், இந்த ஊரில் மட்டுமில்லை. சுற்றுப் புறங்களிலும் அவருக்கிருந்த மரியாதை, அந்தக் கேலிக்கும் கோபத்திற்கும் விலக்குக் கொடுத்தது. அன்பாகக் கொடுத்தது. ஊருக்கே போக்கிரியாகப் பிறந்த வையன்னாகூட அவரிடம் வாலைச் சுருட்டிக்கொண்டிருந்தான். மதிப்போடு பழகினான். அவருடைய துல்லியமான உள்ளத்தில் அவனும் மோகித்துக் கிடக்காவிட்டாலும் அதைப் பார்த்துத் தூரத்திலிருந்தாவது வியந்துகொண்டிருந்தான்.

வாசலிலேயே கூட்டம் உட்கார்ந்திருந்தது. வழக்கமான புலம்பல் உள்ளே கேட்டது, இதற்கு முன்னால் மூன்று தடவை கேட்ட குரல்கள். அதே காவேரி, யோகாம்பாள், பிச்சை, தனபாக்கியம் – வழக்கமாக எந்த அவலத்திற்கும் சுதி வைக்கிறவர்கள்.

பஞ்சாங்கக்காரரோடு உள்ளே போனபோது கூடத்தில் இரண்டு கும்பலாக ஊர்ப் பெண்டுகள் உட்கார்ந்திருந்தார்கள். முற்றத்தை எட்டிய தாழ்வாரத்தில் ஒரு கும்பல். நடுவில் ஜகது குழந்தையுடன் உட்கார்ந்துகொண்டிருந்தாள். குழந்தை என்ன

நடந்துகொண்டிருக்கிறது என்ற பிரக்ஞையேயில்லாமல் கண்ணை மூடிக்கொண்டிருந்தது. அது உலகத்துக்கு வந்ததே இப்போது தானே?

கையிலிருந்த அந்தக் குழந்தையைப் பார்த்தார் ராமையா. புதிதாகப் பிறக்கும் எல்லாக் குழந்தைகளையும் போல விகாரமாக, கையாலாகாத்தனத்துடன் துவண்டு கிடந்தது அது. மனதில் ஒரு எண்ணமுமில்லாமல் அதைப் பார்த்துக்கொண்டே நின்றார்.

"அண்ணா, அண்ணா" என்று ஜகது விசும்பினாள்.

அவ்வளவுதான். அவர் பார்வை கீழே மல்லாந்து கிடந்த அகிலாண்டத்திடம் சென்றது.

அவர் வந்ததும் உட்கார்ந்திருந்தால்கூட வாரிச் சுருட்டிக் கொண்டு எழுந்திருக்கும் உடல் இப்போது சட்டை செய்யாமல் படுத்திருந்தது. விடுதலையின் கடைசி எல்லையை எட்டிவிட்டாற் போல அது துளிகூட அசைந்து கொடுக்காமல், பார்க்கக்கூடத் திரும்பாமல், கண்ணைக்கூடத் திறக்காமல் படுத்திருந்தது. புருவங்களின் மையத்தின் மனதையும் பார்வையையும் நட்டிருக்கும் யோக நிலையில் ஒடுங்கிக் கிடப்பதுபோல் கிடந்தது. சிவப்புப் புடவை, நெற்றியில் பளீர் என்று குங்குமம், காலில் மெல்லிய பின்னல் கொலுசு, அவ்வளவாகக் கலையாத தலை, சிறிது நீண்ட முகம்... விடுதலைக்கு எத்தனை வல்லமை! மரணம்கூட அழகாகத்தான் இருக்கின்றன. மரணம்தான் அழகு என்று அறிவை மயக்கி விடுவதுபோல்கூடத் தோன்றிற்று.

வெறித்துப் பார்த்துக்கொண்டு நின்றார் ராமையா.

பஞ்சாங்கக்காரர் சொன்னபடியே கர்மங்கள் எல்லா வற்றையும் அறிவில்லாமல் செய்துகொண்டிருந்தார் அவர். வீட்டில் இருப்பது போலவும் அதே சமயம் அதில் இல்லாத போலவும் அவருடைய ஜீவனும் பிரக்ஞையும் மிதந்துகொண்டிருந்தது. சற்றைக்கொருதரம், புது முகங்களைக் கண்டு எழுந்து எழுந்து ஓய்கிற புலம்பலும் பின்பு நிலவும் மௌனமும் எங்கோ தொலைவில் கேட்பதுபோலிருந்தன.

வாசலில் போய் மீண்டும் உட்கார்ந்தார் அவர். சொர்ணக்காளின் கணவன் வந்து நின்றான். கூட அவன் பிள்ளை, நாலு வயதிருக்கும்; வந்து நின்றுகொண்டிருந்தது. கறுப்பான தேகம். ஆனால், கரவு சரிவான கால்கள்.

"மாமா... இதுவும் இப்படி ஆயிடுத்தா?" என்றான் சொர்ணக்காளின் கணவன்.

தி. ஜானகிராமன்

அவர் காதில் அது விழவில்லை. சொர்ணக்காளின் குழந்தையைப் பார்த்துக்கொண்டே நின்றார் அவர். அகிலம் இந்தக் குழந்தையைத்தான் மருமகனாக வரித்திருந்தாள்.

குழந்தை அவரை ஒருதடவை பார்த்தான். "சேப்பு மாமா" என்று அவரைக் கூப்பிட்டான்.

ராமையாவின் இதயத்துக்குள் உறைந்து கிடந்த சோகம் உருகுவதுபோலிருந்தது. உருகிக் கண்களில் கரகரவென்று வழிந்தது. விம்மி விம்மி அழுதார் அவர்.

பையனைத் தூக்கிக்கொண்டார்.

குழந்தை ஒன்றும் புரியாமல் விழித்தான்.

தோளில் சாய்த்துக்கொண்டார் ராமையா.

உள்ளே சென்றார்.

"அகிலம், அகிலம்" என்று அகிலத்திடம் நின்று கூவினார். "இதோ பாரு வந்துவிட்டான்; இவனைப் பாரேன்" என்று அரற்றினார்.

திடீர் என்று விழிப்புக் கொடுத்தது. கண்ணைத் துடைத்துக் கொண்டு மீண்டும் வாசலுக்கு வந்து குழந்தையை இறக்கிவிட்டார்.

"என்ன மாமா?" என்றான் சொர்ணக்காளின் கணவன்.

"ஒண்ணுமில்லே – மருமவனைப் பார்க்கட்டுமேன்னு கொண்டுபோனேன்! அவதான் அப்பவே போய்ட்டாளே."

திண்ணையில் கூடியிருந்தவர்கள் ஒருவருக்கொருவர் பார்த்துக்கொண்டார்கள்.

○○○

பதினைந்து நாளாகிறது. இதுவரையில் யார் யாரோ வந்து விட்டார்கள். அவருக்காக உண்மையாகவே கண்ணீர் வடித்தவர்கள், உண்மையாகவே துயரப்பட்டவர்கள், துக்கம் விசாரிப்பதைத் தனி வித்தையாகப் பழக்கிக்கொண்டவர்கள், என்ன சொல்கிறோம் என்று தெரியாமல் உளறுகிறவர்கள். தடுமாறுகிறவர்கள், மனதுக்குள் அழுகிறவர்கள், மனதுக்குள் சிரிக்கிறவர்கள், 'இத்தனை துக்கிரியா நீ, இப்படித் தெய்வம் தண்டிக்கும்படியாக அத்தனை பாபம் செய்தவனா' என்று மனதுக்குள் இடித்துக் காட்டுகிறவர்கள், துக்க மரபு தெரிந்தவர்கள், தெரியாதவர்கள், வந்த காரியத்தைக் கடைசிவரை நினைவில் வைத்துக்கொள்ளாமல் எழுந்துபோகும்போது, சிரித்து, திடீர்

என்று நினைவு வந்து மிரண்டு முகத்தை மீண்டும் துக்கத்தால் போர்த்திக்கொண்ட சிலர் – இப்படி ராமையாவின் வீடு யாத்திரை ஸ்தலமாக விளங்கிக்கொண்டிருந்தது.

உள்ளூர்க் கூட்டம் முதல் நாள் வந்ததுதான். அன்று ஊரிலில்லாத இரண்டு மூன்று பேர்கள் வந்தவுடன் வந்துவிட்டுப் போனார்கள்.

வெளியூர்க் கூட்டம் நினைத்து நினைத்து வந்தது. சுற்று வட்டார ஊர்களில் ஒருவர் மீதியில்லை. அப்படி வந்து பேசினார்கள்.

வையன்னாவுக்குப் பயிர்ச் செலவு பண்ணுகிற தாவீது வந்தான்.

"எசமானை இப்படிப் பண்ணிட்டுப் பூட்டுங்களே, அந்த சாமி குருட்டுச் சாமியா, கண்ணிருக்கிற சாமிதானா? இல்லே; கேக்கறேன் ... எசமான், நல்லவங்களுக்குக் காலமா இது?"

"இந்த வார்த்தையை உலகம் உண்டான நாள்ளேர்ந்து யாராவது நாலு பேர் சொல்லிக்கிண்டுதாண்டா இருக்கிறாங்க" என்றார் ராமையா.

"அதுக்காக நாலையும் கொண்டுபோறதுன்னா – காளியாயிலபோற தெய்வம்! வேற யார்னாச்சியும் இருந்தா, புத்தி கலங்கிப் போயிருக்கும், எசமான். எனக்கு அப்படியே கிலி புடிச்சாப்பல ஆயிட்டுங்க அன்னிக்கி சேதியைக் கேட்டப்ப."

வையன்னா, சுப்பாண்டி, மருதப்பன், காசிப்பிள்ளை – யார் யாரோ வந்தார்கள்.

"என்னய்யா அநியாயம்!"

"ராமையா .. !" பெருங்குரல்.

யாரோ ஒருவர் வந்து அவரைக் கட்டிக்கொண்டு அழுதார். யார் என்று ஞாபகமில்லை.

'படேர் படேர்' என்று மார்பு நோக நோக அடித்துக் கொண்டவர்கள் –

இரு சொல்லலங்காரமாக இரும்பு உருக, கவிதை ஊற ஊறப் பலாக்கணம் பாடினவர்கள் –

யாருக்கும், எதற்கும் அசைந்து கொடுக்கவில்லை ராமையா. மண்பொம்மையாக உட்கார்ந்திருந்தார். ஜடமாக உட்கார்ந்திருந்தார். காதுக்கும் உள்ளே இந்த ஓசைகள் முண்டிப் புகுந்துவிடாமல் உட்கார்ந்திருந்தார்.

ஒவ்வொருவரும் இப்படித் தன் நிலைமை பற்றி நினைத்துக் கொண்டிருந்தது ராமையாவுக்கு நன்றாகத் தெரிந்தது.

முதல் நாளன்று சொர்ணக்கா மகனைப் பார்த்து ஒரு கலங்கு கலங்கி விம்மியதுதான். மறுகணம் சுடர் அணைந்த மெழுகுவர்த்தியாக உள்ளே உறைந்துவிட்டது.

ஆனால், உள் மனத்திற்குப் போட்ட மூடி, கல்மூடியாக இல்லை. உடையாத கண்ணாடிக் கல்லாக மூடியிருந்தது. உள் மனம் இந்தத் தாக்குதல்களைப் பார்த்து என்னென்னமோ எண்ணிக்கொண்டிருந்தது.

— இன்று போனால் போகிறது. நாளைக்கு நல்லதுதான் வரப்போகிறது. எத்தனை நாள்தான் இப்படியே இருக்கப் போகிறது? கட்டாயம் விடியத்தான் விஷயம்?

இந்த ராஜங்காட்டு மேலத் தெரு முழுதும் வேலைக்காரர்கள். நிலத்தில் விழுந்து உழைக்கிறவர்கள். முக்காலுக்கு மேல் பண்ணையாட்கள் அல்லது மாதம் மூன்று கலத்திற்கு வீட்டு வேலையோ, வயல் வேலையோ செய்பவர்கள். வருஷம் பிறப்பது தவறலாம். ஆனால், அவர்கள் எஜமான் மாற்றுவது தவறாது. தற்போது இருக்கிற எஜமான் மனசில்லாதவன், ஈரமில்லாதவன், பொல்லாதவன், சளைக்கிற மட்டும் வேலை வாங்கிக்கொள்ளச் சளைக்காதவன். இந்தத் தாளடி அறுப்பு வரையில் பல்லைக் கடித்துக்கொண்டு ஓட்டிவிட்டால், எசமானிடம் — அவன் யார் என்று ஆண்டவன்தான் திருவுளச் சீட்டுப் போட வேண்டும் — நூற்றிருபது ரூபாயை வாங்கி, இவன் கடனைக் கொடுத்துவிட்டு, கழற்றிக்கொள்ள வேண்டியது. அடுத்த வருஷம் அவனும் இவனாகிவிடுவான். அடுத்த மார்கழி வந்ததும் வேறொரு 'அவன்' நூற்றிருபது ரூபாய் கொடுத்து, அவனைத் துன்பக் கடலிலிருந்து மீட்கப் போகிறான். அதற்கும் அடுத்த மார்கழிக்கு வேறொரு அவன்... என்ன நம்பிக்கை! என்ன தைரியம்! கடனை வாங்கிக் கொடுக்கும்போது புது எசமானின் தாராளத்தில் இந்த நூற்றிருபது ரூபாய் சிறுகச் சிறுகக் கரைந்துவிடும் என்று எத்தனை நம்பிக்கை! எத்தனை எசமான் மாறினாலும் வாழைப்பால் கறையைப் போல, முற்றிலும் அழியாமல், மறையாமல் இந்தக் கடன் ஒட்டிக்கொண்டே நகைத்துக்கொண்டே இருக்கிறது ... எப்படி நகைத்தால் என்ன? நம்பிக்கை நம்பிக்கைதான். பண்ணையாள் என்ற பெயர் போய் ஒரு நூறு குழி நிலமாவது வாங்கி, சொந்த நிலம் என்று பேர் சொல்லிக் கண்ணால் கண்டுவிட்டுத்தான் போகப் போகிறோம்! ... இந்த நம்பிக்கை கடைசி மூச்சு வரையில் உண்டு. ஐம்பது வருஷமாகப் பண்ணையாளாகவே வாழ்ந்து உழைத்துச் செத்துப் போகிற ஒவ்வொரு ஆளுக்கும் உண்டு.

பண்ணையாளை சித்திரைக்குச் சித்திரை மாற்றிக்கொள்கிற மிராசுதாருக்கும் இந்தத் தாதுபுஷ்டி நிச்சயம் உண்டு. இந்தப் பங்குனியோடு இந்தச் சுந்தரம் பயலைக் கணக்கு தீர்த்துவிட வேண்டியது. காசிப்பயல் முண்டன் – பகலில் தூக்கம் தெரியாதவன். திருட்டு என்றால் நெருப்பிலிருந்து கையை இழுத்துக்கொள்கிறதுபோல் அவனுக்கு. நாளைக்கு அப்புறம் என்ற பேச்சில்லாமல் சொன்னதை அந்த நிமிஷமே செய்யத் தொடங்குகிறவன். அவன் பெண்டாட்டிக்கும் நல்ல கிண்டு உடம்பு. வீட்டு வேலைக்குத் தங்கம்.

அடுத்த நாலு மாசத்தில், காசிப் பயல் நினைத்தபடி அவ்வளவு தங்கம் இல்லை, கட்டை ஈயம் என்று தெரிகிறது. தொலைகிறான்; வீரப்பன் வருகிறேன் வருகிறேன் என்று பத்து நாளாக நச்சரிக்கிறான்... அவன் வந்தால் தண்ணீர் காலத்தில் பாயும். பத்துக் கலம் கூடத்தான் காணும்! காணுமோ இல்லையோ, பத்துக்கல நம்பிக்கை விளைந்திருக்கிறது.

தம்பிராசுவுக்குப் பதினான்கு வயது முதல் வயிற்று வலி ஆரம்பமாயிற்று. முண்டியங்காட்டு உடையார் முதல் பட்டணத்து ஊசி வைத்தியம் வரை எல்லாம் பார்த்தாகிவிட்டது. இன்னும் மதுரை என்ன, பழனி என்ன, கல்கத்தா என்ன, பம்பாய் என்ன – இங்கிருந்தெல்லாம் மருந்துகள் குப்பி குப்பியாக, கள்ளி டப்பா டப்பாவாக வந்துகொண்டிருக்கின்றன. சாமியார்கள் வேறு நடுநடுவே போகிற போக்கில் பச்சிலை கொடுத்துவிட்டுப் போகிறார்கள். வயிற்றுவலி, சூக்ஷ்ம உடலோடு ஜன்ம ஜன்மமாகப் பிரயாணஞ் செய்கிறாற் போலிருக்கிறது, போக மறுக்கிறது. ஆனால், இன்னும் யாராவது குடுகுடுப்பாண்டி மருந்து கொடுத்தால்கூட அவன் புதுச்சட்டை ஒன்றைக் கொடுத்து வாங்கிக்கொள்ளத் தயார். வயிற்றுவலி போனாலும் போகும். நம்பிக்கை போய்விடுமா?

நரசிங்கபுரத்திலிருந்து வந்த சுப்பனுடையாருக்கு வயிற்று வலியும் இல்லை. வறுமையுமில்லை... அவர் இரண்டு காலிலும் படர்ந்திருந்த கரப்பானை எந்த மனித, தெய்வ சக்தியாவது அகற்றி, சாதாரண ஏழையின் கால் மாதிரியாவது செய்யுமா என்று ஏக்கம் – இல்லை ஏக்கம் நிறைந்த நம்பிக்கை. அந்த நம்பிக்கைதான் அந்தச் சொத்தையே அப்படி முன்வரும் சக்திக்குத் தந்துவிடத் தயாராயிருந்தது.

துக்கம் விசாரிக்க வந்த நூறு, இருநூறு, முந்நூறு மனிதர் களையும் ஒவ்வொருவராக ராமையாவின் உள் மனம் பார்த்தது. எல்லோருக்கும் இந்த நம்பிக்கை முகத்தில் களையாக, உயிராகச் சுடர்விட்டது.

ஆனால், நான்–நான்–நான்–நான்–? என்று பதினைந்து நாளும் அந்த முந்நூறு நானூறு பேரையும் பார்க்கும்போதும் உள் மனம் கேட்டுக்கொண்டது.

எனக்கு இந்த நம்பிக்கை இல்லை. உயிர் வாழ்வதின் சாறான இந்த நம்பிக்கை எனக்கு இல்லை. மகிழ்ச்சி என்பது – அதாவது மற்றவர் கருத்திலாவது என்று வைத்துக்கொள்ளலாம் – கிடையாது. நிச்சயமாகக் கிடையாது என்பதைத்தான் ஆணியடித்தாற்போல, சட்டத்தின் வக்கணையுடன் சொல்வதுபோல இந்தக் கடைசி சம்பவம் சொல்லியிருக்கிறது. இந்த முந்நூறு பேரும், அது எங்களுக்கு உண்டு உனக்கில்லை என்பதைத்தான் மறைமுகமாக ஞாபகப்படுத்திவிட்டுப் போனார்கள்.

உங்களுக்கு அத்தனை நம்பிக்கையிருந்தால் எனக்கு அதற்குமேல் பத்து மடங்கு உண்டு. என்னை அசைத்து உடைத்து விட முடியாது . . . பதினாறாம் நாளே பூஜைக்கு உட்கார்ந்து விட்டார் ராமையா.

பதினாறாம் நாள். வீடு பழைய மாதிரி இருந்தது. உறவு என்று ஒட்டியும் ஒட்டாத பசையுமாக வந்து தங்கியிருந்த இரண்டு மூன்று பெண்களும் ஆண்களும் கிடைத்த பத்துப்பதினைந்தை வாங்கிக்கொண்டு ஊர் போய்ச் சேர்ந்தார்கள். பதினாறாம் நாள் விடியற்காலை வழக்கம் போல எதிர்த் தோப்பில் காக்காய்களும், மைனாக்களும், கரிச்சான்களும், வலியனும் கத்த ஆரம்பித்தன. கண் விழித்து இருளை விழுங்கிய காலை வெளிரைப் பார்த்தார் ராமையா. வடிவக்காள் கொல்லையிலிருந்து தேய்த்த பாத்திரங்களுடன் வந்துகொண்டிருந்தாள்... அது யார்? முற்றத்துத் தாழ்வாரத்தின் ஓரத்தில்?... ஆமாம்... மேலத்தெரு நாகம்மா! நாகம்மாள் தூணில் சாய்ந்து உட்கார்ந்து, குழந்தையை எடுத்துவிட்டுக்கொண்டிருந்தாள். குயில் குஞ்சைப் போல, அவருடைய குழந்தை, யார் என்ன என்று கேட்காமல் மார்பை உறிஞ்சிக் குடித்துக்கொண்டிருந்தது.

அவர் எழுந்து வந்ததும் மரியாதைக்காக, எழுந்துகொள்ள முயன்றாள் நாகம்மா. “நீ பாட்டுக்கு இரு” என்று சொல்லிக் கொண்டே, வாசல் பக்கம் போனார் அவர். நேராக மேலக் குளத்திற்குப் போய்ப் பல்லைத் தேய்த்துவிட்டு, காதையும் மூக்கையும் பொத்திக்கொண்டு உடலும் கண்ணும் குளிரத் தண்ணீரில் நாற்பது ஐம்பது முழுக்குப் போட்டார். தேய்த்துக் குளித்தார். துண்ணூற்றைப் பூசிக்கொண்டு ஈர வேட்டியுடன் திரும்பினார். கொடியிலிருந்த வேட்டியை உடுத்தி, பூஜை அலமாரியைத் திறந்து, பூஜையறைப் பாத்திரங்கள், லிங்கம், பாணம், படிகப் பிள்ளையார், படிக லிங்கம் – எல்லாவற்றையும்

கீழே பலகையில் எடுத்து வைத்தார். பதினைந்து நாள் தூசியையும், பழைய மலர்களையும் பூஜைப் பெட்டியிலிருந்து துருவி எறிந்துவிட்டு, பூஜைப் பெட்டியைக் கவிழ்த்துத் தட்டித் துடைத்தார். கண்ணை மூடி ஜபத்தில் ஆழ்ந்தார்.

கண்ணை மூடியபோது ஒரே மோன வெளியாகப் புருவமத்தியில் பரந்து கிடந்தது. நிம்மதியும் அமைதியும் நீர் அசையாச் சிவப்பு ஏரியாகப் பரந்திருந்தன.

அதனால்தான் நேரம் தெரியவில்லை – எத்தனை நாழி இப்படி உட்கார்ந்திருக்கிறோம் என்று. ஒரு நிமிஷமோ, பத்து நிமிஷமோ, இரண்டு மணியோ – ஒன்றும் புரியவில்லை. எல்லாமாகவும் இருந்தது. ஏதோ சந்தடி கேட்டு முதுகு சற்றுக் கூன, கண் விழித்துப் பார்த்தார். எதிரே குத்துவிளக்கு எரிந்து கொண்டிருந்தது. பூஜைப் பலகைக்கு முன்னால் நைவேத்தியத்திற்கு வைத்திருந்த பூவம்பழம் பாலுக்குப் பக்கத்தில், பனந்தடுக்கின் மீதுள்ள துணிமேல் குழந்தை மல்லாந்து படுத்துக் கிடந்தது. கண்ணை மூடி உறங்கிக்கொண்டிருந்தது.

இரவல் தாயிடம் பால் குடித்துவிட்டு இவ்வளவு நிம்மதியாக உறங்கும் குழந்தையைப் பார்க்க அவருக்கு வியப்பாக இருந்தது. குழந்தையை நன்றாகப் பார்த்தார். பதினாறு நாளில் என்ன தெரியப் போகிறது? எந்தச் சாயலையும் தெரிவிக்காமல், வெறும் குழந்தையாகப் படுத்திருந்தது. ஒரு அளவுக்குச் சொல்லவும் முடிந்தது, பாதத்தின் அமைப்பு அகிலத்தின் பாதம்தான் – அப்படியே அகிலத்தின் காலைச் சின்னது செய்ததுபோல. கை விரல்களின் நீளமும் அகிலத்தினதுதான்.

வந்துபோன நால்வர்களில் அகிலம்தான் அசாத்திய எடுப்பாக இருந்தவள். மணிக்கட்டுக்கும் கீழே, அவள் கையைப் பார்க்கவேண்டும். காமாட்சியின் கையைப் போலச் சதுரமாயிராது. கங்காவுக்கு இருந்தது போல தட்டையான விரல் நுனி இல்லை. பங்கஜத்தின் புறங்கையைப்போல ஒரே சதைப் பற்றாகவும் இராது. சற்றுக் கூர்ந்த விரல்கள்; நீளவாட்டமான புறங்கை. தயிர் கடையும்போது, கறி நறுக்கும்போது, மற்ற வேலை செய்யும்போதுகூட அவள் முழங்கையின் வளைவும் விரல்களின் அசைவும் பார்க்கப் பாந்தமாக இருக்கும் – அதாவது ஒரு லாவகம், ஒரு இயல்பான அந்தம் . . . கங்காவின் விரல்கள் சற்றுப் பெரியவைகூட. சில சமயம் ஒரு வளர்ந்த பையன் வேலை செய்வதுபோல் தோன்றும் விரல்கள் அவளுக்கு . . .

எதற்காக இந்த நாலு பேரும் இந்த வீட்டுக்குள் வந்து மாதக் கணக்கில் வாழ்ந்துவிட்டுப் போனார்கள்? கண்ணை

மூடிக்கொண்டிருந்த ராமையாவுக்கு என்னவோ போலிருந்தது. செவ்வொளி படர்ந்த அமைதித் திரையில் நாலு முகங்களும் விரல்களும் நிழலாடுவதைக் கண்டு உலுப்பிக்கொண்டார்.

கண்ணை மூடி மூடிப் பார்த்தார். உட்கார்ந்திருப்பதே கடினமாயிருந்தது. அரை மணி நேரமும் போராடிவிட்டு, விறுவிறுவென்று பூஜையை முடித்து எழுந்தார்.

நேராகக் கிட்டனின் சிற்றப்பன் கோவிந்தசாமி வீட்டைப் பார்க்க நடந்தார். கிட்டன் பாளை கிழித்துக்கொண்டிருந்தான்.

“கிட்டனாடா தம்பி?”

“வாங்க மாமாவ், உட்காருங்க.”

“உக்கார நேரமில்லை.”

“நேரமில்லையா?”

“இல்லை. நீ ஒரு காரியம் செய்யணுமே!”

“சொல்லுங்க மாமா.”

“இன்னும் அரைநாழியிலே ஒத்திகை ஆரமிக்கப் போகிறேன்.”

“அ! ஒத்திகையா! பலே ராஜா” என்று துள்ளி எழுந்தான் கிட்டன். “எங்கே நடத்தப் போறீங்க?”

“சத்திரத்துலதான், போய் சாமிநாதங்கிட்ட போய் சத்திரத்துச் சாவியை வாங்கிக்க. அப்படியே முத்துகிருஷ்ணன், சாமிய்யா, பஞ்சு, கோவாலு, இன்னும் யார் யார் உண்டோ, எல்லோரையும் உடனே கிளம்பி வரச் சொல்லி வரணும் நான் சொன்னேன்னு.”

“இதோ ஒரு நிமிசம்” என்று பாளைகளை எடுத்துத் தூண்களுக்கிடையே கட்டியிருந்த இரட்டை மூங்கில் மேல் தள்ளிவிட்டு, விறுவிறுவென்று நடந்தான் கிட்டன். தலை தெறிக்க, நெஞ்சு கிளுகிளுக்க பச்சைக் குழந்தைபோல ஓடினான்.

ooo

ராமையா சத்திரத்தைவிட்டு நகரவில்லை. காலையில் பூஜை முடித்துவிட்டு வருவார். உச்சிப்போது வரையில் ஒத்திகை நடக்கும். சாப்பாட்டுக்குக் கலைவார்கள். சாப்பாட்டை அள்ளி அள்ளிப் போட்டுக்கொண்டு, பகல் தூங்கிகளைத் தட்டி எழுப்பி, ஒரு மணி நேரத்திற்கெல்லாம் சத்திரத்துக்கு மீண்டும் வந்து விடுவார்.

ஒத்திகை நடந்தது, அப்படி நடந்தது. ஓயாத ஒத்திகை ராமையா பாலோடையால் புகட்டுவது போல எல்லாவற்றையும் புகட்டிக்கொண்டிருந்தார். சிரிப்பார்; மண்டையில் ஓங்கி ஓங்கிப் போட்டுக்கொள்வார். சொல்ல முடியாத சொற்களில் வம்சாவளிகளையும் கூடாத உறவுகளையும் கூட்டி வெய்வார். பாட்டு, நடிப்பு, எல்லாவற்றிற்கும் அவர்தான். நடுநிசியையும் தாண்டிக் குரல்கள் ஒலித்துக்கொண்டிருக்கும்.

பதினைந்து பவர் விளக்கு புகையைக் கக்கிக்கொண்டே சுடர் குதிக்க குதிக்க, நடுங்க நடுங்க எரிந்துகொண்டிருந்தது.

ஊர் ஆண்களும் சின்ன வார்சுகளும் ஒத்திகை பார்க்கக் கூடிவிடுவார்கள்.

“ஐயோ, வைத்திநாதா! இந்த ஞான சூன்யங்க கிட்ட கொண்டு என்னைத் தள்ளிப்பிட்டியே!” என்று மண்டையில் மடார் மடார் என்று அடித்துக்கொள்வார். “எலே, நீ சாமிக்குப் புளிச்ச மோர் அபிஷேகம் பண்ணிருப்படா போன சன்மத்திலே! அதான் இப்படி பூர்ச மரத்திலே இழைப்புளி ஓட்றாப்பல இருக்கு உன் தொண்டை – சீச்சீ, சிரிக்காதே... சிரிக்காதேன்னா சிரிக்காதே... அப்புறம் வந்துதோ ...”

சிரிக்கிற பையனின் முகம் கடுகாகி, அப்புறம் அவனைத் தேற்ற ஒரு நாழிகை.

அவர் படுத்தின பாட்டுக்குப் பையன்கள் கூத்துக்கு முழுக்குப் போட்டிருக்க வேண்டும்.

அவருடைய நிலைமையை சின்ன வாரிசுகள்கூடப் புரிந்துகொண்டிருந்ததால், அவர் ஆட்டுகிற ஆட்டுக்கு ஆடிக் கொண்டிருந்தார்கள்.

❍❍❍

கூத்து நடந்தது, ராமையாவும் பின்னால் பாடிக்கொண்டிருந்தார். ராஜங்காட்டு வயல் வெளிகளில் அவருடைய வெண்கலக் குரல் இருளிலும் வைக்கோலின் மணத்திலும் மிதந்து சென்றது. ஒருநாள் இரண்டு நாளில்லை. ஏழு நாள் கூத்து. திருப்பித் திருப்பி ஏழு தடவை ருக்மாங்கதன் நாடகம். வயலில் வெளி முழுவதும் கதிருக்குப் பதிலாகத் தலைகளாக முளைத்துக் கிடந்தன. அவர் குரலைக் கேட்கச் சுற்று வட்டாரம் முழுவதும் திரும்பத் திரும்ப வந்துகொண்டிருந்தது.

கூத்துக் கொட்டகையை நாடகம் முடிந்ததும் பிரித்தார்கள். அவர் மனமும் கட்டுக் குலைந்தது. தளர்ந்தது. வடிவக்காளுடன் பேசிப் பேசிப் பொழுதைப் போக்கினார். பாடினார்.

வடிவக்காளுக்குப் பிள்ளை குட்டி கிடையாது. கணவனும் இல்லை. குழந்தையைப் பார்த்துக்கொள்ளும் பொறுப்பை ஏற்றுக்கொண்டு, அங்கேயே தங்கிவிட்டாள். திருவாரூருக்கு அருகில் இருந்த அவள் நிலத்தைத் தானே குத்தகைக்கு விட்டுவிட்டு வந்தார் ராமையா. அவள் வீட்டிலும் குடியிருப்பதற்காக மாதம் எட்டணா கொடுப்பதாக ஒரு வாத்தியாரைப் பேசிக் குடிவைத்துவிட்டு வந்தார். வீட்டைப் பெருக்கி, மெழுகி, கரையான் ஏறாமல் பார்த்துக்கொள்ள வேண்டுமே.

மனம் வெளியே போகப் பறந்துகொண்டேயிருந்தது. நாலுநாள் பொறுக்க முடியாமல் இருந்துவிட்டு, வைத்தீச்வரன் கோயிலுக்கு ஒரு டிக்கட்டை வாங்கிக் கொண்டுபோய்ச் சேர்ந்தார். சன்னதிகளுக்கு முன் மணியடிக்கும்போது நிற்பதும், திரும்பிப் பிராகாரத்தில் வந்து உட்கார்வதுமாக இரண்டு வாரம் போயிற்று.

தில்லைவிளாகத்தைப்பற்றி யார் யாரோ சொல்லிக் கொண்டிருந்தார்கள். தெய்வீகக் கலைஞன் செதுக்கி வார்த்த அந்தப் பிம்பங்களை நிறுத்தி, மேலே ஒரு கீற்றுக் கொட்டகை போட்டிருந்தார்கள். திடீர் என்று ஒருநாள் அங்கே புறப்பட்டுப் போனார் ராமையா. நாலைந்துநாள் அந்தப் பிம்பங்களின் அழகைப் பார்த்துக் கொட்டகையில் உட்கார்ந்திருந்தார். ஆறாவது நாள் ராம நாடகக் கீர்த்தனைகளை அடி முதல் நுனிவரை பாட ஆரம்பித்தார். இரண்டு வாரமாயிற்று. ஊருக்குத் திரும்பி வந்தார்.

7

மேலக் குளத்திற்கு அப்பால் வலையர் தெரு. அதைத் தாண்டிச்சென்றால், மீனாட்சி கொல்லை என்று ஒரு புன்செய்த் தாக்கு. அது ராமையாவுக்குச் சொந்தம்.

மீனாட்சி கொல்லை என்று யார் அதற்குப் பெயர் வைத்தார்களோ தெரியவில்லை. அவருடைய பாட்டி, தாத்தா, தந்தை மற்றும் ஊரில் உள்ள எல்லோருமே அதை மீனாட்சி கொல்லை என்று அழைப்பதை விவரம் தெரிந்த நாள் முதல் கேட்டிருந்தார் அவர். தாத்தா இருந்தபோது ஒரு தடவை காரணம் கேட்டதாக ஞாபகம். ஆனால் அவருக்குத் தெரியவில்லை.

மீனாட்சி கொல்லையில் இப்போது இரண்டே இரண்டு தென்னைமரங்களும். ஒரு வடுமாமரமும், இரண்டு மூன்று அவரை, புடல் பாகற் பந்தல்களும்தாமிருந்தன. ராமையாவுக்கு இருந்த கறிகாய்க் கொல்லைகளில் அது ஒன்று. ஏனோ வளமில்லாமல் முக்கால்பொட்டலாகக் கிடந்தது. கிட்டத்தட்ட ஒரு ஏக்கர் இருக்கும். ராஜங்காட்டில் இதைப் போல நாலைந்து தரிசுகள் உண்டு. வழி வழியாகத் தரிசாக இருக்கின்றன. தரிசுக்குக் காரணம் தரிசாக இருப்பதுதான். எந்தக் காலத்திலோ யாரோ அந்தப் பூமி சாரம் இல்லாதது, போட்டால் எதுவும் பிடிக்காது என்று தீர்மானித்திருப்பார்கள். அந்தச் செய்தி வழி வழியாக வந்து மிராசுதார்கள், குத்தகைக்காரர்கள்,

பாடுபடுகிறவர்கள் எல்லோரையும் அசட்டையாக இருக்கச் செய்துவிட்டிருந்தது.

தில்லைவிளாகத்திலிருந்து திரும்பிவந்த அன்று ராமையா, மிதிபாகல் பறிப்பதற்காக மீனாட்சி கொல்லைக்குள் இறங்கினார். இந்த ஒரு ஏக்கர் கொல்லை முழுவதும் இரண்டு தென்னைமரங்களையும் ஒரு வடுமாவையும்தானா தாங்கும்? தனியான இடம் அது. பாடுபட்டால் இதைப் பூஞ்சோலையாக்கி விடலாம். ஆனால் வேலை தொடங்கியதுமே ஊரார் ஒவ்வொருவராக நொட்டை சொல்லுவார்கள். கட்டை போடுவார்கள். 'இதுக்காக ஆளையும் தேளையும் செலவழிப்பாங்களா யாராவது?' என்று மெனக்கட்டுச் சொல்லிவிட்டுப் போவார்கள்!

ராமையா மாமரத்தடியில் உட்கார்ந்து சூன்யத்தைப் பார்த்துக்கொண்டேயிருந்தார். கண்முன் வளையம் இறங்கிக் கொண்டிருந்தது. திடீரென்று அவரை வெறுமை ஆட்கொண்டது. மனம் மீண்டும் மீண்டும் அலையப் பரந்தது. மனவரட்சியின் சுமை தாங்க முடியாமல் தவித்தார் அவர். மூச்சுவிட முடியாமல் தவிப்பது போன்ற ஒரு தவிப்பு. என்ன செய்வதென்று தெரியவில்லை. விறுவிறுவென்று வீட்டை நோக்கி நடந்து குதிரிடுக்கில் கிடந்த மண்வெட்டியை எடுத்துக்கொண்டு மீண்டும் கொல்லையைப் பார்க்க நடந்தார்.

கொல்லையைக் கொத்த ஆரம்பித்ததும், 'யாரது?' என்று தெற்கே குரல் கேட்டது. திரும்பினார் அவர். சொர்ணக்காவின் கணவன் நின்றுகொண்டிருந்தான். அவருக்கு ஆச்சரியமாயிருந்தது. அவனைப் பற்றி நினைக்கவே இல்லை. சம்பந்தியைப் பார்த்த சந்தோஷம். தான் சம்பந்தியாகப் போகிறோம் என்ற சேதி அவனுக்குத் தெரியுமோ என்னவோ ஆனால், அவருக்கு, அவன்தான் தன் குழந்தைக்கு மாமனாராகப்போகிறவன் என்று நிச்சயம் உண்டு. அகிலத்தின் கட்டளை அது. அவனைப் பார்த்ததும் நிதி கண்டாற்போலக் குப்பென்று ஒரு உவகை படர்ந்தது.

"வாப்பா" என்றார்.

"என்ன திடீர்னு இஞ்ச வந்து கொத்த ஆரமிச்சீங்க. ஆளுங்க இல்லியா?"

"இதைப் பாரு. இதை நெசமாகவே மீனாட்சி கொல்லையாக மாத்திடப் போறேன். இன்னும் அஞ்சாறு மாசத்துக்குள்ளா பாரு. இது அப்படியே பூத்துக் குலுங்கப் போவுது. நந்தியாவட்டை, மல்லிப்பூ, ரோஜாப்பூ, கொன்னைப்பூ, வில்வமரம், பத்து ஒட்டு

மாங்கன்னு, விபூதிப்பச்சை, காசித் தும்பை, சம்பரத்தங்கன்னு, எலுமிச்சங்கன்னு – எல்லாம் வக்யப் போறேன். ஆறு மாசத்திலே பூக்குலுங்கும். மூணு வருஷத்திலே ஒட்டு மாங்கண்ணெல்லாம் காய்க்க ஆரம்பிச்சுடும். நெல்லி, கிடாரைகூட வைக்யலாம்னு . . . அந்த மூலையிலே ஒரு கிணறு வெட்டப் போறேன். கிணற்றை ஒட்டினாப்பல ஒரு வீடு – இடுப்பு மட்டத்துக்கு மண்ணைக் கொட்டித் தளவரிசை பண்ணிப்பிடறது. நாலு சுவரு – மண் சுவருதான் – மேலே கீத்துக் கொட்டகை வீட்டைச் சுத்திப் பொன்னாங்கண்ணி, காசித்தும்பை, விபூதிப் பச்சை, துளசி – எல்லாம் வைச்சு –"

"இஞ்சயே குடிவந்துறப் போறீங்களா?" என்று சிரித்தான்.

"இப்பவே வந்த மாதிரிதான்."

"என்ன?"

"ஆமாம். இவ்வளவும் ஒண்டியாச் செய்யறதுன்னா ஊட்டுலே உட்கார முடியுமா?"

"ஒண்டியா செய்யறதுன்னா நீங்களேயா!"

"இந்தத் தோட்டம் முளுக்க என் கையாலேயே கொத்தணும், நானே செடி நடணும். விரை ஊனணும், தண்ணிவிடணும். கிணறும் நானே வெட்டணும்."

"இப்ப என்ன முடை அதுக்கு? உங்களுக்கு என்ன ஆளுக்குப் பஞ்சமா?"

"ஆளுங்க. இருந்தாத்தான் செய்யணுமா? நாமளா ஒண்ணும் செய்ய முடியாதா?"

"வரைமுறை கிடையாதா அதுக்காக? மண்வெட்டியை நீங்க கொத்தறதைப் பார்த்தா, மேலத்தெரு கீழத்தெருவானெல்லாம் சிரிப்பானுவ."

"சிரிக்கட்டுமே."

"அப்படிச் சொல்லிவிடறதா? ஊர்லெ ஒரு கௌரவம், அந்தஸ்து. நீங்க என்ன மம்மட்டி தூக்கறவங்களா? நாலு பேர் கையைக் கட்டி நின்னுகிட்டு நீங்க சொல்றதைக் கேக்கணும். நாள் பார்க்கறது, தேவாரம் படிக்கிறது, கணக்கு வாசிக்கறது – எல்லாத்துக்கும் உங்ககிட்ட வந்து ஊரெல்லாம் கையைக் கட்டிக்கிட்டு நிக்கிது."

"முதல் கொத்து இந்த மண்வெட்டியால் போடறப்போ என்ன நெனச்சேன் தெரியுமா?"

“என்ன?”

“இந்த மாதிரி யாராவது சொல்லுவாங்க, சண்டை போடுவாங்கன்னு நெனச்சேன். நீ அதேமாதிரி சொல்லிட்டே. ஆனா நல்ல வேளையா இது உபயோகமத்த பூமி, பாடுக்குப் பலன் கிடைக்காதுன்னு சொல்லாம இருக்கியே, அதுவே போதும். இதிலே நான்தான் என் கையாலெ பாடுபடப் போறேன்.”

மண்வெட்டியைக் கொத்திக் கொத்தி மனசைக் கட்டி அமுக்கத் திட்டம் போட்டிருக்கிறோம். இதை இவனிடம் எப்படிச் சொல்வது? எதற்குச் சொல்வது?

“நான் சொன்னதுக்குப் பதில் சொல்லலியே.”

“பதில் என்ன? நாலு நாளைக்குச் சிரிப்பாங்க. அப்புறம் தானாச் சும்மாயிருக்கான்.”

அவனுக்கு இதெல்லாம் ஏறவில்லை.

“இதெல்லாம் உன் மருமவளுக்குத்தானே வரப் போவுது?”

“என் மருமவளுக்கா?”

“உன் மருமவ யாரு தெரியாது?”

“என் மருமவளா?”

“என் மக இப்ப பொறந்திருக்காளே, பாலாம்பா, அவதான் உன் மருமவ.”

“என்ன மாமாது!”

“அகிலாண்டம் குழந்தை பொறந்த உடனேயே சொல்லிட்டா. அவளுக்குத்தான் எல்லாச் சொத்தும் வரப் போவுது. ஆனா, இது மாத்திரம் என் கையாலெ செஞ்சு அவளுக்குன்னு தனியாக் கொடுக்கப் போறேன். அகிலம் சொல்லிட்டுப் போயிட்டா. பொன்னக்காவைக் கேளு. ஜகதுவைக் கேளு – காவேரி, யோகம், தங்கக்கிளி – எல்லாம் தான் அப்ப இருந்துதுக. போய்க் கேளேன், அவ சொன்னாளா இல்லியான்னு. நான் அவளுக்கு வாக்குக் கொடுத்திட்டேன்.”

“மாமா” என்ற சொர்ணக்காவின் கணவன், “அப்படியா சொன்னாங்க?” என்று தேம்பினான், நெடுஞ்சாண்கிடையாக அவர் காலில் விழுந்தான்.

“என்னப்பா இது?”

எழுந்திருந்தான் அவன். கன்னத்தில் தாரை தாரையாக வழிந்தது.

"என்னப்பாது?"

"மாமா, எனக்குக் கிடைக்கணுமே உங்க சம்பந்தம்? இந்த மகானோட உறவு கிடைக்க, நான் கொடுத்து வச்சிருக்கணுமே... அப்படியா சொல்லிட்டுப் போனாங்க?"

கண்ணைத் துடைத்துக்கொண்டான்.

"அப்படித்தான் சொன்னா. நானும் வாக்குக் கொடுத்தாச்சு. ... இந்தத் தோட்டத்தை மாத்திரம் நான் என் கையாலெ செஞ்சு, அந்தத் தாயில்லாக் குழந்தைக்குக் கொடுக்கணும்."

"நானும் இஞ்ச தினம் வந்து உங்களோடு வேலைக்கு நிக்கப் போறேன்."

'வா' ராமையாவுக்கு அதற்குமேல் பேச முடியவில்லை.

8

ஒரு மாதம் வரையில் எல்லோரும் சிரித்துக் கொண்டிருந்தார்கள். அவரிடம் எப்போதும் உள்ள மரியாதையைக் குறைத்துவிடாமல் சிரித்துக் கொண்டிருந்தார்கள்.

"என்ன மாமா, தோட்டம் போடறீங்களாமே?"

"ஆமாம், போடறேன்."

"நீங்களே கொத்திக்குத்தி எல்லாம் செய்றீங்களாமே!"

"அதான் நீ வந்து பாத்தியே. கேப்பானேன்?"

"இன்னுமா நீங்களே செய்யறீங்கன்னு கேட்டேன்!"

"இன்னும்னா?"

"நீங்க கொத்த ஆரமிச்ச அன்னிக்கி நான் வெண்டை விரை போட்டேன். காய்க்க ஆரமிச்சிடிச்சு."

"எனக்கு இன்னும் கொத்தே முடியலியே?"

"நாலு ஆளைச் செலவழிக்கணும்."

"அதுக்கென்ன? செஞ்சுபிடறது."

"உங்க சம்பந்தி வேற வந்து கொத்தறாராமே?"

"ஆமாம் கொத்தறாரு."

"நீங்க தேவலை மாமா."

"என்ன தேவலை?"

“புள்ளை வீட்டுக்காரனைக் கொத்து வேலையிலேயே பூட்டிப் பிட்டீங்களே.”

“பிள்ளை வீட்டுக்காரன்னா உசத்தியா?”

“அப்படிக் கேட்டா என்ன பதில் சொல்றது?”

“வாயை மூடிக்கிட்டிருக்கிறது.”

திண்ணையில் உட்கார்ந்து வம்புக்கிழுத்துக்கொண்டிருந்த வையன்னாவுக்குச் சற்றுத் திகைப்பாக இருந்தது. தெருவோடு போகிற ராமையாவைக் கூப்பிட்டுப் பேச்சுக்கிழுத்தது அவர் தான். ராமையா பந்தல் காலைப் பிடித்துக்கொண்டு பதில் சொல்லிக்கொண்டிருந்தார்.

“வாயை மூடிக்கிட்டிருக்கிறதா? என்ன அப்படி சொல்லிப்பிட்டீங்க?”

“நான் வரட்டுமா?”

“என்னமோ சொல்லிப்பிட்டு முழுக்கச் சொல்லாம போறீங்களே!”

“முழுக்கச் சொல்ல வாண்டாம்னு பாத்தேன்.”

“ஆரமிச்சிப்பிட்டு பாதியிலே நிறுத்துவானேன்?”

“நான் ஆரமிக்கலியே. நீதான் இழுத்து வச்சு ஆரமிச்சே.”

“ஏதோ நீங்க கஷ்டப்படறீங்களேன்னு கேட்டேன்.”

“மீனாட்சி கொல்லையிலே வேலை செய்யறது என் சொந்த வேலை. நான் செய்யறேன். வேலிக்கப்பாலெ நின்னுட்டு ஊர்லெ இருக்கற பெரியவங்கள்ளாம் சிரிச்சாங்க. சிறுசுங்கள்ளாம் சிரிச்சாங்க. இன்னும் போது போகலேன்னா அங்க வந்து என்னமோ காணாததை கண்டாப்பல நின்னு ஏதாவது சொல்லிட்டிருக்காங்க. நீ ஒருத்தன்தான் இன்னும் கேக்கலே. இப்ப கேட்டுப்பிட்டே. இன்னமே இந்த விஷயமாகக் கிண்டல் நையாண்டி எல்லாம் வாண்டாம். யாராயிருந்தாலும் சரி. எனக்கு அதைப்பத்தி நீங்க கேக்கற விதம் பிடிக்கலெ. எனக்குச் சில சமயம் இந்த மாதிரி சிரிக்கிறவங்க கேக்கறவங்க – இவங்க பல்லைத் தட்டிக் கையிலே கொடுத்திருவேன்னு சொல்லணும் போல் இருக்கு. ஆனா, நான் படிச்சிருக்கேன் கொஞ்சம். நல்லது கெட்டதெல்லாம் பார்த்து அனுபவிச்சிருக்கேன் கொஞ்சம். அதனாலே அப்படியெல்லாம் பேசி, புண்படுத்த வாண்டாம்னு தோணுது – அப்ப நான் வரட்டுமா?”

"மாமாவுக்குக் கோபம் வந்திட்டாப்பல இருக்கு" என்று சிரித்தார் வையன்னா. வாயில் புகையிலை சிரிக்கும்போது சதை தொங்கும் மார்பும் வயிறும் குலுங்கின. சிரிக்கும்போது இவ்வளவு கயமை தெறிப்பதை எந்த முகத்திலும் பார்த்ததில்லை என்று தோன்றிற்று ராமையாவுக்கு. பதில் பேசாமல் வேகமாக நடந்தார் அவர்.

நினைத்த சுருக்கில் கொல்லை வேலை நடக்கவில்லை. அதனால்தான் அவருக்குக் கோபம் கோபமாக வந்தது. நாலு தடவை கொல்லை முழுவதும் கொத்திப் புரட்டி வெயிலில் காயவிட்டார் அவர். வாய்க்காலிலிருந்து தண்ணீரை மொண்டு வந்து வந்து கொட்டி மீண்டும் காய விட்டார். விரை போட்டபோது முளைகள் எட்டிப் பார்த்தன. வளர்ந்தன. ஆனால் தழைத்து இலை சுருண்டதைத்தவிரப் பலனைக் காணவில்லை.

பிடுங்கி எறிந்து இருவரும் மீண்டும் கொத்தினார்கள். ராமையா புலிக்கொம்பு வாங்கி வரப்போவது போல விசேஷ எருக்களுக்காக நரசிங்கபுரத்திற்கும் கக்காடி கிராமத்திற்கும் அலையாக அலைந்துகொண்டிருந்தார். கக்காடியிலும் நரசிங்க புரத்திலும் இரண்டு பேர் குதிரை வைத்துக்கொண்டிருந்தார்கள். என்னமோ பெரிய வைர வியாபாரத்திற்குப் போவதுபோல அவர்களிடம் குதிரைச் சாணத்திற்கு மனுப் போட்டார். வௌவால் விட்டத்திற்குப் பழங்கோயில்களைத் தேடி யாத்திரை போனார்.

மூன்று அடிக்கு மண்ணை எடுத்து அப்புறப்படுத்தி, ஆற்று வண்டலும் படுகை மண்ணுமாகக்கொண்டு கொட்டியதும்தான் அவருக்கு ஒருவாறாகக் கவலை ஓய்ந்தது.

அவருடைய ஆட்கள் மன்றாடியதுகூட அவர் காதில் ஏறவில்லை. "இந்த வண்டலும் மண்ணுங்கூட நாங்க அடிக்கப் படாதுங்களா? நீங்க வண்டலையும் வெட்றீங்க. நீங்களே வண்டிலே ஏத்துறீங்க. நீங்களே வண்டி ஓட்றீங்க. எங்களுக்கு ஒண்ணும் புரியலியே" என்று பண்ணையாட்கள் காளியும் மருதையனும் வந்து புலம்பினார்கள்.

"உனக்குப் புரிஞ்சு என்ன ஆகணும்?"

"நாங்க பண்ணையாளுங்க. எங்களுக்குத்தானே புரியணும்?"

"எதுக்கு?"

"இல்லாட்டி நாங்க உங்ககிட்ட கூலி, சம்பளம் எல்லாம் வாங்கித் தின்னுக்கிட்டிருப்பானேன்?"

"நீங்க மத்த நெலங்களுக்கெல்லாம் வேணும்கற செய்நேத்தி செய்யறீங்க. அதை நல்லாவும் செய்றீங்க. இந்தக் கொல்லைக்கு உங்களை கூப்பிடலே. அது வேற விஷயம்."

"அவரு மாத்திரம் வராங்களே."

"யாரு?"

"அதுதான் மொட்டையார் மகன்."

"சொர்ணக்கா புருசனா . . . அவர் மாத்திரம் வரலாம்."

"என்னமோ சொல்லிக்கிறாங்களே!"

"என்ன?"

"அவங்க உங்க சம்பந்தியாப் போறாங்களாம்!"

"ஆமாம்."

"பாக்கு வெத்திலை மாத்தியாச்சுங்களா?"

"என் மவளுக்கு இப்பதான் பல்லு முளைக்க ஆரம்பிச்சிருக்கு . . . பாக்கு வெத்திலை மாத்திக்கிட்டாத்தான் கலியாணம் நடக்குமா? இல்லாட்டி நடக்காதா?" என்று சிரித்தார் ராமையா. இந்த விஷயம் இவ்வளவு பஹிரங்கமாகியிருப்பது நல்லதா இல்லையா என்ற ஐயத்தில் சிறிது குழம்பினார் அவர்.

"சரி நீங்க போயிட்டு வாங்க, எனக்குக் கொஞ்சம் வேலை யிருக்கு" என்று ஆட்களை அனுப்பிட்டு, உள்ளே எழுந்து போய் விட்டார்.

பூஜை, ஜப வேளையைத் தவிர, அவருக்கு இப்போது வேறு ஒன்றுக்கும் பொழுதில்லை. மீனாட்சி கொல்லையிலேயே பகல் பொழுது முழுவதும் கழிந்துகொண்டிருந்தது.

முதல் வருஷ முடிவிற்குள்ளேயே பூமி அவர் படும் பாட்டைக் கண்டு நெஞ்சிளகிற்று. அடுக்குக் காசித் தும்பைகள் நீலமும் சிவப்பும் ரோஜாவுமாகப் பூத்து மலர்ந்தன. நந்தியா வட்டை கரும் பச்சை கொண்டு கிளைத்தது. மல்லிகைப் புதர் மேனி விம்மி, குழந்தை எழுந்து நின்றுவிட்டதுபோலத் தன்னையே வியந்து கிளை விட்டது. மாங்கன்றுகள் தீயைப் போலச் செங்கொழுந்து விட்டன. குழந்தையின் காதில் அரும்பும் பொற்பூபோலக் கொய்யாத் துளிர்கள் தண்டினின்று எட்டிப் பார்த்தன. பவழமல்லிச் செடிகள் சொரசொரவென்று மண்டின. ஒரு வயதைக் கடந்த குழந்தையாக, பலவர்ணப் பூக்கள் அங்கோரிடத்திலும் இங்கோரிடத்திலுமாகப் புன்முறுவல் செய்ய, அசைந்து கொடுத்தது தோட்டம்.

வழக்கம்போல வருடா வருடம் கூத்து வந்தது. ராமையாவும் தலைமேல் எல்லாப் பொறுப்புகளையும் வாரிப் போட்டுக்கொண்டு நடத்துவார். கூத்து முடிந்ததும் மீண்டும் மீனாட்சி தோட்டத்திற்குப் போய்விடுவார். கூத்துக்கு ஒத்திகையும் ஏற்பாடுகளும் நடக்கிற இரண்டு மாசம்தான் அவர் அதை முழு உயிருடன் கவனிக்க முடியவில்லை. அப்போதுகூடக் காலையில் இரண்டு மணியாவது அவருக்குச் செலவிடக் கிடைத்தது.

தோட்டத்தின் நடுவில் அவர் கையாலேயே இப்போது ஒரு சிறு மண் வீடு உருவாகிக்கொண்டிருந்தது. அதற்குக்கூட அவரே மண்ணைக் கொண்டு வந்து குழைத்துக்கொண்டிருந்தார். சொர்ணக்காள் புருஷன் எப்போதாவது வந்து கைகொடுப்பான். அவனுக்குச் சொந்தமாக ஒரு வேலி சொச்சம் நிலம் உண்டு.

அந்த வீட்டுக்குச் சுவர் எழுப்பி, மூங்கிலும் கீற்றும் போட மட்டும் பண்ணையாட்களைக் கூப்பிட்டுக்கொண்டார், ராமையா.

○○○

வீடு பூர்ணமாக எழுந்து நின்றது. வீட்டிலிருந்த சிக்குப் பலகை, முப்பது நாற்பது முக்யமான புத்தகங்கள் – எல்லாம் அங்கு குடி வந்தன.

அவற்றோடு ராமையாவும் அங்கேயே குடியேறிவிட்டார் – அதாவது பூஜைக்கும் சாப்பாட்டுக்கும் வீட்டுக்கு வருவதைத் தவிர, அவருக்கு மீனாட்சி கொல்லையே வாசமாகிவிட்டது.

பாலிக்கு இப்போது ஐந்து வயதாகி விட்டது. அவரையே உரித்து வைத்திருந்தது, குழந்தை. பிறக்கும்போது ஒளிவிட்ட வெள்ளை வர்ணம், சிறிது சிறிதாக மங்கி, அவரைப்போலவே சந்தனவர்ணமாக அமைந்திருந்தது.

வடிவுக்கும் அதைக் காப்பாற்றி உள்ளங் கைமேல் வைத்து வளர்க்கிற பொறுப்பு விழுந்துவிடவில்லை. ராமையாவோடு பாலி குளிக்க ஆற்றுக்குப் போகும். அவர் பூஜை செய்யும்போது எதிரே உட்கார்ந்து தப்பும் தவறுமாக இரண்டு பாட்டைச் சொல்லிவிட்டு, அவரோடு மீனாட்சி கொல்லைக்குப் பயணமாகி விடும். ஐந்தாவது வயது நடக்கும்போது, அதன் சொல்லும் குரலும் செம்மைப்பட்டு ஒலிக்கத் தொடங்கின.

ராமையா உட்கார்ந்து பாராயணம் செய்யும்போது, பாலி வெளியே உட்கார்ந்து சோழி விளையாடிக்கொண்டிருக்கும். சோழிகளோடு வாய்விட்டுப் பேசிக்கொண்டிருக்கும். அவர் சொன்ன கதைகளை சோழிகளுக்கு நடித்து அலுக்கவில்லை.

"கயாது, நீதானே எனக்கு அம்மா? அப்படின்னா விஷத்தைக் கொடுக்கமாட்டேன்னு அப்பாட்ட சொல்றது? விஷங்கொடுத்து என்னைக் கொன்னா, உனக்குத்தான் பாவம் அப்படீன்னிட்டு நீ அப்பாகிட்ட சொல்லணும்."

ஒரு சோழி கயாதுவாகி, இதைக் கேட்டுக்கொண்டிருந்தது.

"நீ போய்ப் பேசாமக் கண்ணை மூடிச் சாமியைப் பாத்துக் கிட்டேயிருக்கணும். நடுவிலே எழுந்துபோய் துளசியெல்லாம் பறிக்கப்படாது, பவழமல்லி மரத்தைப் போய்க் குலுக்கப்படாது. கொய்யா மரத்திலே கல்லு விட்டு எறியப்படாது. எறிஞ்சா சாமி வரமாட்டாரு. உன் கன்னத்திலே வந்து ஜில்லுன்னு சங்கை வக்யமாட்டாரு. நீயும், டால் அடிக்குது பாரு அவர் உடம்பெல்லாம்; அதைப் பாக்க முடியாது . . . எறியாம இருக்கியா? இங்கியே கண்ணை மூடிக்கிட்டு உட்கார்ந்திருக்கணும்."

பாலி ஓயாமல் பேசிக்கொண்டேயிருப்பாள். முன்பின் பழக்கமில்லாதவர்களுக்கு, நேரே பார்க்காதவர்களுக்கு அவள் என்னமோ நாலைந்து பேர்களோடு உட்கார்ந்துகொண்டு பேசுவதுபோல்தான் தோன்றும். ஓயாத பேச்சு; ஒழியாத பேச்சு. "சதா புலம்பிக்கிட்டே இருப்பியா இப்படி! உன் வாய்தான் வலிக்காதா குழந்தே" என்று உள்ளேயிருந்து குரல் கொடுப்பார், ராமையா.

"ஏன் சும்மா இப்படிப் புலம்பறே?"

"பின்னே நான் மாத்திரம் சும்மா இருப்பனா? இவன் பாட்டுக்கு ஓடிக்கிட்டேயிருக்கான். நான் படிக்கிறப்ப வந்து கொய்யாமரத்திலே கல்லை விட்டெறியறான், எரைஞ்சு எரைஞ்சு பாடறான். கத்தறான்."

"யாரு?"

"அதான் . . . வந்து . . . அவன் பேரென்ன . . . துருவன்தான். ஒரு இடத்திலே உக்காந்து கண்ணை மூடிக்கிட்டு சாமியைப் பாருன்னுதானே அங்கே அம்மா சொல்லிச்சு. அவன் இந்தக் காசித் தும்பைப் பூவெல்லாம் பறிச்சிட்டான். துண்ணூறுப் பச்சை யெல்லாம் பறிக்கிறான். என் சோழி, ராவணன் முழியெல்லாம் வந்து புடுங்குகிறான். நான் மாத்திரம் சொல்லப் படாதோ?"

ராமையா உடனே ஆசை பொங்கப் பொங்க வெளியே எழுந்து வருவார். அது பட்டுப் பாவாடையைப் பரப்பி, சோழிகளைப் போட்டு உட்கார்ந்திருக்கும். பக்கத்தில் அவருடைய தலைக்கு உயரக் கட்டை படுத்திருக்கும். அதன்மேல் ஒரு துண்டு.

பாலியின் குழந்தை தூங்கிக்கொண்டிருக்கிறது. அந்தக் கட்டைக் குழந்தையின் பெயர் சாலி.

ராமையா தேவியின் சந்நிதியில் வந்து நிற்பதுபோல் நெஞ்சு நிறைய நிறைய அதைப் பார்த்துக்கொண்டிருப்பார். மொலுமொலுவென்று ஓயாமல் பேச்சு: சிரிப்பு, கோபம், அதட்டல், மிரட்டல், தாஜாப்படுத்தல் – எல்லாம் சூன்யத்தில் வடிவெடுத்து நிற்கும் யாரோ ஒரு குழந்தையிடம், சிநேகிதியிடம், துருவனிடம், கயாதுவுடன், சீதையுடன் நடந்துகொண்டிருந்தன.

கட்டைக் குழந்தை சாலிக்கும் இதெல்லாம் நடந்து கொண்டிருந்தது. அதற்கு எண்ணெய் தேய்த்துக் குளிப்பாட்டி, பால் கொடுத்து, தட்டிக் கொடுத்துத் தூங்கச் செய்து, கோவிலுக்கு எடுத்துச் சென்று, அழுகையை நிறுத்திச் சமாதானம் செய்து, தூளி கட்டித் தாலாட்டுப் பாடி – இவ்வளவும் செய்தாக வேண்டும்.

சாலி ஒரு அடி நீள நாலு பக்கக் கட்டை. பாலை மரக்கட்டை. அழகான சாலியாக வாங்கித் தரவேண்டும் என்று தோன்றிற்று ராமையாவுக்கு. மன்னார்குடிக்கு ஏதோ காரியமாகப் போவது போலப் போனார். தனக்குப் பிடிக்கும் மன்னார்குடிச் சேப்பங்கிழங்கு ஒரு வீசையும் ராஜகோபால் செட்டியார் கடையில் செல்லுலாயிட் பொம்மை ஒன்றையும் வாங்கிக்கொண்டு வந்தார். மூன்று ரூபாய் விலை. பெரிய பொம்மை. பளபளவென்று மொழு மொழுவென்று உடல். சிவப்பு உதட்டில் மறையாத புன்சிரிப்பு. கன்னத்தில் புஷ்டியின் சிவப்பு வர்ணம். சின்னத் தொந்தி. அழகாக அட்டைப் பெட்டியில் வந்தது குழந்தை.

பாலி அவரை எதிர்பார்த்துக்கொண்டு திண்ணையில் உட்கார்ந்திருந்தது. அவரை ஊர்கோடியில் பார்த்ததும் வேகமாகத் திண்ணையைவிட்டு இறங்கி, தெரு நீளம் முழுவதும் தலை தெறிக்க ஓடி ஒரு தடவை விழுந்து எழுந்து ‘குதிச்சேன்’ என்று சொல்லிக்கொண்டே, முட்டியில் பட்ட வலியைப் பொறுத்துக் கொண்டே, மீண்டும் சிறு ஓட்டமாக ஓடி வந்து அவரைக் கட்டிக்கொண்டது.

“உனக்கு ஒரு சாலி வாங்கி வந்திருக்கிறேன்” என்று பெட்டியைப் பாலியிடம் கொடுத்து, பாலியைத் தூக்கிக்கொண்டு நடந்தார் அவர்.

“புது சாலி அத்தே” என்று வடிவத்தையிடம் கொண்டு அதைக் காண்பித்தது பாலி. ஜகது, யோகம், காவேரி, சொர்ணக்கா புருஷன், அவள் மகன் எல்லாரிடமும் காண்பித்துவிட்டு வந்தது.

அன்றிலிருந்து மீனாட்சி தோட்டத்திற்குப் போகும்போதும், வரும்போதும் இடையில் சாலி – புது சாலி. நாலு நாள் அதற்கு ஆசார உபசாரமெல்லாம் நடந்தது.

ஐந்தாவது நாள் ஒரு கால் தனியாகக் கிடந்தது. எட்டாவது நாள் வலது கை சோழிகளிடையே கிடந்தது. தலையும் மார்பும் தனித்தனியாகச் சோழி வைக்கும் பொட்டுக் கூடையில் கிடந்தது.

"தூங்குடாம்மா தூங்கு, நீ தூங்கு. நான் உன்னைக் கருட சேவை பார்க்க அழைச்சிட்டுப் போவேன். பாடணுமா? ... இந்தா விபீஷணா லங்கா ராச்சியம்..."

ராமையா சிரித்துக்கொண்டே, ஒருக்களித்த பாதி உறக்கத்தை உதறிவிட்டு எழுந்து வந்தார். பழைய சாலியை – கட்டை சாலியைக் கட்டிக்கொண்டு பாடிக்கொண்டிருந்தது. பாலி.

"எங்கடா கண்ணு அந்தச் சாலி?"

"இதோ தூங்குதே."

"இதில்லே அந்த சாலி. நான் வாங்கிட்டு வந்தேனே!"

"அது ஒண்ணும் சாலியில்லே."

"ஏன் இல்லே?"

"அதுக்கு ஒண்ணுமே தெரியலேப்பா. நேத்து தொபகடீர்னு விழுந்து காலையும் கையையும் ஒடிச்சிக்கிட்டுது. விழுந்துட்டுதுப்பா. அழவே தெரியலே! ஈன்னு சிரிச்சுக்கிட்டேயிருக்கு. அப்பறம் காலையும் கையையும் நீட்ட மாட்டேங்குது. மடக்கிட்டே யிருக்கு... இதான்பா சாலி. இதான் சமத்து. பாட்டுப் பாடினா உடனே கண்ணை மூடிக்கிட்டு, சிவனேன்னு தூங்குது பார். அதுன்னா நாலு பாட்டு பாடினாலும் முழிச்சிக்கிட்டே படுத்திருக்கும்."

"அப்படின்னா, யாருக்கானும் அதைக் கொடுத்திரட்டுமா?"

"ம்... நான் மாட்டேன். அதுக்குக் கை கால்லாம் சரியாப் பூடும்."

"அதுதான் அசட்டுப் புள்ளையா யிருக்கே!"

"வாண்டாம். இந்த சாலி பள்ளிக்கூடம் போறப்ப ஒண்டியாப் போகுமா? துணை வாண்டாமா?" என்று பொம்மையை விடவும் மனசில்லாமல் திணறிற்று பாலி.

ஒவ்வொரு மண்ணும் தன் கையாலேயே கொட்டி வளர்த்த அந்தத் தோட்டத்தில், தனிமையில் குழந்தையின் மழலையில் பரவசப்பட்டுக் கிடந்தார் அவர்.

குழந்தை தன்னைவிட்டுத் தள்ளிப் போய்த் தொடர்ந்து ஒருமணி நேரம் வேறு எங்காவது விளையாடிக்கொண்டே இருந்துவிட்டால், உடனே அழைத்துவரக் கிளம்பிவிடுவார். அதாவது குழந்தை அருகில் இல்லாவிட்டால், ஏதோ ஒரு பத்திரக் குறைவு – பலக் குறைவு ஏற்பட்ட உணர்ச்சியால் வாடிவிடுவார். மனோ தைரியமோ, உடல் வலுவோ குறைந்துவிடவில்லை. ஆனால், அந்தத் தைரியம், நம்பிக்கை, பலம் எல்லாம் பாலி எதிர்பார்த்ததற்கு மேல் ஒரு நிமிஷம் கண்முன் அல்லது தடத்தில் இல்லாது போனால் ஆட்டங் கண்டுவிடும். நடக்கிற பூமி திடீர் என்று ஆடுவது போலிருக்கும் அவருக்கு. இந்தப் புதுப் பயத்தைக் கண்டுதான் அவருக்கு ஆச்சரியமாக இருந்தது.

பாலியின் அறிவும், அழகும் ஊர்ப் பெரியவர்களை யெல்லாம் மயக்கின. வயதுக்குச் சற்று அதிகமான புத்தியை அகாலங்களிலும் வேண்டாத இடங்களிலும் காட்டாத குழந்தையைக் கண்டு யாரும் ஆசைப்படத்தான் செய்வார்கள்.

இந்த அறிவுக்கு ஈடாக அவளிடம் பிடிவாதமும் ஏராளமாக இருந்தது. சாப்பாட்டுக்கு இலையில் உட்கார்ந்தால், வேண்டாம் என்றால் வேண்டாம். வேணும் என்றால் உடனே வரவேண்டும். வடிவக்காளை இந்தப் பிடிவாதம் பல்லைப் பிடித்துப் பார்த்துவிடும்.

“உனக்கு அப்படி இடங்கொடுத்து வச்சிருக்கான் உங்கப்பன் . . . பொம்பிளைக் குழந்தைக்கு இத்தினி இடங் கொடுக்கலாமோ? . . . இன்னிக்கி நீ அரைக் கீரையைச் சாப்பிட்டுத்தான் ஆகணும்.”

“வாண்டாம்.”

“வாண்டாம்னா விடமாட்டேன் . . . அரைக்கீரை மாவா மசிஞ்சிருக்கு. வேப்பம் பூ வேற பொரிச்சு தாளிச்சிருக்கேன். ராஜா தலையைப் போய் நெரடுது.”

கிணுகிணுவென்று சிரித்தது பாலி.

“ராஜா தலையை நெரடுமா?”

இரண்டு நாளைக்கொரு தடவை வடிவக்கா இதைச் சொல்லாமல் இருக்கமாட்டாள். அவள் சமையலைப் புகழ்கிற உச்சமான பாராட்டு இதுதான். பாலி ஒன்றும் புரியாமல் விழித்தாள். ‘ராஜா தலையைப் போய் எப்படி அத்தே நெருடும். பழையது?’ என்று முதலில் கேட்டு வைத்தாள். ஆனால், மறுநாள் கத்தரிக்காய் கறி, பச்சடி, கீரை – இவைகளும் ராஜா தலையை நெருட ஆரம்பித்தபோது, பாலிக்குச் சிரிப்பு வர ஆரம்பித்து

விட்டது. அதைக் கேட்கும்போதெல்லாம் கீரை, கத்தரிக்காய்கள் கைகால் முளைத்து ஓடிப் போய், எங்கேயோ சிம்மாசனத்தில் உட்கார்ந்து ஆண்டு கொண்டிருக்கிற யாரோ ஒரு ராஜாவின் தலையைக் காலால் உதைப்பதுபோல ஒரு தோற்றம் எழுந்து, விழுந்து சிரிப்பாள் பாலி. அந்தச் சிரிப்பின் மயக்கில் பிடிக்காத கறிகாய் இரண்டுபிடி உள்ளே போய்விடும். ஆனால், திடீர் என்று விழித்துக்கொண்டு, 'எனக்குப் பிடிக்கலேத்தெ' என்று முகத்தைச் சுளுக்கிக்கொள்வாள்.

அன்று காலை. உள்ளே ஏகப்பட்ட ரகளை. குளித்துவிட்டு ஜபத்தில் உட்கார்ந்திருந்த ராமையா, அலுத்துச் சூள் கொட்டிக் கொண்டார். வடிவக்காவுக்கு உடம்பில் வலுக் குறைந்துகொண்டு வருகிறது. தொட்டதற்கெல்லாம் கோபம். வார்த்தையில் அனாவசியமான வெடுப்பு. குழந்தையை என்னமோ சொல்லிக் கொண்டிருந்தாள். கவனித்துக் கேட்டபோது, விளக்கெண்ணெய்த் தகராறு. குடிக்கவே முடியாது என்று பிடிவாதம் செய்து கொண்டிருந்தாள் பாலி.

"இதை வாணா மூந்து பாரு. எண்ணெய் வாசனையே இல்லியே, கசாயம் போட்டுல்ல இருக்கு? இன்னும் கொஞ்சம் சர்க்கரை போடட்டாம்?"

"வாண்டாம்."

"நாரத்தாங்க தரட்டுமா, காஞ்சது?"

"ஐயோ, எனக்கு வாண்டாம் அத்தை."

அத்தை பிடிவாதத்திற்குமேல் போய்க்கொண்டிருந்தது குழந்தை. கூடத்திலிருந்தபடியே பாலிக்கு இரண்டு வார்த்தைச் சொல்லிப் பார்த்தார் ராமையா. நடக்கவில்லை. எழுந்துபோய் தாஜா செய்தும் பயனில்லை. 'வாண்டாம்பா' என்று இறைஞ்சும் அந்த முகத்தைப் பார்க்கும்போது அவர் மனம் இளகி 'சரி; நீ சொன்னாலே இப்பல்லாம் கேக்கறதில்லே' என்று உளதாக்கட்டிக் கோபத்தைக் காட்டிவிட்டு, மறுபடியும் பலகையில் வந்து உட்கார்ந்துவிட்டார்.

"என்னாடி! நானும் இரண்டு நாழியா கஜகர்ணம் குட்டி கர்ணம்லாம் போட்டுப் பாக்கறேன். உங்கப்பாரு சொன்னாலும் கேக்கமாட்டேங்கறே. நீ என்னான்னு நெனைச்சுக்கிட்டிருக்குறே இப்ப? ம்... இரு உன்னை விட்டுவிடறதா இப்ப... இரு வந்திட்டேன்" என்று வெளியே எழுந்து போனாள் வடிவக்கா. குச்சி ஒடிக்கப் போகிறாளா தோப்பில் போய் என்று ராமையாவின் உள்ளம் நடுங்கிற்று. இந்தச் சமயத்தில் குழந்தையை எடுத்துக்கொண்டு

மீனாட்சி தோட்டத்தைப் பார்க்க நடந்துவிட்டால்?... ஆனால், பாதி ஜபத்தில் எப்படி எழுந்திருக்கிறது?

மூன்று நிமிஷம் இருக்கும். வடிவக்காள் திரும்பி வந்தாள். கூட சொர்ணக்கா வந்துகொண்டிருந்தாள். சொர்ணக்காவுக்கு இருபத்தைந்து வயது. அவரைவிட பத்து பதிமூன்று வயது சிறியவள். என்னமோ சொர்ணக்கா என்ற பெயர் மட்டும் நிலைத்துவிட்டது.

சொர்ணக்கா புன்னகையும் நாணமுமாக உள்ளே வந்தாள், வடிவைப் பின்தொடர்ந்து அடுக்களைக்குள் போனாள்.

“யாரு வந்திருக்கா பார்த்தியா?... இப்ப சாப்பிடுவியா மாட்டியா?” என்றது வடிவுவின் குரல்.

அசைப்பில் திரும்பி உள்ளே பார்த்தார் ராமையா.

சொர்ணக்காளைப் பார்த்ததும், ஒரு புன்சிரிப்புச் சிரித்தாள் பாலி.

“குடிக்கிறியா மாட்டியா?” என்று வடிவு எண்ணெய்ப் பாத்திரத்தை நீட்டினாள்.

பாலி முறைத்துக்கொண்டே வாங்கிக்கொண்டது. முகத்தில் சிறிது வேதனை, தலையை நிமிர்த்தி, கடகடவென்று எண்ணெய் முழுவதையும் குடித்தது. சொர்ணக்கா கூடத்தில் ராமையாவைப் பார்த்துச் சிரித்தாள்.

குடித்து முடித்ததும் குழந்தையின் முகத்தைப் பார்த்தார் அவர். இந்த ஒரு டம்ளரைக் குடிக்கத் தன் கடைசி சக்திகளை யெல்லாம் திரட்டிவிட்டதுபோல் குழந்தை தவித்தது. சொர்ணக்கா, “அடி கண்ணு, எப்படிடா கண்ணு குடிச்சே அத்தனையும் ஒரு மூச்சிலெ?” என்று அலமாரியில் பாய்ந்து, நார்த்தங்காய், கல்கண்டு பிடிபிடியாக எடுத்து, குழந்தையிடம் கொடுத்து, அதை வாரி அணைத்துக்கொண்டாள்.

“மாமியா சொல்லுக்குக் கூடவா நடக்காது?” என்று ராமையாவையும் குழந்தையையும் மாறி மாறிப் பார்த்துச் சிரித்தாள் வடிவு.

ராமையா பிரமிப்பும் புன்சிரிப்புமாக அயர்ந்து போய் உட்கார்ந்திருந்தார்.

‘அடெ!’ என்று ஒரு வார்த்தைக்குமேல் அவர் சொல்ல முடியவில்லை. மற்ற வார்த்தைகளைப் பிரமிப்பு விழுங்கிவிட்டது.

அந்தக் காட்சியைப் பார்த்ததும் ராமையாவுக்குப் பெருமை தாங்க முடியவில்லை. குழந்தையை நினைத்து வியந்துகொண்டே நின்றார்.

"புலிக்குப் பொறந்தது புல்லைத் தின்னாலும் திங்கும். ஆனா உனக்குப் பொறந்தது உன் சொல்லைக் காத்திலே விட்டிடுமா?" என்று வடிவக்கா அவரைப் பார்த்துச் சொன்னாள்.

ஒரு சின்ன சமையலறை அனுபவம், அது தன்னை இப்படி உலுக்குகிறதே என்று பிரமித்து நின்றது அவர் உள்ளம்.

"ஒரே ஒரு தடவை பேசிக்கிட்டிருந்தோம். ஒரு மாசம் முன்னாடியிருக்கும். அக்கா கடைசியிலே சொன்னாங்களே, என்னமோபோல பாத்துக்கிட்டு 'பெண்ணாயிருந்தா என்னவாம்? சொர்ணக்கா மவனுக்குக் கொடுத்திட்டாப் போவுதுன்னு' – அதைப் பத்திப் பேசிக்கிட்டிருந்தோம். இது உக்காந்து கேட்டுக் கிட்டே யிருந்தது. உடனே சட்டுனு மாத்தவும் மாத்திப்பிட்டோம் பேச்சை" என்று சொர்ணக்கா சிரித்தாள்.

ராமையாவுக்குப் பழையதெல்லாம் நினைவில் விரிந்தது. அகிலாண்டம் படுத்திருந்த கடைசி நாள் கண்முன் வந்தது. நிர்க்கதியாக விடப்பட்டு, சூன்யமான ஒரு நெடிய பாதை முன் நின்று அவர் பதைத்தது நினைவுக்கு வந்தது.

இந்தக் குழந்தையை இருந்து பார்க்காமல் போய்விட்டாளே அவள்! இது பேசுகிற பேச்சையும் செய்கிறதையும் பார்க்காமல், கேட்காமல் திடீர் என்று போய்விட்டாளே!

ராமையாவுக்கு எங்கிருந்தோ ஒரு சந்தேகம் முளைத்தது. அவளுக்குக் கொடுத்த வாக்கைக் காப்பாற்ற முடியுமா என்று ஒரு அச்சம் புல் அசைவது போல அசைந்தது. எதிர்பாராமல் வந்த இந்த அச்சத்தைக் கண்டு சிறிது மருண்டார் அவர். அவர் உயிரை வைத்துக்கொண்டிருப்பது இந்த ஒரு சொல்லைக் காப்பாற்றத்தான். மற்ற எல்லா மனிதர்களைப் போல வேலை செய்வது, பேசுவது, விவகாரங்கள் செய்வது, சாப்பிடுவது, தூங்குவது, சொல்லிக் கொடுப்பது – என்று அன்றாட வேலைகளைச் செய்துகொண்டு அவர் வாழ்ந்திருப்பதெல்லாம் அந்த ஒரு சொல்லைக் காப்பாற்றத்தான். இந்தச் சந்தேகம் ஏன் எழுந்தது! சொர்ணக்காள் சிரித்த சிரிப்பா? அகிலாண்டத்தின் கடைசி வார்த்தைகளைப்பற்றி ஏதோ சாதாரண நிகழ்ச்சியைப்போல அவள் குறிப்பிட்ட தோரணையா?... ஒன்றும் புரியாமல் உளம் அலைய நின்றார் அவர்.

"சும்மா நிக்காதே பாலி – நாலஞ்சு தடவை குதி" என்றாள் சொர்ணக்கா.

உடனே தாவாரத்து முனையிலிருந்து தொம்மென்று குதித்தது பாலி.

"இன்னொரு தடவை."

மீண்டும் பாலி குதித்தது.

"இன்னொரு தடவை."

பாலி முற்றத்தில் குதிப்பதும் தாவாரத்தில் ஏறுவதுமாக ஏழெட்டுத் தடவை ஆகிவிட்டது.

வடிவக்காள் சிரித்தாள். "மாமியாக்காரி நிறுத்தச் சொன்னாத் தானே?"

"போதும் போதும் . . ." என்று சொர்ணக்கா சொன்னதும், சிரித்துக்கொண்டே நின்றது குழந்தை.

வீடு கூட்டுகிற வெள்ளச்சி எல்லாவற்றையும் கண்டு, வியப்புத் தாங்காமல் சிரித்தாள்.

"இக்கினியூண்டு வாண்டுக்குக் கூடல்ல தெரிஞ்சிருக்கு, மாமியா சொன்னா கேக்கிணும்னு" என்று காவிப்பல் ஆச்சரியப் பட்டது.

நாலைந்து நாளாயிற்று. வழக்கம்போல மீனாட்சி தோட்டத்தில் காலையில் தண்ணீர் பாய்ச்சிக்கொண்டிருந்தார், ராமையா. அவர் கூடவே நின்று திறந்த வாய் மூடாமல் பேசிக் கொண்டிருந்தது பாலி, அது கேட்கிற கேள்விகளுக்கெல்லாம் பொறுமையாக விடையளித்துக்கொண்டே பாத்திகட்டுவதும், களைபிடுங்குவதும், நீரைக் கட்டி ஒதுக்குவதுமாக வேலையில் முனைந்திருந்தார் அவர்.

"முன்னாடி மரத்துக்கெல்லாம் பாச்சுங்கப்பா, அப்புறம் செடிக்கெல்லாம் பாச்சலாம் . . ."

"ஏம்பா கைனாலெ கைனாலெ அள்ரீங்க குப்பை எல்லாம், முள்ளுகிள்ளு இருந்து குத்திச்சின்னா . . ."

பாலி வேகமாகப் பேசும் பேச்சுக்குத் தகுந்தாற்போல புருவங்களும் கண்ணும் உதடும், தலையும் வெடுக்வெடுக்கென அசைந்துகொண்டிருக்கும். தயங்காமல், பயமில்லாமல், பட்பட் டென்று பேசும் பேச்சுக்களைக் கேட்டு, "இரு; சொர்ணக்கா மவன்கிட்ட சொல்லி, உன் வாயைத் தைக்கச் சொல்றேன்" என்பார் அவர்.

"ஊசியும் நூலும் போட்டா?"

"ஆமாம்."

"அப்புறம் யார் கிட்ட பேசும் – தைச்சுப்பிட்டா?"

"அடி காளி."

"போப்பா . . . நீதான் கதையே சொல்லமாட்டேங்கறே. சொன்னா நான் ம்ம்னு கேட்டுக்கிட்டேயிருப்பேன். நீ பேசாம தண்ணி பாச்சறே. அதான் நான் பேசறேன் . . ."

ராமையா சிரித்துக்கொள்வார். ஒருசமயம் 'நீ நீ', இன்னொரு சமயம் 'நீங்க, நீங்க,' – இப்படி மனசுக்குத் தோன்றினபடியெல்லாம் அவரை அழைப்பாள் அவள்.

"அப்பா இன்னிக்கி சாலிக்கு ஒரு புதுக் கதை சொல்றேன்னு சொல்லியிருக்கேன். புதுசா நீ ஒண்ணு சொல்லணும்!" என்று அடம்பிடித்தாள் பாலி அன்று.

"புதுக் கதையா? . . . வந்து . . . ஒரே ஒரு ஊர்லே . . ."

"யாரோ வராங்கப்பா . . ."

"யாரோ புதுசா இருக்கு."

ராமையா வேலியைப் பார்த்தார். யாரோ படலைத் திறந்து உள்ளே பாதையில் நடந்து வருவது தெரிந்தது.

"மஞ்சக்குடி வேலய்யால்ல!"

குழந்தை சூள் கொட்டிற்று; "புதுசாக் கதை சொல்ல ஆரமிச்ச உடனே வந்திட்டாங்க" என்றது. 'ஸ்' என்று அவர் எச்சரித்ததும் "யாருப்பா?" என்று வருபவரைப் பார்த்தது.

மஞ்சக்குடி வேலய்யாவுக்கு நாற்பத்தைந்து வயதிருக்கும். ராமையாவுக்கு அவரிடம் அசாத்தியமான மரியாதை, பக்தி எல்லாம் உண்டு. குரு என்ற ஒரு பாவமும் உண்டு. நந்தன் சரித்திரக் கீர்த்தனைகளை அவருக்குப் பாடம் பண்ணி வைத்தது இந்த வேலய்யாதான். பத்துப் பன்னிரண்டு வருஷங்களுக்கு முன்னால், அதாவது கங்காவைக் கலியாணம் செய்துகொண்டதும் மஞ்சக்குடிக்குப் போய் ஒரு மாதமிருந்து அந்தப் பாட்டுக்களை அவரிடம் பாடம் செய்தார் ராமையா. கங்கா, காமாட்சி, பங்கஜம் – இந்த மூவர் போனதும் அவரை வந்து பார்த்துத் தைரியம் சொன்னார் வேலய்யா. கடைசியாக விழுந்த அடியை அவருக்குத் தெரிவிக்கவில்லை ராமையா. ஆனால், அவரே தெரிந்துகொண்டு நீளமாக ஒரு கடுதாசி எழுதியிருந்தார். ஆறு வருஷம் கழித்து அவர் இப்போதுதான் வருகிறார்.

"வாங்க மாமா" என்று களைக்கொட்டை மூலையில் போட்டுவிட்டு, நீரோட்டத்திலேயே கையைக் கழுவி, தலை முண்டாசை எடுத்தார் ராமையா.

"வந்தேம்பா . . . சௌக்யமா? . . ."

"இருக்கேன்."

"இதான் . . ?"

"குழந்தை . . . பாலி, மாமாவைக் கும்பிடு."

பாலி காலில் விழுந்து வணங்கி, அவர் காலைத் தொட்டுக் கண்ணில் ஒற்றிக்கொண்டது.

"பாலியா!"

"ஆமாம். பாலாம்பா."

"ம் . . . அஞ்சு வருஷம் கழிச்சு வந்தா. ஒரு அளவுக்காவது காயங்கள்ளாம் ஆறியிருக்கும்னு நெனச்சுத்தான் இப்ப வந்தேன்."

"உடம்பிலே நல்ல ரத்தம் இருந்தா, நோய் காயம் எல்லாம் சுருக்க ஆறிவிடும். மனசிலேயும் நல்ல ரத்தம் ஓடினாத்தான் நல்லது . . . ஊரிலேந்துதான் வர்றீங்களா? ரொம்ப வருஷமாச்சு பாத்து" என்று பேச்சை மாற்றினார் ராமையா.

விடுதியில் இருவரும் உட்கார்ந்தார்கள். பாலி, யார் என்ன என்று தெரிந்துகொள்ளும் ஆவலுடன் ராமையாவின் மடியில் ஒரு கையை வைத்துச் சாய்ந்து உட்கார்ந்துகொண்டது.

இருவரும் ஒரு மணி நேரம் ஊர்ச்செய்தி, உலகச் செய்தி எல்லாம் பேசினார்கள். பாலியைப் பாடச் சொன்னார் வேலய்யா. அதுவும் ராமையா மாதிரியே சின்னக் குரலில் அவர் போடுகிற உதைவு குழைவுகளுடன் சொல்லி வைத்த மாதிரியே அரைமணி நேரம் பாடிற்று.

வேலய்யா குழந்தையைக் கண்ணெடுக்காமல் பார்த்துக் கொண்டேயிருந்தார். புருபுருவென்ற அதன் முகமும் விழிகளும், வடித்தெடுத்த உடல் அமைப்பும், அறிவும் குரலும் அவர் கண்களைக் கட்டிப் போட்டு விட்டன.

"குழந்தைக்கு என்ன நட்சத்திரம்!"

"தெரியாது!"

"தெரியாதா?" – வேலய்யாவுக்கு வியப்பாக இருந்தது.

"ஜாதகம் கணிக்கவில்லை, அவளுக்கு."

“ஜாதகம் கணிக்காவிட்டால் என்ன? பிறந்த நேரம், தேதி, வருஷம் – இதெல்லாம் தெரிந்தால் சரி.”

“நான் அதைப்பற்றி யோஜிக்கவில்லை மாமா.”

“ஏன்?”

“காரணத்தினால்தான்.”

“என்ன காரணம்?”

“அதைப் பற்றி இப்ப என்ன?”

“என்னிடம் கூடவா சொல்லப்படாது?”

“யாரிடமும் சொல்வதற்கில்லை.”

“ஏன், ஏதாவது தோஷ ஜாதகமா!”

“நான்தான் ஜாதகமே கணிக்கவில்லை என்கிறேனே!”

“பரவாயில்லை. ராமையா, நான் வந்த வேலையைச் சொல்லிப் பிடறேன். உன் குழந்தை ரொம்ப அறிவும் அழகுமாயிருக்குன்னு பல பேர் சொல்லிக் கேட்டேன். முக்யமா அதுக்குத்தான் வந்தேன். உன்னைப் பார்க்கறதும் ஒரு நோக்கம்தான். ஆனா மனசுக்குள்ள உன் குழந்தையைப் பார்க்கணும்னுதான் வந்தேன். என் பையனுக்கு வயசு பன்னிரண்டாவுது. நீ தான் பாத்திருக்கே. கண்ணுக்கு நல்லாயிருப்பான். எனக்கு நெல்லு நீரு சாப்பாட்டுக்கு கண்டு கொஞ்சம் மிஞ்சவும் மிஞ்சுது. உன் குழந்தை வந்து நம்ம வீட்டிலெ சௌக்யமாத்தான் இருக்கும்னு நினைக்கிறேன். உன்கிட்ட ஒரு வார்த்தை சொல்லி நிச்சயம் பண்ணிக்கலாம்னுதான் வந்தேன். கலியாணம் உனக்கு எப்ப இஷ்டமோ, அப்ப நடத்திக்கலாம். இப்பவே அவசரமாப் பண்ணிப்பிடணும்னு நான் சொல்லலே. ஆனா வாய் வார்த்தையா ஒரு முடிவு பண்ணி வச்சுக்கலாம்னு ஆசை. அதுதான் நான் வந்த காரியம்–”

வேலய்யா பேசிக்கொண்டே போனார். குறுக்கே விழுந்து கட்டை போட்டால் ஒழிய நிற்கமாட்டார் போலிருந்தது.

“மாமா . . . நான் சொல்றதைக் கொஞ்சம் கேட்கணும் . . . உங்களுக்குச் சம்மந்தியாகிற பாக்யம் எனக்கு இல்லே. முன்னாலேயே தீர்மானம் செய்தாச்சு,” என்று இடை மறித்தார் ராமையா.

“தீர்மானம் செய்தாச்சா? என்னத்தை!”

“குழந்தையின் கலியாணம்.”

"அப்படி நடக்கப்படாதுன்னுதானே நான் அதுக்கு அஞ்சு வயசாறபோதே வந்தது."

"அது பொறந்து அஞ்சு நிமிஷத்துக்கெல்லாம் அதன் கலியாணமும் நிச்சயமாயிடுத்து," என்று நடந்ததை யெல்லாம் சொன்னார்.

வேலைய்யா விடவில்லை.

"அது யாரப்பா சொர்ணக்கா?"

"இஞ்சதான். நாலஞ்சு வீடு போட்டுத் தள்ளி இருக்கா தெருவிலே . . . தூரத்து உறவு."

"வசதி இருக்கா . . . சொத்து இருக்கா?"

"ஏதோ கொஞ்சம் இருக்கு."

"பையன் எப்படியிருப்பான்?"

"நல்ல கறுப்பு."

"வயசு என்ன இருக்கும்?"

"ஒன்பது பத்து இருக்கும்."

"ம்" . . . என்று சிறிது நேரம் யோசித்துக்கொண்டிருந்தார், வேலய்யா.

பாலி சற்று நகர்ந்து அப்பால் உட்கார்ந்து கட்டைப் பலகை, சோழிகளுடன் விளையாடிக்கொண்டிருந்தது.

யோசனையில் ஆழ்ந்த வேலய்யா, "நம்ம பையன் ஜாதகம் ரொம்ப யோக ஜாதகமா அமைஞ்சிருக்கு ராமையா. அவன் ரொம்ப செல்வாக்கும் செலாவணியுமா இருப்பான்னு நீயே நீ ஒருதடவை பார்த்துச் சொல்லியிருக்கே. ஏழெட்டு வருஷம் முன்னே. ஞாபகமில்லே?"

"இருக்கே. உங்க பையன் ஜாதகமே ஞாபகம் இருக்கு எனக்கு."

"ஆ! அப்படியா! . . . எல்லாத்துக்கும் இருக்குட்டும்னு நானே இப்ப ஒரு நகல் கொண்டுவந்திருக்கிறேன் . . . பாரு" என்று வேஷ்டிக்கும் விலாவுக்கும் இடையில் செருகியிருந்த துணி மணி பர்ஸை எடுத்து அவிழ்த்து, ஒரு ஜாதகத்தை எடுத்து நீட்டினார் வேலய்யா.

"வாங்கிப் பாரு" என்றார் அவர்.

"மாமா, கலியாணம்னு ஜாதகம் கொடுத்து வாங்கறதா இது? அல்லது சும்மா நான் பார்க்கணும்னு கொடுக்கறீங்களா?"

"ரண்டுமாகத்தான் இருக்கட்டுமே!"

"ஒண்ணுதான் இருக்க முடியும். கலியாணத்துக்காக ஜாதகம்கிறது நடக்காது."

"அப்படிச் சொல்லாதே. வாங்கறத்தை வாங்கி வையப்பா. ஆண்டவன் என்ன நினைச்சிருக்கானோ. முடிச்சுப் போட்டு வச்சிருக்கிறவன் அவன். நாம் என்னத்தைக் கண்டோம்?"

"ஆண்டவன் என்ன நெனச்சாலும் சரி. இதிலே என் இஷ்டம்தான் நடக்கப் போவுது . . . நீங்க உள்ளே எடுத்து வச்சிங்க அதை."

"நான் கொடுக்கிறேன்னு ஒரு மரியாதைக்குக்கூட வாங்கிக்க மாட்டியா?" என்றார் வேலய்யா. ராமையாவுக்கு முகத்தில் அலுப்பும் கோபமும் பொரிந்தன. அப்படியே அந்த ஜாதகத்தை வேலய்யாவின் கையிலிருந்து பிடுங்கினார். சுக்கு நூறாகக் கிழித்துத் தூக்கி எறிந்தார்.

"ராமையா! ராமையா!" என்று பதறினார் வேலய்யா.

"நான் சொன்னேன். நீங்க கேட்கலெ."

"அதுக்காக இப்படியா? கிழிச்சா போடுவாங்க? . . . என்னப்பாது?"

ராமையா பதில் பேசவில்லை. வந்தவர் மெதுவாக விடுதியின் தாவாரத்தை விட்டு இறங்கி நடந்தார். பாதையில் நடந்து, படலைத் திறந்து வெளியேறிவிட்டார்.

பாலி இவ்வளவையும் அதிர்ச்சியடைந்தாற்போல அசையாமல் பார்த்துக்கொண்டே நின்றது. வந்தவர் வெளியே போனதும் 'போப்பா' என்று முகத்தைச் சுளுக்கிற்று.

"என்ன குழந்தே?"

"ஏம்பா அந்தக் கடுதாசை அப்படி கிழிச்சுப் போட்டே? . . . இப்படித்தான் கோச்சுக்கிறதா?" என்று சிணுங்கிற்று.

"போனாப் போவுது. நீ இஞ்ச வா. எனக்கு ஒரு முத்தா கொடு."

"நான் மாட்டேன். நீ ஏன் அவரை வெரட்டினியாம்? உனக்கு புத்தியே கிடையாதுப்பா . . . பாவம்" என்று தோட்டத்தின் வெளியே பார்த்தது பாலி.

பதில் சொல்லாமல் விடுதிக்குள் சென்றார் ராமையா. சிக்குப்பலகை முன் உட்கார்ந்து ஏதோ புத்தகத்தைப் பிரித்தார். அரை நாழிகை நேரம் கண்கள் வரிகள்மீது ஓடின. மனது ஒட்டாததால் என்ன வாசிக்கிறோம் என்று தெரியாமல் நாலைந்து பக்கங்கள் நகர்ந்தன. மூடி வைத்து எழுந்தார். அங்குமிங்கும் உலாத்தினார். பின்பு படுத்துக்கொண்டார். மல்லாந்தபடியே தான் செய்தது நியாயமா என்று தன்னையே பஞ்சாயத்து செய்துகொண்டார். நான்தான் முதலிலேயே சொன்னேனே, ஜாதகம் எல்லாம் வேண்டாம், கொடுக்காதே என்று. பன்னிப் பன்னிச் சொன்ன பிறகும் கொடுத்தால் ஆத்திரம் வந்தது . . . அதற்காகக் கிழித்துப் போடுவானேன்? பேசாமல் வாங்கி வைத்துக்கொள்கிறது. அப்புறம் தட்டிக் கழிக்கிறது – அதுதானே வரமாட்டேன் என்கிறது.

ஜாதகம் கிழிவதைக்கண்டு வேலய்யா பதைத்த பதைப்பு அவரை ஏசவே, படுத்திருந்தவர் எழுந்து, பாலியை அழைத்து, படலைப் பூட்டிக்கொண்டு வீட்டுக்குப் புறப்பட்டார். குழந்தையை வீட்டில் விட்டுவிட்டு வேலய்யாவைத் தேடிக்கொண்டு போனார்.

வந்தவரைக் காணவில்லை. சத்திரத்தில் தேடினார். சிவன் கோயில் வாசலில் இல்லை. கடைசியில் கீழத்தெரு ஓரமாக இருந்த குளத்தில் கணைக்கால் நீரில் அவர் நிற்பது தெரிந்தது. அருகே சென்றார்.

"மாமா, மன்னிக்கணும்."

"அது சரி, ஏன் அப்படி தலைகால் தெரியாமல் கோபம் வந்தது உனக்கு?"

"எனக்கு முன்கோபம் ஜாஸ்தி."

"முன்னெல்லாம் இப்படி இருக்கமாட்டியே நீ . . . சரி இப்ப என்ன தீர்மானம் பண்ணினே?"

"தீர்மானம் என்ன? நீங்க குளிச்சிப்பிட்டு சாப்பிட வரணும். இத்தனை நேரம் சமையல் எல்லாம் ஆயிருக்கும்."

"சும்மா சாப்பாடு போட்டு அனுப்பிச்சிடலாம்னு பாக்கிறியாக்கும் . . ."

"நீங்க சட்டுன்னு குளிச்சிப்பிட்டு வாங்க."

"சாப்பாட்டுக்கு என்ன இப்ப, பரவாயில்லே."

"இல்லே மாமா, நீங்க அதெல்லாம் சொல்லப்படாது. என் மேலே வருத்தம் இல்லை; மன்னிச்சுப்பிட்டேங்கறதுக்கு அடையாளம், நீங்க வந்து சாப்பிடறதுதான் . . ."

"மறுபடியும் கேக்கறேன். நீ இப்ப சொல்லு, என் மகனுக்கு என்ன? பார்க்கறதுக்கு லக்ஷணமாயிருக்கான், அதை நான் சொல்லப்படாது. படிப்பும் நெறையச் சொல்லிக் கொடுத்திட்டிருக்கேன். ஏன் காதிலே போட்டுக்க மாட்டேங்கறே நான் சொல்றதை?"

"மாமா மறுபடியும் சொல்றேன் அந்தப் பேச்சை மறுபடியும் பேச வாண்டாம். நீங்க சாப்பிட வாங்க."

"நான் சாப்பிட வரதுன்னா, அதைப் பத்திப் பேசத்தான் பேசுவேன்."

ராமையா பதில் பேசாமல், என்ன செய்வதென்று தெரியாமல் தலைகுனிந்து நின்றுகொண்டிருந்தார். தவறை உணர்ந்துவிட்டான் என்ற நினைப்பில், வேலய்யா மீண்டும் கலியாண விஷயத்தைத் 'தன்னைக் கட்டுகிற' தோரணையில் குழைவும் நல்ல புத்தியுமாகச் சொல்ல ஆரம்பித்துவிட்டார்.

"இந்த உலகத்திலே எத்தனையோ நடக்கிறது. எல்லாம் மாறிப் போகுது. தானாவும் மாறாது. செய்யறவங்களும் மாத்தறாங்க. இது ரொம்பப் பெரிய காரியம். எனக்கு இருக்கிற ஆசையினாலேதான் சொல்றேன். குழந்தை அழகையும் பேச்சையும் பார்த்தேன். எனக்கு நம்ம வீட்டு மருமகளாகத்தான் அது வரணும்னு பட்டுப் போச்சு. நீ இப்படிப் பிடிவாதம் பிடிக்கப்படாது. நீ என்னமோ நெனச்சிருக்கேங்கறே. எல்லாம் கையிலியா இருக்கு –"

வேலய்யா அந்த வாக்கியத்தில் மீதி ஏதோ சொல்ல இருந்தார். ஆனால், முடிக்க முடியவில்லை. ராமையாவின் கைகள் அதை முடித்துவிட்டன. ஆத்திரம் தாங்காமல் அவரைப் பிடித்துப் பின்னால் தள்ளினார். திடீர் என்று தள்ளவே, வேலய்யா சமாளித்துக்கொள்ளாமல் பொத்தென்று நீரில் விழுந்தார்.

ராமையா மறு நிமிடம் அங்கு நிற்கவில்லை. விறுவிறுவென்று வீட்டை நோக்கி நடந்தார்.

9

வடிவக்காள் சாப்பிட அழைத்தபோது, அவர் போகவில்லை. இடை கழியில் படுத்துக் கொண்டிருந்தார்.

"உடம்பு என்ன பண்ணுது?" என்று கேட்டாள் வடிவு. சாப்பிடுமுன் அவர் இப்படிப் படுத்துப் பார்த்ததில்லை அவள்.

"ஒண்ணுமில்லே."

"பின்னே ஏன் படுத்திருக்கே?"

"சும்மாத்தான். குழந்தை எங்கே?"

"அடுத்த வீட்டுக்குப் போயிருக்கு."

"கூப்பிடு."

"பாலி, பாலி" என்று கூப்பிட்டாள் வடிவு.

"வரேன்" என்று பதில் வந்தது. ஓட்டா ஓட்டமாக ஓடி வந்தாள் பாலி.

"அப்பா கூப்பிடுது."

"ஏம்பா?"

"பாலி எனக்கு ஒரு காரியம் செய்வியா?"

"என்னப்பா?"

"காலம்பர ஒரு மாமா வந்தாரு பாரு. அவரு கீழக் குளத்திலே வேட்டி உலத்திக்கிட்டிருப்பாரு. போய் அவரைச் சாப்பிடக் கூப்பிடறேன்னு கூப்பிட்டுக்கிட்டு வா."

"யாரு தம்பி வந்திருக்காங்க?"

"மஞ்சக்குடி வேலய்யா."

"இங்க வரலியே. நேராவா தோட்டத்துக்கு வந்தாரு?"

"ஆமாம் . . . போம்மா குழந்தே!"

"நீதான் அவரைக் கோச்சுக்கிட்டியே! வரமாட்டேன்னார்னா?"

"நீ கூப்பிட்டு வாயேன் . . . போய் எப்படியாவது அழச்சிட்டு வா!"

பாலி கீழக்குளம் வரையில் போக வேண்டிய அவசியம் ஏற்படவில்லை. வையன்னா வீட்டுத் திண்ணையில் உட்கார்ந் திருந்தார் வேலய்யா. பாலி திண்ணையருகில் போயிற்று. வையன்னா வெற்றிலையை மென்றுகொண்டு வேலய்யா சொல்வதைக் கேட்டுச் சிரித்துக்கொண்டிருந்தார்.

"இதுவே வந்திட்டுதே. என்ன பாப்பா?" என்றார் வையன்னா.

"மாமாவைப் பார்க்க வந்தேன் . . . மாமா! அப்பா உங்களைச் சாப்பிட கூப்பிடறாங்க."

"அ! என்னையா? சாப்பிடவா?"

"ஏய் பாப்பா, உங்க அப்பா குளத்திலே புடிச்சுத் தள்ளினாராமே மாமாவை?"

"எப்ப?"

"சித்தெ முன்னே."

"அப்படித்ததான் தள்ளுவாங்க."

"என்னது!"

"ஆமாம். மாமா இக்குபிக்குன்னு பேசறாங்க; அதான் தள்ளியிருப்பாங்க . . . மாமா, சாப்பிட வாங்க."

"அடேயப்பா—" என்றார் வையன்னா; "என்ன பேசினாங்க மாமா?"

"அது என்னமோ. மாமா, நீங்க வாங்க சாப்பிட."

"என்ன நெஞ்சுரப்பு பாத்திங்கள்ள அவருக்கு . . . இதுக்கு அவருக்கு மேலே இருக்கு."

"நீங்க சும்மா இருங்க மாமா!" என்று வையன்னாவைக் கடிந்து கொண்டது பாலி.

தி. ஜானகிராமன்

“மாமா! இங்கே சாப்பிடப் போறாருன்னு சொல்லு, அப்பாட்ட” என்றார் வையன்னா.

“ஏன் மாமா! இங்கியா சாப்பிடப் போறீங்க?”

வேலய்யா சொல்ல முடியாமல் மெல்ல முடியாமல் விழித்தார்.

“ஐயா இஞ்ச சாப்பிடச் சொல்றாங்க குழந்தே!”

“நீங்க எங்க வீட்டுக்குத்தானே வந்தீங்க?”

“வந்தேன் . . .”

“பின்ன வாங்க!”

“குழந்தை கூப்பிடுதே . . .” என்று மாட்டிக்கொண்டு விழித்தார் வேலய்யா.

“உங்க இஷ்டம்” என்றார் வையன்னா. “இத்தனையெல்லாம் பண்ணினார்ங்கிறீங்க. உங்களுக்குப் போகணும்னு தோணுதா?”

“எதுக்கும் போய் எட்டிப் பாத்திட்டு வந்திடறேன்.”

“சரி, மரியாதையா இருக்கிறவங்களை யார் மதிப்பாங்க?” என்று குத்தினார் வையன்னா.

“அப்படியெல்லாம் நெனச்சிக்காதீங்க . . . ராத்திரி.”

“ராத்திரி நான் உம்மைக் கூப்பிடலையே.”

“நீங்க அப்படியெல்லாம் சொல்லப்படாது” என்று சொல்லிக் கொண்டே, வேலய்யா குழந்தையுடன் நடந்தார்.

“அப்பா, மாமா வந்திட்டாங்க” என்று முன்னாலேயே ஓடிப்போய்ச் சொல்லிற்று பாலி. ராமையா எழுந்துகொண்டார்.

“வாங்க மாமா” என்று வரவேற்றார்.

“குழந்தை வந்து கூப்பிட்டுது.”

“சரி மாமா – இது ரொம்ப பெரிய விஷயம். அதனாலெ அந்தப் பேச்சை எடுக்க வேண்டாம். அதைப்பத்தி பேசாமயே சாப்பிடுவம்.’

“சரியப்பா. சாப்பிடறப்ப நீ எச்சில் கையோட இருப்பேன்னு தெரியாதா?” என்றார் வேலய்யா.

அதற்குள் வடிவு வந்துவிட்டாள் அவரை வரவேற்க.

“வாங்க மாமா... வருஷக் கணக்கிலே வராம இருந்திட்டீங் களே.”

அவளிடம் மீண்டும் துக்கம் விசாரித்துவிட்டு, இலையில் வந்து உட்கார்ந்துகொண்டார் வேலய்யா. ராமையா உட்கார்கிறபோது சொன்னார், "நீங்க ரொம்ப பெரியவங்க மாமா" என்று.

வேலய்யா பதில் சொல்லவில்லை.

"வரமாட்டீங்களோன்னு –"

"நான் என்ன அவ்வளவு பித்துக்குளியா? பரமேச்வரியே வந்து கூப்பிட்டுப்பிட்டுது . . . அப்புறம் என்ன? நான்தான் சரியா நடந்துக்கலேன்னு பட்டுப்போச்சு . . ."

வடிவக்காள் ஒன்றும் புரியாமல் விழித்தாள்.

"அப்பா, வையன்னா மாமா வீட்டிலேயே சாப்பிட்டிருவாங்க போலிருந்தது மாமா" என்றது பாலி.

"கோபத்திலே அவன்கிட்ட வந்து அழுதேன். இங்க சாப்பிடுங்கன்னுப்பிட்டான் துர்யோதனன் மாதிரி. அப்பறம்தான் எனக்குத் திகீர்னிச்சு. நல்ல வேளையாக் குழந்தை வந்தது. வந்துப்பிட்டேன்."

"என்னமோ நீங்க ரொம்ப பெரியவங்க."

ராமையா சாப்பிடும்போது வடிவுவிடம் நடந்ததை எல்லாம் சொன்னார். வடிவக்காள், "ரொம்ப அழகாயிருக்கே, விருந்துக்கு நடக்கிற உபசாரம் . . . குழந்தைக்கு இருக்கிறது கூட இல்லே நமக்கெல்லாம் . . . ஊர்லெ இருக்கிற புஸ்தகத்தை எல்லாம் வாசிச்சா ஆயிடுமா?" என்று கடிந்துகொண்டாள். ராமையா தலை நிமிரவில்லை. வேலய்யா அவளுக்குச் சமாதானம் சொல்லிக்கொண்டிருந்தார்.

ஆனால், வடிவக்காள் உள்ளே போய் தம்பி செய்ததை நினைத்துச் சிரித்தது யாருக்குத் தெரியும்?

குழந்தை ராமையாவைப் பார்த்துக் கேலிச் சிரிப்புச் சிரித்தது, வடிவு கடிந்துகொண்டபோது.

10

மூன்று நாட்கள் தங்கியிருந்தார், வேலய்யா. புறப்பட்டுப் போகிறவரையில் சூடுகண்ட பூனையாகக் கலியாணப் பேச்சைத் தொண்டைக்குள்ளேயே அமுக்கிக்கொண்டிருந்துவிட்டார். ஒன்றும் மீதியில்லாமல் பேசினார்கள். ஜோதிஷம், மனையடி சாஸ்திரம், மாட்டுச் சுழி, விவசாயம், சங்கீதம் – ஒன்றையும் விட்டு வைக்கவில்லை. வேலய்யா கடைத் தெருவில் ஏழைக் குழந்தை படுகிற வேதனையுடன், அந்தப் பேச்சை மாத்திரம் எடுக்காமல் ஆசையை விழுங்கி விழுங்கித் தவித்தார். பாலியின் விளையாட்டும் பேச்சும் வர்ணங்களும் சப்தங்களும் பல பல ஏந்திக் கவரும் பொம்மைகளைப்போல அவர் ஆசையைக் கிளறிக் கிளறிவிட்டன. அந்த ஆசை நெஞ்சிலேயே சுருண்டு மடிந்தது.

ஊருக்குப் புறப்படும்போது மென்று மென்று விழுங்கினார் அவர்.

"நான் வரேன்பா ... ஏதாவது வித்தியாசமாகச் சொல்லியிருந்தாலும் நடந்துட்டிருந்தாலும் மனசிலே வச்சிக்காம ..."

"அதெல்லாம் ஒண்ணுமில்லே மாமா" என்றார் ராமையா.

"ஒண்ணுமில்லேன்னு நீ சொல்லிப்பிட்டா ஆயிடுமா? நான் ரண்டாந்தடவை அதைப் பத்திப் பேசினாதினாலே தானே –"

"அதைப் பத்தி இப்ப என்ன? ... நான் உங்க கிட்ட மன்னிப்பு கேக்கணும். குழந்தையே

அன்னிக்கி என்னைக் கேலி பண்ணிச்சு... நான் முரட்டுத்தனமா நடந்திண்ட அந்தக் காரியத்துக்கு மன்னிப்புக் கேக்க வேண்டியது தான். கேட்டுக்கறேன். ஆனால், என்னையும் நீங்க கொஞ்சம் புரிஞ்சுக்கணும். நான் இப்ப வர வர கலங்கிப் போறேன். குழம்பிப் போயிடறேன். அந்த மகாலக்ஷ்மிக்குக் கொடுத்த வாக்கை நிறைவேத்த எனக்குப் பாலாம்பா தைரியம், பலம் எல்லாம் கொடுக்கணுமேன்னு கவலை வந்துடுது அடிக்கடி. அந்த பயத்தினாலேதான் இப்படி மரியாதை தவறிப்பிட்டேன். அவ்வளவையும் உடனே மறந்து, நீங்க குழந்தை கூப்பிட்ட உடனே வந்தீங்க ... நான் என்னத்தைச் சொல்லப் போறேன்?" என்று தலைகுனிந்து நின்றார் ராமையா. வேலய்யா பதில் பேசவில்லை.

அவரைக் கீழக் குளக்கரை வரையில் கொண்டுவிடப் போனார்கள் ராமையாவும் குழந்தையும்.

"அடிக்கடி வந்து போயிட்டிருங்க" என்றார் ராமையா.

"கட்டாயம்... பாலி! எனக்கு ஒரு முத்தா கொடு." பாலி அருகில் போனதும் குனிந்து கன்னத்தில் முத்தமிட்டுவிட்டு, விடை பெற்றுக்கொண்டார்.

"அப்பா மேலே கோபம் இல்லே மாமாக்கு" என்று அவர் திரும்பியதும் சொல்லிற்று பாலி.

வேலய்யா திரும்பிப் பார்த்தார். "எனக்கு ஒருத்தர் மேலேயும் கோபம் இல்லே. சாமி மேலதான் கோபம்" என்று அவளுக்கு விடையிறுப்பது போல் கூறிவிட்டு நடந்தார்.

திரும்பி வரும்போது வையன்னா வீட்டுத் திண்ணையில் ஒரு சின்னக் கூட்டம். வையன்னா, கணேசன், வாஞ்சிப் பிள்ளை, கிட்டன், தியாகராஜன் – எல்லோரும் உட்கார்ந்திருந்தது தெரிந்தது. வையன்னா ஏதோ சொல்லிக்கொண்டிருந்தார். அதைக் கேட்டு, பணக்கார ஹாஸ்யத்துக்குச் சிரிக்கிற சிரிப்பைச் சிரித்துக்கொண்டிருந்தார்கள் மற்றவர்கள். நெஞ்சுக்குமேல் சிரித்த சிரிப்பு விரிசல் கண்ட பாத்திரத்தைத் தட்டினாற்போலப் போலிக் கணிப்புடன் ஒலித்தது.

"வேண்டாத சம்பந்தியை மூட்டை கட்டியனுப்பிச்சிட்டு வராப்பல இருக்கு" என்றார் வையன்னா. அதைத் தொடர்ந்து எல்லோரும் சடசடசடவென்று சிரித்தார்கள்.

ராமையா திரும்பினார். அவருக்கு ஆச்சரியமாகத்தான் இருந்தது. ஏதோ பைத்தியத்தைப் பார்த்துச் சிரிக்கிறாற்போலச்

சிரிக்கும்படியாகவா ஆகிவிட்டோம்? எல்லோர் கண்ணிலும் தான் ஏதோ பித்துக்குளியாகி விட்டதாகப் பளிச்சென ஒரு எண்ணம். அந்த ஒரு கணத்தில் எப்போதும், ஊரில் உள்ள யாவரும் அவருக்குக் காட்டி வந்த ஒரு தனி மரியாதையும் அதைத் துடைத்துக்கொண்டே இந்த ஏளனமும் முந்திநிற்பது போலிருந்தது.

"சம்பந்தியா ஆனால்ல வேண்டாதது வேண்டியதுங்கற பேச்செல்லாம்?"

"அப்படியா? அப்ப அவரைச் சம்பந்தியா ஏத்துக்கற விருப்ப மில்லையாக்கும்? . . . ம் . . . குளத்திலே தள்ளினதை நான் கீழத் தெருவிலேர்ந்து வர்றப்ப பாத்துகிட்டு வந்தேன். ஆனா சாப்பிடக் கூப்பிட்டு மரியாதை பண்ணினதைப் பார்த்தா, வேலய்யா காரியத்தைச் சாதிச்சுப் பிட்டாருன்னு நெனச்சேன். நீங்க என்னமோ சொல்றீங்களே!"

ராமையாவின் மனம் புழுவாகத் துடித்தது. கூட இருந்தவர் களின் விஷமப் புன்னகைள் துடிக்கும் புழுவை நறுக் நறுக்கென்று குத்தின.

"வையன்னா, உனக்குப் பணம் இருக்கு. இந்த மாதிரி வாசலோட போறவங்களை நிறுத்தி வச்சு, தொந்தரவு பண்ணப் போது இருக்கு."

"மாமாவுக்குக் கோபம் வந்திரிச்சு" என்று மறுபடியும் வழக்கமான கயவாளிச் சிரிப்பு.

"பொறுப்பில்லாதவர்களுக்குக் கோபம் வரணும்கிற முடை கிடையாது –" என்று உள்ளுக்குள் குமைந்து புழுங்கிய வண்ணம், குழந்தையை அழைத்துக்கொண்டே நடந்தார்.

"முன்னமாதிரி இல்லை இப்பல்லாம் சேப்பு மாமா" என்று ஒரு குரல் கேட்டது. கேட்டதும் கேட்காததுமாகச் சிரிப்புகள். கணேசன் குரல்தான். அவன் செய்து வருகிற படு மோசத்தைப் பற்றிக் கேட்கவோ, தடுக்கவோ ஆளில்லாத இந்த ஊரில், அவன் யாரைப் பற்றி, என்னதான் பேசமாட்டான்?

குழந்தை அவர் விரலைப் பற்றி, அவர் முகத்தைப் பார்த்துக் கொண்டே வந்தது. அவர் துக்கப்படுவதின் நிழல் அதன் முகத்திலும் படர்ந்தது – கண்ணாடியில் பார்க்கிறாற்போல.

"ஏம்பா அந்த மஞ்சக்குடி மாமாவை மாத்திரம் குளத்திலே புடிச்சு தள்ளினியாமே . . . ஏம்பா இந்த வையன்னா மாமாவை மாத்திரம் அடிக்கலே?" என்று கேட்டது.

ராமையா திரும்பிப் பார்த்தார். லேசாகச் சிரித்தார். உடனே அவருக்குத் திரும்பிச் சென்று வையன்னாவின் கன்னத்தில் நாலு விட்டு விட்டு வரவேண்டும் போலிருந்தது.

"அத்தினி பேர் இருக்காங்கன்னு உனக்கு பயம்" என்று சேர்த்துக்கொண்டது பாலி.

சொர்ணக்காள் புருஷன் வாசல் திண்ணையில் உட்கார்ந் திருந்தான். அவரைக் கண்டதும் மரியாதையாக எழுந்தான்.

"வேலய்யா ஊருக்குப் போயிட்டாரா?"

"போய்ச் சேர்ந்தாரு."

"இந்தப் பயலுங்கள்ளாம் என்னமோ கசுமுசுன்னுட் டிருக்கானுகளே."

"என்ன!" ராமையாவுக்குத் திகில் வந்துவிட்டது. வேலய்யா சம்பந்தியாகி விட்டதாக இவன் நினைத்துவிட்டானா?

"உங்களை வந்து சம்பந்தம் பண்ணிக்கணும்னு கேட்டானாம். நீங்க இரைஞ்சீங்களாம். சண்டை போட்டீங்களாம்."

"மூச்சுப் பரியப்படாதுன்னு பண்ணிப்பிட்டேன் . . . நான் என்ன நினைக்கிறேன் தெரியுமா? இப்பவே கலியாணத்தைப் பண்ணிப்பிட்டா என்னன்னு தோணுது."

அவன் லேசாகச் சிரித்தான்.

"ஏன் பண்ணிப்பிட்டா என்ன? சொர்ணம் வாண்டங்கப் போவுதா?"

"அதில்லை... ஆனா இக்கினியூண்டு சிறுசுங்களை உக்காத்தி–"

"அதுதான் நானும் பார்க்கறேன். இல்லாட்டி நான் இருக்கிற இருப்பிலே அடுத்த முகூர்த்தத்திலேயே நடத்திப்பிடுவேன் . . . பாலி நீ போ வீட்டுக்கு . . . நான் இன்னும் கொஞ்ச நேரத்திலே வர்றேன்" என்று பாதிப் பேச்சிலேயே குழந்தையை வீட்டுக்கு அனுப்பிவிட்டார் ராமையா. திண்ணையில் வந்து உட்கார்ந்து கொண்டார்.

"நாலு பேரை ஒண்ணு பின்னே ஒண்ணா கலியாணம் பண்ணிக்கிட்டது பித்துக்குளித்தனமாயிடிச்சு."

"பித்துக்குளித்தனம் என்ன இதிலே? அவங்க அவங்க சௌகர்யம்."

80 தி. ஜானகிராமன்

"நம்ம மனுஷ ஜாதி அப்படியிருக்க விடாதே. புத்திசாலியாகவும் இருக்கணும்; தைரியசாலியாகவும் இருக்கணும். அதேசமயம் பக்கத்தில் இருக்கறவங்க கண்ணை உறுத்தப்படாது. அவங்க எப்படி இருக்கணும்னு சொல்லவும் மாட்டாங்க. பேசாம இருப்பாங்க. எப்படா தப்பு செய்வான்னு பாத்திட்டேயிருப்பாங்க. தப்பாக்கூட இருக்க வேண்டாம், அவங்க வாய் மெல்றதுக்கான காரியம் அகப்பட்டாலே போதும்."

"நீங்க ஒண்ணியும் காதிலே போட்டுக்காதிங்க மாமா."

"எனக்கென்ன ஆசையா இதெல்லாம் கேக்கணும்னு? இவங்களால்ல வந்து என் காதிலே வந்து குத்திப் பாச்சறாங்க."

"பொறுத்துக்கத்தாம் வேணும். என்னா செய்யறது? ஊர்லே ரண்டு காலிங்க இருக்கத்தான் இருக்கும். இப்ப என்னமோ சின்ன வார்சு நாலஞ்சு காலாடிங்களா வந்து வாச்சிப்பிடுத்து. நீங்க ஒண்ணும் கவலைப்படாதீங்க" என்று சமாதானம் செய்தான் அவன்.

11

ராஜங்காட்டில் நடுத்தெருவில் இருந்த ஐம்பது அறுபது வீடுகளும் ஒரு மரத்துக் கிளைகள். ஆனால், மிகக் கிளைத்துப்போன மரம் அது. எத்தனையோ தலைமுறைகளுக்கு முன்னால் ஒன்றிரண்டு குடும்பங்களாக இருந்திருக்கலாம். உறவு முறை என்று சொல்லக் கிளம்பினால் மாளாது. மனுஷ ஜாதிக்குப் பொதுவாகச் சொல்வதுபோல ஒரு தனி ரத்தம் இந்த ராஜங்காட்டு வீடுகள் எல்லாவற்றிலுமே ஓடிக்கொண்டுதானிருக்கும். இப்போது என்னமோ ஒவ்வொரு வீடும் தனி என்று சொல்லும்படியாக உறவுக் கட்டு குலைந்துவிட்டது. ஒரு காலத்தில் கொண்டான் கொடுத்தான் உறவு பன்னாடையைப் போல ஊருக்குள்ளேயே பின்னிப் பின்னி இருந்திருக்கலாம். ஆனால், ராஜங்காட்டுக்கு வெளியூர்களிலிருந்து மருமக்கள் – ஆணோ பெண்ணோ வருவது இப்போது உள்ளவர்களின் முப்பாட்டனுக்கு முப்பாட்டன் காலத்துக்கும் முன்னால் தொடங்கிவிட்டது. திருச்சி, தஞ்சை, கும்பகோணம், மாயவரம், சீர்காழி, வேதாரண்யம் என்று பல்வேறு ஊர்களிலிருந்து வேறு ரத்தங்கள் வந்து கலந்துவிட்டன.

ராமையா, வையன்னா, கணேசன், பஞ்சு, கோவாலு – இப்படி எந்த ஆட்களை எடுத்துக் கொண்டாலும் பொதுவாக உறவுக்காரர்கள் என்று சொல்லிவிடலாம். என்ன உறவு என்று சொல்லிவிட காவேரி அம்மாளால்கூட முடியாது. தலைமுறை தலைமுறைகளாகச் சிடுக்கு எடுத்துக்கொண்டே

போனால் கிடைக்கலாம். அப்படி இதோ என்று பளிச்சென்று சொல்லக் கூடியவர்கள் இப்போது இல்லை. ஆனால், எல்லோருக்கும் ராஜங்காட்டு மண்ணில் உயிர்த்தவர்கள் என்ற ஒரு உணர்வுமட்டும் இருந்தது. அந்த உணர்வுதான் நல்லதுக்கும் கெட்டதுக்கும் நடுத்தெரு வீடுகள் அத்தனையையும் ஒரு தனிப் பசையுடன் கூட்டி வைத்தது.

ராமையாவுக்கு வடிவக்காளைத் தவிர மனிதர்கள் கிடையாது என்பதெல்லாம் ஊரின் ஒட்டியும் ஒட்டாத இந்த உறவமைப்பதால்தான். அவரிடம் எல்லோருக்கும் மரியாதை உண்டு. பக்தி உண்டு, அன்புகூட உண்டு. அவரைப் பார்த்துச் சிரிப்பதுகூட அவர் மீதுள்ள அந்த உரிமையால்தான் என்று சற்று நின்று கவனித்தால் தெரியும். வீட்டிலே வேலை செய்கிற ஆளைப் பார்த்துச் சிரிப்பதுபோல், அண்ணன் தம்பியைப் பார்த்துச் சிரிப்பதுபோல அவர்கள் சிரித்தார்கள். அவர் மூன்றாவது நான்காவது கலியாணம் செய்துகொண்டதற்குக்கூட அப்படித்தான் சிரித்தார்கள்.

பாலாம்பாள் பிறந்த பிறகு சிரிப்பு அதிகமாயிற்று. இந்தச் சிரிப்புக்கு அடிப்படையும் சற்று விஸ்தாரப்பட்டு விட்டது. சொர்ணக்காளின் மகனுக்குப் பிரசவ அறையில் கிடந்த குழந்தையை நிச்சயம் செய்ததைக் கேள்விப்பட்ட முதலில் ஏதோ புதுமையைக் கேட்கிறாற்போல வியந்தார்கள். ஆனால், பாலி பிறந்ததிலிருந்து அவர் ஆள் மாறிவிட்டது போல்தான் பொதுவாக எல்லோருக்குமே பட்டது. அவருடைய முன்கோபம் தெரிந்த விஷயம்தான். ஆனால், தன் பெண்ணுக்காகவும் தானே உதவியில்லாமல் முண்டி முண்டிச் செய்த தோட்டத்துக் கொத்திற்காகவும் அந்த முன்கோபம் திரண்டபோது, எல்லோரும் ஒன்றும் புரியாமல் குழம்பினார்கள். அந்தக் குழப்பம் வேறு வகை தெரியாமல் அலட்சியமாக நகைக்கத் தொடங்கிற்று. அப்போதுகூட ஏதோ பிடிவாதம் பிடிக்கிற குழந்தையைப் பார்த்துச் சிரிக்கிறாப்போல்தான் இருந்தது அது.

ஆனால், இந்த வேலய்யா வந்துவிட்டுப் போனதிலிருந்து அந்தச் சிரிப்பு வெறும் அலட்சியச் சிரிப்பாக மட்டும் நின்று விடவில்லை. மூன்று வயசுக் குழந்தைக்குக்கூட அவனைக் கட்டி வைக்கலாம், இவனுக்குக் கொடுத்துவிடலாம் என்று பேசிக்கொள்வது யுகயுகமாக வருகிற வேடிக்கைதான். ஆனால், இது வேடிக்கை இல்லை என்று வேலய்யா குளத்தில் விழுந்து வையன்னாவிடம் அழுத பிறகுதான் தெரிந்தது. வையன்னா அதைப் பார்த்துக்கொண்டே வந்தார். தள்ளிய ராமையா

விர்ரென்று திரும்பி விரைந்ததையும், வேலய்யா மெதுவாகச் சுற்று முற்றும் பார்த்து எழுந்ததையும் பார்த்துக்கொண்டே வந்தார்.

"என்னங்க இது?" என்று அவர் வேலய்யாவை ஏதோ உடன் பிறப்பை விசாரிக்கிறது போல் விசாரிக்கத் தொடங்கியதும், வேலய்யா ஜாதகம் கிழிந்து போனதிலிருந்து ஜலத்தில் விழுந்தது வரை ஒரு பாட்டம் அழுதார். வையன்னாவைப் பற்றி அவருக்கும் தெரியும். அதிர்ச்சியும் வலியுமில்லாத சாதாரண சமயத்தில் அவர் வாயைத் திறந்து இதையெல்லாம் சொல்லியிருக்கமாட்டார்.

"நான் கவனிச்சுக்கறேன் வாங்க" என்று அவரை அழைத்துக் கொண்டு போனார் வையன்னா. மறுபடியும் ஒரு கூப்பாடு வரும் என்று வேலய்யா எதிர்பார்க்கவில்லை. அதுவும் குழந்தையே வந்து கூப்பிட்டபோது, அவருக்கு ஏன் சொன்னோம் என்றாகிவிட்டது.

'ஏன்யா, இப்படிப் படிச்ச மனுஷன்! என்னய்யா அக்ரமம் இது! புள்ளைக்குப் பொண்ணு கேட்டான்னா அது ஒரு தப்பா! இஷ்டமிருந்தா சரி, இல்லேன்னா இல்லேன்னு சொல்லிவிட்டுப்போக! ... அவரு வந்து மஞ்சக்குடியெல்லாம் சொல்லிச் சிரிக்கிறதுக்கா? ஏற்கெனவே ராஜங்காட்டாங்கன்னா எல்லாரும் ஏற இறங்கப் பாக்கறாங்க. இவரே இந்த ஆட்டம் ஆடினாருன்னா மத்தவங்கள்ளாம் எப்படியோன்னு கிலி பிடிச்சுக்கறதுக்கா? மூணாவது புள்ளதான் நல்லவன். அதோ கூரை மேலே கொள்ளிக்கட்டை வச்சிக்கிட்டு உக்காந்திருக்கான் பாருங்கன்னானாம். அப்படில்ல இருக்கு சங்கதி!'

குழந்தை வந்து கூப்பிட்டதும், வேலய்யா உடனே கிளம்பிப் போனது வையன்னாவுக்கு ஆத்திர ஆத்திரமாக வந்தது. அன்று மாலையும் மறுநாள் காலையிலும் அவர் பார்க்க வந்தபோது சமையல் உள்ளுக்குள் இருந்துகொண்டு 'வீட்டில் இல்லை' என்று சொல்லி அனுப்பிவிட்டார்.

"படிச்சவங்க அவரு. என்ன வாணா சொல்லலாம், செய்யலாம்."

"மனுஷனுக்குக் கஷ்டம் வரும். சகஜம், அதுக்காக இப்படி ஆயிடப்படாது."

"என்னாங்கது! நீங்க கேட்டதில்லே. சீதை போனப்புறம் ராமனுக்குப் புத்தி மயங்கிப் போயிடிச்சு. மறஞ்சி நின்னு குரங்கை அடிச்சிப்பிட்டானே."

"எலே, நீ சும்மா இர்றா."

"ஏன் மாமா?"

“நீ சொல்றதைப் பார்த்தா அந்த அகிலாண்டம் சீதை – இவரு ராமன்னுல்ல ஆவுது.”

“ஆமாம்.”

“அவருகிட்ட இதைப் போய்ச் சொல்லி வக்யாதேடா! நெசமாவே ராமன்னு நெனச்சுக்கிடப் போறாரு.”

மூன்று நாளைக்குள் வையன்னா திண்ணையில் உட்கார்ந்து போகிறவர் வருபவர் எல்லாரையும் கூப்பிட்டு உட்கார்த்தி வைத்து, ராஜங்காட்டில் நடந்த இந்தப் பெரிய ‘அநீதியை, அக்ரம’த்தைச் சொல்லிவிட்டார். ஒவ்வொரு தடவையும் செய்திக்கு அங்கங்களும் அவயங்களும் முளைத்துக்கொண்டிருந்தன.

காவேரியம்மாள் ஆற்றங்கரைக்குப் போய்க்கொண்டிருந்த போது கூப்பிட்டார்.

“என்ன காவேரியக்கா … நீ பாட்டுக்கு அந்திக்கும் சந்திக்கும் ஆத்திலே போய்க் குளிக்கிறதும் சமைக்கிறதுமாவே இருக்குறே …”

“பின்ன என்ன செய்யணுமாம்?”

“என்ன செய்யணுமா? உனக்கு நிறைய வேலை இருக்கு.”

“என்னவாம்?”

“உங்க ராமையா செஞ்ச காரியம் காதிலே விழுந்துதான்னேன்.”

“விழலியே.”

“அவருக்கு என்ன? சித்தம் கித்தம் சரியில்லையா?”

“சடசடன்னு சொல்லேன்.”

“காலமே நத்தத்துக் களத்திலேந்து வந்துகிட்டிருந்தேன். கீழ்த் தெருவாலே வர்றப்ப திடீர்னு அப்பா அய்யான்னு கூச்சல் கேட்டது. பாக்கறேன். நம்ம ராமையா யாரோ பெரியவரைப் புடிச்சு கழுத்திலே கையைக் கொடுத்துத் தண்ணியிலே அமுக்கிக்கிட்டிருந்தாரு. உடனே அப்படியே தண்ணியிலேயே தள்ளிப்பிட்டு விர்றுனு நடந்து போயிட்டாரு. உடம்பெல்லாம் பதறிப் போச்சு எனக்கு. ஓடிவந்தேன் பாரு, அந்த மனுஷன் மூக்கிலியும் கண்ணிலியும் தண்ணி ஏறித் தவிச்சுக்கிட்டுக் கிடந்தாரு. ஓடிவந்து தூக்கி நிறுத்தினேன். வேட்டியெல்லாம் சேறு, ஈரம், அப்படியே அவரை மெதுவாய் புடிச்சு அழச்சிட்டு திண்ணையிலே இந்த இடத்திலே தான் கொண்டு படுக்க வச்சேன். என்னடான்னு கேட்டா, உம் மவளை என் மவனுக்குக் கலியாணம் பண்ணிக் கொடுப்பியான்னு கேட்டாராம்.”

"யாரு?"

"வேலய்யா."

"மஞ்சக்குடி வேலய்யாவா?"

"ஆமாம்."

"எப்ப வந்தான்?"

"எப்பவோ."

"இப்ப எங்க இருக்கான்?"

"ராமையா வீட்டிலெதான்."

"தள்ளினான்னியே ராமையா."

"தள்றதையும் தள்ளிப்பிட்டு ஊட்லேர்ந்து மவளை அனுப்பிச்சான் சாப்பிடக் கூப்பிடறாங்கன்னு. அது வந்தது பாரு கையோடட வறீங்களா இல்லியான்னு. அப்பா கேக்கறாருன்னு ஒரு அதட்டப் போட்டிச்சு பாரு. இந்த ஆளு வெலவெலத்துப்போய் ஏந்து அதோட போயிட்டாரு."

"இப்ப ராமையா வீட்டிலேதான் இருக்கானா அவன்?"

"வெளியிலே போனா இவரு கிணத்திலே புடிச்சுத் தள்ளிட மாட்டாரு இனிமே?"

"போடா, வேலய்யாவை ரொம்ப நாளாச்சு பார்த்து" என்று குடத்துடனேயே திரும்பி, ராமையா வீட்டைப் பார்க்க நடந்தாள் காவேரி.

வையன்னாவுக்குப் பணியார டப்பாவென்று நினைத்து மணிக்கட்டு வரையில் எண்ணெய் பாத்திரத்தில் கைவிட்டாற் போலிருந்தது. மனசை நன்றாகத் துடைத்துக்கொண்டார்.

காவேரி ஒருத்திதான் அவர் சொன்னதில் கருத்தே காட்டாமல் போனவள். மற்றவர்கள் எலலோரிடமும் சொன்ன போது மரியாதையாக, கவனமாகக் கேட்டார்கள். ஜகது, ஜகதுவின் கணவன் சுப்ரமண்யன், சொர்ணக்கா, அவள் கணவன் – இந்த நாலு பேரைத்தான் அவர் விட்டு வைத்தார்.

அந்த மூன்று நாள் பாடம்தான் சின்னக் கும்பலாக அவர் வீட்டுத் திண்ணையில் உட்கார்ந்து சிரித்தது.

ராமையா பதில் சொல்லிவிட்டுப் போனதும், பேச்சு அந்தச் சம்பவத்தோடு நின்றுவிடாமல் வேறு திசைகளில் பாயத் தொடங்கிற்று. கணேசன் கூத்தில் ராமையாவை ஆட்டி வைக்கிற கோபத்தை நடித்துக் காண்பித்தான்.

சாமினாது அவர் மாதிரி கையை மூடித் தலையில் முன்னங்கை வைத்து உச்சஸ்தாயியில் கூத்துப்பாட்டு ஒன்றைப் பாடினான்.

"எலே அது கிடக்குடா, ரண்டாவது ஒண்ணு இருந்துதே, அதும் பேரென்ன?"

"காமாட்சி."

"ஆமாண்டல – காமாட்சிதான். அவ எப்படி நடப்பா? எங்கே கொஞ்சம்?" என்று எடுத்துக் கொடுத்தார் வையன்னா.

கணேசன் அப்படியே நடந்து காட்டினான்.

ராமையாவின் சந்தனக்கட்டை வர்ணம், அவர் ஜோஸ்யம் சொல்வது – இன்னும் என்னென்ன தோன்றிற்றோ, எல்லா வற்றையும் அலசி நடித்துக்காட்டினார்கள். சிரிப்பு கொம்மாள மிட்டது.

திடீரென்று ஒரு குரல் கேட்டது. வியாதிக் குரல். "என்னமோடா, அவருதான் நமக்கு வாத்தியாரு, என்ன செஞ்சா என்ன, அதுக்காக இப்படி உக்காந்து மண்டையைப் போட்டு உருட்டப்படாது" என்றான் கிட்டன். எல்லோரும் குலுங்கிக் குலுங்கிச் சிரிக்கிறபோது ஒப்புக்காக புன்னகை செய்துகொண்டிருந்தவன், கடைசியில் தாங்க முடியாமல் எதிர்க்குரல் கொடுத்து வைத்தவன்.

"யார்றாது? நீயா ... ம்ஹ்ம் ... சீடப் புள்ளைக்குக் காவக்கார வேசம் தவறாம வருதில்லே, வாத்தியாருக்கே காவல் போட ஆரமிச்சிட்டான்."

"ஆமா, அவரைப்பத்திப் பேசுங்க. எந்தக் காலத்திலேயோ செத்துப் போனாங்க ரண்டாம் பொஞ்சாதி. அதைப் பத்திப் பேசினா என்ன நியாயம்?"

"எலே! எலே! அம்மாடி! பயமாருக்குடா! இன்னும் கொஞ்ச நாளி போனா, நம்மையெல்லாம் கொத்திச் சாப்பிட்டிடுவான் போலிருக்கே."

"சும்மா இருங்கய்யா ... நொம்ப பேசவாணாம்."

"நொம்பவா ..? என்னாது!"

"ஆமாம்யா – அவங்க நம்மை ஏதாவது செஞ்சாங்களா? யாரோட சண்டை போட்டா நமக்கென்ன? வந்தவரே ஒண்ணும் சொல்லலியே."

வழக்கம் போலக் குச்சுக் கைகளை ஆட்டி ஆட்டிப் பேசினான் கிட்டன். கோபத்தில் அவன் மார்பு வேறு மேலும் கீழுமாக இரைத்தது.

"கிட்டா, நொம்ப நொம்ப பரிஞ்சு பேசறியே. அந்தப் பொண்ணை நீதான் கட்டிக்கப் போற போலிருக்கு" என்றார் வையன்னா. ஹெஹ் ஹெஹ்ஹெ என்று பெரிய சிரிப்பாகப் பதில் கொடுத்தார்கள் எல்லோரும். அவ்வளவுதான். கிட்டன் எழுந்தான். கண் ஜிவுஜிவு என்று சிவந்தது. ஒரு தாண்டாகத் தாண்டினான். விறுவிறுவென்று மேற்கே பார்க்க நடந்தான். சொர்ணக்கா புருஷனின் வீட்டுத் திண்ணையில் ராமையா உட்கார்ந்திருப்பதைப் பார்த்தான்.

"என்ன மாமா இஞ்ச வந்து உட்காந்திட்டீங்க? அங்க வந்து பாருங்க. என்னெல்லாம் பேசறானுஹன்னு."

"என்னடா பேசறானுக?"

"காலிக் காமாட்டிப் பயலுங்க . . . நான் ஓடியாந்திட்டேன். இப்படியே போய், காறித் துப்புங்க. நான் உங்களை வெய்யறதைக் கேப்பனா?"

"என்னடா வெசான்?"

பதில் வரவில்லை. கிட்டன் மலங்க மலங்க விழித்தான். விழிகள் எங்கோ பார்த்தன. மடேரென்று திண்ணையிலிருந்து கீழே விழுந்தான். கையும் காலும் வேகமாக இழுத்துக்கொண்டன. ராமையா சரேலென்று எழுந்து கையை அமுக்கிக்கொண்டார். சொர்ணம் உள்ளேயிருந்து ஒரு சாவியை எடுத்து வந்து புருஷனிடம் கொடுத்தாள். ராமையா அதைக் கிட்டன் கையில் கொடுத்து மீண்டும் அவனை அமுக்கிக்கொண்டார். சற்றுக் கழித்து இழுப்பு நின்று மயக்கமாகக் கிடந்தான் கிட்டன்.

"என் கஷ்டத்தை வாங்கி இப்படி உதைச்சுக்கறான் சொர்ணம் இந்தப் பய. வைத்தீச்வரா! இத்த ஆத்மாவை இப்படிப் பாத்திட்டிருக்கியே, உனக்கு ஏதாவது இருக்கா நெஞ்சிலே!" என்று உஷ்ணமாகக் குமைந்தார் ராமையா. அவனைத் தடவிக் கொடுத்தார். கருணை வெள்ளம் கையில் வழிந்தது.

12

கிட்டனுக்கு நிதானம் வர ஒன்றரை இரண்டு நாழிகை ஆயிற்று. எழுந்து உட்கார்ந்து மலங்க மலங்க விழித்தான். நெற்றி, மூக்கினடி, உடல் எல்லாம் வேர்வை முத்திட்டிருந்தது.

"தண்ணி கொஞ்சம் கொடுங்கக்கா" என்று சொர்ணக்காளைப் பார்த்தான். இரண்டு மிடறு தண்ணீர் உள்ளே போயிற்று.

"வீட்டிலெ கொண்டு விடட்டுமா கிட்டா?"

"வாண்டாம் மாமா . . . நானே போயிக்கறேன்."

"நான் கொண்டு விடறேன்" என்று அவனைப் பிடித்து அழைத்துக்கொண்டு ராமையா மெதுவாக நடந்தார்.

வையன்னா வீட்டுத் திண்ணையில் யாருமில்லை.

"சோம்பேறி மடம் கலைஞ்சு போச்சு மாமாவ்!" என்றான் கிட்டன்.

"போனாப் போறானுக. நீ பேசாம வா."

"போனாப் போறானுகளா? அவங்களை அப்படியே வாயைக் கட்டிப் போட வாண்டாம். குடுகுடுப்பாண்டி யெல்லாம், குலைக்க வர்ற நாயி, கடிக்க வர நாயி எல்லாத்தையும் மந்திரம் போட்டு வாயைக் கட்றாங்க பாருங்க, அந்த மாதிரி இவங்க வாயைக் கட்டணும் மாமா. நீங்க நெனச்சா முடியாதா? . . . நீங்க நொம்ப நொம்ப இடங் கொடுக்கறீங்க . . . நல்லவங்களுக்கெல்லாம் காலமில்லே மாமா இது!"

“நீ சாப்பிட்டாச்சா?” என்று அவன் கவனத்தைத் திருப்ப முயன்றார் ராமையா. மீண்டும் அவனுக்கு மயக்கம் வந்துவிடுமோ என்று அவருக்கு உள்ளூரக் கவலை அரித்தது.

“இன்னும் சாப்பிடலே.”

“முன்னாடி சாப்பிடு. அப்பறம் பேசிக்கலாம் . . .”

அவனை வீட்டில் பத்திரமாகச் சேர்த்துவிட்டு விடை பெற்றுக்கொள்ளும்போது, “மாமா, நான் சொன்னது ஞாபக மிருக்கட்டும். ச்சூ மந்திரக் காளிங்கணும் நீங்க, உடனே அவங்க மரம் மாதிரி நிக்கிணும். இப்பவே நீங்க செய்யிங்க. ஒருத்தன் சொம்பைத் தூக்கித் தலையிலே தண்ணியை மொண்டு விட்டுக் குளிச்சுக்கிட்டே இருப்பான். அப்படியே தலைக்கு மேலே போன கையி சொம்போட நிக்கும். இன்னொருத்தன் குளம்பு சாதத்தை உருட்டி வாயிலே போட்டுக்கிட்டிருப்பான். அப்படியே மெல்ற வாயி அப்படியே சோத்தோட நின்னுப்பிடும். கணேசன் பய எண்ணெய் தேச்சுக்கிட்டிருப்பான். அப்படியே தலைக்கு மேலே கையி நின்னுடும். இப்படியே சாபங் கொடுத்தாப்பல நிக்க வச்சுப்பிடனும் நீங்க—”

ராமையாவின் முகத்தில் புன்முறுவல் அரும்பிற்று. கிட்டன் சொல்கிற வித்தை ஒன்றும் அவருக்குத் தெரியாது. ஆனால், அவரிடம் இருப்பதாகக் கிட்டனுக்கு – எல்லையில்லாத – நிச்சயமான நம்பிக்கை. நான் நினைத்தால் எதுவும் செய்ய முடியுமாமே! இவ்வளவு நம்பிக்கையா? தாத்தா சொல்லுகிற கதையாகவே இருக்கிறது. லக்ஷ்மணத் தாத்தா சொல்லுகிற கதை. ஆற்றங்கரையில் வந்து இரண்டு பேர் நின்றார்களாம். வெள்ளம் சுழித்துக் கரை வழிய ஓடுகிறது. ‘எலேய், நம்ம வாத்தியாருக்கே அண்டாது போல்ருக்குடா’ என்றானாம் ஒருவன். ஊர் முழுவதும் என்னை ஏதோ அரைப் பைத்தியம் என்று நினைக்கும்போது, இந்த நோயாளியின் உள்ளத்தில் என் வடிவம் இவ்வளவு பிரும்மாண்டமாகவா நிற்கிறது!

கிட்டன் பேசிக்கொண்டேயிருந்தான்.

“அந்தப் பயலுங்க எல்லாரையும் துளி நகர முடியாம, அப்படியே கல்லுமாதிரி ஒரு மூணேமுக்கா நாளியாவது நீங்க வக்யணும். நான் பார்த்து “எலே, இப்ப பேசுங்களேண்டாலெ’ன்னு சொல்லணும். ஆளுக்கு ஒரு குத்து தாவடையைக் காட்டி உடணும் . . . சும்மா சிரிக்கிறீங்களே . . . நீங்க இப்பவே செய்யுங்க . . . இந்த வையன்னா மாட்டுக் கொட்டிலுக்குப் போறாப்பல போய், பழனி வீட்டுக் கொல்லைக்குள்ளார நளுவி கதவைத் தாப்பாப் போடப் போவாரு . . . அப்படியே தாப்பாப் போடற கையி, அப்படியே நின்று விடும், ஊர் முளுக்க வந்து பார்க்கணும் அந்த வேடிக்கையை —”

“எல சும்மா இர்றா யாரு காதிலியாவது விழப்போவது” என்று அவனை அடக்கினார், சிற்றப்பா.

“விழுந்தா என்ன? யாரையோ கோச்சுக்கிட்டார்னு மாமாவைப் பத்தி கோணாமாணான்னெல்லாம் பேசுறானே. இவன் மாத்திரம் பொறத்தியார் ஊட்டிலெ போய் அவரு ஊரிலே இல்லாதப்ப, கொல்லைவழியால போய் உள்ர உக்காந்திருக்கிறது என்ன நியாயம்னு கேக்கறேன் . . . சொல்லுங்களேன்.”

“வாயை மூட்றா . . . துக்கிரிப் பயலே . . . குட்டி குலைச்சு நாதலையிலே விடிஞ்சாப்பல ஆயிடப் போவுது . . . மாமா . . . நீங்க போங்க” என்றார் அவன் சிற்றப்பா.

“கிட்டா . . . இன்னமே நீ இப்படியெல்லாம் பேசப்படாது. யார் எப்படிப்போனா உனக்கென்ன?” என்று நல்ல புத்தி சொல்லிக்கொண்டே நகர்ந்தார் ராமையா.

“அப்படி அவனையும் இருக்கச் சொல்லுங்க” என்று குச்சிக் கைகளை ஆட்டினான் கிட்டன்.

வையன்னா வீட்டுக்கு எதிரே காலிமனை ஒன்றிருந்தது. அது வையன்னா வீட்டுப் பசுக்கள், எருமை, ஏர் மாடுகள், வண்டி மாடுகளுக்குக் கொட்டிலாகப் பல வருஷங்களுக்கு முன்னால் மாற்றப்பட்டு விட்டது. கொட்டிலுக்குப் பக்கத்து வீடு பழனி வீடு. பழனி உள்ளூரில் பிழைக்க வகை தெரியாமல் இருபது மைலுக்கப்பால் ஒரு பண்ணையில் காரியம் பார்த்துக் கொண்டிருந்தார்.

“ரொம்ப சாதுங்க அவரு. நீட்டின கத்தியிலே பாயின்னா பாய்வாரு” என்று ஊரார் அவருடைய சாதுத்தனத்தைச் சுருக்கமாகச் சொல்கிற வழக்கம். எப்போதாவது தீபாவளி, பொங்கல், வருஷப் பிறப்பு என்று நாலைந்து மாசத்துக்கொரு தடவை வருவார் அவர். அவருடைய நாலுமா நிலம் குத்தகையிலிருந்து அதிலே வருகிறது கிஸ்திக்குப் போக சாப்பாட்டுக்கு வாலைப் பிடிக்கும். பன்னிரண்டு வயசிலே ஒரு பிள்ளை, ஒன்பது வயசிலே ஒரு பெண். இரண்டரை வயசிலே ஒரு பிள்ளை. இந்தக் கடைசிப் பிள்ளை ஒன்றரை வயசில் ஒரு நாள் வையன்னா வீட்டுத் திண்ணையில் உட்காந்திருந்தது. “சாப்பிட்டியாடாலெ, என்ன கொளம்பு? என்னா கூட்டு?” என்று அதைச் செல்லம் கொஞ்சிக்கொண்டிருந்தார் வையன்னா.

வாசலோடு போய்க்கொண்டிருந்த கணேசன். “ம்ஹ்ம் . . . நடக்கட்டும்” என்று குறும்பாகச் சிரித்துக்கொண்டே நின்றான்.

“விளையாட்டுக் காட்றாப் போலிருக்கு . . . அபிமானப் புள்ளே புள்ளெதான்” என்று சிரித்தான்.

"எலே, சும்மா இர்றா . . . முடிச்சவிக்கி" என்று அவன் சொன்னதில் உள்ளூரப் பூரித்துக்கொண்டே செல்லக் கோபம் கோபித்துக்கொண்டார் வையன்னா. ராமையா இந்தத் துண்டு சம்பாஷணையைக் கொண்டே, தற்செயலாகப் போனார்.

அவர் போனதைப் பார்த்து, கணேசன் குரலைத் தாழ்த்துகிறாற்போலப் பாவனை செய்துகொண்டு "ஆயிரம் சொந்தப் பிள்ளை இருந்தாலும், இது ஆகுமா?" என்றான். அதுவும் ராமையா காதில் விழுந்தது. குழம்பிக்கொண்டே போனார் அவர்.

அந்தக் குழந்தையைப் பிறகு பார்க்கும் போதெல்லாம் அவருக்குக் கண் கூர்மையாக ஆயிற்று. என்ன கஷ்டம்! அதன் நடை, கண், கன்னம், கால் விரல்கள் – எல்லாம் வையன்னாவை நகல் எடுத்தாற் போல ஒரு பிரமை . . . பிரமையா . . . பிரமை இல்லை; அதேதான் . . . 'கிரிசை கெட்டவளே' என்று அவர் உள்ளம் ஒரு தடவை சீறிக் குதித்து அடங்கிற்று – அந்தத் தனபாக்கியத்தை நினைத்து.

இது எப்படி நடந்திருக்க முடியும்? மூன்றாவது பிள்ளை பெறப் போயிருந்தாள் வையன்னாவின் பெண் ஜாதி. மூன்று மூன்றரை வருஷமிருக்கும். பிறந்த வீட்டில் தான் பிரசவம் நடந்தது. ஆனால் அவளுக்கு உடம்பு தேறுகிறவகையாக இல்லை. மன்னார்குடி ஆஸ்பத்திரியில் கொண்டு போய்ச் சேர்த்தார்கள். ஆறு மாசம் அங்கே கிடந்தாள் அவள்.

தனபாக்கியம், வையன்னா வீட்டில் பகலில் போய், இரவுக்கும் சேர்த்துச் சமைத்து வைத்துவிட்டு வரும் பொறுப்பை ஏற்றுக்கொண்டாள்.

ஒரு தடவை வையன்னாவுக்குக் காய்ச்சல் வந்தது. இரவு முழுவதும்கூட இருந்து கஞ்சியும், வெந்நீரும் காய்ச்சிக்கொடுக்க வேண்டியிருந்தது.

ஆறு மாசம் குடும்பத்தையே கட்டி நிர்வாகம் செய்தாள் அவள் – வையன்னாவின் குழந்தைகளுக்குச் சோறு போட்டு, எண்ணெய் தேய்த்துக் குளிப்பாட்டி, பேதிக்குக் கொடுத்தது, எல்லாம். அவளுடைய இரண்டு குழந்தைகளும் அப்போதெல்லாம் அந்த வீட்டோடே கிடந்தன.

ஆறு மாசம் கழித்து நோய்க்காரி நோய் நீங்கி வந்தாள். ஆனால், ஓய்வு வேண்டியிருந்தது. தனபாக்கியத்தின் பணிகள் நீடித்து வந்தன. அவள் எழுந்து களைப்பில்லாமல் நடமாடி, வீட்டு வேலைகளைக் கவனிக்கிற வரையில் தனபாக்கியம் கண்ணுக்குக் கண்ணாகக் குடும்பத்தைப் பராமரித்தாள்.

அப்புறம் அவள் முழுவதும் நின்றுவிடவில்லை. கூப்பிட்ட குரலுக்கு அவள்தான் ஏன் என்று கேட்க வேண்டும், கை கொடுக்க வேண்டும்.

நெருக்கடியான சமயத்தில் இப்படி ஒரு குடும்பத்துக்கு ஓடாக உழைத்ததைக் கண்டு யார் மெச்சமாட்டார்கள்?

தனபாக்கியத்திற்குப் பிரசவ காலம் வந்தது. அதன் பின்பு முப்பது நாள் ஆனதுமே அவள் வையன்னாவின் பெண்ஜாதிக்கு உதவி செய்யத் தயங்கவில்லை. ஊறாத சிசுவோடு, உபகாரத்தைச் செய்துகொண்டுதானிருந்தாள்.

"சை . . ." என்று கசந்துகொண்டார் ராமையா. அப்படியே அச்சாக – பார்வை, கால் தரையின் பாவினதும் பாவாததுமான நடை, நெற்றி – எல்லாம் அப்படியே. மூக்கு தனபாக்கியம் மாதிரியிருந்தது . . . இந்தச் சாயல் எப்படி இவ்வளவு ஆணித்தரமாக அமைகிறது. தனித் தனியாகப் பார்த்தால், காது, நெற்றி, கண் எல்லாம் மாறுபட்டுக்கூட இருக்கும். ஆனால், எல்லாவற்றையும் பொதித்து ஒரு முழுசாகக் காட்டுகிற சாயல். எப்படி, பெற்ற முகத்தை, நடையைத் தனதாக்கிக் கொள்கிறது?

மறுத்துமறுத்துப் பார்த்தார் ராமையா. இல்லை . . . மறுக்கத் தேவையில்லை . . .

கணேசனுக்குக்கூடவா இது தெரியாமல் இருக்கும்? திருடனுக்குத் திருடனைத் தெரிந்துகொள்ள முடியும். கணேசன் சொன்னால், அது சரியாகத்தான் இருக்கும் – அதாவது இந்த விஷயங்களிலாவது, அவன் கிளப்பிவிட்ட சந்தேகத்தை இந்தப் பாழும் சாயல் உறுதியாக்கிவிட்டது.

கணேசன் கழுத்தை அறுத்தாலும் வாயை விட்டுவிட மாட்டான். ஆனால், தனபாக்கியம் வையன்னா வீட்டிலிருந்து குரல் வருவதற்கு முன்னால் ஓடுகிற ஓட்டமும் நெளிவும் நாணமும் எல்லோர் கண்ணையும் திறந்துவிட்டன. குழந்தையை எல்லோரும் கவனித்தார்கள். மாசத்துக்கு மாசம் வையன்னாவின் நடையும் பார்வையும் இன்னும் அழுத்தமாகவே தெரிந்தன.

ராமையாவுக்கு அன்று கேட்டது அப்படியே நினைவி லிருக்கிறது. கணேசன் அந்தக் கேள்வியைக் கேட்ட விஷயமும், வையன்னா அந்தப்புரம் வைத்துக்கொள்கிற ராஜதோரணையில் விடையிறுத்ததும் – திருடுவதில் இத்தனை பெருமையா?

பழனி எப்போதும் போல நாலு மாதங்களுக்கொருமுறை வந்து போய்க்கொண்டிருந்தார். வந்த சமயத்தில் முதல் இரண்டு குழந்தைகளையும் கொஞ்சினதுபோல் மூன்றாவதையும் கொஞ்சி விட்டுப் போவார்.

13

கோயில் நவராத்திரி பூஜை நடந்துகொண் டிருந்தது. மூன்றுவேளை பூஜை ஒழுங்காக நடக்கிற கோயில் அது. குருக்கள் தாம்புக் கயிற்றையோ, சுட்ட செங்கல்லையோ தட்டில் வைத்து மூடிக் காண்பிக்காமல், உண்மையாகச் சோறு வடித்துப் பகலில் நைவேத்தியம் செய்துவிட்டுப் போவார். காலையில் பத்துப் பதினைந்து குடம் தண்ணீரை எதிர்த்த குளத்திலிருந்து கொண்டு வந்து, உள்ள எல்லாத் தேவதைகளையும் குளிப்பாட்டி வஸ்திரத்தைப் போட்டுவிட்டுப் போவார். கோயிலுக்குக் கண்டாமணி உண்டு. ஆனால், குருக்களைத் தவிர வேறு சிப்பந்திகள் கிடையாத தால், யாராவது ஊர்க்காரர்கள் விரும்பிக் கயிற்றை அசைத்தால்தான் உண்டு. கை மணியையே பிள்ளையார் சன்னதியிலிருந்து, சனீச்வரன், சண்டிகேசன் சன்னதி வரையில் கொண்டு அடித்து விட்டுப் போய்விடுவார், குருக்கள்.

நவராத்திரிக்காக இந்தக் கோயிலில் விசேஷமாக ஒன்றும் நடந்துவிடாது. அகல் விளக்குகளில் ஒரு இருபது முப்பது அதிகப்படியாக எரியும். சிவ சன்னதியின் முன்னுள்ள மண்டபத்தில் கூட்டுறவு சங்கத்தின் பதினைஞ்சு காண்டில் விளக்கை அன்றன்று கொண்டுவந்து மாட்டிவிட்டுப் போவார்கள். ஒன்பது நாளும் இருட்டிய பிறகு, ஊரார் அத்தனை பேரும் கூடுவார்கள். மண்டபத்துக்கு முன்னால் உள்ள திறந்த வெளியில் உட்கார்ந்து சிறிசுகள் அரட்டை அடித்துக்கொண்டிருக்கும். உள்ளே பெரியவர்கள் கண்ணை இடுக்கிக்கொண்டு குருக்களையா

அர்ச்சனை செய்வதைப் பார்த்துக்கொண்டிருப்பார்கள். 'குனிஞ்சுவா, குனிஞ்சுவா' என்று தொங்கும் பதினைந்து காண்டில் விளக்கில் இடித்து கொள்ளாதவாறு வருகிறவர்களை எச்சரித்துக் கொண்டிருப்பார்கள். அர்ச்சனை முடிந்ததும் வெளியே வந்து ஊரை உட்கார்த்தி வைத்து பயத்தம் பருப்பு அல்லது கொத்துக் கடலை சுண்டல் வழங்கும்போது, ஒரு இரைச்சல் எழும். ஒவ்வொரு வீட்டிலிருந்தும் நாலு டம்ளர் வந்திருக்கும். அதற்காக சுண்டல் கொடுக்கும் ராஜ தந்திரத்தைச் சுப்பாண்டியிடம் விட்டிருப்பார்கள். அவன் மோகினி அமிர்தம் பரிமாறுவதுபோல் புகார்களுக்கு இடமில்லாமல், ஆனால் முக்கால் சட்டி சுண்டலை மீற்று, பாதியை வையன்னா, குருக்கள், தான் என்று மூன்று பங்காகப் போட்டுக்கொண்டு போய்விடுவான்.

இந்த இரைச்சலும் கூட்டமும் ராமையாவுக்கு வேண்டி யிருந்தன. காரணம் ஒன்றுமில்லை. முப்பத்தைந்து வருஷப் பழக்கம்தான். அதையும்விட இன்னொரு காரணம் அந்தக் கோயிலுக்கு வருகிற தனிக் களைதான். கோயிலுக்குள் நுழையும்போதே ஒரு அமைதியும் புதுமையும் தோன்றும். கோயிலுக்கு எதிரேயுள்ள குளத்தில் தவளைகளும் மீன்களும் துள்ளும் ஒலி; கரையில் இருந்த பெரிய அரச மரத்தில் தங்கப் பூக்கள் பூத்ததுபோல, ஆயிரக்கணக்கில் மின்மினிகள் அங்கு மட்டுமின்றி, கோயிலுக்குள் மண்டபத்திற்கு முன்னுள்ள திறந்த வெளியில் வன்னி மரக் கிளைகளுக்குமிடையே சிமிட்டும். எப்போதோ இப்படிக் கூடுகிற கூட்டம், அந்தத் திறந்த வெளி, கோயிலின் எளிமை, மின்மினிகளின் சுழலும் ஒளிகள் – எல்லாம் சேர்ந்து, வேண்டியதெல்லாம் கிடைத்துவிட்ட ஒரு உணர்வை உண்டாக்கி வருகிறது அவருக்கு. இரண்டு நவராத்திரிகளுக்கு புதுக்கோட்டைக்கும், தஞ்சாவூருக்கும் ஏழெட்டு வருஷங்களுக்கு முன்னால் போனவர். நாலு நாளில் திரும்பிவிட்டார். மேளமில்லாத, நெரிசல் இல்லாத ராஜங்காட்டு ராஜவனேச்வரன் கோயில் தருகிற நிம்மதி வேறு எங்கும் கிடைக்கவில்லை. அந்தக் கோயில்களில் முக்கியமாக மின்மினிகள் இல்லை. எதிர்க் குளத்து அரசமர இலைகள் ரகசியம் பேசுவதும், பக்கத்துத் தோப்பின் தென்னைகளின் கீற்றுகள் நிலவில் மினுமினுப்பதும் அந்தக் கோயில்களில் இல்லை.

அதுவும் கடந்த மூன்று நாலு வருஷங்களாக நவராத்திரி இரட்டை ஒளியுடன் அவர் இதயத்தில் சுடர்விட்டது. பாலியோடு கோயிலுக்குப் போவதில் அவருக்கு உவகை. அவளுக்கு நடக்கத் தெரிந்த பருவத்திலிருந்து ஒரு நவராத்திரிகூட அவள் கோயிலுக்கு வரத்தவறவில்லை. எல்லாக் குழந்தைகளையும் போல அவளும் ஒரு டம்ளரை எடுத்துக்கொண்டு வருவாள்.

திறந்த வாய் மூடாமல் பேசிக்கொண்டிருப்பவள். அங்கே வந்து வாயைத் திறக்கமாட்டாள். எல்லோரும் பேசுவதை மாறிமாறிப் பார்த்துக்கொண்டிருப்பதைத் தவிர, ஒரு வார்த்தை அவள் வாயிலிருந்து வருவதில்லை.

அன்று எட்டாம் பிறை. நிலவு, நீர் கலந்த பசும் பாலைப்போல விழுந்திருந்தது. குழந்தையை அழைத்துக்கொண்டு குளத்தில் காலை அலம்பிவிட்டு, கரையில் நின்றார் ராமையா. உச்சிக்குச் சற்றுத் தள்ளி மேற்கே விழுந்திருந்தது அரை மதி. லேசாக வீசிய காற்றில் குளத்திற்குத் தெற்கே வயல் கதிர்கள் சிலிர்த்துக் கொண்டிருந்தன. அரசமரத்துத் தகட்டிலைகள் பாலில் நனைந்து மின்னிச் சலசலத்தன. முச்செமுச் சென்று தங்கப் பொட்டுகளை மின்மினிக் கூட்டம் இலைகளுடே உதிர்த்துக்கொண்டிருந்தது. மீன் குஞ்சுகள் துள்ளின. துள்ளில் சில் சில்லென்று நுண்ணிய சிலிர்ப்புகள் குளத்தில் பரவின. ஒன்றிரண்டு தவளைகள் சற்றைக்கொரு தடவை கத்தியும் தத்தியும் கொண்டிருந்தன. குளத்துக்கு அக்கரையிலுள்ள புளியந்தோப்பு இருள் குப்பலாக மண்டிக் கிடந்தது.

குழந்தையும் அவரைப்போலவே எதிரேயுள்ள இந்த மோனக் காட்சியைப் பார்த்துக்கொண்டே நின்றது. நடு நடுவே நிமிர்ந்து, அப்பாவையும் பார்த்துக்கொண்டது அது.

"அப்பா."

"ஏன் பாலி?"

"சொர்க்கத்தில்கூட இப்படித்தானே இருக்கும்?"

"எப்படி?"

"இப்படி ஜிலு ஜிலுன்னு காத்து வீசிட்டே இருக்கும்ல? எப்ப பார்த்தாலும் அங்கே நிலாவும் காத்துமா ஜில்லுன்னு இருக்குமாமே! வேர்வை, புழுக்கம்லாம் இருக்காதாமே?"

"ஆமாம்."

"அப்படின்னா நம்ப அம்மாவுக்குத் தேவலைப்பா..."

ராமையா சற்றுத் திகைத்தார்.

"ஏம்பா, அம்மா வந்து சொர்க்கத்திலேதானே இருக்கும்?"

"ஆமாண்டா கண்ணு."

"அதான் இல்லே."

"பின்னே?"

"கைலாசம், இல்லாட்டி வைகுண்டத்திலே இருக்கும்."

"ஏன்?"

"புண்ணியம் எல்லாம் குறைஞ்ச உடனே சொர்க்கத்துக்குப் போனவங்க வந்திடுவாங்க. ஆனா. அம்மா ரொம்ப நல்லவங்க ளாமே. வைகுண்டத்துக்குத்தானே போயிருப்பாங்க. அங்க போனவங்கதான் திரும்பியே வர மாட்டாங்களே!"

"அப்படி யார் சொன்னா?"

"நீதான் சொன்னியேப்பா."

"அம்மா அங்க இருப்பாங்கன்னு யார் சொன்னா?"

"நான்தான் சொல்றேன். நீகூட அப்படித்தான். நீயும் வைகுண்டத்திலே தான் போயிருப்பே."

"ஏன்?"

"நீ ரொம்ப நல்ல அப்பா."

ராமையாவுக்கு உடல் பூரித்து ஊர்ந்தது.

"கோயிலுக்குள்ளார போகலாமா?"

"ம்."

அவருக்கு இன்னும் அங்கேயே நிற்கவேண்டும் போலிருந்தது. ஆனால், குழந்தை பேசுவதைப் பார்த்தால், மேலே என்ன என்னவெல்லாம் பேசுமோ என்று கவலை வந்துவிட்டது. அதையும்கூடக் கேட்க ஆசைதான். அவர் உள்ளம் மட்டும் நிரம்பிக் கிடந்தது. மண்டபத்தில் போய் நின்றார்.

"வாங்க மாமா" என்றார் வையன்னா.

"வந்தேம்பா."

"ஏன் பாலி, அப்பாவைத் தூக்கச் சொல்றியே, வலிக்காதா அப்பாவுக்குக் கையெல்லாம்?"

"அப்படின்னா நீங்க தூக்குங்க."

ராமையாவுக்கு அவன் குழந்தையை வாங்கிக்கொண்டு விடுவானோ என்று பயம். கீழே இறக்கிக்கொண்டே உட்கார்ந்தார்

"ராமையா... இது ஏழுலோகத்தையும் வித்துத் தலைப்பிலே முடிஞ்சுக்கற ஜாதி... தெரியுமில்ல?" என்று அதன் கன்னத்தை நிமிண்டிவிட்டு, உட்கார்ந்தார் வையன்னாவும்.

"பூஜை நடக்குதா?"

"உள்ர அர்ச்சனை நடக்குது."

"அப்ப அங்க போகலாமே!"

"போறது. இப்ப என்ன அவசரம்... உக்காருங்க போகலாம். சேந்து போகலாம் – சித்தெ போகட்டும்."

ராமையா தட்ட முடியாமல் உட்கார்ந்துகொண்டார். அவருக்குப் பேசவோ, அங்கு உட்காரவோ மனசில்லை.

"இன்னக்கி ராமலிங்கம் மண்டப்படி" என்றார் வையன்னா.

"ஆமாம்... ஏழாம் நாளாச்சே."

"மண்டப்படி பண்றானே ...என்னமோ இவனாப் பாடுபட்டுச் சொத்து சேத்தாப்பலல்ல இப்படி அளுகுண்ணித்தனமா, என்னமோ தேவடியா வீட்டிலெ புள்ளெ பொறந்தாப்பல, பண்றான் முணுமுணுத்துக்கிட்டு. அனந்தர வாரிசு சொத்து வந்திருக்கு. நல்ல செஞ்சா தேஞ்சா போயிடும்?"

ராமையா பதில் சொல்லவில்லை.

"சொத்து வந்தாப் போதுமா? மனசு வரதுக்குப் புண்யம் பண்ண வாண்டாம் ... சொத்தைக் கொடுத்திட்டுப் போனவனும் புண்யம் பண்ணியிருக்கணும் மாமா ..."

ராமையா மனதுக்குள் சிரித்துக்கொண்டார். வையன்னா தர்ம ஆராய்ச்சி செய்வது இயற்கையாகத் தான் பட்டது அவருக்கு.

சிறிது நேரம் மௌனமாகக் கழிந்தது.

"மாமா, நான் ஒண்ணு சொல்லலாம்னு நெனைக்கிறேன்."

"என்ன?"

"நம்ம பஞ்சநாதத்துக்கு மூணு புள்ளே இருக்கு. அவனும் அப்படித் தெம்பா இல்லே. ரண்டாவது பய நல்ல வெடைப் பயலா இருக்கும் போலிருக்கு."

"ரண்டாவது பயலா? கெட்டிக்காரப் பயதான்."

"அந்தக் குளந்தையை தத்துமாதிரி எடுத்து வச்சுக்குங்களேன்!"

"என்ன!"

"உங்களுக்குப் பிற்காலத்துக்கு ..."

"எனக்குத் தத்து வந்து அவன் கிரியை பண்ணனுமா?"

"ஏன்?"

"அதைச் சொல்லத்தான் இஞ்ச வந்து உக்காந்தியா?"

"ஏதோ சட்டுனு மனசிலே தோணுச்சு. சொன்னேன்."

"எனக்கு யார் கிரியை பண்றதுன்னு நான் தீர்மானம் பண்ணிக்குவேன்."

"பண்ணுங்க . . . நான் ஒரு யோசனையாத்தான் சொல்றேன். நீங்களும் யோசியுங்க. பஞ்சநாதமும் இல்லாதவன். ஒரு குடும்பத்துக்கும் ஒத்தாசை பண்ணாப்பல இருக்கும்?"

"அப்பறம்?"

"நீங்க குழந்தையை உங்க இஷ்டப்படிக் கலியாணம் பண்ணி வையிங்க… அதுக்கும் இதுக்கும் என்ன? அதுக்கும் பாதி எளுதி வச்சிப்பிட்டாப் போவுது."

ராமையாவின் முகம் சுளித்தது. சட்டென்று எழுந்தார்.

"தத்து பித்தெல்லாம் இஞ்சு நடக்காது. ஞாபகம் இருக்கட்டும். அப்படிப் பஞ்சநாதத்து மேலே அக்கறையா இருந்திச்சின்னா, நீயே எளுதி வக்யலாமே. மச்சினன் தானே உனக்கு? உலகத்திலேயே பெரிய உறவு."

"அது சரி… நான் அதுக்குச் சொல்லலே."

"நீ ஒண்ணுக்கும் சொல்ல வாண்டாம். ஆளை விட்டா போதும்" என்று எழுந்து அர்ச்சனை நடக்கும் சன்னதியைப் பார்க்க விரைந்தார். பாலியும் கூட ஓடிற்று.

சன்னிதியில் நிற்கும்போது அவருக்கு அழாக் குறையாக இருந்தது. 'என்னைச் சோதிக்கணும்னு இந்த வையன்னா வடிவிலே வந்திருக்கியா?' என்று அங்குசத்தையும் பாசத்தையும் கையில் ஏந்தி நிற்கும் அம்பிகையைப் பார்த்துப் பொருமினார் – மனதுக்குள்.

பாலி அவர் வேட்டியைப் பிடித்துக்கொண்டு நின்று, அவரை நிமிர்ந்து பார்த்தது.

"மறுபடியும் சொல்றேன். நீ வையன்னா மாதிரி வா, வேலய்யா மாதிரி வா. இது உனக்குக் கொடுத்த சொல்லில்லே. அகிலாண்டத்துக்குக் கொடுத்த சொல்லு" என்று மீண்டும் சொல்லிக்கொண்டார். அவர் உடல் படபடவென்று நடுங்கிக் கொண்டிருந்தது.

"ராமையா, அம்பாள்மேலே ஏதாவது பாடுங்க" என்று எதிரேயிருந்த நாகராஜன் சொன்னான்.

"அதுக்கென்ன? பாடறது" என்று ஆரம்பித்தார். கோயிலில் இறைந்து கிடந்த கூட்டம் கூடி நெருங்கிற்று. அரைமணி நேரம்

பாடின பிறகு “போதும் மாமா… ஏன் சிரமப்படுறீங்க?” என்றார் வையன்னா அங்கு வந்து.

“நான் இன்னும் அரைமணி நேரம் பாடப் போறேன்.”

“சுண்டல் பாயசம் எல்லாம்.”

பதில் சொல்லாமல் மீண்டும் பாட ஆரம்பித்தார். ராமையா. கணீர் என்ற அந்தக் குரல் கோயிலின் கூம்பிய வளைவில் மோதி, கம்மென்று வெண்கலமாக கனத்து ஒலித்தது.

அவர் குனிந்தபோது சொர்ணக்கா மகன் பாலியோடு வந்து பக்கத்தில் நின்றுகொண்டிருந்தான்.

‘நீ என்னா வேணா செய்துக்கோயேன். பார்த்துப்பம்’ என்று சொல்கிற மாதிரி உள்ளே சிவப்புப் புடவை கட்டி நின்ற தெய்வப் பெண் பிள்ளையைப் பார்த்து முறைத்து நின்றார் அவர்.

14

பாட்டு முடிந்தது. மறுபடியும் சூட ஒளி காண்பித்ததும் சுண்டலை வாங்கிக்கொண்டு, குஞ்சு குளுவான்களை இழுத்துக்கொண்டு வந்த கூட்டம் முழுவதும் வீட்டுக்குக் கிளம்பிற்று. பின்னால் தங்கித் தங்கிக் கோயிலுக்குள்ளேயே நின்றார் ராமையா. எல்லாரும் போன பிறகு அந்தச் சின்னப் பிரகாரத்தை ஒன்பது தடவை போல வலம் வந்தார்.

"இன்னும் நீங்க கிளம்பலியா?" என்று குருக்கள் கேட்டுக்கொண்டே நைவேத்யப் பாத்திரத்தை எடுக்க உள்ளே போனார். "கிளம்பிட்டுத்தான் இருக்கேன்" என்று ராமையா பதில் சொன்னதை நின்று காதில் வாங்கிக்கொள்ளவில்லை, ஏதோ கேட்டு வைத்தார்.

ராமையா குழந்தையை அழைத்துக்கொண்டு மீண்டும் குளக்கரையில் வந்து உட்கார்ந்தார். யாரோ அங்கு வாயைக் கொப்பளித்துக் கொண்டிருந்தார்கள்.

"யாரு அங்கே?"

"நான் தான் மாமா – தனபாக்யம்."

"வீட்டுக்குப் போகலே நீ இன்னும்?"

"உங்ககிட்ட ஒரு சேதி சொல்லணும்னு தான் நிக்கிறேன்."

"வீட்டிலெ வந்து சொல்லேன். இங்க என்ன?"

"அதுவரையில் எனக்குப் பொறுக்காது – இந்தக் குடியைக் கெடுக்கிற பய உங்க மனசை ரொம்ப

நோக அடிக்கிறான். நான் கண்ணிலே விரலைக் கொடுத்து ஆட்டிப்பிடறேன்."

"யாரைம்மா?" என்று நாலு பக்கமும் பார்த்துக்கொண்டே கேட்டார். அந்தத் தனிமையில் அவளோடு பேசுவதே அவருக்குப் பயமாக இருந்தது. உள்ளே குலையில் லேசாக ஒரு நடுக்கம்.

"அவனைத்தான் மாமா, அந்த வையன்னா நயினா இருக்கே. அந்த மானங்கெட்ட களுதையைத்தான்."

ராமையாவுக்குத் திகைப்பாக இருந்தது. ஒரு வருஷமாகக் கட்டின கணவன் மாதிரியே அவள் அவனைப் பற்றிப் பேசுகிற பேச்சையும் நெளிகிற நெளிவையும் கண்டு ஊர் சிரித்துக் கொண்டிருந்தது. "அவங்க, அவங்க" என்று பெயரைச் சொல்லாமல்தான் அவனைப் பற்றிக் குறிப்பிடுவாளாம். "அவங்க அவங்கன்னா யாரு?" என்று ஒரு நாள் காவேரி விஷமமாகக் கேட்டாளாம். "அவங்க தான் சுந்தரி வீட்டுக்காரரு" என்றாளாம் தனபாக்கியம். "வையன்னாவா! அவங்க அவங்கன்னு மூடிமூடிச் சொல்லிக்கிட்டு வர்றியே என்னமோ?" என்றாளாம் காவேரி.

"அது என்னக்கா அப்படிச் சொல்லிப்பிட்டே? ஊரிலே நெல்லு நீரும் தெம்பும் திராணியுமா இருக்கிறது ஒருத்தரு – இவளும் அவருக்குக் கொஞ்சமா செஞ்சு போடலெ. அவ சீக்காயிருந்தா வருஷக் கணக்கிலெ. அப்படி இருக்காங்கற ஒரு நெனப்பே அவங்களுக்கு வராதபடிப் பார்த்துக்கிட்டா இவ . . . சொன்னாத்தான் ஆச்சா?" என்று கண்ணைக் கிண்ணைச் சிமிட்டாமல் திறந்த கண்ணிலேயே குறும்பை வழிய விட்டுக்கொண்டு எதிர்க் கட்சிக்குப் பேசினாளாம் யோகம். இதை நின்று புன்னகையோடு கேட்டுக்கொண்டிருந்த தங்கக்கிளி, வடிவக்காளிடம் சொல்லி, வடிவக்காள் ராமையாவிடம் ஆறு மாதம் முன்னால் சொன்னாள்.

அப்படி இருந்தவளா இன்றைக்குக் கண்ணில் விரலைக் கொடுத்து ஆட்டுவதாக ஆடுகிறாள்!

"அப்படியெல்லாம் சொல்லாதே –"

"நல்லாச் சொல்லுவேன். உங்களை அழ அழ அடிச்சானாம். நீங்க பாருங்களேன்?"

எதற்கு, என்ன என்றெல்லாம் காரணம் கேட்க ராமையா வுக்குத் துணிவில்லை. இரவு வேளையில், ஊருக்கு வெளியே, எல்லாரும் போன பிறகு... ஏற்கெனவே மண்டையை உருட்டுகிறது ஊர்க்காலி நாலு.

“சரி; காலமே பேசிக்கலாம்... நீ போ” என்றார் அவர்.

“காலமே என்ன மாமா பேச்சு? இதுதான் உங்ககிட்டே சொல்லணும்னு துடிச்சுது. சொல்லிப்பிட்டேன். நீங்க கவலைப் படாதீங்க...” என்று சொல்லிக்கொண்டே, தெருவை நோக்கி நடந்தாள்.

“ஏம்பா கோச்சுக்கறாங்க இப்படி?” என்று பாலி கேட்டது.

“எனக்கும்தான் தெரியலே.”

“சும்மா சும்மா இப்படித்தாம்பா கோச்சுக்கறாங்க இவங்க.”

“சும்மா சும்மா கோச்சுக்க மாட்டாங்களே!”

“உனக்குத் தெரியாதுப்பா. நான் கொப்பளம் ஊதறத்துக்காகக் காட்டாமணிப்பால் வடிக்கறதுக்குக் கொல்லைச் சந்திலே போயிக் கிட்டிருந்தேன் . . . அப்ப வந்து இவங்க வீட்டுக் கொல்லையிலே அடுத்த வீட்டுச் சுவரைப் பார்த்துக் கத்திக்கிட்டிருந்தாங்க இவங்க மாட்டுக் கொட்டில்லே வையன்னா மாமா நின்னுகிட்டு, சுவைத்தைப் பார்த்துக்கிட்டே கேட்டுக்கிட்டிருந்தாரு. ரண்டு மூணு நாளு நான் பார்த்தேன்.”

“என்ன கத்தினா?”

“அது என்னமோ, சத்தம் போட்டுக் கோவமாப் பேசினாங்க.”

“சரி, சரி — அதெல்லாம் நீ கேக்காதே.”

“நான் கேட்டுக்கிட்டு நிக்கலேப்பா, கேட்டுக்கிட்டே பாலு ஏந்தினேன். வந்துப்பிட்டேன்.”

“அதைப் பாத்தியா தண்ணிப் பாம்பு?” என்று குளத்தைச் சுட்டிக் காண்பித்தார் ராமையா.

“ஆமாம்பா, ஏம்பா உடம்பெல்லாம் தண்ணிக்குள்ளார போட்டுக்குது. தலையை மாத்திரம் மேலே நீட்டிக்குது” என்று அந்தப் பேச்சுக்குப் பாய்ந்துவிட்டாள் பாலி. அவள் கண்கள் தண்ணீர்ப் பாம்பைப் பின்தொடர்ந்தன. அது பார்வையை விட்டு மறைந்ததும் மீன்கள் துள்ளி நீர் சிலிர்ப்பதை விடாமல் பார்த்துக்கொண்டிருந்தாள்.

குழந்தையின் அழகையும் குளத்தையும் மாறி மாறிப் பார்த்துக்கொண்டிருந்த ராமையாவின் மனம், வேறு எங்கோ சுற்றிக்கொண்டிருந்தது.

இவளுக்கும் பொல்லாதவனாயிட்டியா நீ? ரண்டு பேரும் இழைஞ்ச இழை! என்னடாது? கொலை கொத்தினேன்,

திண்ணையிலே உக்காந்து குறக்களி பண்ணினே! வேலய்யாவைத் தள்ளிப்பிட்டேன்னு ஊரெல்லாம் கூட்டி கட்சி கட்டினே! எல்லாம் போறாதுடாய்யான்னு எனக்குத் தத்து வேறல்ல எடுக்கணும்கறே. கருமாதி செய்ய புள்ளையில்லேன்னு எத்தனை அக்கறை! என்ன அங்கலாய்ப்பு! ஏண்டா அப்படியெல்லாமா அசைச்சிட முடியும்னு பாக்கறே? என்னையா! என்னையா! பாக்கறியா?

தன்னையறியாமல் ஒரு கனைப்புக் கனைத்தார் அவர், குழந்தை திரும்பிப் பார்த்தது, "என்னப்பா?"

"ஒண்ணுமில்லியே."

"திடீர்னு என்னப்பா கோபம் அவன் மேலே உனக்கு? எதுக்கு சுவரைப் பார்த்துக்கிட்டு சத்தம் போடறியாம்! கசந்து போயிடிச்சா?"

"ஏம்பா ராத்திரி முச்சுடும் இங்கியே இருக்கப்போறியா?"

"க்கும்."

"என்னத்துக்கு?"

"என்ன கேட்டே?"

"ராத்திரி முச்சுடும் இங்கியே இருக்கப் போறியான்னு கேட்டேன்."

"இல்லியே. வீட்டுக்குப் போகலாமா?"

"அப்புறம் – போகலாம் – சித்தெ நாளி களிச்சு – நீ ஒரு கதை சொல்லுப்பா."

"கதைதானே! சொல்றேன்!"

"சொல்றேன் சொல்றேன்னு ஏமாத்திப்பிடுவே. நீ இப்பவே சொல்லு."

"ஏந்து வா. சொல்லிக்கிட்டே வரேன். நீ ம்ம்னு கேட்டுக்கிட்டே வா."

"ம்."

15

அன்று ராத்திரி தூக்கத்தில் மூன்று நாலு தடவை எழுந்து கொண்டுவிட்டார். அவர் மூச்சு விடுவதும் இருமுவதும் தொண்டையைக் காருவதுமாகப் புரண்டு புரண்டு படுத்தார். இரவு கொட்டுக் கொட்டென்று விழித்துக்கொண்டிருந்தது; இருட்டுக் கண்களுடன் அவரைப் பார்த்துக் கன்னத்தில் கை வைத்துக்கொண்டு உட்கார்ந்திருந்தது. அவர் நடுநிசிக்கப்பால் ஒரு தடவை விழித்து உட்கார்ந்து கமறுவதைப் பார்த்து, யதேச்சையாக விழித்துக்கொண்ட வடிவு, "நீ இன்னும் தூங்கலே?" என்று கேட்டாள்.

"தூக்கம் வல்லே. ரண்டு தடவை துர்ச் சொப்பனமா வந்தது."

"துர்ச்சொப்பனமா?"

"ஆமாம்."

"இதோ வந்திட்டேன்" என்று எழுந்து பூஜை அலமாரியிலிருந்து கொஞ்சம் திருநீற்றைக் கொண்டு வந்து, "இந்தா இட்டுக்க" என்று நீட்டினாள். இருளைத் தடவி அவள் கையிலிருந்து எடுத்து, நெற்றியில் ஒரு விரலால் கோடு இட்டுக்கொண்டார் அவர்.

"என்ன சொப்பணம் கண்டே?"

"யாரையோ தத்து எடுத்துக்கறாப்பல சொப்பனம் கண்டேன் வடிவு."

"என்னது!" என்று ஆச்சரியத்துடன் கேட்டாள் வடிவு. "தத்து எடுத்தாப்பல காண்றது கெட்ட

சொப்பணமா? யார்றா இந்தத் தத்துவம் சொல்லிக் கொடுத்தா உனக்கு?"

"எனக்கு என்ன தத்து இப்ப? பாலிக்குப் பொறக்கப் போற குழந்தையெல்லாம் என் குழந்தைங்க தானே?"

"அது சரி, அதுக்காக அது துர்ச்சொப்பனமா?"

"அதுவும் துர்ச்சொப்பணம்தான். ரண்டாம் தடவை கண்டதும் துர்ச்சொப்பனம்தான். ரண்டாம் தடவை இந்த வையன்னாவைப் பயலைத் தத்து எடுத்துக்கறாப்பல சொப்பனம் கண்டேன்."

வடிவுக்குச் சிரிப்பு வந்தது.

அந்தச் சொப்பனம் கண்டு உண்மையாகவே உளறியடித்துக் கொண்டு விட்டார், ராமையா.

மறுநாள் முழுவதும் அவருக்கு மனசு சரியாயில்லை. இடுப்பில் கை வைத்துக்கொண்டு இடத்துக்கு இடம் சூன்யத்தைப் பார்த்து நின்றுகொண்டிருந்தார்.

அன்று வயல் வெளியெல்லாம் சுற்றிவிட்டுத் தெருவிற்குள் நுழையும்போது, வையன்னா வீட்டு வாசலில் திடீர் என்று இரைச்சல் கேட்டது. எதிர்வீட்டு வாசலில் இரண்டு மூன்று பேர் நின்றுகொண்டிருந்தார்கள்.

"அடிக்கிறாங்களே, அடிக்கிறாங்களே, பாவிங்களா பாவிங்களா, இந்த ஊர்லே அக்ரமத்தைக் கேக்க ஆள் கிடையாதா? .. ஏண்டா! பொம்மனாட்டியையா அடிக்கிறீங்க? அந்தக் கூறு கெட்டவன் சொன்னான்னா உங்களுக்கு எங்கடா புத்தி போச்சு ... அம்மா அம்மா ... இங்க வாங்களேன்!"

தனபாக்கியத்தின் குரல்மாதிரி இருந்தது. மாட்டுக் கொட்டில் கதவு சாத்தியிருந்தது. சட்டென்று எதிர் வீட்டுத் திண்ணையில் ஏறி நின்று எட்டிப் பார்த்தார் ராமையா. தலைவிரி கோலமாகத் தனபாக்கியம் வெறிபிடித்தாற் போல ஓடி ஒரு அரைச் செங்கல்லை எடுத்து வீசினாள். இரண்டு மூன்று ஆட்கள், கொட்டிலில் நின்றுகொண்டிருந்தவர்கள், கல்லிலிருந்து தப்பித்துக் கொள்வதற்காக மூலைக்கு மூலை ஓடினார்கள். ஆனால், ஒருவன் மண்டையில் விழுந்தது. தனபாக்கியம் சுவருக்கப்பால் மறைந்தாள். கதவு தாளிடும் சத்தம் கேட்டது.

வையன்னா திடுதிப்பென்று கொட்டில் கதவைத் திறந்து கொண்டு வெளியே வந்து முறைத்துக்கொண்டே தன் வீட்டுக்குள் நுழைந்தார். ராமையா நின்றதையோ, தெருவில் ஆங்காங்கு

வீட்டு வாசல்களில் ஓரிரண்டு பேர் நின்று நடப்பதைக் கேட்டுக் கொண்டிருப்பதையோ அவர் பார்க்கவில்லை. வேட்டியை மார்பில் கட்டிக்கொண்டு வெறும் மார்புடன், வெறுப்பும் கோபமும் முகத்தில் பொரிய, உள்ளே போய்விட்டார். சற்றுக் கழித்து தனபாக்கியத்தின் வீட்டிலிருந்து ஆத்திரத் தழதழப்புடனும் நெஞ்சு விரியும் கோப இரைச்சல் கேட்டது.

"மூணு ஆளை விட்டு ஒரு பொம்மனாட்டியை அடிக்கச் சொல்றான், அவங்களும் மென்னியை மடக்கிட்டு அடிக்கிறானுக. கேக்கிறதுக்கு ஆளில்லாதப் போச்சா இந்த ஊர்லெ? ஐயையோ, கையை முறிச்சிப் பிட்டானே ... ஏய் இரு, உனக்குத் தெய்வம் கூலி கொடுக்கப் போவுது! அதுக்கு முன்னாடி நானே உன்னைப் பார்த்துக்கறேன் –"

இரைச்சல் தனபாக்கியத்து வீட்டு வாசல் பக்கத்து அறையிலிருந்து கேட்டது. தெரு கேட்க வேண்டும் என்றே அங்கே வந்து கூச்சல் போட்டுக்கொண்டிருந்தாள். ஆளைக் காணவில்லை.

மாட்டுக் கொட்டிலில் அடிபட்ட ஆளின் நெற்றியில் பசும் சாணத்தை எடுத்து நெற்றிக் காயத்தில் அப்பிக்கொண்டிருந்தான் இன்னொருவன். கை மறைகிற சமயம். காயத்தை இங்கிருந்தபடி சரியாகப் பார்க்கமுடியவில்லை.

இரைச்சல் கேட்டுக்கொண்டிருந்தது. ஆனால், ஒரு பிராணி யாவது அருகே போய் என்ன, ஏது என்று கேட்கவில்லை. அவரவர்கள் அப்படியே வீட்டுக்குள் நழுவிவிட்டார்கள்.

இரைச்சல் நிற்காததைக் கேட்டு, பக்கத்துவீட்டு வாசலிலிருந்து சத்தம் கேட்டது. "சும்மா இருக்கியா, இல்லியா? இன்னும் ஒரு நொடி போச்சின்னா, இப்ப பட்டதெல்லாத்தையும் தடவிக் கொடுத்தனுன்னு சொல்லும்படியாக ஆயிடும்" என்று வையன்னா இரைச்சல் போடுவது கேட்டது. பக்கத்து வீட்டுத் திண்ணையில் இருந்ததால், அவன் கண்ணுக்குப் படவில்லை. அந்த அதட்டலைக் கேட்டோ என்னவோ ஒரு நிமிஷத்திற்கெல்லாம் இரைச்சலின் ஸ்தாயி குறைந்தது.

என்னவென்று யாரைப் போய் விசாரிப்பது? வையன்னாவைப் போய்க் கேட்க ராமையாவுக்கு விருப்பமில்லை. தனபாக்கியத்தைக் கேட்க வேண்டும் போலிருந்தது. ஆனால், கூச்சமாயிருந்தது. அப்படிப்போய்க் கேட்பது வெறும் அசட்டுத் துணிச்சலாக இருக்குமேயொழிய லாபம் ஒன்றுமிராது என்று தோன்றிற்று. திண்ணையைவிட்டு இறங்கிச் சிறிது நேரம் நின்றார். இரைச்சல் கேட்ட அறை நிசப்தமாயிருந்தது. இறங்கி வீட்டை நோக்கி அவர் நடந்தபோது, ஜன்னல்களில் பெண்கள் நாலைந்து

வீட்டில் நிற்பது தெரிந்தது. அப்பால் உள்ள வீடுகளுக்குச் செய்தியே தெரியாது போலிருந்தது. வீட்டுக்குள் வந்தார். ஜகது வாசலில் நின்றுகொண்டிருந்ததைப் பார்த்து, அவளைப் பொதுவாகக் கேட்கலாம் என்று தோன்றிற்று. அருகில் போவதற்குள், "இதோ வந்திட்டாங்க அப்பா" என்று பாலியின் குரல் கேட்டது.

"இங்கேதான் இருக்கியா?"

"ஒரு நாழியா எனக்குக் கதை சொல்லி யாவுது" என்று ஜகது சிரித்தாள்.

"என்ன கதை?"

குழந்தை விவரங்கள் சொல்லத் தொடங்கியதும், அவருக்கு எல்லாம் மறந்துவிட்டது.

"சரி, இப்ப வர்றியா? அப்பறம் வர்றியா?"

"நீ போப்பா, அப்பறமா வர்றேன்."

"சரி."

குழந்தையை ஜகதுவிடமே விட்டுவிட்டு வீட்டுக்குள் வந்தார் அவர். பூஜை அலமாரிக்கு முன் குத்து விளக்குச் சொர்ணச் சுடருடன் நிச்சலமாகக் கைகூப்பிக்கொண்டிருந்தது. அலமாரிக்கு எதிரே யாரோ வணங்கிக்கொண்டிருந்தார்கள். வடிவக்கா, 'ராமையாகூட வந்திட்டாண்டிம்மா' என்றாள்.

உருவம் எழுந்தது. தனபாக்கியம்தான்! அவளை அடையாளம் கண்டதும், ராமையாவுக்கு வாயடைத்து விட்டது.

"மாமா! நீங்கதான் மாமா என்னைக் காப்பாத்தணும்!" என்று அவரிடம் வந்து காலில் விழுந்து எழுந்தாள்.

"என்னம்மாது?... எழுந்திரு சொல்றேன்."

"என்னை அடி அடின்னு அடிச்சுப் போட்டுட்டாங்க... பாருங்க கைவளை எப்படி நசுங்கியிருக்கு! கொல்லைத் தாவாரத்திலே நின்னுகிட்டிருந்தேன். ரண்டு மூணு ஆளா வந்தான் பாருங்க. என் தலைமயிர்லெ கையைப் போட்டு லாவினாங்க. தர தரன்னு இழுத்துக்கிட்டு அடுத்தாப்பல மாட்டுக்கொட்டிலுக்கு இழுத்துக்கிட்டுப் போய் தலை முதுகெல்லாம் பத்து பதினைஞ்சு அடி வச்சுப்பிட்டான். நானும் கூச்சல் போட்டேன். ஒரு ஆளு வரணுமே! நீங்க தர்மபுத்திரர் மாதிரி இருக்கீங்களே? நீங்க இந்த ஊர்லெ இருக்கறப்பவா இப்படியெல்லாம் நடக்கும்?"

"என்னத்துக்காக அடிச்சாங்க?"

“என்னத்துக்காவது இருக்கட்டும். அதுக்காகப் பொம்பளையை – அதுவும் ஒண்டிப் பொம்பளையை வீட்டிலேர்ந்து இழுத்துக்கிட்டுப்போய் அடிக்கிறதுன்னா! இவன் தான் மாமா அடிக்கச் சொன்னான்! அடிக்கறப்ப பார்த்துக் கிட்டே நிற்கிறான்.”

“யாரு?”

“இந்தக் குடியை கெடுக்கிற பயதான் வையன்னா.”

“எனக்கு ஒண்ணும் புரியலேம்மா நீ சொல்றது. நான் ஏதாவது சொன்னாக் கோச்சுக்கமாட்டியே?”

“எனக்கு என்னத்துக்குக் கோபம்?”

“இதைச் சொன்னா யாருக்கும் கோபம் வரும்; உன்னைப் பத்தி ஊரிலே நல்ல பேச்சில்லேங்கறது தெரியுமா?”

“தெரியும் மாமா – நல்லாத் தெரியும். நான் ஒரு புள்ளை அதுக்கு சாட்சி வச்சிருக்கேனே.”

“அட பாவி.”

“பாவிதான் மாமா, ஊரெல்லாம் தெரிஞ்சு சிரிக்கிறப்ப நான் சொல்லிக்கிறதிலே என்ன? கழுத்தை முறிச்சுப் போட முடியுமா அதை?”

அவள் பேச்சு ஆரம்பத்திலிருந்தே தழதழப்பில் குழம்பிக் குழம்பி உருச் சிதைந்து வந்தது.

“வாண்டாம், சாட்சி சொல்லிக்கிட்டே இருக்கட்டும்... ஆனா, இப்ப என்ன திடீர்னு அடிக்கும்படியா வந்திரிச்சு?”

குரலைத் தாழ்த்திக்கொண்டு சொன்னாள் தனபாக்கியம். “மாமா, நான் உண்மையைச் சொல்லிப்பிடறேன் மாமா. அவன் பொண்டாட்டி உடம்பா ஆசுபத்திரியிலே கிடந்தான்னுதான் சமைச்சுப் போடப் போனேன். அதிலே வந்த வினைதான் மாமா. நிலமா எழுதி வைக்க வாண்டாம். ஒரு வேலி நிலம் வாங்கி வச்சுக்கும்படி பணம் தரேன் தரேன்னு சொல்லிட்டேயிருந்தான். கடசீல அவ வந்தா. அப்புறம் அந்தப் பேச்சே நின்னு போச்சு. ஜாடைமாடையாச் சொல்லிப் பார்த்தேன். கடசீலே ஒரு பசுமாடு அறுபது ரூவாயிலே கொண்டு கட்டினான். அதுவும் ரண்டு ஈத்து ஆயிடிச்சு. ஒரு நூத்தம்பது ரூபாய் கடன் வாங்கியிருந்தாங்க அவங்க.”

“யாரு?”

“இவங்கதான் ... வீட்டுக்காரரு ... அதைக் கொண்டா கொண்டான்னு பிடுங்கிப்பிட்டான். சும்மா மேலுக்கு வெரட்றான்; ரூபாயை எங்கிட்ட கொடுப்பான்; நான் எங்கிட்ட இருக்குன்னு அவங்ககிட்ட கொடுப்பேன். அவங்க அவன்கிட்ட இந்தாடா உன் பணம்னு தலைசுத்தி எறியறாப்பல கொடுக்கப் போறாருன்னெல்லாம் நான் நெனச்சிட்டிருந்தேன். கடசீயிலே அந்த மாட்டை ஒரு நாளைக்கு இழுத்துவந்து தன் வீட்டுக் கொல்லையிலே கட்டிக்கிட்டான். எனக்கு வயிறெல்லாம் எரிஞ்சுது. பால் வாடிக்கை ரண்டு வீட்டுக்குக் கொடுத்திட்டிருக்கேன். அவங்களுக்குப் பதில் சொல்ல முடியலே, இவனுக்கு என்ன தைரியம்! இப்படிப் போனவங்க ஏமாந்து போனா, வெளியிலே சொல்ல முடியாது. அவமானம் பழி எல்லாத்தையும் ஓசைப்படாம கடிச்சு முளுங்க வேண்டியதுதானேன்னு நெனச்சேன்! நான் என்னத்துக்கு அப்படியிருக்கணும்? ஒருத்தருக்கு துரோகம் பண்ணியாச்சு. எனக்கும் துரோகம் பண்ணிக்கன்னு சொன்னா நான் கேப்பேனா? அவ்வளவு கூறு கெட்டவளா, பிச்சைக்கார அனாதையா நான்? அதான் சத்தம் போட ஆரமிச்சேன். வெசேன். முந்தாநேத்து குட்டைக் கோவிந்துகிட்ட சொல்லியனுப்பிச்சான். பேசாம இருக்காளா, இல்லாட்டி உதை வாங்கிக்கறாளான்னு கேளுடான்னான். நான் ராமையா மாமா இல்லேடா பொறுத்துக்கிட்டுப் போக, எது வந்தாலும் நாலு கொடுத்தா ஒண்ணாவது திருப்பிக் கொடுப்பேன்னு கத்தினேன். நேத்து அதான் உங்ககிட்டே சொன்னேன். நேத்தும் சத்தம் போட்டேன். இன்னக்கிம் போட்டேன். இப்படி அடிக்கிறாங்க, ஊர்லெ யாராவது ஒரு காக்கா, ஒரு ஈ வந்து ஏன்னு கேட்டிச்சா?”

பாதி பேச்சிலேயே தனபாக்கியத்துக்குத் தழதழப்பெல்லாம் மறைந்துவிட்டது. சாதாரணமாகப் பேசிக்கொண்டே வந்தாள். ஊரைப் பற்றிச் சொல்லும்போது மட்டும் நெஞ்சையடைத்து வந்தது அவளுக்கு. சிறிது மூச்சுவிட நிறுத்தினாள்.

“நீங்க அந்த இடத்திலே இருந்திருந்தா, தடுத்திருப்பீங்களா, மாட்டீங்களா?”

இதைக் கேட்டதும் ராமையாவுக்குத் தூக்கிவாரிப் போட்டது.

“ஒரு பய வல்லியே. வேடிக்கை பார்த்து நின்னுகிட்டிருந்தாங்களே, இது எந்த ஊர்லெ அடுக்கும்?”

“நான் சொல்றேன். அவன் என்ன கேக்கறவனா? நீ இப்ப என்ன செய்யணும்ங்கறே?”

“எனக்கு அந்த பயகிட்டேயிருந்து ஒண்ணும் வாண்டாம். நான் பிராதுபோட்டு அவனைக் கோட்டிலே இளுக்கப்

போறேன். அப்ப நீங்க வந்து எனக்காகச் சொல்லணும், அடிச்சது நெஜம்தான்னு. நீங்க பாத்திங்களான்னு கேட்டா, சத்தம் கேட்டிச்சுன்னாவது சொல்லணும்."

"நீ இதுக்காகப் பிராது போடப் போறியா?"

"பின்னே? ஊரிலேயும் யாரும் கவனிக்கலே. கவனிக்க மாட்டாங்க."

"நான் போய்க் கேக்கறேன்."

"உங்ககிட்ட அவன் எத்தினி மதிப்பு வச்சிருக்கான்னு எனக்குத் தெரியும் மாமா. நானும் எதிர்த்த வீட்டிலே தான் இருக்கேன். என்ன நையாண்டி! என்ன கேலி! அதைத்தான் ஊரிலே யாராவது தடுத்தாங்களா? கூத்துக்கு இப்பிடி தொண்டைத் தண்ணியை பறிகொடுத்தீங்களே – ஒரு முட்டை நெய்க்கு இவங்களுக்கு வக்கு உண்டா, உங்களுக்கு வாங்கிக் கொடுக்க? நன்னி கெட்ட கும்பல், ஊரே நன்னி கெட்ட ஊரு. ஒரு கூடை செங்கல்லு அத்தினியும் பிடாரி... நான் விடமாட்டேன். நான் பிராது போடத்தான் போறேன். நீங்க வந்து எனக்கு ஒத்தாசையா ரண்டு வார்த்தை சொன்னாப் போதும்... இப்ப அதுக்குத்தான் வந்தேன்... நடந்தது ஒண்ணும் உங்களுக்குத் தெரியாதுன்னாலும், தெரிஞ்சாப்பல ஈரெட்டாச் சொன்னாலும் போதும்."

"சரி, பார்த்துக்கலாம் போ."

"உங்களைத்தான் நம்பியிருக்கேன் நான்."

"என்னை நம்பி என்ன பண்றது? ஆண்டவனைல்ல நம்பணும்?"

"ஆண்டவன்தான்! ஆள்றவன் இல்லே. அவன் சமயத்துக்கு எதையும் செய்யமாட்டான். நம்ம செல்லப்பன் பண்ணை வேலை பார்க்கறாப்பல."

ராமையாவுக்கு அதைக் கேட்டதும் சிரிப்பு வந்துவிட்டது. செல்லப்பனின் ஒன்றரைக் கண்ணும், நீண்டு, குச்சியாகக் கறுத்த உடலும், பரபரவென்று எதையும் சரியாகக் காதில் போட்டுக் கொள்ளாமல் அவன் ஓடுகிற ஓட்டமும் அவர் கண்முன் நின்றன. செல்லப்பனை ஒரு காரியத்தைச் செய்ய அனுப்பினால் போதும். நடுவில் வேறு யாராவது அவனைக் கூப்பிட்டு, 'செல்லப்பா, கொஞ்சம் கடையிலே சக்கரை வாங்கிக் கொடுத்திட்டுப் போயேன்' என்றால் உடனே அந்த வேலைக்குக் கிளம்பிடுவான். சக்கரை வாங்கப் போகும் போது மேலத்தெருவில் போய்

குயவ நடேசனை நான் வரச் சொன்னேன்னு சொல்லிவிட்டு வருவியா என்று யாராவது அம்மாள் சொல்லுவாள். ஆக கடைசியில் கொடுக்கிற வேலைதான் முதலில் நடக்கும். ஆனால், அவன் ஓடுகிற ஓட்டமும் உடம்பில் துடிக்கிற சுறுசுறுப்பும் ஏதோ சொன்ன மாத்திரத்தில் எதுவும் நடந்துவிடப் போகிறது என்றுதான் யாருக்கும் தோன்றும்.

அந்தச் செல்லப்பனின் உருவம் அவர் கண்முன் நின்றது. 'உனக்கு நன்றாக வேணும்' என்று ஆண்டவனிடம் சொல்ல வேண்டும் போலிருந்தது அவருக்கு.

"ஆண்டவனை நம்பறது எல்லாரும்தான் செய்யறாங்க. ஒரு மனுசங்களை ஆண்டவனா நெனைச்சு நம்புறதுதான் கயிட்டம். நான் உங்களை அப்படித்தான் நெனச்சிருக்கேன்."

குடுமிக்குப் பூ சுற்றுகிறாளா, உண்மையாகவே சொல்கிறாளா என்று சந்தேகம் வந்தது ராமையாவுக்கு.

"என்னாலே முடிஞ்சதைச் செய்யறேன்" என்றார் அவர்.

"அது சொன்னாப் போதும்... நான் போயிட்டு வரேன். நான் வரேன்க்கா, வெட்கமெல்லாம் விட்டுப் பிட்டு என்னென்னமோல் லாம் சொல்லிப்பிட்டேன். என்னாலே சொல்லாமியும் இருக்க முடியலே. இப்பதான் மொத மொத உங்கக்கிட்டே சொல்லி யழுதேன். வேற யார்கிட்டவும் சொல்லவும் மாட்டேன். சொல்லவும் முடியாது. நான் வர்றேங்க்கா. வரேன் மாமா" என்று அவரை மறுபடியும் வணங்கிவிட்டுக் கொல்லை வழியாலேயே சென்றாள் அவள். இருட்டி இரண்டு நாழிகையாயிருந்தது. ஆனால், அவள் யாருக்கு, எதற்குப் பயப்படப் போகிறாள்?

ராமையாவுக்கு அவள்மீது பல வருஷமாக இருந்த கோபம் போய்விட்டது.

"கொல்லைக் கதவைத் தாப்பாள் போட்டுங்கக்கா" என்று அவள் சாத்திக்கொண்டு போகிற வரையில் பார்த்துக்கொண்டே நின்றார்.

தி. ஜானகிராமன்

16

ராஜங்காட்டில் போர் மூண்டுவிட்டது. தோட்டத்தில் உட்கார்ந்திருந்த ராமையாவைத் தேடிக்கொண்டு வந்தார் வையன்னா. சம்பவம் நடந்து ஏழெட்டு நாள் ஆகியிருக்கும். பாலி வழக்கம் போலச் சாலியைக் கால் மேல் போட்டு எண்ணெய் தேய்த்துக்கொண்டிருந்தது. ராமையா குடிசைக்குள் உட்கார்ந்து பழைய சிந்தனைகளை மறந்து போகாமல் இருக்க வாய்க்குள் முணுமுணுத்துக் கொண்டிருந்தார்.

"அப்பா, வையன்னா மாமா வந்திருக்காங்க" என்று குழந்தையின் குரலைக் கேட்டுத் திகைத்துத் திரும்பிப் பார்த்தார் அவர்.

"யாரு?"

"நான்தான் மாமா" என்றது வையன்னாவின் குரல்.

வையன்னா தோட்டத்திற்குள் நுழைந்து நாலைந்து வருஷமாகிவிட்டது. ஒரே ஒரு தடவைதான் வந்திருக்கிறார் அவர். அப்போது இந்தப் பொட்டல் பச்சையாக மாறுகிற சமயம். இத்தனை நிழலும் குளிர்ச்சியும் இந்தக் குடிசையும் இல்லை. கிண்டலாகவோ பேஷ் பேஷ் என்று முதுகில் தட்டிக்கொடுக்கிறாற் போலவோ ஏதோ சொல்லிவிட்டுப் போன ஞாபகம். அப்பறம் அவர் வரவேயில்லை. இந்த நிழலையும், அடர்த்தியையும் அவரால் பார்க்க முடியவில்லை போலிருக்கிறது.

"வாப்பா... உட்காரு."

“பூஜையிலே இருக்கீங்களா?”

“இல்லை. இல்லை. உட்கார் . . . எங்கே இப்படி அபூர்வமா!”

“உங்களுக்கு சேதி தெரிஞ்சிருக்கும்னு நெனச்சேன்.”

“என்ன சேதி?”

“அதான் இந்தச் சிறுக்கி இருக்கிறாளே, தனபாக்கியம் மகிஷாசுர மர்த்தினு மாதிரில்ல கிளம்பியிருக்கிறா சண்டைக்கு?”

“சண்டைக்கா! அசுரன் யாரு?”

“நான்தான் அவ கண்ணுக்கு இப்ப அசுரனாயிருக்கேன்!”

“என்ன சண்டை இப்ப?”

“பொறாமைக்கார களுதை. எதிர்த்த வீட்டிலே வயித்தெரிச்சக் காரியா ஒருத்தி இருந்தா, நாம் என்ன செய்ய முடியும்! காச்சு மூச்சுன்னு, புழுத்த நாய் குறுக்கே போகாது அப்படி இரைஞ் சுக்கிட்டுக் கிடந்தா. எத்தினி நாள்தான் பொறுக்க முடியும்! நான் பொறுத்துப் பொறுத்துப் பார்த்தேன். இருக்கிறவங்களுக்குமா பொறுத்துக்க முடியும்? ரண்டு அடி போட்டான் அவளை.”

“கேள்விப்பட்டேன்.”

“நானும் அந்தப் பயல்களைத் தடுத்துப் பார்த்தேன். நீங்க சும்மா இருங்க கிடக்கு. இவ என்ன வார்த்தையெல்லாம் பேசறா! எங்களுக்கு அப்படியே... அப்படியே... ம்...” என்று ஆட்கள் ஆத்திரம் வந்து பேச முடியாமல் தவித்ததைச் செய்து காட்டினார் வையன்னா... “ம்... இருங்க சொல்றேன். ரண்டிலே ஒண்ணு பார்த்துப்பிடறோம் இவளை இன்னிக்கி . . . உங்களைக் கோயில் கட்டித்தாங்க கும்பிடணும்... எப்படி இதெல்லாத்தையும் சகிச்சிக்கிட்டிருக்கீங்களோன்னிட்டுல்ல கிளம்பிட்டானுக! போற வேகத்தைப் பார்த்தா, அப்படியே எலும்பையெல்லாம் நொறுக்கி முறிச்சிடுவாங்க போலிருந்திச்சு. வாண்டாம்டா பாவிகளான்னு நான்தான் குறுக்கே விழுந்து மறிச்சேன்... நான் இல்லாட்டி இன்னிக்கிக் கருமாதி ஆயிருக்க வேண்டியது. இவ போய் கிரிமினல் கேஸில்ல போட்டிருக்கா . . !”

“கேஸா?”

“கிரிமினல் கேசு மாமா, கிரிமினல் கேசு . . . இவளைச் சமையலுக்கு வச்சிட்டிருக்கப்பவே தெரியும் . . . இல்லாதவங்களைக் கொண்ட உங்க வீட்டிலே விட்டுப் பாருங்க! அதுங்க எதைப் பார்த்தாலும் வெறிச்சு வெறிச்சுப் பார்த்துக்கிட்டு நிற்கிறதும்,

கண்ணிலே கொள்ளியை வச்சுக்கிட்டே வயித்துக்குள்ளே குமையறதும் . . . மாமா ஆனா . . . இத்தினி தூரம் வரும்னு நெனக்கலே . . . பணக்காரங்களா நாலு விரோதியை வீட்டிலே கொண்டு வச்சுக்கலாம் மாமா. ஆனால் அன்னக் காவடியா ஒரு சிநேகிதனைக் கொண்டாந்து வையிங்க, அவன் பார்க்கறதுலேந்து. தொடறதுவரைக்கும் அப்படியே கரி மாமா கரி . . . எனக்கு இதெல்லாம் இப்பல்ல தெரியுது . . . வீட்டிலே ஒரு சாமானை இருக்க விடுவாளா பாவி! ஒரு வேட்டி, ஒரு பாவாடை, ஒரு சட்டை, ஒரு தென்னமட்டை; கண்ணிலே எது பட்டாலும் சரி . . . குழந்தைதான் பெரிசாப் போயிடுச்சே . . . இந்தச் சட்டை இனிமே சரியாயிருக்குமா அதுக்கு . . ? இப்படித்தான் எதைப் பார்க்கட்டும்; உடனே கேட்டிற வேண்டியது. ஆள் அசந்திருந்தா லாவிட வேண்டியது . . . மாமா இந்த இல்லாதவங்க சங்காத்தமே வாண்டாம். இவங்க கோடி நல்லவங்களா இருக்கட்டும் . . . இப்ப நான் படறாப்பல மண்டை இடி பட வேண்டாம். கேஸ் போட்டிருக்காளாம்."

மேலும் விவரமெல்லாம் சொல்லிக்கொண்டு வந்தார் வையன்னா. நாலு மைலுக்கப்பாலுள்ள புதுக்கரை ஜில்லா போர்டு ஆஸ்பத்திரி டாக்டரிடம் காயங்களைக் காண்பித்து அடிபட்டதாக சர்டிபிகேட் வாங்கி, புதுக்கரை போலீஸ் ஸ்டேஷனில் வாக்குமூலம் கொடுத்துவிட்டாளாம். ராமையாவையும் ஒரு சாட்சியாகப் போட்டிருக்கிறாளாம்.

"பாருங்க இதிலே தெரிஞ்சுப்பீங்க. உங்களுக்கு இந்தச் சேதியைப் பத்தி எதாவது தெரியுமோ? நீங்க தோட்டத்தில் உக்காந்து சிவனேன்னு பாராயணம் பண்ணிட்டிருப்பீங்க. உங்களைச் சாட்சிப் போடறதுன்னா, நீங்க அங்க இருந்தீங்களா? பாருங்க, ஒரு பொம்மனாட்டிக்கு இவ்வளவு தில்லு முல்லு தெரிஞ்சிருக்குறதுன்னா – என்னய்யாது! பூனையை அடிக்கப்படாது, தொடப்படாது . . . அடிச்சா பாவம் கொன்னா மகா பாவங் கறாங்க . . . ஆனா அது பண்ற அட்டூழியத்தைச் சகிக்க முடியுதா? பொம்மனாட்டி ஒண்ணும் செய்யப்படாதுன்னு சொல்றோம் . . . ஆனா அவங்க பண்றதைச் சகிச்சிக்கிறதுன்னா ஒரு தனி உடம்பு, ஒரு தனி மனசு எல்லாம் அதுக்காகன்னு பண்ணி வச்சுக்கிட்டாத்தான் உண்டு."

ராமையா சிறிது நேரம் ஒன்றும் பேசவில்லை. அவருக்குப் பயம் வந்துவிட்டது. கோர்ட், போலீஸ் என்று தன் வாழ்க்கையில் ஒரு கட்டம் வரும் என்று அவர் எதிர்பார்க்கவேயில்லை. வழியோடு போகிறவனை வம்புக்கிழுக்கிற சட்டத்தைக்கண்டு, அவருக்கு கோபம் கோபமாக வந்தது; அதோடு பயம் வேறு.

சிறிது நேரம் பிரமித்துப்போய் உட்கார்ந்து விட்டார் அவர். ஊரை விட்டே ஓடிப்போய் விடலாம் என்று தோன்றிற்று அவருக்கு. நிலம், வீடு எல்லாவற்றையும் விற்றுவிட்டு, வந்த விலைக்கு அவசர அவசரமாகத் தள்ளிவிட்டு, இந்தத் தெரிந்தவர்களே இல்லாத ஒரு இடத்திற்குப் போய்விட்டால் என்ன?

"மாமா, நான் ஒரே ஒரு சேதி கேக்கணும்னுதான் வந்தேன்" என்று அவர் மௌனத்தைக் கலைத்தார். வையன்னா.

"என்ன?"

"என் மேல் உங்களுக்கு வருத்தமிருக்கும். ஆனா நீங்க சத்யத்துக்கு மாறா ஒண்ணும் செய்யமாட்டீங்கன்னு தெரியும் . . . நிச்சயமாகத் தெரியும் எனக்கு . . . இப்பவும் மாறமாட்டீங்கன்னு தைரியம் பண்ணிக்கிடலாம்னுதான் வந்தேன்."

"எதுக்காகச் சத்தியத்தை விட்டு மாறணும்?"

"அப்படி உங்க வாயாலே சொன்னாப் போதும்?"

வழக்கு வேடிக்கையாகத்தானிருந்தது. ராஜங்காட்டில் பெரிய போர் மூண்டதைப் போலப் பரபரப்பு. காதுக்குக் காதாக, வாய்க்கு வாயாகக் குதித்துப் பரவிக்கொண்டிருந்தது. திண்ணையில் பள்ளிக்கூடம் நடத்த விடாமல் வாத்தியாரை மறித்து, வழக்கைப் பற்றிப் பேசினார்கள். ஆற்றங்கரை, குறுவைக்களம் எங்கு பார்த்தாலும் வழக்குத்தான் எல்லா வாயிலும் புகுந்து புறப்பட்டுக்கொண்டிருந்தது.

எதிர்பார்த்தபடி அவ்வளவு சுலபமாக ஆரம்பிக்கவில்லை. வையன்னாவைக் கைது செய்து காவலில் வைக்கும் அளவுக்குப் போலீஸ் முனைந்துவிட்டது. பணத்தைக் கொண்டு கட்டி ஜாமீனில் அவரை விடுவித்துக்கொண்டு வரவேண்டியிருந்தது. ராமையாவை அதற்கு இழுத்தார்கள் கோபாலுவும், கணேசனும். அவரும் போய்விட்டு வந்தார். ஒரே வண்டியில் தான் மூவரும் போய் வந்தார்கள். புருஷன் பழனி ஊரிலிருந்து வந்துவிட்டான். ஆனால், பெண்ஜாதிக்கு நடந்ததைக் கேட்டு வருத்தப்படுவதைத் தவிர, கையாலாகாமல் கோபப்படுவதைத் தவிர வேறு ஒன்றும் அவனால் செய்யமுடியவில்லை. ராமையாவைக் கண்டவன் பேசாமல் முகத்தைத் திருப்பிக்கொண்டு போனான். ஜாமீன் கொடுக்க அவர் போனார் என்று கோபம் அவனுக்கு.

இருட்டி இரண்டு நாழிகையிருக்கும். திண்ணையில் உட்கார்ந்திருந்த ராமையாவைக் கூப்பிட்டாள் வடிவு.

“ராமையா தனபாக்யம் வந்திருக்கா... உன்னோட கொஞ்சம் பேசணுமாம்.”

ராமையாவுக்குத் தூக்கிவாரிப் போட்டது. அப்படியே எழுந்து தோட்டத்தைப் பார்க்கப் போய்விடலாமா என்றிருந்தது. ஆனால் மனம் உள்ளே இருந்தது.

“என்ன மாமா, நான் இவ்வளவு சொல்லியும் இப்படிப் பண்ணிவிட்டீங்களே” என்றாள் தனபாக்யம்.

“வாம்மா, எப்ப வந்தே?”

“இப்பதான் மாமா.”

“கேஸ் போட்டிருக்கியாமே.”

“நான் கேஸ் போட்டு என்ன பிரயோசனம்? நீங்க தான் நியாயம் கிடைக்காம பண்ணிடுவீங்க போலிருக்கே?”

“நானா!”

“ஆரம்பத்திலேயே எதிர்க் கட்சிக்குப் போயிட்டீங்க, ஜாமீன் தரப் போனீங்களாமே!”

“ஜாமீன் தர நானா வரிஞ்சிக் கட்டிக்கிட்டுப் போகலே. கணேசனும், கோபாலுவும் வண்டியிலே தூக்கிப் போட்டுட்டுப் போகாத குறை – அப்படி வந்து கெஞ்சினானுக. வந்து சும்மா நின்னாப் போதும்னானுக. போனேன். சும்மாவே நின்னேன். வந்துவிட்டேன்...”

“நீங்க போயிருக்கப்படாது மாமா. எனக்குச் சாதகம் பண்றேன்னு சொல்லிப்பிட்டு, நீங்க போயிருக்கப்படாது.”

“ஒரு தடவை சொல்லியாச்சு அப்புறம் சும்மாச் சும்மா சொல்றதையே சொன்னா, என்ன இருக்கு?... நம்ம ஊர்லே நம்மோடு வாழறவன். ஏதோ தப்புப் பண்ணிப்பிட்டான். அதுக்காக முழுகற வரைக்கும் பாத்திட்டிருக்கிறதா? அது நியாயமா? ஒரு ஊர்லே இருக்கோம், ஒரு தெருவிலே இருக்கோமுங்கறதுக்கு அப்பறம் என்ன அர்த்தம்?”

“அப்படித்தானே எனக்கும் இருக்கும்? ஜாமீன் கொடுக்க ஓடினீங்களே? ஒரே ஊர்க்காரியை, ஒரே தெருக்காரியை அப்படி அடிச்சுப் போட்டப்புறம் போய்க் கேட்டீங்களா, ஏண்டா இப்படிச் செஞ்சேன்னு?”

ராமையாவுக்கு ஏன் மாட்டிக்கொண்டோம் என்றுதான் இருந்தது. ஜாமீன் கொடுக்கப் போய் இவள் வாயில் அகப்பட்டு

விழிப்பது சிரமம்தான். ஆனால், உள்ளுக்குள்ளே அப்படிச் செய்ததும் அவருக்குத் தவறாகப் படவில்லை.

"மாமா, ஆனாலும் நீங்க பண்ணினது எனக்குப் பிடிக்கல்லே; நீங்க என்ன செய்வீங்க? காலத்தோட கோளாறு அது. 'கழுத்தைப் பிடிச்சுத் தள்றவங்க, கையைக் கொட்டித் திண்ணையிலே குந்திக்கிட்டுச் சிரிக்கிறவங்க. இவங்கள்ளாம்; நாளைக்கு அப்படி யெல்லாம் செய்யாம இருக்கணும்ல? அதுக்காகக் கரிசனமாப் போய்ட்டு வர வேண்டியதுதானே?"

"தனபாக்கியம், அவன் இவ்வளவு சொன்னப்புறமும் நீ இப்படிப் பேசறது நல்லால்லெ. நான் ஒண்ணும் பேச வாண்டாம்னு பாக்கறேன்" என்று சட்டென்று வடிவக்காள் குறுக்கிட்டாள். அவ்வளவுதான் தனபாக்யம் அடங்கிவிட்டாள். சிறிது நேரம் வாய்மூடி நின்று "சரிக்கா போய்ட்டு வரேன்... என்ன இருந்தாலும் எனக்குச் சொல்லாம இருக்க முடியலெ. ஆத்தாமையா இருந்தது. எனக்கு என்ன பணம் இருக்கா, காசு இருக்கா, நாலு தெரிஞ்சவங்க வந்து சொல்றத்துக்கு?" என்று சொல்லிக்கொண்டே, கொல்லை வழியாக நடந்துவிட்டாள் அவள்.

போகிற போக்கில் சொன்ன இந்தத் தொனியில் சுருக்சுருக் கென்று கூர்மையும் காரமும் குத்தின. முகத்தில் கோபத்தின் விகாரம் அணு அணுவாகப் படர்ந்து விட்டிருந்தது. இடது கையில் இன்னும் ஒரு ப்ளாஸ்திரி கட்டு அவிழ்க்கப்படாமல் அப்படியே இருந்தது.

17

சாட்சிமேல் சாட்சியாகக் கோர்ட்டில் விசாரித்தார்கள். தனபாக்யத்துக்குப் பலம் இருந்தது. தெருப் பக்கமே எட்டிப் பார்க்காத இரண்டு பேர், அவளுக்காகச் சாட்சி சொல்லிக்கொண்டிருந்தார்கள். நேராகப் பார்த்தது போலவே சொல்லிக்கொண்டு வந்தார்கள்.

அவரைக் கூப்பிடுகிற வரையில் தைரியமாகத் தான் இருந்தது. ஆனால் கூண்டில் ஏற்றி 'சத்தியமாச் சொல்றேன்' என்று மூன்று தடவை பிரமாணம் செய்தபோது, இவர், உடல் எல்லாம் நடுங்கிற்று. 'சத்யமாகச் சொல்றேன்' என்ற வார்த்தைகளை எத்தனை பேர் எவ்வளவு சாதாரணமாகச் சொல்கிறார்கள்! சாப்பிடுகிறேன், வருகிறேன் என்றெல்லாம் சொல்வது போல எவ்வளவு அலட்சியமாக, எவ்வளவு கவலையில்லாமல் சொல்கிறார்கள்!

"உங்க பேரு?"

"ராமையா."

"உமக்கு இந்த தனபாக்கியத்தைத் தெரியுமா?"

"நல்லாத் தெரியும்."

"இந்தக் கேஸைப் பத்தி ஏதாவது தெரியுமா?"

"தெரியும்."

வையன்னா, கோவாலு, கணேசன், பஞ்சுப் பிள்ளை எல்லோரும் அவரையே பார்த்துக் கொண்டிருந்தார்கள்.

"என்ன தெரியும் சொல்லுங்க!"

தெரிந்த எல்லாவற்றையும் சொல்லிவிட்டார் ராமையா. அவர் அன்று மாலை அந்தி நேரத்துக்கு வந்தது, மாட்டுக் கொட்டிலில் சத்தம் கேட்டது, இவர் திண்ணையில் ஏறி நின்று பார்த்தது, தனபாக்யம் கல்லை விட்டெறிந்து ஆள் தலையைக் காட்டி எறிந்து காயப்படுத்தினது, வையன்னா வெளியே வந்தது எல்லாவற்றையும் சொல்லிவிட்டார். நடு நடுவே கோர்ட்டில் நின்ற கணேசன், வையன்னா எல்லோரையும் பார்த்தார், அவர்கள் முகம் கறுப்பது தெரிந்தது.

ஒரு கறுப்புச் சட்டைக்காரர் கேள்விகள் கேட்ட பிறகு, இன்னும் ஒருவர் எழுந்து கேட்கத் தொடங்கினார். அவர் கேட்ட கேள்விகளுக்கும் சளைத்து விடவில்லை அவர்.

"நீர் ஏன் ஓடிப்போய்த் தடுக்கவில்லை?"

"நானும் நாலு வாங்கிக்கறதுக்கா?"

"உமக்கும் வையன்னாவுக்கும் விரோதமுண்டா?"

"என்னத்துக்கு விரோதம்? ஜாமீன் கொடுக்க நானும் வந்தேனே கூட."

அவரை விசாரித்து முடிந்து எல்லோரும் வெளியே வந்து சாலை வழியாக வரும்போது, 'ஓய் ஆஷாடபூதி!' என்று குரல் கேட்டது. வையன்னாவின் குரல்தான். திரும்பிப் பார்த்தார் அவர். வண்டி நின்றது. வையன்னா இறங்கினார்.

"ஓய் ஆஷாடபூதி."

"நானா ஆஷாடபூதி?"

"பின்னே உம்மைத் தவிர இந்த உலகத்திலே யார் அப்படி இருக்க முடியும்?"

"எதுக்காக அப்படிச் சொல்றே?"

"எதுக்காகவா? ஓய், உம்மைப்போல துடைச்சுவிட்ட நெஞ்சைப் பார்த்ததில்லை ஐயா! என்ன துணிச்சல்! என்ன தைரியம்!"

"எதுக்கு?"

"அடிச்சதை நேரப் பார்த்தேன்னு சொன்னீரேய்யா!"

"நான் பார்த்தேன். அதான் சொன்னேன்."

"நீர் பார்த்தீரா?"

"திண்ணையிலேர்ந்து எல்லாத்தையும் பார்த்தேன். நீ வெளியிலே வரதையும் பார்த்தேன்."

"எங்கிட்ட இத்தினி நாளா சொல்லவே இல்லியே!"

“உங்கிட்ட சொன்னா, நீ கால்லே விளுவே. அப்புறம் நான் பொய் சொல்லணும்.”

“அப்ப நீர் கோர்ட்டிலே சொன்னது அவ்வளவு நெசமா?”

“ஒவ்வொரு எழுத்தும் நிஜம்.”

“ஓய், நாங்கதான் பொய் சொல்றோம். பழக்கமாப் போயிடிச்சு. நீர் சொல்லாதீர். நல்ல மந்திரமும் தேவாரமும் சொல்ற வாயி. நாக்கு அளுகி இத்துத் தொங்கும்.”

“அப்படியா?”

“ஓய், இவ்வளவு பெரிய பொய்யைச் சொல்லுவீர்னு தெரிஞ்சிருந்தா, நான் முன்னாலேயே ஜாக்ரதையா இருந்திருப்பேன்... இப்பவும் கவலைப்படாதீர். உம்ம எண்ணம் நிறைவேறாது. என்னைக் கம்பிக்குள்ளார வச்சுப் பாக்கணும்னு தானே ஆசை, உமக்கு? அது இந்த ஜன்மத்திலே நடக்காதுய்யா நடக்காது; தெரிஞ்சுக்கும். ப்ரீவி கௌன்சில் வரையில் பாத்திர மாட்டேன்—?”

“வையன்னா, இந்த பாரு, சும்மா பேசிக்கிட்டே போகாதே. நீ குற்றவாளி இல்லேன்னு விடுதலையானா, எனக்குத்தான் ரொம்ப சந்தோஷமாயிருக்கும். ஆனா இப்ப சொன்னே பாரு. நான் உன்னை எப்படியோ பார்க்க ஆசைப்படறேன்னு, அதெல்லாம் என்னைப் பாத்துச் சொல்லாதே! நான் அங்கே நின்னதை இந்தக் கேஸுக்குச் சாட்சி சொன்னவங்க யாரும் பார்க்கலே. பார்த்த ரண்டு மூணு பேரும் சாட்சியாக இந்தக் கேசுக்கு வரலெ. நான் திண்ணையிலே நின்னு பாத்தேன். ஆளுங்க அடிச்சதையும், கடசீலே அவ கையாலே அடிபட்டதையும். ஆனா அவளும் பார்க்கலே, நீயும் பார்க்கலே. வேற ரண்டு மூணு பேர் என்னைப் பார்த்தாங்க. நான் இந்தக் கேசுக்கு வரமாட்டேன். தர்மசங்கடத்திலேந்து என்னை வைதீச்வரன் காப்பாத்திப்பிடுவார்னு தான் நெனைச்சேன். ஆனா அவன் சித்தம் எப்டியோ இருக்கு. அவ பார்க்காதவ என்னை என்னமா சாட்சி போட்டான்னு தெரியலே. வேற யாராவதுதான் சொன்னாங்களோ என்னவோ. நீ அன்னிக்கு என்னைத் தோட்டத்துக்குத் தேடிக்கிட்டு வந்தே. அப்ப முழு விபரமும் கேப்பேன்னு நினைச்சேன். நீ கேட்கலே. சத்தியத்துக்கு மாறா போகமாட்டீங்கன்னு நம்பிக்கையா என்னைப் பத்திப் பேசிட்டுப் போனே. நானும் இப்ப சத்தியம்தான் சொன்னேன். ஆனா ஒரே ஒரு சேதி மட்டும் சொல்லணும். கேசுக்கும் இதுக்கும் சம்பந்த மில்லே, இந்த ஆத்திரத்துக்கெல்லாம் மூலம் என்ன! நீதானே? ஏதோ ஏழை இல்லாத கொடுமை. உன்னோட பாவம் பண்ணத் துணிஞ்சுபிட்டா. நீயும் அத்தைக் கொடுத்துப் பிடறேன், இத்தைக்

கொடுத்துப்பிடறேன்னு தாராளமாகச் சொல்லிப்பிட்டே. அவ நெசமா நீ சொல்ற மாதிரி பொல்லாதவளாயிருந்தா, முன்னாடியே எல்லாத்தையும் உங்கிட்ட காட்டியிருப்பா. உன்னை நம்பினா அவ. நம்பி மோசம் போனா. ஆத்திரம், அவ இப்ப கெடந்து குதிக்கிறா ... அவளுக்குப் பரிஞ்சிட்டுப் பேசறேன்னு நெனக்கவே வாணாம் நீ. தலைக்கு மேலே வெள்ளம். சாண் போனா என்ன, முழம் போனா என்னான்னு கிளம்பிட்டா அவ. அவ தைரியசாலியா? ப்ரவி கௌன்சில் வரைக்கும் போவேன்னு சாலைக்கரையில் நின்னு தும்பை விட்டுட்டு, வாலைப்புடிக்கிறவங்க தைரியசாலியா? யாருன்னு எனக்கே சொல்லத் தெரியலே ... என்னப்பா, கணேசா இவங்க ரண்டு பேர் சேதியும் ஊர் முழுக்கத் தெரியும். இந்த வையன்னா இப்ப என்ன பாவம் பண்ணினேன்னு கேட்பாரு. அந்த மாதிரி கேக்கறது நியாயமாப் படலே எனக்கு –'

"சொல்ல வேண்டியது இன்னும் நிறைய இருக்கா?" என்று குறுக்கிட்டார் வையன்னா.

"நான் சொல்ல வேண்டியதைச் சொல்லியாச்சு."

"அப்ப நடங்க ... ஏர்றா!"

வண்டியில் ஏறிக்கொண்டார் வையன்னா. கணேசன் ஏறியதும் இரண்டு நிமிஷத்தில் கண்ணைவிட்டு மறைந்துவிட்டது. வண்டி போன திசையில் ஊரை நோக்கி நடந்தார் ராமையா.

கேஸ் வெகுநாள் நடக்கவில்லை. வையன்னா பணத்தை வாரி இறைத்தார். நாலாயிரம், ஐயாயிரம் என்று செலவு ஆயிற்று. சவுக்க மரமாக வண்டி வண்டியாகப் போயிற்று. புளி இறக்கிப் போயிற்று. தேங்காயும் வாழைக்காயுமாகப் போயிற்று. வையன்னாவின் ஒரு வருஷ மகசூல் முழுவதும் அவருடைய விடுதலைக்காக மன்றாடிற்று. பஞ்சுப்பிள்ளை அவருக்காக மன்னார் குடிக்கும் மதராஸுக்கும் அலைந்துகொண்டிருந்தார். எந்த எந்த அதிகாரிகளுக்கு எந்தக் காய்கறி பிடிக்கும், எப்படிப் பேசினால் பிடிக்கும் என்றெல்லாம் விசாரித்துக்கொண்டிருந்தார். அவருக்குச் சொத்து ஒன்றும் கிடையாது. ஆனால் நெளிவுசுளுவு ஏராளமாகக் கற்றுவைத்திருந்தார்.

கடைசியில் வையன்னா விடுதலையாகிவிட்டார். சாயங் காலம் திரும்பி வரும்போது, பிரமாத இரைச்சலும் எக்காளமுமாக வண்டியிலிருந்து வெற்றி இறங்கி உள்ளே போயிற்று.

பெருமாள் கோயில் மணி கணகணவென்று ஒலித்தது. சிவன் கோயில் மணியும் எல்லையில்லாத உவகையுடன் தொண்டையைத் திறந்து முழங்கிற்று.

ராமையா வழக்கம் போலப் பாலிக்குக் கதை சொல்லிக் கொண்டு உட்கார்ந்திருந்தார். இருட்டுகிற சமயம். வழக்கத்திற்கு மாறாக, வாசலில் நடமாட்டம் ஓயாமல், சிரிப்பும் பேச்சுமாகக் கேட்டது. பெருமாள் கோயிலில் அபிஷேகம், புளியோதரையும் சுண்டலும் வாங்கிக்கொண்டு குஞ்சும் குளுவானும் பெரிதும் சிறிதும் வந்துகொண்டிருந்தன. வையன்னாவின் விடுதலையைக் கோயில் அகல்கள் எல்லாம் கொண்டாடிக்கொண்டிருந்தன.

வையன்னா கடைசியில் வந்தார்.

"மாமா ... மாமாதானா அது?"

ராமையாவின் வீட்டு வாசல் மாடத்தில் அகல்விளக்கு எரிந்துகொண்டிருந்தது. இருளில் கண் தெரியாதது போலக் கூப்பிட்டார் வையன்னா.

"யாரு வையன்னவா? வாப்பா! ரொம்ப சந்தோஷச் சேதியாக் காதிலே விழுந்திச்சு. ஏதோ பகவான்தான் காம்பாத்தினாரு."

"உங்களுக்குக்கூடவா சந்தோஷம்?"

"என்ன அப்படிக் கேக்கறே?"

"உமக்கு வருத்தமாயில்லியா? இந்த அயோக்கியப் பயல் தப்பிச்சிக்கிட்டு வந்தானேன்னு!"

"வையன்னா, இப்படி நெஞ்சைப் புண்ணா அடிக்கிறியே? உனக்கு என்ன லாபம்?"

"இனிமே இந்த ஆஷாடபூதித்தனத்தை எல்லாம் விட்டிடுங் கன்னு சொல்லத்தான் வந்தேன். கலகம் பண்றவங்களை சாமி சும்மா விடமாட்டாருன்னு சொல்லத்தான் வந்தேன்; தண்ணியிலே புடிச்சுத் தள்ளிர முடியாது. ஆமாம், ஜாக்கிரதையா இரும் –" என்று சொல்லிக்கொண்டே போனார் அவர்.

ராமையா குழந்தையைத் தடவிக் கொடுத்தார்.

"வாங்கப்பா நாமளும் கோயிலுக்குப் போயிட்டு வருவோம்" என்றது அது.

"சரி" என்று அவர் எழுந்து புறப்பட்டுப் போவதற்குள் பட்டர் கோயிலைச் சாத்துவது தெரிந்தது.

"இருங்கய்யா" என்று கத்தக்கூட அவருக்கு நேரமில்லை. பட்டர் தெருவைவிட்டு வெளியேறிவிட்டார்.

ராமையாவுக்கு மனது சரியாக இல்லை. காரணம் தெரியாமல் பயந்துகொண்டேயிருந்தது மனம். சோறு வேண்டியிருக்கவில்லை, தூக்கமும் சரியாக வரவில்லை.

மலர் மஞ்சம்

18

இரவு முழுவதும் தூக்கம் பிடிக்கவில்லை அவருக்கு.

சாப்பிட்டு வந்து துண்டை விரித்துத் திண்ணையில் படுத்தார். ஜில்லென்றிருந்தது. ஐப்பசி மாதத்துச் சில்லுப்பு இறுக்கமாகவும் இல்லை; குளிராகவும் இல்லை. உடலுக்கொத்த காற்றாகத்தான் இருந்தது. லேசான காற்று எதிர்த்தோப்பில் சலசலத்துக் கொண்டிருந்தது.

தோப்பின் சலசலப்பு என்னென்னவோ சொல்வது போலிருந்தது அன்று. அமைதியை ஊதி அணைக்க வருவது போலிருந்தது அந்த ஓசை.

எதற்காக இந்த அற்பர்களைப் படைத்தாய்? பெண்ணின்பத்தைக்கூட ஏமாற்றி வாங்கும் அற்பர்களை ஏன் படைத்தாய்? தனபாக்கியம் அப்படிப் பார்க்க முடியாத அவலட்சணமில்லை – லட்சணமுமில்லை. அந்த முப்பது வயதின் கவர்ச்சியைக் கண்டுதான் இந்தப் பயல் விழுந்திருக்க வேண்டும். ஏதோ மிருகத்தனமாக, எதையும் பொறுத்துக்கொண்டு துய்த்துவிட்டு, பிறகு வெட்கப்பட வேண்டிய அளவுக்கு அவள் விகாரமோ மூளியோ இல்லை. இவளை ஏன் ஏமாற்ற வேண்டும்? தர்மமில்லாத ஒரு நீதியும் அவனுக்குக் கோர்ட்டில் கிடைத்துவிட்டது.

நாலைந்து நாளாக, தீர்ப்பு நெருங்க நெருங்க அவன் முகத்தில் ஈயாடவில்லை. பேயறைந்தாற்போல உட்கார்ந்திருந்தான்: இன்று தீர்ப்புக் கிடைத்த பிறகு என்ன எகத்தாளம், எக்களிப்பு!

தனபாக்கியத்துக்குத் தோல்விதான். ஆனால் ஒரு மாத காலம் கம்பி கம்பி என்று நினைத்து நினைத்துக் கிலி பிடித்துச் சோரச் செய்துவிட்ட வெற்றியில் அவள் திருப்தியாகத் தூங்கிக் கொண்டிருப்பாள். இல்லை – பயத்தில் அவளும் கொட்டு கொட்டென்று விழித்துப் படுத்திருக்கிறாளோ என்னவோ? ஆட்டி வைத்துவிட்ட ஆத்திரத்தின் நிறை, அல்லது தப்பித்துவிட்டானே என்ற பயம் – இரண்டும் அவளைத் தூங்க விடாது.

“யப்பா – கதை சொல்லுப்பா” என்றது பாலி.

“நீயா! எப்ப வந்தே?”

“இப்பதான். எனக்குக் கதை சொல்லு.”

“இன்னக்கி வாணாம் . . . தூங்கு. நாளைக்குச் சொல்றேன்.”

“போப்பா.”

“நீ உள்ர போய்ப் படுத்துக்க… சில்லுன்னு இருக்கு இங்கே. சளி புடிச்சுக்கும்.”

“நான் இங்கேதான் படுப்பேன் … நீ கதை சொல்லு.”

“இன்னிக்கிக் கதையே வரமாட்டேங்குது. நாளைக்குச் சொல்றேன்.”

“நான் இப்ப கதை சொல்லணும் – சாலிக்கு.”

“முன்ன சொன்ன கதையிலே ஒண்ணை சொல்லித் தூங்கப் பண்ணு.”

“அதுக்குப் புதுசாதான் வேணுமாம்.”

“புதுசு இன்னிக்கிக் கிடையாதுன்னு சொல்லு. முரண்டினா. முதுகிலே ரண்டு வப்பியா? பித்துக்குளி மாதிரி பயப்படறியே.”

“கதை கேட்டா அடிக்கிறதாக்கும்? . . . நீ சொல்றயா இல்லியா?”

ராமையா பதில் பேசாமல் நட்சத்திரங்களைப் பார்த்துக் கொண்டிருந்தார். ரதம் மாதிரி ஒரு கூட்டம் வளைந்திருந்தது. ஒரு கூட்டம் சங்கு மாதிரி முறுக்கியிருந்தது.

“நீ ஏம்பா இன்னிக்கி என்னைக் கோவிலுக்கு அழச்சிட்டுப் போகலே? இன்னிக்கி ரண்டு கோயில்லியும் வாழைப்பழம், சுண்டல், பானகம் எல்லாம் குடுத்தாங்களாம் … எல்லோரும் போயிட்டு வந்தாங்க …”

அதற்கும் பதில் பேசவில்லை அவர்.

சற்றுக் கழித்து ஒழுங்காகச் சுவாசம் கேட்டது. குழந்தை நன்றாகத் தூங்கிக்கொண்டிருந்தது.

‘நான் உன்னை, சொன்னபடி சொர்ணக்கா மகனுக்குக் கட்டிக் கொடுக்கப் போறேனா? இல்லியா?’

ராமையாவுக்கு உடம்பில் அரிப்பு ஊறுவதுபோல, ஒட்டடையோ மயிரோ உடம்பில் பட்டு ஊறுவதுபோல, பயம் அரித்தது. என்ன பயம் என்று தெரியாமல், கையிலகப்படாமல் அரித்த பயம்.

வைத்தீச்வரனை வேண்டிக்கொண்டிருந்தார் அவர். தியானம் செய்தார். ராமஜபம் செய்தார். ஆனால், அவரறியாமல் அவர் மனம் எல்லாவற்றையும் விட்டு பயம் என்ற பொட்டல் வெளியில் போய் மயங்கி நின்றுகொண்டிருந்தது. திருப்பித் திருப்பிக்கொண்டு வந்தும் நழுவி நழுவி அதே இடத்திற்குத் தப்பித்துக்கொண்டு வந்து நின்றது.

குழந்தையைத் தடவிக் கொடுத்தார், பயத்தின் சுவாசம் படாமல் தடவுவதுபோல, தலை மயிரைக் கோதிவிட்டார். ஆனால், தோப்பில் கேட்ட சலசலப்பில் அமைதியில்லை. காற்றில் ஏதோ நச்சு வாடை வீசுவது போலிருந்தது. அச்சுற்று, குழந்தையைத் தூக்கி உள்ளே கொண்டு விட்டு, வடிவக்காளை எழுப்பி, இடைகழிக்கதவைத் தாழிட்டுக் கொள்ளுமாறு சொல்லி விட்டு, மீண்டும் வந்து திண்ணையில் படுத்தார்.

தெருவில் பத்துப் பதினைந்து வீடுகளுக்கப்பால் யாரோ பேசிக்கொண்டிருந்ததும் அடங்கிவிட்டது. இருளின் நரையில் இப்போது ஒன்றுமே கேட்கவில்லை. எங்கோ வெகு தொலைவி லிருந்து தம்பட்டச் சத்தம் லேசாகக் கேட்டது. முர்ரென்று எப்போதோ ஒருமுறை தெருவில் தலை வளைத்துப் படுத்திருந்த நாய் உறுமிவிட்டு, ஓய்ந்துவிடும். சாகுருவி எங்கோ காறிற்று. பழந்தின்னி வௌவால் நாலைந்து, தோப்பையும் தெருவையும் வளையப் பறந்தன.

என் சொல்லை நிறைவேற்ற முடியுமா?

இரவு முழுவதும் தூங்கவில்லை அவர். நினைவுகள் வந்து அலைந்துகொண்டிருந்தன. எழுந்து சிறிதுநேரம் உட்கார்ந்து கொண்டார். பூஜை அலமாரியைத் திறந்து விளக்கை ஏற்றி வைத்து, பயந்து கையையும் காலையும் உதைத்துக்கொள்ளும் மனதை, விளக்கின் சுடரில் கட்டிப் போட வேண்டும் என்று துடித்தது. ஆனால் உள்ளே போகவும் முடியவில்லை. வடிவு நன்றாக உறங்கிக்கொண்டிருந்தாள். தூக்கம் வராத ஆத்திரத்தில் வேறு உடல் பொறுமிக்கொண்டிருந்தது.

கரிச்சான் கத்தத் தொடங்கிவிட்டது. இருள் பிரியவில்லை. நட்சத்திரங்கள் மேகக் கும்பல்களுக்கிடையே தூங்கி வழிந்து கொண்டிருந்தன. இன்னும் சிறிது நேரம் போனால், எல்லாம் மக்கி மடிந்துவிடும்.

துண்டை உதறிப் போட்டுக்கொண்டு எழுந்தார் அவர். ஆற்றங்கரையை நோக்கி நடந்தார். மூங்கில் தோப்பு 'கிர்ர் கிர்ர்' என்று முனகிக்கொண்டிருந்தது. படித்துறைக்குக் கிழக்கே இருந்த சவுக்குத் தோப்பு மௌனமாகப் புலம்பிக்கொண்டிருந்தது.

இன்னும் அவர் மனம் இருப்புக்கொள்ளவில்லை.

காரணமில்லாமல் பயந்து சாகிற மனதைத் தைரியப் படுத்த என்ன வழி? முழுகிவிட்டு ஒரே மூச்சாகப் பூஜையில் உட்கார்ந்துவிட வேண்டியது. பூஜை முடிந்ததும் வேறு ஒன்றையும் கவனிக்காமல் பாராயணம் செய்துகொண்டேயிருக்க வேண்டியது. இரண்டும் பலிக்காவிட்டால், தில்லைவிளாகம், அல்லது வைத்தீச்வரன் கோவில் என்று இரண்டு வாரம் போய் உட்கார்ந்துவிட வேண்டும். இந்தத் தடவை பாலியையும் அழைத்துக்கொண்டு போக வேண்டும். அந்தக் கோவில்களை விவரம் தெரிந்தபிறகு அவள் பார்த்ததில்லை. முடியிறக்க, இரண்டு வயதிற்குப் பிறகு வைத்தீச்வரன் கோவிலுக்கு அழைத்துப் போய்விட்டு வந்ததுதான்... ஆனால், அவளை அழைத்துக்கொண்டு போனால், போகிறவர்கள் வருகிறவர்கள் கவனித்துக்கொண்டேயிருப்பார்கள். இரண்டு வாரமாக ஒரு குழந்தையை வைத்துக்கொண்டு, பிராகாரத்தில் பேய் பிடித்து உட்கார்ந்திருக்கும் இவன் யார்? இந்தக் குழந்தை யார்..?

தனியாகப் போவதுதான் நல்லது.

ஆறு துறையோரத்தில் சுழித்துக்கொண்டே ஓடிக்கொண் டிருந்தது. இறங்கிப் பல்லைத் தேய்த்துவிட்டு முழுகினார், ராமையா. கண் விழித்துச் சூடேறிய உடலுக்கும் தலைக்கும் இதமாக இருந்தது நீரின் வெதவெதப்பு. வெகுநேரம் தண்ணீருக்குள்ளேயே கிடந்தார்.

ஆனால் உள்ளத்தை நனைத்து இதப்படுத்த அந்தப் பிரவாகத் தாலும் முடியவில்லை. புறத்தில் குளிர்ச்சியும் இன்பமும் படப்பட மனம் இன்னும் துடித்தது.

அந்த இடத்தில் நிற்கப் பிடிக்காமல் எழுந்து தலையைத் துவட்டிக்கொண்டு வீட்டை நோக்கி நடந்தார்.

தெருவில் எங்கும் சல்சல்லென்று சாணி தெளிக்கும் ஓசைகள் கேட்டுக்கொண்டிருந்தன. ஒன்றிரண்டு வாசல்களில்

கோலம் போடப்பட்டிருந்தது. அவர் வீட்டு வாசலிலும் நீர் தெளித்துக் கோலமிட்டுக் கண்ணைப் பறித்தது. வெள்ளை வெளேரென்று அரிசி மாவுக் கோலம் அமைதி வந்துவிட்டது போல் பளிச்சிட்டது.

ஆனால், அவர் மனம் இன்னும் அடித்துக் கொண்டுதானிருந்தது. உள்ளே போனார்.

பூஜை அலமாரியில் விளக்கேற்றி வைத்திருந்தது.

ooo

உட்கார்ந்து வெகுநேரம் பூஜை செய்ய வேண்டும் என்று வந்தவர், தன்னையறியாமல் வேகமாக எல்லாவற்றையும் முடித்துக்கொண்டிருந்தார். அங்கும் அவருக்கு இருப்புக் கொள்ளவில்லை. மனதைக் கட்டுப்படுத்திப் பார்த்தார். உள்ளத்தில் தோய்ந்த அச்சத்தைச் சற்று விலகி நின்று பார்க்கவும் முடிந்தது அவரால். எதற்கும் பயப்படாமல் அவரால் இருக்க முடியும். இருந்திருக்கிறார். வைத்தீச்வரனையோ யாரையோ நினைத்துக்கொண்டு, காயம்படாமல் இருந்திருக்கிறார். ஆவி அல்லது அருவத்தை வாளால் வெட்டினால் நீரை வெட்டுகிறாற்போல, காற்றை வெட்டுகிறாற்போல. அதைப் போல பல துன்பங்களின் வெட்டுகள் அவர் மனதை ஒன்றும் செய்ய முடிந்ததில்லை. ஆனால், இது?... இது என்ன துன்பம். ஏன் இந்தப் பயம் என்றே தெரியாதபோது கலவரப்படாமல் என்ன செய்கிறது?

தோட்டத்தில் போய் உட்கார்ந்து ஏதாவது படிக்கத் தொடங்கினால்தான் அவருக்கு நிம்மதி வருகிற வழக்கம். பாலியை அழைத்துக்கொண்டு கிளம்பினார். மீனாட்சி கொல்லைதான் அவருக்கு எந்த உளைச்சலிலும் ஆறுதலைக் கொடுத்து வருகிறது. அங்கு போய் பாராயணம் செய்யலாம் அல்லது மண்வெட்டியையோ களைக்கொட்டையோ எடுத்துக்கொண்டு உடலைச் சிறிதுநேரம் வருத்தினால் பயம் கரையும்.

வாசலில் வந்தபோது பொழுது வெளுத்திருந்தது. உச்சி வானத்தில் கூடியிருந்த மேகக் கும்பல்கள் புதுப் பித்தளை போலத் தகதகத்துக்கொண்டிருந்தது. தோப்பில் வால்சிட்டும் நாகணவாயும் கூட்டமாகச் சேர்ந்து ஆர்ப்பரித்துக்கொண்டிருந்தன.

மேலக் குளத்தைத் தாண்டிப் போகும்போது மீனாட்சி கொல்லை தெரியும். தூரத்திலிருந்தே நாகலிங்க மரம் எல்லா வற்றையும்விட நிமிர்ந்து நிற்பது தெரியும். கண்ணைப் பிடுங்கிப் பார்த்துக்கொண்டே போனார் ராமையா. மரத்தைக் காணவில்லை.

தி. ஜானகிராமன்

வேகமாக நடந்தார். பாலியும் பெரு நடையும் சிறு ஓட்டமுமாகக் கூட ஓடிற்று.

அருகே போவதற்கு முன்னமே அவருக்குப் பகீரென்றது. கொல்லை வெறிச்சென்று கிடந்தது. வேலி முழுவதும் பிடுங்கிப் போட்டிருந்தது. மூங்கில் பிளாச்சுக் கதவு அப்படியே பூட்டுடன் கீழே தரையில் கிடத்தியிருந்தது.

என்ன அக்ரமம்?

தோட்டம் முழுவதும் அழிந்து கிடந்தது. நூறு எருமைக் கிடா புகுந்து மிதித்தது போல எங்கும் ஒரே அலங்கோலமாகக் கிடந்தது. நந்தியாவட்டைகள் எல்லாம் வேரோடு பிடுங்கப்பட்டு தலைமாடு கால்மாடாகக் கிடந்தன. ரோஜாச் செடிகள், மல்லிகை, துளசிக் கன்றுகள், துண்ணூற்றுப் பச்சைப் பாத்திகள் எல்லாம் பிடுங்கி, பூமியின் மேலே நெடுஞ்சாண்கிடையாகக் கிடந்தன. கொய்யாமரம் ஆள் உயரத்திற்கு அப்பால் வெட்டி மொட்டையாக நின்றது. கிளைகள் கீழே வீழ்ந்திருந்தன. நாகலிங்க மரத்தைச் சிரமப்பட்டு மொட்டையடித்திருந்தது. பாதிரி, ஒட்டு மாமரங்கள், எலுமிச்சை, நாரத்தை, கொன்றைச் செடிகள், மந்தாரை, பவழமல்லி, பன்னீர் – எல்லாம் தாறுமாறாக வீழ்ந்திருந்தன. ஒட்டு மாவில் நாலு மரமும் கவையில் வெட்டிக் கிடந்தன; பாக்கு மரங்கள் மூன்று இடுப்பு உயரத்துக்கு முண்டமாக நின்றன. வெண்டை, கொத்தவரை, கத்திரி எல்லாம் பிடுங்கித் துவண்டு மண்ணைக் கவ்வியிருந்தன.

ஒரு ஏக்கர் கொல்லை முழுவதும் ஒரே அழிவு. ஒரே பாழ்! மிச்சமிருந்தவை பழைய தென்னைகள் நாலும் வடுமா இரண்டும்தான். பலா மரத்தையும் விட்டு வைத்திருந்தது. ஐந்து வருஷம் அல்லும் பகலும் விழுந்த வேர்வை இப்படி மண்ணைக் கவ்விவிட்டது.

பிரமை பிடித்து நின்றார் ராமையா!

"யப்பா – ஏம்பா எல்லாம் இப்படி முறிஞ்சு கிடக்கு?" என்று ஒரு கேள்வி கேட்டுவிட்டு பயந்த கண்ணுடன் எல்லாவற்றையும் பார்த்து விழித்தது பாலி.

"நந்தியாவட்டை எல்லாம் இப்படி முறிஞ்சிருக்கே!" என்று ஒவ்வொரு பாழாக, ஒவ்வொரு சவமாகப் பார்த்துச் சொல்லிக் கொண்டு வந்தது.

இத்தனை பெரிய கொல்லையையும் ஒரு ராத்திரியில் அழிக்கிற கை பேய்க் கையாகத்தான் இருக்க முடியும்!

எருமை மாடுகள் புகுந்து அழித்த அழிவில்லை இது.

இவ்வளவு முழுமையுடன் அழிப்பதற்கு மனிதனால்தான் முடியும்.

ராமையாவுக்குச் சிரிப்பு வந்தது, எதற்காக இப்படி அழித்தார்கள் என்று யோசித்தபோது, அவருக்குக் கோபம் வரவில்லை. எத்தனை பெரிய கோபமாயிருந்தாலும் இப்படித் தோட்டத்தில் வளர்ந்த, மருந்து கொடுத்து வளர்ப்பதுபோல் வளர்த்தவற்றைக் கொன்று போடுவதென்றால், சிரிப்பு வராமல் என்ன செய்யும்! இவ்வளவு பலஹீனமான, சோப்ளாங்கி மனதா ஒருவனுக்கு இருக்கும்?

நந்தியாவட்டை குச்சியும் இலையுமாக மிதிபட்டுக் கிடந்தது. வாழை மிதிபட்டுக் கிடந்தது. துளசித் தளிர் மிதிபட்டுக் கிடந்தது. விபூதிப்பச்சை மிதிபட்டுக் கிடந்தது. மல்லிகை இலை மிதிபட்டுக் கிடந்தது. கொய்யா இலை மிதிபட்டுக் கிடந்தது. கொன்றையும் மந்தாரையும் காசித் தும்பையும் மிதியுண்டு கிடந்தன. நந்தியாவட்டையின் இலைகள் கவிழ்ந்து பின்புறத்து வெண்மை வானைப் பார்க்க மிதியுண்டு கிடந்தன. குப்புறப் போட்டு மிதித்திருக்கிறார்கள்.

விடுதிக்குள் போனார். எல்லாம் வைத்தது வைத்தபடியே இருந்தது. ஒரு புத்தகம் இடத்தைவிட்டு அசையவில்லை. சிக்கிப் பலகை அசையவில்லை. உட்காரும் கம்பளிச் சவுக்கம் அசைய வில்லை. பரண் அசையவில்லை. அதில் அடுக்கிய சுவடிகள் அசையவில்லை. குமாஸ்தா மேஜை அசையவில்லை. அதன் மேலிருந்த கடுக்காய் மசிக்கூடோ, பாடல் புத்தகங்களோ அசைய வில்லை. வைத்தது வைத்தபடியிருந்தது அனைத்தும்.

மீண்டும் வெளியே வந்தார் ராமையா. இறைந்து மண்ணில் செருகிக்கிடந்த அழிவை மெதுவாகப் பார்த்தார். கீச் கீச்சென்று தினைக்குருவிகள் நாலைந்து அலறிக்கொண்டிருந்தன. வால்குருவி மொட்டை நாகலிங்க மரத்தின் மேல் மிச்சமிருந்த ஒரு கிளையில் உட்கார்ந்து திருப்பித் திருப்பி ஒரு நீண்ட வாக்கியத்தைச் சொல்லிக்கொண்டேயிருக்கிறது. யாரோ குழந்தை கோபித்துக் கொள்வது போலிருந்தது அந்தச் சொல். அவ்வளவு உரிமையும் செல்லக் கோபமும் தொனித்தன அந்தத் தனிமையில்.

'எதுக்காகச் சும்மா பாத்துட்டே நிக்கறே – வீட்டுக்குப் போ–'

'எதுக்காகச் சும்மா பாத்துட்டே நிக்கறே – வீட்டுக்குப் போ –'

ராமையா மீண்டும் மீண்டும் கேட்டார். அவருக்கும் வேறு வகையாக அர்த்தப்படுத்த முடியவில்லை.

“அப்பா, ஏம்பா இப்படியெல்லாம் முறிஞ்சு கிடக்கு?” என்று மறுபடியும் பாலி கேட்டது.

“சும்மாத்தான்.”

“என்னப்பா இது?”

“என்ன?”

“சும்மாவா வந்து முறிச்சுப் போடுவாங்க.”

“ஏன் போடப்படாது?”

“போங்கப்பா!’

ராமையா பார்த்துக்கொண்டே நின்றார். என்ன செய்வதென்று புரியவில்லை.

ஒரு திருட்டும் போகவில்லை. ஒரு இலை தோட்டத்தை விட்டு அப்பால் அசையவில்லை. ஒரு மொக்கு அசையவில்லை.

வையன்னா, இப்படியா உனக்குக் கோபம் வரும்? என்னை ஓங்கி நாலு அடி அடிச்சிருக்கலாமே – அதுவும் கேஸ் ஜெயிச்சப்புறமுமா கோபம்? – அன்னிக்கு சாலையிலே சாட்சி சொல்லிப்பிட்டு நடந்து வரப்ப, வண்டியை நிறுத்திக்கிட்டுக் காச்சினியே – அப்பவே நாலு போட்டிருந்தாலும் யாராலும் ஏன்னு கேட்டிருப்பாங்களா? – இதுக்காக இந்தத் தோட்டம் முழுக்க மிதிச்சுப்பிட்டியே – அட பைத்தியக்காரா! –

“யப்பா, ஏம்பா இஞ்சியே நின்னுக்கிட்டிருக்கே?”

“எங்கே போறது?”

“ஊட்டுக்குப் போகலாம்!”

“இன்னும் சித்த நாழி இருப்பமே.”

“அப்படீன்னா இதெல்லாம் எடுத்துப் போட்டு நறுவிசு பண்ணுவோம் – வா. சும்மா நின்னுக்கிட்டிருந்தா?”

“நறுவிசு பண்ணவாண்டாம். வா. வீட்டுக்குப் போவம்.”

“வான்னா வரமாட்டேங்கறே. நறுவிசு பண்ணலாம்னா உடனே வீட்டுக்கு வாங்கறே. போங்கப்பா.”

வீட்டை நோக்கிப் புறப்பட்டார்கள் இருவரும். போகிற வழியெல்லாம் திரும்பித் திரும்பி நின்று நின்று பார்த்துக்கொண்டே போனார் அவர்.

19

"ஜகது . . . ஜகது . . ."

"இதோ வந்துட்டேன், மாமாவ்."

ஜகது வாசலுக்கு ஓடி வந்தாள்.

"என்ன அண்ணா!" என்று அவர் முகக் கலவரத்தைப் பார்த்துத் திகைத்து நின்று கேட்டாள். "என்ன உடம்பு?"

"என்னைப் பார்த்தா வியாதிக்காரன் மாதிரியாயிருக்கு?"

"என்னமோ போலிருக்கீங்களே?"

"எல்லாம் போயிடிச்சு!"

"அ! என்னது!"

"மீனாட்சி கொல்லையிலே ஒண்ணும் பாக்கி யில்லே. அப்படியே துவம்சம் பண்ணிக் கிடக்கு. ஒரு செடி, ஒரு கொடி, ஒரு பூண்டு பாக்கியில்லே. எல்லாம் வேரோட பிடுங்கி மண் மேலே போட்டுக்கிடக்கு."

"என்ன மாமாது... நல்லாச் சொல்லுங்களேன்."

"சுப்ரமண்யன் எங்கே?"

"கொட்டில்லே இருக்காங்க."

"கூப்பிடு . . ."

"உக்காருங்க."

சுப்ரமண்யன் ஓடி வந்தான்.

"என்ன மாமா! தோட்டத்தை அழிச்சுப்பிட் டானா?"

"ஆமாம். வந்து பாரு . . . அப்படியே சொர்ணக்கா ஆம்படையானை அழைச்சுக்கிட்டு வா . . . என்னாலே நடக்க முடியலே."

"அழிச்சிப்பிட்டானா . . ?"

"நீ போய்ப் பார்த்திட்டு வாயேன்."

"எப்ப, என்ன, எதுக்காக?"

"நீ போய்ப் பாரேன் . . . கூட அவனையும் அழச்சிட்டுப் போ."

சுப்ரமண்யன், சொர்ணக்கா புருஷன், ஜகது மூன்று பேரும் பெருநடையாக நடந்தார்கள். செய்தியைக் கேட்டு வடிவக்காளும் போனாள். ஜகதுவின் பெண்ணும் ஓடிற்று.

குழந்தை மட்டும் கூட இருந்தது.

ராமையாவுக்கு நெஞ்சு நெகிழ்ந்து கொண்டிருந்தது. குழந்தையைப் பார்க்கப் பார்க்க ஹிருதயம் அதிர்ச்சி கரைந்து அழுதுகொண்டிருந்தது. இந்தக் குழந்தைக்கு எத்தனை துரதிர்ஷ்டம்?

அவரைப் பரிவுடன் பார்த்தது குழந்தை. குழந்தை அவரைப் பார்த்து மனதிற்குள் அழுதது. குழந்தையைப் பார்த்து அவர் மனம் அழுதது. ஒருவருக்கொருவர் அனுதாபப்பட்டுக் கொண்டு, பொழுதைத் தள்ளிக்கொண்டிருந்தார்கள்.

"மாமா . . . யார் மாமா இது?" என்று பீதியும் திகிலும் முகத்தில் பரக்க ஓடிவந்தான் சுப்ரமண்யன்.

ஜகது அழுதுகொண்டே வந்தாள்.

சொர்ணக்காள் புருஷன் மனதில் துக்கத்தை அடக்கிக் கொண்டிருந்தான்.

'மாமா' என்று வாயைத் திறந்ததும் அவன் நெஞ்சு உடைந்தது. அந்தக் கொல்லையை வளர்த்ததில் அவனுக்குக் கால் பங்காவது உண்டு.

"அண்ணா, நீங்க கவலைப்படாதீங்கண்ணா, இன்னும் நாலு மாதத்துக்குள்ளார பாருங்க. எல்லாத்தையும் நேத்து இருந்த மாதிரி பண்ணித் தந்திடறோம்" என்று ஜகது தேற்றினாள்.

"ஆமாம் மாமா. நீங்க ஒண்ணுக்கும் ஆயாசப்படாதீங்க. எந்தப் பாவிக்கு இப்படி இத்தனை பச்சைக் குழந்தைகளைக் கூட்டமாக முறிச்சுக் கால்லே போட்டு மிதிக்க மனசு வந்தது? . . . மாமா . . . நீங்க சும்மா இருங்க. ரண்டே மாசம் நானும்

இவருமாகச் சேந்து சரிப்பண்ணிக் கொடுத்திடறோம் ... நீங்க உள்ளார வாங்க ... ஜகது ... மாமாவுக்குக் கொஞ்சம் மோர்லே சீனியைப் போட்டுக் கொண்டா."

"எனக்கு ஒண்ணும் வாண்டாம், சுப்ரமண்யா!"

அவ்வளவுதான். சுப்ரமண்யன் வைய ஆரம்பித்தான். வாசலில் நின்றுகொண்டு தோட்டத்தை அழித்த கையைத் திட்ட ஆரம்பித்தான். பெண்டாட்டி, அப்பன், ஆயி குலம், கோத்திரம் எல்லாவற்றையும் இழுத்து வையத் தொடங்கினான்.

ராமையா, "சும்மா இரு, சுப்ரமண்யா, யாரைப் பாத்து வையறே இப்ப?"

"நீங்க சும்மா இருங்க மாமா கிடக்கு. எலே, அழிவு காலம் வந்திருச்சிரா இந்த ஊருக்கு ... எலே, குடும்பத்தோட குடியோட அளியப்போவுதுரா எல்லாம் – நான் இன்னக்கிச் சொல்றேன்னு கேளுங்கடா ..."

கோடிட்ட இடங்களில் குலமும் கோத்திரமும் அம்பலத்தில் வந்து சிரித்தன.

சுப்ரமண்யன் நடுத்தெருவில் நின்று கத்திக்கொண்டிருந்தான். சாதாரணக் கத்தல் இல்லை. சுப்ரமண்யனுக்குத் தொண்டை பெரிது. கனமான, ஆழ்ந்த தொண்டை. அது முழுவதும் அடிநாடியிலிருந்து முழங்கிற்று. தெருக்கோடி வரையில் கேட்கும் குலைநடுக்கும் குரல் அது. ஊர் வீடுகள் எல்லாவற்றிலும் வாசலில் ஆணும் பெண்ணும் குஞ்சுமாக வந்து நின்றார்கள்.

"என்னடா சேதி, சுப்ரமண்யா?" என்று கேட்டுக்கொண்டே காவேரி வந்தாள். கிட்டன் வந்தான்.

அவர்களுக்குச் சொர்ணக்கா புருஷன் செய்தியைச் சொன்னதுமே காவேரி, கிட்டன் எல்லோரும் மீனாட்சி கொல்லையைப் பார்க்க ஓட்ட ஓட்டமாக ஓடினார்கள்.

சுப்ரமண்யன் ஓயவில்லை. வேட்டியை இரு கால்களுக்கு மிடையே செருகிச் செருகி விட்டுக்கொண்டு, நடுத் தெருவில் நின்று சன்னதம் வந்தவன் போலக் கத்தினான்.

ஜகது, ராமையா யாருமே அவனை இந்த வெறியில் பார்த்த தில்லை. ஜகதுவுக்கு இந்த ஆர்ப்பாட்டமெல்லாம் பிடிக்கவும் பிடிக்காது. என்னவோ இன்று அவளும் பேசாமல் பார்த்துக் கொண்டு, கேட்டுக்கொண்டு நின்றாள். இந்த முழக்கத்தை – சண்டை முழக்கத்தைக் கேட்டு யாராவது எதிர்க் கட்சி பதில் தர வரப் போகிறார்களா இல்லையா என்று பார்ப்பதுபோலிருந்தது.

தி. ஜானகிராமன்

“சுப்ரமண்யா, நான் சொன்னா நீ கேட்க மாட்டே?” என்றார் ராமையா.

அவன் ராமையாவைச் சட்டையே செய்யவில்லை. அதற்குள் காவேரி கொல்லையைப் பார்த்துவிட்டு ஓடிவந்தாள்.

“காளியாயிலே போக—அணைஞ்ச கொள்ளிக் கட்டைங்களா” என்று அவளும் நடுவாசலில் நின்று பெரிதாகத் தொடங்கினாள்.

“சுப்ரமண்யா, இப்பவாவது வாடா” என்றார் ராமையா.

ஆனால், இரண்டு பேரும் தெருவைப் பார்த்துச் சேர்ந்து ஆரம்பித்துவிட்டார்கள். ஊர் முழுவதும் வாசல் வாசலாகக் கூடிநின்றது.

கிட்டன் ஓடிவந்தான்.

நடுத்தெருவில் நின்று தொண்டை கமறக் கூச்சல் போட்டாள் காவேரி.

“ஊருக்கே அழிவு காலம் வந்திடிச்சுடா! ஒரு நல்ல மனுசன் மனசைப் போட்டுக் கொலை பண்ணினா என்ன? உங்க தலையிலே மண்ணை அள்ளிப் போட்டுக்கிட்டா என்ன? ரண்டும் ஒண்ணுதாண்டா பாவிகளா? அஞ்சு வருஷமாக் கண்ணு மாதிரி வளர்த்ததையா அளிச்சுப் போட்டீங்க! உங்க கண்ணு, காது எல்லாம் அளிஞ்சு போகப் போவுதுரா, ராட்சதனுங்களா! நாதியில்லாதவருன்னு நெனைச்சீட்டிங்களா? அவங்க மனசாலே நெனச்சாப் போதும்டா, கண்ணாலே ஒரு சொட்டுத் தண்ணிவிட்டாப் போதும், அது சமுத்ரமாப் பெருகி உங்களையெல்லாம் அழிச்சுப்பிடும். சூடா ஒரு பெருமூச்சு விட்டாப் போதும், அந்தச் சூட்டிலே கருகிச் சாம்பலாப் போயுடுவீங்க . . . தைரியம் இருந்தா வெளியிலே வந்து நின்னுங்களேண்டா. ஏன் ஊட்டுக்குள்ளார முந்தானையிலே பதுங்கிட்டிருக்கீங்க? . . .”

ஊர் முழுவதும் வெளியே வாசல்களில் வந்து நின்றது. பதுங்கிக்கொண்டிருப்பதாக அவள் வையன்னாவைச் சொல்லிக் கொண்டிருந்தாள். வையன்னாவைத் தெருவில் காணவில்லை.

இடையிடையே சுப்ரமண்யனும் கூவிக் கொண்டிருந்தான்.

ஒரு மணி நேரம் இரண்டு பேரும் கத்திக்கொண்டிருந்தார்கள். இதற்கிடையே ஊரில் ஒவ்வொருவராக அழிந்த கொல்லையைப் போய் பார்த்துவிட்டு வந்தார்கள்.

“மாமா, இதைச் சும்மா விடப்படாது. ஊர்லே கூட்டம் போட்டு, எந்தப் பயங்க இப்படிச் செஞ்சாங்களோ, அவங்களைக்

கண்டுபிடிச்சு அவங்க கையெல்லாத்தையும் சுள்ளி ஒடிக்கிறாப்பல ஒடிச்சுப் போடணும். யாரு செய்யச் சொன்னானோ அவன் கையை எண்ணெக் கொப்பரையைக் கொதிக்க வச்சு அதுலே விடச் சொல்லணும்" என்று கிட்டன் சொன்னான்.

"எப்படிடாலே கண்டுபிடிக்கிறது ஆளை?" – இன்னொரு பையன்.

"கண்டுபிடிக்கிறதுக்கும் வழி சொல்றேன். ஊர்லே இருக்கறவங்க அத்தினி பேரையும் கூப்பிட்டு, கொதிக்கிற எண்ணெயிலே கையைவிடச் சொல்லணும். சாமி சத்தியமா அழிச்சுப் போட்டவன் கை வெந்து போயிடும், அப்பதானே தெரியுது."

"நீ உடுவியா?"

"நான் உடறேண்டா, தப்பு இருந்தாத்தானே, என் கை பொரியும்? என்னை என்ன பண்ணும் சாமி?"

"அப்படி நல்ல சாமியாயிருந்தா தோட்டத்தை அளிக்கிற போதே அவன் கை மேலே ஒரு கருநாகத்தை ஏவிவிட்டிருக்குமே!"

கிட்டனுக்குப் பதில் சொல்ல முடியவில்லை.

தலைக்குத் தலை ஏதேதோ பேசிக்கொண்டிருந்தார்கள்.

"மாமா, நீங்க போலீஸிலே போய் பிராது கொடுங்க மாமா, மறுபடியும் ரண்டு மாசம் சந்தியிலே நிக்கட்டும். ஆனா, உங்களை இப்படி செஞ்சதுக்குத் தப்பிச்சிர முடியாது. கட்டாயம் பள்ளிக் கூடத்திலே போட்ருவாங்க" என்றான் முத்துக்கிருஷ்ணன்.

"போலீஸுக்குப் போய் என்ன ஆகப் போவுது தம்பி, வேலியே பயிரை அழிக்கிறப்ப, அசலூர்க்காரங்க, சம்பந்தமில்லாதவங்க வந்தா நியாயம் தரப் போறாங்க?"

"பின்னே, அப்பறம் ராஜாங்கம்னு ஒண்ணு இருப்பானேன்?"

"ராஜாங்கம் எல்லாம் என்ன செய்ய முடியும், நீயும் நானும் ஒழுங்கா இல்லாட்டி?"

"நீங்க இப்ப உடனே போய் பிராது கொடுக்கிறது தான் ஒழுங்கு. இல்லாட்டி இப்படியே வந்துகிட்டே போகும்."

ராமையாவுக்குத் தனிமை வேண்டியிருந்தது. இந்தப் பேச்செல்லாம் அந்தச் சமயத்துக்கு அவருக்குப் பிடிக்கவில்லை. சத்தமேயில்லாத, சந்தடியேயில்லாத, ஒரு பட்சி அரவம்கூடக் கேட்காத ஒரு இடமாகப் போய் உட்கார்ந்து கொள்ள வேண்டும் போலிருந்தது. பிராது யோசனை சொன்னவர்களுக்கு 'செஞ்சு

விடலாம். நாளைக்கே போறேன்' என்று தைரியம் சொல்லிவிட்டு, வீட்டுக்குள் போனார்.

சொர்ணக்கா, அவள் புருஷன், பிள்ளை, ஜகது, சுப்ரமண்யன் – ஐந்து பேரும் உள்ளே வந்தார்கள், ரகசிய ஆலோசனைக்கு வருபவர்கள்போல.

ராமையாவின் ஆட்கள் இரண்டு பேர்கள் வந்தார்கள். அவரை வாய் திறக்காமல், கண்ணீர் விடாத குறையாகச் சிறிது நேரம் பார்த்துக்கொண்டு நின்றார்கள்.

"சாயங்காலம் வண்டியைக் கட்டிக்கிட்டுப் புதுக்கரையிலே போய் எழுதிட்டு வந்திரலாம் மாமா, போலீசிலே" என்றான் சுப்ரமண்யன்.

"ஐயா ஒண்ணும் சொல்லலியேன்னு நிக்கிறோம். அவங்களை ஒண்ணும் கேக்காம செய்யப்படாதுன்னுதான் யோசிக்கிறோம். ம்னு சொல்லுங்க – போதும் அவன் கையி, காலு, அவன் பெண்டாட்டி தாலி – எல்லாத்தையும் இங்க கொண்ணாந்து போட்டுப்பிடறோம்" என்றான் காளி.

"இத்தினி நாளி செஞ்சிருக்கணும். ஐயாவுக்குப் பிடிக்காட்டி அப்புறம் மூஞ்சியிலே முளிக்க மாட்டாங்க…"

"ஒண்ணும் செய்ய வாணாம். சும்மா இருந்தாப் போதும் நீங்க. செஞ்ச ஆள் யாருன்னே தெரியலே."

"என்னாங்க தெரியலேங்கிறீங்க? நேத்திக்குக் கோர்ட்டிலே விட்டுப்பிட்டாங்க. இன்னக்கி இப்படி ஆயிருக்குன்னா வேற யாரு செஞ்சிருக்க முடியும்?"

"அதெல்லாம் நிச்சயமா, புள்ளியடிச்சாப்பல தெரியற வரைக்கும் யாரையும் பத்தி எதுவும் சொல்லப்படாது."

"சந்தேகப்படவும் கூடாதுங்களா?"

"பட்டுக்கலாம். அது நாலு பேர் காதிலே விழப்படாது."

"இப்ப நாம் தனியாத்தானே பேசிக்கிறோம்."

"அது சரி… வெளியிலே போய் இப்படியெல்லாம் சொல்லப் படாது."

"சொன்னா என்னவாம்! ஊர் தெரிஞ்ச இரகசியம் தானே இது?"

கேஸ் போடச் சொல்லித் தூண்டிக் கொண்டிருந்தார்கள், சுப்ரமண்யமும் மற்றவர்களும். இரண்டு நாழிகை பேசியும் அவர்

மசியவில்லை. அவர்களுக்கும், வாசலில் சொன்ன பதிலையே சொல்லி அனுப்பிவிட்டு ஊஞ்சலில் உட்கார்ந்து கொண்டார்.

உள்ளே வடிவு ஒரு பாட்டம் அழுதுவிட்டு, சமைத்துக் கொண்டிருந்தாள். பாலி ஜகதுவுடன் அடுத்த வீட்டுக்குப் போய் விட்டது.

ஊஞ்சல் மந்தமாக முனகியவாறு ஆடிற்று.

அவர் மனம் சூன்யமாக இருந்தது. அழிந்த தோட்டத்தில் போய் நின்றுகொண்டிருந்தது. மண்ணில் அழுந்திக் கிடந்த இலைகளையும் மொக்குகளையும் மலர்களையும் பிரமை பிடித்துப் பார்த்துக்கொண்டு நின்றது. யார் செய்திருக்கக்கூடும், எதற்காகச் செய்தார்கள் என்றெல்லாம் யோசிக்கவில்லை. பொறிகளைக் கலக்கிவிட்டாற்போல, அழிந்த காட்சி ஒன்றைத் தான் பார்த்துக்கொண்டிருந்தது. அதற்குமேல் அவர் மனம் இயங்கவில்லை.

துயரம் மிகமிக, பசியும் மிகுந்தது. நடந்த அமர்க்களத்தில் சமையலுக்கு வேறு தாமதமாகிவிட்டது. பசியை உக்கிரப்படுத்திற்று அது. ராமையா அன்று சற்று கூடவே சாப்பிட்டார் – சோற்றைப் போட்டுத் துயரத்தை அமுக்குவது போல.

சாப்பிட்டு, ஒருமுறை வெற்றிலை போட்டுக்கொண்டதும் கவலை எல்லாம் நீங்கிவிட்டது போலிருந்தது. இரண்டு மணி நேரம் தூங்கினார். விழித்து எழுந்ததும் நிம்மதி மீண்டும் நீங்கி விட்டது. தோட்டத்தின் ஞாபகம் வரவே, தூங்கிய துயரும் மீண்டும் விழித்து எழுந்தது. சாப்பிட்டுவிட்டு பகலில் சிறிது கண்ணயர்ந்து எழுந்ததும் முகத்தைக் கழுவிக்கொண்டு தோட்டத்திற்குப் போகிற வழக்கம். இப்போது அந்த ஞாபகம் வரவே, அவருக்குத் தோட்டத்தின் அழிவு மீண்டும் கண்முன் நின்றது.

இப்போதும் அங்கு போகத் தயார்தான். ஆனால் இந்தத் துயரம் தோட்டத்தை மீண்டும் பிழைக்க வைக்க வேண்டுமே என்ற கவலையில் வந்ததல்ல. மனமிருந்தால் அது நடந்துவிடும். உழைப்புக்கு யாரும் பயப்படவில்லை. ஆனால், அந்த அழிவைக் கண்ணால் காணத்தான் அவருக்கு முடியவில்லை. நான் இப்போது போய் என்ன செய்யப் போகிறேன்? என் உறுதியை யாரோ குலைத்துவிட்டார்கள். குலைக்க முடியும் என்பதை நிலைநாட்டுவது போலத் தோட்டம் அழிந்து கிடக்கிறது.

அவருக்கு வேறு என்னென்னவோ தோன்றிக்கொண்டிருந்தது. தோட்டம் அழிந்ததும் ஒருவிதத்தில் நல்லது என்றுதான்

தோன்றிற்று. நல்லதுதான் . . . நல்லதுதான் . . . ஆமாம். என் உறுதிக்கு இந்தத் தோட்டமா அடையாளம்? இந்தப் புற அடையாளம் ஒரே ராத்திரியில் அழிந்துவிட்டது. ஆனால், தோட்டத்தின் ஆணிவேர் அந்த மண்ணில் இல்லை . . . இந்த மண்ணில் இருக்கிறது. மண்ணாலேயே ஆன இந்த உடம்பிற்குள் குடியிருக்கும் மனதிற்குள் ஓடியிருக்கிறது. இந்தத் தோட்டத்தை விட்டுத் தூரப் போய்விட்டால், இந்த ஆணிவேர் அழிந்தாவிடும்? அதை நானாகக் கிள்ளியெறிந்தால் உண்டு அகிலத்தின் நினைவு இறந்துபோய், நானாக அதை அறுத்து எறிந்தால்தான் உண்டு. நான் தூர தூரப் போய்க்கொண்டிருந்தால்? அவர் மனது துள்ளி எழுந்தது. இருளில் தடவித் தடவிக் கொண்டிருந்துவிட்டு, இறுதியில் காலை நரையைக் கண்டது போலிருந்தது.

ஜகது பாலியுடன் வந்தாள். பாலிக்கு அழகாகத் தலைவாரி ஜவந்திப் பூவை வைத்திருந்தாள். இரவில் மழையில் நனைந்து காலையில் பளிச்சிட்டு நிற்கும் தோட்டத்தைப் போல இருந்தாள் பாலி. முகம் கழுவிப் புஷ்பத்தின் புதுமையுடனும் பெண்மை யுடனும் சிரித்துக்கொண்டே வந்தாள் குழந்தை.

“அட, தலையெல்லாம் பின்னிக்கிட்டாச்சா அதுக்குள்ளவும்? இப்பவே கிளம்பிடலாம் போலிருக்கே?” என்றார் ராமையா.

“எங்கண்ணா?” என்றாள் ஜகது.

“ஊருக்கு.”

“வைதீச்வரன் கோயிலா, தில்லைவிளாகமா – இந்தத் தடவை?”

“தஞ்சாவூர் போயிடப் போறோம்.”

“போயிடப் போறோமா?”

“ஆமாம், ஜகது. பாலி, வடிவக்கா, நான் – மூணு பேரும் போயிடப் போறோம்.”

“போயிடப் போறோம்னா?”

“ஆமாம். அங்கேயே குடியேறிடப்போறோம்!”

இந்தப் பேச்சைக் கேட்டு வடிவும் அங்கே வந்து சேர்ந்தாள்.

“என்னக்கா இது?’

“என்ன?”

“அண்ணா என்னமோ சொல்றாங்களே . . . குடியேறப் போறாங்களாம்.”

“ஆமாம் வடிவு. பங்கெல்லாம் குத்தகைக்கு விட்டுப்பிட்டு, கொஞ்ச காலம் தலைமறைவா இருக்கலாம்னு யோசனை. இந்த ஊர் மூஞ்சிலே முளிக்காம . . . எனக்குக் கொஞ்சநேரம் முன்னாடிதான் தோணிச்சு. அப்படியே செஞ்சுபிடதுன்னு முடிவு கட்டிப்பிட்டேன்.”

“இந்த ஊர் மூஞ்சியிலே முழிக்க வேண்டாம்னா, இஞ்ச என்ன எல்லாருமா பகையா இருக்காங்க? என்னமோ நாலஞ்சு காலாடிங்க இருந்திருச்சின்னா, அதுக்காக ஊரை விட்டே போயிர முடியுமா?”

“போறதுன்னு முடிவு பண்ணியாச்சு.”

“நீங்க முடிவு பண்ணினாப் போதுமா? நாங்க போக விட வாண்டாமாக்கும்.”

“நீங்கள் போகத்தான் விடணும்... ஜகது. நீ இப்ப ஒண்ணும் சொல்லாதே. அஞ்சு வருஷம் முன்னாடியே இந்த யோசனை வந்தது எனக்கு. ஆனா முகந் தெரியாத ஊர்லெ போய் இதை எப்படி வளக்கறதுன்னு கலங்கிப் போய்த்தான் அலையற மனசை புடிச்சு நிறுத்திக்கிட்டுத் தங்கினேன். இந்தத் தடவை, நான் என்னமோ வெளிக்குக் காட்டிக்காம இருக்கேனே தவிர, என் மனசு சரியாயில்லே.”

“நீங்க சொல்லணுமாண்ணா? எனக்கு நல்லாத் தெரியுது. காலமே புடிச்சு எனக்கும் ஒரு வேலை ஓடலை. பைத்தியம் புடிச்சாப்பலே இருக்கு.”

“அதான் சொல்றேன். என்னைக் கண்டாலே ஏதாவது வம்பு பண்ணனும் போலிருக்கு இவங்களுக்கு. நான் நாலஞ்சு வருஷம் இருந்துட்டு வர்றேன் போயி. குழந்தையை நினைக்கறப்ப இப்பவே புறப்பட்டுடணும் போலிருக்கு.”

“நாங்கல்லாம் இருக்கறப்ப குழந்தையைப்பத்தி என்ன கவலைண்ணா உங்களுக்கு?”

“தெரியுது, ஒரு ஏக்கர் தோட்டத்தை இந்தப் பாடு படுத்தியிருக்குறானுக. மனுசங்க எத்தினி நேரம் காபந்து செய்ய முடியும் சொல்லு!”

“அப்படிப் பாக்கப் போனா, எங்கதான் இருக்க முடியும்?”

“ஆபத்திலே சின்னது பெரிது – ரண்டும் இருக்கு. இருக்கிற இடத்திலே இருந்துகிட்டு சின்னதைச் சமாளிச்சுக்கலாம். பெரிசா வந்திச்சின்னா கொஞ்ச நாள் விலகியிருக்கறதுதான் சரி. நான் ஒண்டிக்கட்டையாயிருந்தா, சரின்னிப்பிடுவேன். குழந்தையை

இப்படிக் கண்ணு படும்படியா படைச்சுப்பிட்டான். அதை நான் இன்னும் பத்துப் பன்னண்டு வருஷம் ஜாக்கிரதையாக் காப்பாத்தியாகணும் . . .”

வடிவு ஒன்றுமே பேசவில்லை. ஜகதுவுக்குப் பொருத்தமாக அவர் உறுதிக்கு ஈடுகொடுத்துப் பேச முடியவில்லை. அவளுக்கு அழுகை வந்துவிட்டது.

“ஊர்லெ நாலு படிச்சவங்களா, பெரியவங்களா, நீங்க இருக்கீங்க. தைரியமாயிருக்கு. நீங்களும் கிளம்பிட்டா, குடியிருக்க லாயக்கா இருக்குமா? நல்லது கெட்டது எதுன்னு பிரித்து எடுத்துச் சொல்ல ஆள் யாரு இருப்பாங்கண்ணா?”

“நல்லது கெட்டது பிரிச்சுப் பார்க்கறதுக்கு ஒருத்தன் வேணும்கிறது கிடையாது. எல்லாருக்கும் அந்த அறிவு இருக்கு ஜகது. மனசுக்கு எல்லாம் ஸ்படிகம் மாதிரி பொதுவா எல்லாருக்குமே படும். ஆனா தைரியமாப் பேசறதுக்குத்தான் பயப்படுவாங்க . . .”

“அதைத்தான் சொல்லுங்களேன்.”

“கெட்டதைப் பார்த்துக்க தைரியம் இருக்கறப்ப, நல்லதை அமுங்காம காப்பாத்தறத்துக்கும் தைரியம் வரும். அதுக்கு வேளை வரணும். மனசிலே உறைக்கணும், இதெல்லாம் தானே நடக்கற சங்கதி.”

ஜகதுவுக்கு என்னென்னமோ கேட்க வேண்டும் போலிருந்தது. நிலத்தை என்ன செய்யப் போகிறார்? குத்தகைக்கு விடப் போகிறாரா? யாரிடம்! அல்லது தெரிந்தவர்களின் பண்ணையில் விட்டுவிட்டுப் போகப் போகிறாரா? அப்படியானால் அது யார்? தஞ்சாவூரில் போய் என்ன செய்யப் போகிறார்? வாடகை வீடா? அல்லது சின்னதாக வீடு வாங்கிக்கொள்ளப் போகிறாரா? பொழுது அங்கு எப்படிப் போகும்? அங்கு தெரிந்தவர்கள் ஓரிரண்டு பேர்தான் இருக்கிறார்கள் எந்தத் தெருவில் ஜாகை வைத்துக்கொள்ளப் போகிறார்? ஊரில் கூத்து யார் நடத்துவார்கள்? அப்போது இங்கு வருவாரா? இருந்து சொல்லிக் கொடுத்துவிட்டுப் போவாரா?

ஒரு மூட்டை கேள்விகள் அவள் மனதில் புரண்டுகொண் டிருந்தன. ஆனால், வாய்விட்டுக் கேட்பதற்குப் பயமாயிருந்தது. கேட்டாலே பிரயாணத்தை உறுதி செய்கிறதா ஆகிவிடுமோ என்று அவளுக்குச் சந்தேகம். கேட்காமலிருந்தால் ஒருவேளை தோன்றிய எண்ணம் தானாக அணைந்து போனாலும் போகும். அவர் ஊரைவிட்டுப் போகப் போகிறார் என்ற நினைவையே ஏறிட்டுப் பார்க்க அவளுக்கு நடுங்கிற்று.

சிறிது நேரம் பேசாமலிருந்துவிட்டு அவரிடம் விடைபெற்றுக் கொண்டு சென்றாள்.

“என்னடா ராமையா இது திடீர்னு?”

“ஆமாம், வடிவு. நீ வேற பழையபடிக்கு ஆரம்பிக்கவாணாம். நாளைக் காலமே தஞ்சாவூர் போய் ஒரு வீடு பார்த்து, கோணவாய் நாய்க்கரைப் பார்த்து வரப்போறேன். நீ பேசாம கிளம்பு. கொஞ்ச நாளைக்கு நாகரிகமா இருக்கற ஜனங்களைப் பார்த்துப் பழகிக்கலாம். தினம் போது விடிஞ்சா இந்த மேலக் குட்டை கீழக்குட்டை, சாணி தட்றது, ஊர் வம்புன்னு எல்லாத்தையும் பார்த்தாச்சு. குழந்தை எங்கே?”

“ஜகதுவோட போச்சே.”

“எனக்கு அதை நெனச்சாத்தான் பயமாயிருக்கு. இந்த ஊரிலெ உட்கார்ந்து அதுக்கு ஏதாவது சொல்லிக்கொடுக்கவும் பயமாயிருக்கு. அது பேசறதைப் பாத்தா, இந்த ஊர்லெ வச்சுக்கிட்டு வீண் வம்பு அடிக்கப் பழக்கப் பிடிக்கலே எனக்கு . . . போய் நாலு நல்லவங்க படிச்சவங்களோடவாவது பழகட்டும் . . . உனக்கு எங்கே இருந்தா என்ன?”

காளியும் பிச்சையும் வந்தார்கள். இருவரையும் அழைத்துக் கொண்டு மீனாட்சி கொல்லைக்குப் போனார் அவர். விடுதியி லிருந்த புத்தகங்கள், சுவடிகள், கணக்கன் மேசை, உட்காருகிற கம்பளி எல்லாவற்றையும் எடுத்து வீட்டுக்கு அனுப்பினார். கோயிலுக்குப் போய்விட்டு அவர் திரும்பி வந்தபோது மீண்டும் அந்தச் சின்னக் கூட்டம் கூடியிருந்தது. ஜகது, சுப்ரமண்யம், சொர்ணக்கா, அவள் புருஷன், மகன், காளி, பிச்சை.

அவர் உள்ளே நுழைந்ததும் நுழையாததுமாக, “என்னங்க இது? எங்ககிட்ட சொல்லவே இல்லையே . . .”

“என்னடாப்பா?”

“தஞ்சாவூருக்குப் போறேன்னீங்களாம் . . . இவங்க சொன்னாங்க இப்பதான் ... நீங்க இந்தப் படுபாவிகிட்டே பயந்து கிட்டா போறீங்க? நான்தான் மத்தியான்னமே சொன்னேனே. அப்படியே செஞ்சுப்பிட்டாப் போவுது. அவன் கை, காலு, அவன் பொஞ்சாதி தாலி எல்லாத்தையும் உங்க காலடியிலே போட்டுடறோம், அப்புறம் யாருக்குப் பயப்படணும்?”

“சொல்றா நல்லா” என்றான் சுப்ரமண்யன்.

“நான் பயந்துகிட்டுப் போகலே. கொஞ்ச நாளைக்கு இந்த ஊரிலே இல்லாம இருக்கணும்; அவ்வளவுதான்.”

சுப்ரமண்யன், சொர்ணக்கா புருஷன் எல்லாரும் சற்று வியப்புடனேயே எல்லாவற்றையும் கேட்டார்கள். பகலில் சொன்னதையே திருப்பிச் சொல்லிவிட்டார் அவர்.

"இது முடிவாயிட்ட சங்கதி. இனிமே செய்ய வேண்டியது ஒண்ணே ஒண்ணுதான். இந்த வீட்டிலே யாரையாவது குடி வக்கணும். நிலத்தை உங்களுக்குள்ளே யாராவது பாத்துக்கணும். காளி, பிச்சை, சுப்ரமண்யன், சின்னக்கண்ணு உங்கள்ள யாராவது பார்த்துக்கிட்டா சரி. குத்தகை தான் வச்சுப்பீங்களோ, என்ன செய்வீங்களோ – எனக்குச் சாப்பாட்டுக்கு நெல்லு வண்டியிலே கொண்ணாந்து ஆனி ஆடியிலே போட்டுடணும், தஞ்சாவூரிலே. விறகு புளி எப்பவாவது அனுப்புங்க."

"நெசமாத்தானா?" என்றான் பிச்சை.

"நெசமாத்தான். உங்களுக்குள்ளேயே முடிவு பண்ணிக்கிங்க."

ஜகது சொன்னாள் – "நான் ஒரு தினுசாச் சொல்றனே."

"என்னவாம்?"

"வீட்டை நாங்க பாத்துக்கிறோம். மீனாட்சி கொல்லையை சொர்ணக்கா வீட்டிலே பாத்துக்கட்டும்."

"ரொம்ப சரி."

"மத்த புஞ்சைங்களைக் காளி பார்த்துக்கட்டும். நஞ்சைங்களை பிச்சை பாத்துக்கட்டும்."

"அட! அட!" என்று வியந்துவிட்டார் ராமையா. அவருக்கு எழுந்து கூத்தாட வேண்டும் போலிருந்தது. "ஜகது, ஒரு அரை நிமிஷத்திலே ஜமீன் உத்தரவு மாதிரிப் போட்டுப்பிட்டியே – என்னடாப்பா! உங்களுக்கு எப்படித் தோணுது?"

"நீங்கதான் சொல்லிட்டீங்களே? எனக்கும் பிரமிச்சுத்தான் போச்சி. நாமளா இருந்தா, நாலு மணி நேரம் மென்னு மென்னு முளுங்கிட்டிருப்போம். எல்லாம்தான் முடிஞ்சு போச்சே."

"என்ன சின்னக்கண்ணு?"

"மாமா, நீங்களும் குழந்தையும் போய் கொல்லையிலே உட்காந்திருப்பீங்க. இப்ப நானும் பையனும் போய் உட்காந்துக்கறோம். இன்னும் ஆறு மாசத்திலே வந்து ஒரு தடவை வந்து பாருங்க. எப்படியிருக்குன்னு!"

"அது உன் தோட்டம் – உன் பையன் தோட்டம். உங்களை விட யாரு தலைப் பொறுப்பாய் பாக்கப் போறாங்க, சொல்லு."

20

மறுநாள் காலையில் தஞ்சாவூர் புறப்பட்டு விட்டார் ராமையா. கொரடாச்சேரியில் ரயில் ஏறி, தஞ்சாவூர் போனதுமே, கோணவாய் நாய்க்கரைப் போய்ப் பார்த்தார்.

கோணவாய் கிருஷ்ண நாய்க்கருக்கு ராஜங்காட்டுக்குப் பக்கத்திலிருந்த காத்தமேடு சொந்த ஊர். பதினைந்து வருஷத்துக்கு முன்னால் மன்னார்குடி வேட்டி பத்தாறும் ஒன்பதஞ்சுமாக ஐம்பது அறுபது ஜோடிகளை எடுத்துக்கொண்டு போய், கீழ வீதியில் ஒரு திண்ணையில் போட்டு வியாபாரம் செய்ய ஆரம்பித்தவர், இரண்டு வருஷங்களுக்குள் கிடைத்த பணத்தை வைத்துக் கொண்டு, ஒரு இரும்புக்கடை வைத்துவிட்டார். அவருக்குக் காலம் ஒத்துக்கொண்டு, கையும் ஓங்கிக் கொண்டு வந்தது. இரும்புக்கடை வைத்த ஒரே வருஷத்தில் முதல் மகாயுத்தம் ஆரம்பித்துவிடவே, ரொக்கம் ஏறிக்கொண்டே வந்தது. பதினாறு வயதில் ஒரு பிள்ளை அவருக்கு. அவனுக்கு ஒரு மளிகைக் கடையைப் புது மோஸ்தரில் கண்ணாடி டப்பாக்களாக அடுக்கி வைத்துக் கொடுத்தார். ஒரே பிள்ளை. ஒரே பெண். மூத்த பெண்ணைத் தஞ்சாவூரிலேயே கலெக்டர் ஆபீசில் வேலை பார்க்கிற ஒரு உறவுக்காரப் பையனுக்குக் கட்டிக் கொடுத்ததும், அவருக்கு எல்லாக் கவலைகளும் நீங்கிவிட்டன.

அவருக்கு வாய் இடது பக்கம் சாய்ந்திருக்கும் — கீழ் நோக்கி. சதா வெற்றிலை புகையிலை. புகையிலைச்

சாறு இடது ஓரத்தின் வழியாக வழிந்துகொண்டிருக்கும். அரை நிமிஷத்துக்கு ஒரு தடவை இடது கையால் அதைத் துடைத்துத் துடைத்து விட்டுக் கொண்டிருப்பார் நாயக்கர்.

“அடெடெ ராமையாவா, வா வா! எப்ப வந்தே? எங்கேர்ந்து வர்றே?” என்று உற்சாகத்துடன் வரவேற்றார் அவர். ஹோட்டலிலிருந்து காப்பி வாங்கி வரச் சொன்னார். காப்பி என்ற பானத்தை எங்கேயோ ஓரிரண்டு கலியாணங்களில் குடித்திருக்கிற ராமையாவுக்கு, அமிருதமாயிருந்தது. தஞ்சாவூருக்குக் குடியேறுகிற ஆசை அந்தக் கணத்தில் ஸ்திரமாகிவிட்டது.

ஊர்க் கதை எல்லாவற்றையும் சொல்லி, தஞ்சாவூரில் குடியேறுகிற எண்ணத்தைச் சொன்னதுமே, நாய்க்கருக்கு உற்சாகம் தாங்கவில்லை.

“வந்துரு ராமையா. என்னத்துக்கு ஊரிலே இருந்துகிட்டு அவதிப்படணும்? சனியன் புடிச்ச ஊர்லே யாராவது இருப்பாங்களோ? சித்தே இரு. நானும் வர்றேன். தெற்கு வீதியிலேயே ஒரு வீடு காலியிருக்கு – நல்ல வீடு. டாக்டரு மாற்றலாகி பட்டணம் போயிருக்காரு. நல்லவங்களாப் பார்த்து விடணும்னு சொல்லிட்டிருந்தாரு. பன்னண்டு ரூபாதான் வாடகை, அரண்மனை மாதிரி இருக்கும். எலே சாமியப்பா, கடையைப் பாத்துக்கடா, ஒரு மணியிலே வந்திடறேன்” என்று ராமையாவை அழைத்துக்கொண்டு கிளம்பிவிட்டார்.

தெற்கு வீதி வீடு. பாரி வீடு. நாலைந்து பெரிய அறைகள், மாடியில் மூன்று அறைகள். மொட்டை மாடி. வாசலில் பெரிய திண்ணை – குளுகுளுவென்று சார்ப்பு.

ராமையா உடனே பணத்தைக் கொடுத்து, ஞாயிற்றுக்கிழமை வருவதாகச் சொல்லிவிட்டு, மாலை வண்டியில் ஊருக்குக் கிளம்பிவிட்டார்.

சுப்ரமண்யனும் ஜகதுவும் வெள்ளிக்கிழமை வரையில் அவரைத் தடுத்து நிறுத்த, படாதபாடுபட்டு, முயற்சியைக் கைவிட்டு விட்டார்கள். சனிக்கிழமையன்று சாமான்களை ஒரு கூண்டு வண்டியில் ஏற்றிக்கொண்டு, காளியும் பிச்சையும் கிளம்பினார்கள். ஞாயிற்றுக்கிழமை உச்சி வேளைக்குக் குடும்பம் கிளம்பிவிட்டது. சின்னக் கண்ணுவும் சுப்ரமண்யனும் புது வீட்டில் குடித்தனம் வைக்க உதவியாகக் கூடவே கிளம்பினார்கள். ஜகது இரண்டு மூன்று பழைய ட்ரங்குகளில் ராமையாவின் வேட்டி, பாலிக்கு வேண்டிய சாமான்கள் எல்லாவற்றையும் வைத்து, ராத்திரி போய் சமைக்காமலிருக்க, கட்டுச் சாதம்,

மிளகாய்ப் பொடி தூவின தோசை எல்லாவற்றையும் கட்டித் தயார் செய்து கொடுத்தாள்.

ராமையாவுக்கு விடை கொடுக்க ஊரில் பாதிக்குமேல் திரண்டுவந்திருந்து.

ஒரு வேப்பிலைக் கொத்தை எடுத்துக்கொண்டு ஓடிவந்தான் கிட்டன்.

"குழந்தைக்கு வையிக்கா" என்று ஜகதுவிடம் கொடுத்தான். தலையில் ஒரு அருக்கை வைத்துப் பாலிக்கு முத்தமிட்டாள் ஜகது.

"வரட்டுமா ஜகது?"

"வாங்கண்ணா" என்று சிரித்துக்கொண்டுதான் சொன்னாள் ஜகது. பனித்துளி தேங்கிய தும்பைப்பூ சிரிப்பது மாதிரி இருந்தது.

அதைப் பார்த்ததும் ராமையாவுக்கே தாங்கவில்லை. அவரைப் பார்த்துப் பாலியும் அடக்க முடியாமல் தேம்பிற்று. இதைக் கண்டதும் காவேரி, கிட்டன், யோகம், தங்கக் கிளி, சொர்ணக்கா – எல்லாருக்கும் நெஞ்சை வந்து அடைத்தது.

வண்டி நகர்ந்தது. பின்னால் செருகியிருந்த வேப்பிலைக் கொத்து சிலிர்த்து அசைந்தது. இப்படி ஒரு நஷ்டம் வரும் என்று யாரும் எதிர்பார்க்கவில்லை. வண்டியிலிருந்தே ஊர் கண்ணீர் வடிப்பதைப் பார்த்துக்கொண்டேயிருந்தார், ராமையா. எனக்கும் சாதாரண நெஞ்சில்லை என்று எண்ணிக்கொண்டே வண்டி போகிற பக்கம் முகத்தைத் திருப்பிக்கொண்டார்.

"இத்தினி பேரு கண்ணாலே ஜலம் விடறாங்க மாமாவுக்குப் போக மனசு வருதே" என்றான் சுப்ரமண்யன்.

ராமையா பதில் பேசவில்லை. புன்சிரிப்புச் சிரித்து மழுப்பினார். தன் உணர்ச்சிகளையும் மறைத்துக்கொள்ள உதவிற்று அது.

தி. ஜானகிராமன்

21

கொரடாச்சேரிக்குப் போகிற நாலு மைலும் மண் சாலை. வண்டிச்சுவடு இரட்டைக் கோடுகளாகப் பள்ளமிட்டு விழுந்திருந்தது. வேகமாகப் போகிற மாடுகள் தான். ஆனால், சுவட்டின் ஆழம் வேகத்தைப் பிடித்துப் பின்னுக்கு இழுத்தது. ஆய்ச்சலில் விழுந்து விழுந்து எழும்போது பாலியின் பின்னந்தலை மொட்டு மொட்டென்று இடித்தது சொர்ணக்கா புருஷன் "இப்படிவந்து உட்காரு பாலி" என்று மடியில் உட்காரச் சொன்னான்.

பாலி மழுப்பல் சிரிப்புடன் சாலையைப் பார்த்தது.

சிறிது நேரம் சென்றதும் மீண்டும் ஒரு ஆய்ச்சல் எல்லார் தலையையும் பதம் பார்த்துவிட்டது.

"இஞ்ச வா. எம் மடியிலே உக்காந்துக்க" என்றாள் வடிவு. வடிவு முன்னால் உட்கார்ந்திருந்தாள். அடுத்தாற் போல் ராமையா; பிறகு சொர்ணக்கா புருஷன். கோடியில் சுப்ரமணியன். ராமையாவைத் தாண்டிக்கொண்டு வடிவுவிடம் போக வேண்டும். எழுந்து நிற்க முடியவில்லை. வண்டி ஆடி அலுங்குகிறது.

"சரி, என் மடியிலே உட்காரு" என்று சொர்ணக்கா புருஷன் மீண்டும் சொன்னான்.

மீண்டும் அதே மழுப்பல் சிரிப்பு.

“அப்புறம் மண்டையெல்லாம் வீங்கிப் போயிடும் இடிச்சு இடிச்சு” என்று அவளைத் தூக்கி உட்கார்த்தி வைத்துக் கொள்வதற்காக கையை நீட்டினான்.

கை பட்டதும் நெளிந்து வளைந்து, “வாண்டாம் இப்படியே இருக்கேன்” என்றது பாலி.

மீண்டும் ஒரு இடி.

“பாத்தியா நான், சொன்னேன்ல!”

“உட்கார்ந்துக்கவேண்டி. கூப்பிடறாரு!”

“வாண்டாம் அத்தை.”

“மாமனாருல்ல?” என்றான் சுப்ரமண்யன்.

“அவரு மவன் வந்திருந்தா, வண்டியிலே வரமாட்டா போலிருக்கே” என்றாள் வடிவு.

ராமையாவுக்கு இந்தக் காட்சியைப் பார்த்ததும் நெஞ்சு பூரித்து விம்மிற்று. தோட்டத்தை அழிச்சா ஆயிடுமா? ஊர் முளுக்கக் கூட்டிக் கூட்டிக் கட்சி கட்டினா ஆயிடுமா? வேரு இப்படியெல்லாம் ஓடியிருக்கிறப்ப? கண்ணிலே முளி மிதக்கறாப்பலதான் இருக்கு! யாராவது தொட்டுற முடியுமா? கண்ணை அவிச்சாதான் தொடலாம் . . . சை . . . என்னத்துக்கு இந்த எண்ணம்! . . . ஆமாம். இந்தத் துளியூண்டு குட்டியை அழிச்சாத்தான் அந்த உறுதியையும் பிடுங்க முடியும்? அப்புறம் பிடுங்கினா என்ன, பிடுங்காட்டி என்ன?

“மாமா, நேத்து ஜகது சொல்லிக்கிட்டிருந்திச்சு, நம்மளெல் லாம் விட்டுப் போறாங்களே மாமா. தஞ்சாவூரிலே போயி, எப்படிப் போது போகும் மாமாவுக்கு, அப்படின்னு” என்றான் சுப்ரமணியன்.

“ராஜங்காடா என்னடா செய்றதுன்னு புரியாம உட்கார்ந் திருக்க? நம்ம ஊரிலே நீ போறியா நான் போகட்டுமான்னு பொழுதும் நாமும் ஒருத்தருக்கொருத்தர் கேட்டுகிட்டு உட்கார்ந்து கிடப்போம். பட்டணவாசத்திலே அப்படியா இருக்கும்? பொழுது ஓடிகிட்டேயிருக்கும்” என்றான் சொர்ணக்கா புருஷன். “கடைத்தெருவிலே கொஞ்ச நாளி உக்காந்தாப் போதாதா? கோணவாய் நாய்க்கரு, ட்டேயப்பா’ன்னு நாலு வார்த்தைக்கு ஒருக்க சொல்லிக்கிட்டுப் பேசறதைப் பார்த்துக்கிட்டிருந்தாலே போதுமே!”

அவன் சொல்வதைக் கேட்டு எல்லாரும் விழுந்து விழுந்து சிரித்தார்கள். வடிவக்காளுக்குச் சிரிப்புப் பீறிட்டு வந்தது.

“எப்படி எப்படி! ட்டேயப்பாவா? எப்படி?” என்றான் சுப்ரமணியன் சிரித்துகொண்டே. “அப்படியே பேசறியே வாயைக் கோணிக்கிட்டு. எங்கே, இன்னொரு தடவை சொல்லு!”

“இனிமே வராது” என்று சொல்லிவிட்டான் சொர்ணக்கா புருஷன். உண்மையாகவே அவனுக்கு இரண்டாம் தடவை அதைப் போலச் சொல்ல முடியவில்லை.

“நாய்க்கரு என்னமோ பார்த்தா அப்படியிருக்கா ரேன்னு நெனக்காதே. வியாபாரத்திலே புலி. ஊர்லேயும் நல்ல செலாவணி . . .” என்றார் ராமையா.

“உங்களையும் சும்மா விடமாட்டாரு. பாடச் சொல்லுவாரு. புதுசா ஏதாவது சொல்லிக் குடுக்கச் சொல்லுவாருன்னு சொல்லுங்க.”

“என்னமோ, அவரு இங்கிலீஷ் பேபர் வாசிக்கிறாருப்பா. மவளையும் கட்டிக் குடுக்கிறதுக்கு முன்னாடி அரண்மனைப் பள்ளிக்கூடத்திலே எட்டு க்ளாஸு படிக்கவச்சிருந்தாராம். இந்தக் குட்டியையும் பள்ளிக்கூடத்திலே சேர்த்துவிடு வந்த உடனேன்னாரு.”

“எங்கிட்ட சொல்லாதிங்க மாமா. உங்க சம்பந்தியாப் போறவன் உட்கார்ந்திருக்கானே, அவன்கிட்டே சொல்லுங்க. யப்பா. இதைப் பாரு உம் மருமவ படிக்கப் போறா. உம்மவன் இப்ப என்ன படிக்கிறான்” என்று சிரித்துக்கொண்டே சுப்ரமணியன் கேட்டான்.

“அஞ்சாவது.”

“அஞ்சாவது. அப்புறம் நம்ம ஊரிலே அரிக்கின் க்ளாசு தான் இருக்கு. அதுனாலெ அடுத்த வருசமே மன்னார்குடியிலே ஒரு ஜாகையைப் போட்டுக்க. பயலைப் படிக்க வையி.”

“செஞ்சிப்பிடறது.”

“இது இப்பவே ஊரை வித்துத் தலைப்பிலே முடியுது. படிச்சிட்டுதோ . . .” என்றாள் வடிவு.

“மாப்பிள்ளையையும் சேத்து முடிஞ்சிக்கட்டுமே” என்றான் வண்டி ஓட்டுகிற கோவிந்து.

“கோணவாயரு சொல்லுவாரு. அவருக்கென்ன? பணம் காய்க்குது” என்றாள் வடிவு.

“அப்படி ஒண்ணும் செலவாயிடாதுக்கா” என்றார் ராமையா.

"செலவுக்குண்ணு சொல்லலே. கோண எளுத்துப் படிக்கிறது ஆம்பளைங்களோட இருக்கட்டும்... இவ ஆமடையானா வரப் போறவன் படிக்கட்டும். இதுக்கென்ன இப்ப?"

"எனக்குத்தான் தெரியாது. இன்னமே போய்ப் பள்ளிக் கூடத்திலே சேரமுடியாது. இது படிச்சு எனக்கும் சொல்லிக் கொடுக்கட்டுமே" என்றார் ராமையா.

"தோப்பஞ் சாமிச்சியா?" பாலி வாயைவிட்டுச் சிரித்தது.

ஊரின் ஞாபகமே இல்லாமல் பேச்சு லேசாக சிரிப்பும், கேலியுமாக வாய்போன திசைக்குப் போய்க்கொண்டிருந்தது. வண்டியும் மெதுவாகச் சுவட்டு மண்ணை அரைத்துக்கொண்டே ஊர்ந்தது.

உச்சி வெயில் வெள்ளையாகக் காய்ந்தது. வெப்பம் இல்லை. ஐப்பசிக் கூதல் அந்த வெண்மையில் புகுந்து வெப்பத்தை நீக்கி, இதம் செய்திருந்தது. சாலையோரமாக வாய்க்காலில் தண்ணீர் வேகமாக எதிர்நோக்கி ஓடிற்று.

"இத பாருப்பா!" என்று கண் வியக்கப் பார்த்தாள் பாலி.

ஈச்சை மரத்தில் ஐம்பது அறுபது தூக்கணங் குருவிக் கூடுகள் காற்றில் ஊசலாடின. ஆனால், குருவிகளைக் காணவில்லை. ஒரே ஒரு கூட்டிலிருந்து மிளகாயளவுக்கு ஒரு குருவி வெளியே பறந்து ஓடிற்று.

"ஏம்பா இக்கினியூண்டு இருக்கு இந்தக் குருவி?"

"பின்னே. நாம இக்னியூண்டு இருக்கிறோம். நமக்கு எத்தனாம் பெரிய வீடு வேண்டிருக்கு!"

பாலி யோசனையில் ஆழ்ந்துவிட்டது.

"நம்ம சவனாது வீடு மட்டும் இக்கினியூண்டு இருக்கே. குனிஞ்சுக்கிட்டே போறாங்களே உள்ளே அவங்கள்ளாம்" என்று ஒரு நிமிஷம் கழித்துக் கேட்டது.

"நல்லா சம்பாரிச்சா, பெரிய வீடு கட்டிக்கலாம்" என்றான் சுப்ரமண்யன்.

பாலிக்குப் புரிந்ததோ இல்லையோ, பேசாமல் ஆடும் கூடுகளைப் பார்த்துக்கொண்டே வந்தது.

"அப்பா, எனக்கு ஒரு கூடுப்பா!" என்றது சற்றுக் கழித்து.

"இப்ப போய் எடுக்க முடியுமா? ஈச்சமரம். ஏர்றது கஷ்டம் ஏறினாலும் அதைப் பிய்க்க முடியுமா? அப்புறம் குருவி எல்லாம் என்ன பண்ணும்?" என்றார் ராமையா.

“இப்ப குருவி யிருக்காதுங்க, ஆடிக்கப்பறம் பறந்து போயிடும்” என்றான் சுப்ரமணியன்.

“இப்ப ஒண்ணு வந்துதே.”

“இது என்னவாவது ஒண்டாத குருவியாயிருக்கும். உங்க மாதிரி தனியாயிருக்கேன்னு இருக்கு.”

ராமையா சிரித்தார்.

“ஆமா. இத்தனை சொல்லியும் நீங்க புறப்பட்டிங்கள்ள கேக்காம.”

“அட போடா.”

“குருவி இல்லேன்னா ஒரு கூட்டை எடுத்தா என்னப்பா?”

“இப்ப ரயிலுக்குப் போறப்ப எங்க எடுக்கிறது?”

“குழந்தே நான் தீவளிக்குத் தஞ்சாவூருக்கு வரப்போறேன். துணி பட்டாசு எல்லாம் வாங்கறதுக்கு. அப்ப நான் கொண்டாறேன்” என்றான் கோவிந்து.

“நிச்சியமா?”

“நிச்சயமாத்தான்.”

“நீ கொண்ணாந்தா, அப்பா தீவளிக்கு ஒரு வேட்டி எடுத்துத் தருவாங்க” என்று கழுத்தை நீட்டி, கண்ணைச் சிமிட்டிற்று பாலி.

“ம்ஹ்ம் . . . தேவலியே. அப்பன் தேவலை போலிருக்கே” என்றாள் வடிவக்கா. “குருவி கூட்டுக்கு வேட்டியா . . ? கர்ணன் மக மாதிரில்ல பேசுறா.”

“அப்பா மாத்திரம் பாக்கு வெட்டிக்காரருக்கு ஒரு புதுவேட்டி கொடுத்தாங்களே.”

“பாக்கு வெட்டிக்காரனுக்கா? உங்கப்பாவுக்கு ஒரு சின்னப்படி மணத்தக்காளிக்கா கொண்டு கொடுத்தா போதுமே. உள்ளே இருக்கிற ஒன்பது முழத்தைத் தூக்கிக் கொடுத்திடுவானே!”

“மாமா, போன மாசம் ஆலங்குடியிலேந்து ஒரு பாக்கு வெட்டி கொண்ணாந்து கொடுத்தாரு ஒருத்தரு. அப்பா வந்து பாளையிலேந்து ஒரு புது வேட்டி எடுத்துக் குடுத்தாங்க. தூக்கணாங் குருவிக் கூடு நாலு கொண்ணாந்தா மாத்திரம் கொடுக்கப்படாதா?”

“சரிடா கோவிந்து, அது சொல்லறபடியே ஆகட்டும்; நீ கொண்ணாந்து கொடு. உனக்கு ஒரு நாலு முழம் எடுத்துத் தரேன்.”

"சின்னக்கண்ணு, பாத்தீல்ல; உன் மருமவ தாராளத்தையும் உன் சம்பந்தி தாராளத்தையும்."

"எனக்கு நல்லது தாராளமாயிருக்கிற வரைக்கும்" என்றான் சின்னக்கண்ணு.

"சரி சரி. நீ நாலு முழமா எடுத்துக்கொடு. உன் மவ நீ வாங்கிக் கொடுக்கிற பாவாடையெல்லாம் கொடுக்கட்டும்."

"நான் இப்ப குடித்தனம் வைக்க ஒத்தாசை பண்ணவரேனே. எனக்கு வேட்டி உண்டா?" என்றான் சுப்ரமணியன்.

"இதோரு மரம்பா" என்று இன்னொரு நாலு கூடு தொங்கும் ஈச்சையைக் காட்டிற்று பாலி.

கூட்டைப் பார்த்துக்கொண்டே வந்தது அது.

கொரடாச்சேரி ஸ்டேஷனும் அரை நாழிகைத் தொலைவில் தெரிந்தது.

தஞ்சாவூர் ஸ்டேஷனில் அவர்களை அழைத்துப் போகக் கோணவாய் நாய்க்கர் வந்திருந்தார்.

"வா ராமையா, வா வடிவு" என்று எல்லாரையும் வரவேற்றார். "மவளா? . . ." என்று குழந்தையைப் பார்த்தார். அவருக்கு ஆச்சரியம் தாங்கவில்லை. இத்தனை அழகாகப் பட்டுச் சட்டையும் பாவாடையுமாக ஒரு குழந்தை ராஜங்காட்டு களர் மண்ணிலிருந்து வரும் என்று அவர் எதிர்பார்க்கவில்லை போலிருக்கிறது. கடைசியில், அவருக்கே தாங்க முடியவில்லை. 'என்ன ராமையா இது! உம் மக இத்தினி லக்ஷணமாயிருக்கும்னே நெனக்கலியே! பெரிய பெரிய மனுஷன் வீட்டுப் பொம்பளை மாதிரில்ல இருக்கு அது!" என்று குழந்தையைத் தூக்கிக் கொண்டு விட்டார்.

"என்னைத் தெரியுமா உனக்கு பாப்பா?"

"இவர்தான் நாய்க்கர் மாமா, பாலி."

பாலி நாணத்துடன் அவர் கைகளில் இருப்புக் கொள்ளாமல் தவித்தது. அவர் வாயிலிருந்து புகையிலை நெடி வீசிற்று. பல்லெல்லாம் தேசலும் மாசலுமாக ரத்தக்களறியாக இருந்தன. ஒரே காவி, இனிமேல் அந்தப் பற்கள் வெள்ளையாகவே முடியாது. மண்டையில் வழுக்கை. வாய் கோணலிலிருந்தது புதிதாக ஊற்றெடுத்து புகையிலைச் சாறு வடிந்து நின்றுகொண்டிருந்தது.

"உன் பேர் என்ன?"

"பாலாம்பா."

“போடு சக்கை... பாடுவியா?... ஆனா ஆவன்னா வாசிக்கத் தெரியுமா? . . . பள்ளிக்கூடத்திலே படிக்கிறியா இங்கே?”

“படிக்கிறேன்.”

சுப்ரமண்யனும் சின்னக்கண்ணுவும் நாலைந்து மூட்டைகளுக்கும் இலைக்கட்டுக்கும் முண்டியடித்து வந்த போர்ட்டர்களை வேண்டாம் என்று போகச் சொல்லி, மல்லுக்கு நின்றுகொண்டிருந்தார்கள்.

“ட்டேயப்பா, பெரிய கனம்பாரு . . . போடா போடா, போக்கத்தவங்களா! ஆளுக்கு ஒரு மூட்டையைத் தூக்கிட்டுப் போவம் ராமையா.”

“பசிங்க.”

“எலே, நான் மட்டும் இப்ப சாப்பிட்டுப்பிட்டா வந்திருக்கேன்? பசியாமே பசி, என்ன அதிசயமான சேதியைச் சொல்லிப்பிட்டாண்டா.”

பாலி நாய்க்கரையே பார்த்துக்கொண்டிருந்தது. நாய்க்கருக்கு சிவப்பு விழி, அதாவது கண் வெள்ளை எல்லாம் பழுத்து விட்டது. பெரிய கண். விழிக்கிற போது சற்றுப் பயமாகக்கூட இருக்கும். நாலைந்து நாள் வெள்ளைத் தாடி வேறு. பூசனி இலை மாதிரி அவர் முத்தம் கொடுத்தபோது உறுத்தினதைத் தாங்க முடியாமல் கீழே இறங்கிற்று பாலி.

மூட்டைகளை ஆளுக்கொன்றாக எடுத்துக்கொண்டனர். கிருஷ்ண நாய்க்கர் வேகமாக நடந்தார்.

கடைசியில், வேணுமென்றே தங்கித் தங்கிப் போயிற்று பாலி. ராமையா அதற்காக மெதுவாக நடக்க வேண்டியிருந்தது.

“அப்பா.”

“ஏம்மா.”

“இஞ்ச வாயேன். காதோட ஒரு சேதி!”

“என்ன?” என்று குனிந்து அவள் வாயருகில் காதைக் கொண்டு சென்றார் ராமையா.

“இது தானேப்பா கோணவா நாய்க்கரு?” என்று மெதுவாகக் கேட்டது பாலி.

“ஸ் . . . ஆமாம் . . . எரையாதே.”

“இல்லே. அவங்க வாயெல்லாம் புகையிலை வாடையப்பா. மேலெல்லாம் கடலை மாவு வாசனையடிக்குது.”

"வெயில்லே வந்திருக்காங்கள்ள."

"அதுதான் ... கோணவாயாலே எனக்கு முத்தங்கொடுத்தாங்க, என் கன்னத்திலெல்லாம் எச்சில்."

"போனாப் போவுது, வா."

"என்னாங்க, நீங்க தூக்கிட்டு வறீங்க?" என்று நாய்க்கரிட மிருந்து மூட்டையைப் பிடுங்கிக்கொண்டான் ஒருவன். வண்டிக்காரன் போலிருக்கிறது. கமுக்கட்டில் சாட்டைக் குச்சி இடுக்கியிருந்தது.

"நான் இருக்கிறேங்க இதோ."

"எலே, நான் அப்பவே கேட்டுபிட்டேன் ஐயாவை, தெரியுமா?"

"சும்மா இர்றா கிடக்கு. அய்யா அப்பவே என்னைக் கூப்பிட்டுப்பிட்டாங்க."

பத்துப் பன்னிரண்டு வண்டிக்காரர்கள் தகராறு செய்து கொண்டிருந்தார்கள்.

"ஊட்டுக்கா, கடைக்குங்களா?"

நாய்க்கருக்குத் தஞ்சாவூரில் தெரியாதவர்கள் இருக்க மாட்டார்கள் போலிருந்தது. இரண்டு வண்டிகளைப் பேசி உட்காருவதற்குள், நாலைந்து பேர் அவரை மறித்துக்கொண்டார்கள்.

"நாய்க்கர்வாள்" என்று ப்ளாட்பாரத்திலேயே ரயிலடி உத்யோகஸ்தர்கள் நாலைந்து பேர் கூப்பிட்டார்கள்.

ராமையாவுக்கு நாய்க்கருடைய இளமையெல்லாம் ஞாபகம் வந்தது. நாய்க்கரின் தகப்பனார் ஏலாவூர் பண்ணையில் காரியம் பாத்துக்கொண்டிருந்தவர். கார்வார் நாய்க்கர் என்று நாற்பது வருஷம் அவருக்குப் பேர் கொடி கட்டிப் பறந்ததே ஒழிய, மிச்சம் ஒன்றுமில்லை. ஏலாவூர் உடையாருக்குக் காரியஸ்தன் என்று பெத்த பெயர். ஆனால் பெண் கலியாணத்துக்கு நானூறு ரூபாய் அவரிடமே ப்ரோநோட்டு எழுதிக்கொடுத்துக் கடன் வாங்க வேண்டியிருந்தது. கார்வார் நாய்க்கர் அதை அவ்வளவாகப் பொருட்படுத்தவில்லை. சாப்பாடு, விறகு, புளி, வெந்தயத்துக்காவது பஞ்சமில்லை என்று அந்த வேலையைக் கட்டி அழுதுகொண்டிருந்தார். திடீர் என்று அவர் மாரடைப்பில் வயலில் உயிரை விட்டபோது தான் எங்கோ பரணியில் ஒளிந்து கொண்டிருந்த கஷ்டம் குடும்பத்தின்மீது திடும்மென்று விழுந்தது. கிருஷ்ணனுக்கு அப்போது பன்னிரண்டு வயது. நாய்க்கரின்

நாற்பது வருஷம் காரியம் மிச்சம் வைத்து ஒரு சின்ன பழைய வீடும் ஒரு எருமை மாடும் பசு மாடும்தான். அவர் சம்சாரம் கிருஷ்ணனை அழைத்துக்கொண்டு, பெண் வீட்டுக்குப் போய்ச் சேர்ந்தாள். அவள் வீடு வெகு தூரத்தில் இல்லை. காத்த மேட்டுக்கு ஒரே கல் தொலைவிலிருந்தது கொண்ட வட்டம். ராஜங்காட்டுக்கு ஆற்றுக்கு அக்கரை. மருமகன் சுவாரஸ்யமில்லை. மாமியாரையும் மைத்துனரையும் வந்த ஒரு வருஷத்திற்கெல்லாம் ஏன் வந்தோம் என்று அழ அழ அடித்துமட்டான். அந்த அம்மாள் பிள்ளையை அழைத்துக்கொண்டு, மறுபடியும் காத்த மேட்டுக்கே போய்ச் சேர்ந்தாள். இட்லி சுட்டு விற்றாள். இடியாப்பம் செய்து விற்றாள். பதின்மூன்று வயதில் அதையெல்லாம் கிருஷ்ணன் எடுத்து, காலை விடிய விடியக் கிளம்பி, நாலு ஊராவது சுற்றி விற்று வருவான். அப்போது ராமையாவுக்கு ஆறு வயதிருக்கும். ஆறேழு வருஷம் நாள் தவறினாலும் கிருஷ்ணன் வருவது தவறாது.

திடீரென்று ஒருநாள் கிருஷ்ணனைக் காணவில்லை. ஆறேழு மாதம் ஆளைக்காணவில்லை. பிறகு ஒருநாள் ராமையா வீட்டுக்கு மாடு பார்க்க வந்தான். மாட்டு தரகு செய்துகொண்டிருந்தானாம். அதிலிருந்து அடிக்கடி வர ஆரம்பித்தான். ராமையாவிடம் அப்போதே அவனுக்குத் தனியாக ப்ரியம் உண்டு. ராமையாவை காத்தமேடு, நரசிங்கபுரம், ஏலாவூர் இங்கெல்லாம் மாடு பார்க்க அடிக்கடி அழைத்துப் போவான்.

ஆறேழு வருஷமான பிறகு, இருந்தாற்போலிருந்து "நான் தஞ் சாவூருக்குப் போப்போறேன்ப்பா" என்றான். வேட்டி வியாபாரம் பண்ணப் போகிறானாம். அப்போது ராமையாவுக்குப் பதினெட்டு வயதிருக்கும்.

தஞ்சாவூருக்குப் போன பிறகு கிருஷ்ண நாய்க்கராகிவிட்டார் அவர். ஏழெட்டு தடவை பிறகு அவரைப் பார்த்ததுண்டு ராமையா. ஒவ்வொரு தடவையும் லக்ஷ்மி ஒவ்வொரு படியாக அவரைக் கையைப் பிடித்து ஏற்றிக்கொண்டிருந்தாள் என்று தெரிந்தது. இப்போது தஞ்சாவூரில் நாலைந்து வீடுகள். காத்தமேட்டிலேயே ஐந்து வேலி நிலம். இரண்டு கடைகள். தஞ்சைக்கு வந்த மறு வருடமே கலியாணமாகிவிட்டது. ஒரு பெண்ணும் ஒரு பிள்ளையும் பிறந்தன. அத்தோடு சந்ததிப் பெருக்கம் நின்றுவிட்டது. அது வம்சவாகு. ஒரு பிள்ளை ஒரு பெண், ஒரு பிள்ளை ஒரு பெண் என்றே நாலு தலைமுறையாக வருகிற இரட்டைக்கிளை வம்சம் அது. பெண்ணைக் கலியாணம் செய்து கொடுத்து, பிள்ளைக்கு ஒரு மளிகைக் கடையாகவும் வைத்துக் கொடுத்துவிட்டார். பிள்ளைக்கு இருபத்தோரு வயது இப்போது.

நாய்க்கருக்குப் பாட்டுக் கேட்பதில் ஆசை. ராமையாவுடன் ஏற்பட்ட சிநேகிதத்திற்கே அதுதான் காரணம். ஆற்று மணலில் உட்கார்ந்து, சித்திரை வைகாசியில் அவருக்காக எத்தனையோ நாள் பாடியிருக்கிறார் அவர்.

எல்லாம் ராமையாவுக்கு ஓரிரண்டு நிமிஷம் நினைவில் வந்தது. இந்தக் கிருஷ்ண நாய்க்கரோடு ஒரே ஊரில் சேர்ந்திருப்போம் என்று நான் நினைத்ததுண்டா?

தெற்கு வீதி வந்துவிட்டது.

காளியும் பிச்சையும் வீட்டு வாசலில் நின்றுகொண்டிருந்தார்கள்.

வீடு சுத்தமாக வெள்ளையடித்திருந்தது. வாசலில் கோலம் போட்டிருந்தது.

பாலி எல்லா அறைகளையும் திறந்து திறந்து பார்த்துவிட்டு வந்தது. சாமான்களெல்லாம் முன்னமேயே வந்து இறங்கியிருந்தன. பிறகு வாசலுக்குப் போய்விட்டது. பால் சாப்பிடக் கூப்பிட்ட போது, "எத்தினி வீடுங்கப்பா இந்த ஊர்லே!" என்று வியந்தது. "ஏதுக்கப்பா இத்தினி வீடு?"

அந்தக் கேள்வியைக் கேட்டு எல்லோரும் சிரித்தார்கள்.

"பாலைச் சாப்பிட்டுவிட்டு சாயங்காலமா கடைப் பக்கம் வா ராமையா" என்று சொல்லிவிட்டு, விடை பெற்றுக்கொண்டார் நாய்க்கர்.

22

நாய்க்கர் கடைக்கு ராமையா போனபோது இருட்டுகிற சமயம். கடையில் ஏழெட்டு வாடிக்கைகள் வியாபாரம் செய்துகொண்டிருந்தன. பெரிய கடை. ஒரு பார வண்டியில் இரும்புப் பட்டங்கள் வந்து இறங்கிக்கொண்டிருந்தன. பக்கெட்டுகளாக ஒரு பக்கம். சங்கிலிகளாக ஒரு பக்கம். டமார் டமார் என்று இரும்புப் பட்டங்களைப் போடுகிற ஓசைகள்.

"உட்காரு ராமையா; இதோ வந்திட்டேன்" என்று வர்ணமும், இரும்புக் கம்பிகளுமாக வாங்கப் போன ஒரு வாடிக்கையிடமிருந்து ஏழு நூறு ரூபாய் நோட்டுகளாக வாங்கி வைத்தார் நாய்க்கர். விளக்கேற்றி ஒரு நாழிகைக்குப் பிறகு கூட்டம் கலைந்துவிட்டது.

"ட்டேயப்பா, பாத்தீல்ல. இப்படித்தான். திடீர்னு ஒரு மணி கூட்டமா நெரியும். அப்பறம் இப்படி ஈ ஓட்றது . . . காபி கீப்பி சாப்பிடறியா?"

"இப்ப என்னத்துக்கு?"

"கொஞ்சம் சாப்பிடலாம். ஏய்! நற்குணம்! போய் முத்தையர் கடையிலே ரண்டு முக்கால் டிகிரி காபி வாங்கிட்டு வா."

நற்குணம், வீசின காசைப் பொறுக்கிக்கொண்டு போனான்.

யாரோ வந்தார்கள். பார்த்த முகமாயிருந்தது.

"வாங்க" என்றார் நாயக்கர்.

"வந்தேன்."

“என்ன ராமையா, தெரியலை! எங்க மச்சான் இல்லே, அவரு அண்ணாரு.”

“ஓகோ, குப்புசாமி நாய்க்கரா; வாங்க வாங்க.”

அரை நாழி கழித்து ஊர்க் கதையைப் பேசிவிட்டு, “எங்கே இப்படி?” என்றார் கோணவாய் நாய்க்கர்.

“ஒண்ணுமில்லே . . . போன வாரம் காளைமாடு ரண்டு ஜோடி வாங்கினேன் . . . பாக்கி ஒரு அறுபது ரூபா நிக்கிது. அந்தப் பய வந்து நெருக்கிறான் . . . ஒரு அறுபது ரூவா கொடுக்க சௌகர்யப்படுமோன்னு வந்தேன் . . .”

“அடாடா” என்றார் கிருஷ்ண நாய்க்கர்.

“என்ன?”

“இருந்தாலும் நீங்க இப்படி இருக்கப்படாது.”

“என்ன?”

“இப்பதான் கொடுத்தனுப்பிச்சேன். மெட்ராஸிலேந்து பெயிண்ட் ஏஜண்ட் வந்தான், இப்பதான் இரண்டாயிர ரூபா வாங்கிட்டுப் போறான். என்ன போங்க நீங்க! இப்ப நீங்களே, சித்த முன்னடி வரக்கூடாது? இத பாருங்க எல்லாத்தியும் கொடுத்தாச்சு. இன்னி நேத்தி வியாபாரம் எல்லாத்தியும் சேத்துக் கொடுத்தாச்சு, இதைப் பாருங்க – இதுதான் இருக்கிறது” என்று கல்லாப்பெட்டியைத் திறந்து ஐந்து ரூபாய் நோட்டை விரலால் எடுத்துக் காண்பித்தார் கிருஷ்ண நாய்க்கர். “என்ன போங்க நீங்க? உங்களையும் நாலு தடவையாப் பார்த்தாச்சு. எங்கிட்ட பணம் இல்லாத சமயம் தெரியும்போலிருக்கு. அப்படில்ல பாத்து வறீங்க. அ!”

“பக்கத்திலே எங்கியாவது பெரட்டித்தர முடிஞ்சாலும் . . .”

“பக்கத்திலையா, இந்த ஊரிலியா? இந்த வெள்ளரிக்கா வித்த பட்ணத்திலியா . . . நல்லாச் சொன்னீங்க. இப்ப விரலை அறுத்துக்கறேன் கொஞ்சம் சுண்ணாம்பு வாங்கியாந்து கொடுங்க பாப்பம் . . . எங்கே?” என்று விரலை விரல் மீது வைத்துக் கொண்டார் நாய்க்கர். “சீரங்கத்திலியா சிவ தர்மம்?”

“அப்ப இப்ப என்ன செய்யறது?”

“த்ஸ, ஒரு கால்மணி முன்னாடி வரக்கூடாது . . . நம்ப ராமையாவைத்தான் கேளுங்களேன். இவருக்கு நேரத்தான் வாங்கிட்டுப் போனான்.”

ராமையாவுக்குத் தூக்கிவாரிப் போட்டது.

“ஏண்டலெ, இப்ப எங்கடா போயிருப்பாரு அவரு? எங்கடா போறேன்னாரு மெட்ராஸ்காரரு?” என்று இன்னொரு கடைப் பையனைப் பார்த்துக் கேட்டார் நாய்க்கர்.

அவன் சற்று யோசித்துவிட்டு, “மணிக்கூண்டு கிட்ட போயிருப்பாரு” என்றான்.

“இனிமே எப்படிப் போய்ப் பிடிக்கறது அவனை! நீ போறதுக்குள்ளாற ரயில்லே ஏறிபிடுவான் ... இருந்தாலும் நீங்க இப்படிச் செய்யப்படாதுய்யா” என்று நாயக்கர் அங்கலாய்த்தார்.

ராமையாவுக்கு ஒன்றும் புரியவில்லை. கல்லாப் பெட்டியின் மேல் அறையைத் தூக்கினால், ஒரு எழுநூறு ரூபாயல்ல, மூன்று எழு நூற்றைப் பார்க்கலாம். நாயக்கரானால் இப்படி அடாவடி அடிக்கிறார். பதினைந்து நிமிஷம் உட்கார்ந்து பார்த்துவிட்டு, விடை பெற்றுக்கொண்டு போனார் வந்தவர்.

“என்ன நாய்க்கரே இப்படி?”

“நீ சும்மா இரு ராமையா ... சுத்த போக்கடாப் பயலுங்க. இது என்ன மாட்டுச் சந்தை உண்டிக் கடையா? ...”

“இப்படி ஒரேயடியா? ...”

“இப்படிப் பேசாட்டி அவன் போவான்கிறியா? கல்லுளி மங்கன் ... அப்புறம் சொல்றேன். நீ காப்பியைச் சாப்பிடு ... கொண்டாடா காபியை.”

காபியை உள்ளே கொண்டு வைத்திருந்த நற்குணம், இரண்டு டபரா டம்ளர்களைக் கொண்டு வந்தான்.

“பொழச்சுது அறுபது ரூபா” என்று சொல்லிக்கொண்டே சாப்பிட்டார் நாய்க்கர். “ராமையா நீ கேளு பத்தாயிரம் தரேன், இவனுக்கா? என் கழுத்தை அறு, பணமில்லேன்னு பிரபந்தத்தை வச்சிகிட்டு சத்யம் பண்ணுவேன்” என்று அலட்சியச் சிரிப்புச் சிரித்தார் அவர். வழிந்த காபியைத் துடைத்துக் கொண்டார்.

“நீயானா இப்ப என்ன செஞ்சிருப்பே, தெரியுமா? அப்படியே தூக்கி இன்னும் நாப்பது ரூபாயையும் சேர்த்துக் கொடுத்திருப்பே? . . . உன் மூஞ்சியைப் பார்த்தாலெ தெரியுதே . . . இந்தப் பயலுவள்ளாம் நான் மாடுவிக்கிறப்ப நொட்டை சொல்லிக்கிட்டிருந்த பயலுங்கள்ள? என்னைக் கட்டி வச்சு அடி, நான் கொடுப்பனா?’ என்று சீவலை அள்ளி வாயில் போட்டுக்கொண்டார் நாய்க்கர்.

ராமையாவின் உதட்டில் புன்சிரிப்பு பூத்தது. உண்மைதான். அந்த இரண்டு நிமிஷத்தில், நாய்க்கரின் இரண்டு கைகளையும்

கட்டிப் போட்டுவிட்டுக் கல்லாவைத் திறந்து பணத்தை எடுத்துக் கொடுக்க வேண்டும்போல்தான் கை துறுதுறுத்தது. மனுஷன் இப்படிப் பச்சைப் புளுகாகப் புளுகுகிறாரே, இல்லை என்று சத்தியம் வேறு பண்ணுவாராம். இவரும் இன்னொரு . . . சேச்சே – அந்த எண்ணத்தை உடனே துடைத்து எறிந்தார் அவர்.

“எலே, கடையைப் பாத்துக்கடா” என்று கல்லாவைப் பூட்டிக்கொண்டு, “இப்படீ சித்தெ போய்ட்டு வரலாம் வா” என்று எழுந்தார் நாயக்கர். அவர்கள் எழுவதற்கும் சுப்ரமண்யனும் சின்னக் கண்ணுவும் வருவதற்கும் சரியாகயிருந்தது.

“வாங்கப்பா . . . வாங்க, நீங்களும் வாங்களேன்” என்று அவர்களையும் அழைத்தார் அவர்.

“எங்க மாமா?”

“சும்மாத்தான் இப்படிக் கொஞ்சம் தூரம் போய்ட்டு வரலாம்னு கிளம்பினோம்.”

“அப்ப நீங்க போங்க. நாங்க சாமான்க வாங்கலாம்னு வந்தோம் – மளிகை சாமான். நீங்க போய்ட்டு வாங்க. நாங்க வாங்கிட்டிருக்கோம்.”

“காப்பிக்கொட்டையிருக்கா ரோக்காவிலே?”

“இல்லியே!”

“‘சரிதான் போ, காபிக்கொட்டையில்லாமியா தஞ்சாவூரிலே ஜாகை போட்றீங்க? அதிலே ஒரு வீசை வாங்கி வச்சுங்கய்யா . . . இஞ்ச வாங்க” என்று பத்துக் கடை தள்ளியிருந்த மகனின் கடைக்கு அழைத்துப் போனார். அவரைக் கண்டதும் எழுந்து நின்றான் வெங்கடாசலம்.

“வெங்கு, இவங்கதாண்டா ராமையா. நம்ம ஊரோட வந்திட்டாரு, தெக்கு வீதியிலே டாக்டர் வீடு பாத்திருக்கேன்னு சொல்லலே. குடி வந்திட்டாங்க . . . இன்னிக்கு நேத்து சிநேக மில்லேடா. தஞ்சாவூருக்குப் போகலாம்னு இவருக்கிட்ட முதல்லெ சொன்னேன். நாள் பார்த்துக் கொடுத்தாரு. புறப்பட்டு வந்தேன். இதுவரைக்கும் குறைவில்லாம ஓடிக்கிட்டிருக்கு.”

ராமையாவுக்குத் திகைப்பாக இருந்தது. இன்னிக்கி நேத்திக்கி சிநேகமில்லேடா என்று பிள்ளையிடம் சொல்லும்போதே, நாய்க்கரின் குரல் கம்மிவிட்டது. நடுங்கிற்று. ‘இவன் என் மனிதன். நம் மனிதன். நம் உடலில் ஒரு பகுதி’ என்று சொல்கிற ஒரு எல்லையில்லாத அன்பு. குரலில் பரவசமாகத் தொனித்தது. இப்போது மட்டும் இல்லை, யாரிடம் ராமையாவை

அறிமுகப்படுத்தினாலும் இறுகத் தழுவுவதுபோல் குரலில் அந்தப் பரிவையும் 'தனதை'யும் கண்டிருக்கிறார் அவர். அன்று தஞ்சாவூருக்குக் குடி வரப் போகிறேன் என்று சொல்வதற்காக வந்து அவரை சந்தித்ததும் அவர் வாய் நிறையக்கூப்பிட்டபோது முகத்தில் கண்ட அந்த மலர்ச்சியை இன்னும் மறக்க முடிய வில்லை. யதார்த்தமான, அகாரணமான, ஒரு அன்பு அது. அந்த ப்ரீதியும் வாஞ்சையும் நிறைவுடன் ஒலித்தன. ராமையா வுடன் பேசும்போதெல்லாம் நாய்க்கரின் ஒவ்வொரு வார்த்தை யும் மனசும் நாக்குமாகச் சேர்ந்து ஒலித்து வெளிவந்தது. கையிரண்டையும் அகட்டி வாரியணைத்துக் கொள்வதுபோல ஒரு ஒட்டுதலும் உறவும் அந்தப் பரிவில் கேட்டன. பிள்ளையிடம் அறிமுகப்படுத்தும்போது இந்த ஒட்டுதல் முழு கனிப்புடன், முழு நிறைவுடன், உருவெடுத்து நின்றது. அந்த ஒரு கணத்தில் அந்தக் காலத்தில் பழகிய நீண்ட பொழுதெல்லாம் நினைவுக்கு வந்தது, அவருக்கு. மாடு பார்க்க ஊர் ஊராகப் போகும்போது நாய்க்கர் சவடாலாக, சந்தோஷமாகப் பேசுவது, ஆற்று மணலில் பாடச் சொல்லிக் கை மறைந்த பிறகும் – நட்சத்திரங்களின் கீழ் அமர்ந்து அவர் கேட்ட நாட்கள் – எல்லாம் நினைவில் வந்தன. ஊர் ஊராகப் போகிறபோது வழியில் எது வாங்கினாலும் அதில் நல்லதாகப் பொறுக்கி ராமையாவிடம் கொடுத்துவிட்டு மிகுதியைத் தின்பான் கிருஷ்ணன். மாக்கூர் சாலையில் ஆலமரத்தடியில் வெள்ளரிப்பிஞ்சு அடிக்கடி வாங்குகிற வழக்கம். இரண்டு கட்டு வாங்கினால் சுண்டு விரலாகப் பொறுக்கி, ராமையாவிடம் கொடுத்து 'ஏய் இதைத் தின்னு பாருடா. வாயிலெ அப்படியே கரையும்' என்று கொடுத்துவிட்டு, கட்டை விரல்களைத்தான் எடுத்துக்கொள்வார் நாய்க்கர். பழகப் பழக நட்பு. நடுவில் அது அறுந்துவிட்டது என்றுதான் அவர் நினைத்தார். ஆனால் திடீரென்று மீண்டும் கூடுவோம் என்று அவர் நினைக்கவே இல்லை. அது அறுகவோ நையவோ இல்லை. ஏதோ பாசி படர்ந்திருந்தது.

ஒரு கண நேரத்திற்குள் இந்த அன்பில் நனைந்து திளைத்து நின்றார் ராமையா.

"வெங்கடாயலம், வேணுங்கற சாமானை அப்பப்ப பயகிட்ட கொடுத்து இவரு வீட்டுக்கு அனுப்பிச்சிரு . . . ராமையா, உனக்கு என்ன வேணும்னாலும் வந்து கேட்டுக்க. சின்னக்கண்ணு, சுப்ரமண்யா, நீங்க இரண்டு பேரும் இப்ப வாங்கிட்டுப் போங்க . . . பணம் இப்ப கொடுக்க வாணாம் . . . ராமையா, நெல்லு விக்கிறப்ப, மொத்தமாகப் பணம் குடு, போதும் . . . என்னடா வெங்கடாயலம் . . . கேட்டுக்கிட்டியா? . . ."

"சரிப்பா."

"மாசமாசம் கேக்கப்படாதுரா, அதுக்குத்தான் சொல்கிறேன்."

"இல்லே..." என்று தனக்கும் அந்த உறவு புரிந்திருக்கிறது. அதிகமாகச் சொல்ல வேண்டாம் என்ற குரலில் சொன்னான் பையன்.

"அப்ப நாங்க வர்றோம்."

"சரி."

நாய்க்கர் நடந்தார்.

போகிற வழியில் தெரிகிற ஒவ்வொரு கடை, அதன் முதலாளி, அவர் பூர்வோத்தரங்கள் எல்லாவற்றையும் விடாமல் சொல்லிக்கொண்டே நடந்தார். முன்னைவிட வீறாப்பு, சவடால் எல்லாம் இப்போது அதிகமாகவே இருந்தன அந்தக் குரலில். இட்லி இடியாப்பம் விற்ற வயதிலேயே கொஞ்சம் தலைநிமிரல், தடலடி உண்டு அவருக்கு. இப்போது கணக்குப்படிப் பார்த்தால் அவரைக் கட்டிப் பிடிக்கவே முடியாமல் இருக்க வேண்டும். ஆனால், வந்த பணத்துக்கு அவர் அடக்கமாக இருக்கிறார் என்றுதான் தோன்றிற்று. கம்பீரமாக இருந்தது அவர் போக்கு. மண்ணில் புரளப்புரளக் கட்டின அரை வேட்டியை மார்பில் கட்டிக்கொள்ளவில்லை! சற்றுக் கீழேயிருந்தது. நிச்சயமாக இடுப்பில் இல்லை அது. அதுவும் சற்றுத் தளரக் கட்டியிருந்தது. விழுந்துவிடுமோ என்று கவலைப்பட்டுக் கொண்டே வந்தார் ராமையா. மேலே ஒரு நெருக்கமாகக் கொட்டடி போட்ட சிவப்பு வேட்டி பொடி போடுபவர் வேட்டி மாதிரி. காலில் ஒரு பெரிய செருப்பு. நாய்க்கர் நல்ல உயரம். கால் உயரமான நீளக்கால்கள் என்பது நடையிலேயே தெரியும்.

கீழ வீதி வந்ததும் வாசற்படி உயரமான ஒரு வீட்டின் முன் நின்று பன்னிரண்டு படிகளையும் ஏறினார் நாய்க்கர். கதவு சாத்தியிருந்தது.

"அம்மா" என்று கதவை இடித்தார்.

"வா, ராமையா."

"யாரு?"

"நான்தான்."

கதவு திறந்தது.

"யாரு?" என்று சற்றுப் புரியாமல் கேட்டு, "அட, வாங்க" என்றாள் அந்த அம்மாள். உள்ளே கூடத்து ஊஞ்சலில் உட்காரச் சொன்னாள்.

"மணி எட்டாயிடிச்சு. தொந்தரவு கொடுக்கறேன்னு நெனக்கப்படாது."

"ரொம்ப நல்லாருக்கே... சொல்லுங்க. என்ன செய்யணும்?"

"இவங்க நம்ம சிநேகிதரு. ஊரோட குடித்தனம் வந்திருக்காங்க. எங்க ஊருக்குப் பக்கத்து ஊரு. ரொம்ப படிச்சவங்க. அவங்க குழந்தையை நம்ம பள்ளிக்கூடத்திலே சேக்கணும்... குழந்தை மகா சூடிகை."

"சேத்துப்பிடறது."

"அதை உங்க குழந்தை மாதிரி வச்சு சொல்லித் தரணும். அது பி.ஏ., எம்.ஏ எல்லாம் படிக்கக்கூடிய குழந்தை. ட்டேயப்பா... அப்படி ஒரு புத்தி... அப்படி ஒரு அறிவு."

"அதுக்கு வீட்டுக்கு வந்து மெனக்கடணுமா? நீங்க வீட்டுக்கு வந்தது ரொம்ப சந்தோஷம். ஆனா இதுகாகவா வரணும்?... அழச்சிட்டு வாங்க... வயசு என்ன ஆவுது."

"ஆறு."

"ஆறுதானா?"

"ஆறானா என்ன, பதினெட்டானா என்ன? உங்கட்ட நேர சொல்லியாச்சு, நீங்க உங்கக் குழந்தை மாதிரி கவனிக்கணும்."

"பேஷா..."

"அப்ப நாளைக்கு அழச்சிட்டு வரட்டா?"

"கட்டாயம் வாங்க."

"உங்க பள்ளிக்கூடத்திலே எது இருக்கோ, எல்லாம் சொல்லிக் கொடுக்கணும் அதுக்கு."

"எங்களால் முடிஞ்சதைச் செய்யுறோம்."

பிறகு பள்ளிக்கூடத்திற்கு வர்ணம், கம்பி என்று எதேதோ வியாபார விஷயங்களை ஒரு இரண்டு நிமிஷம் பேசிவிட்டு, விடை பெற்றுக் கொண்டு கிளம்பினார்.

மறுபடியும் வீதியில் இறங்கினார்கள்.

"நீங்க எங்கிட்ட இங்கே வரதாகவே சொல்லலியே" என்றார் ராமையா.

"அட, நீ பேசாம வாயேன். உன் மக என் மகளா இருந்தா சீமைக்கு அனுப்பியிருப்பேன், தெரியும்ல. பேசாம வா கிடக்கு" என்று சொல்லிக்கொண்டே நடந்தார் நாய்க்கர்.

மீண்டும் ஒரு வீட்டின் முன் நின்றார் அவர்.

"ராவ்பகதூர் நாகேச்வரய்யர், எம்.ஏ. பி.எல். அட்வகேட்" என்று ஒரு பலகை தொங்கிற்று.

குமாஸ்தாக்கள் மூன்று பேர் இருந்தார்கள்.

"என்னய்யா!" என்று ராயசமாகக் கூப்பிட்டார் நாய்க்கர்.

"யாரு! நாய்க்கர்வாளா, வரணும், வரணும்... உட்காருங்க."

"ஐயா இல்லையா?"

"சாப்பிட்டிண்ருக்கார்... உக்காருங்கோ" என்று வக்கீலின் ஆபீஸ் அறையில் அவர்களை உட்கார வைத்து, "ஏய், பெரியசாமி, பங்கா இளுடா" என்று பங்கா ஆளுக்கு உத்தரவு கொடுத்துவிட்டு, "தீர்த்தம் கீர்த்தம் சாப்பிடறேளா?" என்று குழைந்துவிட்டுப் போனார் குமாஸ்தா.

பங்கா மேலே கிழக்கும் மேற்குமாகப் பறந்தது. வெளியே டபார் டபார் என்று தீபாவளியின் முன்னோடிச் சத்தங்கள் காதைப் பிளந்தன.

"ராமையா, நாகேச்வரய்யர் பேச ஆரமிச்சா எப்படியிருக்கும் தெரியுமா? கோர்ட்டிலே சும்மா அப்படியே கணகணகணகணன்னு மணியடிக்கிறாப்பல இருக்கும். ஒரு அசக்கல், ஒரு கோணம் மூஞ்சியிலே... பேசப்படாது... ட்டேயப்பா, வெள்ளைக்கார ஜட்ஜெல்லாம் அப்படியே மந்திரம் போட்டுக் கட்டினாப்பல அசந்து போய் உக்காந்திருப்பான்! இன்னக்கிம் மெட்ராஸ்லேந்து மதுரை திருநெல்வேலி வரைக்கும் போறாரா கேசுக்கு! மாசம் என்ன வரும்படி தெரியுமா? நாலு ரூபாய்க்குக் குறையாது. கார் வச்சிருக்காரு. இந்த ஊர்லெ முதல் முதல்லே கார் வாங்கினவங்கள்ளியே இவருதான் மூணாவது. கலெக்டரு. அப்புறம் ஒரு செட்டியாரு. அப்புறம் இவருன்னா பாத்துக்கவேன். போன வருஷம் கோவிந்தகுடி கிட்ட பன்னண்டு வேலி நிலம் வாங்கிக் கொடுத்தேன்... அதெல்லாம் கிடக்கு, மனுஷன் அப்படியே தங்கம்னா தங்கம்... ஒரு நாளைக்குக் கச்சேரிக்கு அழைச்சிட்டுப் போறேன். என்னம்மா பேசறாரு பாரு, ட்டேயப்பா . . . அப்படியே ஜணஜணஜணஜணன்னு மணி உதிர்றாப்பல தான் இருக்கும்..."

நாகேச்வரய்யர் வந்தபோது, நாய்க்கர் சொன்னதெல்லாம் மிகையில்லை என்றே தோன்றிற்று. வயது ஐம்பத்தைந்து ஐம்பத்தாறு இருக்கும்.

“வா கிருஷ்ணா” என்று புன்சிரிப்புடன் வரவேற்று, உட்கார்ந்தார் அவர்.

“வந்தேன் ... ஒரு கேஸு, அதுக்காக வந்தேன்.”

“என்ன?”

“இதோ இருக்காரே . . . இவரு எனக்குப் பால்ய சிநேகிதம், இப்ப இந்த ஊரோட குடி வந்திட்டாரு. எங்க ஊருக்குக் கிட்டதான் ராஜங்காடுன்னு.”

“அட ஓய் சொல்லுய்யா! ராஜங்காடு தெரியாதா?”

“இவர்தான் கேஸு.”

“என்னது!”

“ஆமாம் . . . திவ்யமாப் பாடுவாரு. அருணாசலக் கவி, நந்தன் சரித்திரம், குறவஞ்சி எல்லாம் தலைகீழாகப் பாடுவாரு.”

“ஹ்ம்!”

“இந்த மாதிரிக் கேஸ்தானே உங்களுக்கும் வேணும்! புடிச்சிட்டு வந்தேன். நல்லா ஜோஸ்யம் பாப்பாரு. வீடு கட்டற சாஸ்திரம் அத்துப்படி. மாட்டுப் பரீச்சையிலே புலி. நீங்கதான் கார் வாங்கிப்பிட்டீங்களே!”

“ம் ...”

“அவ்வளவுதான். கேஸைக் கொண்டு ஒப்பிச்சாச்சு, நீங்க எப்படி, எப்ப எப்ப உபயோகப்படுத்திக்கணுமோ, அப்படி செஞ்சுக்குங்க. தெக்கு வீதியிலே டாக்டர் முதலியார் இருந்தாரே, அந்த வீட்டிலெதான் ஜாகை. சம்சாரம் கிடையாது. ஒரு பெண்ணுதான் ... எப்பவும் ஓய்வுதான் அவருக்கு.”

“எத்தனை நாளாச்சு வந்து?”

“இன்னக்கித்தான்; சாயங்காலம்.”

“அப்பன்னா, இன்னக்கி அவரைச் சிரமப்படுத்தப்படாது. இன்னொரு நாளைக்கு பாடச் சொல்லிக் கேக்கறேன்.”

“அப்ப நான் வரட்டுமா?”

“என்ன கிருஷ்ணா திடீர்னு?”

“அறிமுகப்படுத்தி வைக்கலாம்னு வந்தேன் . . . ஆச்சு. இன்னொரு நாளைக்கு வர்றோம். அவர் இன்னும் சாப்பிடலே.”

“இங்கே சாப்பிடறது.”

"இன்னிக்கித்தான் முதல் சமையல், இந்த ஊர்லெ வீட்டிலேயே சாப்பிடட்டும்."

"டாக்டர் இருந்த வீடுதானே?"

"ஆமாம்."

"சரி."

"அப்ப உத்தரவு கொடுங்க."

"வாங்கோ. சாப்பிட்டு வந்தா கொஞ்ச நாழி பேசலாம். இப்படி வந்ததும் வராததுமா ... ஏன்யா?"

"அதான் இன்னொரு நாளைக்கி வரோம்னேனே."

"வரட்டுமா?" என்றார் ராமையா.

"நாய்க்கர் சாதார்ண மனுஷ்யாளைக் கொண்டுவிடமாட்டார். உங்களைப் பார்த்திலேர்ந்து எனக்கு என்னென்னமோ பேசணும் போலிருக்கு. எங்கேயோ பார்த்த முகமாயிருக்கு எனக்கு" என்றார் நாகேச்வரய்யர்.

"தஞ்சாவூர்லேதான் பார்த்திருக்கலாம்" என்றார் ராமையா.

"இல்லை. உங்களை நிச்சயமாகத் தஞ்சாவூரிலே பார்த்த தில்லை. வேறு எங்கேயும் பார்த்ததில்லை. ஆனால் உங்களை எங்கேயோ நான் பார்த்திருக்கேன். அப்படி ஒரு நிச்சயம் ... சரி, வாங்கோ. சாப்பாட்டைத் தடுத்துண்டு நான் பேசிண்டே யிருக்கேன் ... டாக்டர் முதலியார் வீடுதானே?"

"ஆமாம்."

"சரி."

ராமையாவுக்கும் வியப்பாக இருந்தது. நாகேச்வரய்யரை யும் அவர் பார்த்ததில்லை. பார்த்தது மாதிரி ஒரு நிச்சயம் அவருக்குத் தோன்றிற்று.

நாகேச்வரய்யரின் உருவம் அவர் மனதில் பதிந்துவிட்டது. கம்பீரமான, உயர்ந்த உருவம், மாநிறத்துக்கும் அதிகச் சிவப்பு. மொழுமொழுவென்று வழுக்கைத் தலை உருண்டையாக, ஒழுங்காக, நசுங்கல் இன்றிப் பளபளத்தது. நீண்ட மூக்கு, முகவாயில் ஒரு அழுத்தம். அழகான தலை. அழகான முகம்தான். அறிவும் உறுதியும் அந்த அழகிற்கு ஒரு தொலைவைக் கொடுத்தன.

"எங்கேயோ பார்த்தாப்பல இருக்குங்குறாரே, புதுக்கரைக் கோர்ட்டுக்கு வந்திருப்பாரோ... புதுக்கரைக் கோர்ட்டுக்கு இவர்

வரமாட்டாரே. ஸப் மாஜிஸ்டிரேட் கோர்ட்டுக்கெல்லாம் போற ஆளில்லையே . . .” என்று தனக்குத்தானே பதில் சொல்லிக் கொண்டார் நாய்க்கர்.

“உங்களாலே எனக்குக் கிடைக்காத சிநேகமெல்லாம் கிடைக்குது . . .”

“நீ பழகிப்பாரு . . . ட்டேயப்பா . . .”

நாய்க்கர் அதோடு நிற்கவில்லை. போகிற வழியிலேயே, பால்காரன், விறகுக் கடைக்காரன், ஜவுளிக் கடைக்காரன் என்று எல்லா வாடிக்கைகளையும் அமர்த்திக்கொண்டே போனார்.

நாய்க்கரின் போக்கு விசித்திரமாகத்தானிருந்தது. முரட்டுத் தனமும் தொழில் கண்டிப்பும் பேச்சிலும் நடவடிக்கையில் தெறிக்கிற குணம் அவருக்கு. அவர் இப்படிகூட இருந்து பள்ளிக்கூடத்துப் பையனுக்கு செய்வது போல் செய்து வந்தது ராமையாவை சற்று நாணப்படுத்திற்று.

“நீங்க இப்படி . . .”

“என்ன ?”

“இன்னைக்கே எல்லாத்தையும் செஞ்சுப்பிடணுமா ?”

“பின்னே எப்ப செய்யறது” என்று ஒரு அதட்டல் போட்டார் நாய்க்கர். “நீ பேசாம வா . . .”

அன்று சாப்பிட்டுப் படுத்தபோது ராமையாவுக்குத் தூக்கம் வரவில்லை. சுப்ரமண்யனும் சின்னக்கண்ணும் வாய் ஓய்கிற மட்டும் பேசிவிட்டுத் திடீர் என்று ஒப்பந்தம் செய்துகொண்டாற் போலத் தூங்கினார்கள். சின்னக்கண்ணுவின் சிறு குறட்டை கேட்டது. ராமையா மொட்டைமாடிப் பந்தலில் அந்த இரண்டு பேருக்கு நடுவில், எப்போதும் தன்னோடிருக்கிற தனிமையோடு பேசிக்கொண்டிருந்தார். அவருக்கு அமைதியாகவும் இருந்தது. பயமாகவும் இருந்தது. இங்கு ஏன் வந்தேன் ? இங்கு என்ன வேலையிருக்கிறது ?

23

சின்னக்கண்ணுவும் சுப்ரமண்யனும் ஊருக்குப் போய்விட்டார்கள்.

ராமையாவுக்கு வேலை சரியாயிருந்தது. விடியற்காலையில் எழுந்து குளித்து, பூஜை எல்லாம் முடித்துவிட்டு, மார்க்கெட்டுக்குப் போய் வரவும், குழந்தையைப் பள்ளிக்கூடம் கொண்டு விடவும், மத்தியானம் படித்துவிட்டுத் தூங்கவும், மீண்டும் குழந்தையை அழைத்துவரப் பள்ளிக்கூடம் போவதற்கும் பொழுது பொருந்தி வந்தது. மாலையில் பாலியை அழைத்துக்கொண்டு சிவகங்கைத் தோட்டத்தில் போய் உட்கார்ந்திருப்பார். இல்லா விட்டால் ரயிலடி, கடைத்தெரு.

பத்துப்பன்னிரண்டு நாட்கள் இப்படிக் கழிந்தன.

தீபாவளிக்கு இன்னும் இரண்டு நாளிருந்தபோது,

"யப்பா, நாளைக்கு எங்க பள்ளிக்கூடத்திலே நாடகம். தீபாவளி நாடகம். நான்கூட உண்டு . . . உங்களை வரச்சொன்னாங்க. டீச்சர், பெரிய டீச்சர் எல்லாரும் . . . நீ சொல்லிக் கொடுப்பே பாரு, நாடகம் . . . அந்த மாதிரியில்லே. இது வேறே" என்றாள் பாலி.

"என்ன வேறே?"

"நீ வந்து பாரேன்."

"உனக்கு என்ன வேஷம்?"

“நான்தான் சத்யபாமா.”

“பத்து நாளாகல்லே. அதுக்குள்ர நாடகம், அதிலே நீ சத்யபாமாவா!”

“நீ வாப்பா.”

“நாளைக்கு எப்ப?”

“சாயங்காலம் . . . நீ கட்டாயம் வரணும் அத்தையையும் அழைச்சுக்கிட்டு.”

“அத்தை, நாய்க்கர் மாமா எல்லாரும் வர்றோம். போதும்ல?”

மறுநாளுக்கு வடிவையும் நாய்க்கரையும் அழைத்துக்கொண்டு போனார் ராமையா.

ஒரே கூட்டம். கிருஷ்ண நாய்க்கர் போ, வா என்று முன்னால் தள்ளியும் இழுத்துக்கொண்டும் ராமையாவின் சங்கோசத்தோடு மல்லுக்கு நின்று, ஒருபாடாக இரண்டாவது வரிசையில் இடம் பிடித்துவிட்டார். அவரை உட்கார வைத்ததும் எத்தனையோ பேச்சு காத்திருந்தது. ராமையாவைத் தனியாக விட்டு விட்டு தாண்டித் தாண்டிப்போய் யார் யாரோடெல்லாமோ பேசிக் கொண்டிருந்தார்.

இந்தத் தனிமைதான் ராமையாவுக்கு என்னவோ போலிருந்தது. தன்னையே எல்லோரும் பார்ப்பது போல் இருந்தது. பட்டிக்காட்டான் என்று எல்லா வாய்களும் அவரைப் பார்த்து காதோடு காதாக சொல்லிச் சிரிப்பது போலிருந்தது. தான் என்னமோ எல்லோரினும் வேறு பட்டிருப்பதுபோல, அதைப்பார்த்து எல்லோரும் நகைப்பதுபோல, ஒரு பயம் அவர் உடம்பைக் குறுக்கிற்று. பார்வைகளெல்லாம் நாலா பக்கமும் தன்னைக் குத்துவது போல் தோன்றிற்று. இந்தப் பட்டணத்தில் புது முகங்களிடை சங்கோசமா? . . . அல்லது நிஜமாகவே என்னைப் பார்த்து நகைக்கிறார்களா எல்லோரும் . . !

வழக்கம்போல் வைத்தீச்வரனின் நினைவு வந்துவிட்டது. கோயில் சன்னதியில் நின்றுகொண்டிருந்தார் அவர். உலக மருந்தாகிய வைத்தியநாதனை இழுத்து வந்து மனக்கண்ணில் நிறுத்தி வைத்தார். ஏதோ சொந்த ஊரை நினைத்து ஏங்குகிற ஏக்கம், ஆவல் எல்லாம் வைத்தீச்வரன் கோயிலை நினைக்கும் போதெல்லாம் அவரை ஆட்கொண்டுவிடும். கோயில் புஷ்கரணியை வலம் வந்தது நினைவு; பிரகாரத்தை வலம் வந்தது . . .

"இப்படி உட்காரணும்" என்று குரல்கேட்டு விழித்தார் அவர்.

"அட நீங்களா?..." என்றார் நாகேச்வரய்யர். "நீங்க வந்துட்டுப் போனதுக்கப்பறம் ஊரிலேயே இல்லை நான். நேத்துக் காலமேதான் வந்தேன்... இங்கேதானே உங்க குழந்தை படிக்கறா!"

"ஆமாம்."

அன்று ராமையாவுக்கு பல ஆச்சரியங்கள் காத்திருந்தன.

பாலி முகத்திற்கு வெள்ளையும் உதட்டில் சிவப்பும் பூசி நகைகளாக அணிந்து வந்து ஆடிற்று. சத்யபாமை மட்டும் இல்லை. கிருஷ்ணன், நரகாசுரன் எல்லாம் அவளேதான். அந்தப் பாவாடையைக் கட்டிக்கொண்டே ஆடிற்று.

"நம்ம குழந்தைன்னா!" என்று தான்தான் முதலில் கண்டு பிடித்து விட்டதுபோலக் கத்தினார் நாய்க்கர்.

"உங்க பேத்தியா?" என்றார் வக்கீல்.

"ராமையா மகள்!"

"என்னையாது... எங்கிட்டச் சொல்லவேல்லியே!"

ராமையாவுக்கே வியப்பாக இருந்தது. பள்ளிக்கூடத்தில் சேர்ந்து பத்து நாளைக்குள் எப்படி இந்தக் குழைவும் நெளிவும் இதற்கு வந்தது? இந்தக் கோபம், பார்வை, இந்தப் புன்சிரிப்பு, இந்த ஓரப்பார்வை – எல்லாம் அவருக்குப் பழக்கமானவைதாம். ஆனால், அந்த இடத்தில் பார்க்கும்போது ஒரு தனிக்கவர்ச்சி. "ஓய்! நீர் எங்கிட்ட சொல்லவேல்லியே?" என்றார் வக்கீல்.

"எனக்கே தெரியாதுங்களே!"

"என்ன தெரியாது! ஓய். இப்படி கழுத்தை மட்டும் ஆட்றதுக்கு ஆறுமாசம் ஆகும் தெரியுமா... துரைக்கண்ணு கூட இதைக் கண்டா கொஞ்சம் அசியைப்படுவய்யா... என்னமோ தெரியாதுங்கறீரே. ஆறுமாசமாவது பழகியிருக்காட்டா, இப்படி ஆட முடியுமா?"

ராமையாவுக்கு புரியத்தான் இல்லை. சற்று யோசித்த பிறகு அவருக்கும் பதில் சொல்ல முடிந்தது.

"ஆறு மாசம் பழகியிருந்தா, இப்படித் தாளம் இல்லாத கூத்தாவாயிருக்கும்?"

"ஆமாம். தாளம்! பெரிய பெரிய வித்வான் எல்லாம் தவிக்கிறான். பல்லவி ஒரு காலத்திலே எடுக்கிறான், ஸ்வரம்

பாடி முடிக்கிறபோது அவன் பாட்டுக்கு தீனி திங்கப்போற மாடுமாதிரி கிடந்து பாயறான் நாலுகால் பாச்சல்லே. குழந்தை ஆடறது. என்னமோ தாளமே இல்லியாம்."

"அதுக்குச் சொல்லலீங்க. அது ஆடியே நான் பார்த்ததில்லே. அதுக்குப் பழக்கமில்லேங்கறதுக்காகச் சொன்னேன்."

அதற்குப் பிறகு யார் யாரோ குழந்தைகள் ஆடிவிட்டுப் போயின.

"குழந்தை ஆடிச்சே, பார்த்தீங்களா?" என்று குரல் கேட்கவே, திரும்பினார்.

"ட்டேயப்பா . . . பம்பரமா ஆட்டி வச்சிருக்காங்களே."

"ரண்டு மிஸ்ட்ரசுக்குள்ளார சண்டை. நாகம்மான்னு ஒரு டீச்சர்தான் இதைத் தயார் பண்ணிச்சி. மிருதங்கம் வாசிக்கிறாரு பாலு, அவரு தங்கச்சி அது. அதுக்கும் இன்னொரு டீச்சருக்கும் போட்டி. மத்ததெல்லாம் அது தயார் பண்ணினது, இது நாகம்மா தயார் செஞ்சது. நீங்க பாருங்க. இது ஒண்ணை வச்சுக்கிட்டு, அவ செய்யறது எல்லாத்தையும் பிசுபிசுன்னு அள அடிக்கிறேன்னா இல்லியா பாருங்க'ன்னு சொல்லிவிட்டுப் போச்சு . . . எட்டு நாளாப் படிப்பு க்ளாசு ஒண்ணும் கிடையாது இந்தக் குழந்தையைத் தனியாக அழைச்சிட்டுப் போய் சொல்லிக் கொடுத்திட்டேயிருந்தது. இன்னமே க்ளாசுக்குச் சரியாப் போகச் சொல்லிடுவோம்" என்று விவரித்துக் கொண்டிருந்தாள் பெரிய 'டீச்சர்.'

"பத்து நாளிலே தயார் பண்ணிட முடியுமா? ஏம்மா, நல்ல மண்ணாயிருந்தாத்தானே புடிச்சு ஏதாவது பண்ணலாம். மணலைப் பிடிச்சு வைக்க முடியுமா . . ? எந்தக் கலைக்கும் உள்ளூர ஒரு பசை, ஒரு ஒட்றதன்மை இருக்கணும். நாகம்மாவா யிருந்தா என்ன, யாராயிருந்தா என்ன, மண்ணும் பசையும் இருந்தால்தானே எல்லாம் நடக்கும்" என்றார் வக்கீல்.

ராமையாவுக்கு ஒன்றும் புரியவில்லை. வக்கீலின் அழைப்பை ஏற்றுக்கொண்டு, அவர் காரிலேயே இயந்திரம் போல் ஏறிக் கொண்டார்.

காரில் ஏறி உட்கார்ந்ததும் நாகேச்வரய்யர் சொன்னார். "நீங்க இந்த ஊருக்கு வந்த அன்னிக்கி உங்களைப் பார்த்தது தான். அப்புறம் எனக்கும் ஒழியவேயில்லை. வந்து பார்க்கணும்னு நினைச்சிண்டேயிருந்தேன்."

"நீங்க வரணுமா? நான் வரமாட்டேனா?"

“சரி யாரு வந்தா என்ன? குழந்தை ரொம்ப பிரமாதமா ஆடித்து . . . ம் . . .” என்று ஒருபெருமூச்சு விட்டார் வக்கீல். “இந்தக் குழந்தைக்குத் தாயார் இருந்தால் எவ்வளவு சந்தோஷமாயிருக்கும்! பகவான் ஒரு பித்துப் பிடித்த சில்பி. எதைச் செஞ்சாலும் கடைசியிலே ஒரு குறையை வச்சிருப்பான். கலைஞர்கள் எல்லாருக்குமே இந்தக் கிறுக்கு உண்டு. செய்ததை முழுக்கச் செய்து முடிக்கமாட்டார்கள். இல்லே, ஏதாவது ஒண்ணை மூளியா அடிச்சு வச்சிருப்பார்கள். இவாளுக்கெல்லாம் எஜமானன், கடவுள். கேட்கணுமா?” என்று காரின் கண்ணாடியைப் பார்த்துக் கொண்டே வந்தார்.

“அட ஒண்ணு போகட்டும், ரண்டு போகட்டும், நாலுமா! என்னய்யா அநியாயம் . . . இத பாருங்க, இதினாலெதான் எனக்கு இந்தப் பூஜை புனஸ்காரம் இதிலெல்லாம் நாட்டம போகிறதில்லே. அவனுக்கு நெசம்மா நம்மேலே அக்கறை இருந்திச்சின்னா, தானே பாத்துக்கிறான். கோவிந்தா, கோபாலா, நீ மகா சூரப் பய, கோடி சூர்யன் வந்தாலும் உங்கிட்ட நடக்காதுன்னு தாஜா பண்ணிக்கிட்டேயிருக்கணும்னா, என்னாலே முடியாதுய்யா. நான் பாட்டுக்கு இருக்கேன். நீ பாட்டுக்கு இருன்னு பேசாம இருந்திடுவேன். அப்படித்தான் இருக்கவும் இருக்கேன்” என்றார் நாய்க்கர். பாலி அவரையே பார்த்துக்கொண்டு வந்தது. வழக்கம் போல ஒரு பழுத்துப்போன வேட்டியும் கொட்டடித் துண்டும் அணிந்திருந்தார். ‘ஸ், ஸ்’ என்று வாயில் ஊறின நீரைத் திரட்டி உள்ளே விழுங்கிக்கொண்டிருந்தது நாக்கு.

ராமையாவுக்கும் வக்கீலுக்கும் இதைக் கேட்டுப் புன்முறுவல் வந்தது. “ராமையா, இவர் பேச்சைக் கேட்டு ஏமாந்துவிடாதீர்கள். இந்தமாதிரி பேசுகிறவர்களுக்குத்தான் ஸ்வாமியோட உறவு அதிகமாயிருக்கும். நாங்கள்ளாம் பள்ளிக்கூடத்தில் வாசிக்கிறபோது, ஒண்ணுமே படிக்கலேன்னு மூக்காலே அழுதுண்டேயிருக்கிற நாலு பையன்கள் எப்பவுமே இருப்பார்கள். ராத்திரி பத்து மணி வரைக்கும் பேசிப் பேசி, எங்க கழுத்தையெல்லாம் அறுத்துவிட்டு அப்புறம் போய் ராக்கண் விழிப்பார்கள் . . . அப்படி இவர் போய் தனியாகப் பூஜை கீஜைன்னு பண்ணாவிட்டாலும் உள்ளுக்குள்ளே எப்பவும் நடந்திண்டேயிருக்கும். ஒண்ணு, சற்றைக் கொருதரம் குடுகுடுவென்று உள் மனசு போய்ப் போய் எட்டி எட்டிப் பார்த்துவிட்டு வந்திண்டேயிருக்கும். இல்லா விட்டா மனசுக்கடியிலே அவனைக் கட்டிப் போட்டு, ‘இந்த பார். இந்த இடத்தைவிட்டு நகரப் படாது. சும்மா தொந்தரவு கொடுக்காமல் இங்கேயே கிடக்கணும்’ என்று கட்டிப் போட்டு வைத்திருப்பார்கள்” என்றார் வக்கீல்.

"என்னமோ நீங்க பேசிட்டேயிருக்க வேண்டியதுதான் எனக்கில்லே தெரியும் கட்டிப் போட்டிருக்கனா, இல்லாட்டி எட்டி எட்டிப் போய்ப் பார்க்கிறனான்னு? நான் ரண்டும் செய்யறதாத் தெரியல்லே எனக்கு."

"நீ தான் பொய் சொல்லறதுக்கு அஞ்சமாட்டியே... சும்மா இரு."

கார், வக்கீல் வீட்டுக்கு வந்துவிட்டது.

"வாங்கோ, கொஞ்ச நாழி இருந்துவிட்டுப்போகலாம்" என்று அவர் அழைக்கவே, எல்லோரும் உள்ள போய் ஹாலில் உட்கார்ந்து கொண்டார்கள்.

பாலிக்குக் காரில் ஏறியதிலிருந்து வக்கீல் வீட்டுப் பெரிய மேஜை, தலையணை தலையணையாகப் பொன்னெழுத்து மின்னும் புத்தகங்கள் வரை ஒவ்வொன்றும் புதிதாக இருந்தன.

"குழந்தே!" என்று கூப்பிட்டார் வக்கீல். "பள்ளிக் கூடத்திலே ஆடினே பாரு. அதை மறுபடியும் ஒரு தடவை ஆடு பார்ப்போம்... ஏன் அப்பாவை பார்க்கிறே! நீ ஆடு."

"கேக்கறாங்கள்ள... ஆடு பாலி."

"அவசரப் படுத்தாதீங்க. அதுக்கும் விசை வரணுமில்லே!" என்றார் நாய்க்கர்.

பாலி சிறிது நேரம் புன்முறுவலும் நாணமுமாக உட்கார்ந்து விட்டு, சட்டென்று எழுந்து ஆட ஆரம்பித்தது.

குமாஸ்தாவிடம் முகத்தை அசைத்தார் வக்கீல். அவன் உள்ளே போனான். ஒரு நிமிஷத்திற்குள் உள்கட்டிலிருந்து அவர் மனைவி, பன்னிரண்டு வயதில் ஒரு பெண், ஏழு வயதில் ஒரு பெண் – மூன்று பேர் வந்தார்கள். கடைசியில் கையலம்பி விட்டு வாயைத் துடைத்துக்கொண்டே ஒரு பையன் – பன்னிரண்டு வயதிருக்கும் – ஓடி வந்தான்.

எல்லாம் புன்னகையும் வியப்புமாகப் பாலி ஆடுவதை பார்த்துக்கொண்டிருந்தனர்.

நாய்க்கர் பையனை ஜாடை காட்டிக் கூப்பிட்டு தம் பக்கத்தில் உட்கார்த்திக் கொண்டார். பாலி ஆடிக்கொண்டேயிருந்தது. முடிந்ததும் சட்டென்று ராமையாவின் பக்கத்தில் உட்கார்ந்து விட்டது.

"பார்த்தியோல்லியோ, அதுக்கு மேலே கிடையாதுங்கறாப்பல, நறுக்குன்னு வந்து உட்கார்ந்துடுத்து" என்றார் வக்கீல்.

மனைவியைப் பார்த்து, "உனக்கு தெரியாது இவாளை. ஊருக்குப் புதுசு. சொந்த ஊர் கொறடாச்சேரி பக்கம். பட்டிக்காட்டிலே இருக்கிறது போதும்னு இந்த ஊருக்கு வந்திருக்கார். பத்து நாளாச்சு. பள்ளிக்கூடத்திலே சேர்த்துப் பத்து நாள்தான் ஆச்சு. இவருக்கே தெரியாதாம் இது ஆடும்னு. வாத்யாரம்மா ஏதோ சொல்லிக் கொடுத்திருக்கா. அவளே பிரமிச்சுப் போயிட்டா. ஸ்கூல்லெ அப்படி ஆடித்து. இன்னிக்கி வாத்யாரம்மா நாலு நாள் சொல்லிக் கொடுத்ததையே இப்படி ஆடிக் காமிச்சிருக்கே . . . அ! . . ."

"நானும்தான் மலைச்சுப்போய் நிக்கறேன். அப்பவே புடிச்சு . . . ம் . . . இத்தனூண்டு குழந்தைக்கு இப்படியெல்லாம் கண்ணைச் சுழட்டறது, கழுத்தை வெட்றது, சுருட்டிச் சுருட்டிப் பாக்கறது . . . நாலு நாள் சொல்லி வச்சது தானா?"

"நாலே நாள்தான்."

"அப்படின்னா, முழுக்க சொல்லிக்கொடுத்தா என்ன? ஒருநட்டுவனைக் கூப்பிட்டுச் சொல்லிக் கொடுக்கச் சொல்லுங்களேன்! உங்களுக்குத்தான் பெரியசாமியைத் தெரியுமே. அவனும் சோத்துக்குத் திண்டாடிண்டிருக்கான். புள்ளையுமில்லே குட்டியுமில்லே. சொல்லுங்களேன். சொத்தும் தொலைஞ்சு போச்சு. கோயில்லே உண்டக்கட்டி வாங்கித் தின்னுண்டு கிடக்கிறதுக்கு ஏதாவது சொல்லியாவது கொடுத்திண்டிருக்கட்டுமே."

"பார்க்கலாம், பார்க்கலாம் . . . இவர் ஒப்புக்கணும், அவன் ஒப்புக்கணும்."

அவர்கள் பேசிக்கொண்டிருக்கும்போதே, குழந்தைகள் பாலியைச் சுற்றிக்கொண்டு, அதை உள்கட்டை நோக்கித் தட்டிக் கொண்டு போய்விட்டன.

"நீங்க சொல்றதும் சரிதான். அம்மாவுக்கில்லே சொல்றேன். பெரியசாமி வியாஜ்யத்திலேயே சொத்து முழுவதும் தொலைச்சுப்பிட்டான். நீங்க சொன்னாப்பல உண்டக்கட்டி வாங்கித் திங்கறதுதான். அன்னிக்கிக்கூட கடைக்கு வந்தான், ஒரு தாம்புக் கயிறு வேணும்னு. எதுக்குய்யான்னு கேட்டேன். பயப்படாதீங்க. கிணத்துக்குத்தான்னு சொல்லிட்டுப் போனான், அதுக்கே இன்னும் காசு வரலே. எப்படியிருந்த ஆளு. அவன் அக்கா உசிரோட இருந்தப்ப கட்டிப் புடிக்க முடிஞ்சுதா . . . ட்டேயப்பா ... என்ன ராயசம், என்ன டாப்பு, நீங்க சொல்றாப்பல அப்பப்ப, மனசு எட்டி எட்டியாவது பார்த்துகிட்டிருந்துதுன்னா இப்படியா ஆயிருப்பான் . . ?" நாய்க்கர் பேசிக்கொண்டே போனார்.

"சரி விஷயத்துக்கு வா கிருஷ்ணா" என்று வக்கீல் இடை மறித்தார்.

"எதுக்கோ ஆரமிச்சேனே!"

"போ. அதுக்குள்ளேயும் அடி மறந்து போச்சா. பெரியசாமியைச் சொல்லிக் கொடுக்கச் சொல்றதான்னு ஆரமிச்சோம்."

"தாராளமா ... ராமையா, நாலும் தெரிஞ்சுக்க வேண்டியது தான். நீ இப்ப ஜோஸ்யம் பார்த்து தொழிலா பண்றே? மனையடி சாஸ்திரம் பண்ணி வீடு கட்டி வியாபாரம் பண்றியா! ஒண்ணுமில்லே."

"அவர் அப்பவே புடிச்சு வாயே திறக்கலையே. நாமே தானே பேசிண்டிருக்கோம்."

"இதுக்கென்ன! செஞ்சுப்பிடறது" என்றார்.

"அப்படின்னா ரண்டு நாளிலே அவனை அழைச்சிண்டுவரேன். ஏய் அப்பு!"

குமாஸ்தா மரியாதையாக "என்ன?" என்றான்.

"நாளைக்கு பெரியசாமியைக் கண்டா வரச் சொல்லுடா ... காளி கோவில் வாசல்ல உக்காந்திருப்பன். நான் அவசியமாப் பார்க்கணும்னு சொன்னேன்னு சொல்லு ... என்ன?"

"சரி."

"நீ வேற ஒண்ணும் சொல்ல வேண்டாம்."

"சரி."

"நாளைக்கு வரச் சொல்றயா?"

"சொல்றேன்."

"மறந்து போயிடாம!"

"சரி."

ராமையாவுக்கு இருவரில் யாரைப் பார்த்துச் சிரிப்பது என்று புரியவில்லை.

"நாளைக்குச் சாயங்காலம் வருவானா?"

"சொல்றேன்."

"சரி, நீ சாப்பிடலியே இன்னும்."

"இல்லே."

"சரி" என்று அவனை அனுப்பிவிட்டு, நாகேச்வரய்யர் சூன்யத்தைப் பார்த்து உட்கார்ந்திருந்தார்.

"உங்கள் குழந்தையாக இருக்கத் தொண்டு நான் இவ்வளவு தூரம் சொன்னேன். நீங்கள் பழங்காலத்து கிராமத்து மனுஷர். ஒரு வித்தையோ ஒரு காரியத்தையோ எடுத்துக் கொண்டால், அதிலே முழுமூச்சாக இறங்கணும். அதை வேறு சிந்தனையில்லாமல், பாதி போகிறதற்குள்ளாகவே பலனை எதிர்பார்த்துவிடாமல், அதே நினைவாக, அதே உயிராக உழைக்கவேண்டும். அப்படி ஒரு காரியத்தைத் தபஸ் செய்வது போலச் செய்வது நம் நாட்டுச் சம்பிரதாயம் இல்லை. நம் நாட்டுக்கு மட்டும் இல்லை. எல்லா தேசத்திலேயுமே, பெரிய மனிதர்களின் வழக்கம். பெரிய மனிதர்களாக ஆகும் அடையாளங்கள் உள்ளவர்களின் வழக்கம். அவர்களுக்கு ஒன்று செய்யக்கூடாது, செய்யவேண்டும் என்ற விருப்பம் வெறுப்பெல்லாம் கிடையாது. எதில் ருசியிருக்கிறதோ, அதற்கு மனசு, உயிர், உடல் சர்வத்தையும் அர்ப்பணம் செய்வார்கள். அந்த மாதிரிப் பிடிவாதம் கிராமத்தில் இருப்பவர்களுக்கு உண்டு. ஏனென்றால், நம் கிராமத்தில் இருப்பவர்களுக்கு வசதி குறைச்சல். புற வசதிகள் குறைச்சல். ஆதலால் பிடிவாதமாக ஒன்றைப் பிடித்துக்கொண்டு போராடக் கூடிய நெஞ்சழுத்தம், பணிவு எல்லாம் ஏற்பட்டு விடுகிறது. எனக்கு வேண்டியது அழகுதான். அந்த அழகு சாதாரணமாகக் கிடைத்துவிடாது. அழகை அடைய உழைப்புதான். உழைத்துக்கொண்டேயிருந்தால் அந்த உழைப்புக்கு பூரணமாக ஒரு தன்மை வரும். கடைசல் பிடித்தாற்போல ஒரு பூரணத் தன்மை வரும். மெருகு வரும். அதுக்கு எல்லையே கிடையாது. எப்போது ஒரு முயற்சி பூரணமாகும்? எப்போது அந்தத் தவத்தின் பூரண அழகு அதில் தெரியும்? அதற்கு முடிவே கிடையாது. முடிவான அழகு ஒன்றே கிடையாது. அழகு வந்துகொண்டேயிருக்கும். உழைக்க உழைக்க அழகு பெருகிக்கொண்டேயிருக்கும். இந்த மாதிரியெல்லாம் உழைக்கிறவர்களுக்கு பேசத் தெரியாது. ஆனால், உழைக்க வேண்டும் என்கிற திடசித்தம் மட்டும் இருக்கும். அதனால் தான் உங்களிடம் சொல்லுகிறேன். உங்களுக்கு அந்த மாதிரி செய்ய முடியும். உங்களுக்கு என்றால் உங்கள் குழந்தைக்கும் என்று வைத்துக்கொள்ளுங்களேன். பத்து நிமிஷத்திற்குள் என்னை ஒரு நிமிடம் அயர வைத்துவிட்டது. இந்தக் குழந்தைக்கு அந்த வம்சப் பிடிவாதம் இருக்கும் போலிருக்கிறது. சுற்றியிருக்கிறதை மறந்து ஒரு காரியத்தில் பிரவேசிக்கிற ஒரு கூர்மை இருக்கும் என்று தோன்றுகிறது. அது போகிறபடி விடுங்கள். உங்கள் அக்கா

வேண்டாம் என்று சொல்லுவாள். இதோ நம்ம நாய்க்கரே இது என்னத்துக்குடா நமக்கு? என்று 'ப்பூ' கொட்டினாலும் கொட்டுவார்."

"யாரு, நானா?" என்று உடனே வக்கீலை இடைமறித்தார் நாய்க்கர். "நீங்க பேசறது என்ன, புரியலேன்னு நெனச்சிட்டீங்களா? நம்ம பையனை மளிகைக் கடையிலே உக்காத்தி வச்சிருக்கேன்னு நெனச்சீங்களா? நல்லாப் பாடுவான்யா. இப்பவும் சொல்லிக்கிட்டு தான் இருக்கான். எங்க வீட்டிலேயும் ஒரு மிருதங்கம் இருக்கு. நானும் ஒரு பஜனைக்காவது வாசிப்பேன் தெரியும்ல . . . இப்ப நான் ஒன்னும் வாண்டாம்னு சொல்ல மாட்டேன். ஆனா, ஒண்ணு. பெரியசாமி வந்து சொல்லிக் கொடுத்தான்னா சம்பளம் கொடுத்தாகணும் . . ."

"வேற ஒண்ணும் தடையில்லியே?"

"யென்ன யென்ன? நான் யென்ன அப்படி ஒரு . . . நீங்க என்னன்னு நெனச்சிக்கிட்டிருக்கீங்க. அ! . . ." என்று நாய்க்கர் விழித்தார். "என்ன! பக்கெட்டும், தாம்புக் கயிறும் வியாபாரம் பண்ணினா, வெறும் மக்கு ப்ளாஸ்திரியாயிருப்பேன்னு நெனச்சீங்களா . . ? நான்தான்யா குழந்தையைப் படிக்க வைக்கணும்னே சொன்னது முதல்லே. தெரியும்ல? இவரு குக்ராமத்திலேந்து வந்திருக்காரே, யாராவது எதுனாவது சொல்லப் போறாங்கன்னு மெரளப் போறாரேன்னு நான்ல தாது புஷ்டியா, நாலு வார்த்தை சொன்னேன். பெரிய வாத்யாரம்மா வீட்டுக்கு நான் தானே போய் ஏற்பாடெல்லாம் பண்ணினேன் – பள்ளிக்கூடத்தில் சேர்க்க."

"சரி சரி சரி . . . உன்னை ஒண்ணும் சொல்லலே. பேசாம இரு. இப்ப நாளைக்கு பெரியசாமி வந்தான்னா ஆரமிச்சுட வேண்டியதுதானே?"

"பின்னே!"

"சரி. நீங்க இன்னும் சாப்பிடலியே."

"இல்லே வீட்டுக்குப் போப்பறோம்."

"இந்தக் காபியை சாப்பிடட்டும். தீபாவளிக்கு முதநாள் வெளியிலே சாப்பிட்டா, நாய்க்கர் பொண்டாட்டி அவர் காதைத் திருகி விடுவ."

"குழந்தை எங்கேடி?"

"உள்ளே இன்னொரு ஆட்டம் நடக்கிறது. அங்க வந்து பாருங்க. இந்த நாலும் அதை மொச்சுண்டு விட மாட்டேங்கறது.

நீ இங்கியே இரேன்னு உங்க பேரன் அவளைக் குடி வச்சிண்டிருக்கான்."

"ராஜாவா?"

"ஆமாம், அங்கே வந்து பாருங்களேன்."

வக்கீல் சிறு ஓட்டமாக ஓடினார். ராஜா, அவர் பேரன் முழந்தாளிட அதன்மேல இரு கைகளையும் வைத்து ஆட்டத்தைப் பார்த்துக்கொண்டிருந்தான். மற்ற மூன்று குழந்தைகளும் இடுப்பில் கையை வைத்துக்கொண்டு கண்ணகல வியந்துகொண்டு நின்றன. பாலி ஆடிக்கொண்டிருந்தது.

"எல, என்னடா குழந்தையைப் போட்டு வதைச்சிண்டு, அதுக்குக் கால் வலிக்காது?"

"நீ போ தாத்தா."

"சொன்னதைக் கேள்ரா குழந்தை, போரும்மா. கொல்லையிலே போய் ஒரு செம்பு ஜலம் எடுத்திண்டு வான்னா முனகறே ராஸ்கல் நீ . . ."

"இது விளையாட்டு, அது வேலை."

"உங்களுக்குச் சளைச்சுடுமா அது" என்றாள் மனைவி. "போரும் குழந்தே, பாவம் மூஞ்சியெல்லாம் வேத்துப் போச்சு."

"நாளைக்குத் தீபாவளிடீ" என்றார் வக்கீல்.

"தெரியும்" என்று ஹால் உள்ளுக்குப் போய், பீரோவைத் திறந்து ஒரு பட்டுப் பாவாடைத் துண்டையும் சட்டைத் துண்டையும் எடுத்து வந்தாள் அவர் மனைவி. ராஜா "பட்டாசு" என்று கத்தினான்.

"நான் கொஞ்சம் கொடுக்கிறேன் என்னுதிலேர்ந்து" என்று ஓடினான் அவன்.

"நான் கொஞ்சம்."

"நானும்."

நாலும் ஒன்றன் பின் ஒன்றாக ஓடின. தலைக்கு நாலு மத்தாப்புப் பெட்டி, பட்டாசு, வாணங்கள் எல்லாவற்றையும் பாவாடை முந்தியிலும் சட்டை முந்தியிலும் வாரிக் கொண்டு கூடத்திற்கு ஓடிவந்தன.

"இந்தா எடுத்துக்கோ."

"நான் கொடுக்கறதைத்தான் முன்னாடி எடுத்துக்கணம்."

“நீ போடா, எல்லாத்துக்கும் இவன்தான் முதல், முந்திரிக் கொட்டை ஆஸ்ட்ரேலியா!”

“அறைவேன். பெரியவாதான் முன்னாடி கொடுக்கணும்; நீ தான் பெரியவளோ?”

“பின்னே யாருடி இஞ்ச பெரியவா? உனக்கு வயது பத்து; இவளும் எட்டு; இவனுக்கு ஆறு. எனக்குப் பன்னிரண்டு.”

“சயன்சிலேயும் பன்னண்டு மார்க் கால் பரீட்சையிலே.”

“திருப்பிப் போட்டாலும் இருபத்தொன்னுதான்.”

“அறஞ்சிப்பிடுவேன்.”

“ரமா, ஏண்டி இப்படி அடிச்சுக்கறேள்?” என்று வக்கீல் மனைவி ராஜாவையே முதல் முதலில் கொடுக்கச் சொல்லி மத்யஸ்தம் செய்து வைத்தாள்.

ராமையா: “இதெல்லாம் . . .” என்று குன்றினார்.

“நீங்க சும்மா இருங்கோ . . . குழந்தைகள் ஆசையாக் கொடுக்கறது.”

“அது சரி . . . இது?”

“பின்னே குழந்தைகள் கொடுக்கறபோது நாங்க ஆன்னு பாத்துண்டு நிக்கறதா? ரொம்ப ஒழுங்காயிருக்கே. நீ வாங்கிக்கோ குழந்தே!”

“. . . நீங்க வந்து . . .”

“நீ சும்மா இரு ராமையா” என்று நாய்க்கர் சொன்னதும், பாலி ராமையாவைப் பார்த்துவிட்டு வாங்கிக்கொண்டது.

“நாளைக்கு வறியா?” என்றான் ராஜா.

“எதுக்குடா?”

“நாளைக்கு எல்லாரும் மத்தாப்பூ கொளுத்தறபோது ஆடினால், டால் அடிக்கும். இவ வெள்ளையாயிருக்காளோல்லியோ தாத்தா, அப்படியே பளபளபளபளன்னிருக்கும்.”

“நீ தான் வாயேன் எங்க வீட்டுக்கு?”

“இப்பவே வரேன். வீடு எங்கே இருக்கு?”

“தெற்கு வீதி.”

“ப்பூ. இதானே . . . தெக்கு வீதியிலே எங்க?”

"டாக்டர் இருந்தார் பார்றா. உனக்கு கை வைத்தியம் பண்ணினாரே."

"ஆமாம்."

"அவர் வீடுதான்."

"டாக்டர்?"

"மாற்றலாகிப் போயிட்டார்."

"இவா அங்க குடிவந்திருக்காளா?"

"ஆமாம்."

"அப்பன்னா வர்றேன் . . . நான் நாளைக்கு வர்றேன் மாமா."

"சரி" என்றார் ராமையா.

"கோணவா மாமா, நாளைக்கு நீங்க வந்து, வெங்காய வெடி வெடிக்கிற குழா ஒண்ணு தரணும், கடைக்கு வருவேன்."

"எலே அசத்து."

"சொல்லட்டுமேங்க. என் வாய் நேராவா இருக்கு? இருக்கறதை எதிரக்கச் சொல்றது. எல்லோரும் மறைவிலே சொல்றாங்க."

"உதைடா, காலி . . . இனிமே சொல்லலேன்னு போட்டுக்கோ கன்னத்திலே."

"இனிமே சொல்லலே" – ஓங்கி கையைக் கொண்டு போய் மெதுவாகக் கன்னத்தில் போட்டுக்கொண்டான் ராஜா.

"அப்பன் மாதிரியே இருக்கு தறிதலை . . ." என்று வக்கீல் தனக்குப் பிடித்த ஒரு வெசவுடன் முடித்தார்.

"வெய்யாதீங்க குழந்தையை."

எல்லாரும் விடைபெற்றுக்கொண்டு வெளியே வந்தார்கள்.

"ஏய் பாலி, நான் நாளைக்கு வருவேன். ஆடறியா?" என்று கத்தினான் ராஜா.

"நானும்."

"நானும்."

"நானும்தான்."

தி. ஜானகிராமன்

“ஏய், உதைவிழும். நீங்கள்ளாம் வரப்படாது.”

“போடா. எங்களையெல்லாம் அழச்சிண்டு போகாட்டா டான்ஸ் ஆடறபோது உன்னைக் காலாலே எட்டி உதைக்கச் சொல்வேன்.”

“ராஜா, நீ எல்லாரையும் அழச்சிட்டு வா” என்று பாலி சொன்னவுடன் “ரைட்” என்றான் அவன்.

“இப்ப என்னடா பண்ணுவே?” என்று எல்லாம் குதித்தன.

“அவன்னா சொன்னா, நான் சொன்னேனா?”

அவனை நினைத்துச் சிரித்துக்கொண்டே போனார்கள் ராமையாவும் கிருஷ்ண நாய்க்கரும்.

“ட்டேயப்பா . . . மகா குறும்பு. விஷமம் . . . என்னமா பேசுது பாத்தில்லே. போன வருஷம் என்ன செஞ்சுது தெரியுமா அது? மாடியிலே கைப்பிடிச் சுவருக்குக் கீழே கொசலி கட்டிருப்பாங்களே வளைவா . . . அது மேலே ஓடியிருக்கான். ஒரு மயிர் தப்பினா, கீழே முற்றத்திலே விழுந்து ஒரு சில்லு ஆம்பிட்டிருக்காது. அவ்வளவு உசரம். அதுமேலே ஓடியிருக்கான். ஒரு அடி அகலம் இருக்கும்.”

“ஆ!” என்றார் ராமையா. அவருக்குக் கால் நடுங்கிற்று. “அங்கே என்னத்துக்கு ஓடித்து?”

“என்னமோ ரப்பர் விழுந்துப்பிடுத்தாம். அதை எடுக்கறதுக் காகக் கட்டையைத் தாண்டிக் குதிச்சு எடுத்திருக்கான். உடனே அப்படியே ஏறியிருக்கப்படாது? உடனே ஐயாவுக்கு அந்தக் கொசலியிலே ஒரு ரவுண்ட் அடிப்பம்னு தோணிருக்கு. வேகமாக நடந்திருக்கான். தற்செயலாக பாட்டி அப்படி வந்திருக்கா. அந்த அம்மாளுக்கு வெடிவெடன்னு காலெல்லாம் நடுங்கியிருக்கு. ஏய்! என்னடாது. மெதுவாடா மெதுவான்னு கத்திருக்காங்க. அவ்வளவுதான். அந்தப் பக்கம் சடார்னு கட்டையிலே ஏறி, அவசர அவசரமாக் குதிச்சிருக்கான், அவசரமாக் குதிச்சதிலே இசை கேடா விழுந்து கையிலே ரண்டு எலும்பும் முறிஞ்சு போச்சு. உசரம் என்னமோ மூணு அடி. ஆனா அந்த அம்மா சத்தம் போட்டதைக் கேட்டு, அங்கேயே முற்றத்தில் விழுந் திருந்தா . . . ட்டேயப்பா . . .”

“நினைச்சாலே குலை நடுங்குது” என்று உலுப்பிக்கொண்டார் ராமையா. முதுகில் நடுக்கம் உதறிற்று அவருக்கு.

“அப்புறம்?”

"ஆஸ்பத்திரிக்குத் தூக்கிட்டுப் போனாங்க. நீ குடியிருக்கியே அந்த டாக்டர்தான் பார்த்தாரு ... ஒரே கூட்டம். இவரு பேரன்னா கேக்கணுமா? அவ பாட்டி 'அடபாவி, சரியாப் போகணுமே. கோபாலா ராமா'ன்னு அழுதிருக்காங்க. இந்தப் பய 'என்ன பாட்டி, பச்சைக் குழந்தை மாதிரி கத்தறே ... எல்லாம் சரியாப் போயிடும்'னு மூஞ்சியைச் சுளுக்கிக்கிட்டான். பொல்லாத பய."

பேசிக்கொண்டே வரும்போது ஒரு கார் திடீர் என்று நின்றது.

'மாமாவ்.'

"என்னடா ராஜா?"

"தாத்தா மறந்து போயிட்டாளாம் கார்லே கொண்டு விடணும்னு. ஏறுங்கோ" என்றான் ராஜா.

"அடடேடெ. நடந்து போயிட்றோம். பரவாயில்லே."

"வாங்க மாமா, பக்கிரி கதவைத் திற." ட்ரைவர் கதவைத் திறந்தான்.

ஏற்றிக்கொண்டு வீடு வரையில் கொண்டுவிட்டுப் போனது கார். போகிறபோது, "பாலி நாளைக்கு ..." என்று பெரிய மனிதன் மாதிரி சொல்லிவிட்டுப் போனான் ராஜா. "சாயங்காலம் ... இல்லாட்டா காலமே வரட்டுமா?"

"காலமே, நானும் அப்பாவும் பெரிய கோவிலுக்குப் போறோம்" என்றது பாலி.

"ராய்ட். அப்படின்னா சாயங்காலம்."

கார் போய்விட்டது.

ராமையாவுக்கு அன்று நிலைகொள்ளாத சந்தோஷம். பாலியின் நெளிவும் துடிதுடிப்பும், இந்தக் குழந்தைகளோடு அதற்குக் கிடைத்த நட்பையும் நினைத்து அவருக்கு 'அப்பாடா' என்றிருந்தது. வடிவுக்கு அவர் சொல்லச் சொல்லப் பெருமையாத் தானிருந்தது. "ஊருக்கு வரதுக்கு முன்னாடியே மோட்டா காரு சிநேகிதம் எல்லாம் வந்திரிச்சி."

"மோட்டா காரு எனக்கு சினேகமில்லே. அய்யர்தான் சிநேகம்."

தி. ஜானகிராமன்

அவருக்கு மேலே பேச்சை வளர்க்க இஷ்டமில்லை. சாப்பிட்டுவிட்டு மாடிக்குப் போய்விட்டார்.

"அப்பா நாளைக்குக் காலமே ... பெரிய கோவிலுக்கு."

"கட்டாயம்."

"வெயிலுக்கு முன்னாடி போய்ட்டு வந்திரணும்பா. ஆமாம்."

"போவோம் ... அது சரி, நீ ஏன் ஆடக் கத்துக்கிட்டேன்னு சொல்லவேல்லை எங்கிட்ட?"

"ஒருத்தர்கிட்டியும் சொல்லவாண்டாம்னாங்க டீச்சர் அம்மா."

"அப்பாட்ட கூடவா?"

"ம்க்கும்?"

"யாரையோ சொல்லிக் கொடுக்கச் சொல்றேங்கறாங்களே, அந்த அய்யா. சொல்லிக்கிறியா?"

"ம்."

24

மறுநாள் காலையில் குளித்துப் பூஜையை முடித்துவிட்டுக் குழந்தையை அழைத்துக்கொண்டு கிளம்பினார் ராமையா.

வழக்கம் போல பெருவுடையான் கோயில் ஹோவென்று ஒரு பிராணி இல்லாமல் வெறிச்சிட்டுக் கிடந்தது. குருக்கள் மணியை எடுத்துக்கொண்டு அம்பாள் சன்னதிக்குப் போய்க்கொண்டிருந்தார். நாகஸ்வரம் ஓசையே இல்லை. ஊர் பார்க்க வந்த இரண்டு மூன்று பேர்கள், நடுவானத்தில் ஊரும் ஒற்றை மேகப் பந்தைப் போல அண்ணாந்து கொண்டே ஊர்ந்துகொண்டிருந்தார்கள்.

"என்னதுக்கப்பா இத்தனை பெரிய நந்தி?" என்று பாலி கேட்டது.

"சாமி பெரிசில்லே."

"அப்பா, இது ஏந்துகிட்டு நின்னா ..."

"இது ஏந்துக்க முடியாது ... ஆனா, வளந்துக் கிட்டே இருந்துதாம். தலையிலே ஓங்கி ஆணி போட்டு அடிச்சுப்பிட்டாங்க."

அந்தக் கதையைச் சொன்னார் ராமையா.

பத்து நிமிஷம். இருபது நிமிஷம், ஒரு மணி ஆயிற்று. பாலி அதையே சுற்றிச் சுற்றி நின்று, பல இடங்களில் பார்த்துக்கொண்டே நின்றது.

"போகலாமா?"

"இருங்கப்பா."

பாலி வருகிற வழியாயில்லை.

"யப்பா, இது இப்படியே ஏந்துகிட்டு, ஒரு துள்ளு துள்ளி மிரண்டுகிட்டு நாலுகால் பாச்சலிலே ஓடிச்சின்னா . . . நம்ம ஊர்லெ இதை அழச்சிட்டுப் போய் வையன்னா மாமா வீட்டு வாசலோட அழச்சிட்டுப் போனா . . . அப்படியே உளறி அடிச்சிட்டு உள்ர ஓடிக் கதவைத் தாப்பா போட்டு, கொல்லை வழியாலே ஓடியேப் போயிடுவாரு" என்று கலகலவென்று சிரித்தது.

பாலி நகர்கிற வழியாக இல்லை.

"ஏம்பா, இப்படியே உட்கார்ந்துகிட்டேயிருக்கு இது?"

"கல்லு ஏந்து நடக்குமா?"

"எல்லாம் நடக்கும்."

"எப்படி?"

"இப்ப பாரு, சித்த முன்னாடி இந்தக் காலு உள்ளுக்குள்ளார இருந்தது. இப்ப வெளியிலே தெரியுது. கொஞ்சம் வந்துகிட்டிருக்கு. இன்னும் கொஞ்ச நேரமாச்சின்னா, குளம்பை கீழே உதைச்சுக்கிட்டு நிக்கும். மேலே மண்டபம் இடிக்கும்ல? அதனாலே மெதுவா உக்காந்தபடியே நகர்ந்துகிட்டு மண்டபத்துக்கு வெளியிலே போனதும் ஏந்துக்கும். ஆனா நாம இருக்கறவரைக்கும் நகராது. நாம அந்தாண்டை போயி, இங்க ஒருத்தரும் இல்லாட்டி எழுந்து இப்படீ இந்தக் கோயிலை ஒரு தடவை சுத்திக்கிட்டு வரும்."

ராமையாவுக்கு வேடிக்கையாக இருந்தது. அவ்வளவு பெரிய நந்தி எழுந்து நடந்து கோயில் பிரகாரத்தில் கழுத்துத் தோல் ஆட, திமில் ஆட நடந்து வந்தால் எப்படியிருக்கும் என்று மனக்கண்ணால் பார்த்தார். இத்தனை பெரிய பிராகாரத்திற்கு இவ்வளவு பெரிய நந்தி இல்லாவிட்டால் எப்படித்தான் நிரக்கும்?

"ஒரு நாளைக்கு ராத்திரி வந்து ஒளிஞ்சுகிட்டே பார்க்கணும்பா. இது நடந்து வரப்ப . . . ஆனா, இதுதான் சாமி யாச்சே ஒளிஞ்சி நிக்கறதும் தெரிஞ்சு போயிடும். ஏந்துக்கவே ஏந்துக்காது . . . இது மேலே நான் ஏறி உக்காந்துகிட்டா எப்படி யிருக்கும்? கன்னுக்குட்டி மேலே ஈ உக்காந்தப்பல இருக்கும் . . . அப்படி திரும்பி அந்த நாக்காலே ஒரு நக்கு நக்கி, என்னையே சாப்பிட்டுப்பிடும் . . ."

பாலி மனம்போனபடி பேசிக்கொண்டிருந்தது. அதற்கு வர மனதில்லை.

“கோயில் பாக்கி எல்லாம் எப்ப பாக்கறது?”

“நாளைக்குப் பாக்கறது?” என்று குரல் கேட்டது – புதிய குரல். பாலி ஓடி வந்து பார்த்தது. ராமையாவும் வந்தார். கோவிந்து நின்றுகொண்டிருந்தான்.

“அட கோயிந்தா, எப்ப வந்தே?”

“உனக்கு குருவிக் கூடெல்லாம் கொண்டாந்திருக்கேன் ஊருக்குப் போகணும். உன்னைப் பார்க்க முடியாதுன்னு நெனச்சேன். என்ன அப்பாரும் மவளும் நந்தியைச் சுத்திச் சுத்தி வர்றீங்க, பிரார்த்தனையா?”

“கூடெல்லாம் எங்கே?”

“வீட்டிலெ இருக்கு.”

“வாங்கப்பா போகலாம்.”

“வா முழுக்க பாத்திட்டு வரலாம்.”

அவர் கூப்பிடுகிறாரே என்று கூட நடந்தது பாலி.

அவர்கள் வீட்டுக்குப் போனதும் உள்ளே சின்னக்கண்ணுவும் அவன் மகனும் உட்கார்ந்திருப்பதைப் பார்த்தார் ராமையா.

“எப்பவந்தே சின்னக்கண்ணு?” என்று ராமையா முற்றத்தில் காலையலம்பிக்கொண்டே கேட்டார்.

“இப்பத்தான் வாறோம்.”

“இங்கே வா பாலி” என்று சின்னக்கண்ணு கூப்பிட்டதற்கு, உள்ளே ஓடிற்று பாலி.

“கூப்பிடறான் போயேண்டி” என்று உள்ளே வடிவு அதட்டினாள்.

“சரி, அப்படின்னா இதையாவது கொண்டு கொடு” என்று காப்பி டம்ளர் இரண்டை நீட்டினாள் வடிவு. அவற்றை எடுத்துக்கொண்டு வந்தது பாலி. கீழே வைத்ததும் சட்டென்று சின்னக்கண்ணு இழுத்து மடியில் உட்கார்த்திக் கொண்டான்.

“என்ன, நான் வந்திருக்கேன், எப்ப வந்தேன்னு கேக்கலே. சாப்பிட்டியான்னு கேக்கலெ . . . இப்படியெல்லாம் திமிறினால் இப்பவே ஊருக்குப் புறப்பட்டுடுவோம்” என்றான் சின்னக்கண்ணு.

தலையைக் குனிந்து பேசாமலிருந்தது பாலி. முகம் முழுவதும் புன்னகை பரந்தது.

சின்னக்கண்ணுவின் பையன் புன்சிரிப்புடன் இரண்டு பேரையும் மாறி மாறிப் பார்த்துக்கொண்டிருந்தான். பாலி சிறிது நேரம் ஆனதும் ஏறிட்டுப்பார்த்தது அவனை. காதில் ஒரு கடுக்கன். ஒரு அரைக்கை சட்டை. இடையில் வேட்டி. நல்ல கறுப்பு முகம். கறுப்புக் கை. கறுப்புக் கால். ஆனால் அத்தனையும் அழகு அவன். அந்தக் கறுப்பு முகத்தில் ஒரு குறுகுறுப்பு. நீர் மிதக்கும் கண்கள். சுண்ணாம்புக் கண்ணல்ல. கை, கால் விரலெல்லாம் நீளமாகச் சேர்ந்து குவியும் கறுப்பு விரல்களில் வெள்ளை நகங்கள். ஆனால் பளபளக்கும் நகங்கள்.

"நீ பள்ளிக்கூடத்திலே சேந்துப்பிட்டியா?" திடீர் என்று கேட்டான் பையன்.

"ம்" என்று குரலில்லாமல் தலையாட்டிற்று பாலி.

"எத்தினியாவது?"

இரண்டு விரலை காட்டிற்று அது.

பெரியவர்கள் என்ன என்னமோ பேசிக்கொண்டிருந்தார்கள்.

"இந்தா குழந்தை!" என்று கோவிந்து நிலைப்படியண்டை நின்று அழைத்தான். அவன் கையிலிருந்த தூக்கணங் குருவிக் கூடுகளைக் கண்டதும் பாலி எழுந்து ஓடிற்று. கூடவே பையனும் எழுந்து ஓடினான்.

கூடுகளைத் தொட்டுத் தொட்டு, மெதுவாக அமுக்கி அமுக்கிப் பார்த்தது பாலி. மிருதுவாக, ஆனால், ஒரு சிலாம்பைக்கூட எடுக்க முடியாத கட்டாக மெத்தென்றிருந்தது.

"நல்லாருக்கா?"

தலையசைத்துக் கொண்டே அதையே பார்த்த பாலி, சிறிதுநேரம் கழித்து, "அவ்வளவுண்டுக் குருவியா இத்தனையும் கட்டிச்சு?" என்று கேட்டது.

"ஆமாம்மா..." என்று கோவிந்துவும் புதிதாக ஏதோ கற்றுக் கொண்டதுபோல வாங்கிப் பார்த்தான்.

"சரி, கொடு. நான் மாடியிலே போய் வச்சுக்கறேன்."

கூடுகளை வாங்கி மாடிப்படி ஏறிற்று. பையனும் கூடவே போனான்.

பையனுக்கு இந்த வீடே ஆச்சரியமாயிருந்தது. மாடிக் கட்டைச் சுவரைப் பிடித்து எட்டி, வீதியைப் பார்த்துக்கொண்டே நின்றான்.

அலமாரியில் கூடுகளை வைத்து சற்றுப் பார்த்துக் கொண்டேயிருந்து விட்டு, பாலி சொல்லிற்று:

"இதுங்களை நான் என்ன பண்ணப் போறேன் தெரியுமா? கொல்லையிலே ஒரு மரம் இருக்கு பாரு. நார்த்த மரம். அதிலே ஒரு முள்ளிலே கட்டிவைக்கப்போறேன். நாலு குருவிங்க கூடே கட்ட வாணாம். இதிலே வந்து முட்டையிட்டுப் போயிடும். அப்பறம் எடுத்து வச்சிடுவேன். மறுபடியும் ரண்டு மூணு மாசம் களிச்சுக் கட்டிப் பிடுவேன். மறுபடியும் அதுங்க வந்து முட்டையிடும்."

அவன் அந்தப் பேச்சைக் கவனிக்கவில்லை. தெருவைக் குனிந்து பார்த்துக்கொண்டேயிருந்தான். எதிர்த்த வீட்டில் ஒரு பாம்பாட்டி அழுகிறாற்போல கேவிக் கேவி ஒப்பாரி மாதிரி 'சண்டாளப் பாம்பே' என்று ஒரு பாட்டை அழுதுகொண்டிருந்தான். நசுங்கின தகரக் குவளை கல்லுருண்டைகளுடன் தாளம் போட்டுக் கொண்டிருந்தது.

"மரத்தடியிலே நிறைய புழுக்களைக் கொண்டு போட்டுப் பிடறது. இல்லாட்டி கொஞ்சம் மண்ணைக் கிளறி விட்டுப் பிட்டா, இருக்கிற மண்ணுப் புழுவையெல்லாத்தையும் குருவி கொத்திக்கிட்டுக் கூட்டிலே கொண்டு வச்சுக்கும் அப்பறம் கொல்லைத் தாவரத்திலே ஒரு தட்டிலே நாலு நெல்லு, பயறு, உளுந்தையெல்லாம் போட்டுக்கலாம்" என்று தானே பேசிக் கொண்டிருந்தது பாலி.

"பாலி, யாரோ வராங்க நம்ம ஊட்டுக்கு" என்று திடீர் என்று பையன் வாசலைப் பார்க்கக் குனிந்துகொண்டே சொன்னான். அவள் காதில் சரியாக விழவில்லை அது.

"யாரோ வராங்க நம்ம ஊட்டுக்கு?" என்றான் பையன் மறுபடியும்.

"கோணவாயா இருக்காங்களா?"

"இல்லே."

"பின்னே எப்படியிருக்குறாங்க?"

"மோட்டார் காரில வந்து இறங்கிச்சு மூணு நாலு புள்ளீங்க."

"அ!" என்று கீழே இறங்கி ஓடினாள்.

"பாலி வந்திட்டாளே. மாடியிருக்கா உங்க வீட்டிலே?" என்று ராஜா கத்தினான்.

"ம்."

கையில் ஒரு பை. அவன்கூட வக்கீல் வீட்டு மற்றக் குழந்தைகளும் வந்திருந்தன.

"எங்கே பார்ப்பம்" என்று மாடிப் படியில் ஒரே தாவாகத் தாவி ஏறினான்.

எல்லாக் குழந்தைகளும் கூட ஓடின.

மாடியை ஒரு தடவை கண்ணோட்டம் விட்டான் ராஜா. கைப்பிடிச் சுவரிடம் சிறிது நின்றான்.

"எங்கே பார்த்தாலும் நன்னாத் தெரியறதே. அட, பெரிய கோயில்கூடத் தெரியறதே . . ." என்று சொல்லிவிட்டு, அலமாரிகளைத் திறந்து பார்த்தான். கூடுகளை எடுத்துப் பார்த்தான்.

"இது ஏது?"

"என்ன கூடு இது?" என்று மற்றக் குழந்தைகள் சூழ்ந்து கொண்டன.

"தொடப்படாத். நகந்து நில்" என்று ஒரு அதட்டல் போட்டான்.

"அவங்களும் பாக்கட்டும்."

"உனக்குத் தெரியாது. எல்லாம் வானரங்கள். பிச்சு எறிஞ்சுப் படும்."

"டேய், நீதான் வானரம்! நீதான் மாடியிலே கட்டைச் சுவத்திலே ஏறிக் கையை ஒடிச்சிண்டே . . . என்ன?"

"தூக்கணாங் குருவியும் குரங்கும்னு ஒரு கதை சொன்னாரே பக்கிரிசாமி வாத்தியார், அந்த மாதிரி யிருக்குடா உன்னைப் பார்த்தா."

"அறஞ்சுபிடுவேன் தெரியுமா . . ? இது யார் கொடுத்தா?"

"எங்க ஊர்லேந்து ஒருத்தர் கொண்ணாந்தாரு."

மாடிப்படியேறி வந்தான் சின்னக்கண்ணுவின் மகன்.

"இது யாரு கறுப்பண்ணசாமி . . ? அட்டைக் கரி, கொழச்சு சாந்து இட்டுக்கலாம் போல . . . யாரு இது?" என்றான்.

"எங்க ஊர்லேர்ந்து வந்திருக்காரு."

"வந்திருக்காரு . . . இக்கினியூண்டு இருக்கான், அவனைப் போய் வந்திருக்காருங்கறியே."

"அப்படித்தான்."

"என்ன அப்படித்தான்?"

"உம் பேர் என்னடா?"

"தங்கராஜன்."

"தங்கராஜனா! பேர் தங்கமாயிருக்கு ஆளைப் பாத்தா கரிக்கட்டை மாதிரி இருக்காயே?"

"நீ அப்படியெல்லாம் பேசினா, நான் உன்னோட பேச மாட்டேன்" என்றது பாலி.

ராஜா அவனையே பார்த்துக்கொண்டிருந்தான்.

"சேப்புக் கடுக்கன்கூடப் போட்டுண்டிருக்கானே..!" என்று அருகில் போய் அவன் காதைத் தொட்டுப் பார்த்தான். பார்த்துவிட்டு, தன் கை விரலைப் பார்த்துக்கொண்டான்.

"உனக்கு என்ன வயசு?"

"பதிணொண்ணு."

"என்னைவிட ஒரு வயது நீ சின்னவன்தான்... உங்கப்பாவும் உன் மாதிரி கறுப்பாத்தான் இருப்பாரா?"

பையன் 'ஆமாம்' என்று தலையசைத்தான்.

"அம்மா?"

"அம்மா அவ்வளவு கறுப்பில்லே!"

"படிக்கிறியா?"

"ம்."

"எந்தக் கிளாசு?"

"அஞ்சாவது."

"எங்கே?"

"ஊர்லெ!"

"இவா ஊர்லியா?"

"ஆமாம்."

"இப்ப லீவா?"

"தீவாளி லீவு."

தி. ஜானகிராமன்

"ஏன் இப்படிக் கறுப்பா இருக்கான்?" என்று மறுபடியும் பாலியிடம் திரும்பினான் ராஜா.

"நான் உன்னோட பேசமாட்டேன்னு சொன்னேன்ல?"

"ஏன் இப்படி கோச்சுக்கரே? உனக்கு உறவா அவன்?"

"ஆமாம்."

தங்கராஜாவுக்கு முகம் சுண்டிவிட்டது. கீழே இறங்கி விட்டான்.

"பாத்தியா? உன்னாலேதான் அவன் கீழே போய்விட்டான்."

"இப்ப வந்து போய்ட்டான்கிறியே. அப்ப மாத்திரம் அவர் இவர்னியே."

"நான் உன்னோட பேசல்லே."

"ஏன்?"

"ஏன் அவனைக் கறுப்பண்ணசாமின்னு சொன்னே?"

"இவனுக்கு ரொம்ப சேப்புன்னு கர்வம், மூஞ்சியைப் பாரு . . . பாவம். அந்தப் பிள்ளைக்கு அழுகையே வந்துடுத்து" என்று எட்டு வயதுப்பெண் சொல்லிற்று.

"ஏய் கர்வப்பட்டா, சாமி சும்மா இருக்கமாட்டார்" என்று தொடர்ந்து சொல்லிற்று அது.

"நீ ஒன்றும் சொல்ல வேண்டியதில்லே."

"நீ சொன்னா நானும் சொல்லுவேன்."

"அறைவிழும் கன்னத்திலே . . . பாலி, இதைப் பார்த்தியா. உனக்கு இன்னும் கொஞ்சம் பட்டாசு கொண்டு வந்திருக்கேன்" என்று கையில் தொங்கும் பையைத் திறந்தான் ராஜா.

"எனக்கு ஒண்ணும் வாணாம்."

"வாண்டாமா – கம்பி மத்தாப்பு. மாஜிக்வயர் எல்லாம் இருக்கு."

"எனக்கு வாணாம்."

"ஏன் வாண்டாம். பாட்டிக்கிட்டேருந்து சண்டைபோட்டு வாங்கிண்டு வந்தேன் உனக்குன்னு."

"வாண்டாம்."

"ஏன்?"

"நீ ஏன் அவனைக் கரிக்கட்டை, அட்டைக்கரின்னெல்லாம் சொன்னியாம் . . ? இன்னமேச் சொல்லலேன்னு சொல்லு."

"இல்லே . . . இனிமே சொல்லலே."

"அவங்கிட்ட சொல்லு."

"அவங்கிட்டியா? அவன் கீழே போய்ட்டானே . . . இங்க வரச் சொல்லு."

"கீழே போய்ச் சொல்லு."

"அவ அப்பா இருப்பாரே அங்கே."

"நீ சொல்லித்தான் ஆகணும்."

"அவனை இங்கே அழைச்சிண்டுவா, சொல்றேன். நான் கீழே போமுடியாது."

"இங்கே அழச்சிட்டு வந்தா சொல்லுவியா?"

"இங்கே வந்தாத்தான்."

பாலி கீழே ஓடி இறங்கிப் போயிற்று.

"இரு இரு, இன்னிக்கித் தாத்தாட்ட சொல்றேன்."

"என்னடி சொல்லப்போறே?"

"இந்த மாதிரி கரிக்கட்டைன்னு அவாத்துக்கு வந்த பிள்ளையை வெசான்னு சொல்றேன்."

"நான்தான் இன்னமே சொல்லலேன்னு சொல்லப்போறேனே."

"நான் சொல்லுவேன்."

"அப்படின்னா, நான் அவங்ககிட்ட சொல்லமாட்டேன்."

"நீ சொல்லாட்ட தாத்தா இன்னும் அடிப்பா, விசிறிக் காம்பு பிஞ்சு போயிடும்."

"சரி, போகட்டும். அப்புறம் உன்னையும் அப்படியே அரிவாமணையினாலே வெட்டிக் கொன்னு போட்டுட றேன் . . . பாரேன்" என்று ஆத்திரம் தாங்காமல் கண் ஜிவு ஜிவு என்று பளபளக்க உறுமினான் ராஜா. "நீ மாத்திரம் சொல்லு உன் பல்லை உடைச்சுப்பிடறேன் . . . தேவிடியா ராஸ்கல்."

"நானா தேவிடியா? இரு இரு . . . இன்னிக்கி தாத்தாட்டியே சொல்றேனோ இல்லியா பாரு" என்று நெஞ்சு குமுறப் பதைத்தது அந்தப் பெண்.

"முழுக்கக் கேட்டுண்டு பேசுடி ராட்சசி... நீ தாத்தாட்ட சொன்னா, தேவடியான்னு அர்த்தம். சொல்லாம இருந்துடு. அப்படி இல்லே."

அதற்குள் பாலி, தங்கராஜுவை அழைத்து வந்துவிட்டாள்.

"சொல்லு."

"ஏண்டா என் மேலே கோபமா... கரிக் கட்டைன்னு சொன்னேன்னு."

பையன் பதில் சொல்லாமல் தலையைக் குனிந்துகொண்டு நின்றான்.

"கோபமா? சொல்லேன்... நான் இன்னமே அப்படியெல்லாம் உன்னைச் சொல்லலே... சத்யமாச் சொல்லமாட்டேன்."

"தூவிட்டேன்னு சொல்லுடா, சத்யமான்னு சொல்லப் படாது."

"தூவிட்டேன்."

"மூணு தடவை சொல்லு நான் இன்னமே சொல்லலேன்னு" என்று பாலி மீண்டும் சொல்லிற்று.

மூன்று தடவை சொன்னான் ராஜா.

"பாலி, நான் சொல்லிப்பிட்டேன். இவ வந்து எங்க தாத்தாட்ட போய் சொல்லப் போறாளாம். நான்தான் இவன் கிட்ட சொல்லிப்பிட்டேனே. அப்புறம் என்ன? விசிறிக் காம்பாலெ அடி வாங்கி வக்கப் போறேன்னு இவ மாத்ரம் சொல்லலாமோ?"

"இல்லேடா, சும்மாச் சொன்னேன்" என்றது அந்தப் பெண்.

"நிஜம்மா?"

"நிஜம்மாத்தான்."

"அப்புறம் பொய் சொன்னியோ..."

"சொல்லலே."

"ட்டேயப்பா" என்ற குரல் கேட்டு, எல்லாம் திரும்பின. ராமையா, நாய்க்கர், சின்னக்கண்ணு மூவரும் நின்றுகொண் டிருந்தார்கள்.

"யப்பா, இந்த உலகத்தையே ஜெயிச்சுப்பிடுவாடா இவ!" என்று ராமையாவைப் பார்த்தார் நாய்க்கர். ராமையாவும்

சின்னக்கண்ணும் சிரித்துக்கொண்டு குழந்தைகளைப் பார்த்தார்கள்.

"என்ன மாமா?" என்றான் ராஜா.

"என்னவா, போக்கிரிப் பயலே" என்றார் நாய்க்கர்.

"அதான் நான் மன்னிப்புக் கேட்டுனுட்டேனே மாமா!"

"இரு இரு . . . உங்க தாத்தாட்ட சொல்றேன்!" என்று அதட்டினார் நாய்க்கர்.

"சொல்லிக்குங்களேன்" என்று தலையைத் திருப்பிக் கொண்டான் அவன். முகம் சிவந்துவிட்டது. இரண்டு கண்களும் நீர் மல்கி நின்றன.

பாலி அவனைப் பார்த்தது. நாய்க்கரைக் குற்றம் சாட்டுவது போல ஒரு பார்வை பார்த்தது.

"சும்மா சொல்றாங்க அவங்க" என்று ராஜாவிடம் போயிற்று. அவன் கையைப் பிடித்து "சும்மா சொல்றாங்க" என்றது.

"சொல்லமாட்டாரு" என்று அவனை அவனருகில் போய் அணைத்துக்கொண்டு நாய்க்கரைப் பார்த்ததும் புன்முறுவல் செய்தார் ராமையா. குழந்தைகள் அப்படியே செயலற்று வாயடைத்து நின்றன.

"சரி, இப்ப யார் யார் வறீங்க. என் கடைக்கு? இப்பவே என்னோட புறப்பட்டு வந்தா, ஆளுக்கொரு வெங்காய வெடி வெடிக்கிற குழாய் கிடைக்கும்" என்றார்.

"எனக்கு வாண்டாம்" என்று பெண்கள், சின்னது எல்லாம் சொல்லிவிட்டன.

ராஜா ஒன்றும் பேசவில்லை.

"உனக்கும் வாண்டாமா?" என்றார் நாய்க்கர்.

"தாத்தாட்ட போய்த்தான் நீங்க சொல்லப்போறேளே! எனக்கு என்னத்துக்கு?"

"நீ இப்ப எல்லாரையும் அழச்சிட்டு வந்து வாங்கிட்டுப் போனா சொல்லமாட்டேன்" என்றார் அவர்.

"போகலாம்டா வாடா" என்றது எட்டு வயதுப் பெண்.

"நான் வரேன்" என்றது பாலி.

உடனே எல்லாக் குழந்தைகளும் கிளம்பின.

“எல்லாரும் காரிலியே போயிட்டு வந்திருவம்” என்றான் ராஜா. களமுளவென்று சத்தமிட்டுக்கொண்டே, எல்லாம் கீழே இறங்கி, காரில் போய் உட்கார்ந்துகொண்டன.

‘கோணவா –’ சட்டென்று உதட்டைக் கடித்துக் கொண்டு, “மாமா, நாய்க்கர் மாமா … வாங்க, நாழியாச்சு” என்றான் ராஜா.

பாலியும் நாய்க்கரும் வந்தார்கள்.

அவர்கள் காரில் உட்காரப் போகும்போது “என்ன நாய்க்கரே!” என்று குரல் கேட்டது.

நாய்க்கர் திரும்பினார். வக்கீல் நாகேச்வரய்யரின் குமாஸ்தாவும் பெரியசாமியும் நின்றுகொண்டிருந்தார்கள்.

“இவரை அழைச்சுண்டு வரச் சொன்னார் வக்கீல்.”

“பெரியசாமியா, வாங்கய்யா.”

“சித்தே இருங்க . . . திண்ணையிலே உட்காருங்க . . . இதோ வந்திடறேன் பத்து நிமிஷத்திலே” என்று உட்கார வைத்துவிட்டு; காரை ஓட்டச் சொன்னார்.

கடைத்தெருவுக்குப் போய், நாய்க்கர் கடையிலே வெங்காய வெடிக் குழாய் வாங்கப் போயிற்று கார்.

ராஜா தங்கராஜனோடு ஒட்டி ஒட்டி உட்கார்ந்துகொண்டான்.

“ஏய், நீ கறுப்பா இருக்கே. ஆனா மூக்கும் முழியுமா அழகா யிருக்கேடா … உன் கையெல்லாம் வழவழன்னு நன்னாயிருக்கு” என்று அவன் தலை, முகம், கண், கையெல்லாம் பார்த்துக் கொண்டேயிருந்தான் ராஜா.

“கறுப்புத்தாண்டா அழகு, தெரியும்ல. உன்னைப் பார்த்தா சோகையாட்டம் இருக்கு, வெள்ளையா!” என்றார் நாய்க்கர். “இத பார் கையெல்லாம் பச்சை நரம்பு.”

“மாமா, நீங்க பாருங்கோ, இப்ப தண்டால், பஸ்கி எல்லாம் எடுத்திண்டிருக்கேன். இன்னும் ரண்டு மாசம் கழிச்சு பாருங்கோ … ட்டேயப்பான்னு மூக்கிலெ விரலை வைப்பேள்.”

பாலி சிரித்தது.

“கீச்செ நீ . . .” என்றார் நாய்க்கர்.

“பாருங்களேன்.”

“தங்கராஜாதான் உன்னைவிட பலம்மாயிருப்பான் பாரேன். கறுப்பா இருக்கான் தெரியாது. உன் கையிலே ஒரு கடுக்கா முண்டா வந்தாக்கூட, தெரியும்.”

"நான் அவனைவிட பலமாயிட்டா?"

"பார்த்துக்கலாம்."

"பாருங்களேன்."

தங்கராஜன் இந்த வல்லடியில் கலந்துகொள்ளவில்லை. அவனுக்கு நகரக் காட்சியே புதிது. ஒவ்வொரு வீடாகப் பார்த்துக் கொண்டே வந்தான். மோட்டார் ஹார்னையும், வேகத்தையும் கடைகளையும் பார்த்துக்கொண்டே வந்தான்.

கடைத் தெருவில் ஒரே கூட்டம். காதைப் பிளந்துகொண்டு கார் நகர்ந்துகொண்டிருந்தது.

காரில் இருந்தபடியே இரண்டு குழாய்களை எடுத்துவரச் சொல்லி, தங்கராஜனின் கையில் ஒன்றையும் ராஜா கையில் ஒன்றையும் கொடுத்துவிட்டு, காரைவிடச் சொன்னார் நாய்க்கர்.

"ஏய் நற்குணம், அரைமணியிலே வந்துடறேன் கவனிச்சுக்க" என்று உத்தரவு போட்டதும் கார் நகர்ந்தது.

ராஜா தங்கராஜனைப் பார்த்துக்கொண்டே வந்தான். உடம்பைப் போலவே வழவழவென்று, கறுகறுவென்று தங்க ராஜாவுக்குத் தலைமுடி வளர்ந்திருந்தது. மூக்கு கூர்முக்கில்லை. ஆனால் நுனியில் கவனித்துப் பார்த்தால் மட்டும் தெரிகிற ஒரு சிறு பள்ளம் – சுண்டுவிரலை நகத்தால் லேசாக அமுக்கிவிட்டாற்போல. கண்ணும் பெரிய கண். பல் அரிசிப்பல்; வெள்ளை வெளேர் என்று பளபளத்தது. அவன் யாரோடும் பேசவில்லை. பேசினால் ஓரிரண்டு வார்த்தை பதில் சொல்லுவான்.

"டேய், நீ அழகா இருக்கேடா!" என்றான் ராஜா மறுபடியும்.

"என்னடாது, மாஞ்சுபோறே..? அவன் அழகாயிருக்கிறதி னாலெதான் பாலி அவனைக் கல்யாணம் பண்ணிக்கப்போறா" என்றார் நாய்க்கர்.

"போங்க மாமா" என்றது பாலி.

"போங்க என்ன போங்க?"

"நெசம்மாவா?" என்றான் ராஜா.

"நெசம்மாத்தான்."

தங்கராஜுவின் உதட்டில் லேசாக நாணம் புன்னகை விட்டது.

"அவளைக் கலியாணம் பண்ணிண்டா..." என்று ஆரம்பித்து, முடிக்காமல் விட்டுவிட்டான் ராஜா.

"என்ன ?"

அதற்குள் வீடு வந்துவிட்டது. குழந்தைகள் எல்லாம் இறங்கி உள்ளே நடந்தன.

பள்ளிக்கூடத்தில் ஆடின ஆட்டத்தைப் பெரியசாமியிடம் ஒரு தடவை பாலி ஆடிக் காண்பிக்க வேண்டியிருந்தது. அவள் முடிக்கிற சமயத்திற்கு வக்கீலும் வந்து சேர்ந்தார்.

"வாங்க" என்று எல்லோரும் எழுந்து அவரை வரவேற்றார்கள்.

"என்னடா பெரியசாமி, எப்படியிருக்கு?" என்று ஆரம்பித்தார் அவர்.

"சொல்லிக் கொடுக்க வேண்டியதுதானே ?"

"மேளதாளத்தோட."

"நீ ஒண்ணும் அவளை சபையிலே ஆட்றதுக்குத் தயார் பண்ண வாண்டம். விஷயம் தெரிஞ்சுக்கணும். அவ்வளவுதான்."

"ஆண்டவன் சொல்றபடியே செஞ்சுப்பிடறது."

"அது படிக்கறது – இதையே கட்டிண்டு அழ முடியாது. நாலும் தெரிஞ்சிருக்கட்டும். ருசியிருக்கேன்னு தான் சொல்லிக் கொடுன்னேன்."

"செய்யிறேன்."

"படிக்கிறது, ஆடறது, பேசறது, பாடறது, ஒண்ணுக்கும் கடசீலே பிரயோஜனம் கிடையாது. அந்தந்தக் காரியத்தைச் செய்யறதுதான் பிரயோஜனம். செய்யறது தான் சந்தோஷம் . . ."

"அது சரிங்க."

"வேணாம்னா பணம் சம்பாதிக்கலாம். ஆனா பணம் எல்லாரும் சம்பாதிக்க முடியுமோ – நீ இப்ப என்ன பண்றே? எல்லாம் தெரிஞ்சுண்டே. கடசீலே உங்க அக்காவைக் கட்டிக்கிண்டு அழுது, அவ சொத்தையெல்லாம் எழுதிவாங்கிண்டானே முதலி, அவனோட கோர்ட்டிலே போய் வியாஜ்யத்தைப் போட்டுப் பிட்டு இருக்கற காசையும் தொலைச்சுப்பிட்டு இப்ப சோத்துக்கு மோளம் அடிக்கிறே. அவ்வளவு தானேடா ?"

"முதலிப் பய இப்படித் துரோகம் பண்ணுவான்னு நான் நெனக்கலே ஆண்டவனே."

"சரித்தாண்டா. முதலி இல்லாட்டா வேற யாரோ ஒருத்தன். ஆகமொத்தம் முடிவு என்ன ? நீ காளிகோயில்ல உக்காந்திண்டு வெத்திலை பாக்குக்கு மன்னாடிண்டிருக்கே. நான் இப்ப

அதையா சொல்ல வந்தேன்! இப்ப அதனாலெ நீ குறைஞ்சி போயிட்டியோன்னு கேக்கறேன்."

"குறைவு என்ன?"

"இந்த சாஸ்திரத்தைக் கத்துண்டு அதிலே ஒரு ஞானஸ்தனாக விளங்கறோம்னு நெனச்சிண்டாவது இருக்கியோல்லியோ? இல்லை, எல்லாம் போற போக்கிலே அதையும் காத்திலே விட்டுப்பிட்டியோ . . . சொல்லிப்பிடு."

"நாம் விட்டாலும் அது நம்மை விடுமோ? என் குருநாதனை மறந்துர முடியுமா? அவரு சொல்லிக் கொடுத்ததை நெனச்சிட்டே இருக்காட்டி, அப்புறம் புழுமாதிரி நெளியறதுக்கு சமானம் தான் . . . இதை வியாஜ்யம் போட்டு யாரும் பிடுங்கிர முடியாது. அது உள்ளுக்குள்ள கிடக்கு. இந்த மாதிரி ஒரு குழந்தைக்கு சொல்லிக் கொடுக்கறதுன்னா, அதுதான் என் குருநாதனுக்கு நான் கொடுக்கிற காணிக்கை. அவருக்கு இல்லே. அவரு கண்ணிலே வச்சு வளத்த அந்த வித்தைக்கு. அதுக்கு நரை எது? சாவேது? கைமாத்தி மாத்திக் கொடுத்துக்கிட்டே போக வேண்டியது. அவர் கிட்ட வாங்கிட்டத்துக்குக் காணிக்கை, அதை இன்னொருத்தர் கிட்ட அப்படியே மூளியாக்கிப்பிடாம வாங்கின மேனியோட காப்பாத்திக் கொடுக்க வேண்டியது. குழந்தைக்கு நல்லா வரும் போலிருக்கு, செஞ்சுப்பிட்றேன் . . . போய் பத்து பேருக்கு நடுவிலே ஆடணுமா என்ன? வீட்டுக்குள்ர சாமி கதவைத் திறந்து வச்சிட்டு தனியா ஆடினாலே போதும். சாமி கதவைக் கூடத் திறக்க வாணோம். சும்மா ஆடினாலே போதும். என்னைக் கேட்டா ஆடக்கூட வாண்டாம். ஆடறாப்பல நெனச்சிட்டிருந்தாலே போதும்."

வக்கீல் பெரியசாமி பேசுவதைக் கேட்டுக்கொண்டேயிருந்தார். பெரியசாமி நிறுத்திவிட்டார். வக்கீல் பதில் பேசவே இல்லை. யாருமே பேசவில்லை. ஒருநிமிஷம் மௌனம் எல்லோரையும் வாய்கட்டி விட்டிருந்தது.

குழந்தைகளும் பெரியவர்களைப் பார்த்துக்கொண்டே நின்றன.

"பெரியசாமி, நீ எனக்குப் பெரிய வேலையாக் கொடுத்துப் பிட்டியே, நீ இப்ப சொன்னதை நான் எப்ப புரிஞ்சுக்கப் போறேன்" என்று தலையைக் குனிந்து நிலத்தைப் பார்த்தார்.

"ராமையா, பார்த்தீரா, ஆளைப்பார்த்தா என்னமோ பித்துக்குளி மாதிரி இருக்கான். ஒரு க்ஷணத்திலே என்ன

சொல்லிட்டான் பாரும்... மூட்டை மூட்டையாகச் சம்பாதிக்கிற வனுக்கும், இப்படி ஒரு கலையோட பிறந்தவனுக்கும் அதான் வித்தியாசம்."

"அட நீங்க என்னாது..."

"தீபாவளியாகட்டும். ஒரு நல்ல நாளாப் பார்த்து ஆரம்பிச்சு வையி..." என்றார் வக்கீல், "நான் இன்னும் சாப்பிடலே... வரட்டுமா?"

"சரி."

ராஜா தங்கராஜாவைக் கட்டியிழுத்தான்.

"நாங்க சாயங்காலம் ஊருக்குப் போகணும். அதுக்கு முன்னடி சாமான்லாம் வாங்கியாரணும்" என்றான் சின்னக்கண்ணு.

சின்னக்கண்ணுவை அறிமுகப்படுத்தினார் நாய்க்கர்.

"போகலாமா தாத்தா" என்றான் ராஜா.

"சரி" என்றதும், "போய்ட்டுவரேன்" என்று கத்திக்கொண்டே, காரை நோக்கி ஓடினான் ராஜா.

இரண்டாம் பாகம்

1

சுப்ரமணியனும் ஜகதுவும் தஞ்சாவூருக்கு வரும்போதெல்லாம் ராமையாவை ஊருக்கு வரச்சொல்லிக் கூப்பிட்டுக்கொண்டிருந்தார்கள். வருஷம் நாலு தடவையாவது தஞ்சாவூருக்கு அவர்கள் வருகிற வழக்கம். சின்னக்கண்ணுவும் சொர்ணக்காவும் வருவது போவது இன்னும் அதிகம். ஒவ்வொரு தடவையும் அவர்களும் வருந்தி வருந்தி அழைத்துக்கொண்டிருந்தார்கள். "ஆகட்டும் ஆகட்டும்" என்று பதிலும் வந்துகொண்டுதானிருந்தது.

ஜகதுவும் விடவில்லை.

"நான் இப்ப வந்து என்ன செய்யப்போறேன்? எனக்கு ஊரெல்லாம் நீங்க தானே? நீங்கதான் இங்க வந்திட்டிருக்கீங்களே!"

"நீங்க சொல்றது சரிதான், அண்ணா. ஆனாலும் நீங்க வரலையே வரலையேன்னு மாத்திரம் ஒரு குறை உறுத்திட்டே இருக்கு, அதுக்கு என்ன சொல்றது?"

"அதெல்லாம் நீயா நெனச்சுக்கறது ஜகது."

"நானா நெனச்சுக்கலே. மனசிலே இருக்கு. நான் என்ன செய்ய? யார் மேலேயோ கோபம்னா அதுக்காகப் பிறந்த ஊரு, வீடு – எல்லாத்தியும் எட்டிக் கூடப் பார்க்க மாட்டேன்னா உக்காந்திருப்பாங்க!"

ராமையா பதில் பேசாமல் உட்கார்ந்திருந்தார். ஜகது அவரை அழாக்குறையாகப் பார்த்துக்கொண் டிருந்தாள். அழாக்குறையாக மட்டும் இல்லை.

இன்னும் ஏதேதோ அவளுக்குச் சொல்ல வேண்டும் போலிருந்தது. அவளுக்கு அண்ணனும் கிடையாது, தம்பியும் கிடையாது. இந்த அடுத்த வீட்டு அண்ணாதான் அவளுக்கு எல்லா அண்ணாவும். கலியாணம் பண்ணி ராஜங்காட்டுக்கு வந்தது முதல் ஏற்பட்ட அண்ணா அவர். ஆனால், இந்த அண்ணாவை அவளுக்கு முழுவதும் புரிந்துகொள்ள முடியவில்லையே என்று ஒரு குறை – அதாவது தன் இஷ்டத்துக்கெல்லாம் ஆடமாட்டேன் என்கிறானே இந்த அண்ணா என்று. ஊரில் யாரோ பிடிக்காதவன் இருந்தால், அது பெரிய தடையாகிவிடுமா?

ராமையா இன்னும் பேசவில்லை. வழக்கம்போல அவர் மனம் எங்கேயோ இருந்தது. ஜகதுவும் விடையை எதிர்பார்க்கவில்லை. பழைய ராமையாவைப் பார்த்துக்கொண்டிருந்தது அவள் மனம். ஓரிரண்டு நரை கண்டிருந்தது ராமையாவின் தலையில். முகத்திலும் நாலைந்து நரை. அதைத் தவிர, வேறு மாறுதல் ஒன்றும் தெரியவில்லை. மாறுதல் இல்லையா . . ? இருந்தது. பத்து வருடம் முன்னால் அண்ணன் நல்ல சிவப்பு. அந்தச் சிவப்பு சற்று மங்கியிருந்தது. ஆனால், வயதின் மங்கலாக, அசட்டு மங்கலாக இல்லை. உள்ளே பழுத்துப்போன மனதின் சாயலாகக் கனிந்திருந்தது. அனுபவத்தின், பொறுமையின், அறிவின் வெயில் பட்டுக் கனிந்த பழுப்பாகப் பொலிந்தது. முன்னெல்லாம்போலப் பேச்சிலும் நடையிலும் அவசரம், துடிப்பு இல்லை. திடீர் திடீர் என்று வரலாம். ஆனால், பொதுவாகத் தணிந்து தானிருந்தன. இப்போது அண்ணனுக்குப் பெரிய மனிதர்கள் – பணத்தில் இல்லை – நாலைந்து பேர் சிநேகம். அவர் பேசுவதெல்லாம் இப்போது அவ்வளவாகப் புரிவதில்லை. எனக்கெல்லாம் எட்டாத பேச்சு – நான் இதெல்லாம் தெரிந்து கொள்ள எத்தனையோ படிக்க வேண்டும். பழக வேண்டும். எப்படியிருந்தாலென்ன? அண்ணாவோடு இப்படி உட்கார்ந்து தனியாக எப்போதும் போல இன்றும் பேச முடியும். இரண்டு நாழியாவது என்னோடு பேச அண்ணனுக்கு ஒதுக்கி வைக்க முடியும்.

வருஷத்துக்கு நாலு தடவை, ஐந்து தடவை என்று வருகிறோம். அதனால் எனக்கு மாறுதல் அவ்வளவாகத் தெரியவில்லையோ? ஆனால், பத்து வருஷமாக இவரைப் பார்க்காதவர்கள் இருக்கிறார்கள். காவேரி பார்க்கவில்லை. இன்னும் எத்தனையோ பேர் பார்க்கவில்லை.

"அண்ணா இந்தத் தடவையாவது நீங்க கட்டாயமா வந்திட்டுத்தான் போகணும்."

"எங்கேத்தை?"

தி. ஜானகிராமன்

நடையில் குரல்கேட்டது. பாலி பள்ளிக்கூடத்திலிருந்து வந்துவிட்டாள்.

"அட நீயா? பள்ளிக்கூடம் விட்டாச்சா?"

"ஆமாத்தை. கடைசியா விட்டாச்சு. இனிமே இந்தப் பள்ளிக் கூடத்துக்கே போகவாணாம்."

"பரிட்சையெல்லாம் முடிஞ்சு போச்சாம்மா?"

"முடிஞ்சு போச்சப்பா ... அப்பாடான்னு முடிஞ்சு போச்சு."

"இனிமே இந்தப் பள்ளிக்கூடத்துக்கே போவாணாங்கிறியே."

"ஆமாத்தை. இந்தப் பள்ளிக்கூடத்திலே கடைசி க்ளாஸ் முடிஞ்சு போச்சு."

"மெட்டிகேஷன் பரிட்சைல்ல எழுதிட்டு வருது!"

"அ! மெட்டிகேஷனா அவ்வளவாம் பெரிய கிளாசா படிச்சே நீ?"

"அவ்வளவாம் பெரிசுன்னா என்னத்தை? நம்ம ஆண்டிப் பள்ளம் நாத்தாங்கால் மாதிரி முக்கால் ஏக்கர் இருக்குன்னு நெனச்சியா? எங்க க்ளாசு இந்தக்கூடம் அவ்வளவுதானிருக்கும்."

"நீ அத்தனை பெரிய க்ளாசும்தான் படிப்பே."

"இன்னும் நாலு நாளைக்குப் புஸ்தகத்தையே தொடப் போறதில்லே நான்."

"காலைக் களுவிட்டு உள்ளே வா. தோசை சுட்டு வச்சிருக்கேன்" என்று கூடத்திற்கு வந்தாள் வடிவு.

பாலி உள்ளே போனதும், "ஏண்ணா, படிப்புதான் முடிஞ்சு போச்சே. ஊரோடே வந்திருங்களேண்ணா" என்றாள் ஜகது.

"முடிஞ்சு போச்சுன்னு நீ சொல்றே. வக்கீல் அய்யர் இனிமே ஆரமிக்குதுங்கறாரு."

"அப்படின்னா?"

"பட்டணம், திருச்சினாப்பள்ளினு போய் மேலே படிக்கட்டுமேங்கிறாரு அவரு."

"என்னன்னாது!" என்று அதிர்ந்தார்ப் போலக் கேட்டாள் ஜகது. அந்த அதிர்ச்சி அவர் மார்பையும் கடந்து சற்றுத் தாக்கத் தான் செய்தது. "அப்புறம் கலியாணம் எப்ப பண்றது? அதையும் குடியும் குடித்தனமுமா எப்ப பாக்கறது?"

ராமையா பதில் சொல்லவில்லை. கொல்லையில் பாலி முகம் கழுவுவது தெரிந்தது. ஜகது அதைப் பார்த்தாள்.

"அண்ணா. இங்கே வந்து பாருங்க, அப்படியே அகிலம் மாதிரியே இருக்கு. ஒரு நொடி அவளேதான்னு அசந்துப்பிட் டேண்ணா" என்று பாலியைப் பார்த்தாள். "இப்ப இருந்தா முப்பத்தெட்டு வயசிருக்குமா . . ? அப்படியே இருக்குண்ணா . . ."

ராமையா சற்று எழுந்து பார்த்துவிட்டு, மீண்டும் உட்கார்ந்து கொண்டார்.

அதே நீள முகம். அதே மூக்கு. உதடுகளைச் சுற்றியும் அதே அகிலம்தான். வெடவெடவென்று உயரம். கண் மட்டும் அதை விடப் பெரிய கண். இளமையின் முதல் பளபளப்பு கன்னத்திலும் கண்ணிலும் நீரோட்டம் கண்டிருந்தது. எந்த இடத்தில் என்று குறிப்பிட்டுச் சொல்லமுடியாதபடி ஒளிந்து மின்னிய மெருகு அது. பசுமை கலந்த வண்ணமாகப் பாதத்தில் மின்னுகிறதே, அதுவா அது? கண்ணில் நீர் ததும்புவதுபோல மிதக்கிறதே, அதுவா? கழுத்துப்பட்டை நிகிநிகிக்கிறதே, அதுவா . . ?

"அண்ணா தங்கராஜனும் பெரிய ஆளாயிடுத்து இப்ப" என்றாள் ஜகது.

"ஆமாம் . . ."

"அடுத்த வருஷம் பி.ஏ. பரீட்சை எழுதப் போவுதாம் அது . . . நல்லாப் படிக்குதாண்ணா?"

"படிப்பு மட்டும் இல்லை. விளையாட்டிலேயும் சூரப்பயலா யிருக்கிறான்."

"பின்னே அகிலம் வெறும் ஆளையா காட்டிவிட்டுப் போயிருக்கும் . . ! வயசு பதினாறு ஆவுது மாமா பாலிக்கு . . . இந்த வருஷம் கலியாணத்தைப் பண்ணிப்பிடணும்."

"அப்படியா சொல்றே?"

"படிக்க வைக்கணும்னு வக்கீலையா சொல்றாங்க. அவன் சரின்னு சொல்லவாணாமா?"

"அப்பா" என்று உள்ளேயிருந்து குரல் கேட்டது.

"ஏம்மா."

"இங்கே வாங்களேன் . . . இன்னமே லீவுதானே? எங்கேயாவது போயிட்டு வரலாம்ப்பா."

"நான்தான் ஊருக்குக் கூப்பிடரேன். இங்கே வந்த நாளா. அசைஞ்சே குடுக்கமாட்டேங்கறாங்க."

"ராஜங்காட்டுக்கா?"

"பின்னே எங்கே?"

"அத்தைதான் கூப்பிடுதே. போய்ட்டு வரலாமேப்பா!"

"உனக்குப்பொழுது போகுமா அங்கே."

"எல்லாம் போகும்."

○○○

மூன்றாம் நாள் குடும்பம் ராஜங்காட்டிற்குப் பயணமாகிவிட்டது. கடிதம் போடாமல் திடீர் என்று கிளம்பிவிட்டார்கள். கொறடாச்சேரி ஸ்டேஷனிலிருந்து நடந்தே போகவேண்டும் என்று பாலி சொன்ன யோசனையும் புதிதாகத்தானிருந்தது.

ராமையாவுக்குப் பழைய ஞாபகங்களெல்லாம் பொங்கிக் கொண்டு வந்தன. இந்தச் சாலையில் ஆயிரம் நடை நடந்திருக்கிறார் அவர். இடுப்பு வேட்டியை அவிழ்த்து முண்டாசாகக் கட்டிக் கொண்டு, வழிந்து ஓடும் வாய்க்கால்களையும் ஆற்றையும் எத்தனை தடவை கடந்திருக்கிறார்! இப்போது வாய்க்கால்களில் தண்ணீர் இல்லை. வயல்கள் அறுவடையாகி, பல்லுப் பல்லாகத் தாள்கள் நீட்டிக்கொண்டிருந்தன. புறப்படும்போது அவருக்கு அவ்வளவாக நிம்மதியில்லை. ஆனால், இந்தப் பழைய மரங்களையும் பழைய சாலைகளையும் கண்டபோது, தாயின் மடியில் மீண்டு விழுந்து முகத்தைப் புதைத்துக்கொள்வது போலிருந்தது. இந்த வயல் பூண்டுகளின் மணத்தை நுகர்ந்து பத்து வருஷமாகிவிட்டது. வயல் தாள்களை மிதித்து யுகங்களாகிவிட்டன. அக்காக் குருவியையும் சம்போத்தையும் கேட்டு எத்தனையோ காலமாகிவிட்டது. பித்தளை அண்டாவைத் தட்டுவது போலச் சம்போத்து கும்மிடும் கூவலில் பழைய நாட்கள் கிளர்ந்து எழுந்தன. பாலியைப் பார்த்தார். இந்த வயல்வெளி மண்ணில், பூண்டின் மணத்தில் பிறந்த குழந்தையா இது? ஆடுகிற வித்தையையே கரைத்துக் குடித்துவிட்டு நடந்துகொண்டிருந்தது அது. பள்ளியிலே என்னென்னமோ இந்த மண்ணுக்கில்லாத பாஷையெல்லாமே படித்துவிட்டு நடந்துகொண்டிருந்தது.

ஒக்கூர் சாலைக் கடைக்காரன் திடீர் என்று பாரிசவாயு வந்து, கடையை விட்டுச் சார்ப்பில் உட்கார்ந்திருந்தான். அவன் மகள் கல்லாவில் உட்கார்ந்திருந்தது. கடை வாசலில் படுத்திருக்கிற கறுப்பு நாயைக்கூடக் காணவில்லை. அது செத்துப்போய் ஏழு வருஷமாகிவிட்டதாம்.

ஊரையடையும்போது அந்தி மயங்கிவிட்டது. சுப்ரமண்யன் வீட்டில்தான் தங்கினார்கள். இவர்கள் வரும்போதே, ஊரில்

உள்ள குழந்தைப் படை திரண்டுவிட்டது. வாயில் விரலும், கையில் குச்சியும் ஓலையுமாக – எல்லாம் பாலியை வேடிக்கை பார்த்துக்கொண்டிருந்தன.

"ஊர் ஞாபகம் வந்திச்சா ராமையா? நாங்கள்ளாம் இருக்கிறோம்னு இப்பதான் நெனப்பு வந்துதாக்கும்?" என்று கொண்டே, காவேரி வந்தாள். காவேரிக்கு இப்போது பார்வை மங்கிவிட்டது. ஒவ்வொருவராக வந்து விசாரிக்க வந்துவிட்டார்கள். சொர்ணக்கா, சின்னக்கண்ணுவோடு தங்கராஜுவும் வந்தான்.

"ஏன் மாமா நடந்து வந்தீங்க?" என்றான் தங்கராஜு.

"உன்னைக் கொறடாச்சேரி ரயிலடியிலேந்து நடந்து வந்து பார்க்க வரேன்னு வேண்டிக்கிட்டிருந்தாளாம் பாலி" என்றாள் ஜகது.

"முன்னாடியே சொல்லியிருந்தா, நான் வண்டிகொண்டு கிட்டு அழச்சிட்டு வரேன்னு வேண்டிக்கிட்டிருப்பேனே . . . ஏன் பாலி?"

"இந்த மாதிரி சாலையிலே நடந்ததேயில்லே. நடக்கணும் போல் இருந்தது. அப்பா வண்டி வைக்கிறேன்னுதான் சொன்னாங்க. நான்தான் வாண்டாம்னேன்."

"நீ நடந்தா அப்பாவுக்கு நடக்க முடியுமா?"

"என்ன கரிசனம்டா மாமனாருட்ட!" என்று காவேரி ஆரம்பித்துவிட்டாள். "இந்த பார்றா! பத்து வருஷம் களிச்சு வந்திருக்கா. விடாதே! களுத்திலே ஒரு முடிச்சைப் போடு. அப்பறம் உங்க மாமனாரு உரிமையோட கேப்பாரு. மருமவனே, வண்டி கொண்டாய்யான்னு."

பாலிக்கு வந்த ஒரு மணி நேரத்திற்கெல்லாம் சின்னச் சின்ன முட்களாகக் குத்தத் தொடங்கிவிட்டன. வேம்பம்மாள் தான் முதல் முள்ளை ஏற்றினாள்.

"பள்ளிக்கூடத்திலே போயி படிக்கிறியா கொளந்தே!"

"ம்க்கும்."

"செருப்பு போட்டுகிட்டு கொடையெல்லாம் எடுத்துக்கிட்டுப் போவியாமே?"

"வெயில் ஜாஸ்தியாக இருக்கும்ல?" என்றாள் பாலி

"கோயில்லே பொட்டு கட்டினாப்பல ஆடறப்ப செருப்பு, கொடையெல்லாம் வச்சுக்கிட்டா என்ன?" என்று பல் ஈறு

தெரிய, காலணாக் குங்குமம் நெற்றியிலே பயமுறுத்த, சிரித்தாள் வேம்பு.

"கோயில்ல பொட்டுக் கட்டினாத்தான் ஆடலாமா?"

"தேவடியாள்னு, அதுக்குத்தானே இருக்காங்க – ஆனா, நீ அவங்கள்ளாம்விட நல்ல ஆடுவியாமே..!"

"யார் சொன்னாங்க?"

"தஞ்சாவூர் சேதி இங்க தெரியாதா? என்ன காசி ராமேசரமா..?"

அங்கிருந்து நழுவிக் கூடத்திற்கு வந்துவிட்டாள் பாலி. ஜகது வழக்கத்திற்கு விரோதமாக வெடுப்பாக என்னமோ சொல்லித்தான் வேப்பம்மாளை வெளியேற்ற வேண்டிவந்தது. வேம்பம்மாள் அதிகமாகப் பேசவில்லை. ஆனால் அவள் சிரித்த சிரிப்பையும் முகத்தையும் நினைக்கும்போது கலவரமாகத்தான் இருந்தது.

எட்டு, பத்து நாள் இருப்பதாக அவர்கள் வந்திருந்தார்கள். முதல் நாலு நாள் ஜகது வீட்டில் இருந்துவிட்டு, மூவரும் ஐந்தாம்நாள் சின்னக்கண்ணு வீட்டில் தங்கப் போனார்கள்.

தங்கராஜன் வாசலைப் பார்க்கும் அறையில் படித்துக் கொண்டிருப்பான். அவனுக்குக் காபி கொண்டுவந்து கொடுக்க நாலைந்து தடவை போக வேண்டியிருந்தது. ஏழாவது நாள் காலை. அன்று ராமையாவும் வடிவும், சுப்ரமண்யனும் ஜகதுவும் அக்கரையில் அம்மனுக்குப் படையல் வைக்கக் கூப்பிட்டதை ஏற்றுக்கொண்டு கூடப் போயிருந்தார்கள். சின்னக்கண்ணுவும் போயிருந்தான்.

சொர்ணக்கா பலகாரத்தைக் கொடுத்துவிட்டு கொல்லையில் குளிக்கப் போயிருந்தாள். பலகாரத்தை எடுத்துக்கொண்டு உள்ளே போனாள் பாலி. வெறும் உடம்போடு உட்கார்ந்திருந்தான் தங்கம். பளபளவென்று மின்னும் கறுப்பு. உருண்டு திரண்ட கை. தலையில் கிராப்பு வளையம் வளையமாகச் சுருண்டு கிடந்தது. கையிலே ஒரு மோதிரம். மூக்கு நுனியில் சிறு பள்ளம். படித்துக்கொண்டிருந்தான் அவன்.

"இந்தாங்க..."

"நான் வரமாட்டேனா?"

"உங்களுக்குத்தான் வர இஷ்டமில்லையே!"

"வாஸ்தவம்தான்."

“சாப்பிடுங்க.”

“சாப்பிடறேன். நீ ஏன் என்னவோ போலிருக்கே? ஊர் பிடிக்கலியா . . ?”

“ஊர்னா எது? இங்கே இருக்கிற வயல், மரம், குளம், காத்து இதெல்லாமா? இல்லை வேம்பம்மா, வையன்னா, சாமிநாதபிள்ளை – இவங்கள்ளாமா?”

“உனக்கு எதுன்னு தோணுது?”

“எல்லாத்துக்கும் மனசுதான் காரணம். அது சரியாயிருந்தா சந்தோஷம், துக்கம் எல்லாம் ஒண்ணும் பண்ணாது.”

“மனசு தைரியமாய்த்தானே இருக்கு?”

“ஒரோரு சமயம் கஷ்டமாயிருக்கு. நேத்துக் கோயிலுக்குப் போறப்ப, இத பார்றா தேவிடியா போறான்னான் ஒரு பையன்.”

“அ! யாரு?”

“யாராயிருந்தா என்ன? யாரோ! திரும்பி வரப்ப, இன்னொருத்தர் யாரோடவோ பேசறாப்போல, பூஜை பண்றவங்கள்ளாம் எதுவும் செய்யலாம்! அஞ்சு பாவமும் அஞ்சாம பண்ணலாம். நெசக் கூத்துக்காரன் மாதிரி குடும்பத்தையே அடிச்சுக்கலாம்னாரு.”

“யாரு?”

“யாராயிருந்தா என்ன?”

“நீ அத்தனை பேருக்கும் தனித்தனியா ஒரு சிரிப்புச் சிரிச்சிருந்தா, வாயே திறந்திருக்கமாட்டாங்க.”

“நீங்க என்ன சொல்றீங்க?”

“ஒண்ணும் தவறாகச் சொல்லலே. கைக்கு எட்டாத உசரத்திலே ஒண்ணு இருந்தா, அதைப் பத்தி தூத்தறது தான் வழக்கம்.”

“அதுக்காக, ஒரு சிரிப்பு சிரிச்சு, தன்னைக் காட்டிக்கணுமா?”

“வம்பை விலைக்கு வாங்கப்படாது, ஒதுக்கிவிடணும்னு நினைக்கிறவங்க, அதைத்தான் செய்வாங்க.”

“ரொம்ப நல்ல வழியாயிருக்கே” என்று சிரித்தாள் பாலி.

“நீ மேலே படிக்கப் போறியா?”

“ராஜா தாத்தா தான் படின்னு சொல்றாங்க.”

"ராஜா தாத்தாவா?"

"ஆமாம். அப்பாவைக் கேட்டேன். உன்னிஷ்டம்னு சொல்றாங்க."

"படிக்கணும்னு எண்ணமிருக்கா உனக்கு?"

"எப்படி இருந்தா நல்லது?"

"எனக்கு எப்படித் தெரியும்?"

"நீங்க அடுத்த வருஷம் பி.ஏ. பரீட்சை எழுதினப்புறம் என்ன பண்ணுவீங்க?"

"அப்பறமும் படிக்கப் போறேன்."

"நான் படிக்கலாமா வேண்டாமா?"

"ராஜா என்ன சொல்றான்?"

"ராஜாவா?"

"ம்."

"ராஜாவுக்கும் இதுக்கும் என்ன?"

"ராஜா தாத்தா உன்னை படிக்கணும்கறாரு. ராஜா என்ன சொல்றான்னு தெரிஞ்சுக்க வாணாமா?"

பாலி உற்று அவனைப் பார்த்தாள். அவன் இட்லியை மென்றுகொண்டு ஜன்னல் வழியாகத் தெருவைப் பார்த்துக் கொண்டிருந்தான்.

இந்தக் கேள்விக்குப் பதில் சொல்லாமல் விடுவதற்கும் மனமில்லை, அவளுக்கு.

"ராஜாவை போன டிசம்பர் லீவுக்கு வந்தப்ப பார்த்ததுதான். என் மேல் படிப்பைப் பற்றி எதுக்காக அவர்கிட்டே பேசணும்."

தங்கராஜன் திரும்பினான்.

"என் மேல் கோபமா?" என்று அடிபட்டாற்போலக் குரல் வந்தது அவன் வாயிலிருந்து. என்ன அழகான வெள்ளையான பற்கள்!

"இப்ப யாருக்குக் கோபம்?"

"நான் இந்த ராஜங்காட்டிலே உன்னைவிட அதிக நாள் வளர்ந்தவன். அந்த மண்ணு வாடை என் பேச்சிலே அடிச்சிப்பிடறது – எனக்கும் தெரியாம!"

மலர் மஞ்சம்

பதில் பேசாமல் குனிந்து நின்றாள் பாலி. கையை அலம்பினான் அவன். ஜன்னலின் அடிக்கதவைச் சாத்தினான்.

"காபி நான் உள்ளே வந்து குடிக்கட்டுமா?"

"இல்லை. நான் கொண்டு வர்றேன்" என்று அவள் திரும்பினாள். நிலையண்டை போவதற்குள் சரக்கென்று பின்னலின் ஒரு இழுப்பு. அப்பா, எத்தனை முரட்டுக்கை! அந்த முரட்டுக் கைதான் அவளை அணைத்துக் கொண்டிருந்தது.

"ம்ஹ்ம்!"

"ஒண்ணுமில்லே. நான் உன்னைத் தொடக்கூட ... என்மேல் கோபமில்லைன்னு சொல்லு."

"இல்லை. விட்டுடுங்க. கொல்லையிலேர்ந்து வந்திடப் போறாங்க" என்று திமிறிக்கொண்டு வெளியே ஓடினாள் அவள்.

பின்பு காபியைக் கொண்டு வந்தவள், ஜன்னலின் அடிக் கதவைத் திறந்துவிட்டு, டம்ளரை மேஜைமீது வைத்தாள்.

❍❍❍

ராஜாவை எதற்குக் கேட்கவேண்டும்? ராஜாவுக்கும் இதற்கும் என்ன சம்பந்தம்? – இந்தக் கேள்விகள் தளிர்விட்டு வளர்ந்து, மரமாகக் காய்த்துக் கொண்டிருந்தன.

ராமையா நேரடியாகத் தங்கராஜுவிடம் சொல்லிவிட்டது, அவளுக்கு எவ்வளவோ ஆறுதலாக இருந்தது. ஊருக்குப் புறப்படுகிற அன்று காலை நடந்தது அது. எல்லோரும் கூடத்தில் தான் இருந்தார்கள்.

"தங்கராஜு" என்றதும் உள்ளேயிருந்தவன் வந்தான்.

"என்ன மாமா?"

"ஒரு சேதி உங்கிட்ட சொல்லணும்னு இருக்கேன். பாலி இத்தினி நாளா முதல் மார்க்கு வாங்கிட்டு வரா. அப்படியே இந்தப் பரீட்சையிலே தேறினாலும் தேறலாம். சாதாரணமாகத் தேறினாலும் மேலே படிக்கலாம்னுதான் அவளுக்கு ஆசையிருக்கும் போலிருக்கு. நீயும் படிச்சு உலகம் தெரிஞ்ச பிள்ளையா ஆயிட்டே. அவளுக்கு ஆசையிருந்தா, அதைச் சட்டுனு தடுக்கறதுக்கு எனக்கு மனசு வரதில்லே. நீ வந்து . . ."

"மாமா, பாலி இஷ்டப்படியே வாசிக்கட்டும், திருச்சினாப் பள்ளியா, பட்டணமா?"

"அதை இனிமேத்தான் தீர்மானம் பண்ணனும், வக்கீல் அய்யரைக் கேக்கணும்."

"எங்கே இருந்தா என்ன?"

"என்ன சொர்ணம்?"

"என்னை என்ன மாமா கேக்கணும்? அவன் இஷ்டம்."

"சின்னக்கண்ணு!"

"நான் மட்டும் என்னத்தைச் சொல்லப்போறேன் மாமா?"

எல்லாமே கணிப்பில்லாத பதிலாகத்தான் இருந்தது. "ரண்டு பேரும் நல்லா படிக்கட்டும் சொர்ணம். நிறைகுடமா வரட்டும் ரண்டும். இப்ப என்ன கலியாணத்துக்கு அவசரம்?" என்று ஒற்றைக் குரலாக, கணிப்பாக ஒரு குரல் எழுந்தது. ஜகதுவின் பேச்சை யாரும் தட்டியதில்லை. தங்கராஜுக்குப் பொருளும் பரிவும் நிறைந்து ஒலித்தன அந்தச் சொற்கள்! ஒரே வார்த்தை, வெவ்வேறு பேர் வாயிலிருந்தபோது, எத்தனை விசித்ர வேறுபாடுகள்! எத்தனை விளைவுகள்!

"நான்தான் சரின்னிட்டேனேக்கா" என்று அவன் சொன்ன போது, பாலிக்கே அப்பாடா என்று இருந்தது.

மாலையில் இருவரும் கிளம்பிவிட்டார்கள். வடிவு நாலு நாள் கழித்து வருவதாகத் தங்கிவிட்டாள்.

வண்டி கிளம்பிற்று. வழக்கம்போலச் சொர்ணமும் ஜகதுவும் தபதபவென்று அழுதுவிட்டார்கள். தங்கராஜு பாலியைப் பார்த்துக்கொண்டே நின்றான். பாலிக்கு நெஞ்சைப் பிடுங்கிக் கொண்டு வந்தது.

"போயிட்டு வரேன்!" என்று சொல்லாமல் தலையசைத்தாள்.

விறுக்கென்று வண்டி கிளம்பிற்று.

"நிறுத்துரா வண்டியை!" என்று ஒரு சத்தம் எழுந்தது. வையன்னா மாட்டின் கயிற்றைப் பிடித்துக்கொண்டு நின்றார்.

"இது என்னய்யா, கூத்தாடிப்பய ஊரா இது? இந்த ஆட்டம் பாட்டமெல்லாம் தஞ்சாவூரோடே வச்சுக்க. நீ கிரிசை கெட்டுப்போனா, இங்க ஊர்ல இருக்கிறவங்கள்ளாம் மானங்கெட்டவன்னு நெனச்சியா – ஆஷாடபூதி. இந்தச் சிறுக்கி ஆடறாளாம், பாடறாளாம் . . . இங்கே வந்து இந்த மாப்பிள்ளைக்கு காமிக்க வந்தியா உன் லச்சணத்தை!" என்று கத்தினான் வையன்னா.

"என்ன வையன்னா நான் உன் வம்புக்கே வரலியே இப்ப? விட்டுப்போயி பத்து வருஷமாச்சே, நமக்கு?"

“விட்டுப் போச்சுன்னா ஏன் இங்க வந்தே? இது என்ன கூத்தாடிச்சி வந்து தங்ற வீடா இந்த ஊரு? யாரைக் கேட்டுகிட்டு இப்படிச் சந்தியிலே ஆடவச்சையா?”

“மாமா, அது என் இஷ்டம்” என்றாள் பாலி. அதற்குள் கூட்டம் கூடிவிட்டது. தங்கராஜு, சொர்ணம், சுப்ரமண்யன் எல்லோரும் வந்துவிட்டார்கள்.

“இப்ப வண்டியை விடப்போறீங்களா, இல்லே, நான் இறங்கி வரட்டுமா?”

“என்ன செஞ்சிப்பிடுவே?”

“இந்தத் தேவடியா, கூத்துக்காரி கையாலேயே உங்களைத் தொடுவேன். உங்க கன்னத்தை எல்லாம் இந்தக் கையாலேயே அசுத்தப்படுத்துவேன்.”

“அ . . .ம்!” என்று கத்தி, அவளைப் பார்த்து முறைத்துக் கொண்டே நின்றான் வையன்னா. கை தலைக்கயிற்றை விட்டு நின்றது.

“விடு வண்டியை!” என்றாள் பாலி.

வண்டி நகர்ந்துவிட்டது.

கூட இரண்டு ஆட்கள் ஓடி வந்தார்கள்.

“நீங்க வாண்டாம் போங்க” என்று பாலி அதட்டினாள்.

“வரட்டும் குழந்தே” என்றார் ராமையா.

“வாணாம்பா. அப்படிச் சமயம் தெரியாம வர ஆபத்தை நீக்க முடியலேன்னா, நாம என்னதான் பண்ணமுடியும்?”

பாலியின் கண்களைப் பார்த்து, ராமையாவுக்கு பயமா யிருந்தது.

“வாண்டாம் – நீங்க போங்க.”

“நீங்க நில்லுங்கப்பா!”

ஆட்கள் நின்றுவிட்டார்கள்.

“நான் அப்பவே வரவாண்டான்னு நெனச்சேன்” என்றார் ராமையா.

“வந்தது நல்லதாப் போச்சுப்பா!” என்றாள் அவள்.

“கொளந்தையை ஏதாவது சொல்லிப்பிடுவானோ அப்பறமும்னு சித்த கலங்கிப்பிட்டேங்க. ஆனா கொளந்தை ஒரு பார்வை

பார்த்தது . . . அப்படியே செத்து நின்னுப்பிட்டானே . . ! ஹை . . . போடா . . . இந்தா . . . போடா ராஜா” என்று மாட்டை விரட்டினான் கோவிந்து.

பாலி, ராமையா இருவரும் பேசவில்லை.

“இன்னிக்கும் பொளச்சிட்டான். அது பத்து வருஷம் முன்னாடியே உருண்டிருக்க வேண்டிய தலை, இன்னும் களுத்திலேயே உக்காந்திட்டிருக்கு. எல்லாம் ஐயாவாலே. இன்னிக்கும் களண்டிடும்னு தான் நெனச்சேன். அவனுக்கு இன்னும் கொஞ்ச நாள் இருக்காப்பல இருக்கு ஆயிசு . . . சரி, ஒண்ணு கேக்கறேன் இவ்வளவு தூரம் அவன் பேசினப்புறம் ஏன் பேசாம வந்தீங்க? மேலே கீறியிருக்க வேண்டியதுதானே . . .”

“சரிதான்போயேன். குரைச்ச நாயி வாலைச் சுருட்டி அடங்கிடுத்து. இப்ப வேற ஏதாவது நல்லதாப் பேசு . . . இல்லாட்டி மாட்டையாவது கவனமா ஓட்டு” என்றார் ராமையா.

“அவ்வளவுதானா? இந்தக் கோபத்தையும் துக்கத்தையும் மென்னு முளுங்கி முளுங்கி என்னாத்தைக் கண்டுப்பிட்டீங்க? பத்து வருசமா நீங்க அவனோடு பேசினதுண்டா? அவன் வம்புக்குப் போனதுண்டா? அவனைப் பார்க்கக்கூட இல்லே, யாரு எப்படியிருந்தா என்ன? எங்கே போனா என்ன, என்னத்தைச் செஞ்சா என்ன இவனுக்கு? இவன் என்ன லோகத்துக்கே வரம்பு வைக்கிறவனா . . ? நீங்க என்னாத்துக்கு சும்மா விட்டீங்க . . ? ஒரு கண்ணு காமிச்சிருக்கப்படாது . . ? உங்களுக்குப் பயந்து பயந்துதான் நான் கோளைப் பட்டம் கட்டிக்கப் போறேன்.”

“கட்டிக்க! ஒண்ணும் குறைஞ்சு போயிடாது.”

“நீங்க சொல்றிங்க, குறைஞ்சு போயிடாதுன்னு . . . எனக்கு இன்னும் மனசு சரியாகலெ . . . சரி . . . இப்பவாவது சொல்லுங்க, என்ன பண்றேன்னு பாக்கிறீங்களா!”

“என்ன பண்ணுவே?” என்றாள் பாலி

“என்ன பண்ணுவியா . . . த்தா . . . நில்லுடா ராஜா” என்றான் கோவிந்து வண்டி நின்றது; இறங்கிவிட்டான். “தலைக் கயிற்றைக் கையிலே புடியுங்க. இதோ கால் நாளியிலே வர்றேன். தலையைக் கொண்ணாந்து இதே கையிலே கொடுக்கிறேன். வாங்கிட்டு என் கையிலே கொடுங்க.”

பாலி அவனைப் பார்த்தாள். அவன் கண்கள் உறுதியிலும் தீர்மானத்திலும் விழித்து நின்றன. மூக்கு புடைத்துக் கொண்டிருந்தது.

ராமையா அவனையே, அவன் முகத்தையே ஏற இறங்கப் பார்த்தார். மார்பையும் புஜங்களையும் பார்த்தார். கண்ணெடுக்காத பார்வை, அரை நிமிஷமாயிற்று. அந்தண்டை இந்தண்டை நகரமுடியாமல் நின்றான் அவன்.

"ஏறு வண்டியிலே" என்று அவர் குரல் சிறிது நேரம் கழித்து எழுந்தது.

"கோவிந்து! ஏறு வண்டியிலேன்னு சொல்றாங்களே, காதிலே விழலே?" என்றாள் பாலி.

கோவிந்து ஏறி உட்கார்ந்தான், வண்டி நகர்ந்தது.

அப்புறம் யாரும் பேசவில்லை.

2

ராமையா ஒட்டியும் ஒட்டாமலும் தான் இந்த ஏழெட்டு நாட்களையும் கழித்திருந்தார். அவர் வந்தபோது ஊரை மறந்தே போய்விட்டதைப்பற்றி இரண்டு மூன்றுபேர் குறையாகச் சொன்னார்கள். ஆனால், அவர்கள் சொன்னதெல்லாம் அந்த நாட்கள் அந்த நாட்கள் என்று வயதானவர்கள் படுகிற ஏக்கமாகத்தானிருந்தது. அவையெல்லாம் எப்போதுமே திரும்பி வராத நாட்கள். இந்தப் பத்து வருஷத்தில் சின்ன வாரிசுகள் வளர்ந்து காளைகளாகி, ஊரில் ஒவ்வொரு குடும்பத்திலும் பொறுப்பேற்றுக்கொண்டுவிட்டார்கள். அவ்வளவு வர்ணமும் பசுமையும் நிறைந்த பழமையாக அவர்களுக்கு அந்தக் காலம் காட்சியளிக்கவில்லை. சொர்ணக்கா, சின்னக்கண்ணு, ஜகது, சுப்ரமண்யத்தைத் தவிர, யாரும் அவரை அங்கேயே தங்கச் சொல்லி வற்புறுத்தவுமில்லை.

வேம்பம்மாள் கேட்டதுபோல, நடக்க முடியாமல் கிடந்த நாலைந்து கிழவர்கள் – 'நீ என்னப்பா பட்டணத்து மனிசனாப் போயிட்டே. இன்னமே இங்கே வரக்கூடப் புடிக்காது. அங்கெல்லாம் நாடகம், சதிருன்னு தினம் பொழுது விடிஞ்சா பொழுதைப் போக்கலாம். இன்னாருதான் இன்னது செய்றதுங்கற வரமுறையும் கிடையாது பாரு, மனசுக்குத் தோணினபடி இருக்க முடியும்' என்று பத்து வருஷமாக வாசல் திண்ணையில் ஒரு பெஞ்சிலேயே படுப்பதும் உட்காருவதுமாகக் காலத்தை ஓட்டிக்கொண்டிருந்த குப்பான் பிள்ளை சொன்னார். சொல்வதற்கு அவருக்குத் தைரியம்

இருந்தது. அவரை யார் என்ன செய்ய முடியும்? சாவுக்குக் காத்துக் கொண்டிருக்கிறவர்கள்மீது யார் சண்டைக்குப் போகப் போகிறார்கள்? ராமையா அவரோடு மேலே பேசாமல் வந்து விட்டார்.

வேறு சிலருக்கு ராமையா பெண்ணை மருமகளாக்கிக் கொள்ள இஷ்டம்தான். அந்த நாளிலேயே இருந்த எண்ணம் அது. ஊருக்கு வந்தபோது கேட்டுவிடுவது என்றும் திடம் செய்து கொண்டிருந்தார்கள். தஞ்சாவூருக்குப் போய் ராமையாவை வீட்டில் போய்க் கேட்கத் தைரியம் இல்லை. அங்கு குளம் இல்லை. மாடிதான் உண்டு. தள்ளிவிட்டால் எலும்புக் கூடக் கிடைக்காது. அதனால்தான் எப்படியாவது ஊர் வரட்டும், கேட்டுவிடுவது என்று தீர்மானம். ஆனால் பெண்ணைப் பார்த்ததும் கேட்க வேண்டும் என்று தோன்றவில்லை. படிக்குதா என்று பெரிய வகுப்பின் பெயரைக்கேட்டு, மிரண்டுவிட்டார்கள். ராமலிங்கத்தின் மூத்த பிள்ளை ஒருவன், தங்கராஜனோடு கும்பகோணம் கல்லூரியில் படித்துக்கொண்டிருந்தான். வயல் கரையில் அவரைக் கண்டபோது, ராமையா அவர் பிள்ளையின் படிப்பைப்பற்றி விசாரித்தார்.

"பி.ஏ. படிக்கிறான். சின்னக்கண்ணு மவனோடதான் படிக்கிறான்."

"மேலேயும் படிக்கலாம்" என்றார் ராமையா.

"மவகூட படிக்குதாமே?"

"ஆமாம்."

"பையன்கூட ரொம்ப நல்லா படிக்குதுன்னு எல்லாரும் சொல்றாங்கன்னு சொன்னான்."

"ம்."

"பொம்மனாட்டியாப் பொறந்தவங்களும் படிக்கணும் கொள்ளணும்னுதான் அவனுக்கு ஆசை . . ."

"படிக்கிறவங்களுக்குத்தான் அதோட அருமை தெரியும்."

"அதிலே என்ன தடை? நீங்க ஊருக்கு வர்றப்ப, பொண்ணு கேட்டுப்பிடறதுன்னு பஞ்சநாதம், சாமினாதபிள்ளை, எல்லாம் கருவிக்கிட்டிருந்தாங்க. படிக்கிற பொண்ணுன்னப்புறம் உள்ர ஒடுங்கிப்பிட்டாங்க."

"நல்லதாப் போச்சு."

"அப்ப . . ."

"என்ன!"

"சின்னக்கண்ணு மவனுக்கு ..."

"சின்னக்கண்ணு மவனுக்கு என்ன?"

"ஒண்ணுமில்லே, கலியாணம் கிலியாணம்னு பேசிட்டிருந்தீங் களே, அது அந்தப் பையனுக்கே ..."

"சொல்லுங்களேன்."

"அந்தப் பையனுக்கே கொடுக்கறதா ..."

"ஏன் உங்களுக்குச் சந்தேகமாயிருக்கா?"

"இல்லே, சொத்து உள்ள இடமா ..."

"உங்களுக்கு ஆறு வேலி இருக்குன்னு தெரியும். அவனுக்கு அதிலே கால்வாசிகூட இல்லேன்னு தெரியும்."

"இல்லே. நான் அதுக்காக கேட்கலே ஜாதகப் பொருத்தம் ... சகுனம்."

"என் மக ஜாதகத்தைக் கிளிச்சுப் போட்டுப்பிட்டேன். சகுனம்னா அதோ பாருங்க, வய வெளியிலே எங்க பாத்தாலும் கருடன்தான் பறக்குது. அதோ குருவிங்கள்ளாம் பாடிக்கிட் டிருக்கு ... எனக்கு எப்பவுமே சகுனம் நல்லாத்தான் ஆவுது."

ராமலிங்கம் விட்டால் போதுமென்று கழற்றிக்கொண்டு போகிறாற்போல நடந்துவிட்டதை நினைத்துக்கொண்டார் ராமையா. வண்டியில் உட்கார்ந்தவருக்கு அவர் மென்று மென்று விழுங்கி அப்பாடா என்று நழுவினதை நினைத்து, லேசாகச் சிரிப்பு வந்தது.

"என்னப்பா?" என்றாள் பாலி.

"ஒண்ணுமில்லே."

"ஏன் ஒண்ணுமில்லே?"

"உன்னை மேலே படிக்க வைக்கணும்கிறாரே வக்கீல். நீ சொன்னியா அவன்கிட்ட?"

"நான் சொல்லலியே."

"பின்னே!"

"நீ மேலே படிக்கிறியான்னு அவர்தான் கேட்டாரு. நான் ம்னு தலையாட்டினேன் ... ஏம்பா?"

"உனக்குக் கலியாணம் பண்ணிட்டா தேவலைன்னு இருக்கு எல்லாருக்கும்."

"எனக்குத்தான் பிறந்த அன்னிக்கே மாப்பிள்ளை வந்திட்டாரே!"

ராமையா அவள் முகத்தைப் பார்த்தார். கோவிந்து "அதானே?" என்று சிரித்தான்.

பாலியின் உதட்டில் புன்னகை சிவந்தது. அதற்குப் பின்னால்..? பின்னால் பின்னால் என்று கேட்டுப் பார்த்தார். அது என்ன நிழலா... நிழலா..? இல்லை; ஒன்றுமில்லை. மேலே பறக்கும் கருடனின் நிழல், வண்டுக் கூண்டு, மாடு, வாய்க்கால் எல்லாவற்றையும் தாண்டி மறைவதுபோல, போய்விட்டது. கண்ணுக்கு அகப்படாத ஒன்று... நிழலா அது? என்னவென்றும் புரியவில்லை.

"பாரு குளந்தே" என்றான் கோவிந்து. சாட்டையால் எங்கோ காட்டினான் அவன். "அதோ ஞாபகம் இருக்கா..?"

அதே ஈச்சை மரத்தில் தூக்கணாங் குருவிக் கூடுகள் முப்பதிருக்கும், தொங்கி ஆடிக்கொண்டிருந்தன.

ஜாடிஜாடியாகக் கூடுகள் தொங்கிய அந்தக் காட்சி, அதே காட்சி! ஆனால், வேறு கூடுகள்...

பாலி கூட்டைப் பார்த்துக்கொண்டே வந்தாள். முதல் முதல் 'இது யாரு... சாந்து குழைச்சாப்பல கறுப்பண்ண சாமி?' என்று ராஜா தங்கராஜனைப் பார்த்துச் சொன்னது, அப்புறம் அவன் மன்னிப்புக் கேட்டுக்கொண்டது எல்லாம் இப்போது மீண்டும் அவள் கண்முன் நடந்தன.

கோவிந்து என்னமோ கேட்டுக்கொண்டிருந்தான். ராமையா அவனை உற்றுக் கவனித்துக் கொண்டிருந்தார்.

"வைத்தீச்வரா" என்று ஒருமுறை அலுத்தாற்போல அவர் வாயினின்றும் ஒரு அழைப்பு எழுந்தது.

"ஏம்பா?"

"ஒண்ணுமில்லே கொரக்களி வாங்குது, கொஞ்சம் நகந்துக்க; காலை நீட்டிக்கறேன்" என்றார்.

அது காலை இழுத்த குறக்களியாகத் தோன்றவில்லை. இதயம் குறக்களி கண்டு துடித்ததுபோலிருந்தது.

கொரடாச்சேரி ஸ்டேஷனை நோக்கி மாடுகள் விரைந்து கொண்டிருந்தன.

3

வக்கீல் பாலியின் மேல் படிப்புக்கு எல்லா ஏற்பாடுகளும் செய்துகொண்டிருந்தார். பெண்கள் கல்லூரிகளுக்கெல்லாம் எழுதி மனு வரவழைத்துக் கொண்டிருந்தார்... ஒவ்வொன்றையும் பாலியை நிரப்பச் சொல்லித் தானே அனுப்பினார். ராமையா விடம் பெற்றோர் கையெழுத்துக்கு மட்டும், தேவையாயிருந்தால் வரும்.

"ராமையா, ஆம்பளைப் பசங்களும் படிக்கிற காலேஜிலே சேர்க்கலாமா? இல்லை; புடவை மாத்திரம் படிக்கிற காலேஜ் தேவலையா?" என்று சாயங்காலம் கேட்டார்.

"உங்களுக்கு எது நல்லதுன்னு படறது?"

"எனக்குப் பட்டாப் போதுமா? நீர் சொல்லும்."

"நீங்க நெனச்சு ஒண்ணும் தப்பா ஆறதில்லே. நானும் தடை சொன்னதுமில்லே. நாட்டியம் சொல்லிக்கச் சொன்னீங்க. பத்து வருஷம் ஆச்சு, பெரிய சொத்து சேர்றாப்புல சேர்ந்திருக்கு அது. நல்லாப் பாடவும் சொல்லிக் கொடுத்தாச்சு. இப்ப படிக்கச் சொல்றீங்க. உங்களுக்கு எங்கே நல்லதுன்னு தோணுதோ, அதுதான் சரி."

"உம்ம பொண்ணு ஞானக் கடலையே நீஞ்சிக் கரையேறிப்பிட்டான்னு எண்ணமோ உமக்கு? நீர் சொல்ற தோரணையைப் பார்த்தா, அப்படின்னா இருக்கு. எல்லாம் ஆயிடுத்து. இனிமே கலியாணத்தைப் பண்ணிக் கொடுத்து,

ஒரு மெத்தையை வாங்கிக் கொடுத்து, அவளையும் சேர்த்து, ஒரு உள்ளிலே போட்டுப் பூட்டிப்பிட்டு வந்துடணுமாக்கும்."

ராமையாவுக்குச் சிரிப்பு வந்தது. முரட்டுத்தனமாக நாக்கில் நரம்பில்லாமல் பேசுகிற பழக்கம் அவருக்கு.

"நான் இப்ப அதெல்லாம் ஒண்ணுமே சொல்லலியே!"

"பின்னே என்ன! நானும் ரண்டு மாசமா கேக்கறேன். அவ இஷ்டம்கிறீர்! உங்க இஷ்டம்கிறீர். ஏன் உமக்கு இதிலே அபிப்பிராயமே கிடையாதோங்கிறேன்."

"அந்தப் பையனைக் கேட்டேன். அவனும் சரின்னு தான் சொன்னான்."

"அதாவது நீங்க இப்ப சொல்லுகிற மாதிரிதானே?"

"ஆமாம்" என்றார் ராமையா.

"முட்டாள். அவன் சின்னப் பய. என்ன வயசாகிறது?"

"இருபது இருபத்தொண்ணு இருக்கும்."

"அவனைப் போய்க் கேட்டால் என்னய்யா சொல்லுவான்? ஏற்கெனவே கலியாணம் ஆயிட்டாப்பலவே எல்லாருமே உருவேத்தி வச்சிருக்கேள். இப்ப கேட்டா ஆகான்னு உடனே சொல்லிவிடுவானா? பிறந்த இடமோ படுபட்டிக்காடு. இருக்கறவன்லாம் சும்மா இருப்பானா..? அவன் காது கேட்க ஏதாவது சொல்லிண்டேயிருப்பான் . . . இதெல்லாம் அவ இஷ்டம். உம் இஷ்டமோ, என்னிஷ்டமோ, அவன் இஷ்டமோ இல்லை, தெரிஞ்சுதா?"

பாலி அதைக் கேட்டு மாடிப்படி ஏறி வந்தவள்,

"ஏன் தாத்தா முரட்டுத்தனமாப் பேசணும்?"

"நானா முரடு? இத பாரு, நான் இப்ப கேக்கறேன். மேலே படிக்க உனக்கு இஷ்டமில்லையா?"

"இஷ்டம்தான்."

"எனக்காகச் சொல்லாதே. நெசம்மா படிக்கணும் போலிருக்கா? இல்லே கலியாணம் பண்ணிண்டு, அடுத்த வருஷம் பாலாடையும் பச்சைக் குழந்தையுமா இருக்கணும்னு ஆசையா இருக்கா? உங்கப்பாவுக்கு அப்படித்தான் பார்க்கணும்னு ஆசை."

"என்னங்க இது?" குறுக்கிட்டுச் சிரித்தார் ராமையா.

"எங்கப்பாவுக்கும் நான் படிக்கணும்னுதான் ஆசை."

"நெஜம்மாவா?"

வடிவு கூப்பிட்டாள் கீழேயிருந்து.

"பாலி, இந்தக் காபியை எடுத்திட்டுப் போ."

ராமையாவே கீழே இறங்கிப் போனார்.

அவர் போனதும் பாலி சொன்னாள். "தாத்தா, நான் படிக்கிறேன். அப்பதான் அப்பாவுக்கு மனசு வெலவெலக்காம இருக்கும். நம்மை விட்டுப் போகலேன்னு ஆயிரம் மைலுக்கப்பால் இருந்தால்கூட நிம்மதியாயிருக்கும். இன்னொருத்தன் கையிலே தூக்கிக் கொடுத்துப்பிட்டு, அடுத்த வீட்டிலே இருந்தாக்கூட அது துக்கம் துக்கம் தான்."

வக்கீல் அவளை நிமிர்ந்து பார்த்தார். அவருக்கு மனதை பிடித்து உலுக்கிற்று. வியப்பு, பரிவு எல்லாம்தான் சேர்ந்து அப்படி உலுக்கிற்று. புன்சிரிப்புடன் கண்ணிலே அவளைப் பார்த்தார். 'உன்னை இன்னும் சின்னக் குழந்தை என்றே நினைத்துக்கொண்டிருந்தேன்' என்று சொல்ல வாயெடுத்தவர் சொல்லாமலே பார்த்தார்.

"எந்தக் காலேஜ் தேவலைன்னு உங்களுக்குத் தோணுது?" என்று கேட்டு அவர் பதிலை எதிர்பார்த்து நின்றாள். மாடிப் படியில் இரண்டு டவரா டம்ளரில் காப்பியை எடுத்து வந்து கொண்டிருந்தார் ராமையா.

"பட்டணத்திலே படியேன், க்வீன் மேரிஸ்லே. பட்டணம் தஞ்சாவூர்லேந்து ஆயிரம் மைல் இல்லே பாரு."

"பட்டணத்திலியா?" என்றார் ராமையா.

"ஆமாய்யா. கால் ஆயிரம் மைலுக்கும் குறைச்சல். திருச்சினாப்பள்ளியைவிட அது தேவலை. ஊர்லேந்து தூரக்க இருக்கறதே நல்லது. எப்பவாவது பார்க்கணும்னு சாயுங்காலம் அஸ்தமிச்சு ரயில் ஏறினா, விடிய விடியப் போயிடலாம். நானும் வர்றேன்."

"தனியா இருக்கணுமே அது?"

"நீரா? அவளா?"

"என்னத்துக்கு அவ்வளவு தூரம் போகணும்?"

"அங்க நாலு புஸ்தகம் பார்க்கலாம்னா அதுக்கு வேணுங்கற வசதியெல்லாம் இருக்கு, அங்கே படிக்கறது தான் சௌகர்யம்னு எனக்கு தோன்றதய்யா?"

"திருச்சிராப்பள்ளில்லே ஒரு ஜாகையைப் போட்டால்?"

"நான் இனிமே திருச்சினாப்பள்ளியிலே புதுசா மனுஷாள்ளாம் தெரிஞ்சிண்டு ப்ராக்டீஸ் ஆரமிக்கணும்கிறீரா!"

"சரி. நீங்க சரியாத்தான் சொல்வீங்க . . ."

"அப்புறம் என்ன?"

பாலிக்குக்கூட வேடிக்கையாக இருந்தது – இவர்களுக் கிடையே இருந்த நட்பைப் பார்த்தபோது, உண்மையில் பாலிக்கு பள்ளிக்கூடத்துச் சம்பளம், பெரியசாமிக்கு 25 என்று கொடுத்து வந்தெல்லாம் வக்கீல்தான். அப்பா பிரதியாக அப்படி ஒன்றும் செய்துவிடவில்லை. அவரோடு போய்ப் பேசிக் கொண்டிருப்பார். கோபாலகிருஷ்ண பாரதி, அருணாசலக் கவியெல்லாம் கேட்டபோது பாடுவார். "ஏன் தாத்தா, சங்கரி மெடிகல் காலேஜ்லேதானே படிக்கிறா? அவ வந்து பார்த்துக்க மாட்டாளா!" என்றாள் பாலி.

"பாத்தியா, அது எனக்குத் தோணவே இல்லியே!" என்றார் வக்கீல்.

"அப்ப சரி" என்றார் ராமையா.

வக்கீல் சிறிது நேரம் தன் மறதியை நினைத்து மாய்ந்துக் கொண்டிருந்தார். அவர் பெண் சங்கரி மெடிகல் காலேஜில் இரண்டாவது வருஷம் படித்துக்கொண்டிருந்தது. அவருக்கு மறந்துவிடவில்லை. அதை அப்போது சொல்லியிருந்தால் ராமையாவோடு இத்தனை தகராறுக்கு இடம் இருந்திருக்காது. அவருக்குத் தோன்றவில்லை.

"கலியாணத்துக்கு ஊர்லே இருக்கறவனுக்கெல்லாம் பத்திரிகை அனுப்புவோம். கடசீலே சொந்தத் தங்கைக்கோ அத்தானுக்கோ மறந்துபோயிருக்கும். அந்த மாதிரி இருக்கு . . . சரி; நல்லதாப் போச்சு" என்றார்.

ஹாஸ்டலில் பாலியைச் சேர்ப்பதாக ஏற்பாடாயிற்று. வக்கீலும் ராமையாவும் பாலியுடன் சென்னைக்குப் போய்ச் சேர்த்துவிட்டு வருவது என்று தீர்மானித்துக் கொண்டார்கள்.

ராஜங்காட்டிலுள்ள ஜகது வழியனுப்ப வந்துவிட்டாள். கும்பகோணத்திலிருந்து தங்கராஜன் வந்தான். அவனுக்குக் கல்லூரி திறந்து ஒரு வாரமாகிவிட்டது. அன்று சனிக்கிழமை. ஒரு பெரிய ட்ரங்க்கை வாங்கி, புஸ்தகம் புடவையிலிருந்து சோப்புவரையில் வக்கீலே சேகரித்துக் கொடுத்துவிட்டார். வீட்டிலேயே ஏகக் கூட்டம். கோணவாய் நாய்க்கரும் அவர்

குடும்பமும் வந்து பிற்பகலிலிருந்து முகாம் போட்டிருந்தது. வக்கீல் மனைவி, பேத்திகள் வேறு.

தங்கராஜன் பெட்டியை அமுக்கிப் பாட்லாக்கைப் பூட்டிக் கொடுத்தான்.

"பெட்டியைத்தானே பூட்றீங்க" என்றாள் பாலி. தங்கராஜன் நிமிர்ந்து அவளைப் பார்த்தான்.

"ஏன்?"

"நல்லா மூடியிருக்கா?"

"ஒண்ணும் வெளியிலே தெரியலியே?" என்று சுற்று முற்றும் பார்த்தான்.

எவ்வளவு பெரிய ஆளாக வளர்ந்துவிட்டான்! காளை என்ற சொல் வெறும் பேச்சாக இருக்க முடியாது. ஏதோ நந்தியைப் போலவே இருந்தது அவனைப் பார்த்தால். அத்தனை வலுவு, அத்தனை தசைத்திரள். மயிலைக் காளை என்று சொல்லலாம். அத்தனை கறுப்பு வேறு. அன்று வையன்னா வண்டியை மறித்தபோது, அவன் நின்ற தோற்றம், அவள் முன் எழுந்தது. வையன்னாவின் கூச்சலைக் கேட்டு ஓடி வந்தான் அவன். சற்று நின்றான், முகத்தைக் குனிந்து முட்டித் தூக்கி எறிய நிற்கும் மயிலையைப் போல நின்றான் அவன். இன்னும் ஒரு பத்துப் பதினைந்து விநாடியில் என்ன ஆகியிருக்குமோ! அவள் பேசின பேச்சைக் கேட்டு வையன்னா செயலோய்ந்து தலைக் கயிற்றை நழுவவிட்டதும், திடீர் என்று என்னமோ நடக்கவேண்டியது நடக்காமல் நின்றது போலிருந்தது. வண்டி நகர்ந்தது. தங்கராஜு அப்படியே நின்றுகொண்டிருந்தான்.

"நான் படிக்கப் போகலாமா?" என்றாள் அவள்.

தங்கராஜன் பெட்டி மூடியைத் தட்டிக்கொண்டே சொன்னான்: "அதான் கிளம்பியாச்சே!"

"உங்களைப் பார்த்தா மனசு சம்மதமில்லாதது மாதிரியிருக்கே. ஏன்?"

"ஒண்ணுமில்லே பாலி. அதெல்லாம் ஒண்ணுமில்லே!"

"நிஜம்மாவா?"

"ஆமாம்."

"எனக்கு ஏன் அப்படித் தோணணும்!"

"காரணம் ரொம்ப சின்னது, எனக்கு உன்னை அடிக்கடிப் பார்க்க முடியாதேன்னு தான் . . ."

மேலே பேச முடியாமல் தவித்தான் அவன்.

"நீங்களும் ஒரு வருஷம் கழிச்சு அங்கேயே வந்து படியுங்களேன்."

"நிச்சயமாகப் படிக்கத்தான் போறேன். ஆனா, நடுவிலே ஒரு வருஷம் கொள்ளிடம் மாதிரி கிடக்கே."

"நான் எல்லா லீவுக்கும் வருவேன்."

"என்ன இன்னும் கிளம்பலே. நாழியாச்சே?" என்றுகொண்டே ராஜா வந்து எட்டிப் பார்த்தான். அவர்களைப் பார்த்ததும் சட்டென்று நகர்ந்து. தலையை இழுத்துக்கொண்டு "தங்கம்! நாழியாச்சுப்பா!" என்றான்.

"வாயேன் இங்க" என்றான் தங்கராஜூ.

"வாங்களேன்" என்று பாலியும் கூப்பிட்டதும் உள்ளே வந்தான் ராஜா.

"எத்தனாம் பெரிய பொட்டி? இங்கிலாண்டா மெட்ராஸா பயணம்!"

"எல்லாம் தாத்தாவைத்தான் கேக்கணும்."

"தாத்தா பாத்து வாங்கினதாம். அப்படின்னா சின்னது தான் ... சரி; தூக்கிக்கொண்டு வைக்கலாமா கார்லே?"

இருவரும் ஆளுக்கொரு வளையமாகப் பிடித்துக்கொண்டு தூக்கிக் காரில் வைக்கக் கொண்டு போனார்கள். போகிற போது 'சட்' என்று தங்கராஜன் சொல்லிச் சிரித்தது கேட்டது. ராஜா என்னவோ சொன்னதற்கு, அந்தப் பதில் வருவது போலிருந்தது.

○○○

வண்டியில் ராமையா, வக்கீல், பாலி மூவரும் உட்கார்ந்திருந்தார்கள். கீழே நாய்க்கர், ராஜா, தங்கராஜூ, பெரியசாமி இன்னும் பலர் நின்றுகொண்டிருந்தனர்.

"ராஜா நீங்க எப்ப மெட்ராஸ் வரப்போறீங்க?" என்றாள் பாலி.

"எனக்கு இன்னும் சீட் கிடைச்சுதா இல்லியான்னே தெரியலியே!"

"அதுக்கும் சேர்த்துத்தான் நான் வர்றேன்" என்றார் வக்கீல்.

தங்கராஜு போகிற வழியில் கும்பகோணத்தில் இறங்குவதற் காக டிக்கட் வாங்கி வைத்திருந்தான். ஆனால் காலை முதலே அவன் முகம் சரியாக இல்லை. இப்போது சிறிது தூரம்கூடப் பிரயாணம் என்ற சமாதானத்தில் முகம் சற்று தெளிந்திருந்தது.

வண்டி ஊதிற்று. தங்கராஜன் ஏறிக்கொண்டான்.

"போய்ட்டு வரட்டுமா ராஜா?"

'ம்' என்று தலை அசைத்தான் ராஜா. ஆனால், முகத்தில் தவழ்ந்த புன்னகையில் நிழல்தான் தெரிந்தது. அவன் பழைய ராஜா இல்லை. அறஞ்சுப்பிடுவேன் என்று தடவைக்குத் தடவை கத்துகிற ராஜா இல்லை.

வண்டி நகர்ந்துவிட்டது. பாலி எட்டிப் பார்த்துக் கொண்டே போனாள். ராஜாவை நாய்க்கர் தட்டிக் கொடுத்துக் கொண்டிருந்தார்.

4

ரயில் கரியைத் தூவிக்கொண்டு விரைந்தது. தூரத்தில் பெரிய கோவிலின் கோபுரமும் மாடமாளிகையும் கூடகோபுரமும் மணிக்கூண்டும் சிறிது சிறிதாகக் கீழே அமுங்கிக்கொண்டிருந்தன. சூரியன் மறைகிற சமயம். தகதகவென்று உருக்கிய மஞ்சள் வட்டம் கருப்பாக எதிரே விழுந்திருந்த மேகத்திற்குள் விழுந்திருந்தது. வடவாறு தாண்டிற்று. திட்டை தாண்டிற்று. அந்த வட்ட நெருப்பு ஓடைக்குள் விழுந்து அணைந்துவிட்டது. இன்னும் ரயில் விரைந்துகொண்டிருந்தது. சக்கரத்தின் கடகடப்பையும் மீறிய சுவர்க் கோழிகளின் ஓசை.

வண்டியில் கூட்டமில்லை. எதிரும் புதிருமாக ராமையாவும் வக்கீலும் உட்கார்ந்து பேசிக் கொண்டிருந்தார்கள். அந்தண்டை இருந்த இரண்டு பலகையில் யாருமில்லை. கோடிப் பலகையில் நாலைந்து பேர் கொண்ட ஒரு குடும்பம் உட்கார்ந் திருந்தது.

தங்கராஜன் எழுந்து அந்தண்டை பலகையில் போய் உட்கார்ந்துகொண்டான். வக்கீலுக்கும் ராமையாவுக்கும் உற்சாகமான பேச்சு, யாரோ சங்கீத வித்வானைப் பற்றி. பலகை இடுக்கின் வழியாகத் தங்கராஜன் உட்கார்ந்திருப்பது தெரிகிறது. பாலி எழுந்து போய் அவனுக்கு எதிரே உட்கார்ந்து கொண்டாள்.

"பாலி, இப்படி வந்து உட்காரு. கரி மூஞ்சியிலே வந்து கொட்டுது."

உடனே அவன் பக்கத்தில் உட்கார்ந்துவிட்டாள் அவள். என்ன சொல்லப் போகிறான்?

ஒன்றும் பேசவில்லை அவன். ஓடும் வயல்களைப் பார்த்துக் கொண்டிருந்தான். சற்றைக்கொரு தடவை, இன்னும் கூடடையாத வலியன்கள் தந்திக் கம்பத்தின் மேல் உட்கார்ந்திருப்பது தெரிந்தது. தங்கம் ஒன்றும் பேசவே இல்லை. தவறு இழைக்கப்பட்டவர்கள் சாதிக்கிற மௌனம் மாதிரி இருந்தது. அப்படியானால் நானா தவறு செய்கிறேன் . . ? அமைதியாக இல்லை.

அவளுக்கும் பேசத் தோன்றவில்லை. தங்கராஜனைப் பார்த்து உட்கார்ந்துகொண்டிருந்தாள். என்னமோ அவனைப் பார்ப்பதற்கே கஷ்டமாயிருந்தது. வண்ணான் மடிப்பு கலையாத எட்டு முழ வேட்டி – பட்டுக்கரை வேட்டி. ஒரு வெள்ளை பாப்ளின் சட்டை. வழவழவென்று, கருகருவென்று மின்னும் தோல். கருகருவென்று வளையல்கள் கண்ட தலை மயிர். பலகையை நிறைத்துக்கொண்டு உட்கார்ந்திருந்தான் அவன்.

இருட்டிக்கொண்டு வந்தது. தலை மேல் விளக்கு எரிந்தது. "வந்து . . ." என்று இழுத்தாள் அவள். தங்கம் திரும்பினான்.

"கோபமா . . ?" என்றாள் அவள்.

"எதுக்கு? யார் மேலே?"

"பின்னே ஏன் பேசவேயில்லை?"

"ஏன் நீகூட இப்படிக் கேட்கிறே?"

"அப்படின்னா?"

"நான் உன்னோடதானே பேசிட்டேயிருக்கேன் . . . மனசுக் குள்ளே?"

"அதனாலேதான் முகத்தை எங்கேயோ திருப்பி உட்கார்ந் திருக்காப் போலிருக்கு."

"ஆமாம் பாலி . . . இன்னும் முக்கால் மணிக்கப்புறம் என்ன செய்யப் போறேன். நான் இனிமே பாத்திட்டிருக்கப் போறது அதுதானே?"

"அப்படின்னா நீ போகவாண்டாம்னு சொல்றதுதானே?"

"எனக்கு அப்படிச் சொல்ல மனசு வரலெ. சொன்னா சரின்னு நீ தங்கிடுவே, எனக்குத் தெரியும். ஆனா என்னத்துக்கு இப்படியிருக்கணும்? போய் நிறையப் படி. உனக்கு எட்டாதது ஒண்ணுமில்லே. புதுசு புதுசாப் பார்க்கறதுக்கும் தெரிஞ் சுக்கறதுக்கும் தானே நாம பிறந்திருக்கோம்? . . . புதுசு புதுசாத்

தெரிஞ்சுக்கறதிலே என்ன லாபம்னு ஒரு சமயம் தோண்றது உண்டு எனக்கு. அதைத் தெரிஞ்சிக்கிட்டோம், இதைத் தெரிஞ்சிக்கிட்டோம்னு ஜாப்தாவைக் கூட்டிக்கிட்டே போகலாம். சமான்களை மேலே மேலே ரூம்லே வாங்கியடைக்கிறாப்போல சேத்துக்கிட்டே போகலாம். சில பேர் அப்படித்தான் செய்யறாங்க. ரூம் அடைஞ்சுக்கிட்டே இருக்கும் ஆனா, எதை எப்படி உபயோகப்படுத்தறது, எங்கே வைக்கறதுன்னு தெரியாம முழிப்பாங்க. ஆனா, உன்னைப் பார்த்தா அப்படித் தோணலே எனக்கு. என்னைப் பொறுத்தவரைக்கும் எனக்கு இதுதான் தோணுது. புதுசா ஒண்ணைப் பார்க்கறபோது, கேக்கறப்போது, கண்ணாடியிலே விழறாப்போல நம்ம நிழல் அதிலே தெரியுது. ஆனா இந்த நிழல் சாதாரணக் கண்ணாடியிலே தெரியற நிழல் இல்லை. நாம எப்படி இருக்கோம், எப்படி இருந்தா நல்லா இருக்கும். எப்படியில்லாம இருக்கணும்னெல்லாம். அந்தக் கண்ணாடியிலே தெரியும் . . ." இந்த ரயில் சத்தத்துக்கு நடுவில் அவன் பேசுவதை அவளால் நன்றாகக் கேட்க முடிந்தது. கனமான குரல் அவனுக்கு. பால்யத்தில் கம்பி மாதிரி இருந்த அந்தக் குரல், அவளுக்கு நன்றாக ஞாபகம் இருக்கிறது; அது எப்படித்தான் இவ்வளவு கனமாக மாறிற்றோ? வைரம் பாய்ந்த அந்தக் கழுத்தில் ஒவ்வொரு அணுவும் சேர்ந்து அந்தக் குரலை எழுப்புவது போலிருந்தது – அவ்வளவு கனம். அவன் அப்பாவுக்கு இதே மாதிரி உணர்ச்சிவசமான குரல்தான். ஆனால், இதில் பாதி கனம்கூட இராது.

"நீங்க நிறையப் படிக்கிறீங்களா?" என்றாள் அவள்.

"நானா? ஏன்?" என்று சிரித்தான் அவன்.

பாலி பதில் சொல்லவில்லை.

"நான் படிக்கிறதேயில்லே. காலேஜ் புஸ்தகத்தைத் தவிர, ஒண்ணையும் தொடறது கிடையாது."

"பொய்."

"சரி; பொய்தான் போயேன்."

"ரொம்ப நல்லா வாசிக்கிறீங்களாமே!"

"யார் சொன்னா?"

"அப்பாதான்."

"உங்கப்பாவுக்கு எதைப் பார்த்தாலும் ஆச்சர்யம். நான் அவரோட பேசினதேயில்லை, குழந்தையாயிருக்கறப்ப, இப்ப

வாயைத் திறந்து பேசறதெ அவருக்கு சண்டப்பிரசண்டமாத் தோணியிருக்கும்."

தங்கராஜன் பெரிய, முக்கிய சேதியாக ஒன்றும் சொல்லிவிட வில்லை. ஆனால் அவன் சொல்லுகிற ஒவ்வொரு வார்த்தையும் அர்த்தம் நிறைந்ததாக அவளுக்குத் தோன்றிற்று. தன் மனசில் படாமல் எதையும் சொல்ல மாட்டான் என்று ஒரு உறுதியை எழுப்பிற்று, குரலின் தெளிவு. எவருடைய மரியாதையும் கவரக் கூடிய குரல். ஒரு தடவை சொன்னால் தட்ட முடியாத குரல். அதையே தட்டிவிட்டுப் புறப்படுவது போல்தான் ஒரு சந்தேகம் இதுவரை ஒட்டிக்கொண்டிருந்தது. அவள் மனதில்.

"எனக்குச் சில சமயம் என்ன தோணுது தெரியுமா?" என்றாள் அவள்.

தங்கம் திரும்பினான். எதிர் ஸீட்டில் போட்ட வலது கால்மேல் இடது கால் விழுந்திருந்தது.

"படிக்கப் போகணுமேன்னு இருக்கு" என்று குனிந்து கொண்டாள் அவள்.

"நெஜம்மாவா?"

". . ."

"எனக்கும் அப்படித்தானிருக்கு பாலி. ஆனால், இந்தச் சமயம்தான் இப்படித் தோணறது? இது எப்பவும் தோணாது. தோணவும் இல்லை. அதனால் இதை ஒரு வழிகாட்டியா நெனச்சு மயங்கிவிடப்படாது."

"நீங்களும் அங்கே வந்திடுங்களேன்."

"அடுத்த வருஷம் வரப்போறேனே!"

இருவரும் சிறிது நேரம் மௌனமாயிருந்தார்கள். ராமையா வக்கீலோடு என்னமோ சொல்லிக்கொண்டிருந்தார்.

"நான் எப்பவாவது நினைச்சிருப்பேனா? ராஜங்காட்டிலேர்ந்து தஞ்சாவூருக்கு வரவாவது? அப்பறம் குழந்தையைப் படிக்க வைக்கவாவது, பட்டணம் போகவாவது?... நாம எதிர்பார்க்காதது தான்."

"அப்படியா?"

"என்னமோ எனக்கு அப்படித்தான் தோணுது."

"படிக்கப் போறா. காலேஜில் சேர்க்கப்போறோம் . . . ஹாஸ்டல்லெ சாப்பிட்டுண்டு வாசிக்கப் போறாள்ன்னெல்லாம்

எதிர்பார்த்துண்டுதான் போறோம். எனக்கு என்னமோ எதிர் பார்க்காதது எல்லாமே நடக்கறதாகத் தோணல்லே."

"உங்களுக்கு என்ன தோணுது?" என்றாள் பாலி.

"எனக்கா நான் அதையெல்லாம் பற்றி யோசிக்கல்லே இன்னும். ஆனா ஒண்ணு. அதைப்பற்றி யோசிக்கிறபோது ஒரே ஒரு காட்சிதான் என் கண் முன்னாலே ஓடுது. அதாவது அவங்க ரண்டு பேர் சொல்றதும் சரியில்லே. அல்லது ரண்டு பேர் சொல்றதும் சரின்னே சொல்லலாம். நாமெல்லாம் வெள்ளத்திலே போகிற எறும்பு மாதிரி வெள்ளம் அடிச்சிட்டே போறவ. ஆனாலும் தப்பிச்சுக்கணும்னு கையைக் காலை உதைச்சுகிட்டே இருக்கோம். நாம நினைச்ச மாதிரி போயிடலேயே தவிர, எங்கியாவது கரையிலே ஒதிங்கினப்புறம் அப்புறம் பழைய இடத்தை நோக்கித் தரையிலியாவது போவோம்."

"எறும்புக்கு அவ்வளவுதூரம் ஞாபகம் இருக்குமா?"

"அட! எறும்பு இல்லாட்டா நாய்னு வச்சுப்போம்! நாய்னே சொல்லலாம். இன்னும் திட்டவட்டமா எதிர்த்துப் போவோம். அப்பறம் கரையிலே போய் ஏறி வந்துடுவோம் ... என்ன ஸ்டேஷன் போச்சு இப்ப? ஸ்வாமி மலை மாதிரி இருக்கே ... இன்னும் பதினஞ்சி நிமிஷம் தான் ... அப்பறம் நான் இறங்கிப்பிடுவேன். நீ போயிட்டே இருப்பே ... பாலி, நாம நூத்துக் குழவங்க மாதிரி என்னன்னமோ பேசிட்டு உக்காந்திருந்தோம் ... எது நடந்தா என்ன? நடக்காட்டி என்ன நாம நினைக்கிறாற்போல" என்று சற்று நெருங்கி உட்கார்ந்தான் தங்கராஜன். அவள் பின்னால் கையைக் கொடுத்து இடையை ஒரு தடவை அணைத்துவிட்டு நகர்ந்துகொண்டான். மயிர்க்காம்பெல்லாம் சிலிர்க்க அவனைப் பார்த்தாள் அவள்.

ரயில் படுவேகமாகப் பறக்கறது? ஹ்ம் ... என்ன அவசரமோ ... பிஸ் பிஸ் என்று என்ஜின் பிஸ்டனின் ஓசை இதயக் குறுத்தைக் குத்திக்கொண்டேயிருந்தது. சேர்ந்து ஒட்டியிருக்கிற இரண்டு பூக்களைப் பிய்த்து எறியும் ஓசை போல ஈரமில்லாமல் சீறிற்று அந்த ஓசை.

தாராசுரத்தில் தீப்பந்த ஒளி தெரிந்தது. போர்ட்டர் கீழே கிடந்த சாவியைக் குனிந்து எடுத்துக்கொண்டிருந்தான்.

"உடம்பை ஜாக்கரதையாப் பார்த்துக்கிறீங்களா ..?"

"ம்."

"தபாலாபீஸ் கிட்டத்தானே?"

தங்கராஜன் சிரித்தான்.

"ஏன்?"

"உங்களுக்குச் சிரிப்பாயிருக்கா?" – பாலி அப்படித்தான் கேட்டாள். அவன் சிரித்தது என்னமோ உண்மைதான். ஆனால் ஏக்கம்தான் சிரிப்பாக ஒலித்தது.

இருவரும் பேசாமல் இருந்தார்கள். பாலி மனதுக்குள் அவனை இறுகத் தழுவிக்கொண்டாள். அத்தனை பெரிய மார்பு! முரட்டு பலம். ஆனால், அதோடு ஒரு மென்மையும் பூசின உடல். அவள் இறுக்கின இறுக்கில் அவன் மனதையே அணைத்துக்கொண்டு விட்டாற்போலிருந்தது.

அரசலாறு டும்டும் என்று கடந்து போயிற்று. தங்கராஜன் எழுந்து பழைய இடத்துக்குப் போனான். அவளும் கூட வந்தாள்.

"எங்கே உட்கார்ந்திருந்தேள்? . . !" என்றார் வக்கீல்.

"இங்கேதான்."

"நான் கவனிக்கவே இல்லியே."

"நேர இருக்கிறப்பவே கவனிக்கலே. அப்பறம் . . ."

"ஏய் நேர இருக்கிறதுதாண்டா தடை. மனசிலெ ஏற்படற நினைவைக் கலைச்சிண்டு நிற்கும் ஸ்தூலம். நினைவு சரீரம் அப்பத் தேயுமோ?... போடா போ... கும்பகோணம் வந்துடுத்தா?"

"ம்."

"சரி . . . ஒரு வண்டி வச்சிண்டு போ. நடந்து போறதுன்னா ஆஸ்பத்திரி ரோடோட போக வாண்டாம் . . . என்ன?"

"யாரும் எதுவும் செய்யமாட்டாங்க நம்மகிட்ட."

"அட அதுக்குச் சொல்லலேடா. பூச்சி பட்டு இருக்கும். ரண்டு பக்கம் வயக்கடை."

கும்பகோணம் ஸ்டேஷன் வந்ததும் இறங்கி நின்றான் அவன். ஒரே ஒருவர் வந்து ஏறிக்கொண்டார்.

நாலு நிமிடத்திற்குள் வண்டி ஊதிவிட்டது.

"தங்கம்! சாக்ரதையாப் போறயா? ஐயா சொல்றாப்பல வண்டியிலே போ . . . சில்றை வச்சிருக்கியா . . ?"

"இருக்கு மாமா."

"இல்லேன்னா தரேன்."

"சர்த்தான்யா சரி... அவன் தான் இருக்குங்கறானே."

"அப்ப ஜாக்ரதையா... நாங்க திரும்பி வர்ற அன்னிக்கு முடிஞ்சா காலமே ஸ்டேஷனுக்கு வா. அதுக்காகச் சிரமப்பட வாண்டாம்."

"வான்னு சொல்லிப்பிட்டு அப்புறம் சிரமப்பட வாண்டாம்; என்ன? ஏய். நாங்க வியாழக்கிழமை வரப்போறோம். அப்ப வா."

"சரி சார்."

அவன் கையைத் தடவிக் கொடுத்து விடை கொடுத்தார் ராமையா. வண்டி நகர்ந்துவிட்டது. பாலி அவனைப் பார்த்துக்கொண்டேயிருந்தாள். எறும்பு வெள்ளத்தில் போய்க் கொண்டிருந்தது. நேராக நடந்து கதவைத் திறந்து உள்ளே தாழ்ப்பாளைப் போட்டாள். வந்த அழுகையை வாயைத் திறந்து மௌனமாக அழுதாள். கண்ணைத் துடைத்துக்கொண்டாள். பினைல்நெடி தாங்கவில்லை. கண்ணாடியைப் பார்த்து, தலை, முகம் எல்லாம் சரி பண்ணிக்கொண்டே, தாழ்ப்பாளை இழுத்து விட்டு வெளியே வந்தாள்.

5

திருவல்லிக்கேணியில் உறவினர் ஒருவர் வீட்டில் தங்கிக்கொண்டு, எல்லா ஏற்பாடுகளையும் செய்தார் வக்கீல். மறுநாள் காலையில் பாலியை ஹாஸ்டலில் குடி வைத்துவிட்டு வந்தார்கள், அவரும் ராமையாவும். திருவல்லிக்கேணி உறவின ரிடமே, அடிக்கடி பாலியைப் போய்ப் பார்த்துக் கொள்ளுமாறு சொல்லிவிட்டு, இருவரும் திரும்பி விட்டார்கள்.

கலகலப்பு வர அவளுக்கு நாலைந்து நாளாயிற்று. முதல் வாரம் அந்தப் புதுமை சற்றுப் பயங்கரமாயிருந்தது. கண்ணாடி வீட்டில் குடியிருப்பதுபோல ஒரு வாழ்க்கை. எல்லோருக்கும் எதிரில் சாப்பிடவேண்டும். குளிக்கப் போகிறது எல்லோருக்கும் தெரியும். இன்னும் எத்தனையோ சில்லறைக் காரியங்கள். எதையும் நாலு பேருக்காவது தெரியாமல் செய்ய முடியாது. ஒரு வாரம் மயிர்க்காம்பெல்லாம் கூச்சல் உறுத்திக் கொண்டிருந்தது. இந்தப் படிப்பே வேண்டாம், மறுபடியும் ஊருக்குஓடிப் போய்விடலாம் என்று அழுகை அழுகையாக வந்தது.

வந்த மூன்றாம் நாளே அவளுக்குச் செல்லம் பழக்கமாகியிருந்தாள். அவள் அறையிலிருந்து ஏழாவது அறை அவளுடையது. அவள் காலேஜில் சேர்ந்து இரண்டாவது வருஷம் அது.

“குளிச்சாச்சா?” என்று திடீர் என்று வருவாள். ஐந்து நிமிஷம் ஏதாவது பேசிவிட்டுப் போவாள். இரண்டு மூன்று நாள் கழித்து ஒரு நாள் ராத்திரி

வந்தவள், இருந்தாற் போலிருந்து "நேத்தி ராத்திரி அழுதாயா?" என்று கேட்டாள்.

"இல்லையே" என்றாள் பாலி.

"நெஜம்மா?"

"என்னத்துக்கு அழணும்?"

"காலமே பார்த்தேன். தூங்கவேயில்லை போலிருந்தது. மூஞ்சியெல்லாம் கொஞ்சம் அழுதாப் போலிருந்தது... அழுதேன்னு ஒப்புக்கறது ஒண்ணும் தப்பில்லே. நான் முத முதலில் வந்தபோது, பதினைஞ்சு நாள் அழுதுண்டிருந்தேன். எங்கண்ணன், படிக்க வாண்டாம், கலியாணம் பண்ணிவிடலாம்னான். நான்தான் பிடிவாதம் பிடிச்சு வந்தேன். ஆனா, பதினைஞ்சு நாள்வரைக்கும் எனக்கு ஆறவே இல்லை. அப்புறம் சரியாயிடுத்து... முதல்லெ அப்படித்தானிருக்கும். அண்ணன், தம்பி, அக்கா, தங்கை எல்லாத்தையும் விட்டு விட்டு, திடீர்னு காட்டிலே கொண்டுவிட்டா, கண்ணைக் கட்டி."

முந்தானையிலிருந்து ஒரு பொட்டலத்தை அவிழ்த்து ஆறு முறுக்குகளை எடுத்தாள் செல்லம்.

பாலிக்குச் சிரிப்பாக வந்தது.

"மெட்ராஸ்லே ஹாஸ்டல்லே இதெல்லாம் யார் கொடுக்கறா? ஆனா அதுக்காக நான் கொண்டு வரல்லே. இந்த முறுக்கைப் பார்த்தா, எனக்கு நம்ம ஊர் ஞாபகம் வரும். வீட்டிலே இருக்காப்பல ஆயிடும். இங்கே கல்கத்தா, பம்பாய், கோழிக்கோடுன்னு அம்பத்தாறு தேசத்துப் பெண்களும் படிக்கிறது. முக்கால்வாசி துரைசானி மாதிரியே நெனச்சிண்டிருக்கும். ஐஸ்க்ரீம், ஸூப், பார்ரிட்ஜ் இப்படியேதான் பேசிக் கொண்டிருக்கும். கூட்டு, சாம்பார்னு சொன்னாலெ என்னதுன்னு மனசுக்குள்ளே சிரிச்சுக்கும். பதினாயிர வருஷத்துக்கு முன்னாடியிலேர்ந்து தோண்டி எடுத்த பிராணின்னு நம்மை நினைச்சுண்டு, மனசுக்குள்ளே சிரிக்கும். அப்படி ஒண்ணு சிரிச்சுது. இத்தனைக்கும் அவ அப்பா சிதம்பரத்திலே ஒரு காலேஜ் வாத்தியார். போன வருஷம் முறுக்கு ரண்டு கொடுத்தேன். 'மை காட், பல்லே போயிடும் போலிருக்கே'ன்னு சொல்லிண்டே, ரண்டு முறுக்கையும் தின்னுப்பிடுத்து. நாசமாப்போக இது! மன்னி அரை வீசை வெண்ணெயைப் போட்டு, கரகரகரன்னு – வாயிலே கரையும். அப்படிப் பண்ணியிருக்கா. இதுவானா இப்படிச் சொல்லிண்டே திங்கவும் தின்னுடுத்து" என்றாள் செல்லம்.

“சரி, ஏன் சிரிச்சிண்டேயிருக்கே? தின்னேன் . . . அப்புறம் என்ன செஞ்சேன் தெரியுமா? மன்னிக்கு ஸ்பெஷலாக எழுதி, ஒரு பெரிய சிகரெட்டு பொட்டி நிறையா கலியாண முறுக்கு மாதிரி கடுமுடுன்னு பண்ண சொல்லி வரவழைச்சு ரண்டு கொண்டு கொடுத்தேன். அதையும் விடலெ அது. நாயெல்லாம் எலும்பு கடிக்குமே, அந்த மாதிரி மூஞ்சியைக் கோணிண்டு ‘மை காட்’ன்னு விம்மிண்டே தின்னுது.”

சட்டென்று கதவு திறக்கவே, செல்லம் நிறுத்தினாள். “நீதானா?” என்று கொண்டே வந்தாள் ரத்னம். பக்கத்து அறை அவள்.

“ஏண்டியம்மா, கழுகுக்கு மூக்கிலே வேத்துதாக்கும் . . ? இந்தா பாதிதான் இருக்கு.”

“உட்காருங்க” என்று பாலி சொன்னதும் “பரவாயில்லே” என்றாள் அவள்.

“வம்புக்குன்னு வந்துவிட்டு, அப்புறம் பரவாயில்லே என்ன, உக்காந்துக்க” என்றாள் செல்லம். ரத்னம் உட்கார்ந்துவிட்டாள்.

“ஏண்டி முறுக்கு, நீதான் படிக்கல்லே, புதுசா வந்திருக்கிறவங் களையும் வந்து ஏன் மறியல் பண்றே?”

“உனக்கு மேலே பத்து மார்க் வாங்கிண்டு வரேனால்லியா எல்லாத்திலியும் . . . ஏன் எரிச்சல் படறே? . . . இதெல்லாம் ஒண்ணுமில்லே. பாலாம்பா புதுசு . . . உன்மாதிரி அனாதைன்னு நெனச்சியா எல்லாரையும்? இவ அப்பாவுக்கு மிலிடரியிலே உத்யோகம். டேராடூன், மீரட்டுன்னு அவரைப் பந்தாடிண்டிருக்கா சர்க்கார்லே. விவரம் தெரிஞ்சதுலேர்ந்து குழந்தை ஹாஸ்டல் சாப்பாட்டிலேயே வளந்துண்டு வரது – இஷ்டப்படியெல்லாம் திங்கும். உடம்பைப் பாரு – கோயில் காளை மாதிரி . . . இல்லே கோயில் கிடேறி மாதிரி – ஏன் கோயில் காளைன்னே சொல்லலாம் . . . ஜன்மந்தான் பொம்மனாட்டி. குணம் எல்லாம் புருஷ குணம்தான் . . .”

“ஏய் – என்னது? மேலே மேலெ போயிண்டேயிருக்கு.”

“பாத்தியா – ஏய்னு கூப்பிடறத்தை . . . இது காளையா கிடேறியான்னு பேச்சிலிருந்தே தெரியலையா?”

“சீ . . . இது வம்ச வளர்த்தி தெரியுமா? எங்கப்பா ஆறடி இருப்பாரு . . . தின்னா வந்திருமா? நீயும்தான் நித்யம் நாலு தடவை பால் புட்டியா கரைச்சுக் கரைச்சுச் சாப்பிடறே. ஆறுமாசம் பட்னி கிடந்தாப்பலவே இருக்கே. அதுக்லாம் புண்யம் பண்ணனும்.”

ரத்னத்தை இறுக்கிக்கொண்டேயிருந்தாள் செல்லம். அவளுக்கும் தன்னைப் பார்த்தே குலுங்கக் குலுங்கச் சிரிக்கத் தெரிந்திருந்தது. பாலியின் வீட்டு ஏக்கம் அனைத்தையும் ஒரு நொடியில் துடைத்துவிட்டது இந்தப் பேச்சு.

நாகரிகப் பெண்கள், படிக்கிற பெண்கள் அதிகமாகச் சாப்பிடமாட்டார்கள் என்று யாரோ சொல்லிக் கேட்ட ஞாபகம் அவளுக்கு. அது உண்மை இல்லை என்று தோன்றிற்று. ஹாஸ்டலில் அந்த மாதிரி கொறிக்கிறவர்கள் நாலைந்து பேர் இருந்தாலே அதிகம். ஒரு ஆள் சாப்பாட்டுக்கு மேல் சாப்பிடுகிறவர்கள் பலர் இருந்தார்கள். சிலர் ஓயாமல் சற்றைக்கொரு தடவை ஏதாவது வாயில் போட்டு மென்றுகொண்டேயிருந்தார்கள்.

அவளுடைய சிநேகிதிக்கூட்டம் கொஞ்சம் கொஞ்சமாக வளர்ந்துகொண்டு வந்தது. ஆனால், செல்லத்திடம் ஒரு தனிக் கவர்ச்சி. நாக்கில் நரம்பில்லாமல் யாரை எது வேண்டுமானாலும் சொல்லக்கூடிய தைரியம். இருவரும் சேர்ந்துதான் கடலலையோரமாக உலாவுவார்கள், கடைத்தெருவுக்குப் போவார்கள்.

அன்று வெள்ளிக்கிழமை. காலையில் வழக்கம் போலக் குளித்துவிட்டு வந்தாள் செல்லம்.

"பாவம், நான் ஒரு கெட்ட பழக்கம் வச்சிண்டிருக்கேன். வெள்ளிக்கிழமை வெள்ளிக்கிழமை."

"என்ன?"

"கோயிலுக்குப் போகிற வழக்கம்."

"வாரா வாரமா?"

"ஆமாம். நீ வறியா இன்னிக்கு?"

"போன வெள்ளிக்கிழமை கூப்பிடலியே?"

"சனிக்கிழமையிலேர்ந்துதானே நாம ரொம்ப சோத்தி!"

"எப்ப போவே?"

"காலேஜ் விட்டவுடனேதான்."

"நான் வரேன்... உனக்குச் சாமி கீமியெல்லாம் நம்பிக்கை உண்டா?"

"நம்பிக்கை உண்டோ என்னமோ? நான் போய் வவ்வவ்வன்னு அழகு காட்டிவிட்டுத்தான் வருவேன்."

"யாருக்கு?"

“அங்கேயிருக்கிற சாமி, அவர் பெண்டாட்டி எல்லாருக்கும் தான்.”

“எதுக்காக?”

“பார்த்தியா குங்குமத்தை அழிச்சயோல்லியா, இதோ இட்டுண்டு வந்திருக்கேன் பார்னு காமிப்பேன்.”

பாலிக்கு பகீர் என்றது. பிரமித்துப்போய் சற்று நின்றாள்.

“எங்க மன்னி சொல்லுவ, அம்பாள் இப்படி பண்ணி விட்டாளென்னு, சரி; மறுபடியும் இட்டுண்டு போனா என்ன செய்வ? நிஜம்மா அவ செஞ்சிருந்தா, என்னைப் பார்த்துவிட்டு கோச்சுப்பாளா இல்லியா – அதான் இல்லே. எல்லாருக்கும் சிரிக்கிறாப்பல, ரோஜாப்பூப் பாவாடை கட்டிண்டு, என்னையும் பார்த்துத்தான் சிரிக்கிறா.”

“உட்காரேன் இப்படி.”

“உட்கார்ந்து கண்ணாலெ ஜலம் விட்டுண்டு கதை சொல்லணுமாக்கும். எனக்குப் பத்து வயசிலே கலியாணம், எங்க ஆமடையானுக்கு அப்ப பன்னண்டு வயசு. பதினாலாவது வயசிலே ஆத்தோட போயிட்டான். முரடு, காவேரியிலே போய் நீஞ்சுவனாம். போய்ட்டான் . . . அதுதான். இப்ப அதுக்கென்ன? எனக்கும் குங்குமம் இட்டுண்டா அழகாத்தானே இருக்கு?”

பளீர் என்று குங்குமம் அவள் நெற்றியில் சுடர்விட்டது.

“அழகாய்த்தானிருக்கு.”

“ஊர்லே ஒரு நாளைக்கு இட்டுக்கிண்டேன். அடுத்தாத்து மாமி வந்து என்னடி பிணத்துக்கு ஊதுவத்தி கொளுத்தி வச்சாப் போலே, அப்பிடின்னா. எங்கண்ணாட்ட சொன்னேன். வேறு கலியாணம் பண்ணி வச்சுப்பிடறேன்னான். இப்ப என்ன அவசரம்னு நான் வந்துவிட்டேன் . . .”

“எனக்குத் தெரியவே தெரியாதே.”

“உங்கிட்டவும் ஒரு தடவை சொல்லிச் சிரிக்கலாம்னுதான் சொன்னேன். மூடி மூடிச் சொல்லாம வச்சிருந்தா, மனோதிடம்னு ஒரு அசட்டுப் பேரு... அவன் முகம்கூட மறந்து போச்சு எனக்கு.”

திடீர் என்று செல்லத்தின் கண்களில் நீர் மல்கிற்று.

“இதோ பார் செல்லம்.”

“நான் அதுக்காக அழலே. முகம்கூட ஞாபகமில்லாத போயிடுத்து பார்த்தியான்னுதான். ஏன் ஞாபகமில்லே... அப்படி

ஞாபகமில்லாத ஒரு முகத்தோட ஏன் சேர்த்து வச்சா என்னை? இந்த மாதிரி சேர்த்து வச்சதே தப்பு. விதியோட தப்பு. நான் பேசாமதானே இருந்தேன்?"

சொல்ல நினைப்பதைச் சொல்லத் தெரியாமல் தவிக்கிறாளோ என்று தோன்றிற்று பாலிக்கு. "அப்படித் தவிக்கிறவளல்ல அவள். எதையும் அழகாகச் சொல்ல முடியும். எனக்குத்தான் புரியவில்லையோ என்னவோ!"

"சரி, வாயேன் போகலாம்" என்றாள் செல்லம்

"எங்கே?"

"பேப்பர் பார்த்துவிட்டு வரலாம்."

"இங்கேயே இருப்பமே."

"வேண்டாம்னுதான் நான் கூப்பிடறேன். ஊர் வம்பு வாயைத் திறக்காம பேசறதுக்குதானே நியூஸ் பேபர் வச்சிருக்கு – வா போகலாம்."

ஹாலில் பத்திரிகை கிடந்தது. ஒவ்வொரு பக்கமாகப் புரட்டிப் பார்த்தாள் பாலி. 'இது என்ன இது . . . ஆ!' செய்தியை வாசித்ததும் அவளுக்கு நிலை குலைந்துவிட்டது. மேலே ஓடவில்லை. அப்படியே தாழ்வாரத்திற்குப் போய்விட்டாள். என்னென்னமோ பயங்கள் மனதில் வந்து புரண்டன. உண்மையாகவா? உண்மையாகவா? என்ன? . . . கேட்டுக்கொண்டு நின்றாள்.

"என்ன பாலி?" என்று வந்தாள் செல்லம்.

"ஒண்ணுமில்லே."

"ஏன் இப்படி வந்து நிக்கறே? . . . எதை வாசிச்சே?"

"இதோ."

"என்னது! கொலையா?" என்றாள் செல்லம். "யாரு?" என்று அவசர அவசரமாக வாசித்தாள்.

"ராஜங்காடுன்னு போட்டிருக்கே, உங்க ஊரா?"

"ஆமாம்" என்று கலவரம் முகத்தை இருள் பூச நின்றாள் பாலி. என்னென்னமோ பயங்கள் அவள் வயிற்றைக் கலக்கின.

6

பாலியை மெதுவாக வெளியே தோட்டத்திற்கு அழைத்துச் சென்றாள் செல்லம்.

"பாலி, உன்னைப் பார்த்தால் பேயறைந்த மாதிரி இருக்கிறது. அவ்வளவு அதிர்ச்சிகரமான சேதியா அது? யார் அது?"

"அவன் என் அப்பாவின் எதிரி. அப்பா அவனை எதிரியாகக் கருதவில்லை. அவனுக்கு அப்பாவைக் கண்டால் பிடிக்கவில்லை."

"யாரு, வைத்தியனாத பிள்ளைன்னு போட்டிருக்கே. அவனா?"

"அவன்தான். நான் பிறந்தது முதல் என் அப்பாவைக் கண்டு காய்ந்துகொண்டிருந்தான்."

"காரணம்?"

"நான்தான்... என் அப்பாவும்தான்."

"சரியாகச் சொல்லேன்."

"நான் என் அப்பாவுக்கு நாலாம் தாரத்தின் பெண். நான் பிறக்கிறபோதே, அம்மாவுக்கு மரணம் வீட்டு நடையில் வந்து நிற்பது தெரிந்துவிட்டது. உடனே எனக்குக் கலியாணம் நிச்சயம் செய்து விட்டாள். உடனே கண்ணையும் மூடிவிட்டாள். அப்பா வாக்குக் கொடுத்துவிட்டார்."

"மாப்பிள்ளை என்ன செய்கிறார்?"

"காலேஜில் படிக்கிறார்... என் அப்பாவுக்குச் சொத்து இருக்கிறது. இரண்டு வேலி – அம்மா நாலு பேர் கொண்டு வந்த நகைகள் – அப்பாவுக்கு

ஸ்வீகாரம் எடுத்து வைத்துவிட வேண்டுமென்று ரொம்பப் பேர் துடியாக நின்றார்கள். இந்த வையன்னாவுக்குத் தன் மைத்துனன் மகனை எடுத்து வைத்துவிட வேண்டும் என்று ஆசை ... அந்த வையன்னா படிப்பில்லாத, பண்பில்லாத, நல்ல சகவாசமே யில்லாத ஆத்மா. சிலபேர் நல்லவர்களாக இருப்பதைப் பார்த்தாலே, இந்த உலகத்தில் சிலருக்குப் பிடிக்காது. தங்களுக்கு என்னமோ எதிரியாகக் கொடிகட்டி நிற்கிறார்கள் என்று அவசியமில்லாமல் பயந்துகொண்டு, அதனால் வெறுப்பை வளர்த்துக்கொண் டிருப்பார்கள். அதேதான். ஒரு கேஸில் வேறு அப்பா அவருக்கு விரோதமாகச் சாட்சி சொல்லிவிட்டார். அந்த ஆத்திரத்தில் எங்கள் தோட்டம் முழுவதையும் ஒரு ராத்திரியில் அழித்துவிட்டான் அவன். அப்பா கண்ணிமை மாதிரி தானே வெட்டிக் கொத்தி, விதைத்து நட்டு, பாய்ச்சிக் கட்டி வளர்த்த தோட்டம். அதை அழித்ததும் அப்பாவுக்கு ஊரிலேயே இருக்கப் பிடிக்கவில்லை. பத்து வருஷம் முன்னால் தஞ்சாவூர் வந்து சேர்ந்தோம்... இந்த வையன்னாவிடம் ஒரு நன்றி உண்டு எனக்கு. அவன் அந்த மாதிரி செய்யாவிட்டால், நான் ஊரிலேயே இத்தனை நாள் ஒரு குழந்தையை வைத்துக்கொண்டு மேலக் குளத்தில் கிழிசல் துணிகளைக் கசக்கிக்கொண்டிருக்க வேண்டும். இந்த மாதிரிக் கிணற்றை விட்டு வெளியே வந்திருக்கவே தோன்றியிராது. கெட்டதுகள்கூட முன்னேற்றத்திற்கு உதவி செய்கின்றன ...”

“ஒரு மனுஷனைக் கொலை செய்கிறது நல்லது என்று சொல்லவில்லை நான், ஆனாலும் நீயும் உங்கப்பாவும் சம்பந்தப் பட்ட வரையில் ஒரு முள்ளை எடுத்து எறிந்தாயிற்று. பேசாமல் இரு.”

“பேசாமல் இருக்க முடியவில்லை. எங்கள் வீட்டு ஆள் கோவிந்துதான் ஆத்திரமாக இருந்தான். அப்பாவை அவமானப் படுத்தினபோது அப்பாவுக்குக் கோபம் வரவில்லை. அவர் கோபத்தையும் சேர்த்துக் கோவிந்து துடித்துக்கொண்டிருந்தான். அவன்தான் செய்துவிட்டானோ என்று கவலையாக இருக்கிறது.”

பாலிக்கு அடிவயிற்றில் கலங்கிக்கொண்டிருந்தது. தான் ஏதோ குற்றம் செய்துவிட்டதைப் போல நடுங்கிக்கொண்டிருந்தாள். வையன்னாவின் பெண்ஜாதி, மகன் எல்லோர் நினைவும் அவளுக்கு வந்தது. நினைக்க அவள் முகம் இருண்டு கலங்கிற்று. பிரமை பிடித்தாற் போல உட்கார்ந்திருந்தாள்.

கோவிந்தனை விலங்கிட்டுப் போய், விசாரித்து தூக்கு மாட்டிவிட்டால்? அவனுக்கு இரண்டு பெண்கள் கலியாணத்திற்கு நிற்கின்றன. பெண்சாதி வசதியான இடத்திலிருந்து வந்தவள். பேச்சு நடமாட்டம் எல்லாவற்றிலும் ஒரு மரியாதை, கண்யம்.

பின்னந் தலையில் முடித்த பெரிய கூந்தல். கழுத்தில் நாடா அட்டிகை. காதில் அகலமாக ஒரு நல்ல சிவப்புத் தோடு. முகத்தைப் பார்த்தாலே பெரிய வம்சத்துக் களை வடியும் – அவள் என்ன செய்வாள்? கலியாணம் கேட்க வரப்போகிறான் என்று நடமாட்டத்தைக் குறைத்து, வீட்டுக்குள்ளேயே பதுங்கியிருக்கிற அந்த இரண்டு பெண்களும் என்ன செய்யும்?

"அவனை நினைத்தாலே என்னமோ பண்ணுகிறது எனக்கு செல்லம். பொய் சொல்லமாட்டான். திருடமாட்டான். ஆனா அப்பா என்ன செய்தாலும் சிரித்துக்கொண்டே நிற்பான். அவனை ஏதாவது செய்துவிடப் போகிறார்களே என்று நினைக்கிறபோது, எனக்கு இருப்பாக இருக்கவில்லை."

"அவன்தான் பண்ணியிருப்பான் என்று என்ன நிச்சயம்?"

"வேறு யாருக்கும் அவன்மேல் அவ்வளவு ஆத்திரம் இல்லை. ஊர் முழுவதும் அவனிடம் நடுங்கிக்கொண்டு தானிருந்தது. இருந்தாலும் அவனுக்குத்தான் ஆத்திரம் அதிகம். கழுத்தை உருட்டி விடுகிறேன். உருட்டி விடுகிறேன் என்று சீறிக்கொண்டிருந்தான்."

"ஊர் முழுக்க எதிரியாயிருக்கிறபோது, இவனுக்கு மட்டுமா ஆத்திரம் பெரிதாக வந்திருக்கும்? நம்ம ஊர்கள் ஒவ்வொன்றிலும் இந்த மாதிரி மூன்று, நான்கு இருக்குமே!"

"எதிர்த்த வீட்டில் ஒரு பொம்மனாட்டி இருக்கிறாள். அவளைக் கெடுத்துவிட்டான் அவன். கை நிறையக் காசும் சொத்தும் தருகிறேன் என்று கரியைப் பூசிவிட்டான். அவள் மானத்தை விட்டுக் கத்தினாள். ஆளைவிட்டு அடித்தான் அவளை. அவள்தான் பிராது போட்டாள். அதில்தான் அப்பா அவனுக்கு விரோதமாகச் சாட்சி சொன்னது."

"அவள் செய்திருந்தால்?"

"ஐயையோ . . . பொம்மனாட்டியா?"

"என்ன பாலி இது – பொம்மனாட்டின்னா செய்யப்படாதா?"

"சேச்சே!"

"என்ன சேச்சே! பொம்மனாட்டிகளுக்குத்தான் பயம் ஜாஸ்தி. ஆதரவு குறைச்சல். அதனால் அவர்கள்தான் சட்டென்று இந்த மாதிரி காரியங்களைச் செய்வார்கள்" என்றாள் செல்லம்.

"நீ பேசுகிறது எல்லாமே வேடிக்கையாய்த்தானிருக்கு."

"இல்லை பாலி. உன்னைவிட ஆறு வயசு பெரியவள் நான். வயசு ஆறுதான்கூட. ஆனால், நான் அறுபது வருஷத்துக்குப் படவேண்டியதெல்லாம் பட்டிருக்கிறேன். அதனால்தான்

மலர் மஞ்சம் 243

சொல்கிறேன். பொம்மனாட்டிகள்தான் இந்த மாதிரி காரியங்களைத் தயங்காமல் செய்வார்கள்.”

“அப்படியானால் அந்த தனபாக்யம் அதைப் பத்து வருஷம் முன்னாலேயே செய்திருக்க வேண்டும். அவன் கேஸை ஜெயித்துவிட்டு கொக்கரித்துக்கொண்டு அவள் வயிற்றெரிச்சலைக் கிளப்பினபோதே செய்திருக்கவேண்டும். இத்தனை நாள் காத்திருக்க மாட்டாள்.”

“இது என்ன கஞ்சியா, ஆறிப் போறதுக்கு? ஒரு ஆண்பிள்ளை என்னைக் கெடுத்துவிட்டான். நானும் மனசொப்பி அதற்கு உடன்பட்டாயிற்று – ஆசையோ, பண ஆசையோ எதனாலேயோ? ஒன்றுமே நிறைவேறவில்லை. அடிவேறு. கேஸ் போட்டுப் பலிக்கவில்லை. உடனே நான் பாடம் கற்றுக்கொள்ளமாட்டேனா, அவசரப்பட்டு எதையும் செய்யப்படாதென்று? நல்ல சமயம் வருகிறவரைக்கும் காத்திருந்து, தனியாக, எதிர்பாராமல், ஒரு பயமும் இல்லாமல் இருக்கிற சமயமும் இடமுமாகப் பார்த்து ஒரேயடியாகப் பாய்ந்து, கத்தியைச் செருகமாட்டேனா? அவ்வளவு பழி வைத்திருக்கிற போது எத்தனை வருஷம்தான் காத்திண்டிருக்க மாட்டேன்?”

“எனக்கு ஒன்றுமே புரியவில்லையே?”

“நீ என்னதுக்காக இப்படி பயப்படறே?”

“அப்பாவை இதில் யாராவது மாட்டிவிடாமல் இருக்க வேண்டுமே என்றுதான் கவலையாயிருக்கிறது.”

“உங்கப்பாவுக்கும் இதற்கும் என்ன? வேணுமானால் பழைய சமாசாரங்களைத் தெரிந்துகொள்ள சாட்சி போட்டுக் கூப்பிட்டு, நாலு கேள்வி கேட்பான். அவ்வளவுதான் . . . இதுக்கு என்ன பயம்? இல்லை. உங்கப்பாவே அவனைக் கொலை பண்ணியிருப்பார் என்று பயமாயிருக்கிறதோ?”

அதைக் கேட்டதும் சடேரென்று வாயைக் கையால் பொத்திக்கொண்டு, ‘ஐயோ’ என்று கத்தினாள் பாலி.

“பின்னே இது என்னத்துக்கு அவசியமில்லாத கலக்கம், பயம் எல்லாம்!”

“நீ மகாபொல்லாதவடீம்மா!” என்றாள் பாலி. “என்ன நெஞ்சுரப்பு! ஈரமில்லாமல் வாய்க்கு வந்ததைச் சொல்கிறாயே!”

“மனசுக்கு வந்த பயமெல்லாம் நீ பயப்படறபோது நான் மட்டும் வாய்க்கு வருகிறதைச் சொல்லப்படாதா? போடீ முட்டாள். எழுந்து வா. சாப்பாட்டு மணி அடிச்சாச்சு. பந்தி ரொம்பியிருக்கும்.”

"எனக்குச் சாப்பிடவே பிடிக்கவில்லை."

"ஸ்நானம் பண்ணிவிட்டு வருவமா, சமுத்திரத்திலே போய் ஒரு நல்ல ஆத்மா போயிடுத்து. அது சாந்தியடையட்டும் என்று ஒரு முழுக்குப் போட்டுவிட்டு வரலாமா?"

"நீ ஏன் இப்படியிருக்கே செல்லம்!"

"சரி, வா, போகலாம்.

"இந்தச் சமயத்திலே நான் அப்பாவுடன் இருக்கவேண்டும் என்றிருக்கிறது. நான் ஏன் படிக்க வந்தேன் என்றே வருத்தமா யிருக்கிறது" என்று நடந்துகொண்டே சொன்னாள் பாலி.

"நீ அப்பாகூட அங்கு இருந்தால், இந்த சமாசாரம் எல்லாம் காதில் படாத இடமாக எங்காவது போய் இருக்கப்படாதா என்று தோன்றும்."

"வார்த்தைக்கு வார்த்தை மாற்றுச் சொல்லுகிறாயே!"

"உனக்கு நிஜத்தைச் சொன்னால் புரியவில்லை. நீ நினைக்கிற மாதிரியே சொன்னால்தான் பிடிக்கும். சாயங்காலம் வரையில் பொறுத்துக்கொள். காலேஜ் முடிஞ்சவுடனேதான் கபாலி கோயிலுக்குப் போகப்போகிறோம். அங்கு போய் யார் சன்னதியிலாவது நின்று வேணும் என்கிற மட்டும் அழுதுகொள். இப்போது எனக்குப் பசிக்கிறது, நான்கூட அழத் தயாராயில்லே."

"உனக்கு நெஞ்சிலே ஈரமே கிடையாது."

"எனக்கா? இதோ பார். வேர்த்து சாய்க்கிறது கழுத்தெல்லாம். நெஞ்சிலே ஈரமேயில்லையாம்."

பாலியைத் தனியாக அழைத்துப் போய், தனிப் பந்தியாக ஒன்றைப் போட்டுக்கொண்டு, அதைப்போடு, இதைப்போடு என்று பரிமாறுகிற ஆளிடம் சொல்லிச் சொல்லி மல்லுக் கட்டினாள் செல்லம்.

"என்ன இன்னிக்கி?" என்று தூரத்தில் உட்கார்ந்திருந்த ரத்னத்தின் குரல் வந்தது.

"ஒன்றுமில்லை. அவளுக்கு அஜீரணமாயிருக்கிறதாம். வயிறு சொன்னபடி கேட்கவில்லையாம். நிறையப் போட்டுப் பார்ப்போமே, சொன்னபடி கேட்கிறதா இல்லையா பார்ப்பம்."

"உன்னைத்தாண்டி ஸர்ஜன் – ஜெனரலாப் போடணும்."

"நீ அப்ப வா வைத்தியத்துக்கு. உன் உடம்பைப் பாதியா ஆக்கித் தரேன்."

பாலி மேலுக்குச் சிரித்துக்கொண்டிருந்தாள். செல்லத்தை ஏமாற்றுவதற்காகக் கலகலவென்று பேசினாள். ஆனால், வெறும் பாத்திரம் மாதிரிதான் அந்தச் சிரிப்பு ஒலித்தது. உள்ளே கவலையும் கலவரமும் நமுநமுவென்று பிடுங்கிக் கொண்டிருந்தன. அப்பாவைப்போல வைத்தீச்வரனைப் பார்க்கத் தொடங்கினாள். வகுப்புகளிலும் ஆசிரியர் முகம்தான் தெரிந்தது. ஆனால், அவள் பார்த்ததும் ராமையாவையும், கோவிந்துவையும், தனபாக்கியத்தையும்தான் – இல்லாவிட்டால் ஜகதுவின் கணவன் சுப்ரமண்யன்? ஹம் – இராது ...

பத்து வருஷம் முன்னால் அழிந்த தோட்டம் அவள் முன்னால் நின்றது. சுப்ரமண்யனும் சின்னக்கண்ணுவும் சேர்ந்து சொன்னபடியே மீண்டும் பழைய நிலைக்கு அதைக் கொண்டு வந்திருந்தார்கள். பழைய மாதிரியே கொய்யா வளர்ந்திருந்தது. கொன்றையும் மந்தாரையும் பூத்திருந்தன. நந்தியாவட்டையும் காசித்தும்பையும், நாகலிங்கமும் நாரத்தை வகைகளும் முன்னை விட ஓங்கி வளர்ந்திருப்பதை, ராஜங்காட்டுக்குப் போனபோது பார்த்தார்கள். ஆனால், நடுவில் அவள் தாழ்வாரத்தில் உட்கார்ந்த வீடு இல்லை. ஒரு மேடையும் கொட்டகையும்தான் இருந்தன. ராஜங்காட்டில் ஏழெட்டு நாள் இருந்தபோது, ராமையா தோட்டத்திற்கு ஓரிரண்டு தடவைக்கு மேல் போகவில்லை.

ஆசிரியை என்னவோ ஆங்கிலத்தில் பொழிந்துகொண்டிருந்தாள். நடு நடுவே கடலில் அலை ஒன்று சீறி விழுகிற இரைச்சல் கேட்கும். கடற்கரை ரோடில் ஒரு குதிரை வண்டிச் சலங்கை கேட்கிறது. ஒரு கார் ஹார்ன்.

அவள் சொன்னாற்போல் அப்பாவுக்கும் இதற்கும் என்ன சம்பந்தம்? வையன்னா பெரிய போக்கிரி, எத்தனையோ குடும்பங்களைக் கவிழ்த்திருக்கிறான். எந்த மனசு பொங்கி வழிந்ததோ! உலகம் முழுவதும் அவனுக்குப் பகை. தனபாக்கியம் கூட பகை. இப்பேர்ப்பட்டவனுக்குக் காற்றடிக்கிற இடம் எல்லாம், கால் படுகிற இடம் எல்லாம் முள்ளாகத் தானிருக்கும்.

மணி ஒலித்தது. வகுப்பு எழுந்து கலைந்தது. பெண்கள் கணக்கு, சரித்திரம், ரசாயனம் என்று பிரிந்துகொண்டிருந்தார்கள். பாலியும் எழுந்தாள்.

போகப் போகச் சற்று கலவரம் குறைந்தது அவளுக்கு. முற்றும் நீங்கிவிடவில்லை. உள்ளுக்குள்ளேயே வாதாடிக்கொண்டு பொழுதைப் போக்கினாள். காலையில் மூன்றாவது வகுப்பு ஓய்வாக இருக்கவே, நடு அறைக்குப் போய் மறுபடியும் செய்தித் தாளை எடுத்துப் பார்த்தாள்.

ராஜங்காட்டிலிருந்து ஒரு கோரமான கொலைச் செய்தி கிடைத்திருக்கிறது. ராஜங்காட்டின் மிராசுதார் வையன்னா முந்தாநாள் மாலை வயலில் கொலையுண்டு ரத்தக் குட்டை யில் கிடந்தார். போலீசார் புலன் விசாரித்து வருகிறார்கள்.

போலீசார் புலன் என்றதும் இத்தனை நேரமாக ஒளிந்திருந்த கலவரம் எல்லாம் தலைதூக்கியது. தாளில் முந்தாநாள் தேதி போட்டிருந்தது. அதற்கும் முந்தாநாளா? ஆறு நாளாயிற்று. இப்போது கோவிந்துவைக் கைது செய்திருப்பார்கள். ஒரு சமயம் தனபாக்யமும் சிறையிலிருக்கிறாளோ என்னவோ... அவள் பையனுக்கு இப்போது பன்னிரண்டு பதின்மூன்று வயதிருக்கும். ராஜங்காடு போனபோது, அவள்தான் வெகு பிரியமாகப் பேசிக்கொண்டிருந்தாள். மற்றவர்களெல்லாரும் வயதாகி, நரைத் தொடக்கமும் இளைப்புமாக மாறியிருந்தார்கள். அவள் மட்டும் அப்படியேதானிருந்தாள். முகத்தில் மட்டும் துளி முற்றல் கண்டிருந்தது. அவளை அடிப்பார்களா? பெண் பிள்ளை எப்படிப் போலீஸ் அடிப்பதைத் தாங்க முடியும்?

பாலிக்குப் பசி கண்டிருந்தது. இன்னும் கல்லூரி முடிய வில்லை. சாப்பாட்டு அறைக்குப் போய் டிபனை எடுத்து வைக்கச் சொல்லி, சாப்பிட்டுவிட்டு அறைக்கு வந்து கதவைத் தாழிட்டுக்கொண்டாள். மேஜைக்குக் கீழே தபால் கிடந்தது. ஆமாம் ஆமாம்... அப்பா கையெழுத்துத்தான். பரபரவென்று அதைக் கிழித்தாள். மூன்று வாரங்களுக்குள் ஒன்பது கடிதம் போட்டுவிட்டார் ராமையா. பத்தாவதாக வந்திருந்த இந்தக் கடிதம் சற்று கனமாயிருந்தது. உள்ளே ஒரு ரூல் போட்ட நோட்டைக் கிழித்து மூன்று தாள்களில் கடுகு கடுகாக எழுதி யிருந்தார்.

தஞ்சாவூர்
தெற்கு வீதி
ஆடி மாதம் 15உ

செல்வி பாலிக்கு வைத்தியநாதர் திருவருளால் சகல க்ஷேமங்களும் உண்டாவதாக ஆசி கூறி எழுதியது; இங்கு வடிவத்தை முதலிய எல்லோரும் நலம். என்னுடைய முந்திய கடிதத்துக்குப் பதில் இல்லை. கவலையாக இருக்கிறது. பள்ளிக் கூடம் நன்றாக நடக்கிறதென்று நம்புகிறேன். நவராத்திரி விடுமுறை எப்போது என்ற விவரத்திற்கெல்லாம் பதில் எழுதவும். நிற்க, ஊரில் பெரிய அக்ரமம் ஒன்று நடந்திருக்கிறது. நம் ஊரிலும் இதுமாதிரி நடக்கலாமா? ஊருக்கு இதைவிடக் கெட்ட பெயரும் கெட்ட காலமும் என்ன வேண்டும்? நம்முடைய ஊருக்கு முக்யஸ்தராகவும் முதல் மனிதராகவும் இருந்த

வையன்னாவை யாரோ கொலை செய்துவிட்டார்கள். சம்பா நடவைப் பார்த்துவிட்டு, ஆட்கள் எல்லாரும் போன பிறகு, வெளிவாசலுக்குப் போகலாம் என்று பிடாரிகோயில் பக்கம் போனராம். ராத்திரி வெகுநேரம் வரையில் திரும்பி வராததைக் கண்டு, அவர் சம்சாரம் ஆளை விட்டுப் பார்த்துவரச் சொல்லி யிருக்கிறாள். இரண்டு ஆட்கள் எங்கெல்லாமோ தேடிவிட்டு கடைசியில் கொள்ளி வாய்க்காலுக்கு அருகில் அவர் வயிற்றிலும் கழுத்திலும் மார்பிலும் கத்திக் குத்துப்பட்டு, ரத்தத்தில் கிடப்பதாக அழுதுகொண்டே வந்து சொன்னார்களாம். அன்றைக்கே புதுக்கரைப் போலீஸ் ஸ்டேஷனுக்கு ஆள் அனுப்பினார்களாம். போலீஸ் வந்து உடம்பைப் போட்டு, புதுக்கரை ஆஸ்பத்திரியில் சோதனைக்கு அனுப்பினார்கள். கத்திக்குத்தால் மாண்டதாக டாக்டர் எழுதிக் கொடுத்து, உடம்பைக் கொடுத்துவிட்டார்களாம். எனக்குப் போகலாமா வேண்டாமா என்று குழப்பமாயிருந்தது. வடிவத்தை போக வேண்டாம் என்று சொல்லிவிட்டாள். என்னதான் எதிரியாக இருந்தாலும் எல்லாம் அவனாகப் பாவித்துக் கொண்டது. நம்மேல் என்ன, அதுவுமன்னியில் மரணம் வரைக்கும் தானே பகை, பூசல் எல்லாம். நமக்கு என்னதான் தீங்கு செய்தாலும் நடந்து போன விஷயம். எத்தனையோ வருஷங்களுக்கு முன்னால் நடந்தது. நான் போய்ப் பார்க்காவிட்டால் நன்றாயிராது. ஆகவே, நேற்று காலை போனேன். அதற்குள் கிரியை எல்லாம் செய்துவிட்டார்கள். அவர் சம்சாரம் என்னைக் கண்ட மாத்திரத்தில் 'மாமா! உங்களுக்குப் பண்ணின குத்தம் தான் மாமா இப்படி அந்தக் கதி வந்திடிச்சு!' என்று என்னென்னமோவெல்லாம் சொல்லி யழுதாள். தெய்வக் குத்தம் மாதிரியே நடந்திருக்கு. தெய்வம் கூலி கொடுத்திச்சோ என்று புலம்பினாள். அதெல்லாம் அலட்டிக்காதே அம்மா என்று தேற்றினேன். தேற்றினேனே தவிர, எனக்கு மனசு கஷ்டமாயிருக்கிறது. அவர் இருந்த காலத்தில் நாம் ஏன் சௌஜன்யமாக இருந்திருக்கக்கூடாது? அவருக்கு நல்ல கேள்வி வளர்ப்புகள் இல்லாததினால்தான் அப்படியெல்லாம் மூர்க்கத்தனமாக இருந்தார் என்று தெரிந்திருந்தும், நாமும் துவேஷம் பாராட்டினது மாதிரிதானே இருந்தோம் என்று அடிக்கடி வருத்தம் உண்டாகிறது. அது நிற்க. இது மிகவும் பெரிய விஷயமாகப் போய்க்கொண்டிருக்கிறதுதான் மனத்திற்கு அச்சத்தை உண்டு பண்ணுகிறது, யார் இந்த அட்டூழியத்தைச் செய்தார்கள் என்று தெரியவில்லை. போலீஸ்காரர்கள் கடுமை யாகத் துப்புத் துலக்கிக் கொண்டிருக்கிறதைப் பார்த்தால் வைத்தீச்வரன் கிருபையால்தான் எல்லாம் சரியாகவேண்டும் என்று தோன்றுகிறது. நம்முடைய கோவிந்துவையும் பக்கிரியையும் சந்தேகப்பட்டுக் கொட்டடியில் அடைத்து குப்புறப்போட்டு அடியோ அடி என்று அடித்தும் நகக் கண்ணில் ஊசி ஏற்றியும்

தி. ஜானகிராமன்

இன்னும் சொல்லக்கூடாத இம்சைகள் செய்தும் கேட்டுப் பார்த்தார்களாம். ஆனால், அவன் முதல் தடவை இல்லை என்று சொல்லிவிட்டால் அப்புறம் அதேதான் என்று சொல்லி விட்டானாம். என்கிட்டவும் அப்படித்தான் சொன்னான். பாவம் அவன் உடம்பெல்லாம் ரணமாயிருக்கிறது. அவன் மீது சந்தேகம் நம்மிரண்டு பேருக்கு விழலாம். ஆனால் போலீஸ்காரருக்கு என்ன சந்தேகம் என்று கேட்டால் அதற்கும் காரணம் இருக்கிறது. கோவிந்துவின் அக்காள் வீராயிக்கு ஒரு மகள் இருப்பது உனக்குத் தெரியும். அவள் நாலு வருஷம் முன்னால் விதவையாகி ஊருக்கு வந்துவிட்டாள். வையன்னா வீட்டு மாடுகளுக்குப் புல்லறுத்துப் போட்டுக் கொண்டிருந்தாளாம். அவள் நல்ல பேர்வழி. ஆனாலும் விதி மிகவும் கொடியதாயிற்றே. வையன்னா அவளையும் மோசம் செய்துவிட அவள் இடம் கொடுத்துவிட்டாள். பெண்புத்தியைக் காண்பித்துவிட்டாள். அவள் நாலு மாதம் குளிக்காமல் இருந்தது அரசல் புரசலாகத் தெரிந்துவிட்டது. அவள் கொழுந்தன் மாயவரத்தில் இருக்கிறான். அவனுக்கும் காதில் விழுந்துவிட்டது என்று தோன்றுகிறது. இப்படியிருக்கிற சிறுக்கிக்கு என் அண்ணன் காணியில் பங்கென்ன வேண்டிக்கிடக்கு என்று சொல்லியனுப்பினானாம்: அவள் வேலையைவிட்டு நின்றுவிட்டாள். பத்து நாளைக்கு முன்னால் வையன்னா வீட்டு ஆளிடம் அவள் சொல்லியனுப்பினாளாம். இந்த மாதிரி சேதி வெளியே பரவிவிட்டது. எனக்கு வெளியே தலைகாட்ட முடியவில்லை. ஆகையினால், நீங்கள் தற்கொலை செய்துகொள்ளுகிறீர்களா. நான் செய்துகொள்ளட்டுமா என்று சொல்லிக் கேட்டு அனுப்பினாளாம். அதற்கு வையன்னா. நான் தற்கொலை பண்ணிக்கிட்டு நீ உசிரோடு இருந்தால் உன் மானத்தைக் காப்பாற்றிக் கொண்டாற்போல ஆகிவிடுமோ, மானம் போனதோடு புத்தியும் மழுங்கிடிச்சாக்கும் என்று கேட்டனுப்பித்தானாம். அவள் என்ன மனசில் இருந்தாளோ. அதுதான் கேட்டேன் என்று அவள் தன் வீட்டிலேயே தூக்குமாட்டிக்கொண்டு இறந்துவிட்டாள். புத்தியில்லாத பெண். கோவிந்துவுக்கும் விஷயம் தெரியுமாம். அவனும் கோபக்காரனாயிருந்தாலும் ஒரே அக்காள்; அவளுக்கு ஒரே மகள். என்ன செய்கிறது என்று தெரியாமல் தவியாகத் தவித்துக் கொண்டிருந்தானாம். இந்த மாதிரி அக்காள் மகள் இறந்துவிட்டாள் என்று தெரிந்ததும் பிரமை பிடித்தாற்போல் நாலுநாள் உட்கார்ந் திருந்தானாம். இதெல்லாம் எனக்குப் பக்கிரிதான் சொன்னான் முதலில். பின்பு கோவிந்துவும் சொன்னான். வையன்னாவின் ஆள்தான் அவனிடம் சொன்னானாம். அவனையும் அடைத்துப் போட்டு விட்டுவிட்டார்கள் போலீஸில். கோவிந்துவை இன்னும் கொட்டடியில்தான் வைத்திருக்கிறார்கள். நான் போயிருந்த போது கும்பகோணத்திலிருந்து தங்கமும் வந்திருந்தான்.

அவனும் எவ்வளவோ கேட்டுப் பார்த்தும், கோவிந்து ஒன்றுமே சொல்லவில்லை. தங்கம் எவ்வளவோ கெஞ்சிக் கேட்டும் பயனில்லை. நான் இல்லைன்னு சொல்லிப்பிட்டா அத்தோட விடுங்களேன் என்று சொல்லிவிட்டானாம். இது நிற்க. தனபாக்கியத்தை ஊரிலேயே காணவில்லை. அவள் பிள்ளையையும் காணவில்லை. அவள் புருஷன்காரன் கூஹூ என்று அழுதுகொண்டிருக்கிறான். போலீஸ்காரர்கள் அவளைத் தேடிக்கொண்டிருக்கிறார்கள். எனக்கும் அவள்மேல்தான் பலமான சந்தேகம் விழுந்திருக்கிறது. போலீஸ்காரர்கள் அவள் புருஷனையும் விட்டு வைக்கவில்லை. அவன்தான் மறைக்கிறானோ சேதியை, மறைத்துவிட்டுப் பாவனை பண்ணுகிறானோ என்று சந்தேகப்பட்டு, அவனையும் கொட்டடியில் போட்டு அடைத்து அடித்தார்கள். முழங்காலெல்லாம் காயம். அவ்வளவுதான் மிச்சம். அவனுக்கு ஒன்றும் தெரியவில்லை. ஏற்கெனவே அவன் அப்பாவியாயிற்றே! அடி வாங்க வேண்டிய வேளை, விதி யாரை விட்டது? போலீஸ்காரர்கள் ஊரில் எல்லாரையும் விசாரித்தார்கள். யாருக்கும் எதுவும் சொல்ல முடியவில்லை. தனபாக்கியம் பிடிபட்டால்தான் தெரியும்.

தங்கமும் நானும் திரும்பி வந்துவிட்டோம் இன்று காலை. என்னைக்கொண்டு விட்டுவிட்டுச் சாப்பிட்டுவிட்டு இரண்டு மணி ரயிலில் போகிறான்.

வேறு ஒன்றும் எழுதுவதற்கு இல்லை. எனக்கு மனசு நிம்மதியாக இல்லை. இந்த மனுஷ்யன் போக்கிரியாகவே இருக்கட்டும், இல்லை. அதற்காகக் கொலைக்கு ஆளாகிற வரையில் பார்த்துக்கொண்டிருந்தானே. தனியாக எதற்கு வயல் வெளிக்குப் போகிறான். இதெல்லாம் பார்க்கும்போது கவலையாக இருக்கிறது. நீ எங்கும் தனியாகப் போக வேண்டாம். வக்கீல் அய்யாவின் பெண் சங்கரி வந்தால், அவள்கூட வெளியே போ. அவள்கூடப் பட்டணம் வந்துவிட்டாள். உன்னை வந்து பார்த்தாளா? சீக்கிரம் பார்ப்பதாக எழுதியிருக்கிறாளாம். வக்கீல் இரண்டு நாள் முன்னால் சொன்னார். எனக்குப் பொழுது போகமாட்டேன் என்கிறது. நாய்க்கர் மாமா வந்து பேசிக் கொண்டிருக்கிறார். பெரியசாமி வருகிறார். உன்னைவிடாமல் சாதகம் பண்ணச் சொல்லுகிறார். வக்கீல் வீட்டில் எல்லாரும் சௌக்யம். தனபாக்கியத்தைப் பட்டணத்தில் எங்காவது கண்டால், எனக்கு மாத்திரம் ரகசியமாக எழுதவும். நான் நடுவில் ஒருநாள் பட்டணம் வரலாம் என்று பார்க்கிறேன். உன் அபிப்பிராயத்தையும் தெரிவிக்கிறது. இப்படிக்கு அநேக ஆசிகளுடன்,

ராமையா.

கடிதத்தைத் திரும்பத் திரும்பப் படித்தாள் பாலி. அவளுக்குத் தலை சுற்றிற்று. செல்லம் சொன்னது சரியாகி விட்டது. ஒரு பொம்மனாட்டி இந்தக் கொடூரச் செயலைச் செய்ய முடியுமா? செய்ய முடியும். ஒருத்தி செய்யப் போய், எத்தனை பேருக்கு அடி! அவள்தான் ஓடிவிட்டாள் என்றால், மற்றவர்களைப் பிடித்து அடைத்து, எதற்கு வீணாகப் போட்டு அடிக்க வேண்டும்? மீண்டும் மீண்டும் கடிதத்தைப் படித்தாள் பாலி.

டக் டக் டக் டக்

"வரேன்" என்று கதவைத் திறந்தாள் அவள்.

"மூணாம் பீரிடு டிமிக்கியா?"

"இல்லியே, எனக்கு க்ளாஸ் கிடையாது."

"டிபன் ஆயிடுத்தா?"

"ஆயிடுத்து."

"பசிக்கலேன்னியே."

"இப்ப பசிச்சுது."

"சாப்பிட்டப்பறம் படுத்துண்டு அழறதுக்காக வந்தியா?"

"உன் வாய்க்கு ரண்டு பக்காப் படி மொளகாப் பொடி போடணும்" என்றாள் பாலி.

"என்னதுக்கு?"

"உன் வாயிலே சனீச்வர பகவான் இருக்கான். நீ சொன்ன படியேதான் நடந்திருக்கு."

"என்ன?"

"இதோ பார்" என்று கடிதத்தைக் கொடுத்தாள்.

"யாரு எழுதியிருக்கா?"

"எங்கப்பா."

"யாராம்?"

"நீ வாசி."

"நான் வாசிக்கிறேன். நீ அதுவரைக்கும் சும்மா இருக்க வேண்டாம். உன்னை யாரோ பாக்க வந்திருக்கா. ஹால்லே. வார்டன் உன் பிரண்டை அழைச்சிண்டு வான்னு சொன்னா, கூப்பிட வந்தேன். நீ இன்னும் கொலையிலேயே நின்னுண் டிருக்கே... போ."

"யாரு வந்திருக்கா?"

"யாரோ கண்ணாடி போட்டுண்டு, வெள்ளையா ஜரிகைப் புடவை கட்டிண்டிருக்கா."

"ஆ! சங்கரியாத்தான் இருக்கணும்."

"யாரு சங்கரி?"

"என் பிரண்ட், வக்கீல் பொண்ணு."

"இஞ்ச நேர வரப்படாதோ, என்கிட்ட சேதியை சொல்லப் படாதாக்கும்?" என்று குறைபட்டுக்கொண்டாள் செல்லம்.

"கோச்சுக்காதே, நானே அழச்சிட்டு வர்றேன்" என்று வேகமாக ஹாலை நோக்கி விரைந்தாள் அவள்.

நடு ஹாலுக்குள் அடியெடுத்து வைத்ததும் 'அட' என்று வியப்பும் குழப்பமுமாக நின்றாள் பாலி. அங்கு சங்கரி இல்லை. ராஜா நின்றுகொண்டிருந்தான்.

"அட, நீங்களா?"

"நான்தான் பாலி."

"இப்பதான் வந்தீங்களா?"

"பத்து பதினைந்து நிமிஷமாச்சு. காலேஜுக்குப் போனேன். பிரின்ஸிபலைக் கேட்டேன். கடைசி வகுப்பு ஓய்வுன்னு சொன்னா. அப்புறம் இங்கே வார்டனைப் பிடிச்சு விசாரிக்கிறதுக்குள்ள பதினைஞ்சு நிமிஷமாச்சு . . . இன்னிக்கி தான் ஊர்லேர்ந்து வந்தேன். உங்கப்பாவை நேத்து மத்தியான்னம் பார்த்தேன். இப்பதான் லெட்டர் போட்டேன் பாலிக்கு, நீயும் வந்தேன்னார். இதைக் கொடுத்தனுப்பிச்சா உங்க அத்தை. அப்புறம் பாட்டி உங்கிட்ட கொடுன்னு கொடுத்தா" என்று ஓரமாக வைத்திருந்த ஒரு கடுதாசிப் பொட்டலத்தையும் ஒரு டப்பாவையும் காட்டினான் ராஜா.

"என்னது?"

"உள்ள எடுத்துண்டு போய்ப் பாரேன்."

"சரி . . . காலேஜிலே சேர்ந்தாச்சா?"

"காலமே வந்தேன். பணத்தைக் கட்டினேன், ஹாஸ்டல் ரூம் எல்லாம் பார்த்துண்டேன். இன்னும் பாடம் ஆரம்பிக்க நாலு நாள் செல்லுமாம்."

"எந்தக் காலேஜு?"

"கிண்டிதான். என்ஜினீரிங் காலேஜ்."

"ரொம்ப தூரம் இருக்கா?"

"அஞ்சாறு மைல் இருக்கும்."

"சங்கரி வரவில்லை?"

"நேத்துக் காலமேதான் மதுரையிலேந்து வந்தா தஞ்சாவூருக்கு; இன்னும் இரண்டு நாளில் வரலாம் – காலேஜல்லாம் எப்படியிருக்கு?"

"ம். நல்லாருக்கு."

"உங்கப்பா மாஞ்சு போயிட்டார். போய் உடனே பார்த்து விடணும் – எப்படியிருக்கான்னு லெட்டர் இன்னிக்கட்டுக்கே போடணும்னு வாசல்லெ துரத்தித் துரத்திண்டு வந்தார்."

சிரிப்பும் ஏக்கமுமாக வந்தது பாலிக்கு.

"நான் போய்ட்டு வரேன்னு சொல்லி வாசற்படியை விட்டு இறங்கி நடந்துவந்தேன். 'அப்புறம் . . .'னு யாரோ பேசறாப்பல இருந்தது. என்னன்னு திரும்பினேன். 'ஒண்ணுமில்லே ராத்திரி ரொம்ப நேரம் படிக்க வேண்டாம்னு சொல்லணும். அப்படிப் பிரமாதமா பாஸ்பண்ண முடியாட்டா என்ன மோசம் வந்திடும். உடம்பு முக்யமா படிப்பு முக்கியமா? நான் சொல்றது என்ன?'ன்னு கூடவே பேசிண்டு எங்க வீடு வரையில் வந்து விட்டார். அப்பறம் வீட்டிலேயே தங்கி ராத்திரி சாப்பிட்டு, என்னோட ரயிலடிக்கு வந்தார். வண்டி கிளம்புகிறவரைக்கும் நின்னுண்டிருந்தார். அப்படியே நேரே தபாலாபீஸிலே போய் நின்னுண்டிருக்காரோன்னு நினைக்கிறேன்."

பாலி அடக்கி அடக்கிச் சிரித்தாள்.

"உனக்கு ஒரு கட்டு கார்டு, ஒரு கட்டு கவர் எல்லாம் வாங்கிக் கொடுத்துவிட்டு வந்திருக்காராமே."

"ஆமாம் – இன்னிக்கு ராத்திரிகூட லெட்டர் எழுதலாம்னு இருக்கேன்."

"எழுது, தபாலாபீஸ் வாசல்லெ எத்தனை நாழிதான் நின்னுண்டிருக்க முடியும்? நாளன்னிக்காவது வீடுபோய்ச் சேரட்டும்."

"அது சரி – அப்பா, வேறு ஒண்ணும் சொல்லலியா?"

"வேற என்ன சொல்றது? நீயும் சங்கரியும் அடிக்கடி போய்ப் பாத்துக்கணும்னு சொன்னார்."

"நேத்துதானே காலமே ஊர்லேந்து வந்தார்களாம்."

"ஸ் – பாத்தியா – அதைச் சொல்ல மறந்தே போயிட்டேன். ராஜங்காட்டிலே ஒரு கொலையாமே – உங்களுக்குக் கூட ஜன்ம விரோதின்னு தாத்தா சொல்லிண்டிருந்தார். துக்கம் விசாரிக்கப்

போனாராம். இன்னிக்குத்தான் வந்தேன்னு சொன்னார். வேற ஒன்னும் விசாரிக்கல்லெ நான்."

"மன்னிக்கணும்" என்று குரல் கேட்டது. பாலி திரும்பினாள். "ரூமைப் பூட்டாமல் வந்துட்டியே. பூட்டிச் சாவியைக் கொடுத்து விட்டுப் போகலாம்னு வந்தேன்" என்று செல்லம் சாவிக் கொத்தை நீட்டினாள்.

"நன்றி... செல்லம்... இவங்க வந்து... தஞ்சாவூர். என்ஜினீரிங் காலேஜிலே சேர்ந்திருக்காங்க... எங்களுக்கு ரொம்ப நாளா குடும்ப சிநேகிதம். இவங்கதான் செல்லம், சீனியர் இண்டர் படிக்கிறாரு..."

"நமஸ்காரம்."

"நமஸ்காரம்."

"வந்த புதுசிலே எனக்கு என்னமோ போலிருந்தது. செல்லம் தானே என்னை தைரியப்படுத்தி..."

"நான் தைரியம் நிறைய ஸ்டாக் வச்சிண்டிருக்கேன். வேணும்கிறவர்களுக்கு உடனே ஒரு அவுன்ஸ் கொடுப்பேன். சிரிப்பிலே கலந்து சாப்பிடணும்."

"நீங்க மெடிக்கல் காலேஜிலே வாசிக்கணும் போலிருக்கே."

இந்தச் சிரிப்பைக் கேட்டுக்கொண்டு, திரும்பிப் பார்த்துக் கொண்டே போனார்கள் சிலர். செல்லம் துருவித் துருவி அவனைப் பார்த்துக் கொண்டிருப்பதைப் பாலியால் கவனிக்காமல் இருக்க முடியவில்லை.

"அடுத்த வருஷம் அங்கேதான் சேரணும். ஆனா, இந்தப் பயந்தாங்கொள்ளியைப் பார்த்தா, பி.ஏ. இங்கே வாசிச்சிப்பிட்டு, அப்பறம் வேற எங்காவது சேரலாம்னு தோண்றது."

கல்லூரிக்குப் போகிறவர்கள் ஒவ்வொருவராகப் பார்த்துக்கொண்டுதான் போனார்கள். யாரோ இரண்டு பேர் வாசற்படியில் நின்று வேறு ஏதோ பேசுகிறாற்போல அவர்களைப் பார்த்துக்கொண்டே நின்றார்கள்.

செல்லத்திற்கு எரிச்சலாக வந்தது. அவர்களிருவரையும் விரலால் சுட்டிக்காட்டி, "அவாள்ளாம் பி.ஏ. வாசிச்சிண்டிருக்கா; சேப்புப் புடவை பேரு நளினி. பச்சைப் புடவை பேர் லூர்து" என்று குரலை ஒரு கட்டை உயர்த்திச் சொன்னதும் சிவப்பு, பச்சை இரண்டும் வாசற்படியை விட்டு மறைந்தன.

"மனுஷா மனுஷாதான். பட்டணமாயிருந்தா என்ன? பார்க்க வந்த சேரியாயிருந்தா என்ன?"

“பார்க்கவந்த சேரியா?” என்றான் ராஜா.

“பார்க்கவந்த சேரிதான் எங்க ஊரு. நான், எங்க அண்ணா வெல்லாம் பிறந்த ஊரு.”

“வேடிக்கையாயிருக்கே பேரு.”

“பாகை பாகைன்னு ஒரு வெட்டியானுக்குப் பெண்ணு பொறந்திருந்தாளாம். சுடுகாட்டைக் காக்கற சிவனைக் கலியாணம் பண்ணிக்கணும்னு ஆசை வந்ததாம் அவளுக்கு. சிவன் பெண் பார்க்க வந்து, உடனே பிடிச்சுப் போய், அவளைக் கலியாணம் பண்ணிண்டாராம். அதனாலெ எங்க ஊருக்குப் பார்க்கவந்த சேரின்னு பேரு” என்றாள் செல்லம்.

“இந்த ஸ்தல புராணமே புதுசாயிருக்கே!”

“பொய் பொய்” என்றாள் பாலி.

“சரி, நான் எதுக்காகச் சொல்ல வந்தேன்னா, பட்டணத்திலும் யாரு என்ன பண்றான்னு பார்க்கிற வம்பாசை போகாது. எங்க பார்க்கவந்த சேரிப்பட்டிக்காட்டிலெ இருக்காப்பலதான் எங்கியும், நாமெல்லாம் வந்து தானே பட்டணம் ஆச்சு இது. இங்கே எல்லார் கண்ணிலேயும் ஜாஸ்தி படணம். படணம் படணம்ங்கிறதுதான் பட்டணம்னு ஆயிடுத்து.”

“இவ இப்படியே இன்னிக்கி முழுதும் பேசிட்டிருப்பா. புதுசா புதுசா வரும் அவளுக்கு.”

மணி இரண்டேகாலுக்கு மேலாகி விட்டது.

“அப்ப நான் இன்னொரு நாளைக்கு வர்றேன்... சங்கரியையும் அழைச்சிண்டு ... வரட்டுமா? காலேஜிக்கு நாழியாயிடுத்து உங்களுக்கு.”

“எப்ப வரீங்க?”

“நாளைக்கு சனி – ஞாயிறு ... சங்கரி வந்தவுடனே வறேன் ... இதை உள்ளே கொண்டு வச்சிட்டுப் புறப்படு” என்றான்.

அவனுக்கு விடை கொடுத்துவிட்டு, டப்பாவையும் பொட்டலத்தையும் திறக்க நேரமில்லாமல் அவசர அவசரமாக இரண்டு பேரும் அறையைப் பூட்டிக்கொண்டு கிளம்பினார்கள்.

7

"ரொம்ப அழகாயிருக்கான் இந்தப் பையன்" என்று கல்லூரிக்குப் போகும்போது சொல்லிக் கொண்டே நடந்தாள் செல்லம்.

"ரொம்ப புத்திசாலி. சின்னப் பையனாயிருக்கிற போது மூக்கு நுனியிலே கோபம் வந்திடுவேன் வந்திடுவேன்னு பயமுறுத்திக்கிட்டேயிருக்கும். கையும் காலும் யாரை அடிக்கலாம் உதைக்கலாம்னு துருதுருத்திக்கிட்டேயிருக்கும். இப்ப அதெல்லாம் போன இடம் தெரியலே" என்றாள் பாலி.

"சரி அதையே நெனச்சிண்டிருக்காதே. காலமே கொலையாளி. மத்யான்னம் ராஜா. அப்பறம் வாத்யாரை யார் பார்க்கிறது?" என்று சொல்லிக் கொண்டே நடந்து, வகுப்புக்குள் நுழைந்தாள் செல்லம்.

அப்பாவைப்பற்றி ஒன்றுமே சொல்லவில்லையே என்று சிறிது நேரம் உளைந்துவிட்டு, பாடத்தில் மனதைச் செலுத்தினாள் பாலி. நடுநடுவே எட்டிப் பார்த்த ஊரையும் தோட்டத்தையும் உதிரத்தையும் ராமையாவையும் பல்லைக்கடித்து ஒதுக்கிக் கொண்டிருந்தாள்.

வகுப்பு நீண்டு கொண்டேயிருந்தது. இரண்டாவது வகுப்பு மத்யானம் நிழலைப்போல இன்னும் சற்று நீண்டிருப்பதுபோல்தா னிருந்தது. ஒரு வழியாக மணியடித்ததும் வேகமாக அறைக்கு வந்து சேர்ந்தாள். முகத்தைக் கழுவிவிட்டு, அறைக்குள் வந்ததும், அப்பா கொடுத்த பொட்டலத்தைப்

பிரித்தாள். வெள்ளை வெளேரென்று பதிர்ப்பேணி பத்து வைத்திருந்தது. இன்னொரு பொட்டலம். அதில் குங்குமம், விபூதி. 'செல்லத்திற்கும் ரத்தினத்திற்கும் கொடுக்க வேண்டும்' என்று மனதில் தோன்றிற்று. அந்தக் கணமே கதவு திறந்தது.

"நூறு ஆயுசு உனக்கு."

"அவ்வளவு நாள் எனக்கு இருக்க இஷ்டமில்லை. என்னது – பேணியா" என்று ஒன்றை எடுத்துத் தின்றுகொண்டே, டப்பாவைத் திறந்தாள் செல்லம்.

"தேவலையே உங்க ராஜா" என்றாள் அவள்.

"என்னது?"

"மைசூர் பாகு, ரவாலாடுக்கெல்லாம்விட தித்திப்பா நான் இருக்கேன்னு இது உட்காந்திண்டிருக்கே" என்று விரலில் பிடித்துக் காட்டினாள். வெள்ளை வெளேர் ஒரு கவர்.

"சிவாஜி எல்லாம் ஓட்டை ஏந்திக்கொண்டு போகணும் உங்க ராஜாகிட்ட."

"சை."

"ஆள் உள்ளுக்குள்ளே இருக்கியா?"

"உளறாதே . . ." என்று கவரைப் பிடுங்கி அவசர அவசரமாகக் கிழித்து, கடுதாசைப் பார்த்தாள் பாலி.

அவளுக்கே படபடவென்று பரந்தது மார்பு. பிரித்துப் பார்த்ததும் புன்னகை தவழ்ந்தது.

"என்ன?"

"பைத்தியம். அவர் எழுதவில்லை. வேறெ யாரோ?"

"யாரு?"

'தங்கராஜன் எழுதியிருந்த கடிதம் இந்த டப்பாக்குள் எப்படி வந்தது? அவனைப் பார்த்ததாகவே சொல்லவில்லையே ராஜா.'

"யாருன்னு கேட்டேன்."

"எனக்கு உறவுகாரங்க எழுதியிருக்காங்க."

"அப்படின்னா உங்கப்பாவும் எழுதவில்லையா அது?"

"ம்ஹம்."

சென்னை போய்ச் சேர்ந்தவுடன் வந்த கடிதத்திற்குப் பிறகு இரண்டாவது கடிதம் வரவில்லையே என்று பாதி கோபமும்

வாதமுமாக எழுதியிருந்தான் தங்கராஜன். சென்னை, கல்லூரி, ஹாஸ்டல் – இவற்றையெல்லாம் பற்றி விசாரித்துவிட்டு அதிலும் கொலையைப்பற்றி எழுதியிருந்தான் அவன்.

'...பாவம் உன் தந்தைக்கு மிகவும் வருத்தமான செய்தி வந்திருக்கிறது. வையன்னா கொலையுண்டு விட்டார். வயல் காட்டில் அந்தி வேளையில் குத்திக் கொலை செய்துவிட்டான் அவரை. நம் ஊரில் நடந்த கோரமான நிகழ்ச்சி என்று கவலையுடன் போனேன். ஆனால், உன் தந்தை நிரம்பவும் கஷ்டப்பட்டு விட்டார். அவருக்கு இத்தகைய முடிவு வந்ததைப்பற்றி யாரும் ஆச்சரியப்படவோ துயரப்படவோ ஒன்றுமில்லை. மனது, செயல், வாக்கு ஆகிய எல்லாச் சாதனங்களாலும் விவரம் தெரிந்த நாள் முதல் இந்த முடிவுக்காகவே தன்னைத் தயார் செய்துகொண்டு வந்த மனிதர். கோவிந்துவின் மேல் போலீஸுக்குச் சந்தேகம். அதற்குக் காரணம் இருக்கிறது. கோவிந்துவின் அக்கா மகள் வையன்னாவின் ஆசைகளுக்குப் பலியாகி, தற்கொலை புரிந்து கொண்டுவிட்டாள். கோவிந்துவை சந்தேகப்பட்டு அடைத்து வைத்திருக்கிறார்கள். ஆனால் தனபாக்யத்தையும் அவள் பிள்ளையையும் ஊரில் காணவில்லை, கோவிந்து, தான் இல்லை என்று சாதிக்கிறான். நான் எவ்வளவோ கேட்டுப் பார்த்தும் பயனில்லை. அவன் கருவிக்கொண்டிருந்தது நமக்குத் தெரிந்த விஷயம். ஆனால், இப்போது இல்லை என்று வீம்புடன், நெஞ் சழுத்தத்துடன் சாதிக்கிறான். அவன் செய்திருப்பானா இல்லையா என்று கண்டுபிடிக்க முடியவில்லை. இரண்டு கருத்துக்களுக்கும் அவன் முகம் இடம் கொடுக்கிறது. உன் தந்தை மாய்ந்து போய் விட்டார். தொலையட்டும் மாமா. ஊரைப் பிடித்த சனி ஒழிந்தது என்று நான் சொன்னபோது, அவருக்கு எல்லையில்லாத வருத்தம். 'ஆத்திரத்தினாலே எதுவும் சொல்லப்படாது. நமக்குக் கெடுதல் செய்தான் என்பதற்காகக் கொலையைப் பற்றி சந்தோஷப்படக்கூடாது. ரொம்பவும் பாவம்' என்றார். நான் ஒருவார்த்தை சொன்னதற்காக 'படித்த நாமெல்லாம் இப்படி சந்தோஷப்படப்படாது ... காட்டு ஜனங்களுக்கு இதெல்லாம் சகஜமாக இருக்கலாம்' என்று என்னைப் பாதாளம் வரையில் கொண்டு இறக்கிவிட்டார். நான் ஏதோ சந்தோஷப்படுகிறதாக அவர் எண்ணம். ஆனால், யோசித்துப் பார்க்கும்போது எனக்கு மகிழ்ச்சியாகத் தானிருக்கிறது. சாகும்வரையில்தான் பகை என்று உன் தந்தை முதுமொழிகளெல்லாம் சொன்னார். ஆனால் எனக்கு அதெல்லாம் வேஷம் என்றே தோன்றுகிறது. ஆதிகாலம் முதல் இலக்கிய ஆசிரியர்கள்தான் இந்தப் பொய்யைச் சொல்லிக் கொண்டு வந்திருக்கிறார்கள். அறநூல்கள் இந்த மாதிரி இடங்களில் பொய்யே சொல்வதில்லை. 'இன்னா செய்தானா –

தி. ஜானகிராமன்

தீர்த்துக்கட்டு' என்று சொல்லிவிடுகிறது. 'தீர்த்துக்கட்டு' என்று சொன்ன பின்பு, எப்படிப் பகை நீங்கும்? சாவோடு அது நின்று விடுமா என்று கேட்கிறேன். குற்றத்திற்குத் தண்டனை கிடைத்து விட்டது. அப்புறம் அந்த செத்துப்போன குற்றவாளியின் மீது பகை பாராட்டக்கூடாது என்று சொன்னால், இதைவிட ஒரு மழுப்பலும் போக்கிரித்தனமும் என்ன வேண்டும்? நீ ஒன்றும் தவறாக எண்ணிவிடாதே. உன் தந்தையை நான் ஒன்றும் சொல்லிவிடவில்லை. எத்தனையோ பேர் ஏமாந்திருக்கிறார்கள். அதில் அவரும் ஒன்று என்றுதான் எனக்குத் தோன்றுகிறது . . . எது எப்படி இருந்தாலும் உன் அப்பாவைப் பிடித்த சனி, ஊரைப் பிடித்த சனி எல்லாம் ஒரு மட்டமாக ஒழிந்துவிட்டது என்றுதான் சொல்வேன். ஊராருக்குக்கூட இந்த எண்ணம்தான். அவன் இருக்கிறவரையில் பயந்துகொண்டு அவன் சொல்வதற் கெல்லாம் மாற்றுப் பேசாமல் இழைந்தவர்கள். போலீஸ் எது கேட்டாலும் சொல்ல மறுக்கிறார்கள். கோவிந்து அப்படிச் செய்ய மாட்டான். தனபாக்கியமும் அப்படியெல்லாம் செய்யமாட்டாள் என்று சேர்ந்து ஒரு சுருதியில் பாடுகிறார்கள். சாகும் மட்டும் தான் பகை என்றிருந்தால், ஒரு வார்த்தை சாதகமாகச் சொல்லக்கூடாதா? அடாடா என்று முச்சுக் கொட்டவாவது செய்யலாம். எல்லாரும் உள்ளுக்குள்ளே கிளுகிளுத்துக்கொண்டு உட்கார்ந்துகொண்டிருக்கிறார்கள். படிப்பு இல்லாததன் நன்மை இதுதான். பொய்மேல் பொய்யாகப் போட்டு மறைத்து, தங்கள் கண்ணுக்கே ஒன்றும் தெரியாமல் அடித்துக்கொண்டு விடுவ தில்லை அவர்கள். இந்த நோக்கில் பார்த்தால் நம் ஊர் எவ்வளவோ தேவலை என்று தோன்றுகிறது . . . மற்றபடி வேறு ஒன்றும் இப்போது எழுத இல்லை. ராஜா என்ஜினீரிங் காலேஜில் சேரப் போகிறான். நான் இன்று காலைதான் ராஜங்காட்டிலிருந்து வந்தேன். உன் தந்தை கொரடாச்சேரியிலிருந்தபடியே தஞ்சாவூர் போனார்கள். ராஜா இன்று மாலை வண்டியில் போவதாகக் கடிதம் வந்தது. அவனிடம் இதைக் கொடுத்தனுப்பலாம் என்று நினைக்கிறேன் . . . என் தாய் தந்தையிடமிருந்து மட்டும் விசாரிப்புகள் வந்தால் எனக்குப் போதவில்லை . . . இப்படிக்கு உன் . . . தங்கராஜன்."

"ரண்டும் ரண்டு தினுசு" என்றாள் பாலி வாசித்துவிட்டு.

"எந்த ரண்டும்?"

"பதிர்ப்பேணியும் மைசூர்பாக்கும்."

"சை. மாப்பிள்ளை சமத்தெல்லாம் பண்ணாதே. இது யார் எழுதின லெட்டர்?"

"ஏன்?"

"தேன் குடிச்ச நரி மாதிரியிருக்கே மூஞ்சி."

"பின்னே வேற எப்படி இருக்கும்?"

"அப்படியா? யாரு?"

"நீ கோயிலுக்குப் போகணும்னியே."

"அதனாலேதான் சொல்றேன். போய் அந்த ரோஜாப்பூப் பாவாடைக்காரிகிட்ட சொல்லிப்பிட்டு வந்துவிடலாம் பார்."

"என்னத்தை?"

"மனசிலே இருக்கிறதை நடத்துன்னு... யாரு அது?"

"எங்க வீட்டு மாப்பிள்ளை."

"பாக்கு வெத்திலை மாத்தியாச்சா?"

"நான் பிறந்த மறு நிமிஷமே."

"அடி சக்கைன்னாளாம்... அப்படின்னா கோயிலுக்குக் கட்டாயம் போய்த்தான் ஆகணும்."

"அப்படின்னான்னா?"

"இந்த ஹாஸ்டல்லே என்னைக் கட்டிண்டு அழவேண்டாம் பாரு. கலியாணத்தைப் பண்ணி ஒரு ஜாகை போட்டுவிட்டா, உங்க வடிவத்தை சமைச்சுப் போடுவ. நீங்க ரண்டு பேரும் காலேஜுக்குப் போகலாம். நீயாவது சமைச்சுப் போட்டுட்டு அவரோடே கிளம்பிப் போகலாம்."

"அவர் பி.ஏ. படிச்சிட்டிருக்கார், இப்ப கும்மாணத்திலே."

"எம்.ஏ. படிக்கட்டும், இங்கே வந்து."

"படிக்கத்தான் போறார்."

"அப்படின்னா, கிளம்பு கோயிலுக்கு... உன் அனுமதி யில்லாமல்" என்று சொல்லிக்கொண்டே, நாலு பதிர்ப்பேணியையும் நாலைந்து மைசூர்ப் பாகையும் காகிதத்தில் சுற்றிக்கொண்டு எழுந்தாள் செல்லம்.

"முகமெல்லாம் கழுவிண்டு தயாராயிரு... அஞ்சு நிமிஷத்திலே வர்றேன்" என்று சொல்லிக்கொண்டே வெளியேறினாள் அவள்.

8

அன்று கோவிலுக்குப் போனது பாலிக்கு நிம்மதியாகத் தானிருந்தது. செல்லம் அம்மன் சன்னதியில் கண்ணை மூடிக்கொண்டு நின்றாள். வெகு நேரம் நின்றுகொண்டிருந்தாள். மூடிய அந்தக் கண்கள் உடம்பை விட்டு வேறு எங்கோ போய் விட்டாற்போல் தோன்றிற்று பாலிக்கு. அம்மனைப் பார்த்ததைவிட அவள் செல்லத்தைத்தான் அதிக மாகப் பார்த்துக்கொண்டு நின்றாள். அவளைப் பார்க்க முதலில் பயமாயிருந்தது. பின்பு பயம் போய் பரிவு வந்தது. அந்தப் பரிவும் போய் மனதில் ஒரு நிம்மதியும் சுகமும் நிறைந்தன. வெகு நேரம் கழித்துக் கண்ணைத் திறந்தவள், மீண்டும் தூக்கக் கலக்கம்போல மூடிக்கொண்டுவிட்டாள். பளீர் என்று குங்குமம், காதில் முத்துத் தோடு, அரக்குப் புடவை, எத்தனை நடந்தாலும் அழுக்குப்படாத ஒரு பாதமும் –இவளா..? பாலிக்கு நெஞ்சை அடைத்தது. நிச்சயமாக அந்தப் பையன் இவளுக்குக் கணவன் இல்லை; கணவன் என்று யாரோ சொல்லி, அவளை வதைப்பதற்காகக் கொண்டு நிறுத்தி, சட்டென்று இழுத்துக்கொண்ட உயிராகத்தான் இருக்கவேண்டும்... ஆனால், இவள் யாரைக் கண்ணுக்குள் கண்டுகொண்டிருக்கிறாள் இப்போது? அவனையா அல்லது உண்மையான தெய்வத்தையா?...

செல்லத்தின் கண் திறந்தது. கை கூப்பிவிட்டுப் பேசாமல் நடந்தாள் அவள். பாலி பின்னால் நடந்தாள். கோயிலை விட்டு வெளியே வருகிறவ ரையில் செல்லம் வாயும் திறக்கவில்லை.

வெளியே வந்ததும் திடீர் என்று வேறு ஏதோ மனதை எடுத்து மாட்டிக் கொண்டது போலச் சளசளவென்று ஆரம்பித்து விட்டாள். கடையில் இரண்டு அணாவுக்குப் பட்டாணிக் கடலையை வாங்கி, பாலிக்குப் பாதியைக் கொடுத்தாள்.

"நடந்தே போகலாம் போகிறவரைக்கும் காணும்."

பாலிக்குக் கோயில் நினைவுதான் வந்தது – அதாவது கோயிலில் செல்லம் நின்ற காட்சி. ஆனால், என்ன ஏன் என்று கேட்கத் துணிவில்லை. மென்று விழுங்கிவிட்டு, "இன்னிக்கு அலங்காரம் ரொம்ப நல்லாருந்தது" என்று ஆரம்பித்தாள்.

"அந்த ராங்கிக்கு எது போட்டாலும் அழகாவே இருக்கும்."

"ராங்கியா?"

"ஆமாம் அவளைப் பார்த்தா மட்டுமரியாதை இதெல்லாம் இருக்கிறவளாவா தோண்றது? என்ன அலட்சியம்? என்ன கிறுக்கு?"

"நீ இப்ப பேசறாப்பல அங்கே இல்லையே?" என்று இடுக்கைப் பிடித்துக்கொண்டதுபோல வெற்றிக் குரலுடன் கேட்டாள் பாலி. "வவ்வவ்வன்னு அழகு காட்டுவேன்னியே!"

"அழகு காட்டினா என்ன? கண்ணை மூடிண்டு நீ போடி பொக்கி, நான் மாத்திரம் உன்னைப் பார்ப்பேனோன்னு நின்னா என்ன?"

"இந்த இடக்கெல்லாம் இல்லாமல் ஒரு நிமிஷம் நேராப் பேசேன்."

"இடக்கு என்ன இடக்கு? நான் என்ன வலங்கிமான் குதிரையா? கோயில்லே போய் ஏன் கண்ணை மூடிண்டு நின்னேன்னு கேட்டா?... என்னத்துக்கு நிப்பா? என் சிநேகிதிக்கு அவ மனசுபடி எல்லாம் நடக்கணும்தான் வேண்டிப்பா. அதுக்காகக் கண்ணை மூடிண்டேன்."

"நீ எதுக்காக வேணும்னாலும் மூடிக்க, ஆனா உன்னைப் பார்க்கப் பார்க்க. எனக்கு ஆசையாயிருந்தது. நீ ரொம்ப ரொம்ப அழகு. அதுவும் அப்ப உன் முகத்தைப் பார்க்கறப்ப எனக்கு என்னமோ கிளுகிளுன்னு நெஞ்செல்லாம் நிரம்பிப் போயிடுத்து. உன்னை அப்படியே வந்து கட்டிக்கலாமான்னு இருந்தது. அப்படியே உன் காலை எடுத்துக் கண்ணிலே ஒத்திக்கணும்போல் இருந்தது. உன் காலை எடுத்து என் தலையிலே வச்சுக்கிட்டு அழணும் போலவும் இருந்தது."

செல்லம் அவளைத் திரும்பிப் பார்த்தாள். தோள் மேல் கையை வைத்தாள். "பாலி, நீ இன்னிக்கு ரொம்ப சந்தோஷமா

யிருக்கே, இல்லே?"

"ஆமாம், செல்லம். எனக்கு என்னன்னு சொல்லவே தெரியலெ. அவ்வளவு சந்தோஷமாயிருக்கு."

"எனக்கும் அப்படித்தானிருக்கு. ஆனா, நான் ஒண்ணே ஒண்ணு பார்த்திருக்கேன். நாம அநேகமா வருத்தத்தைச் சந்தோஷம்னு நெனச்சுக்கிறோம். சந்தோஷத்தை வருத்தம்னு நெனச்சுக்கறோம்."

"எனக்கு வருத்தமாயில்லியே!"

"எனக்கு என்னமோ வருத்தத்தைத்தான் சந்தோஷம்னு நெனச்சுண்டு, அழுத குழந்தை தூங்கறமாதிரி ஆயிடறோம்னு தோணறது."

"நீ பேசறதெல்லாம் கண்டு கண்டா தித்திக்கிறது செல்லம்."

பாலி குழந்தையாகி உணர்ச்சிப்பெருக்கில் பெயரில்லாத ஆனந்தத் திளைப்பில் மிதப்பதை உணர்ந்தாள் செல்லம். நடக்கும்போதே அவளை, ஒரு கையை இடையில் கொடுத்து அணைத்துக்கொண்டாள்.

"பாப்பா, அப்பறம் பேசலாம். பட்டாணிக் கடலையைத் தின்னு. அது அவ்வளவு தித்திக்காது."

"செல்லம்! சாப்பிட்டுவிட்டு நான் படிக்கப்போறதில்லெ இன்னிக்கு. தாவாரத்திலே உன்னோட உட்கார்ந்து கடல் அலையைக் கேட்டுகிட்டு இருக்கப் போறேன்."

"நானும் கேட்கிறேன் பேசாமெ. என் வாய்க்கும் ஓய்வு வேணும்."

அன்றிரவு மட்டுமில்லை. விடியற்காலை, மாலைகளில் இருவரும் கடற்கரை மணலில் உட்கார்ந்து அந்தப் பேரொலியைக் கேட்டார்கள். அலைகள் காலை நனைக்க நனைக்க நடப்பார்கள். மணலில் உட்கார்ந்து மௌனமாகப் பேசுவார்கள். வாய்விட்டுப் பேசுவார்கள்.

கட்டு மரங்கள் கூட்டம் கூட்டமாக வந்துகொண்டிருந்தன. வெள்ளை யாளி யாளியாகத் தலையைத் தூக்கி நுரைத் திரைகள் விரைந்து பாய்ந்தன.

"இங்கியா இருக்கேள்?" என்று குரல் கேட்டதும், பின்னால் திரும்பி நிமிர்ந்தார்கள், ராஜா. 'அட'

"காலேஜிலே பார்த்தேன் இல்லை."

"சாயங்காலம் எல்லாம் இங்கேதான் பார்க்கலாம்" என்றாள் பாலி.

மலர் மஞ்சம்

“என்னை இன்னிக்கு இனிமே பார்க்க முடியாது. நான் பெரியதெரு வரைக்கும் போகணும். சொந்தக்காரர் ஒருத்தரைப் பார்க்கச் சொல்லி லெட்டர் எழுதியிருக்கான் அண்ணா... நான் வரட்டுமா?” என்று எழுந்தாள் செல்லம்.

“நான் வந்தவுடன் கிளம்பிவிட்டாளே” என்றான் ராஜா.

“இப்பத்தான் ஞாபகம் வந்தது. ஒண்ணும் தவறா நினைக்கக் கூடாது.”

“நான்?” என்றாள் பாலி.

“நீ கொஞ்ச நாழி இருந்துவிட்டுப் போயேன்... நான் வரேன் சார். மன்னிக்கணும். மறுபடியும் எப்ப வருவேள்?”

“எப்பன்னு சொல்றது? வருவேன்?”

“அப்ப நான் வரேன்” என்று சொல்லி நகர்ந்த செல்லம், திரும்பாமல் போய்க்கொண்டிருந்தாள்.

“இப்படிக் கொஞ்சதூரம் நடந்து போவமே” என்றான் ராஜா.

“நடப்பமே.”

இருவரும் பேசாமல் நடந்துகொண்டிருந்தார்கள்.

“பேசவே மாட்டே போலிருக்கே” என்றான் அவன்.

“பேசறவங்க எல்லாத்தையும் பேசிடறாங்களா?”

“என்னது திடீர்னு?”

“செல்லம் என் தலையிலே மிளகாயைவச்சு அரைச்சா அன்னிக்கி. அதுக்குத்தான் உள்ளே போய்ப் பாருன்னீங்களா?”

“ஆமா, உங்க ஆமடையான் லெட்டர் எழுதிக் கொடுத்திருக்கான், பட்சண டப்பாவை ஜாக்ரதையாகத் திறன்னு சொல்லணுமா?... நான் திருவனந்தபுரம் பாசஞ்சர்லெ போகப் போறேன்னு எழுதியிருந்தேன். வந்தான். கொடுத்தான், எனக்கு ராத்திரி சாப்பிட சாம்பார் சாதம் எல்லாம் கூட வாங்கிண்டு வந்தான் தங்கராஜு... வேற ஒண்ணும் சொல்லலே அவன்... என்ன எழுதியிருந்தான்?”

“சாதாரணமாகத்தான்” என்று அந்தக் கடிதத்தில் கிடந்த செய்தியை எல்லாம் கூறினாள் அவள்.

“தங்கராஜு உப்புக்காகிதம். ரத்தம் வரவரத் தேய்ச்சுப் பிடுவான். எண்ணம் என்னமோ வழவழன்னு செய்யணும்னு தான். பட்டுலெ பிசிரு இருந்தாக்கூட உப்புக் காகிதத்தைப் போட்டாலும் போட்டுவிடுவான்... ஆனா சுபாவம், பேச்சு எல்லாம் பூமாதிரி. அன்னிக்கு வண்டி கிளம்பறபோது, ‘பாலிக்கு

சூதே தெரியாது. அதைப் பாரேன் – பட்டணத்திலே கொண்டு வச்சிருக்கு'ன்னான். தொண்டையெல்லாம் கரகரத்துடுத்து... அப்பா! ரொம்ப மிருது! ரொம்ப மிருது."

பாலி இதைக் கேட்டுப் புன்னகை பூத்தாள்.

"நீ என்ன நினைக்கிறே?"

"வாஸ்தவம்தான். பூமாதிரிதான். ஆனால் எழுதறது யாரோ வேட்டைக்காரன் பேசறாப்பல இருக்கும். பேச்சுக்கூடச் சில சமயம் அப்படித்தான்."

"அப்படித்தான். ஆனா, பாலி அவனைப் போல ஒரு ஆளைக் காணுகிறது ரொம்ப சிரமம். என்னமோ பழகற போது பேசற போதெல்லாம். பட்டுச் சால்வையை மேலே போட்டுக்கறாப்பல இருக்கும் எனக்கு. அவ்வளவு உசந்தவன்."

பாலிக்குச் சட்டென்று ராமையாவின் நினைவு வந்தது. முகமே பார்க்காத அம்மாவின் நினைவு வந்தது.

போகிறபோது அவளைக் கல்லூரி வாசல்வரையில் கொண்டுவிட்டுப் போனான் ராஜா.

அன்று சாப்பிட்டுவிட்டுப் புத்தகத்தை வைத்துக்கொண்டு உட்கார்ந்ததுமே செல்லம் வந்துவிட்டாள்.

"எப்ப வந்தே செல்லம்?"

"இப்பதான் வந்தேன். சாப்பிட்டுவிட்டு நேர இங்கதான் வரேன்."

"உறவுகாரங்களைப் பார்த்துவந்தியா?"

"உறவுக்காரங்களைப் பார்த்தேன். இதைக் கொடுத்தாங்க. அப்பறம் வர வழியிலே உன்னோட உறவுக்காரரையும் பாத்தேன்" என்று நாலைந்து ரவிக்கைத் துண்டுகளை எடுத்தாள் செல்லம். "எங்கண்ணா கொடுத்தனுப்பிச்சிருந்தானாம்."

"பின்னே அண்ணான்னா கெட்டதாவா வாங்கிக் கொடுப்பான்?"

"என்னோட உறவுக்காரர் யாரு?"

"உங்க ராஜாதான்."

பாலி மணிமாதிரி சிரித்தாள். "எனக்கு உறவுமில்லே. தொறவுமில்லே, சிநேகிதர் அவர்."

"உறவு மாதிரிதானே இருக்கார் அவர்?"

"சிநேகிதங்கதான் பெரிசு உறவைவிட."

"இது இன்னும் பெரிய உறவில்லையா?"

"என்ன பெரிசு?"

"போடி பைத்தியம்... உனக்கு பிரிச்சுப் பிரிச்சுச் சொல்லணும். அவர் வந்தாத்தான் உம் மூஞ்சியெல்லாம் கலியாண முருங்கை பூத்தாப்பல ஆயிடறதே!"

பாலிக்கு முகம் சிறுத்துவிட்டது. சிறிது நேரம் பேசாமல் உட்கார்ந்திருந்தாள்.

"நான் சொன்னது பிடிக்கலையாக்கும்?"

"இல்லை செல்லம், நீ என்னைத் தப்பா நெனச்சிட்டே" என்று மேலே பேசாமல் நிறுத்திவிட்டாள் பாலி.

"பாலி, எனக்கு நாசுக்காக, சமயம் தெரிஞ்சு பேசத் தெரியாது. எதையும் முகத்துக்கு நேராகப் போட்டு உடைச்சுவிடுவேன். அந்த மாதிரியே இப்பவும் ஆயிடுத்து."

"நீ உடைச்சது நல்லதாச்சு. இப்பவே உனக்கு உண்மை தெரிஞ்சிடும் பாரு."

"போடி மட்டி" என்று சொல்லிவிட்டு இரண்டு ரவிக்கைத் துண்டுகளை மட்டும் போகிற போக்கில் எடுத்துக்கொண்டு அறைக் கதவைச் சாத்திக்கொண்டு போனாள் செல்லம். கூடவே போய் அவள் மனதில் இருப்பதையெல்லாம் சுரண்டி எறிந்துவிட வேண்டும் போல் துடித்தது பாலிக்கு. ஆனால், அவள் வாயிலிருந்து என்னவெல்லாம் வருமோ? சாவி கொடுத்தால் போதும். அவள் பாட்டுக்குப் பேசத் தொடங்கிவிடுவாள். திக்திக்கென்று இதயம் அடித்துக்கொள்ளும்படியாக ஏதாவது சொல்லுவது அவளுக்கு இயற்கை. எதையாவது சொல்லி வைத்தாளானால்! எந்தச் சமயத்தில் என்ன சொல்லுவாள் என்று சொல்ல முடியாதவளிடம் போய்ப் பேசி என்ன?

தனியாக விடப்பட்டதும் பாலிக்கு நெஞ்சு இன்னும் தடுமாறத் தொடங்கிவிட்டது. இவள் எப்படிக் கண்டுபிடித்தாள் என்றுதான் முதல் கேள்வி எழுந்தது. சட்டென்று தன்னையே திருத்திக்கொண்டாள். இவளுக்கு எப்படி இந்த எண்ணம் தோன்றிற்று என்று!

புத்தகம் எதிரே திறந்து கிடந்தது. வெகுநேரம் பக்கம் புரளாமல் திறந்து கிடந்தது. அதை எடுத்து பெஞ்சுமீது படுத்துக்கொண்டு முகத்தின் எதிரே பிடித்து வாசிக்க ஆரம்பித்தாள் அவள். சிறிது கழித்து அது அப்படியே மார்பின் மீது படுத்துவிட்டது.

ராஜா வந்தது இரண்டாம் தடவைதான். அதற்குள் இவள் என்ன கண்டுபிடித்துவிட்டாள்? யாராவது பார்த்துத் தவறாக நினைக்கும்படி இருந்துவிட்டதா, நான் நடந்துகொண்டது?

இன்றைய நேற்றைய பழக்கமில்லை. பத்து வருஷமாகப் பழகி வருகிறான் அவன். சனி, ஞாயிறு முழுவதும் தஞ்சாவூரில் அவள் வீட்டில்தான் கிடப்பான். அவளோடு விளையாடுவது ஒரு அரை மணிகூட இராது. ஆனால், அப்பாவின் அலமாரியிலிருந்து ஏதாவது ஒரு புத்தகத்தை எடுத்துக்கொண்டு மாடியில் சுவரோரமாக ஒரு ஸ்டூலைப் போட்டுக்கொண்டு படித்துக்கொண்டேயிருப்பான். பிறகு, புத்தகத்தை அங்கேயே போட்டுவிட்டு, சொல்லிக்கொள்ளாமல் வெளியே போய்விடுவான். திடீர் என்று காலையில் வருவான். மாடியில் போய் கட்டைச் சுவரைப் பிடித்துக்கொண்டு வீதியைப் பார்த்துக்கொண்டு நிற்பான். அரைமணி நின்றுவிட்டு, போய்ட்டு வரேன் பாலி' என்று சொல்லிக்கொண்டு போய்விடுவான். எதற்காக வந்தான் என்றே தெரியாது. அவன் வருவதையும் போவதையும் பற்றி யாரும் கவலைப்படுவது கிடையாது. வீட்டில் வளர்கிற பூனைபோல, நாயைப் போல, இஷ்டத்திற்கு வருவான் போவான். வடிவத்தையோடு ஏதாவது பேசுவான். காந்தி, காங்கிரஸ், நேரு என்று ஏதாவது சொல்லுவான். ராமையாவோடு ஏதாவது வாய் வழக்குப் பண்ணிவிட்டுப் போவான். காலேஜில் சேர்ந்து திருச்சிராப்பள்ளியில் படிக்கப் போன பிறகும் முதல் வருஷம் இப்படி வருவதும் போவதும் நடந்துகொண்டிருந்தன. ஆனால் இரண்டாவது வருஷம் வரும்போது ஆள் ஒரேயடியாக உயர்ந்துவிட்டான். முதல் வருஷம் தைத்த சட்டையைவிட வேகமாக வளர்ந்து, கொல்லைப் பொம்மை மாதிரி வந்து நிற்பான். அப்போதெல்லாம் அவனைப் பார்த்தாலே சிரிப்பு வரும். அப்படி ஒரு வருஷம். ஆனால் பி.ஏ. வாசிக்கப் போன பிறகு பெரிய ஆளாகிவிட்டான். உடம்புக்குப் பாந்தமான, பொருத்தமான அளவுக்குச் சட்டை, வேட்டி எல்லாம் வந்துவிட்டன. அவன் அடிக்கடி வருவதும் போவதும் நின்றுவிட்டன. குரல் மாறிவிட்டது. பேச்சு நடையெல்லாம் நிதானப்பட்டுவிட்டன. கல்லூரியில் படிக்கிற மேனாட்டு வான சாஸ்திரத்தை ராமையாவிடம் சொல்லிக்கொண்டு—தொண்டை வரள வரளப் பேசுவான். ஆனாலும் நம்ம தேசத்திலே எளுதி வச்சவங்கள்ளாம் ரிஷிங்க. இதுக்கெல்லாம் மேலே எவ்வளவோ போனவங்க, ஒரு பூதக் கண்ணாடியில்லாம, எல்லாம் தபஸ் பண்ணிப் பண்ணிக் கண்டு பிடிச்சவங்க. கடசீலே பாரு நம்ம வழிக்குத்தான் இந்த வெள்ளைக்காரன்லாம் ஒரு நாளைக்கு வரப்போறான். எதுக்குச் சொல்றேன்னா. நம்ம சுப்பராய சாஸ்திரியாரு ஒரு தடவை ஒரு கிரகணம் தெரியும்னு எழுதிப் பஞ்சாங்கத்திலே போட்டுப்பிட்டாரு. வெள்ளைக்காரன் பஞ்சாங்கத்திலே தெரியாதுன்னு போட்டிருந்தான். இவரு உடனே லண்டனுக்கு எழுதிட்டாரு. இந்த மாதிரி நீ, கிரகணம்

தெரியாதுன்னு போட்டிருக்கே; கட்டாயம் தெரியப் போவுதுன்னு. இல்லே தெரியாதுன்னு பதில் எழுதினாங்க. கட்டாயம் தெரியும், ஏன்னா, பூமி துருவத்துக்கிட்ட குடகாரஞ்சு மாதிரி இருக்கு கொஞ்சம் தட்டையா அதனாலே தெரியும்னு மறுபடியும் எழுதினாரு இவரு. நீங்க சொல்றதை ஒத்துக்க முடியாதுன்னு அவங்க எழுதினாங்க. சாஸ்திரியாரும் விடலெ. சரி; நீங்க சொல்ற மாதிரி தெரியாட்டி, நான் பஞ்சாங்கம் போடறதையே விட்டுவிடறேன். நான் சொல்ற மாதிரி தெரிஞ்சிடுத்தோ, நீங்க பஞ்சாங்கம் கணிக்கிற முறையை மாத்தி, எங்க தேசத்து முறையையே வச்சிக்கிறீங்களான்னு எழுதினாரு. சரின்னாங்க லண்டன்காரங்களும். கடைசிலே கிரகணத்தன்னிக்கிப் பார்த்தா சாஸ்திரியாரு சொன்னாப்பல கிரகணம் தெரிஞ்சு போச்சு. அப்புறம் லண்டனுக்கு எழுதினாரு சாஸ்திரியாரு—முன்னே சொன்னாப்பல உங்க கணக்கு முறையெல்லாம் தூக்கி எறிஞ்சுப் பிட்டு எங்க முறையை வச்சுக்கங்கன்னு. அதுக்கு அவங்க மரியாதையா ஒரு லெட்டர் எழுதிப்பிட்டான் மன்னிப்புக் கேட்டுக்கிட்டு, இந்த மாதிரி நீங்க சொல்றது சரி, ஆனாக் கோடிக் கணக்காச் செலவு பண்ணி, எவ்வளவோ சாமான்லாம் சேத்து விட்டோம். இத்தினி நாளா இந்த முறையைத்தான் வச்சிக்கிட்டு வறோம். அதனாலெ நீங்க இதை ரொம்ப வற்புறுத்தப்படாது, உங்க பேரைப் போட்டு, நீங்க எழுதின லெட்டர்களையும் போட்டுப் பிரசுரிக்கிறோம். எங்க முறையைவிட உங்க முறை நல்லதுன்னு ஒப்புக்கறோம்னு எழுதிட்டாங்க தெரிம்யுல்ல! சுப்பராய சாஸ்திரியார் அந்த லெட்டர்லாம் எனக்குக் காமிச்சிருக்காரு. நான் கண்ணாலெ பார்த்திருக்கேன் தெரியுமா?' என்று ராஜாவை முறியடித்துவிட்டாற் போலப் பேசிக்கொண்டிருந்தார். ராஜா அவர் சொன்னது உண்மையோ என்னவோ என்று சந்தேகப்பட்டுக்கொண்டே, சிரித்துக்கொண்டிருந்தான்.

அப்போதெல்லாம் அவன் அதிகமாகப் பாலியிடம் வந்து பேசுவதில்லை. படிக்கிறியா என்று கேட்டுவிட்டு, ராமையா விடம் போய்விடுவான். அவரை ஏதாவது பாடச் சொல்லிக் கேட்டுக்கொண்டிருப்பான். ஆனால் லீவுக்கு வந்து தங்கும் போதெல்லாம் காலையிலும் மாலையிலும் வந்து போவது தவறாது.

அவன் ஊருக்குப் போகிறவரையில் அவன் வராத நாளில்லை. ஆனால், யாரும் இப்படிச் சந்தேகப்படவில்லை. இவள் மட்டும்?... இவள் மட்டும்தானா? தங்கராஜன்கூட அன்று ராஜங்காட்டில் சுருக்கென்று என்னமோ கேட்டானே... உண்மையாக அப்படிச் சந்தேகம் வரும்படியாகவா இருக்கிறது? இது உண்மையாக இருக்க முடியுமா? எதற்காக இப்படிக் கேட்டாள் அவள்?

ஓடிப்போய் அவளுக்குக் கேட்கவேண்டும் போலிருந்தது. ஆனால், வெகு நேரமாகியிருந்தது. வெளியே வந்து பார்த்தாள். ஓரிரண்டு அறைகளைத் தவிர, மற்ற அறைகளில் வெளிச்சமில்லை. நிசப்தமாகவிருந்தது. கடல் அலைமட்டும் அந்த மௌனத்தின்மீது ஏறி மோதி, கலைந்து விழும் ஓசை கேட்டுக்கொண்டிருந்தது. ஆனால், அதானால்கூடக் கலைக்க முடியாத மௌனம். பக்கத்து அறையில் ரத்னம் ஒரு தடவை இருமுவது கேட்டது. சிறிது நின்றுவிட்டு மீண்டும் உள்ளே வந்து, விளக்கை அணைத்துவிட்டுப் படுத்தாள் அவள்.

'அவ்வளவும் பொய்–பொய். இவளும் வம்புக்காரி தான், பாவம்' என்று கண்ணை மூடியபடியே சொல்லிக்கொண்டாள்.

ராஜாகூட அப்படிச் சந்தேகம் வரும்படியாக நடக்கவில்லை. அவனிடம் இயல்பாக ஒரு குணம் உண்டு. யாரோடு பழகினாலும், வெகு நாள் பழகினாற்போலக் குரலில் ஒரு அன்யோன்யம் தொனிக்கும். சாதாரண மனிதர்களைவிட யாரிடத்திலும் ஒரு நிறை கூடவே அன்பைக் காண்பிக்கிற ஒரு மென்மை அது. என்னோடு ரொம்ப நெருங்கிப் பழகுகிறவன் என்று சாதாரணமாகப் பழகுகிறவர்கள்கூடச் சொல்லும்படியான ஒரு விசித்திரமான இயல்பு.

இன்று மாலை முழுவதும் அவன் தங்கராஜனைப் பற்றித் தான் பேசிக்கொண்டிருந்தான்.

அவளுக்குத் தங்கராஜன் நினைவு வந்தது. மெதுவாக அவள் மனம் முழுவதையும் வந்து வியாபித்துக்கொண்டது. இரவின் தனிமையிலும் இருளிலும் மோக நினைவாக வந்து பற்றி, நெஞ்சையும் உடலையும் வந்து அணைந்தது.

அவளுக்கு அழுகை அழுகையாக வந்தது. 'எதற்காக இப்படிப் படிக்க வேண்டும்! படித்து என்ன செய்யப் போகிறோம்? அப்பாவையும் விட்டு, அவரையும் விட்டுவிட்டுப் பிரிந்து வந்து என்ன படிப்பு இது? செல்லத்தின் நினைவு வரும்போது அவள் யாரோ சம்பந்தமில்லாதவள் வந்து எட்டிப் பார்த்து. தனிமையைக் கெடுத்துவிட்டாற் போலிருந்தது அவளுக்கு. இவள் யார்? இவளோடு சில நாள் பழக்கம்தான். அதற்குள் என்னைப்பற்றி, அவனைப் பற்றி எல்லாம் எதற்காக இவள் பேசுகிறாள்! என்னவெல்லாம் பேசுகிறாள்!'

கடல் அலை ஓயாமல் அரற்றிக்கொண்டிருந்தது.

9

மறுநாள் காலையில் வழக்கம்போல வருகிற செல்லத்தைக் காணவில்லை. ஒன்பது மணி வரையில் காத்திருந்துவிட்டு இருப்புக்கொள்ளாமல் அவள் அறைக்குப் போனாள் பாலி.

"வா, பாலி."

"படிப்பு அதிகமாக்கும்."

"அதெல்லாம் ஒண்ணுமில்லை."

"பின்னே நீ ஏன் வரவில்லை?"

"உன் கோபம் தணிஞ்சுதோ என்னமோன்னு சந்தேகமாயிருந்தது."

"நான் கோவிச்சிட்டேனா?"

"அப்படின்னா நீ ஏன் ராத்திரி நான் வந்தப்பறம் இஞ்ச வரலெ?"

"ராத்திரி பன்னிரண்டு மணி இருக்கும். உன் அறை விளக்கு அணைஞ்சிருந்தது."

"எனக்குத் தெரியும்."

"என்ன தெரியும்?"

"நீ வந்து நின்னே உன் ரூம் கதவண்டை. நின்னு பாத்திட்டுப் போனே, சரி, கோபம் தணியலெ போலிருக்குன்னு நானும் பேசாம இருந்தேன்."

"எனக்குக் கோபமே இல்லை."

“இன்னிக்கி வெள்ளிக்கிழமையாச்சே. கோயிலுக்குக் கூப்பிட வருவியோன்னு பார்த்தேன்.”

“நான் வந்து கூப்பிடணுமோ? அதான் வெள்ளிக்கிழமை போறதுன்னு தீர்மானம் பண்ணியாச்சே ...”

“உன்னைப் பார்த்தா சில சமயம் பயம்மாயிருக்குடீம்மா எனக்கு” என்றாள் பாலி.

“ஏன்? நான் நெஜத்தைச் சொல்றேன்னுட்டா?”

“நீ எப்பப் பார்த்தாலும் பொய்தான் சொல்றே.”

“சரி. அப்படியே வச்சுக்கோயேன் ...”

“அப்படிச் சொல்லிட்டா ஆயிடுமா?”

“வேறென்ன சொல்றது? உள்ளதைச் சொன்னா உடம்பு எரியும்பா. நீ ராத்திரி உடம்பு எரிஞ்சிண்டுதானே படுத்திண் டிருந்தே.”

“நீ இப்படியெல்லாம் பேசறதுனாலெதான் எனக்குப் பயமா யிருக்குன்னேன்.”

“சரி பேசலெ... ஏன் இந்த ரவிக்கைத் துண்டைத் கொண்டு வந்திட்டே.”

“மறந்து போயிட்டே நீ.”

“மறக்கலெ. இந்தா இந்த ரண்டும் உன்னதுதான்.”

“என்னடீது?”

“ஆமாம். எங்கண்ணா கொடுத்தனுப்பலெ. உங்க ராஜா கொடுத்தார்.”

“ராஜாவா!”

“ஆமாம் நான் திரும்பி வரபோது பார்த்தேன்னு சொல்லலியா... அப்ப, தயவுசெய்து எனக்கு ஒரு காரியம் செய்ய முடியுமான்னு கேட்டார். என்னன்னேன். கடைக்குப் போய் இதை வாங்கிக்கொடுத்து உங்கிட்டக் கொடுக்கச் சொன்னார்.”

“பொய்.”

“சரி; அப்படின்னா, நீ படிக்கிறது பொய். நான் பொய். இந்த மேஜை பொய். தூங்காதது பொய்.”

“நீ வேண்டாம்னு சொல்றதுக்கென்ன?”

“நான் போஸ்டாபீஸ்தானே?”

"என் மானத்தை இப்படி வாங்குவன் இவன்னு தெரிஞ் சா, நான் அவனோட பேசியே இருக்கமாட்டேன்."

"ஏன்? உனக்கு இந்த நிறம் நன்னாருக்கே... சந்தனக் கலர். ஓரத்திலெ பன்னீர்ச் சொம்பு சின்னச் சின்னதா பார்டர் போட்டிருக்கு. அழகா இருக்குமே உனக்கு!"

"நீ போட்டுக்க. எனக்கு வாண்டாம்."

"சரி; அப்படின்னா வச்சிட்டுப்போ. அவர் வந்த உடனே கொடுத்துடறேன்" என்று ரவிக்கைத் துண்டை எடுத்து, பார்டர், உடையெல்லாவற்றையும் உற்றுப் பார்த்தாள் செல்லம். "அழகாயிருக்கு. பேசாத போட்டுக்கலாம்."

"நீ போட்டுக்க" என்று கத்தினாள் பாலி. அவளுக்குக் தொண்டையை வந்து அடைத்தது. அழுகை வருவதற்கு முன்னால் அறையைவிட்டு வெளியே போய்விட்டாள்.

அன்று மாலை இருவரும் மயிலாப்பூருக்கே நடந்து சென்றார்கள். குளத்தில் காலைக் கழுவியவுடன், "இப்படிக் காற்றாடக் கொஞ்சம் உட்காரலாமே!" என்று உட்கார்ந்தாள் செல்லம்.

"படிக்கட்டெல்லாம் சுடுது காத்தாட உட்கார்ந்துவிட்டியே."

"அப்படின்னா இதைப் போட்டுக்கலாம்" என்று முந்தானையை அவிழ்த்து அதே ரவிக்கைத் துண்டுகளை எடுத்துக் கீழே விரித்தாள் செல்லம்.

"இதை வேற கொண்டுவந்திருக்கியா?"

"உனக்குத்தான் வாண்டாம்னுட்டே, என்ன செய்யறது? நானாவது தைச்சுப் போட்டுக்கலாம்னு எடுத்திண்டு வந்தேன் . . . உட்காரு."

"இது மேலேயா?"

"உட்காரலாம், பாரவாயில்லை. நீதான் கொடுத்துட்டியே எனக்கு. அப்பறம் அதுமேலே ஏன் அத்தனை கரிசனம்?"

"அதுக்காக . . ? நல்ல சாமானை வீணா அடிக்கணுமா?"

"பரவாயில்லே, உட்கார்."

பாலி உட்கார்ந்துவிட்டாள்.

எதிரே நீர் சிறு அலைகளாகச் சிலிர்த்துக்கொண்டிருந்தது. தெரு இரைச்சல் ஒரு பக்கம். கோயில் மணியோசை எழுந்து

வானத்தில் தங்கமேகமாகப் போய் வடிந்து தொங்குவது போலிருந்தது.

"போகலாமா உள்ளே?" என்றாள் பாலி.

"இரேன், போகலாம். அதுக்குள்ளே என்ன அவசரம்? உங்க ராஜா காத்திண்டிருக்காரோ உனக்காக அங்கே?"

பாலிக்கு அதைக்கேட்டு வேதனையாக இருந்தது. பதில் சொல்லாமல் நீரைப் பார்த்துக்கொண்டிருந்தாள்.

"இப்பவாவது சொல்லேன், நான் சொல்றது பொய்யின்னு" என்று மேலும் சொன்னாள் செல்லம்.

பாலி பேசவில்லை.

"நாம இருக்கறது கோயில் முன்னால், நான் சொல்றது சரியா இல்லையான்னு உண்மையாச் சொல்லு, அப்பறம் கோயிலுக்குப் போகலாம்."

"..."

"எனக்கு என்னமோ நான் சொல்றதுதான் சரின்னு தோணறது. நீ மறுக்கிறதுதான் பொய். அப்படி ஒரு பொய்யைச் சுமந்துகொண்டே எப்பவும் நெஜமாயிருக்கிறவ முன்னாடி போய் நிற்பானேன்."

பாலி இப்போது பேசவில்லை. வெறிக்க எதிரே பார்த்துக் கொண்டிருந்தாள். ஒரு ஐந்து நிமிஷம் இருவரும் பேசாமல் அமர்ந்திருந்தார்கள்; கார்கள் கரையில் இடை இடையே அபஸ்வரமாக ஓலமிட்டன. முல்லைப் பூக்காரன் கரகரவென்று பூவை, என்னமோ கருணைக் கிழங்கு விற்கிறாற்போலக் கூவிக் கொண்டு போனான். எதோ கடையிலிருந்து மட்டிப்பழம் மணம் கமழ்ந்தது.

"போகலாமா?" என்றாள் செல்லம்.

"எங்கே?"

"காலேஜுக்கு."

"போகலாம்."

"நான் சொன்னது காதிலே விழுந்ததா?"

"விழுந்தது."

"கோயிலுக்குப் போக வேண்டாமா?"

"போகலாம்."

"அப்ப சொல்லு."

"நான் என்ன சொல்றது? நீ சொன்னதுதான் சரி" என்றாள் பாலி. "மனசிலேர்ந்து அவனை அடிச்சு விரட்டணும்னுதான் பாக்கறேன். முடியலெ . . . பத்து வருஷமா நான் பழகறேன். அவன் ஒரு நாளைக்கு வராட்டா, சூன்யம் பிடிச்சாப்பலதான் ஆயிடுது . . ."

"இத்தனை நடந்துதுக்கப்புறம்தானே சொல்றே நீ?"

"செல்லம், எனக்கே இப்பதான் புரியறாப்பல இருக்கு. முதமுதல்லெ பார்த்ததிலேர்ந்து இன்னிவரையில் அவன் பேசினது நடக்கிறது. எந்த சமயத்திலெ எப்படிப் பேசுவான் எல்லாம் எனக்கு மனசிலே அத்துப்படியா இருக்கு. ரண்டு பேரும் இப்படி அங்கே உட்கார்ந்திருக்காங்களோ ஒருசமயம்! . . . எங்கியாவது நடக்குமா அது? ரண்டு பேர் ஒருத்தி மனசிலே சேந்தாப்பல உட்கார முடியுமா? . . . செல்லம், என்னைப் போட்டுக் குழப்பாதே. என்னைப் பத்தி அடி மனசுவரைக்கும் தெரிஞ்சு உனக்கு என்ன ஆகணும். நீ யாரு அதெல்லாம் தெரிஞ்சுக்க? எழுந்து வா போகலாம். நீ இனிமே இதைப் பத்திப்பேசாதே . . . அந்த ரவிக்கையை எங்கிட்டக் கொடு" என்று, அவள் எழுந்ததும் ரவிக்கையை எடுத்து மடித்து வைத்துக்கொண்டாள் பாலி.

போன வெள்ளிக்கிழமை மாதிரி இல்லை இன்று கோவிலுக்குள், கூட்டம் நெரிசல் ஒன்றிலும் மாறுதல் இல்லை. ஆனால், இன்று செல்லத்தைப் பார்க்கவில்லை பாலி. அவளே கண்ணை மூடிக்கொண்டுவிட்டாள்.

'நான் யாரையும் நினைக்க வேண்டாம். எதற்காக இந்தப் பட்டணத்திற்கு வந்தேன்? படிக்கத்தானே? வேறு கவலைகள் எல்லாம் எதற்கு எனக்கு? இவள் எதற்காக என்னைத் தொல்லை செய்துகொண்டிருக்கிறாள்? அம்மா ஏன் இறந்து போனாள்? நானும் ஏன் கூடப் போகவில்லை? . . .'

செல்லம் கண்ணை மூடி நின்றுகொண்டிருந்தாள். எத்தனை அழகு இந்த – க்கு. வெளிச்சத்தில் கன்னமும் கழுத்துப் பட்டையும் நந்தியாவட்டை இதழ்போல மின்னி நெஞ்சைக் கவர்ந்தன. நெற்றியில் மயிர் ஒரு வளைவு கொடுத்து இறங்கிச் சரிந்திருந்தது. அதனால் இந்தக் கன்னமும் ஈடில்லாத அழகுடன் மின்னுகிறது. பக்கப் பார்வையில் இவளுக்கு மிஞ்சின அழகு யாருக்கும் இருக்க முடியாது. அதுவும் மத்தியான்னம் படுத்துத் தூங்கும்போது பார்த்தால் . . . அப்பப்பா . . . ஆனால் உள்ளத்தில் எதற்கு இத்தனை வம்பு வளர்ந்திருக்கிறது! நான் எப்படியிருந்தால் இவளுக்கென்ன? . . .

அவள் கண்மூடியிருந்ததைப் பார்த்து, அங்கிருந்து நழுவி, பிராகாரத்தைச் சுற்றிச் சுற்றி வந்தாள் பாலி. மூன்று தடவை ஆனதும் சுற்றிமுற்றிப் பார்த்தாள். மீண்டும் அம்மன் சன்னதிக்குள் போனாள். செல்லத்தைக் காணவில்லை. மீண்டும் பிராகாரத்தில் ஒரு தடவை பார்த்துவிட்டு வெளியே வந்தாள்.

"இங்கே இருக்கேன்" என்று குரல் கேட்டது. வாசல் கங்காணியிடம் காசைக் கொடுத்துவிட்டு, பாலியின் செருப்பையும் காவல் காத்து நின்றாள் செல்லம்.

இருவரும் ஒரு ரிக்ஷா பேசிக்கொண்டு கிளம்பினார்கள். செல்லம் ஒன்றும் பேசவில்லை.

"அதைப்பத்தித்தான் பேசப்படாது. வேற ஒண்ணுமே பேசமாட்டியா?"

"நாமெல்லாம் வேறென்னத்தைப் பேசறது?... நீதான் உன் அந்தரங்கத்தைப் பத்திப் பேச வாண்டான்னு சொல்லியாச்சு."

"பேசினால் என்ன?"

"சரி சொல்லு, நான் கேட்டுண்டிருக்கேன்."

"மனுஷங்கள்ளாம் மிருகம் மாதிரி இருக்கணும். யாருக்கும் கட்டுப்பட்டிருக்கக் கூடாது. சோறு போடறது, வளக்கறது – இந்த மாதிரி எல்லாம் பெரியவங்க விலங்கு தயார் பண்ணி, நம்மைக் கட்டிப் போடறாங்க, விஷ ஆவி அடைச்ச அறை மாதிரி இந்த நன்றியிலே கிடந்து தவிக்கிறோம் நாம, இல்லையா?"

"நான் கேட்டுண்டிருக்கேன்."

"எனக்கு ஒருத்தரும் வாண்டாம். நான் பாட்டுக்குத் தனியா எங்கேயாவது ஓடறேன். பசிச்சதுன்னா பொறுத்துக்கறேன். இல்லேன்னா திருடறேன். பிச்சை வாங்கறேன். நீ எனக்கு ஒரு உதவி செய்யறியா?"

"என்ன?"

"இந்த ராஜாவை இனிமே இங்க வரச் சொல்லாதே, ஒரு லெட்டர் போட்டு, இந்த மாதிரி நீங்க அடிக்கடி வந்தா, நல்லா யிராதுன்னு சொல்லி ஒரு லெட்டர் போட்டுவிடு."

"போட்டுடறேன்."

"நாளைக்கே போட்டுடணும்."

"நிச்சயமா!"

ooo

மறுநாள் காலையில் இருவரும் அதைப்பற்றி ஒன்றும் பேசவில்லை. சாயங்காலம் கல்லூரி விட்டு வந்து தோட்டத்தில் உலாவும்போது சொன்னாள்.

"நீ இனிமே கவலையில்லாம இருக்கலாம்."

"என்ன செல்லம்?"

"நீ சொன்னபடியே லெட்டர் போட்டுவிட்டேன் ராஜாக்கு."

"அ! போட்டுவிட்டியா!"

"நீ போடச் சொன்னியே?"

"நீ எங்கிட்ட கேட்கவேல்லியே எழுதறபோது."

"நீ சொன்னபடி எழுதிவிட்டேன். நீங்க அடிக்கடி இங்கே வந்தா ரசாபாசப்பட்டுப் போயிடும். வார்டனும் என்னைக் கிண்டிக் கிண்டிக் கேக்கறா. என்னாலே பதில் சொல்ல முடியலென்னு எழுதிவிட்டேன்."

பாலிக்கு என்ன சொல்வதென்றே புரியவில்லை. இது ஏதடா ஆபத்து என்று அவளை மனதிற்குள் சபித்தாள். இவளிடம் எப்படிப் பழகுகிறதென்றே புரியவில்லையே. செய் என்றால் செய் என்று அர்த்தம் இல்லை என்றுகூடப் புரிந்துகொள்ள முடியாத ஒருத்தியோடு என்னதான் செய்ய முடியும்?

"உங்கிட்ட காமிக்கலாம்னு நெனச்சேன். கட்டு எடுக்கற நேரமாயிடுத்து. நீ கிளாஸ்லே இருந்தே…" என்றாள் செல்லம்.

அன்றிருந்து அவளோடு கலகலப்பாகப் பேசவே முடிய வில்லை பாலிக்கு. வேணும் என்றே பிறரை அவதிப்படுத்தி, அதில் ஆனந்தமடைகிற குணமோ என்னவோ! அவளோடு பேச்சை மட்டுப்படுத்திக்கொள்வதுதான் நல்லது என்று தோன்றிற்று.

அப்படி அவதிப்படுத்துகிற இயல்பும் இல்லை அவளுக்கு. ஆனாலும், என்னைப் பற்றி எதற்காக இவ்வளவு தூரம் அவள் கவலைப்பட வேண்டும்! என்னைப் பற்றி, என் மனசை… சை, அவள் இல்லாமலும் இருக்க முடியவில்லை… மூன்று நாளைக்கு மேல் இப்படி ஒதுங்கினாற் போல இருக்க முடியவில்லை. நாலாம் நாள் மாலை கதவைச் சாத்திக்கொண்டு உட்கார்ந்திருந்த போது கதவை வந்து டமடம என்று இடித்தாள் செல்லம்.

"யாரது?"

"நான்தான்… ஏ முட்டாளே! கதவைத் திற."

பாலி ஓடிப்போய் மனம் நிறைய நிறையக் கதவைத் திறந்து விட்டுவிட்டாள்.

“பாலி, ஒரு விஷயம் சொல்லத்தான் வந்திருக்கிறேன். இந்த மாதிரி அசட்டு ‘டூ’வெல்லாம் விடவாண்டாம். என்னைக் கண்டால் பிடிக்கலேன்னு சொல்லு. நீ இருக்கிற பக்கம் கூடத் தலை வச்சுப் படுக்கலை ... எதிரியாயிட்டேன் கறதுக்காக உன் சமாசாரம் எல்லாம் வேறு யார் கிட்டவாவது சொல்லிடுவேனோன்னு பயப்பட வேண்டாம். அப்படிப் பயந்து, பிடிச்சது போலவும் பிடிக்காதது போலவும் நடக்க வேண்டாம். இப்பச் சொல்லிவிடு நான் வர்றதா வாண்டாமான்னு. வாணடாம்ன்னா நீ இருக்கிற பக்கம் கால் வச்சே படுத்துனுடறேன்.”

பாலி அப்படியே அவளை முக்கி அவளை ஒரு தூக்குத் தூக்கிவிட்டாள். “நீயாவது வந்திட்டிரு. உன்னோட சண்டை போட என்னாலெ முடியாது ... அப்பா எத்தனை கனம்! புளியை வச்சு அடைச்சாப்பல இத்தனை விஷமமும் குறும்பும் வச்சு அடைச்சிருந்தா, கனக்காம என்ன செய்யும்... உன்னோடு சண்டை போட்டுக்கவே யாராலும் முடியாது.”

“நானா போடச் சொன்னேன்? நீயே மூஞ்சியைத் தூக்கிண்டு இருந்தே, இப்ப ஆளையே தூக்கறே. நாளைக்கு எப்படி இருக்கப் போறியோ?”

“எல்லாத்தையும் மறந்துவிடு.”

“மறக்கறதுக்காகத்தானே நான் பிறந்திருக்கேன்?” என்று அவளைப் பார்த்துச் சிரித்தாள் செல்லம். “உன்னோட பழகறது தான் சிரமமாயிருக்கு. நீ அன்னக்கி சொன்னியா இல்லியா, லெட்டர் போடுன்னு. போட்டேன் உனக்குக் கோபம் வந்துடுத்து. உங்கிட்ட காமிக்காம போட்டது தப்புதான்.”

“போனாப் போவுது. எனக்கும் இப்ப நிம்மதியாத்தானிருக்கு.”

“அப்ப என் மேலே கோபம் இல்லையே?”

“இல்லை.”

“எனக்குப் பயமாயிடுத்து. இது ஏதடா முறைச்சுனுடுத்து இப்படி, வர வெள்ளிக்கிழமை துணையிருக்காது போலிருக்கே. பழைய குருடி கதவைத் திறடின்னு தனியாத்தான் போகணும் போலிருக்குன்னு பயந்து போயிட்டேன்.”

“வரேன், வரேன், வரேன். போதுமா?”

மறு வெள்ளிக்கிழமை கோவிலுக்குள் நுழைகிற போதே, “என்ன பாலி” என்று குரல் கேட்டது. ராஜாவின் குரலைக் கேட்டதும், அவள் திணறிப்போய் நின்றாள்.

"நான் எழுதவே சொல்லலே. ஏதோ கோபத்திலே சொன்னேன். இவதான் எழுதிவிட்டா" என்று திரும்பிப் பார்த்தாள் பாலி. செல்லத்தைக் காணவில்லை. துவஜஸ் தம்பத்தை நோக்கி நடந்துகொண்டிருந்தாள் அவள்.

"அவளா? நீ எழுதலே?"

"நான் எழுதலே?"

"உன் கையெழுத்துதான் அது. உன் பேரும்தான் போட்டிருந்தது."

"என் பேரா? என் கையெழுத்தா?"

"பாலாம்பான்னுதானே போட்டிருந்தே?"

"பாலாம்பாள்னா!"

"ஆமாம். கோவிலுக்குப் போறதுன்னா வழக்கமா வெள்ளிக் கிழமை வெள்ளிக்கிழமை வச்சிண்டிருக்கேன், ஆறரை மணிக்கு வருவேன். நீங்களும் வரதுன்னா வரலாம்னு எழுதியிருந்தியே."

"நானா ... அட ராமா!"

"நீ எழுதலியா?"

"இவதான் குறும்பு பண்ணியிருக்காப் போலிருக்கு."

"செல்லமா?"

"பின்னே யாரு . . ? எல்லாம் உங்களாலெதான், ஏதாவது கொடுத்தா எங்கிட்ட கொடுத்தா என்னவாம்? அவயாரு கொடுத்தனுப்பிக்க?"

"கொடுத்தனுப்பறதா எதை?"

"க்கும். ஒண்ணுமே தெரியாதுபோல கேளுங்க."

"என்ன நான் உள்ள போய் இருக்கட்டுமா?" என்று வந்தாள் செல்லம்.

"என்ன செல்லம்?"

"நமஸ்காரம்."

"நமஸ்காரம்."

"ஏண்டி, ஒண்ணும் தெரியாததுபோல் நமஸ்காரம் எல்லாம் போடறே?"

"என்ன! என்ன?"

“சீம்மா ... நீ ஒரு மனுஷிமாதிரி.”

“என்ன நடந்தது இப்ப?” என்றான் ராஜா.

“இந்த ரவிக்கைத் துண்டை சார் நான் வாங்கிண்டு வந்து, ரண்டு அவளுக்குக் கொடுத்தேன். எங்க அண்ணா அனுப்பிச்சான். நன்னாருக்குன்னு இரண்டு கொடுத்தேன் அவளுக்கு. அவ ரூம்லே வச்சுட்டு வந்தேன். பேசாம வச்சுக்க வேண்டியதுதானே? மறுநாள் காலமே வந்து எங்கிட்ட திருப்பிக் கொடுக்க வந்தா. எனக்குக் கோபம் வந்துடுத்து. அதனாலெ ஒரு பொய்யைச் சொல்லி வச்சேன். அன்னிக்கு நீங்க பீச்சுக்கு வந்தேளா? சரி, அதைச் சொல்லி வைப்போம்னு, என்னை நீங்க கடைக்கு அழைச்சிண்டுபோய், இதை வாங்கி உங்க சிநேகிதி கிட்டக் கொடுன்னு சொன்னேள்னு கொடுத்தேன்.”

பாலி வெட்கமும் கோபமுமாகச் சிரித்தாள். ராஜா விழுந்து விழுந்து சிரித்தான்.

“அப்பறம் உங்க மேலே கோபம் வந்துடுத்து அவளுக்கு. இங்க வரப்படாதுன்னு எழுதிவிடு அந்த மனுஷனுக்குன்னா. இது ஏதுடான்னு யோசிச்சேன். சரின்னு அவ எழுதறாப்பலவே ‘கோயிலுக்குப்போற வழக்கம்...’ அப்பறம்தான் நீங்க கடுதாசை வாசிச்சிருப்பேளே – அப்படி எழுதினேன், நீங்க வரப்படாதுன்னு எழுதறது நன்னாருக்குமா? இவசொல்றான்னு நான் எழுதி விடறதா . . . இல்லெ கேக்கறேன்” என்று அப்பாவி மாதிரி சொல்லி முடித்தாள் செல்லம்.

பாலியும் அடக்க முடியாமல் சிரித்தாள். அவனும் சிரித்தான்.

“யார் யாரோ பார்க்கறாடி, மெதுவாகச் சிரி” என்று செல்லம் அடக்கினாள். “வாங்கோ! ஸ்வாமி தரிசனம் பண்ணிட்டு வருவோம்” என்று அவள் நடந்ததும் இருவரும் பின்தொடர்ந் தார்கள்.

10

அன்று வழக்கம்போல அம்மன் சன்னதியில் பாலிக்கு இருப்பாக இருக்கவில்லை. நிம்மதியாக நிற்க முடியாமல், நிலத்தில் பாவ இயலாமல் கால் இடம் மாறிக்கொண்டேயிருந்தது. உள்ளே நின்ற இரு விளக்குகளையும் நடுவில் நின்ற அருள் விளக்கினையும் பார்க்கும்போது நெஞ்சம் நடுங்கியது. கண்ணை மூடவும் முடியவில்லை. மூடினால் நடுக்கம் மிஞ்சிற்று. பீதிகள் கருப்பும் சிவப்புமாகக் கண்ணுக்குள் திரையாடின; மேலும் கீழுமாக வளையல் போட்டன.

செல்லம் கண்ணை மூடிக்கொண்டு நின்றாள். அதைப் பார்த்துவிட்டுத் தைரியத்தை இழுத்துப் பிடித்துக்கொண்டு, கண்ணை மூடினாள் பாலி. இரண்டு நிமிஷத்திற்கு மேலாகத் திறக்காமல் மூடி நின்றாள். அந்த இரண்டு நிமிஷத்திற்குள் அவள் கவனத்தைத் தள்ளித்தள்ளி இடறச் செய்த பயத்தை ஒதுக்கிப் பின்னால் தள்ளினாள். பிறகு, சிறிது சிறிதாகத் தொல்லைகள் ஒதுங்கி நின்றன. மேலும் இரண்டு மூன்று நிமிடங்களுக்கு அவளுக்குக் கண்ணைத் திறக்காமல் நிற்க முடிந்தது.

அந்த இரண்டு மூன்று நிமிடமும் மனத்தில் குழம்பிய கோவையில்லாத சூன்யம்தான் வந்து புரண்டு உருண்டது. சிவப்பும் நீலமுமாகப் பொட்டுகளும் வளைகளும்தான் அலைந்தன. கண்ணைத் திறந்து மீண்டும் அம்மனைப் பார்த்தாள். செல்லத்தைக் காணவில்லை. திரும்பினாள். ராஜா தான் எதிரே நின்றுகொண்டிருந்தான்.

பட்டும் நகையும், மஞ்சளும் சிவப்புமாகப் பளபளக்கிற பெண்கள் கூட்டத்தில் செல்லத்தைக் காணவில்லை. சின்ன பிராகாரத்தை வலம் வருகிறாளோ என்று ஒரு நிமிஷம் காத்திருந்தாள். செல்லம் வரவில்லை. தானே ஒரு தடவை அந்தப் பிரகாரத்தை வலம் வந்தாள். செல்லம் இல்லை. வெளியே வந்து பார்த்தபோதும் காணவில்லை. ராஜா உடன் வந்தான்.

“எங்கே செல்லம்?”

“உன்னோடதானே நின்னா?”

“பெரிய பிராகாரத்துக்குப் போயிருக்கிறாளோ என்னமோ!” என்று வெளியே நடந்தாள் பாலி. காலை எட்டிப் போட்டு நடந்து, அவனுக்கப்பால் சற்று தூரமாக நடக்க வேண்டும் என்று தோன்றிற்று அவளுக்கு. ஆனால், அவன் கூடவே வந்து கொண்டிருந்தான்.

“இவளுக்குக் குறும்பு ரொம்பப் பிடிக்குமோ?” என்றான்.

“நான் ஏதோ பச்சைக் குழந்தைன்னு அவள் எண்ணம் . . . நீங்க ஒண்ணும் வித்யாசமா நெனச்சுக்க வாண்டாம் . . . அவளுக்குக் குறும்புதான் பிடிக்கும். இல்லாட்டா அவளுக்கு வேற சந்தோஷம் ஏது, பாவம்!”

“அப்படின்னா?”

“பெரிய சந்தோஷம் அவளுக்குக் கிடைக்காமப்போயிடுத்து. அதுக்காக இப்படிச் சில்லறைக் குறும்பெல்லாம் பண்ணிக்கிட்டு, சின்ன சந்தோஷமெல்லாம் பட்டு மனசை ரொப்பிக்கப் பாக்கறா. உங்களுக்குப் புரியலியா, பெண்கள் படிக்கிறதுக்கு ஒரு பெரிய காரணம் இப்பல்லாம் உண்டாயிருக்கே. ஆம்படையான் போனாத்தானே படிக்க வைக்கிறதுன்னு கிளம்பறாங்க?”

“அப்படியா?”

“ஆமாம்.”

“நான் நினைக்கவே இல்லியே” என்று அதிர்ச்சி தணியாமல் கூறினான் ராஜா.

“அதுதான் . . . இப்படி ஏதாவது குறும்பு பண்ணிக்கிட்டே யிருக்கணும் அவளுக்கு . . . சில்லறைக் குறும்பு தினமும் நாலு பண்ணாட்டித் தூக்கம் வராது.”

“இது சில்லறைக் குறும்பா?”

“அவளுக்கு அப்படித்தான் எண்ணம். யாருக்காவது தெரிஞ்சா என்ன ஆகும்? . . . ஆனா, அந்தவரைக்கும் நிச்சயம்

உண்டு அவளுக்கு. சில்லரைக் குறும்புதான்னு நிச்சயமாகத் தெரிஞ்சாத்தான் அதிலே இறங்குவா அவ."

ராஜா புன்சிரிப்புப் பூக்க நடந்துகொண்டிருந்தான்.

"என்ன எழுதியிருந்தா அவ?" என்று மீண்டும் கேட்டாள் பாலி.

"அதான் சொன்னேனே 'கபாலி கோயில் எனக்கு மிகவும் பிடித்திருக்கிறது. வெள்ளிக்கிழமை வெள்ளிக்கிழமை அங்கு வந்து தரிசனம் செய்யவேண்டும் என்று நினைத்துக்கொண்டிருக்கிறேன். உங்களுக்குக் கோயிலுக்குப் போவது பிடிக்குமோ என்னவோ! ஆனால், கோயிலைப் பார்த்தால் அப்புறம் யாரும் விடமாட்டார்கள்' என்று எழுதியிருந்தது. அசல் உன் கையெழுத்து மாதிரியேதான் இருந்தது. ஆனா எனக்கு ஒரு சந்தேகம். நீ 'அ' எழுதறபோது அதன் வயித்துலே ஒரு பள்ளம் வச்சு ரண்டு வயிறாப் பிரிச்சுப் போடுவியே. இந்த லெட்டரில் அதை ரொம்பச் சிரமப்பட்டுச் செய்திருந்தது. ரண்டு மூணு 'அ'க்கு பள்ளம் இல்லே. மறந்துட்டாப் போலிருக்கு."

பாலிக்கு அந்த வர்ணனையைக் கேட்டுச் சிரிப்பாக வந்தது.

"ரொம்ப சாதுமாதிரி எப்படிச் சமாதானம் சொன்னா பார்த்தீங்களா? என்ன பண்ணி என்ன? நானும் பகல் மாதிரியே ஆயிடுவேன்னு ராத்திரி வந்து நட்சத்திரங்களையெல்லாம் வாரி இறைச்சிட்டிருக்காப்பல இருக்கு. அந்த மாதிரிதான் இந்தச் சந்தோஷம் எல்லாம்" என்று சொல்லிக்கொண்டே, பாலி பிராகாரத்தைக் கண்களால் துருவிக்கொண்டிருந்தாள்.

"ரொம்ப நல்ல பொண்ணு" என்றான் ராஜா.

"கபடு சூதே தெரியாது... நீங்க அவளை ஒண்ணும் தவறா நினைக்கப்படாது. நெனச்சிருந்தாலும் விட்டு விடணும்."

"நீதான் சொல்லிட்டியே ... அவளைப் பத்தி எல்லாம். தவறா நினைச்சுக்கறவங்ககிட்ட இப்படி விளையாடமாட்டா அவள்னு தெரிஞ்சுக்க முடியறது என்னாலே."

சண்டிகேசர் சன்னதி தாண்டியதும் "அப்பாவிடமிருந்து லெட்டர் வந்ததா?" என்று விசாரித்தான் ராஜா.

"இல்லை."

"தங்கராஜுகிட்டேயிருந்து?"

"இல்லை."

"வரும் வரும்."

கீழண்டைக் கோபுரத்தை இருவரும் நிமிர்ந்து, பார்த்தார்கள்.

"அங்கே இல்லை. இதோ இங்கே இருக்கேன்" என்று குரல் வந்தது. செல்லம் வாசலுக்கு அப்பால் நடையில் நின்று கொண்டிருந்தாள்.

"நீ அங்கே இருக்க வேண்டியவதான். வாலு ஒண்ணுதான் வைக்கலே உனக்கு" என்றாள் பாலி.

ராஜா அவளைக் கனிவுடன் பார்த்தான். அவன் சிரிப்பில்கூட இதயத்தின் முனகல்தான் கேட்டது.

"ஏன் முன்னாலேயே வந்திட்டே?"

"எனக்குப் பயமாகப் போயிடுத்து. இவர் முகத்தைப் பார்க்கவே வெக்கமாப் போயிட்டுது. அசட்டுப் பிசட்டுன்னு வேடிக்கை பண்ணிவிட்டோமோன்னு பயமாப்போயிட்டுது."

"செய்யறதையும் செய்துவிட்டு இது வேறயா?" என்றாள் பாலி.

மூவரும் திரும்பி மேலக் கோபுர வாசலுக்கு வந்து கங்காணி யிடம் செருப்பை வாங்கி அணிந்துகொண்டு புறப்பட்டார்கள்.

தெற்கு மாட வீதியில் நின்று அரை மணி நேரம் பேசிக் கொண்டிருந்தார்கள் மூவரும். மூவருமே பிரிய முடியாமல்தான் பேசிக்கொண்டிருந்தார்கள். அதாவது பெண்கள் இருவரும் அவன் பேசுவதைக் கேட்டுக்கொண்டிருந்தார்கள். ஆனால், நேரம் ஆகிவிட்டது ஆகிவிட்டது என்று மூன்று மனங்களும் சொல்லிக்கொண்டுதானிருந்தன.

"அடுத்த வெள்ளிக்கிழமை ஆடி வெள்ளி இல்லை. இவ்வளவு கூட்டம் இராது. நிம்மதியா வந்து பார்க்கலாம்" என்றாள் செல்லம்.

"நிம்மதியாகப் பாருங்கோ" என்றான் ராஜா.

"பாருங்கோ என்றால்... நீங்க?"

"என்னையும் சாமியாராக்கி விடாதிங்கோ உங்கமாதிரின்னு அர்த்தம்."

"அப்ப நீங்க வரமாட்டேள்?"

"நான் வரது சந்தேகம்."

"பாலி அப்பாவுக்கு என்ன எழுதுவேள்? பார்த்தேன்னு பொய்யா எழுதுவேளா?"

மலர் மஞ்சம்

“காலேஜிலே வந்து பார்க்கறேன்.”

அவன் விடை பெற்றுக்கொண்டு சென்றதும் “நான் வேணும்னா போகட்டுமா! சித்தே இருந்து பேசிட்டு வறியா” என்றாள் செல்லம்.

“சை.”

“சை என்ன? அவருக்கும் போக மனசில்லே. ஐயோ போக வேண்டியிருக்கேன்னுதான் போறார்.”

“செல்லம், எனக்கு ரொம்ப வயசு ஆகலே. ஆனாலும் எனக்கு நாப்பது வயசு ஆயிட்டாப்பல நெஞ்சு கிடந்து அடிச்சுக்குது. சும்மா என்ன வேடிக்கை? எங்கப்பா, அம்மாவை எல்லாம் நினைக்கிறபோது, எனக்கு எங்கேயாவது விழுந்து –”

“சீ! நீ ஒரு மனுஷி மாதிரி.”

“பின்னே ஏன் இப்படி வதைக்கிறே? நான் பண்றது தப்பு. அந்தத் தப்பை வச்சிண்டு கேலி பண்றது ஒரு வேடிக்கையா? உனக்கு எதுக்கு வேடிக்கை பண்றது, எதுக்குப் பண்ணக்கூடாது, ஒண்ணுமே தெரியாதா?”

செல்லம் பேசவில்லை.

“அவரை அங்கிருந்து எதுக்கு வரச் சொன்னே இங்கே?”

“வரவேண்டாம்னு கடுதாசி போடச் சொல்றே. போட்டேன்னு சொன்னேன்; முகம் இத்துணூண்டாயிடுத்து உனக்கு. வரவழைச்சாலும் இப்படித் திருப்பிக்கறே?”

“நீ செஞ்சது தவறு. யாரோ மூணாம் மனுஷனோட உனக்கென்ன விளையாட்டு? நீ என்னத்துக்காக இப்படியெல்லாம் பண்றே? அவரு ஒண்ணும் நெனச்சுக்கலேன்னு சொல்றாரு. ஆனா, உள்ளுக்குள்ளே என்ன நெனச்சுக்கறாரோ?... நீ செஞ்சது முட்டாள்தனமா இருக்கணும். ஆனா போக்கிரித்தனம்னுதான் பல பேருக்குப் படும்.”

செல்லம் பதில் பேசவில்லை. பாலிக்கும் அவள் முகத்தைப் பார்க்கத் தைரியம் இல்லை. அவள் பதில் பேசாமல் வரவே அவள் முகத்தைப் பார்த்தாள். செல்லத்தின் ஹிருதயத்தில் விழுந்துவிட்டாற் போலிருக்கிறது அந்த அடி. முகம் குன்றி, நெஞ்சில் பட்ட அடியை முகம் காட்டிவிடாமல் இருக்கத் துடிப்பது போலிருந்தது. ஆனால், வாயில் வராத நோவு முனகல் கண்ணில் வந்து முனகிற்று. சிறிது முன் வந்த உதட்டுக் குவிப்பில் மௌனமாக முனகிற்று.

வெகு நேரம்வரை இருவரும் பேசாமலே நடந்தார்கள். லஸ் முனை வந்தது. மார்க்கெட் வந்தது. எலியட் சாலை வந்து திரும்பினார்கள். மௌனம் கலையவில்லை. பாறை போன்று அழுத்திய அந்த மௌனத்தைச் சுமந்துகொண்டே நடந்தார்கள். ரிக்ஷாக்காரன் ஒருவன் அருகே வந்தான். பாலி கூலி பேசினாள். செல்லம் ஏறி, அவளை இடித்துக்கொண்டு உட்கார்ந்துகொண்டாளே ஒழிய, வாயைத் திறக்கவில்லை.

பாலிக்குப் பயமாயிருந்தது. அதே சமயம் நடந்தவற்றை யெல்லாம் இந்தத் தூரத்தில், இந்தத் தனி சாலையில் நினைத்துப் பார்க்கும்போது வெறுப்பும் கோபமுமாக வந்தது. ஒரு ரகசியம் – எனக்கே தெரியக்கூடாத ரகசியம், எதற்கு இவ்வளவு அம்பலத் திற்கு வரவேண்டும்? நான் எதைக் கண்டு 'இது கூடாது, கூடாது' என்று அழுகிறேனோ, அது ஏன் இவளுக்குத் தெரிய வேண்டும்? என் வாயிலிருந்து அதைப் பிடுங்கிவிட்டாளே! உண்மையில் இவள் கள்ளங்கபடில்லாதவளா? இந்த ரகசியத்தை இவளுடன் பகிர்ந்துகொள்ளும்படி எப்படி நேர்ந்தது?

தன்னை முட்டாளாக அடித்துவிட்டு, செல்லம் உள்ளுக்குள் நகைத்துக் கொண்டிருப்பதுபோல் தோன்றிற்று. அந்த மௌனத்தை வேறுவிதமாக அவளால் அர்த்தம் கொள்ள முடியவில்லை. அவளோடு இடித்து நெருங்கி உட்கார்ந்திருப்பதே முள்ளாகக் குத்திற்று. சற்று ஒடுக்கி உட்கார்ந்துகொண்டாள்.

ஹாஸ்டல் போகும் வரையில் அந்த மௌனத்தை இருவருமே கலைக்கவில்லை. ஏமாந்துபோன வேதனையும் கோபமும் பாலியின் மனதில் ஒரு வெறுப்பையே வித்திட்டு வளர்ந்து விட்டது ஒரு அரை மணி நேரம். ஒரு காரணமுமில்லாமல் ஏமாற்றி முட்டாளாக அடித்த அவள் கழுத்தை நெறித்துவிட்டு, தனியாக எங்காவது உட்கார்ந்து கத்த வேண்டும் போலிருந்தது. ஒரு வார்த்தை மன்னிப்புக்கூடக் கேட்க நேர்மையில்லாத, பணிவில்லாத இந்த மனது ஒரு மனதா என்று புகைந்து கொண்டேயிருந்தாள் அவள்.

11

ஹாஸ்டலுக்குள் ரிக்ஷா வந்து நின்றதும் செல்லம் இறங்கி விர்ரென்று நடந்தாள். சில்லறையை ரிக்ஷாக்காரனிடம் கொடுக்கும்போது, பாலியின் பார்வை இஷ்டமில்லாமல்தான் செல்லத்தின் பக்கம் திரும்பிற்று. இன்னும் அதே அடிபட்ட முகம்தான். கோபம் வேறு படர்ந்திருந்தது. திடீர் என்று இழைகிற சிநேகம் எல்லாம் இப்படித்தான் திடீர் என்று அறுந்துவிடும் போலிருக்கிறது. அரை மணியில் வெந்து, அரை நாளில் ஊசிப் போகிற சமையல் மாதிரிதான் விறுவிறுவென்று நெருங்குகிற நட்பு...

நொந்துக்கொண்டே நடந்தாள் பாலி. நடு ஹாலில் நுழைந்ததும், தூக்கிவாரிப் போட்டது அவளுக்கு.

"எப்பப்பா வந்தீங்க!" என்று ஆச்சரியமும் ஆனந்தமுமாகக் கத்தினாள். ராமையாவும் தங்கராஜுவும் முகம் மலர "பாலி" என்று அவளை வரவேற்றார்கள். அதைக் கேட்டுத் திரும்பி வந்தாள், செல்லம்.

"கோயிலுக்கா போயிட்டு வர்றே?"

"ஆமாம்பா . . . எப்ப வந்தீங்க?"

செல்லம் அங்கு வந்து அறிமுகத்திற்காகக் காத்துக்கொண்டு நின்றாள். கோபத்தைச் சற்று ஒதுக்கிவிட்டு, "இவங்கதாம்பா செல்லம். ரண்டாவது வருஷம் வாசிக்கிறாங்க. ரண்டு பேரும்தான் கோயிலுக்குப் போயிட்டு வர்றோம்."

"அப்படியா..." என்று ராமையா அவளை ஏற இறங்கப் பார்த்தார். தங்கராஜு நமஸ்காரம் என்று கைகூப்பினான்.

"செல்லம், இவங்க எங்க அப்பா... இவங்க வந்து... நான் சொல்லலே கும்பகோணத்தில் படிக்கிறாங்கன்னு..."

"ஆமா. உறவுக்காரங்கன்னு சொன்னியே."

"ஆமாம்."

"எப்பப்பா வந்தீங்க?"

"சாயங்காலம்தான் வந்தோம். நேத்துக் கும்பகோணம் வந்தேன் ராத்திரி. ராத்திரி ஹாஸ்டல்லெதான் படுத்திருந்தேன். ராத்திரி என்னமோ தோணிச்சு, பட்டணம் போயிட்டு வரலாம்னு. காலமே கிளம்பிட்டோம்."

"பெண்ணைப் பாக்கணும்னு காலை வண்டியிலே கிளம்பிட்டேளாக்கும்" என்றாள் செல்லம்.

"ஏதோ, காலமே வண்டி இருக்கே... நடுவிலே இருக்கிற ஊரெல்லாம் பார்த்தாப்போலவும் இருக்கும்... பாத்துக்கிட்டே வந்தோம்."

செல்லம் தங்கராஜுவைக் கண்கொட்டாமல் பார்த்துக் கொண்டிருந்தாள். லேசாக நாணம் கலந்து, அவன் முகம் புன்னகை பூத்துக்கொண்டிருந்தது.

"இருக்காதா? பார்க்கணும்னு தோணித்துன்னா உடனே புறப்பட வேண்டியதுதான்" என்று இருவரையும் பார்த்தாள் செல்லம். பாலியையும் பார்த்தாள்.

"நீங்கதானே ஸீனியர் பீ.ஏ. வாசிக்கிறேள் கும்பகோணத்திலே?"

"ஆமாம்."

"பாலி சொல்லுவா அடிக்கடி."

"என்ன?" என்றான் தங்கம்.

"சும்மாத்தான்; ஊர்ச்சேதியெல்லாம் பேசறாப்பலதான்."

ராமையா பாலியைப் பார்த்துக்கொண்டே "ஏம்மா இளைச்சிருக்கே?" என்றார்.

"இளைக்காம என்ன செய்யும்? புது இடம் இல்லையா?" என்றாள் செல்லம். "சாப்பாடு கூட்டாஞ்சோறு. நம்ம இஷ்டத்துக்குக் கிடைக்குமா? போட்டதைத்தான் சாப்பிடணும். காலேஜ் விட்டு ரூமுக்கு வந்தா மறுபடியும் நாற்காலியும்

மேஜையும்தான் பார்க்கணும்? இங்கே யாரு. அப்பாவா உறவுக்காராளாவா குழந்தேன்னு கூப்பிட?" என்று மீண்டும் தங்கராஜுவைப் பார்த்தாள் செல்லம்.

தங்கராஜுவின் உள்ளம், உடல் எல்லாம் புல்லரித்துக் கொண்டிருந்தது. பாலியும் என்ன பேசுவது என்று தெரியாமல் உவகையில் தட்டுத் தடுமாறிக் கொட்டுவதும் தெரிந்தது. "தங்கமும் இளைச்சுத்தானிருக்கான்ல?" என்றார் ராமையா.

"எனக்கு என்ன! நான் ஊர்க்கிட்டேதானே இருக்கேன்?" என்றான் தங்கராஜு. "நான் இளைச்சா இருக்கேன் பாலி?"

"கொஞ்சம்" என்றாள் பாலி, அவனைப் பார்த்து. கருகரு வென்று பளபளத்து மயிலை மாதிரி நின்றான் அவன். கட்டை கட்டையாக வளைந்த தலை மயிர். நல்ல உயரம், வாட்ட சாட்டம், படுகை மூங்கில் மாதிரி கட்டாகத் திரண்ட புஜம். வலுவே வடிவான ஒரு நிமிர்வு – அதிலேயே மென்மை. தலை மயிர் வளையங்கள் தான் பார்க்கப் பார்க்க ஆசையாக இருந்தன. மூக்கு நுனியின் நடுவே சுண்டுவிரல் முனையமுத்தினாற்போன்ற ஒரு சிறு பள்ளம், ஈர உதடு, நீர் மிதக்கும் கண்கள். அந்தக் கறுப்புக்கூடப் பளபளவென்று கண்ணைக் கவர்ந்தது.

செல்லம் இருவரையும் மாறி மாறிப் பார்த்தாள்.

"அத்தை சௌக்யமாப்பா?"

"அத்தை, வக்கீல் மாமா, அவங்க வீட்டிலே எல்லாரும் சௌக்யம். ராஜா வந்தானா? சங்கரி வந்தாளா?"

"ராஜா வந்தாரு, சங்கரிக்கு வர ஒழியலையாம். நாளை. நாளானிக்கி வருவா" என்றாள் பாலி.

"ராஜா எப்ப வந்தான்?" என்றான் தங்கம்.

"ரண்டு தடவை வந்தாரே" என்று, கடிதம் வந்தது என்ற செய்தியைத் தலையைக் குனிந்துகொண்டே தெரிவித்து விட்டாள் பாலி.

"சாப்பிடலியா நீங்க இன்னும்!" என்றாள் செல்லம்.

"இல்லெம்மா. திருவல்லிக்கேணியிலேதானே தங்கி யிருக்கோம்? கட்டாயம் சாப்பிட வந்திரச் சொன்னாங்க. காத்திட்டிருப்பாங்க" என்றார் ராமையா.

செல்லம் ஐந்து நிமிஷம் நின்று ஒவ்வொருவராகக் கண்ணாலேயே எடைபோட்டுக் கொண்டிருந்தாள். தங்கத்தையும் நன்றாகப் பார்த்துக்கொண்டாள்.

நடுவில் "பெரியசாமி ரொம்ப கவலைப் படறார் குழந்தே. ஆடறது பழக்கத்திலேயே இருக்கணும். இல்லாட்டி அத்தனையும் வீணாயிடும்கிறாரு" என்றார் ராமையா.

"எனக்கும் தெரிகிறது. இஞ்ச இடம் எங்கே இருக்கு? மனசுக்குள்ளவேதான் சாதகம் செய்ய முடியுது."

"என்ன சாதகம்?" என்றாள் செல்லம்.

"ஒண்ணுமில்லேம்மா எட்டு வருஷம் பரதம் சொல்லிக் கிட்டுது. அதை விட்டுவிடறதா? எல்லோருக்கும் கிடைக்கறதா?"

"பரதமா? . . ."

"ம்."

"நாட்டியமா?"

"ம்."

"எங்கிட்ட சொல்லவேல்லியே!"

"மனசுக்குள்ளவே சாதகம் பண்றேன், நான்."

"மனசுக்குள்ளவே ஒண்ணைச் சாதகம் பண்ண முடியுமா என்ன?"

"ஏன் முடியாது?"

"புதிசா இருக்கே இது . . . முடவன் தீர்த்தயாத்திரை போறாப்பல."

"நல்லாச் சொல்லிப்பிட்டியே நீயே. தீர்த்த யாத்திரை காலிருக்கிறவங்க நடந்து போய்ட்டா ஆயிடாது. முடவன் உக்காந்த இடத்திலே தீர்த்த யாத்திரை பண்றதுதான் பெரிசு" என்றாள் பாலி.

தங்கராஜன் அவளை வியப்புத் தாங்காமல் பார்த்தான். "பெரியசாமிட்ட படிச்சுது வீண் போயிடலே மாமா."

"அதெல்லாம் சரி . . . அது தீர்த்த யாத்திரை பண்ணிப் பண்ணிச் சளைச்சப்பறம் சொல்லணும். மந்திரி சேது பாவா காசிக்குப் போகணும் போகணும்னு சொல்லிக்கிட்டிருந்தாராம். அவருக்கு உள்ளங்கால் வெல்வட் மாதிரி இருக்குமாம். ஓட்ட ஆட்டமெல்லாம் அவ்வளவு அதிகம். காசிக்குப் போகணும்னு சொல்லிண்டேயிருந்து கடசீல ஒரு நாளைக்கு புறப்பட்டே விட்டாராம். மாடிப் படியிறங்கி வந்து, கடைசிப் படியிலே வந்து நின்னவுடனே, 'காசி இன்னும் எவ்வளவு தூரம் இருக்கு'ன்னு கேட்டாராம். உடனே பக்கத்திலே இருந்தவாள்ளாம்,

‘பாவாஸ்வாமி காசியை நெனச்சுதே போதும், போயிட்டு வந்தாப்பலதான். வாங்கோ! திரும்பி மாடிக்குப் போகலாம்னு மாடிக்கு அழச்சிண்டு போனாங்களாம் அவர. அந்த மாதிரி யாத்திரை மக்கும் மண்டுவுமா இருக்கிற நான்கூட செய்வேன். லோகத்திலே இருக்கிற மனுஷாள்ளாம் அப்படித்தான் காரியம் பண்ணிண்டிருக்கா . . . இவ இத்தனூண்டு பிஞ்சுப் பருவத்திலே இப்படி நூத்துக் கிழம் மாதிரி சொல்றதும் அந்த மாதிரி தான்” என்றாள் செல்லம்.

“ஏ, அப்பா” என்று ராமையா அவளையே பிரமித்துப் போய்ப் பார்த்துக்கொண்டிருந்தார்.

“ட்டேயப்பா” என்றாள் பாலி.

ராமையாவும் தங்கராஜுவும் அதைக் கேட்டு உரக்கச் சிரித்தார்கள்.

“நான் சொல்றது சிரிப்பாயிருக்காக்கும்?” என்றாள் செல்லம்.

“இல்லேம்மா. எங்க ஊர்லே ஒரு சிநேகிதர் நீ பேசறதைப் பாத்திருந்தா ‘ட்டேயப்பா’ன்னு கோணவாயைப் போட்டு மாஞ்சு போயிருப்பாரு. எடுத்ததுக்கெல்லாம் ‘ட்டேயப்பா’ங்காம இருக்க முடியாது அவருக்கு. நாய்க்கர் மாமா சௌக்யமாப்பா?”

“சௌக்யம் குழந்தே. உன்னைப் பத்தியேதான் பேசிட்டிருக்காரு.”

“பிள்ளைக்கும் அவருக்கும் தகராறு எல்லாம் எப்படியிருக்கு?”

“இன்னும் தீர்ந்தபாடில்லே. ஏதோ போதாத வேளை.”

“பாவம்” என்றாள் பாலி.

“அவருகூட சரக்குப் போடப் பட்டணம் வரணும்னு சொல்லிட்டிருந்தாரு உன்னை வந்து பார்த்தாலும் பாப்பாரு . . . அவருகூட கேட்டாரு – சாதகம் பண்ணிட்டிருக்கியா நீன்னு.”

“நீங்க போய் சொல்லுங்கோ. சேதுபாவா கதையைச் சொல்லுங்கோ அவர் கிட்ட” என்றாள் செல்லம். “எனக்குத் தெரியாம இருந்தது இத்தனை நாளா. இனிமே வாட்டி வளைவு எடுத்துடறேன் . . . இது வேற வச்சிண்டிருக்கியா . . . உம் மனசிலே நீ என்னன்னு நெனச்சிண்டிருக்கே . . . எங்கிட்டயா சொல்லாம இருந்தே . . . இப்ப தானா வந்துடுத்தே எல்லாம் . . . ஆடறதுக்கா இடமில்லே. இரு இரு” என்று செல்லம் முறைத்தாள்.

“சரி, ஆரமிச்சிட்டியா? இவங்ககிட்ட ஒண்ணும் சொல்லப் படாதுப்பா! சேதியைக் காதிலே போட்டதுமே பலி கொடுக்கப் போறாப்பல கறுவுது பாத்தீங்கள்ள?”

“நீ பாத்திண்டே இரேன்.”

வார்டன் அப்போது ரோந்து வந்துகொண்டிருந்தாள்.

அவளிடம் ஆங்கிலத்தில் பொரியத் தொடங்கிவிட்டாள் செல்லம். “இந்தக் கூஸைப் பார்த்தீங்களா மாடம்! இதுக்கு டான்ஸ் ஆடத் தெரியுமாம். எட்டு வருஷம் உடலை வளைச்சிருக்கு. இங்கே வந்து வாயைத் திறக்காம உட்கார்ந்திருக்கு பாத்தீங்களா?”

“அ! எட்டு வருஷமா! டான்ஸா! மை குட்நெஸ்...” என்று கண்ணை அகல விரித்தாள் வார்டன்.

“இவ அப்பா சொல்லித்தான் தெரியறது; இவர்தான் இவ அப்பா.”

“தெரியுமே... சேர்க்கறபோது வந்திருந்தாரே... இப்பகூட என்னைப் பார்த்துவிட்டுத்தான் வந்தாரு.”

“இவர்தான் இவளுக்கு நிச்சயம் பண்ணி வச்சிருக்கிற மாப்பிள்ளை. கும்பகோணம் காலேஜிலே வாசிக்கிறார்.”

“அது கூடவா! ரொம்ப சந்தோஷம்... ரொம்ப சந்தோஷம்... எப்ப கலியாணம் வச்சிருக்கு?”

“பேசாம இரேண்டி... தொத்தல்... இதுகிட்ட ஒண்ணும் சொல்லப்படாது.”

“இருக்கட்டும் இருக்கட்டும்” என்று பூரித்து அசட்டுச் சிரிப்புச் சிரித்துக்கொண்டு நின்றார் ராமையா.

“நாளைக்கும் வந்திட்டுப் போங்க. நான் வரேன்” என்று உத்தரவு பெற்றுக்கொண்டாள் வார்டன்.

“நாளைக்கு ஒரு நாள் குழந்தைக்கு அனுமதி கொடுக்கணும்... திருவல்லிக்கேணியிலேதான் தங்கியிருக்கேன். அழச்சிட்டுப் போய் சாயங்காலம் கொண்டுவிட்டுடறேன்.”

“சரி...” என்று அரை மனதாக இழுத்துவிட்டு, “காலேஜ் பாடம் போயிடும். நாளைக்கு மாத்திரம் அழச்சிட்டுப் போங்க... ஆனா வர்றபோதெல்லாம் பழக்கமா ஆயிடப் படாது. நான் சொல்றது சரிதானே!” என்று சிரித்துவிட்டு வெளியே சென்றாள் வார்டன்.

“பொல்லாதவ... லீவுதான் கொடுக்கறா என்னமோ போட் மெயில் ட்ரைவருக்குக் கொடுக்கறாப்பலன்னா கொடுத்துட்டுப் போறா. ஒருநாள் காலேஜிலே சொல்லிக்கொடுத்துக் கிழிக்கிறாப் போலவும் என்னமோ அதைக் கேக்காம பெரிய நஷ்டம் வந்துடப் போறாப்போலவும்... இரு இரு” என்று அவள் போன பக்கம் பார்த்து முறைத்துவிட்டுத் திரும்பினாள் செல்லம்.

கால் மணிக்குப் பிறகு தங்கராஜுவும் ராமையாவும் கிளம்பிச் சென்றார்கள். அவர்கள் போனதுமே பழையபடி முகத்தைத் தூக்கிக்கொண்டு விர்றென்று அறைக்குப் போய்விட்டாள் செல்லம். பாலி சாப்பாட்டு அறையில் தான் அவளைச் சந்திக்க முடிந்தது. மீதி எல்லோரும் சாப்பிட்டு விட்டார்கள்.

"வெள்ளிக்கிழமையா? சரிதான்" என்று பரிமாறுகிறவன் கொத்துச் சட்டியைக் கொண்டு வந்தான்.

"ஏன் பாயசம் பண்ணி வச்சிருக்கீரோ!" என்றாள் செல்லம்.

"வேணும்னா பண்ணிப் போடறேன்."

"அவாளுக்கு வேணும்னா போடுங்கோ. எனக்கென்ன இப்ப?" என்று முகவாயினாலேயே பாலியைக் காண்பித்தாள் செல்லம்.

"பாலம்மா அப்படியெல்லாம் கேட்டுச் சாப்பிட்டு விட்டா உடம்பு இத்தனை நாளா நாலு சுத்துப் பெருத்திருக்கணுமே... இப்படிச் கொறிச்சா என்ன பண்றது?" என்று கொத்துச் சட்டியை அங்கே கொண்டு போனான் அவன்.

'கடுக்' என்று பாலியின் வாயிலிருந்து ஓசை கேட்டது.

"நீர் பாயசம் பண்ணிப் போடறது. அவ வாயிலே மலைப் பிஞ்சைப் போட்டுப் பல்லு உடையறது. சாதத்தைக் கல்லு இல்லாம பார்த்துப் போடும்" என்று அரற்றினாள் செல்லம்.

அவள் பேச்செல்லாம் சமையல் ஆள் மூலமாகவே நடந்து கொண்டிருந்தது. சாப்பிட்டு எழுந்த பிறகு, நேராகத் தன் அறைக்குப் போய்விட்டாள் செல்லம்.

பாலிக்குச் சிரிப்பும் கோபமும் மாறி மாறி வந்தன. இவள் பேசுகிறதற்குத் தகுந்தாற்போல்தான் எல்லாம் நடக்கிறது. கோயிலில் அவன். இங்கு வந்தால் இவன்!

வெகு நேரம்வரை தூங்கவில்லை. மனது மேட்டிலும் பள்ளத்திலும் விழுந்து விழுந்து தவித்தது. சந்தோஷமும் துன்பமும் கலந்த குழப்பம்.

செல்லத்தைப் பார்க்கவேண்டும் போலிருந்தது. ஆனால், அவள் அறைக்குப் போனபோது, அறை சாத்தியிருந்தது. சிறிது நின்று பார்த்துவிட்டு, தன் அறைக்குத் திரும்பிவிட்டாள்.

12

விடியற்காலையில் விழிப்புக்கொடுத்து விட்டது பாலிக்கு. மிக மிக விடியற் காலை. நாலு மணி இருக்குமோ என்னவோ! தூங்க முடியாமல் எழுந்து ஜமக்காளத்தைச் சுருட்டிவிட்டு, உட்கார்ந்து கொண்டாள் அவள். காற்று சிறிது வேகமாகவே அடித்துக்கொண்டிருந்தது. சிறிது குளிர்ச்சி கலந்த காற்று. சஞ்சீவிக்காற்று என்று தோட்டக்கார ஏழுமலை சொல்லுவான். "விடிய காலமே ஏந்துகினு படிப்பியா! ஏம்மா! அப்ப ஏந்துகினு படி. ஒன்மேலே சஞ்சீவிக் காத்து வீசும். அப்ப உடம்பு எப்படி யிருக்கும் பாரு. அப்பாடாண்ணு நாலு மணி அடிக்கிறப்ப ஏந்துக்க... முளிச்சுக்க. உக்காந்துக்க எங்கப்பன் ஏழுமலையான் நினைவு வரதா இல்லியா பாரு. அவன் மூச்சு அந்தக் காலைக் காத்திலே ஜிலு ஜிலுன்னு கலந்து வரும். உன்மேலெல்லாம் அது வந்து படும். எப்படியிருக்கு பாரு அப்ப... ஏன் இப்படி முக்காவாசி பேரு ஏழு மணி வரைக்கும் தூங்குறீங்க? அந்தக் காத்து உங்கமேலே படாத போயிருமே! அதிலே அமிருதம் கலந்து வர்றப்ப கண்ணை மூடிக்கிட்டு. தூங்கினா, அது போனது தெரியுமா, வரது தெரியுமா!..." என்று போன வாரம் ஏழுமலை சொல்லிக்கொண்டிருந்தான். பாலிக்கு அதை நினைக்கும் போது உடம்பெல்லாம் ஒரு சிலிர்ப்புச் சிலிர்த்தது. அந்தக் குளிர் காற்றில், தெள்ளிய அதன் தண்மையில் அமுதம் கலந்திருப்பதுபோல்தான் தோன்றிற்று. அவ்வளவு இனிய ஸ்பர்சம். வேறு எந்த நினைவையும் நினைக்க, முடியாமல் மனது எந்த பரம்பொருளினின்று சுழன்று வந்ததோ எந்தப்

பரம்பொருளினோடு பூசல் செய்துகொண்டு ஓடி வந்ததோ, அதையே திரும்பிப் போய் பூசல் தீர்ந்து அணைவது போல் ஒரு உவகை.

தோப்பில் சல்லென்று காற்று ஒலித்துக்கொண்டேயிருந்தது. அலையின் அரவம் ஒரு பக்கம். இந்தப் பட்டணம்கூட அழகாகத் தான் இருக்கிறது. இந்தக் காற்றும் காலையமைதியும் இந்தப் பட்டணத்திற்கும்கூட உண்டு என்று அடி வைத்த நாள் முதல் பட்டணம் அவலமான இடம் என்று அசைக்க முடியாமல் நம்பிக்கொண்டிருந்த பாலிக்குத் தோன்றிற்று. இங்கும் அமுதக் காற்று வீசும் இங்கும் தெய்வ ஸ்பர்சம் படும்.

உட்கார்ந்திருந்தவள் ஜன்னல் பக்கம் வந்தாள். வானில் கிழக்குச் சாய்வு தொடங்கும் வளைவில் கீற்றுச் சந்திரன் தோன்றி எழுந்திருந்தது. அதன் முன்னால் சிறிது மேகங்கள் – செம்பஞ்சு போன்று தெரிந்ததும் தெரியாமலும் தோன்றிய சிறு மேகம். யாரோ பெண் முழங்காலில் கைகளைப் பின்னி உட்கார்ந் திருப்பதுபோல ஒரு பிரமை. பக்கத்தில் மினுக் மினுக்கென்று ஏழெட்டு நாட்சத்திரங்கள்.

வேறு நினைவில்லாமல் அதைச் சிறிது நேரம் பார்த்துக் கொண்டு நின்றாள் பாலி.

ராமையாகூட படுக்கையைவிட்டு இப்போது எழுந்திருப்பார். வழக்கம் போலப் போற்றி போற்றி என்று திருவாசகத்தை முனகித் திளைத்துக் கொண்டிருப்பார். ஆமாம். திளைப்புதான். இந்த அனுபவம் திளைப்பாகத்தானிருந்தது. துல்லிய ஆனந்தத்தில், இன்னதென்று பெயர் சொல்ல முடியாத, காரணம் சொல்ல முடியாத ஆனந்தத்தில் ஒரு திளைப்பு. முதல் முதல் படைக்கப் பட்ட மனிதன், இப்படித்தான் எந்த இன்னலுமின்றி, எந்தக் கவலையுமின்றி வானையும் சந்திரனையும் குளிர் காற்றையும் கண்டு திளைத்திருப்பான். குழந்தைகூட இப்படித்தான் வேறு எதுவும் கலந்துவிடாத ஆனந்தத் திளைப்பில் வழவழவென்று ஈரமும், மென்மையும் கொண்ட உதட்டுடன் புன்னகை பூத்திருக்கும். எல்லோரும் இப்படித்தான். இந்த வைகறையின் அமுதக் காற்றில் திளைப்பார்கள்.

தங்கராஜனும் எழுந்துகொண்டிருப்பான். கிழக்கே நான் பார்ப்பதுபோல அவனும் பார்த்துக்கொண்டு நிற்பான். இந்தக் கீற்றுச் சந்திரனைப் பார்ப்பதுபோல என்னை இதயத்தின் கீழ்வானச் சாய்வில் பார்த்துக்கொண்டிருப்பான்.

நெஞ்சில் ஒரு கிளுகிளுப்பு. அப்பாவின் நினைவும் சேர்ந்து வரும்போது, அந்த ஆனந்தம் நெஞ்சின் திடத்தை உடைத்துக்

தி. ஜானகிராமன்

கொண்டு, தழதழப்பாக நெகிழ்ந்தது. தங்கராஜனின் தலைமயிர் இந்தக் கீற்று மதியைப்போல ஆயிரம் வளையம் வளையமாகத் தோன்றிற்று. அப்பாவோடு எப்போதும் காட்சியளிக்கிற அவன், சுத்தமானவன்; துல்லியமானவன். அப்பா எனக்குக் கொடுத்த தங்கக் காசு அவன். அதைப் பத்திரமாக நெஞ்சின் தலைப்பிலே முடிந்துகொள்வேன். கண்டபடி கண்ட இடத்தில் போட்டுவிட முடியாது. தங்கம், தங்கம், தங்கம்! என்னை மன்னித்துவிடுங்கள். என் மூடத்தனத்தை எல்லாம் மன்னித்துவிடுங்கள். எனக்குச் சின்ன புத்தி வந்துவிட்டது, அப்பாவாகப் பார்த்துக் கொடுத்தது – இல்லை, அம்மாவாகப் பார்த்துக் கொடுத்தது சாதாரணப் பொருளாக இருக்க முடியாது . . . தங்கம்! இங்கே வந்து இந்த அறையில் நில்லுங்கள் – ஆமாம் அப்படியே சற்று நில்லுங்கள். நான் இதோ விழுந்து வணங்கித் தங்கள் காலில் வீழ்கிறேன். என் கையால் அதைத் தொட்டுக் கண்ணில் ஒற்றிக்கொள்கிறேன் . . . எனக்கு எழுந்திருக்கக்கூட மனமில்லை. என்னைத் தொட்டுப் பற்றி எழுப்ப வேண்டாம். அப்படியே இந்த வணங்குகிற ஆனந்தத்திலேயே கிடக்கிறேன். இந்தக் கழிவிரக்கத்திலேயே நான் கிடக்கிறேன்.

'அப்பாடா, என்ன ஆனந்தமான ஸ்பர்சம்! மன்னிக்கிற ஸ்பர்சம்! என்மேல் கோபம் இல்லையே, இனிமேல் நான் இருந்ததையெல்லாம், அப்போது இருந்ததையெல்லாம் ஞாபகத்தில் வைத்துக்கொள்ள வேண்டாம். ஏதோ கெட்ட சொப்பனம் கண்டாயிற்று. நல்லவேளையாக அது போய்விட்டது. அதன் பயம் எல்லாம் தீர்ந்துவிட்டது. இதுதான் நனவு. நிம்மதியான நனவு பத்திரமாக இருக்கிறோம், ஆபத்தில்லை என்ற நனவு . . . கனவு கண்டதற்காகக் குற்றம் சொல்லக் கூடாது. கனவு எப்போதும் அசட்டுத்தனமாகத்தான் இருக்கும். கனவில் போக்கிரியாக இருப்பதுகூட அசட்டுத்தனம்தான்; முட்டாள்தனம்; அறியாமை. குடி மயக்கத்தில் இருக்கிறவனிடம் ஒழுங்கான, புத்தி பூர்வமான நடவடிக்கையை எப்படி எதிர்பார்க்க முடியும்? . . .'

ஏ அப்பா! இது என்ன சத்தம்! வானம் முழுவதும் காக்கைக் கரையல்! எத்தனை காக்கை! எத்தனை காக்கை! நடுவே நடுவே கிய் கிய் கிய் கிய் என்று தினைக் குருவி ஒன்றிரண்டு, வலியன் ஒன்றிரண்டு – ஒன்றிரண்டு இல்லை – எங்கு பார்த்தாலும் பட்சிகளின் ஓசைகள் – உலக முழுவதும் இதே இரைச்சல்களாகத் தான் கேட்கிறது – இன்னும் கிழக்கு வெளுக்கக்கூட இல்லை. ஆனால், இத்தனை பட்சிகள் கத்துவதைப் பார்த்தால், கிழக்கு வேறு வழியில்லையென்று வெளுத்துவிடத்தான் வேண்டும். சண்டைக்கு ஆள் சேர்க்கிறாற்போல் கத்தின இத்தனை காக்கைகளும் சேர்ந்து தூங்கும் கிழக்கின் வீட்டைச்சுற்றி, 'எழுந்திரு

எழுந்திரு' என்று கத்துவது போலிருக்கிறது. கூட்டத்தில் சின்னப் பையன்களின் கீச்சுக் குரலைப்போல, வாலாட்டி, மைனா – எல்லாம்கூடச் சேர்ந்துகொண்டன.

எங்கோ கோழி கத்துகிறது. காக்கைகள் இரண்டு மூன்று கரைகின்றன. வேறு ஏதோ இனிமையாகத் தோப்பில் நாலைந்து பட்சிகளின் கூவல். நாகணவாயோ என்னமோ. ஹாஸ்டலில் அண்டாவின் கைப்பிடி வளையத்தின் ஓசை கேட்கிறது. கிணற்றுக் கட்டையில் வாளி வைக்கிற ஓசை. எங்கோ ஒரு பசு கத்துகிறது. இன்னும் நாலைந்து காகங்கள், சமுத்திரக்கரை மணலில் கத்துகிறாற் போலிருக்கிறது.

பாலி கண்ணைத் துடைத்துக்கொண்டு, இந்த உயிரியக்கத்தைக் கேட்டாள். மனம் லேசாக இருந்தது. காக்கை நாகணவாய்களின் கூவலும் கரையலும் வலுத்தன. இந்த விடியற்காலையில் எங்கோ ஒரு நாய் குரைத்துக்கொண்டிருந்தது. கோபமான குரைப்பில்லை. 'நான் சொல்லிண்டே இருக்கேன். இப்படிப் பண்ணிப்பிட்டியே' என்று குறை சொல்லுகிறாப்போல் ஒரு குரைப்பு. 'அட எழுந்திரேன்யா, கன்னு பட்னி கிடக்கு' என்று சொல்லுகிறாற்போல ஒரு எருமை கத்திற்று.

விளக்கைப் போட்டாள் பாலி. இரவில் ஆங்கில அகராதியைத் தொற்றி உறங்க ஆரம்பித்த ஒரு சாம்பலும் கருப்புமான பட்டாம்பூச்சி இன்னும் அதே நிலையில் உறங்கிக்கொண்டிருந்தது. மீண்டும் ஜன்னலண்டை வந்தாள். கிழக்கில் மட்டும் இல்லை எங்குமே வெளுப்புக் கண்டிருந்தது. விளக்கை அணைத்தாள்.

ஹாஸ்டல் இன்னும் எழுந்திருக்கவில்லை. ஜன்னலண்டை சந்திரக் கீற்றும் சற்று வெளுத்திருந்தது. வக்கீல் மாமா நெற்றியிலுள்ள சந்தனக் கீற்று மாதிரியிருந்தது. வக்கீல் மாமா என்ன நினைத்துக் கொண்டிருப்பார் . . ! பெரியசாமி வாத்தியார் தான் என்ன நினைத்துக்கொள்வார் . . ! தன்னையறியாமல் ஒரு பாடலை மௌனமாக அபிநயம் பிடித்தாள் பாலி. அடவு ஆடவேண்டும் போலிருந்தது. ஆடினாள். ஆனால், ஒரு நிமிஷம் கழித்துத் தன் காலோசையைக் கேட்டு விழித்துக்கொண்டு நிறுத்திவிட்டாள். பெரியசாமியைக் கும்பிட்டாள். தங்கராஜுவுக்கும் ராமையா வுக்கும் மனதிற்குள் உடலை வளைத்துக் கையைக் கூப்பி வணங்கினாள்.

கிழக்கு இன்னும் வெளுத்தது.

வெளியே எழுந்து போகத்தான் மனமில்லை. பல்வெளுக்க வேண்டும். மனம் எல்லாம் வெளுத்துவிட்டது.

13

பல் தேய்க்கும்போது குழாயடியில் செல்லத்தைச் சந்திக்க நேர்ந்தது. ஆனால், செல்லம் அதிகமாகப் பேசவில்லை.

"அப்பா எப்ப வர்ரேன்னார்?"

"எட்டு மணிக்கு வரலாம்."

"இன்னிக்கி சனிக்கிழமைதானே! வார்டன் நேற்று மறந்தாப்போலத்தான் அப்படிச் சொன்னாப்பல இருக்கு."

"என்னமோ."

"அப்ப குளிச்சுக் கிளிச்சுத் தயாராயிருக்கணும் சுருக்க."

"நீயும் வறியா?"

"என்னத்துக்கு?"

"சும்மாத்தான் ... பல இடங்களைப் பார்க்கலாம். நீ பழக்கப்பட்டவளாச்சே."

"ரண்டு ஆம்பிளை இருக்கறச்சே அப்புறம் என்ன?"

"வாயேன்."

"இல்லை பாலி. வேலை நிறையக் கிடக்கு. இன்னிக்கு லைப்ரரிக்குப் போகலாம்னு இருக்கேன்."

"என்னமோம்மா, கூப்பிடறேன் . . . நீ வந்தா நல்லதுன்னு தோணுது."

"இந்தத் தடவை மாத்திரம் என்னை மன்னிச்சுடு பாலி."

எதிர்பார்த்தது போல எட்டு மணிக்கே வந்துவிட்டார்கள் ராமையாவும் தங்கமும். வார்டனும் இரவு சொன்னதற்கு மாறாக இரண்டு நாள் அனுமதி கொடுத்துவிட்டாள்.

"செல்லத்தையும் அழச்சு வரட்டுமா?" என்று தங்கராஜனைக் கேட்டாள் பாலி.

"செல்லத்தையா! . . . உன் இஷ்டம்" என்றான் அவன்.

"அவ வரமாட்டேங்கறா. நான்தான் கூப்பிட்டேன்."

"பின்னே ஏன் தொந்தரவு பண்றே?"

மூவரும் புறப்படும்போது செல்லத்திடம் விடைபெற்றுக் கொண்டுதான் போனார்கள்.

"என்னைக்கூட கூப்பிட்டா, எனக்கும் வர ஆசைதான். ஆனா, லீவு நாளைக்குன்னு பாடம் எல்லாம் ஒழிச்சு வச்சின்டிருக்கேன் முடிக்க" – தானாகவே சமாதானம் சொன்னாள், செல்லம்.

தங்கராஜு, பாலி இருவரும் பட்டணத்துக்குப் புதிது. ஒரு ஜட்காவைப் பேசிக்கொண்டு ராமையா அவர்களை இரண்டு நாட்களுக்குள் பட்டணம் முழுவதையும் காண்பித்துவிடுவது என்று கங்கணம் கட்டிக்கொண்டுவிட்டார்.

திருவல்லிக்கேணியில் வக்கீலின் உறவினர் வீட்டில் சாப்பிட்டு விட்டு மூவரும் கிளம்பினார்கள். பட்டணம் அத்தனை அழகாக இல்லை. வீடு தவறாமல் வாசல்களில் கம்பி போட்டிருந்தது. உள்ளைத்தான் சுவர்கள் காக்கின்றன. வெளியையும் யாராவது படுக்கவோ, இளைப்பாறவோ பிடித்துவிடுவார்களோ என்று பயந்து, கம்பி போட்டிருந்தார்கள். அதைத் தவிர, வேறு எதுவும் அவளுக்குப் பிடித்துத்தானிருந்தது. கூட அவன் இருந்த சுவர்க்கத்திலிருந்தே அவள் எல்லாவற்றையும் பார்த்துக்கொண்டு போனாள். பட்டணத்துக்கு வருகிற எல்லோரையும் போல மூர்மார்க்கட், மிருகக் காட்சிசாலை, செத்த காலேஜு, சென்ட்ரல் ஸ்டேஷன் என்று சம்பிரதாயம் தவறாமல் பார்த்துக்கொண்டு போனார்கள். ஆனால், ஒவ்வொருவரும் பார்த்த காட்சிகளில் எல்லாக் காட்சிகளையும்விட மற்ற இருவர்களையும்தான் கண்டார்கள். மனதில் இருந்த பாசமும் நெருக்க உணர்வும் எக்களிப்பும்தான் பட்டணத்தின் அழகாக, பட்டணத்தின் உல்லாசமாக அவர்கள் உள்ளத்தில் பதிந்தன. வெயில்கூட இந்த அன்பின் குளிரில் உணர்க்கையாக இருந்தது. 'இந்தா தங்கம், மூஞ்சியெல்லாம் துடைச்சுக்க' என்று தன் வேட்டியை எடுத்து நீட்டுவார் அவர். அவன் துடைத்துக்கொள்வதே அவருக்குப் பெரிய பாக்கியமாகத் தோன்றிற்று.

“அப்பாடா, நல்ல வாசனை!” என்று துண்டை முகர்ந்து உள்ளுக்கிழுத்தான். ராமையாவின் துண்டில் பூஜை மணம் எப்போதும் வீசிக்கொண்டிருக்கும். சந்தனம் அரைத்து அபிஷேகம் செய்துவிட்டு அதில் கையைத் துடைத்திருக்கிற மணம். லிங்கங்களுக்கும் பாணங்களுக்கும் இட்ட அத்தரின் மணம், பச்சைக் கற்பூரம் எல்லாம் சேர்ந்த ஒரு மெல்லிய புதிய கலவை மணம் அதன் இழைகளில் பதுங்கியிருக்கும்.

அடிக்கடி எதையோ பார்ப்பது போல அவர்கள் இருவரையும் முன் போகவிட்டு, பின் தங்குவார் ராமையா. அப்படித்தான் மிருகக்காட்சி சாலையில் இருவரையும் படகில் ஏற்றிவிட்டுக் கரை நிழலில் உட்கார்ந்துவிட்டார். “நீங்க போய்ட்டு வாங்க, என்னாலே முடியாது. அப்பாடா!” என்று ரொம்பக் களைத்து விட்டாற் போல உட்கார்ந்துவிட்டார். மியூசியத்திற்குள் சிறிது தூரம் போய்விட்டு வெளியே வந்து உட்கார்ந்துவிட்டார்.

அவனோடு இருக்கும்போது அவளுக்கு ஏதோ மிக பத்திரமாக இருப்பது போல ஒரு நிம்மதியும் மனதில் அமர்ந்திருப்பதை அவளால் உணராமல் இருக்க முடியவில்லை.

அன்று சாயங்காலமே சங்கரியையும் ராஜாவையும் பார்த்துவிட்டு வந்தார்கள் மூவரும்.

“அடெடே!” என்று திகைப்பும், ஆனந்தமுமாக வரவேற்றான் ராஜா. சிறிது நேரமானவுடன் “எங்கே செல்லத்தைக் காணும்? நானும் நீயும் இருக்காப்பல இப்ப செல்லமும் இவளும்” என்றான் அவன்.

“நான்கூடக் கூப்பிட்டேன். என்னமோ வரலேன்னுட்டா அவ.”

“அவ்வளவு அசடா அவ” என்றான் ராஜா. “இந்தப் பட்டணத்தையே வித்து, தலைப்பிலே முடிஞ்சுக்கறவ அவ.”

“ஆமாம். ரொம்பக் கெட்டிக்காரப் பொண்ணு. அடக்கமாயும் இருக்கு . . . இந்த மாதிரித் துணிச்சலாப் பேசற பொண்ணெல்லாம்தான் ரொம்ப அடக்கமாயிருக்கும். யாரு கொடுத்து வச்சிருக்கானோ . . .” என்றார் ராமையா.

“கொடுத்து வச்சவன் இப்ப இல்லேப்பா.”

“என்னது!”

“ஆமாம். அவன் இருந்திருந்தா இங்கெல்லாம் ஏன் வரா அவ, பாவம்?”

“அப்படியா!” என்று தங்கம், ராமையா இருவரும் ஒரே குரலாகச் சமைந்துவிட்டார்கள்.

ராஜாவோடு ஹாஸ்டலிலேயே சாப்பிட்டுவிட்டுத் தான் மூவரும் விடை பெற்றுக்கொண்டனர். ஸ்டேஷனில் வந்து பார்ப்பதாகச் சொல்லிவிட்டு, கூட சிறிது தூரம் தொடர்ந்து விட்டு நின்றான் ராஜா.

பாலிக்கு அப்பாடா என்றிருந்தது.

மறுநாளும் அடையாறு, பீச் ஸ்டேஷன் என்று இந்தக் கோடிக்கும் அந்தக் கோடிக்குமாகக் கோலினார்கள் மூவரும்.

"மெட்ராஸ் பிடிச்சிருக்கா பாலி உனக்கு?" என்று கேட்டான் தங்கம்.

"எப்படிப் பிடிக்கும்?"

"பிடிக்கலேன்னா சொல்றே?"

"பிடிக்காம இல்லே. ஆனா, ரயில் பிரயாணம் மாதிரி இது நாம் போகவேண்டியதை நெனச்சு நெனச்சுத் தானே ஆனந்தப்படறோம். ஒரு கலியாணத்துக்குப் போறபோது ரயில் பிரயாணத்திலே படற கஷ்டம் எல்லாம் சௌக்யமாகத்தானே தோணும்? மறக்க முடியாத ஞாபகமாத்தானே இருக்கும்!"

"இப்ப நீ படிச்சிட்டிருக்கியே. எதுக்குப் பயணம் போறே?"

"அதான் சொன்னேன் மெட்ராஸ் பிடிக்கவும் செய்யுது, பிடிக்காமலும் இருக்கு சில சமயம்."

"அதாவது போற இடம் எதுன்னே குழப்பமாயிருக்கு இல்லியா?"

"ஆமாம். சில சமயம் எதுக்காகப் படிக்கிறோம். படிச்சு என்ன செய்யப் போறோம்? இந்தப் படிப்புக்கெல்லாம் ஏதாவது பிரயோசனமுண்டான்னு, நெனச்சுப் பாக்கறேன். நான் வேலைக்குப் போறதைப்பத்தி இல்லே. மனசிலே ஒரு பயிற்சி, கட்டுப்பாடு ஏற்படுதுங்கறாங்களே – அதைச் சொல்றேன். அதெல்லாம் இந்தப் படிப்பினாலே உண்டாயிடுமான்னு சந்தேகமாயிருக்கு சில சமயம்" என்று சொல்லிக்கொண்டே வந்தாள் பாலி.

சிறிது கழித்து மீண்டும் அவள் சொன்னாள், "படிக்கற போது, புதுசு புதுசாத் தெரிஞ்சுக்கறபோது ரொம்ப ஆசையும் நிறைவுமாத்தான் இருக்கு. ஆனா, அப்படித் தெரிஞ்சுக்கறதைவிட நீங்க அன்னிக்கு ஒரு நாளைக்கு சொன்னீங்களே ரூம் நிறைய சாமானை வாங்கி ரொப்பறதைத் தவிர, வேறு ஏதாவது அடையறோமான்னு சில சமயம் சந்தேகம் வந்துடுது. சந்தோஷமா, நிம்மதியா வாழ இந்தப் படிப்பு ஏதாவது உதவி செய்யுமான்னு சந்தேகம் வந்துடுது."

"செல்லம் சொன்னது சரியாத்தானிருக்கு."

"என்ன?"

"நீ ஒரு பரீட்சையும் பண்ணிப் பார்க்காமலே முடிவு சொல்லிடறே. பிஞ்சுப் பருவத்திலே இருக்கறவங்கள்ளாம் நூத்துக்கிழம்போல, சேதுபாவா காசிக்குப் போன பலனை அடைஞ்சாருன்னு சொன்னாங்களே அவங்க – அந்த மாதிரியே நீ பேசறே."

பாலி சிரித்தாள். அவள் சொல்ல நினைத்தது இதுதான். அவன் இல்லாமல் பட்டண வாழ்க்கை ருசிக்கவில்லை என்று சொல்ல ஆசை அவளுக்கு. ஆனால், சுற்றிச் சுற்றி வந்துகொண்டிருந்தாள். பேச்சு தத்துவ விகாரம் போலப் போய்க்கொண்டிருந்தது. அவ்வளவு முரட்டுத்தனமாக, அவ்வளவு எளிமையாகச் சொல்ல வேண்டிய அவசியமும் இல்லை என்றுதான் தோன்றிற்று. அவன் கூட இருந்தால் இத்தனை வேதனையும் மிச்சப்படும் என்று சொல்ல ஆசை. ஆனால் அப்படி எளிதில் சொல்லவும் மனம் இடம் கொடுக்கவில்லை.

"நீ என்ன வேண்டுமானாலும் சொல்லு. நான் படிக்கத்தான் போறேன்" என்றான் தங்கம்.

"கட்டாயம்" என்பதற்குமேல் அப்போதும் அவளால் சொல்ல முடியவில்லை!

"ராஜா லெட்டர் கொடுத்தானா?"

"உங்களைப் பார்த்ததாகவே சொல்லலே அவரும். பட்சண டப்பாவிலே வச்சிருந்தது. ஒண்ணும் தெரியாததுபோலக் கொடுத்திட்டுப் போயிட்டார். ரண்டாந்தடவை வந்தப்ப கேட்டேன். அப்பறம் தான் சொன்னார். அவர் கிட்டக்கூட லெட்டர் கொடுத்தனுப்பணுமா?"

"அவன் கிட்டத்தான் அனுப்பணும்" என்றான் தங்கம். அந்தப் பதிலைக் கேட்டுக் கேட்டு அவளுக்கு என்னென்னமோ தோன்றிற்று. புன்சிரிப்புடன், தலைநிமிராமல், அவனைப் பார்க்காமலேயே அவன் உள்ளத்தில் என்ன ஓடுகிறது என்று பார்த்துக்கொண்டிருந்தாள். அவன் சொன்ன குரல் சாதாரணமாக இருந்தது. ஆனால், தங்கராஜன் ரொம்ப உணர்ச்சிவசப்பட்ட போது, கட்டை மாதிரி முகத்தை வைத்துக்கொண்டு நிற்கிறவன். மேலே அதைத் தொடர்ந்து பேச முடியவில்லை அவளுக்கு.

14

அன்று ஞாயிற்றுக்கிழமை. மாலை ஆறரை மணி சுமாருக்கு அவளை ஹாஸ்டலில் கொண்டு விட்டுவிட்டு ராமையாவும் தங்கராஜனும் விடை பெற்றுக்கொண்டார்கள்.

"உங்க பெண்ணைத் தைரியமாய் இருக்கச் சொல்லுங்கோ . . ." என்றாள் செல்லம்.

"ஏன், அதைரியப்படறாளா?" என்றார் ராமையா.

"சிறுசோல்லியோ . . . அதுக்கப்பறம் ஏதோ சாதகம்னேளே அதுக்கும் இங்கே வெட்கப்பட வேண்டியதில்லை. வெட்கத்துக்கும் கலைக்கும் ரொம்ப தூரம். நெஜமா ஆசையிருந்திருந்தா, அவ இப்படி மறச்சி வச்சுண்டு இருந்திருப்பாளா?"

மண்டையில் ஓங்கி அடிப்பது போல விழுந்தன அந்த வார்த்தைகள் பாலிக்கு. அவள் மனம் சற்றுக் கலங்கிவிட்டது.

"பார்த்தியா குழந்தே!"

பாலி பேசாமல் நின்றாள். அவள் முகத்தைக் கண்டு செல்லத்திற்கு இரக்கம் வந்துவிட்டது.

"சங்கோசம் இதிலெல்லாம் அவசியம் இல்லைன்னு சொல்றேன். தெய்வீகமான கலை, என்னைக் கட்டிவச்சு அடிச்சாலும் வராது. கோடி பேர் கொடுத்தாலும் வராது. கோடி பேருக்கு வராது. அதைச் சின்ன காரணங்கள், சின்ன அசௌகரியங் களுக்காக மூட்டை கட்டி வச்சா, நமக்குத் தானே நஷ்டம்னு சொல்றேன்!"

"நீ சொல்றதிலே ஒண்ணும் தப்பில்லைம்மா. அவளுக்குச் சொல்லு."

பாலிக்குக் கஷ்டமாயிருந்தது. தான் என்னமோ அந்தக் கலையையே வேணும் என்று நசுக்கிவிட்டாற் போல் பேசிக் கொண்டே போகிறார்களே என்று.

000

அன்றிரவு சாப்பிடும்போது செல்லத்தைக் காணவில்லை. அவள் அறைக்குப் போனபோது, அறை பூட்டியிருந்தது. 'என்ன சொன்னே, நெஜமா ஆசையிருந்தாவா? எனக்கா ஆசையில்லை? எனக்கா ருசியில்லை' என்று கத்த வேண்டும் போலிருந்தது.

நடு ஹாலில் போய்ப் பார்த்தாள். அங்கேயும் அவளைக் காணோம். ரத்தினத்தை விசாரித்தாள். அவளுக்கும் சொல்ல முடியவில்லை. ஒன்பதரை, பத்து மணியிருக்கும். செல்லம் வேகமாக அறையைக் கடந்து சென்றாள்.

"ஏய் செல்லம்! எங்கே போயிருந்தே?"

"பெரிய தெருவுக்கு. அங்கே என் ஒன்றுவிட்ட அத்தைக்கு உடம்பு ஜாஸ்தியாயிருக்குன்னா. பார்த்துவிட்டு வந்தேன். லெட்டர் வந்திருந்தது காலமே... இன்னும் சாப்பிடலே. அப்புறம் பார்க்கறேன். ரொம்ப களைப்பா இருக்கு ... தூக்கம் தூக்கமா வரது. லைப்ரரியிலே சின்ன எழுத்தா வாசிக்க கண்ணெல்லாம் வலிக்கிறது ... காலமே பார்க்கலாம்" என்று சொல்லிக்கொண்டே போனாள் செல்லம்.

மறுநாள் காலையில் பாடம் எல்லாம் படிக்கவேண்டி யிருந்தது. சாயங்காலம் வந்து பார்த்தபோது, செல்லத்தின் அறை பூட்டியிருந்தது. அரைமணி காத்திருந்தும் பயனில்லை.

கடற்கரைப் பக்கம் நடந்தாள் பாலி. அலைகள் சீறி வந்து கொண்டிருந்தன.

அட!

சட்டென்று பாலி திகைத்து நின்றாள். இங்கேயா?

ஆமாம். அவள்தான் ... செல்லமே தான்.

ராஜாவும் செல்லமும் வெகுநாள் சிநேகிதம்போல உட்கார்ந்து பேசிக்கொண்டிருந்தார்கள். பேச்சும் சாதாரணமாக – சாதாரணக் குரலில் பேசின பேச்சாக இல்லை. உட்கார்ந்திருந்த நிலையைப் பார்க்கும்போது அருகில் போய் கலந்துகொள்வதா வேண்டாமா என்றே புரியவில்லை. இவ்வளவு நெருக்கமாகவா உட்கார வேண்டும்?

பாலி தூரத்தில் உட்கார்ந்துகொண்டாள் அரைமணி, ஒரு மணி, இரண்டு மணி ஆயிற்று. இரண்டு பேரும் எழுந்திருக்கிற தாகவே தோன்றவில்லை. ராஜா இப்போது மல்லாந்து படுத்திருந்தான்.

பாலியின் உள்ளத்தில் அலைகள் மோதி மோதிக் கலைந்தன. எழுந்து நடந்தாள். ஹாஸ்டலில் போகிற வழியில் நீட்டிய புதர் இலைகளை அடித்துக்கொண்டே போனாள். அறையைச் சாத்திப் படுத்துவிட்டாள். மார்பில் கிடந்த புத்தகத்தைக் கட்டி நொறுக்கிவிட வேண்டும் போலிருந்தது அவளுக்கு.

ஒரு கணம் சந்தேகம் வந்துவிட்டது. நான் பார்த்தது மெய்தானா? செல்லத்தின் மீது இருக்கிற கோபமும் குறையும் தான் இப்படி ஒரு பொய்த் தோற்றத்தை எழுப்பி, நம்மைக் குழப்பிவிட்டுவிட்டனாவா என்று சிறிது நேரம் மலைத்தாள். இல்லை இல்லை. அவள்தான் போனவாரம் அதற்காகத்தான் கடிதம் போட்டு, அவனைக் கோயிலுக்குத் தருவித்திருக்கிறாள் போலிருக்கிறது. என்னை என்னமோ வேடிக்கை செய்வது போல் ஒரு பெரிய ஜோடனை ஜோடித்துவிட்டாள் ராட்சசி!

அவனும் எப்போது இவளிடம் தன் மனதை இப்படிப் பறிகொடுத்தான்? அவனைப் பார்த்த ஒவ்வொரு கணத்தையும் நினைத்துப் பார்த்தாள் அவள். முதல் சந்திப்பில் இல்லை. இரண்டாவது சந்திப்பிலும் இல்லை. இரண்டு நாள் முந்திதான் அவன் பட்சிபோல அடிபட்டு, அவள் தலைப்பில் விழுந்திருக்க வேண்டும். கோவிலில் அவளுக்குப் பெரிய சந்தோஷம் போய் விட்டது என்று சொன்ன பிறகு, கோபுர வாசலில் அவளைப் பார்த்த போது, அவனுடைய பார்வை, பேச்சு, குரல் எல்லாமே மாறிவிட்டன. ஒரு அதிகப்படியான குழைவு, இரக்கம் எல்லாம் ஒவ்வொன்றிலும் தொனிக்கத் தொடங்கிவிட்டன. ஆனால், அவனைப் பார்த்த கணத்திலிருந்தே இவள் அம்பைப் பூட்டிக் குறி வைக்கத் தொடங்கியிருக்க வேண்டும். கூட நடந்து கொண்டேயிருக்கும் போது காலால் காலைத் தட்டி, பின்புறத்தில் குத்திவிட்டாளே.

இந்தக் குற்றம்தான் அவளை ஒதுங்கி ஒதுங்கிப் போகச் சொல்லுகிறது. வெள்ளிக்கிழமை முகத்தைத் தூக்க ஆரம்பித்தவள் இன்னும் கீழே போடவில்லை. அப்பாவும் தங்கமும் வந்ததற்காக என்னமோ இன்னும் நெருக்கம் விடாதது போலப் பேசினது, வாயாடினதெல்லாம் வெறும் பாவனை . . . என்ன துணிச்சல்! என்ன நெஞ்சுரப்பு! பார்த்துக்கொண்டேயிருக்கும்போது கண்ணில் மண்ணை அள்ளி விட்டுவிட்டாளே!

ராஜா – உன்னை நினைத்து என்ன பண்ணுகிறது? எப்படி மனசு வந்தது! உனக்குத் தெரியாதா அவள் ஏற்கெனவே ஒரு ஆண்பிள்ளையை விழுங்கின மொட்டைச்சி என்று! ஏன் இப்படி அற்பத்தில் போய் புத்தி விழுந்துவிட்டது உனக்கு! நீ என்ன செய்வாய்? பத்து வருஷ பழக்கம் புளித்துவிட்டது! நீ யாருக்காக நேற்று கடற்கரைக்கு வந்தாய்? எனக்காகத்தானே இத்தனை நாளும் வந்தது! நேற்று – இல்லை, வெள்ளிக்கிழமையன்றே உன் மனசு கலங்கிவிட்டது. உன் தாத்தாவின் பெருமை, உன் பாட்டியின் பதவிசு, அவர்களுடைய பெருந்தன்மை எல்லாம் உன்னிடத்தில் வடிந்துவிட்டன என்று நினைத்ததெல்லாம் பொய்யாகிவிட்டது. இந்த மாதிரி ஒரு துணிச்சல்காரக் கட்டையிடம், ஊர் பேர் தெரியாத கட்டையிடம் மாட்டிக்கொள்ள உன் வம்ச கௌரவம் இடங்கொடாது என்று நினைத்ததெல்லாம் பொய்யா! நீ என்ன செய்வாய்! 'த்தா, த்தா' என்று கையில் தின்பண்டத்தைக் காட்டி, கிட்டவந்த நாய்க்குட்டியை மறைத்திருந்த கம்பால் அடித்தது போல ஓங்கி அடித்துவிட்டாள் அவள்! இப்போது அடி மாதிரி தெரியாது. போகப் போகத் தெரியும்!

உடல் முழுவதும் ஆற்றாமை சுட்டது. செல்லம் இப்போது மட்டும் வரட்டும். எட்டி ஒரு உதை. பல் உடைந்து கடைவாய் வழியாக உதிரம் வழியும்! அப்படியே இவளைப் பிடித்துச் சுவர்மீது தலையை நாலு மொத்து மொத்தி கீழே தள்ளிக் கழுத்தைக் காலால் மிதித்து, அப்படியே உயிரை விடு – கூட இருந்து கழுத்தறுக்கிறவர்கள் இப்படித்தான் பட்டு, நாதியில்லாமல் சாக வேண்டும்!

சுற்றி அறையைப் பார்த்தாள் பாலி. ஒன்றுமே அர்த்த மில்லாததாகத் தோன்றிற்று. இந்தப் புத்தகங்கள், விளக்கு, அறை – ஒன்றுக்குமே அர்த்தம் கிடையாது. ஆள்வதற்கு யாருமின்றி மௌனமாக, மனித அரவமே இல்லாத ஒதுப்புறத்தில் நிற்கும் பழைய காலக் கட்டடம் போல் இருந்தது அறை. அங்குள்ள தூண்களைப்போல, ஆசனங்களைப்போல, தலைமாடு கால்மாடாகக் கையும் மூக்கும் ஒடிந்த சிலைகளைப்போலத் தோன்றின. விளக்கும் மேஜையும் புத்தகங்களும் – இவற்றிற் கெல்லாம் அர்த்தம் என்ன? பாழோடு பாழாக ஒருவர் கண்ணிலும் படாமல் மௌனமாக அழுது சாம்புவதுதான்.

இப்படி ஏமாற்றுகிறவன், எப்பேர்ப்பட்ட கிராதகனாக, கல்நெஞ்சனாயிருக்க வேண்டும்! ஒன்றும் தெரியாதவன் போலச் சிரித்துச் சிரித்துப் பேசினாயே – அவள் தலைப்பில் விழுந்த பிறகும் குளத்தங்கரையில் நின்று என் மனிதன் மாதிரியே குரலும் குழைவும் காட்டிப் பேசிக்கொண்டிருந்தாயே – இப்படி ஏமாற்ற எப்படி மனம் வந்தது, பேடி?

நெஞ்சம் உடைந்துவிடும்போல் மார்பெல்லாம் விம்மிப் பறந்தது. நெஞ்சின் அனலில் உடல் கருகிவிடும் போலக் கனிந்தது. இப்படி எங்கோ, யாரும் பார்க்காத சமுத்திரக் கரையில் ஒரு அறையாக என்னைத் தள்ளி, இப்படி அவதிப்படுத்தியவர் யார்? அப்பாவா? வக்கீலா? கோணவாய் நாய்க்கரா?

கோணவாய் நாய்க்கரை நினைக்கும்போது, பெரிய சாமியின் உருவம் முன்னே எழுந்தது, 'குழந்தே, இதெல்லாமா ஒரு கஷ்டம் கஷ்டத்தையெல்லாம் காலால் போட்டுமிதி. கஷ்டத்தைப் போட்டுத் தலையில் மிதித்து ஆடினான் கிருஷ்ணன். மகிஷனைக் கொன்ற மகாசண்டியும் அப்படித்தான் ஆடினாள்.' அவள் முன்னே நின்று அவர்தான் – பெரியசாமிதான் இந்தக் குரலை எழுப்பினார்.

பாலி எழுந்தாள். பெஞ்சின்மீது இருந்த ஜமக்காளத்தை உருவிக் கீழே இரண்டாக மடித்து விரித்தாள். உடைந்து தழுதழுக்கும் நெஞ்சத்துடன் மௌனமாக நடந்து ராஜனை நினைத்து, ஒரு கும்பிடுபோட்டாள். பெரியசாமிக்கும் அப்பாவுக்கும் ஒரு கும்பிடை வளைந்து போட்டாள். வாயைவிட்டுச் சொல்லாமல் உதட்டில் மௌன முணுமுணுப்புடன் ஆடத் தொடங்கினாள்.

வாளும் கத்தியும் மின்னும் களத்தில் கண்கள் கனலைக் கக்கின. பற்கள் நறநறத்தன. மென்மைகொண்ட கைகள் வீசி வீசி மின்னின. அசுரர் தலைகளைக் கிள்ளி எறிந்தன. மின்னொளி புகுந்த கழுத்துக்குள் தக்குத் தக்கென விண்டு விழுந்தன. பொன்னொளி முகத்தில் புன்னகை பூத்தது. பகைகள் மிரண்டன. பின்னே நகர்ந்தன. திகிலும் அச்சமும் தள்ளித் தள்ளிப் பின்வாங்கின. யுத்த போதை உடலுள் புகுந்து ஆடச் செய்தது. வாள் வீச்சின் வலி தெரியவில்லை. ஈட்டிகள் குத்தின. அதிர்ச்சி தெரியவில்லை. வெறியில் உடல் மரத்தது. கூச்சலும் கத்தலும் இந்த மரப்பை முழு மறதியாகச் செய்துவிட்டன. நெற்றி வேர்த்தது. காதின் முன்னே குழையும் அளகம் வேர்வை நனைக்கப் பளபளத்தது. செவிகளில் ஓடிய அந்த வேர்வை கன்னத்தில் கசிந்து வழிந்தது. முதுகும் புஜமும் நனைந்தன. துடையும் ஆடுசதையும் துளிர்த்து வேர்த்தன. பம்பரம் போல் உடல் சுழன்றது. கைவிரல்கள் முத்திரைகளிட்டு, வெற்றுவெளியில் பொருட்களைப் படைத்தன. கால்கள் மிதித்து மிதித்து, தரையில் தாளத்தைப் படைத்தன.

பாலி தன்னை மறந்திருந்தாள். உடல் லேசாக மிதப்பது போலிருந்தது. தரையில் பாவாமல் வெட்டவெளியில் மிதந்து சுழன்றமாதிரி இருந்தது. பாட்டு ஒன்றுமில்லாமல், கையை

நீட்டியும் மடக்கியும் நடுக்கியும் அசைந்தும் ஆகாயத்தில் சித்திரம் வரைந்தாள்.

டட்டட்! டட்டட்! டட்டட் –

யார் காதில் விழும்? ஒரு முண்டம் விழுந்த ஓசையோ என்னவோ.

டட்டட் டட்டட் டட்டட்

"பாலாம்பா! பாலாம்பாள்!"

சட்டென்று நின்றாள் பாலி.

"பாலாம்பாள்! டடும் டடும் டடும்."

"யாரு?"

"கதவைத்திற."

பாலி கதவைத் திறந்தாள். வார்டன்!

"என்னம்மா செய்திட்டிருக்கே?"

"ஆடிக்கிட்டிருக்கேன்."

"ஐ ஸீ . . . நானும் பார்க்கலாமா? . . . என்ன இது? இப்படி மீன் மாதிரி வேர்த்துக்கிட்டிருக்கியே. ரொம்ப நேரமா ஆடறியா? மணிக்கணக்கில் உடலை வாட்டி எடுத்திருக்கிறாற் போலிருக்கே . . . உடம்பெல்லாம் இப்படி ஊத்துதே வேர்வை!"

"அதனால் என்ன?"

"நானும் பார்க்கலாமா?"

"உட்காருங்கள்."

"கதவைச்சாத்த வேண்டாம். எனக்கு உன் மாதிரி நனைய முடியாது."

"யாராவது . . ."

"வந்தால் என்ன? நீ ஆடு."

யார் ஆடச் சொன்னாலும் ஆடத்தான் வேண்டும். ஆடு என்று யார் சொன்னாலும் அது ஆண்டவன் கட்டளை. பெரியசாமி அப்படித்தான் சொல்லுவார். ஜமக்காள மடிப்புக் களை இழுத்துவிட்டு மீண்டும் ஆட ஆரம்பித்தாள் பாலி. தடைபட்ட கோபம் ஒரு நிமிஷத்தில் மறைந்துவிட்டது. மீண்டும் லயம் வசமாயிற்று. கையும் காலும் கண்ணும் ஒன்றின. எதிரே

வார்டன் பிரமித்து உட்கார்ந்திருந்தாள். அசையாமல் ஆடாமல் உட்கார்ந்திருந்தாள். வார்டன் மட்டுமில்லை. ரத்னம், இன்னும் யார் யாரோ உட்கார்ந்திருந்தார்கள். ஓரிரண்டு பேர் கீழே உட்கார்ந்திருந்தார்கள். பெஞ்சின் மீது ஒரு பெண் உட்கார்ந் திருந்தாள். திறந்த கதவின் பின் சுவரில் சாய்ந்து ஒரு பெண் நின்றுகொண்டிருந்தாள்.

பாலிக்கு யார் யாரோ உட்கார்ந்திருப்பது தெரிந்ததே ஒழிய, யார் என்று குறிப்பாக அறிந்துகொள்ள கவனமில்லை.

"மார்வலஸ்" என்று ஒரு குரல்.

'த்ஸ' என்று, நடுவில் சுருதியைக் கலைத்த அந்தக் குரலைப் பின்பக்கம் திருப்பிச் சூள் கொட்டிவிட்டு, ஒரு முகம் மீண்டும் திரும்பிற்று. அதற்குப் பிறகு பாராட்டு வாயைவிட்டு வரவில்லை. சலனமற்று எல்லாப் பெண்களும் பார்த்து நிலைத்திருந்தார்கள்.

எவ்வளவு நேரம் ஆடினோம் என்று பாலிக்கும் உணர்வில்லை. காலமில்லாத அனுபவமாக இருந்தது அவளுக்கு.

அவள் நிறுத்தி நின்றதும் படபடவென்று வந்திருந்த இருபது இருபத்திரண்டு கரங்களும் தட்டின. அதைக் கேட்க முடியாமல் மூச்சை அடக்கிக் காதை மனதால் அடைத்துக்கொண்டாள் பாலி.

"உட்காரு பாலாம்பா?" என்றாள் வார்டன். "இப்படி எங்கிட்ட வந்து உட்காரு!"

ரத்னம் ஒரு துண்டை எடுத்து அவள் முகம், கை, புஜம் எல்லாம் துடைத்துவிட்டாள்.

"பரவாயில்லை! நான் துடைச்சுக்கறேன்."

"நானும் துடைக்கலாம் . . . நீ ரொம்ப களைச்சுப்போயிட்டே."

செல்லம் சுவரோரமாகக் கன்னத்தில் கையை வைத்த வண்ணம் பாலியைப் பார்த்துக்கொண்டிருந்தாள்.

"இல்லை. எனக்குக் களைப்பே இல்லை."

"நீ சொன்னா ஆயிடுமோ? உடம்பெல்லாம் விதுவிதுன்னு சுடுது" என்று ரத்னம் துடைத்தாள்.

வார்டன் அவளைப் புன்சிரிப்புடன் பார்த்துக்கொண் டிருந்தாள்.

"நீ பெரிய எக்ஸ்பர்ட் மாதிரி யிருக்கே . . . எனக்குத் தாளமும் தெரியாது. பாட்டும் தெரியாது. ரிதும், ரைம்

ஒன்றும் தெரியாது. ஆனா, நீ ஆடறபோது என் மனசு அந்தத் தாளத்தையும் லயத்தையும் உணர்ந்துகொண்டேயிருந்தது. தாளம் தெரியாதவளுக்குத் தாளத்தை உணர்த்தறது, லயத்தை உண்டு பண்றது ... இதுதான் கலை. எத்தனை வருஷம்மா நீ சொல்லிக்கிட்டே?"

"ஏழெட்டு வருஷம் இருக்கும் ... பத்து வருஷம்கூட இருக்கும்."

"ம்! இப்ப ஆடினியே இது என்ன?"

"இது நிருத்தம் ... அ ... என்னன்னு தெளிவாக என்னால் சொல்ல முடியவில்லை. என்னமோ ஆடணும் போலிருந்தது ... எத்தையோ ஆடி வச்சேன்."

"ரொம்ப விரைவான அசைவுகளும் கதிகளுமாயிருந்துது. எந்த உணர்ச்சியை ஆட முயன்றுகொண்டிருந்தாய் நீ?"

"குழப்பம், கலக்கம். ஒரு மாதிரியான கலக்கம்."

"ரொம்ப சரி. அதுதான் பார்க்கவே பார்த்தேனே?" என்று வார்டன் சொன்னதும், "ஆமாம். மேடம், ஆமாம் மேடம், நான்கூட, அப்படித்தான் நெனச்சேன். நான்கூட" என்று பெண்கள் நாலைந்து பேர் சேர்ந்துகொண்டார்கள்.

"என்னடீது புதுசா சொல்றேள் நீங்க! குதிரையை வரைஞ்சு குதிரைன்னு கீழே எழுதணுமா? எழுத்தைப் படிக்காம படத்தைப் பார்த்தே கண்டு பிடிச்சிப்பிட்டேங்கறேளே எல்லாரும்!"

"அப்படியில்லே செல்லம்!" என்று வார்டன் குறுக்கிட்டாள். "அந்த மாதிரி இல்லை. இது ஏதோ சில அடையாளங்களினாலே சில காட்சிகளைத் தோற்றுவிக்கிற வித்தை. அடையாளங்களைப் பார்த்து, அவைகள் எதைச் சொல்லுகின்றன என்று புரிந்து கொள்ளுகிறது என்பது விசேஷமில்லையாம். உனக்கும் பாலாம்பா சொல்லுகிற கலக்கம், குழப்பம் என்கிற கருத்து தோன்றிற்றா இல்லையா?"

"தோன்றிற்று!"

"அதற்கு மேல் இன்னும் ஏதாவது தோன்றிற்றா?"

"இல்லை."

"பழக்கமுள்ளவர்களாக இருந்தா, மேலே மேலே ஏதாவது புதிதாகப் பார்த்திருப்பார்கள். அதனுடைய நுணுக்கங்களை யெல்லாம் கவனித்திருப்பார்கள். ஆனால், நாம் இந்தக் கலையைப் பொறுத்தவரையில் பாமரர்கள் தானே! கண்ணை மூடிக்கொண்டு

மலர் மஞ்சம்

ஓடாமல் இருந்தோமே, அதுவே பெரிசு. அதற்காக நம்மை நாமே பாராட்டிக்கொள்ளத்தான் வேண்டும்."

"அதாவது, அவள் ஆடின சிறப்பை! கொஞ்சம்கூடச் சம்பந்தமில்லாத நம்மையே சிறிது நேரம் நிறுத்தி உட்கார்த்தி வைத்த சிறப்பை!" என்றாள் ரத்னம்.

"எக்ஸாக்ட்லி" என்றாள் வார்டன். "ஆனா நீயும் ஸ்டெல்லாவும் பக்கத்து ரூம்களிலே இப்படி ஒருத்தர், அப்படி ஒருத்தரா இருக்கறவா, என்னடா! சத்தம் கேக்கறதுன்னே கவலைப்படாம ஆனந்தமா இருந்தேள் பாருங்க – அப்பேர்ப்பட்ட பாமரர்களையே நிறுத்திப்பிடுத்தே!"

எல்லோரும் சிரித்தார்கள்.

"இல்லை மாடம். எனக்கு என்னமோ இந்தப் பழக்கமில்லாத ஓசையைக் கேட்டு, முதலில் ஒன்றும் புரியவில்லை. ஆனால், பக்கத்து வீட்டுக்காரர்களைப் பற்றிக் கவலைப்படாமல் இருப்பது தான் மரியாதை என்று இந்த மேல் படிப்பு எனக்குச் சொல்லிக் கொடுத்திருக்கிற போது நான் அப்படியெல்லாம் மரியாதைப் பிசகாக நடந்துகொள்வேனா?" என்று குறும்பா, யதார்த்தமா என்று கண்டுபிடிக்க முடியாமல் பேசினாள், ரத்னம்.

அவளைப் பார்த்து ஒரு புன்சிரிப்புச் சிரித்துவிட்டு, "நாமளாவது இந்தக் காலேஜிலியாவது இந்த மரியாதையை விட்டுவிட்டு, பாமரர்களாக இருப்போமே!" என்றாள் வார்டன்.

"உங்கள் சொல்படி" என்றாள் ரத்னம். "இனிமே இந்தக் குட்டியை நாங்கள் அவள் சும்மா இருக்கிறபோதெல்லாம் கொட்டித் துளைத்து பம்பரமாக ஆட வைக்கிறோம்."

"செய்யுங்க பார்ப்பம்? நான் வரட்டுமாம்மா?" என்று வார்டன் எழுந்தாள்.

மற்றவர்களும் எழுந்தார்கள்.

"இனிமேல் அவரவர்கள் அறைக்குப் போய்ப் படிக்கலாமில்லையா?" என்றாள் வார்டன்.

ஒருவரும் பதில் பேசவில்லை.

"பாலாம்பா, நான் வரட்டுமா? நீ ரெஸ்ட் எடுத்துக்க" என்று சொல்லிக்கொண்டே, வார்டன் நகர்ந்துவிட்டாள்.

ஒவ்வொருவராக அவளைச் சூழ்ந்துகொண்டு அவள் கை, கால், முகம் விரல் எல்லாவற்றையும் உற்றுப் பார்த்துக் கொண்டேயிருந்தார்கள்.

“நீ ரொம்ப அதிர்ஷ்டக்காரி!” என்றாள் ரத்தினம்.

“என்ன அதிர்ஷ்டத்தைக் கண்டுப்பிட்டே” என்று பாலி கேட்டாள்.

“தான் ரொம்ப அதிர்ஷ்டக்காரின்னு சொல்றதுக்குப் பதிலா, அப்படிச் சொல்றா அவ” என்றாள் செல்லம்.

“ஏன், அப்பாலே இருக்கிறவர்களுக்குக்கூட அதிர்ஷ்டம் அடிக்கிறது” என்று தலைநிமிராமல் ரத்னத்தைப் பார்த்துக் கொண்டே சொன்னாள் பாலி. இந்தக் கத்திக் குத்துக்குச் செல்லம் என்ன பதில் சொல்கிறாள் என்று கேட்க அவள் மூச்சையடக்கிக் காத்திருந்தாள்.

“அதற்கென்ன சந்தேகம்?” என்று பதில் வந்தது.

“நாங்களும் அதிர்ஷ்டக்காரங்கதான்” என்று வேறு ஒரு குரல் சாதாரணமாகச் சொல்லிற்று. “இதைப் பார் பாலி. எங்க ரூம் பெரிசு, நானும் லூர்தும் இருக்கிறது டபிள் ரூமில்லையா? இடம் நிறைய இருக்கு அங்கே வந்து ஆடு தினமும்” என்று அழைத்தாள் நளினி.

கால் மணி நேரத்தில் கூட்டம் கலைந்துவிட்டது.

“நான் வரட்டுமா?” என்று மிச்சமிருந்த செல்லம் கேட்டாள்.

‘வாம்மா’ என்று விட்டேற்றியாகத் திரும்பாமலேயே பாலி பதில் கொடுத்ததும், அவளுடைய அடியோசை வராந்தாவில் சென்று தேய்ந்தது. பாலி முகத்தைக் கழுவிக் கொண்டு விளக்கை அணைத்துப் படுத்தாள்.

‘இனிமேல், எதையும், சமாளிக்க முடியும், எந்தக் கஷ்டத்தையும் மறக்க முடியும்’ என்று சமாதானம் ஒன்று அவள் உள்ளத்தை வந்து அணைத்து, அபயம் தந்தது. நன்றாக உறங்கிவிட்டாள்.

15

அதிகாலையில் விழிப்புக் கொடுத்தபோது உடலெல்லாம் சற்றுக் களைத்திருந்தது; ஆனால், படுக்கையிலே இருந்தும் களைப்பாக இல்லை. முந்தாநாள் நினைவு வந்து ஜன்னலண்டை போய் நின்று பார்த்தாள். ஆனால், இன்று சந்திரக் கீற்றைக் காணவில்லை. அமாவாசை போலிருக்கிறது. நட்சத்திரங்களை வாரி இறைத்திருந்தது. நடனமிட்ட சண்டியின் பாதத்தினின்றும் தெறித்த குங்குமப் பொடிகளாகத் தோற்றமளித்த அந்த அகண்டமான மௌனத் தோற்றம், அவளை அசையவிடாமல் நிறுத்திற்று.

'ஏன் பரம முட்டாளாய், மகா பாமரத்தியாய் இருந்துவிட்டாய்? இது என்ன பயம்? எந்தக் கஷ்டம் வந்தாலென்ன? ஞான சூன்யம். படைத்த பொருளை இப்போது நீ பார்க்கவில்லை? இந்த ஆழ்ந்த மௌனம் தான் அதன் திவ்வியமான குரல் வாரித் தெளித்துக் கிடக்கும் இந்த ஒளிகள்தான் அதன் இளநகை. இதோ எங்கோ கேட்கிறது ஒரு வலியனின் குரல். அதுகூட அதன் குரல்தானோ என்னவோ! ஏன் அற்பங்களின் பின்னால் ஓடினாய் நீ? எவள் எப்படிப் போனால் என்ன? எவள் எப்படி, யாரோடு பேசினால் என்ன? இந்தத் தங்கராஜன்கூட யார்? இந்த உங்க அப்பா யார்? எல்லாம் எத்தனையோ தூசிகளில் ஒன்றுதான். இந்த மோகனமான காட்சியைவிட்டு வேறு எதில் அழகைக் காணப் போகிறாய்? குளிக்கிறாற் போலிருக்கிறது – இந்த வானைப் பார்த்து நிற்கும் போது! இந்த மெல்லிய குளிர் காற்று படும்போது

குளிக்கிறாற்போல் தானிருக்கிறது. அமிருதக் குளியல். இந்தக் காற்று, உன்னைக் கண்டுதான் பெருமூச்சு விடுகிறது. இத்தனை நாளாக நீ முட்டாளாக இருந்தாயே என்றுதான் பெருமூச்சு விட்டு உன்னைத் தடவிக் கொடுக்கிறது . . .'

மெதுவாகக் கிழக்கு வெளுத்துக்கொண்டிருந்தது. காகங்கள் கூட்டமாகக் கரைந்தன. இடையிடையே இனிய புட்களின் கீச்சுகளும் ஒலித்தன.

இதே ஆனந்தம் நீடிக்க வேண்டும். நீடிக்காவிட்டால் நீ இழுத்து அதைப் பிடித்துக்கொள்ள வேண்டும் என்று நினைத்துக் கொண்டே, மீண்டும் வந்து படுக்கைச்சுருட்டின்மீது சற்று சாய்ந்திருந்தாள்.

அன்று முதல் அவளுக்கு எல்லாவற்றுக்கும் நேரம் நிறைய இருந்தது. செல்லம் முன்னைப்போல் வருவது போவது நின்று விட்டது. எப்போதாவது வருவாள். ஒரு நிமிஷம் உட்கார்ந்து விட்டுப் போய்விடுவாள். உனக்கு எப்படி என் அறையில் உட்கார முடியும்? உன் குற்றம் நீசத்தனம்தான் முள்ளைப்போல உன்னைக் குத்துகிறதா! எப்படி இருப்புக் கொள்ளும்? தொலை! நீ இல்லாமல் எனக்கு இருக்க முடியாதா என்ன? இத்தனை நாளாக உன்னோட இருந்தேன். நான் உன்னைப் போல அற்பத்துக்கு அலையும் புழுவா?

மாலையில் அவள் நீண்டநேரம் எங்கும் வெளியே போகவு மில்லை. கல்லூரியிலிருந்து வந்ததும் சற்று இளைப்பாறிவிட்டு, ஜமக்காளத்தை மடித்து விரித்து ஆடத் தொடங்கிவிடுவாள். ஒரு மணி, இரண்டு மணி நேரம் என்று ஆடியதும், குளித்துவிட்டு வந்து அறையைச் சாத்திவிட்டு, சிறிது நேரம் கடற்கரைப் பக்கம் உலாவிவிட்டு வருவாள். தனிமையின் ஆனந்தம் முழுவதும் இப்போது கிடைத்துவிட்டது போலிருந்தது.

அப்படித் தனிமையாகவும் இருக்க முடியவில்லை. அவளுக்கு நண்பர்கள் பெருகிவிட்டார்கள். ரத்னம், நளினி, லூர்து, மலையாள அழகி கௌசல்யா, பங்களூர்லிருந்து வந்து படிக்கும் சீதம்மா – இன்னும் எத்தனையோ பேர் வந்து போய்க் கொண்டிருந்தார்கள். மாலையில் அவள் ஆடும்போது அறைக்குள் வந்து உட்கார்ந்திருப்பார்கள். அதோடு நிற்கவில்லை. நளினி சிஷ்யை ஆகக்கூட முறையீடு போட்டுவிட்டாள்.

செல்லம் வரவில்லை. நீ எதற்கு வரவேண்டும்? உனக்கு மறுபடியும் எல்லாம் கிடைத்துவிட்டது. இங்கே வரவே வேண்டாம்! அவன் கழுத்தையே கட்டிக்கொண்டு அழு.

வெள்ளிக்கிழமை கல்லூரி முடிந்ததும் செல்லம் வந்து, "கோயிலுக்குப் போகலாமா?" என்று கூப்பிட்டபோது, அவள் ஆடத் தொடங்கிய சமயம்.

"கோயிலுக்கா . . ?" என்று இழுத்துவிட்டு, "நீ போய்ட்டு வாயேன்" என்று பதில் சொல்லிவிட்டாள் பாலி.

அவளும் வேறு இரண்டாவது வார்த்தை சொல்ல வில்லை. என்னமோ தயங்குவதுபோல, வருத்தத் தயக்கம் போல பாவனை செய்துவிட்டு வெளியேறிவிட்டாள். போ, போ – அங்கு வந்திருப்பான் அந்த ஏமாளி – இரண்டாவது தடவை என்னைக் கூப்பிட்டால், நான் வந்துவிடுவேன் என்று பயமாக்கும்!

ஆனால், செல்லம் போன பிறகு அவளுக்கு ஆட்டத்தில் முழு மனதையும் செலுத்த முடியவில்லை. அதில் பாதி செல்லத்துடன் கோயிலுக்குப் போய்க்கொண்டிருந்தது. அவள் என்ன என்ன செய்கிறாள், எங்கெங்கே போகிறாள் என்று பின்னால் வேவு பார்த்துத் தொடர்ந்துகொண்டிருந்தது. குளத்தங்கரையில் உட்கார்ந்து பேசிக்கொண்டிருக்கிறாள். என்ன சிரிப்பு, என்ன அழுகை! ஆகா!... மகா அழகியாச்சே! கோயிலுக்குள் அவனோடு போகிறாள் – என்னமோ கட்டின புருஷனோடு போகிறதுபோல். உனக்குத் துணிச்சல்தான் வண்டி வண்டியாய்க் கிடக்கிறது. யாருக்குப் பயப்பட வேண்டும்? ரோஜாப்பூப் பாவாடைக்காரிக்குக்கூடப் பயப்பட வேண்டாம். அவளுக்கு வவ்வவ்வ காட்டத்தானே நீ போகிறாய்! மற்ற நாளில் எப்படியோ! இன்று கட்டாயம் அவளைப் பரிகாசம் பண்ணத்தான் போயிருக்கிறாய்.

"ஏன் பாலம் நிறுத்திட்டே?" என்று நளினி கேட்டாள்.

"இன்னிக்கிப் போதும்னு நினைக்கிறேன் . . . களைப்பா யிருக்கிறத்தினாலோ என்னவோ, சரியா ஆட முடியலே. ரண்டு மூணு தடவை தவறிப் போச்சு."

"எனக்கு ஒண்ணும் தெரியலே . . . ஆனா தினமும் போல இல்லே இன்னிக்கி."

"நீ சொல்றது சரிதான்" என்று ஜமக்காளத்தை மடித்து வைத்து, அவளோடு சிறிது நேரம் உட்கார்ந்து பேசிக்கொண் டிருந்தாள் பாலி.

பேச்சிலும் அவளுக்கு நாட்டமில்லாததைக் கண்ட நளினி, சிறிது கழித்து விடை பெற்றுக்கொண்டாள். குளித்துவிட்டுப் பாலி கல்லூரியின் வாசல் பக்கம் வந்து நின்றாள். கடலில்

அடிவானத்திலிருந்து கட்டு மரங்கள் கரையை நோக்கித் திருப்பிக் கொண்டிருந்தன. நன்றாக அஸ்தமித்துவிட்டது.

அங்கே நிற்பதற்கும் முடியவில்லை. நாலைந்து இளைஞர்கள் – கல்லூரிப் பையன்களோ என்னவோ – போய்க்கொண்டே யிருந்தவர்கள், எதிரே சாலைக்கு அப்பால் உட்கார்ந்துவிட்டார்கள். அந்தச் சிரிப்பையும் பார்வையையும் சகிக்க முடியாமல், சற்று உள்ளே வந்தாள். லூர்து எதிரே வருவது தெரிந்தது.

“என்ன பாலம், அதுக்குள்ளே திரும்பிட்டே?”

“வாசல்லே காதலர்கள் கூடிவிட்டார்கள்.”

“என்னது?”

“அதோ பாரு அமெச்சூர் காதலர்கள். தொழில் காதலில்லை, படிப்பு. ஆனா, குமாஸ்தாங்கள்ளாம் டிராமா போட்றாப்பல காலேஜுப் பையன்களெல்லாம் காதல் பண்ணுறாங்க. அமெச்சூர் சபா.”

“யாரு?”

“அதோ சிரிக்கிறாங்களே, அவங்க. அவங்க ஒருத்தருக்குள்ளியும் என்ன நினைச்சிட்டிருப்பாங்க தெரியுமா இப்ப? நம்மைப்போல அழகு கிடையாது. அழகுன்னு நெனச்சிக்காட்டாலும், யார் கவனத்தையும் நிறுத்தற ஒரு தன்மை, ஒரு தனிக்குணம், தனித் தோற்றமாவது இருக்கறதாக நெனச்சிட்டிருப்பாங்க பாவம். பணத்தைக் கொட்டிக் கொட்டிப் படிக்க வக்யறாங்க. அவங்க வந்து பார்த்தால்ல தெரியும், புள்ளை எப்படிப் படிக்குதுன்னு? ஆனா, அவா அப்பா, அந்த அப்பாவுக்கு அப்பா – எல்லாரும் இப்படித்தானே இருந்திருப்பாங்க . . ?”

“இவங்களுக்கெல்லாம் தங்கச்சி, தமக்கை எல்லாம் இல்லியோ என்னவோ?”

நளினி வந்துவிட்டாள் அங்கே. “யாருக்கு?” என்றாள்.

“அதோ அவங்களுக்கு” என்றாள் லூர்து.

“நாமும் இடம் கொடுக்கிறோம். நமக்கும் இதெல்லாம் வேண்டித்தானே இருக்கு!” என்றாள் நளினி.

“நமக்கு என்ன? உனக்குன்னு வேணும்னா சொல்லிக்க!” என்றாள் லூர்து.

“நமக்குன்னா நம்பளைச் சொல்லலே, நம்ம மாதிரி சில பேரைச் சொன்னேன்.”

“அப்பவும் நம்ப மாதிரின்னு சொல்லுவானேன்?” லூர்து விட்டுக் கொடுக்காமல் இழுத்தாள்.

“இதோ இங்கியே இருக்காளே” என்று குரல் கேட்டது.

“கலைஞ்ரி பாலாம்பாளுக்கு தெண்டன்கள்” என்று குரல் கேட்டது. சங்கரி மூக்குக் கண்ணாடிக்குள் கண் இடுங்கச் சிரித்துக்கொண்டு வந்து நின்றாள். கூட, ராஜாவும் செல்லமும்.

“ஏன் இன்னிக்கி கோயிலுக்கு அம்மாள் வரக்காணும்? நீங்கள் வருவேன்னுதான் நானும் ராஜாவும் வந்தோம். இந்தம்மாதான் வந்தாள் . . . ஏண்டி, நீ வந்திருந்தா நானும் இவனும் இப்ப அனாவசியமா அலையவாண்டாம் பாரு” என்றாள் சங்கரி.

“எனக்கு ஜோஸ்யமா தெரியும்?”

“சரி, ஒரு முக்ய விஷயம்தான் சொல்ல வந்தோம். உங்கள் வார்டனைப் பார்த்து நானும் சொல்றேன். நாளைக்குச் சனிக் கிழமை. பொழுதை வீணாக அடிக்க வாண்டாம். காலை ஆறுமணிக்கு மகாபலிபுரம் போகிறோம். நீயும் வரியா?”

“யார் யாரு?”

“எல்லாரும் . . . வரமுடியுமோல்லியோ?”

“எனக்கு யோசிக்க டயம் கொடு.”

“உயில் எழுதி வக்கப் போறியோ? சீ போ . . . நீ வரப் போரேன்னு சொல்லியாச்சு. யோசிக்கப் போறாளாம்.”

சங்கரி வேகமாக வார்டனிடம் அனுமதி கேட்கப் போனாள். பாலாம்பாள் கூட நடந்தாள்.

“சாயங்காலத்துக்குள்ளே வந்திருங்க . . . முன்னாடியே சொல்லிருந்தா நானும் வந்திருப்பேன்” என்று உத்தரவு கொடுத்து விட்டாள் வார்டன். செல்லமும் வருவதாக அப்போதுதான் தெரிந்தது பாலிக்கு. புதிய ஊரைப் பார்க்கும் ஆவலில் அவளுடைய கோபம், அலட்சியம் எல்லாம் சிறிது தலையடங்கி நின்றன. மறுநாள் விடியற்காலையில் பிருபிரு பிருபிரு வென்று சத்தமிட்டுக்கொண்டு ஒரு கார் வந்து நின்றது. சங்கரியும் வந்து அழைத்தாள். காரில் போவதாக அவள் சொல்லவே இல்லை.

“யாரு கார்?”

“எங்க டாக்டர் அம்மாவுது. ஒரு நாள் இரவல்.”

எட்டரை மணிக்கெல்லாம் மகாபலிபுரம் ரதங்களுக்கிடையே அவர்கள் நின்றுகொண்டிருந்தார்கள். மௌனமாக, யாரும்

அண்டாத அந்தப் பாழ்கள் நின்றுகொண்டிருந்தன. ஆனால், அன்று நினைத்தோமே அந்த மாதிரி, கையும் காலும் ஒடிந்த பாழில்லை. எல்லாம் முழுசாகவே இருந்தன. ஆனால், அப்படி கர்வப்பட வேண்டாம் என்று கடலின் உப்புக் காற்று எல்லா மூக்குகளையும் கண்ணையும் அரித்து, மொண்ணை உருண்டை யாகச் செய்திருந்தன. பாலிக்குச் சிரிப்பும் வந்தது. துயரமாகவும் இருந்தது.

ஓரிரண்டு பட்சிகள் அங்குமிங்கும் கீச்சிட்டன. சற்றைக்கொரு தடவை காக்கையின் கரையல் கேட்கும். கடல் அலை மட்டும் ஓயாமல் அரற்றிற்று. பள்ளிக்கூடத்து வாத்தியார் ஒருவர் இருபது, முப்பது பையன்களை அழைத்து வந்திருந்தார். அவர்களும் கண் முன்னிருந்து மறைந்துவிட்டார்கள். எங்கிருந்தோ அவர்கள் பேசுவது கேட்டது. இத்தனை ஓசைகளுக்கு நடுவிலும் எதையும் விழுங்க முடியும் என்பது போல மௌனம் அங்கே நிலைத்திருந்தது. அந்தப் பாறைக் குடைவுகளைப் போலவே அசைக்க முடியாத பொருளாக உட்கார்ந்து கிடந்தது. உப்புக் காற்று உருவங்களின் கண்ணையும் மூக்கையும் மொண்ணையாக்கிற்றே தவிர, எதையும் பெயர்த்துவிட முடியவில்லை. அதே போல, எல்லா ஓசைகளும் இந்த மௌனத்தின்மீது மோதி, கூர் மழுங்கிப் போய்க்கொண்டிருந்தன.

அந்தப் பொட்டலையும் நிலைத்திருக்கும் குடைவுகளையும் காணும்போது, அழிவும் அழியாமையும் சேர்ந்து அங்கு குடி கொண்டிருந்தாற்போல் தோன்றிற்று. அது எப்படி முடியும்? இத்தகைய வேடிக்கையான புரியாத உணர்ச்சி தோன்றத்தான் செய்தது. இடத்தின் வாகோ என்னவோ!

குகைகளுக்குள் அழகு அழகாகச் செதுக்கியிருந்தார்கள். ரதங்கள் காலி செய்த வீடுகளைப்போல சூன்யமாகக் கிடந்தன. எல்லாவற்றையும் பார்க்கும்போது எதையோ ஆரம்பித்து, நடுவில் எதையோ நினைத்துக்கொண்டு முடிக்காமல் விட்டுவிட்டுப் போனது போலிருந்தது. பாலி இதை வாயைவிட்டுச் சொன்ன போது, ‘இது புதுசில்லையே. இதை ஒரு நிபுணரே எழுதி யிருக்கிறாரே?’ என்றாள் செல்லம். அதுவரையில் வாயைத் திறக்கவேயில்லை. பட்டென்று மண்டையில் அடிப்பது போல், நாம் நினைப்பது எதுவுமே புதிதாக இருக்க முடியாது என்று சாதிப்பதுபோலச் சொன்னாள். அத்துடன் அவள் வாய் மூடி விட்டது.

சங்கரியும் மகாபலிபுரத்திற்கு இரண்டு மூன்று தடவை வந்திருக்கிறாள். செல்லமும் முன் இரண்டு தடவை வந்ததுண்டு. நன்கு பழக்கப்பட்டவர் போலப் பாலியையும் ராஜாவையும்

அவர்கள் அழைத்துக் காண்பித்துக்கொண்டிருந்தார்கள். இதனால்தானோ அல்லது வேறு எப்படி நேர்ந்ததோ, சேர்ந்து போய்க்கொண்டிருந்தவர்கள் இரண்டு கட்சிகளாகப் பிரிந்து கொண்டார்கள். செல்லமும் ராஜாவும் முன்னேறியோ பின்தங்கியோ வந்தார்கள். சங்கரியும் பாலியும் ஒரு கட்சியாகப் பிரிந்திருந்தனர். பகீரதன் தவத்திடம் வந்தபோது, ராஜாவையும் செல்லத்தையும் காணவில்லை. சுற்றிச் சுற்றிப் பார்த்துக்கொண்டே பாலியும் சங்கரியும் கடலோரக் கோயிலண்டை வந்தார்கள். ஒரு கல்லின்மீது கிழக்கே பார்த்து உட்கார்ந்தார்கள்.

பாலி மீண்டும் ஆரம்பித்தாள். மனதுக்குள்ளிருந்த எதையோ துருவிப் பார்த்துக் கண்டுவிட வேண்டும் போலிருந்தது.

“ஆயிரத்து முந்நூறு வருஷம் ஆயிற்றில்லையா – இதையெல்லாம் குடைந்து?”

“ஆமாம். இந்தக் கல்லையெல்லாம் அந்த ராஜாக்கள் கையில் தொட்டிருப்பார்கள். இதே கல்லின்மீது உட்கார்ந் திருப்பார்கள். இன்னும் ஆயிரம் வருஷம் கழித்தும் யாராவது உட்கார்ந்திருப்பார்கள்” என்று கல்லைத் தடவினாள் சங்கரி.

“அப்ப அங்கே இருக்கிற சிலைகள் சுவரோடு சுவராகத் தேய்ந்திருக்கும் . . .”

“ஆனா, உள்ளேயிருக்கிறதுகள் இத்தனை நாளாக அப்படியே தானே இருக்கிறது . . ? கூடியவரையில்!”

“கூடியவரையில் என்று சேர்த்துத்தானே சொல்ல வேண்டி யிருக்கிறது?”

“ஆமாம். உள்ளேயிருக்கிறதற்குப் பாதுகாப்பு அதிகம்.”

“ஆனால், இரண்டுமே ஒரு காலத்தில் அழிய வேண்டியது தான். கருங்கல்லாயிருப்பதால் மரணாவஸ்தை நீடித்துக் கொண்டேயிருக்கிறது.”

“நீ டாக்டரில்லையா? ... இதெல்லாம் மரணாவஸ்தையாகப் படுகிறதாக்கும்!”

“என்னமோ, செத்துப் போறபோது அழகு தெரியாமல் போயிடுமா? இருந்த அழகைக்கூட நம்மால் பார்க்க முடிகிறதே!” என்றாள் சங்கரி.

நினைத்ததை விட்டு வேறு எங்கோ ஒதுங்கிப் போவது போலிருந்தது பாலிக்கு.

“இல்லை சங்கரி. இந்த மரணாவஸ்தை என்று சொல்றயே அதைப் பார்க்கிறபோது, சற்று முன்னால் எனக்கு வேறு என்னமோ தோன்றிற்று . . . அதாவது அழிவு, அழியாமை இரண்டும் ஒரே இடத்தில் குடியிருப்பதுபோல.”

“சட்” என்றாள் சங்கரி. “வீண் பிரமை. இரண்டும் ஒரே இடத்தில் இராது. அழிகிறது அழியும். அழியாதது அழியாது . . . இதெல்லாம் அழிந்துவிடும். ஆனால், ஒருவன் நினைத்தானே, அப்படி நினைக்கும்படி அவனைத் தூண்டிற்றே – அந்த எண்ணம் மாத்திரம் அழியாது. என்ன வேண்டுமானாலும் அதற்குப் பேர் சொல்லலாம். அது அழியாது. யாரோ நம்மைக் கூப்பிட்டாற் போலிருக்கிறது. எங்கோ கேட்ட குரல். நமக்கு ரொம்பப் பிரியமான குரல். அதைக் கேட்டவுடன் நமக்கு மனதில் ஆனந்தம் பொங்குகிறது. உடனே எழுந்து, அதைத் தேடப் போகிறோம். ஆனால், யார் என்று தெரியவில்லை. தேடிக்கொண்டே போகிறோம். அந்த மாதிரிதான் . . . நான் என் மனசில் இருப்பதைச் சொல்லப் பார்க்கிறேன். சரியாகச் சொல்லவில்லை என்று தோன்றுகிறது . . . அதாவது ஒரு குழந்தை வேறு எங்கோ கவனமாக ஏதோ செய்துகொண்டிருக்கிறது. நாம் வந்து அதன் தலை மயிரை அதற்குத் தெரியாமல் டக்கென்று ஒரு இழுப்பு இழுத்துவிட்டு ஓடி மறைந்துகொள்கிறோம். யாரு என்று அது திரும்பிப் பார்க்கிறது. எழுந்து வந்து தேடுகிறது. ஆனால், தெரியவில்லை. பயப்படுகிறது. ஆச்சரியப்படுகிறது. குழம்புகிறது. அந்த மாதிரிதான் ஏதோ ஞாபகம் வந்து தேட ஆரம்பித்ததுதான் இப்படிக் குடைந்தது, கட்டினதெல்லாம்.”

சங்கரி தன் மனதில் தோன்றிய உருவங்களில் லயித்துப் போய், சொல்லத் தெரியாமல் தடுமாறிக்கொண்டிருந்தாள். சொல்லுக்கு முன்னால் கண்ணும், கையும் சொல்லிவிட்டாற்போலச் சமிக்ஞைகள் செய்துகொண்டிருந்தன.

மெதுவாக அந்தப் பேச்சை வேறு பக்கம் திருப்பி, தன் மனதிலுள்ள கோபம், ரகசியம் எல்லாவற்றையும் சொல்லிவிட வேண்டும் போலிருந்தது பாலிக்கு. ஆனால், அடக்கிக் கொண்டுவிட்டாள். சங்கரியும் பேசவில்லை. யோசனையில் ஆழ்ந்துவிட்டாள். பாலி மேலே அவள் ஏதாவது பேசப் போகிறாளோ என்று காத்திருந்துவிட்டு ஒன்றும் வராது போகவே, எழுந்து சற்றுத் தொலைவில் வேறு கல்லின்மீது உட்கார்ந்து கொண்டாள்.

இவளிடம் சொல்லி என்ன ஆகப்போகிறது? இங்கு வரப்போகிறோம் என்று எதிர்பார்த்தோமா?

பட்டணத்திலிருந்து இத்தனை தூரம் வந்து இங்கு தனியாக உட்கார்ந்திருக்கும்போது, பாலிக்கு எல்லாமே, தன்மனம்கூடச் சற்றுத் தெளிவாகத் தெரிந்தது. தான் படுகிற அவதியைக் கண்டு சற்றுத் தள்ளி நின்று பார்க்கவும் அதன் காரணங்களை அறிந்துகொள்ளவும் முடிந்தது.

தஞ்சாவூருக்கு வந்தது வையன்னாவின் பிடுங்கல் தாங்காமல் தான். வையன்னா கேட்டது பிடுங்கலாகத் தோன்றியதும் அப்பா எப்பொழுதோ சொன்ன ஒரு வார்த்தையால்தான்.

'அம்மா! நீ நிச்சயமாகச் சொன்னாயா, தங்கராஜுவுக்கு என்னைக் கொடுத்துவிடு என்று? கட்டாயம் செய்துவிடுகிறேன் என்று அப்பா நிச்சயமாகச் சொன்னரா? . . .'

எனக்கு ஒன்றுமே வேண்டாம். எனக்கு இந்த மாதிரி ஒரு பெரிய ஆபத்து வரப்போகிறது என்றுதான் பெரியசாமியின் வடிவத்தில் எனக்கு அபயம் வந்தது. அவர் சொன்னாற்போல் ஆடி, ஆடி, ஆடி, ஆடி நான் உடலைக் கற்பூரம் கரைவதுபோலக் கரைத்துவிடுகிறேன்.

பிறந்தக்ஷணமே வஞ்சனைக்கு ஆளாகிவிட்டது போலிருந்தது அவளுக்கு.

அலைகள் மோதி மோதிச் சிதறிக்கொண்டிருந்தன. என்னமோ எல்லாவற்றையும் விழுங்கிவிடுகிறாற்போல ஆர்ப்பாட்டம் செய்துகொண்டு வந்த அலைகூட, கையையும் காலையும் உதைத்துக்கொண்டு கீழே விழுந்து உருண்டது. இத்தனை நாளாக, ஆயிரம் வருஷமாக அடித்த அலைக்கு என்ன செய்ய முடிந்தது – நாலைந்து கற்களை இடம் பெயர்த்ததைத் தவிர?

"என்ன பாலி, என்ன தனியாகப் போய் உட்கார்ந்துட்டே?" என்று கத்தினாள் சங்கரி. சொல்லிக்கொண்டே எழுந்து வந்தாள்.

"என்ன பிரமாத யோசனையாயிருக்கு?"

"ஒன்றுமில்லை."

"என்ன இவா ரண்டு பேரும் போனா போனா. வரவேல்லே!"

"எங்கே போயிருக்காங்களோ!"

சங்கரி தன்னைச் சிறிது உற்றுப் பார்ப்பது போலிருந்தது பாலிக்கு.

"செல்லம் நல்லது சமத்து. ஆனா, இப்படி ஆயிடுத்து . . ." என்று மேலே சொல்ல இருந்ததை, முடிக்காமல் நிறுத்தினாள் சங்கரி.

பாலி பதில் பேசவில்லை. அவளுக்கு மீண்டும் மனது கிளர்ந்தது. அதே சமயம் சிரிப்பும் வந்தது. வெட்டுப்பட்ட இடத்தில் ரத்தம் கசிந்துகொண்டேயிருக்கும். கையை வைத்துச் சிறிது கழித்து எடுத்தால் மீண்டும் கசிவு இருக்கத்தான் இருக்கும். கொஞ்சம் கொஞ்சமாக நின்றே விடும்.

செல்லமும் ராஜாவும் கடைசியில் வந்து சேர்ந்தார்கள். "அடட, இங்கியா இருக்கேள்? குகை குகையாகத் தேடிண்டு வர்றோம்" என்று சிரித்துக்கொண்டே வந்தாள் செல்லம்.

"நாங்க எதுக்குக் குகைக்குப் போகணும்?" என்று சங்கரி சிரித்துக்கொண்டே சொன்னாள்.

அதைக் கேட்டதும் பாலிக்கு வயிற்றை என்னமோ செய்தது. இங்கே என்னை இழுத்து வந்து நோக அடிப்பதாக மூன்று பேரும் பேசிக்கொண்டு வந்திருக்கிறார்களா? சங்கரியின் பதிலில் உள்ளர்த்தம் எல்லாம் கண்டு, மட்டமான பதில் என்று முடிவு கட்டத்தான் தோன்றிற்று அவளுக்கு. விரலால் அமுக்கி ரத்தப் பெருக்கைத் தடுத்துக்கொண்டாள் மீண்டும்.

கார் அந்தச் சூன்ய அழகுகளை விட்டுவிட்டுப் புறப்பட்டது.

16

முன் சீட்டில் ராஜா. பின் சீட்டில் நடுவில் சங்கரி. இரண்டு பக்கமும் செல்லமும் பாலியும்.

"பாலிக்கு வெயில் தாங்கவில்லை. ரொம்ப களைச்சுப் போயிட்டா" என்று சீட்டிலேயே திரும்பி உட்கார்ந்துகொண்டு சொன்னான் ராஜா.

"நீங்க தாங்குகிற வெயில்தானே? நான் தாங்க மாட்டேனா?"

"இல்லை, உன்னைப் பார்த்தா ரொம்ப களைச்சுப் போனாப்பல இருக்கு."

"அவளுக்கு பூஞ்சை உடம்பு" என்றாள் சங்கரி.

"வெளியிலேயும் ஜாஸ்தி அலைஞ்சு பழக்கமில்லை" என்றாள் செல்லம்.

"கவலைப்படாதே! இன்னும் ஒரு மணியிலே செங்கல்பட்டு. இல்லே. திருக்கழுக்குன்றத்திலே இறங்கி பூஷா விதாதாவைப் பார்த்துப்பிட்டு, அங்கியே ஹோட்டல்லெ சாப்பிட்டுவிடலாமா? அங்கே ஹோட்டல் இருக்கா?" என்றான் ராஜா.

"அது யார்றா பூஷா விதாதா?"

"சாப்பிட வர கழுகுதான்."

"என்ன பாலி?"

"உங்க இஷ்டம்."

"வந்ததுதான் வந்தோம், அதையும் காமிச்சுட்டுப் போயிடுவோமே அவளுக்கு" என்றாள் செல்லம்.

“சரிப்பா, வேகமாக விடு. திருக்கழுக்குன்றத்தையும் பார்த்துட்டுப் போயிடுவோம் . . . பாலிக்கு மகாபலிபுரத்தை விட்டுவர மனசே இல்லேபோலிருக்கு” என்றான் ராஜா.

“நான் ஒரு தடவை பார்த்ததுபோதும்னு வந்து உக்காந் திட்டேனே” என்று குரல் வெறுப்பை அடக்கிச் சிரித்துக்கொண்டே சொன்னாள் பாலி.

“நாங்களும் அப்பவே வந்திருப்போம். ஆனா, பகீரதன் தபசை மறுபடியும் பார்க்கணும் என்றாள் செல்லம். ஸ்வர்க்கத்திலேயிருந்த கங்கையை மண்ணிலே போட்டுப் புரட்டணும் என்று ஒரு சமத்து தபஸ் பண்ணுகிறானே. மண்ணிலே இருக்கிறதை மேலே அனுப்ப ஆசைப்படுவார்கள். இவன் பாடம் தலைகீழாயிருக்கிறது’ என்றாள் செல்லம். அதற்காக மறுபடியும் போய்ப் பார்த்தோம்” என்று ராஜா உற்சாகமாகச் செல்லத்தைப் பார்த்து வியந்தான்.

“செல்லம்! உன்னைக் கண் டாக்டரிடம் காண்பிக்கணும்” என்று சங்கரி சிரித்தாள்.

“ஏன்?”

“உன் கண்ணிலே ஏதோ பழுது இருக்கணும்னு தோணறது. ஈ, எட்டுக்கால் பூச்சிமாதிரி கண்ணாயிருக்கணும். பகீரதன் செஞ்சது தலைகீழ்ப் பாடம்னு பட்டா, உனக்குக் கண் கோளாறுதான். இது மட்டும் இல்லை. எல்லாம் அப்படித்தான் படறது உன் கண்ணுக்கு.”

“ஆமாம். அவரவர்களுக்கு கிடைக்கிறதுதான் கிடைக்கும். அவனவன் முயற்சி செய்தா மேலே போகலாம். அதுக்காக மேலே இருக்கறதைக் கீழே கொண்டுவரலாமா?”

“நம்ம தேசத்து வேதாந்தியில்லை அவன். கருணை இருந்தது அவனுக்கு. அதுதான் கங்கையாப் பொழிஞ்சு, மண்ணைக் குளிரப் பண்ணித்து.”

“என்னமோ நான் ஒப்புக்க முடியாது” என்றாள் செல்லம்.

“நீ ஒப்புக்காட்டாப் போயேன். கங்கை பூலோகத்துக்கு வந்தாச்சு” என்றான் ராஜா.

பிரமாத உற்சாகத்துடன் மூவரும் பேசிக்கொண்டே வந்தார்கள். தாங்கள் என்னமோ தனிக் கட்சிபோல. பாலிக்கு மனம்விட்டுக் கலந்துகொள்ள முடியவில்லை. அவளையும் சேர்த்துக்கொள்ள முயல்வதுபோல, “பாலி, மறுபடியும் சாதகம் எல்லாம் கெடுபிடியோட நடக்கிறதாமே?” என்றான் ராஜா.

"ஏதோ பொழுது போகணும்."

"அதுதான் நேத்திக்கிக் கோயிலுக்கு வரலை போலிருக்கு."

"அதான் செல்லம் வந்தாளே" என்று சொல்லிவிட்டு, ஏன் சொன்னோம் என்று நொந்துகொண்டாள் பாலி.

"நாங்கள்ளாம் வந்து பார்க்கவேண்டாமா?"

"நீங்க எத்தனையோ தடவை பார்த்தாச்சு."

"அதெல்லாம் இல்லை. இப்ப பிரமாதமா யிருக்குன்னு சொல்றா உன் சிநேகிதி."

"என் சிநேகிதியா? அப்படியா?"

ராஜா உரக்கப் பேசுவதையும் சிரிப்பதையும் பார்த்தால் பள்ளிக்கூடத்துப் பையன் பேசுவது மாதிரி இருந்தது. குரலில் தேவைக்கு மேற்பட்ட உற்சாகம். கிண்டல்! அத்தனையையும் தூண்ட ஆள் எதிரே இருக்கும்போது, நிதானம் எங்கேயிருந்து வரும்?

திருக்கழுக்குன்றத்திலும் இறங்கி மலைமீது ஏறிவிட்டுத்தான் வந்தார்கள். அன்று கழுகு வரவில்லை. கழுகைப் பார்க்காததும் பாலிக்கு பெரிய நஷ்டமாகத் தோன்றிவிடவில்லை. அவளுக்கு இன்னொரு முக்கியமான காட்சியைப் பார்க்க முடிந்தது. ஒரு தடவையில்லை, பல தடவை. கடைக்குப்போகிறேன், தேங்காய் பழம் வாங்கப் போகிறேன் என்று செல்லம் ராஜா இருவரும் கிடைத்த தனிமையை எல்லாம் பயன்படுத்திக் கொண்டு பிரிந்து போனதைப் பல தடவை பார்க்க முடிந்தது.

கீழே வந்து வலம் வரும்போது அந்த மரத்தில் ஏகப்பட்ட துணி முடிப்புகள் போட்டிருந்தன.

"இதெல்லாம் கலியாண முடி. யாருக்காவது கலியாண விசயமா வேண்டுதலை இருந்திச்சின்னா, அதை நினைச்சு இங்கே முடிபோட்டால் போதும்" என்று வேறு யாரோ வழிகாட்டி ஒருவன் சொல்லிக்கொண்டிருந்தான்.

செல்லத்தை நினைத்து மற்றவர்கள் அதைக் கேட்டுவிட்டுப் பேசாமல் நடந்தார்கள்.

செல்லம் விடவில்லை. வழிகாட்டியைக் கூப்பிட்டாள். "எல்லோரும் போடலாமா இங்கே?"

"போடலாம்."

தி. ஜானகிராமன்

"நான்?"

"போடுங்கம்மா."

பட்டென்று கையிலிருந்த கைக் குட்டையை ஒரு கிளையில் முடிந்துவிட்டு வந்தாள் செல்லம்.

சங்கரி அவளைப் பார்த்துப் புன்னகை பூத்ததும், "ஏன், நான் மட்டும் போடப்படாதா என்ன? என்னைப் பார்த்து இந்த இரக்கம் எல்லாம் படவேண்டாம்" என்று அவளை இழுத்துக்கொண்டு நடந்தாள் செல்லம்.

"நான் சிரிச்சிருக்கப்படாது" என்று மன்னிப்புக் கேட்டாள் சங்கரி.

"நீ இரைஞ்சு சபாஷ் போட்டு சிரிச்சிருக்கலாம். இரக்கமாக மந்தஹாசம் பண்ணினதைத்தான் நான் வாண்டாம்னு சொன்னேன்.'

"செல்லம், நீ மகா தைரியசாலி!"

"அது எனக்கே தெரியுமே!"

பாலிக்கு மட்டும் இரக்கப் புன்சிரிப்புச் சிரிக்காமல் இருக்க முடியவில்லை. நீ என்னை வேண்டாம் என்று தைரியமிருந்தால் சொல்லேன் பார்ப்போம் என்று அந்தப் புன்னகை கிண்டல் பண்ணிற்று.

ராஜாவின் முகம் மலர்ச்சியில் பொங்கி வழிந்தது.

"சங்கரி, நீ முடி போடலியா?" என்று பேச்சை மாற்றினான் அவன்.

"நானா, நான் தான் எத்தனையோ காயங்களுக்குக் கட்டுப் போட்டு முடிபோடப் போறேனே!" என்று சொல்லிக்கொண்டே நடந்துவிட்டாள் சங்கரி.

எல்லோருக்கும் களைப்பாகத்தானிருந்தது. வெயில் மூர்க்கமாக எரிந்தது. பசி கிண்டிற்று. அங்கேயே சாப்பிட்டு இளைப்பாறிவிட்டுத்தான் நாலு போரும் கிளம்பினர்.

பட்டணம் வந்தது. ராஜாவைக் கிண்டி சாலையிலும் கல்லூரி ஹாஸ்டலில் பாலியையும் செல்லத்தையும் இறக்கி விடைபெற்றுக்கொண்டாள் சங்கரி. திரும்பி இருவரும் அறைக்கு வரும்போது பேச்சு எழவில்லை. தத்தம் அறைக்குச் சென்றார்கள். பாலி பெஞ்சின் மீது படுத்துக்கொண்டாள்.

இந்தப் பிரயாண நினைவில் சந்தோஷப்படுத்தியது அங்கிருந்த பாறைகளும் குடைவுகளும்தான். மற்றப்படி தனியாக, அல்லது வேறு யாருடனாவது போயிருந்தால், இன்னும் சுதந்திரமாக, அதனால் இன்னும் இஷ்டம் போலப் பார்த்திருக்கலாம், இருந்திருக்கலாம் என்று தோன்றிற்று அவளுக்கு. கடலலையும் கூரை வேய்ந்தாற்போல் நின்ற ரதங்களும் சிற்பங்களின் பூர்ண அழகும் இத்தனையையும் தன்னுள் அடக்கிக்கொண்டிருந்த மௌனமும் அவள் இதயத்தின் முன் வந்து தோன்றின. அழைத்துப் போனவர்களையும் மன்னிக்க மனம் வந்துவிட்டது அவளுக்கு. 'என்ன மௌனம்! என்ன மௌனம்!' என்று அதையே நினைத்துக்கொண்டிருந்தாள். ஆனால், அவளை விசாரிக்க ரத்தினமும் லூர்துவும் வந்து சேர்ந்தார்கள்.

17

இரண்டு நாள் ஆயிற்று. பாலி எதிலும் கவனமில்லாமல் நடமாடிக்கொண்டிருந்தாள். படிப்பில் மனம் ஓடவில்லை. ஆடுவதில்கூட அவ்வளவு உற்சாகமில்லை. மாலை வேளைகளில் வெளியே போகவும் மனமில்லை. நளினி, ரத்னம், கௌசல்யா இவர்கள் வந்து பேசிக்கொண்டிருந்தபோது அவளுக்குப் பேச்சில் நாட்டமில்லை. ஒப்புக்குப் பேசிச் சிரித்துக்கொண்டிருந்தாள். ஊருக்குப் போய் வரவேண்டும் என்ற ஏக்கம் சிறிது சிறிதாகப் பற்றிக்கொண்டது. ராமையாவை நினைக்க நினைக்க அந்த ஏக்கமும் பெருகிக்கொண்டே வந்தது. சில சமயம் அவரை விட்டு இத்தனை தூரம் வந்து உட்கார்ந்திருப்பதே அர்த்தமில்லாத செயலாகத் தோன்றிற்று. இந்தத் தொல்லைகளே வேண்டாமே! மீண்டும் ஊருக்குப் போய், அங்கேயே தங்கி விட்டால்?

இந்தச் சோர்வு அன்று மாலை முழுவதும் செயலோயச் செய்துவிட்டது. கல்லூரியிலிருந்து வந்தவள், கதவைச் சாத்திக்கொண்டு அப்படியே உட்கார்ந்துவிட்டாள். நினைத்து நினைத்துக் கொட்டாவி வந்தது. தனிமையும் வெறிச்சோடின சூன்யமும் சூழ்ந்துகொண்டிருந்தன.

ரத்தினம் வந்தாள்.

"என்ன பாலி, உடம்பு கிடம்பு சரியாயில்லியா? ஒரேயடியாப் படுத்திட்டே."

"அதெல்லாம் ஒண்ணுமில்லை... சும்மாத்தான் என்னமோ போலிருக்கிறது" என்று மல்லாந்து படுத்துக்கொண்டே பதில் சொன்னாள் அவள்.

"வாயேன் – எங்கியாவது போய்ட்டு வருவம்."

“நான் வரலை.”

“என்னோட வரதுன்னா உனக்கு வறாப்பல இருக்குமா?’ என்றாள் ரத்தினம்.

“ஏன் ரத்தினம் அப்படிச் சொல்றே?”

“பின்னே என்ன? நான் இத்தனை நாளா உன்னை வந்து கூப்பிட்டதேயில்லை. இன்னிக்கி வந்தா, உனக்கும் மனசு சரியா யில்லை பாரு. உன்னைச் சொல்லவில்லை. என்னைத்தான் சொல்லிக்கொண்டேன்.”

அவளை ஒரு தடவை பார்த்தாள் பாலி. ‘இதோ புறப்பட்டு விட்டேன்’ என்று உற்சாகத்தை வாரிப் போட்டுக்கொண்டாற்போல் துள்ளி எழுந்தாள். “ஒரு நிமிஷம்” என்று சொல்லி முகத்தைக் கழுவி, புடவையை மாற்றிக்கொண்டு கிளம்பிவிட்டாள். ஆனால், அறையைப் பூட்டிச் சிறிது தூரம் நடந்ததும், “அம்மா, யாரோ உங்களைப் பார்க்க வந்திருக்காங்க” என்று வேலைக்காரி வந்து சொன்னாள்.

“போச்சுடா” என்றாள் ரத்தினம். “கட்டில் காலைப் போல் மூணுன்னு சொல்லி, ரண்டு விரலைக் காட்டி, ஒண்ணு எழுதி, அதையும் அழிச்சானாம் . . .”

“இதோ பாத்திட்டு வந்திடறேன், நிச்சயம் போகலாம்” என்று சொல்லிக்கொண்டு நடு ஹாலுக்குப் போனாள். போய்ப் பார்த்ததும், “ட்டேயப்பா” என்று தன்னையறியாமல் கத்தினாள் கோணவாய் காம்பீரமாக நின்றுகொண்டிருந்தார். ஆனால், வாயில் புகையிலை வழியவில்லை.

“என்ன மாமா?”

“வா, குழந்தே, உன்னை எப்படியாவது ஊருக்குப் போறதுக் குள்ளாரப் பார்த்து விடணும்னு நெனச்சேன்.”

“அலையத்தான் எங்க முடியுது இப்ப! ட்டேயப்பா, என்ன வெயில்! என்ன புழுக்கம்! வேலையும் அந்தாண்டை அசையவிடலெ. எப்படியாவது இன்னிக்கிப் பாத்திடறதுன்னு வந்திட்டேன்.”

பாலிக்கு ஒன்றும் பேசத் தோன்றவில்லை. அவரைக் கண் கொட்டாமல் பார்த்துக்கொண்டேயிருந்தாள். ரத்த பாசம் போல் வளர்ந்துவிட்ட அன்பு அவருடையது.

அவளை ஏற இறங்கப் பார்த்தார் அவர். சுற்றியிருக்கிற தோட்டம், கட்டிடம், தூர இருந்த கடல் எல்லாவற்றையும் பார்த்தார். “இடம் ரொம்ப நல்லாருக்கு” என்றார்.

"நல்ல இடம்தான் ... ஆனா நம்ப ஊரிலே இருக்கிறாப்பல இருக்குமா? நேத்து உங்களை எல்லாம் நினைச்சிட்டேருந்தேன். அப்பா வந்திருந்தபோது சொன்னாங்க நீங்க வருவீங்கன்னு."

"அதுதான் வந்திட்டேனே!" என்று புன்சிரிப்புப் பூத்தார் நாய்க்கர்.

அந்தப் புன்சிரிப்பு வழக்கமான முழுமையோடு வரவில்லை. மாமாவுக்கு உடம்பு ஏதோ சரியில்லை போலிருக்கிறது. முகம் மலர்ந்திருந்ததே யொழிய குரலில் கணிப்பில்லை. சிரிக்கக்கூடச் சிரமப்படுவதுபோல் தோன்றிற்று.

"உடம்பெல்லாம் இளைப்பா இருக்கே உங்களுக்கு!"

"இளைப்பு என்னம்மா – எல்லாம் கவலைதான்."

"உங்களுக்கென்ன மாமா கவலை?"

"குழந்தே உன் மாதிரி பொண்ணாவே பொறந்திருந்தா இரண்டும், நான் இந்தக் கவலையெல்லாம் ஏன் படப்போறேன்! அணிப்புள்ளை – கீரிப்புள்ளை மாதிரி ஒண்ணு பொறந்திருக்கு பாரு. பொறக்காமயே இருந்திருக்கலாம் பாரு – ஆனா யாரை என்ன சொல்ல முடியும்? நாம செஞ்சவினையெல்லாம் விடுமா சொல்லு" என்றார் நாய்க்கர். அவர் குரல் கம்மி நடுங்கிற்று.

அவருக்கும் பிள்ளைக்கும் ஏதோ மனஸ்தாபம் என்று தெரியும் அவளுக்கு. என்ன, ஏன் என்று அவளுக்கு அதுவரை தெரியவில்லை.

"அண்ணன் வந்து ..." என்று சொல்லத் தெரியாமல் இழுத்தாள் பாலி.

"அண்ணன் வந்து ... சொல்லேன் – மகா யோக்யன்கிறியா? அப்படித்தான் இருந்தான். ஆனா, காசை சம்பாதிச்சாப் போதுமா? அதுக்குத் தகுந்த பெரிய மனசு, கௌரவம் எல்லாம் வாண்டாமா? உங்கப்பா ஒண்ணுமே சொல்லலியா உனக்கு – நாலு வருஷமா நடந்து வர்றதுதானே! உனக்குத் தெரியாதா?"

"தெரியாது."

"நீ சின்னக் குழந்தே. எங்கே இதையெல்லாம் காதிலே போட்டுக்கப்போறே. நாலு வருஷமா அவன் சரியாயில்லே. நடவடிக்கை எல்லாம் கெட்டுப்போச்சு. நாலு காசைக் கண்ட வுடனே கெட்டசகவாசம் வந்திரிச்சு. நாடகக் கண்டிராக்டு எடுக்கறவன் ஒருத்தன் சேந்துகிட்டான். பத்து நாடகம் கண்டிராக்ட் எடுத்தால் போதும். காசை அரிச்சுக் கொட்டலாம்னு ஆசை காமிச்சான். அப்பல்லாம் எனக்குத் தெரியாது. நாலு வருஷமாக் கடைகண்ணியைச் சரியாகக் கவனிக்கிறதில்லே.

பாக்கி வசூல்லாம் தாறுமாறாயிடுத்து. இப்ப கடையெல்லாம் போயிடுச்சு.”

“அதுமட்டுமில்லே, பதினாயிர ரூவா கடன் வேற சம்பாதிச்சிருக்கான். வாரண்டு கிளம்பட்டுமாங்கறாங்க எல்லாரும். எதிர்க்க நின்னு பேசமாட்டான். இப்ப என்ன டான்னா பாகம் பிரிச்சிப்பிடுறாங்கறான். ஏது பாகம்? எல்லாம் நான் சம்பாதிச்சுதில்லே? ஒரு ஈரிழைத் துண்டைக் கட்டிக்கிட்டு, அந்தக் காலத்திலே வாய்க்கால் ஆறெல்லாம் தாண்டிக்கிட்டுப் போய் இடியாப்பம் வித்தேன். ஒரு சூச்சக்கரக் குளி கிடையாது. எல்லாம் நான் தலை எடுத்து வாங்கினது. இந்த ராஸ்கலுக்குப் பாகம் ஏது? . . . என்னமோ பூர்வீகச் சொத்துன்னு நெனச்சிட்டான் போலிருக்கு. இப்ப சேதி தெரிஞ் சதும், ஆள் அலமலங்கிப்பிட்டான். சீச்சீ, நாயே! உனக்குப் பேசவாயிருக்கா – ஒரு தம்பிடி பேராது – இவனுக்குக் கடை வச்சுக் கலியாணம் பண்ணதெல்லாம் போதாது.”

நாய்க்கரின் குரல் ஏறிக்கொண்டே வந்தது. உடல் பதறிற்று. சட்டென்று பேச்சு நின்றது. உட்கார்ந்திருந்தவர் அப்படியே துவண்டு உட்கார்ந்துவிட்டார்.

“ஒண்ணுமில்லே குழந்தே. ரத்த அமுக்கம்.”

“நீங்க பேசாதீங்க மாமா. அப்படியே கொஞ்ச நேரம் சாஞ்சுங்க . . .”

“அந்தப் பய பேச்சை எடுத்தவுடனே எனக்குப் படபடப்புத் தாங்கலே. டாக்டரே சொல்லியிருக்கிறாரு – நிதானமா யிருங்கன்னு! இந்தப் பய பணத்தையும் தொலைச்சுப்பிட்டு, நடத்தையும் கெட்டு அலையறதை நினைச்சா சில சமயம் ஆற மாட்டேங்குது.”

“மாமா, இப்ப அதையெல்லாம் நினைக்காதீங்க. நீங்க இன்னிக்கி ஊருக்குப் போகணுமா?”

“ஆமாம்.”

“நான் ஸ்டேஷனுக்கு வரட்டுமா!”

“அட வாண்டாம் குழந்தே . . . ஊருக்கு ஏதாவது சமாசாரம் உண்டா? எத்தனையோ பேசணும்னு நெனச்சேன். என்னாலே முடியலை. லீவுக்குக் கட்டாயம் ஊருக்கு வா. ராமையா பைத்தியம் புடிச்சாப்பல ஆயிடறான் சில சமயம்.”

“கவலைப்பட வாண்டாம்னு சொல்லுங்க.”

“சொல்றேன்.”

18

நாய்க்கரின் முகத்தை மறக்கவே முடிய வில்லை. அவருக்குக்கூடவா கவலை! அவர் முகத்திலுமா ஏக்கம்! அப்படியானால், இந்த உலகத் தில் எதுதான் நடக்காது? உற்சாக புருஷராக, உரத்த பேச்சும் சிரிப்புமாக நடமாடிக்கொண்டிருந்தவரை ஒடித்து உயிரில்லாமல் அடித்துவிட்டானே ஒரு பிள்ளை. பாறைக் குடைவுகள்கூடத் தேய்வதுபோல, எல்லாவற்றிற்கும் இந்த நிலை வந்தாக வேண்டும் போலிருக்கிறது.

தன் தகப்பனாருக்கு வந்த கஷ்டம் மாதிரிதான் தோன்றிற்று பாலிக்கு. பெரியப்பா, சிற்றப்பாபோல அந்தக் குடும்பத்தில் நடமாடுகிறவர் நாய்க்கர், அவரை நினைக்க நினைக்க ஊருக்குப் போகும் ஏக்கம் பெருகிக்கொண்டே வந்தது. சாப்பிட்டு வந்ததும், படிப்பு ஓடாமல் சுவரைப் பார்த்த வண்ணம் சாய்ந்து கிடந்தாள். பழசு, தஞ்சாவூர் என்று மனசு எங்கோ தொலைவில் போய் நின்று மேய்ந்துகொண்டிருந்தது.

நாய்க்கரின் சின்ன வயதெல்லாம் அவள் கண்முன் வந்தது. ஈரிழைத் துண்டைக் கட்டிக் கொண்டு ஆறும் வாய்க்காலும் தாண்டி ஆப்பம் விற்கிறார் அவர். ராமையாவும் அவரும் சேர்ந்து கையில் தடியும் தலையில் முண்டாசுமாக வயல் வரப்புகளின் மீது நடக்கிறார்கள். எங்கோ புளிய மரத்தடியிலும், வீட்டுக் கொல்லைகளிலும் மாடு பார்க்கிறார்கள். சாலை ஆலமரத்து நிழலில் வெள்ளரிப் பிஞ்சு வாங்கித் தின்னுகிறார்கள்.

நாய்க்கரைப்பற்றிப் படம் படமாக எவ்வளவோ சொல்லியிருக்கார் ராமையா. உற்சாகமாக அவர் சொல்லுகிற சம்பவங்கள் எல்லாம் இப்போது நினைவுக்கு வந்தன. ஒரு அதிசயமான நட்பு அது.

பாவம் என்று சொல்லி, நாய்க்கரின் தற்போதைய நிலைமையைக் கையாலாகாமல் பார்த்துக்கொண்டிருக்கிற உறவு இல்லை.

நாய்க்கருக்குப் பிள்ளையைப்பற்றிப் பேசும்போது வந்த படபடப்பையும் அவளால் மறக்க முடியவில்லை. அந்த ஒரு பிள்ளையின் மீது அத்தனை நம்பிக்கையும் பாசமும் வைத்திருந் தார் அவர். இந்தப் படபடப்பும் கோபமும் அந்தப் பாசமும் பலிக்காமல் போனதன் – நிறைவேறாமல் போனதன் ஆத்திரம் தான்.

"படிக்கலே?" என்று குரல் கேட்டுத் திரும்பினாள் பாலி. செல்லம் வந்து முகத்தைப் பார்க்காமல் மேஜையிலிருந்த இரண்டு புஸ்தகங்களைப் புரட்டிக்கொண்டே நின்றாள். நாய்க்கர் வந்தபோது அவள் இல்லை. இப்போதுதான் சாப்பிட்டுவிட்டு வருகிறாளோ என்னவோ, தகவல் கேட்டு வந்திருப்பாள். யார், என்ன என்று தெரிந்துகொள்ளாவிட்டால் அவள் மண்டை வெடித்துவிடுமே!

"வா செல்லம்."

"என்ன ரொம்ப யோஜனையாயிருக்கு?"

"உன்னை எங்கே காணும்?"

"பெரிய தெருவுக்குப் போயிருந்தேன். சாப்பிடறபோது தேவகி சொன்னா யாரோ வந்திருந்தா பாலியைப் பார்க்கன்னு. யாரு?"

"அன்னிக்கி அப்பா சொல்லலே உங்கிட்ட. நீ பேசறதை பார்த்து 'ட்டேயப்பா'ன்னு மாஞ்சு போயிருப்பாருன்னு – அவர்தான். என்னைத்தான் பார்க்க வந்தார்" என்று தன் குடும்பத்தில் அவருக்கு இருந்த நெருக்கம், ஆதிநாள் கதைகள் எல்லாவற்றையும் சொல்ல ஆரம்பித்துவிட்டாள் பாலி. அவர் பையனின் நடவடிக்கைகள் பற்றியும் சொன்னாள்.

"பாவம்" என்றாள் செல்லம்.

"ரொம்ப நல்ல பையனாயிருந்தாரு அவரு. கெட்ட சேர்க்கை இப்படி வந்து முடிஞ்சிடுத்து."

"புதுசில்லே ஒண்ணும்" என்று சூள் கொட்டினாள் செல்லம். "அப்பா அம்மாவோட கடமை பிரியமா இருக்க வேண்டியது. குழந்தைகளுக்காக உழச்சு ஓடாத் தேய வேண்டியது. குழந்தைகளோட கடமை, அவாளை ஓங்கி ஒரு அறை அறைஞ் சுவிட்டு அறுத்துகிண்டு ஓடவேண்டியது. தாயார் தகப்பனார்கள் அழவேண்டியது. குழந்தைகள் சிரிக்க வேண்டியது. குழந்தையா யிருக்கிறபோது அதுகள் பல்லில்லாமல் வழவழன்னு ஈரமா சிரிக்கிறதே – அதெல்லாம் பிற்காலத்திலே முதுகிலே குத்திப்பிட்டு சிரிக்கணுமே அதுக்குப் பழக்கம் பண்ணிக்கிறதுதான். தாயார்

தகப்பனாருக்கு அது தெரியறதில்லே. அவங்களுக்கும் வேண்டியது தான். எப்பவும் குழந்தையாவே இருக்கணும், தன் காலையே சுத்திச் சுத்திண்டு நிக்கணும்னு எதிர்பார்க்கறது முட்டாள்தனம். அதுகளும் பொறுத்துப் பொறுத்துப் பாத்துட்டு, கடசியிலே கடிச்சிட்டுப் போயிடறது.”

செல்லம் இப்படியெல்லாம் பேசி வெகு நாளாகிவிட்டது. கிட்ட இருக்கும்போது எப்படியோ நெருங்கிக் கொண்டு விடுகிறாள்! பழையதெல்லாம் மறந்துதான் போய்விடுகிறது. அப்படியொரு ஒட்டுதல்! உறவு! அவள் போன பிறகு எதாவது எடுத்துப் படிக்கலாம் என்று பாலி முயன்றது வீணாகிவிட்டது. நாய்க்கரின் கஷ்டங்கள் அவளை விடவில்லை.

அவருக்கு எப்படி உதவ முடியும்? அப்பா அந்தப் பையனைக் கூப்பிட்டு, நல்ல வார்த்தை சொல்லாமலா இருந்திருப்பார்! அதையும் மீறிக்கொண்டு போயிருக்கிறவன், நாம் சொல்லியா கேட்கப் போகிறான்!

கேட்கிறானோ கேட்கவில்லையோ! நாமும் சொல்வதைச் சொல்லி வைப்போமே என்று தோன்றிற்று அவளுக்கு.

எழுந்து உட்கார்ந்து எழுத ஆரம்பித்தாள் அவள்: ‘அண்ணனுக்கு வணக்கம். நான் திடீர் என்று உங்களுக்குக் கடிதம் எழுதுவது உங்களுக்கு ஆச்சரியமாகத்தான் இருக்கும். ஆனால், முக்கியமாகச் சில விஷயங்கள் சொல்ல வேண்டியிருக்கிறது. ஆதலால், நீங்கள் ஒரு தடவை இங்கு வந்துபோனால் நல்லது. தவறாக எண்ணக்கூடாது. முக்கியமான விஷயமாதலால் எழுதினேன். தயவு செய்து சென்னை வருகிறபோது, என்னை வந்து பார்க்கவும். இல்லாவிட்டால் இதற்காகவாவது இங்கு ஒரு தடவை வந்துவிட்டுப் போனால் நல்லது. கடிதத்தில் ஒன்றும் குறிப்பிட நான் விரும்பவில்லை. அவசியம் வருவீர்கள் என்று நினைக்கிறேன்’ என்று கையெழுத்திட்டு மடித்தாள். கவரில் வைத்து ஒட்டியும் விட்டாள்.

காலையில் எழுந்தபோது அவளுக்கு என்னென்னமோ சந்தேகங்கள் வந்துவிட்டன. நாய்க்கரின் மகன் எத்தனை பெரியவன். அவனைக் கூப்பிட்டு நான் புத்தி சொல்லவாவது! எதிரே வந்து நின்றுகொண்டு சிரித்தானானால்!

சிரிக்கட்டும். நாம் சொல்வதைச் சொல்லித்தான் ஆக வேண்டும், பலன் விளையுமோ இல்லையோ . . .

அன்று கடிதம் தபாலில் சேர்ந்துவிட்டது. அவன் வருவான் என்று எதிர்பார்க்கவும் இல்லை அவள்.

19

ஆனால், நாய்க்கர் மகன் வந்தேவிட்டான். நாலைந்து நாளாக எதிர்பார்த்து வரமாட்டான், கடிதம் கிடைத்ததோ என்னவோ என்று அவள் நம்பிக்கை துறந்த பிறகு ஞாயிற்றுக்கிழமையன்று காலையில் ஒன்பது மணி இருக்கும், வந்து சேர்ந்தான்.

மேலே ஒரு பட்டுச் சட்டை, கீழே ஒரு வண்ணான்மடி ஜரிகை வேட்டி, அதைத் தவிர வழக்கமாகக் காணும் அணிகளைக் காணவில்லை. வைரக்கடுக்கன், வலது கையில் சின்ன ஆடுதன் தங்கப் பதக்கத்துடன் மணிக்கட்டு எலும்பையும் கடந்து தளரும் சங்கிலி – இவற்றைக் காணவில்லை. உடம்பில் சோகை பிடித்தாற்போல ஒரு வெளுப்பு.

"வாங்கண்ணா" என்று வரவேற்றாள். "கடுதாசு கிடைச்சுதா?"

"நேத்துத்தான் கிடைச்சுது."

"ஏன்!"

"ஊரிலே இல்லை. நேத்துத்தான் வந்தேன். கடுதாசைப் பார்த்ததும் ஒண்ணும் புரியலை."

"ஆமாம், நான் எழுதுவேன்னு எதிர்பார்த்திருக்க மாட்டீங்க."

"திடீர்னு உங்கிட்டருந்து லட்டர் வரதுன்னா எனக்கும் ஒண்ணும் புரியலே. என்னவா இருக்கும்னு யோசிச்சு யோசிச்சுப் பார்த்தேன். அப்பறம் அப்பா நாலஞ்சு நாள் முன்னாலே வந்திருந்தாங்கன்னு தெரிஞ்சுது. அப்பறம் அவரும் வந்திட்டாரு. என்னா

சங்கதியாயிருக்கும்னு புரியலே. இப்பவும் புரியலே" என்று அசட்டுச் சிரிப்புச் சிரித்துக்கொண்டேயிருந்தான். அசட்டுச் சிரிப்பு என்று சொல்லவும் முடியவில்லை. குழப்பச் சிரிப்பு.

எப்படி ஆரம்பிக்கிறது என்று அவளுக்குப் புரியவில்லை. ஊர் குடும்ப க்ஷேமங்களை எல்லாம் விசாரித்துச் சுற்றிச் சுற்றி வந்துகொண்டிருந்தாள்.

"எல்லாரும் சௌக்யம்தான்" என்று பொதுப்படையாகச் சொன்னான் அவன்.

"கடையெல்லாம் நடக்குதா?"

"நடக்குது."

"அப்பாகூட இங்க வந்திருந்தாங்க."

"இப்ப வந்திருந்தப்பவா?"

"ஆமாம்... ரொம்ப இளைச்சுப் போய் சொரத்தில்லாம இருக்காங்களே!"

"சும்மா அலஞ்சுகிட்டேயிருந்தா! வயசாச்சு. எல்லாம் நான் கவனிச்சுப்பேன்னு சொன்னாக் கேக்கமாட்டேங்கறாரு."

"நீங்க கவனிக்கலேன்னுதானே கவலைப்படறாங்க" என்றாள் பாலி.

"நான் கவனிக்கலியா?"

"ரொம்ப வருத்தப்பட்டாங்க!"

"எதுக்கு?"

"கடன் ஏறிடிச்சு. பாகம் வேற பண்ணுங்கறான் பிள்ளை யாண்டான்னாங்க."

"அவ்வளவு தூரம் சொல்லிட்டாங்களா?"

"நான் எழுதினதிலே கோபம் இல்லியே அண்ணனுக்கு!"

"எனக்கு என்ன கோபம்?"

"கோச்சுக்காம இருந்தா சொல்றேன்."

"நான் யாருகிட்ட என்னாத்துக்குக் கோபப்படணும்."

"மாமாவுக்கும் உங்களுக்கும் எப்படி வருத்தம் வந்தது?"

"நான் பண்றது அவருக்குப் பிடிக்கலே. வியாபாரின்னா காசு, தராசு, படிக்கல்லு, புளி, மொளகாய் – இதுங்களையே

பார்த்துக்கிட்டு காப்பாத்திட்டிருக்கணும்னு அவரு எண்ணம். காசு என்னாத்துக்குச் சம்பாதிக்கிறோம்? அதைப் பார்க்கறதுக்காகவா? அதுதான் சண்டை."

"காசு செலவழிக்கத்தான் சம்பாதிக்கிறோம். அது நல்ல வழியிலே செலவானாத்தானே திருப்தியாயிருக்கும்?"

"நான் திருப்தியாத்தான் இருக்கேன். நம்ம ஊர் ஜனங்களுக்கெல்லாம் லேசிலே கிடைக்காததெல்லாம் கொண்ணாந்து காமிச்சேன். அதனாலெதான் கையைக் கடிச்சுது. இதிலேயே நான் லாபம் சம்பாதிச்சிருக்கட்டும். அவரே கடையை விட்டுப்பிட்டு ஓடியாந்திருப்பாரு."

"எனக்குப் புரியலே."

"உனக்குப் புரியறது கஷ்டம் . . . நானும் நல்லாப் பாடுவேன். நாடகம் கீடகம்னு ஆசை எல்லாம் உண்டு எனக்கு. ஆனா, நிஜமா நல்ல நாடகமாப் போடறவன் யாரு? அதுக்காக ரொம்ப ஒஸ்தியாயிருக்குறவங்களைக் கொண்ணாந்து கண்டிராக்டு எடுத்துப் போடச் சொன்னேன். சகுந்தலை, ஞானசுந்தரி, பாதுகா பட்டாபிஷேகம், பதிபக்தி எல்லாம் போடச் சொன்னேன். எல்லாரும் சாதாரண ஆளுங்க இல்லெ. ஒருத்தர் ஒருத்தரும் நடிக்கிறதுக்குன்னு பொறந்தவங்க. எது நல்லதுன்னு நல்லா தெரிஞ்சுக்கிட்டவங்க. ஜனங்க சிரிப்பாங்க. கைதட்டுவாங்கன்னு கண்டபடி செய்யமாட்டாங்க. அந்த மாதிரி நல்லது எதுன்னு ஜனங்களுக்குக் காமிக்கணும்னு நெனச்சேன். ஆனா, கையைக் கடிச்சிப் பிட்டுது!"

"இதெல்லாம் எத்தனை நாளா நடக்குது?"

"நாலஞ்சு மாசத்துக்குள்ளாரதான்."

"நாலு வருஷமாகவே மாமாவுக்கும் உங்களுக்கும் வருத்தம் இல்லியா?"

"அதெல்லாம் ஒண்ணும் இல்லெ. கச்சேரி, நாடகம்னா எந்த ஊரிலே நடந்தாலும் போயிருவேன். கடையிலிருந்து கணக்கப் பிள்ளை ஏமாத்திப்பிட்டான். ரண்டாயிர ரூபா நஷ்டம். அது அப்பாவுக்குக் கோபம். அவனையும் போகச் சொல்லியாச்சு."

"இப்ப கடை நடக்குதா?"

சிறிது தயங்கிவிட்டு, "கொஞ்ச நாளா பூட்டியிருக்கு. மறுபடியும் ஆரமிச்சிர வேண்டியதுதான்" என்றான் அவன்.

"எப்படி ஆரம்பிப்பீங்க?"

"அதுக்கு வழி கண்டுபிடிச்சாச்சே."

"என்ன வழி?"

"ரொம்ப நாளா சொல்லணும்னு ஆசை. ஆனா இப்ப சமயம் கிடைச்சபோது சொல்லிப்பிடறேன்."

"சொல்லுங்களேன்."

"ரண்டாயிர ரூபாயை எப்படியாவது புரட்டி, ஒரு பின்பாட்டு, மிருதங்கம் ரண்டையும் தயார் பண்ணிட்டாப் போதும். விளம்பரச் செலவு கொஞ்சம் ஆகும்."

"பின்பாட்டா?"

"ஆமாம். நல்ல குரலோட பதம்பாடறவங்க இருந்தா எப்படியிருக்கும்? ரொம்ப நாளா நினைச்சிட்டிருந்தேன். நினைக்கிறப்பவே பயமாயிருக்கும் ... உலகத்திலே இல்லாத சங்கதியாச்சேன்னு சொல்லுவாங்களேன்னு பயம். ஆனால், நீ ஆடறது சாதாரண சாமி வரப்ப சதிர் ஆடறாங்களே சந்திக்கு சந்தி நின்னு. அவங்க ஆடற ஆட்டமில்லே. பெரியசாமியை எனக்குத் தெரியும். உனக்குச் சாதாரணமா சொல்லிக் கொடுக்கலே அவரு. நெஜம்மா அந்த சாஸ்திரத்திலே எது நெஜமோ, அதையெல்லாம் கொடுத்திருக்காரு. நானும் எத்தனையோ பேர் ஆடறதைப் பாத்திட்டுத்தான் சொல்றேன்."

அவன் சற்று நிறுத்தி, அவளைப் பார்த்தான். பாலிக்கு சற்றுப் பொறி தட்டிற்று. பேச்சு இப்படிப் போகும் என்று அவள் எதிர்பார்க்கவில்லை.

"நிஜமாச் சொல்றேன். நான் அந்தச் சாஸ்திரம் எல்லாம் வாசிச்சதில்லே. ஆனா, பெரியசாமி உன்னைப் பற்றி நினைக்கறப்பல்லாம் பேசறப்பல்லாம் தொண்டை கம்மிப் போயிடும் அவருக்கு. சாதாரணக் குழந்தையா அது? எங்க நடராஜாவே பொம்பிளை வேஷம் போட்டுகிட்டிருக்கான்னு ஒரு நாளைக்குச் சொன்னாரு. அப்ப அவருக்குப் பேசவே முடியலே."

பாலி குழம்பித் தத்தளித்துக் கொண்டிருந்தாள்.

"வாத்யார் இப்படியே சொன்னார் பாலி. நடராஜா ஆணையா ஒரு வார்த்தை பொய்யில்லை" என்றான் அவன் மேலும் தொடர்ந்து. பாலி அவனை நிமிர்ந்து பார்த்தாள்.

இவனையா போக்கிரி, நடத்தை கெட்டவன் என்று சொன்னார் நாய்க்கர் மாமா?

இன்னும் குழப்பம் அவளைவிட்டுப் போகவில்லை.

"நான் எப்படிச் சொல்றதுன்னு தெரியாம தவிக்கிறேன் பெரியசாமிக்கு? நீ எல்லாரும் பார்க்க ஆடமுடியற நிலையிலே இல்லியேன்னு கொஞ்ச நஞ்சமில்லை. ஒரு ரண்டாயிரம் ரூபாயும் உன் சம்மதமும் இருந்தாப்போதும். இந்தப் பொம்பிளை வேஷத்திலே வந்திருக்கிற நடராஜாவை ஊர் எல்லாம் பாத்துக் கன்னத்திலே போட்டுக்கும்படியா பண்ணிடலாம்" என்றான் நாய்க்கரின் மகன்.

அவள் பதில் பேசாமல் நின்றாள்.

"நல்லதுக்கு எத்தனையோ உருவம் உண்டு. கையைக் கட்டிக்கிட்டு ஜபம் பண்ணலாம். மூச்சைப் பிடிச்சுக்கலாம். பூவை வாரி சாமி மேலே போடலாம். திண்ணையிலே உக்காந்துகிட்டு ராமாயணம் சொல்லலாம். சலங்கை கட்டிக்கிட்டும் வரும் நல்லது. கூத்து மேடையிலேயும் வரும். நல்லதுக்கு எத்தனையோ முகம் உண்டு. ஒண்ணுதான் நல்லதுன்னு யார் சொல்ல முடியும்? அந்த மாதிரி எதோ சிலதுங்கதான் நல்லதுன்னு நாலு ஆசாரங்க சேந்து கத்திப்பிடுத்து. அதுகளுக்குச் செல்வாக்கு இருந்தது. செலாவணி இருந்தது. மத்ததெல்லாம் கெட்டதுன்னு பேர் கட்டிப்பிடுத்து . . . அதுங்களுக்குப் பயந்து கிட்டிருந்தா நாம இப்படியே குட்டையிலே அளுக வேண்டியதுதான். எங்கப்பாவுக்கு நான் இப்படிச் செய்யறது, கையைக் கடிச்சிட்டது பிடிக்கலே. அஞ்சணாவுக்கு சக்கரை வாங்கி எட்டணாவுக்கு வித்திருந்தா அப்படியே வாடாய்யான்னு என்னை அணைச்சு ஆனந்தக் கண்ணீரா வடிச்சிருப்பாரு. புழுவடைஞ்ச புளியைத் தூரக் கொட்டாம அசல் விலைக்குக் குறையாம தள்ளியிருந்தா எனக்குக் கோயிலே கட்டிருப்பாரு. நல்லதையே கொடுக்கறதுன்னா கொஞ்சம் முதல்லெ கஷ்டமாயிருக்கும். அப்பறம் சரியாப் போயிடும் . . . நீ சொல்லு. காலேஜ் இருக்கற அன்னிக்கெல்லாம் வாண்டாம். சனி, ஞாயிறு அப்படி வச்சுக்குவோம். எனக்குச் சம்பாதிக்க ஆசையில்லே. இவர்கிட்ட பாகம் கேட்டேன். அவரு சுயார்ஜிதம்னு சொன்னப்புறம் நான் வாயைத் திறக்கலையே. சம்பாதிக்க வேண்டாம். இந்த மாதிரி நமக்கும் ஒண்ணு இருக்குன்னு நாலு பேருக்குத் தெரியட்டும். பெரியசாமிக்கும் மனசு அப்படியே அமிருதமாகப் பெருக்கெடுக்கும்."

பாலி அவன் சொல்வதைக் கேட்டுக்கொண்டு நின்றாள். அவன் இத்தனை நாளாகப் பார்த்த மனிதன் இல்லை. அவனுடைய உண்மையான உருவம் இப்போது தான் தெரிவது போலிருந்தது. சூன்யத்தைப் பார்த்துக்கொண்டே நின்றாள். முத்திரைகளும் சமிக்ஞைகளும் அவள் கண்முன் ஆடிக்கொண்டிருந்தன.

என்ன சொல்வது என்று புரியாமல் அவள் குழம்பிக் கொண்டிருந்தபோது, திடீர் என்று நாய்க்கர் மகன் சொன்னான்: "சட்சட்டுன்னு நான் என்னெல்லாமோ கேட்டுப்பிட்டேன். ம், நீ எதுக்காக என்னைக் கூப்பிட்டே? அதை நான் இன்னும் சரியா என்னன்னே தெரிஞ்சுக்கலியே, நான் பாட்டுக்கு பேசிக்கிட்டே போறேனே!"

"மாமாவோட நீங்க பழையபடி நல்ல உறவோட இருக்கணும்னுதான் எனக்கு ஆசை. மாமா மனசிலே ரொம்ப தாங்கல் படறாங்க..." என்று சொன்னாள் பாலி. எல்லாவற்றையும் அமைதியாகக் கேட்டான் அவன்.

"அவங்கவங்களுக்கு மனசைக் கெட்டியாக வச்சுக்கத் தெரியாட்டி, நாம் என்ன செய்ய முடியும்? பணம் பணம்னு அவரு இப்படி உசிரை விடாம இருந்தார்னா, இந்தப் படபடப்பு மூர்ச்சை எல்லாம் வராது... இனிமே ஒன்னும் பிரயோசனப்பட்டு வராது. இத்தனை வருசமா சின்ன வயசிலேர்ந்து பணத்தை அவ்வளவு பெரிசா நினைச்சு நினைச்சு வளர்ந்திருக்காரு. அவருக்கு ஒண்ணையும் மாத்திக்க முடியாது. இந்த வயசிலெ. எனக்கு அவர் காசு காலணா வாணாம். நான் இப்படியே இருக்கேன். அவர் அப்படியே இருக்கட்டும். ரண்டு பேரும் சேர வாணாம். நான் போக்கிரி, காவாலின்னு நல்லா அவர் மனசிலே ஏறிக் கிடக்கு. இனிமே என்னைப் பார்க்கறப்பவெல்லாம் அவருக்கு அந்தக் கோபமும் புகைச்சலும் ஜாஸ்தியாகுமே ஒழிய, குறையாது. இதுக்காகத்தான் எனக்கு லெட்டர் போட்டியா நீ?"

"மாமா நிலையைப் பார்த்தேன். எனக்குப் பொறுக்கலே!"

"நீ நெனச்சுது, செய்தது – எல்லாம் சரி. ஆனா இதெல்லாம் நடக்கிற காரியமில்லே பாலி. இத்தனை தூரம் வந்து, மெனக்கெட்டு லெட்டர் போட்டு வரச்சொன்னோம். வந்து இப்படிச் சொல்றானேன்னு நீ நினைக்கலாம். ஆனா, அவர் மனசு நல்லாத் தெரியும் எனக்கு. அவருக்கு ஒரே கவலைதான். என்னைச் சுதந்திரமா விட்டுவிட்டா சம்பாதிச்ச சொத்தெல்லாம் ஒரே நாள்ள ஊதிப்பிடுவேன்னு அவருக்கு நடுக்கம். அது இருக்கறவரைக்கும் புள்ளை குட்டி, அவங்களோட ஆசை இதெல்லாம் கற்பனை பண்ணிக்கூடப் பார்க்கமுடியாது. யாருக்கும் சொல்லாம சொத்தையெல்லாம் ஒரு மடத்துக்கோ, கோயிலுக்கோ எழுதி வச்சுப்பிட்டுப் போனாலும் போவாங்க. நாம என்ன ஆசைப்படறோம், இது நியாயமா, மனுஷன்னு பிறந்தவங்க வெவ்வேற தினுசா இருக்கக்கூடாதா என்கிற நினைவெல்லாம் வரவே வராது. நீ ஒண்ணு செய்யலாம். அங்கே வந்தா எங்க அப்பாகிட்ட இதையெல்லாம் சொல்லி, அவரை

மனசு அலட்டிக்காம நிம்மதியா இருக்கும்படி செய்யலாம். நான் கெட்டவனா நல்லவனாங்கறது – உலகம் முழுக்கக் கேட்டாத் தெரியும். அதுக்கென்ன நாடகக் கண்டிராக்ட் எடுத்தா, நாமளும் கூத்தாடி மாதிரியே ஆயிடணுமா? . . . கூத்தாடி கூத்தாடி மாதிரின்னு சொல்றதுகூட எனக்குப் பிடிக்கலே. நானும் எத்தனையோ கூத்தாடிங்களோட பழகியிருக்கேனே. அவங்களுக்கும் நல்லவனாயிருக்கணும்னு ஆசை உண்டு. நாமதான் அவங்களாலே கௌரவமா இருக்க முடியாதுன்னு புடிவாதமா ஒரு எண்ணத்தைக் கட்டிக்கிட்டு அழுதுகிட்டிருக்கோம். கண்ணைத் திறந்து பார்த்தாத்தான் நடப்புப் புரியும். அதே மாதிரிதான் என்னையும் அப்பா நெனச்சிட்டிருக்காரு. நாடகக் கண்டிராக்ட் எடுத்தானா – தொலைஞ்சிட்டான். பஞ்சமா பாதகம் பண்ணிப்பிட்டான். இனிமே ஒண்ணும் பண்றதுக்கிலைன்னு முடிவு பண்ணிப்பிட்டாரு. நாம என்ன உளுத்த மூங்கிலா? இல்லை, க்ஷயரோகக்காரனோட மார் எலும்பா – இன்னமே புதுப்பிக்க முடியாது, போனதுபோனதான்னு விட்டுப்பிட? இந்த மாதிரியெல்லாம் நினைக்கறப்ப, முடிவு கட்டிடறப்ப நாம என்ன செய்யறதுக்கு இருக்கு? அவ்வளவு தான் நாம் கொடுத்து வச்சதுன்னு பேசாம இருக்க வேண்டியதுதான்."

நாய்க்கர் மகன் பரிவுடனும் வேதனையுடனும் பேசிக் கொண்டிருந்தான். கடிதம் எழுதி வரவழைத்திருக்கிறாளே என்று ஒரு மரியாதையும் அவன் குரலில் ஒலித்தது. அவள் வயதில் பதினேழு, பதினெட்டு வயது சிறியவள் என்ற பாவனையெல்லாம் குரலில் இல்லை. அவளையும் வயதிலும் புத்தியிலும் சமமாக ஏற்றுக்கொண்டு மனம்விட்டுப் பேசினது பாலிக்கு நம்பிக்கையாக, ஆறுதலாக, பெருமையாகக்கூட இருந்தது. ஆனால், அவன் சொல்லுகிற முடிவையும் உறுதியையும் எதிர்த்துப் பேச முடிய வில்லை.

"எங்கப்பாவுக்கு இருக்கிற பிடிவாதம் எனக்கும் இருக்கப் படாதா? கடன் இருக்கு; ஒப்புக்கறேன். கடை இல்லை இப்ப; அதையும் ஒப்புக்கறேன். ஆனா, கடனை அவரை அடைக்கும்படி இப்ப கேக்கலை நான். நானே சம்பாதிச்சுதான் அடைக்கப்போறேன். இந்தக் கடையை நானே மறுபடியும் திறந்து அடைக்கத்தான் போறேன். அதே இடத்திலியோ, வேறு இடத்திலியோ – எப்படியும் திறக்கப்போறது மட்டும் நிச்சயம்... ஆனா கடன் வந்திட்டுதுங்கறதுக்காக, கடை மூடியாச்சுங்கறதுக் காக, நான் ஆரம்பிச்ச காரியத்தை விடப் போறதில்லை. மறுபடியும் சொல்றேன். நான் பணம் சம்பாதிக்கிறதுக்காக இதை ஆரம்பிக்கலெ. எனக்குன்னு சில ஆசையெல்லாம் உண்டு. அதுக்காக செஞ்சதுதான். நஷ்டம் வந்திடுத்து. கடன் வந்திடுத்து.

ஆனால், கடன்காரர்களுக்குப் பயந்துகிட்டு காரைக்காலுக்கு ஓடிடமாட்டேன். என்னாலே ஒருத்தருக்கும் தம்பிடி நஷ்டம் வாண்டாம் . . . நான் கடனடைச்சு, மறுபடியும் கடைவச்சு கல்லாவுக்கு முன்னாலே உட்காந்தா, அப்பாவுக்குப் படபடப்பு எல்லாம் ஆறிப்போயிடும். பழைய மனுஷனா ஆயிடுவாரு. அதுக்கும் நீ ஒத்தாசை பண்ணினாப்பல இருக்கும். எதோ இருக்கு; அகப்பட்டதை சாமர்த்யமா உபயோகிச்சுக்கறான் திருவாழுத்தான்னு நீ நினைக்கிறதாயிருந்தா, நான் பேசவேயில்லை. கடனடைக்கிறதும் சம்பாதிக்கிறதும் ஒரு நோக்கமா நான் சொல்றது ரண்டாம் பட்சமாகத்தான். ஆனா, நான் சொல்றதுக்குக் காரணம் நீதான் – உன் யோக்யதைதான்; பெரியசாமி அதிலே அப்படி மெய்மறந்து ஈடுபட்டுப் பேசினதுதான். எனக்கு உதவி பண்றது முக்யமில்லே. எனக்கு உதவிங்கறது எதோ தற்செயலா ஏற்படறதுன்னு நெனச்சுக்கலாம்."

பாலிக்கு இப்போதுதான் எல்லாம் தெளிவாகப் புரியத் தொடங்கின. சற்று யோசித்துப் பார்த்தாள். தன்னைப் பார்த்தே சிரிப்பு வந்தது அவளுக்கு. கோணவாய் மாமாவோடு அவள் பதினைந்தாம் புலி தாயக்கட்டம் எல்லாம் ஆடுவதுண்டு. இப்படிப் போனாலும் வெட்டு, அப்படிப் போனாலும் வெட்டு என்று இக்கட்டாகக் காயை நகர்த்தி அவரை எத்தனையோ தடவை திணற அடித்திருக்கிறாள். ப்ஹல் . . . ல் . . . என்று அடி வயிற்றிலிருந்து ஒரு சிரிப்புச் சிரித்துவிட்டு, 'ட்டேயப்பா, ஏய் ராமையா, உம் மக நெசமாவே புலிதாண்டா – இப்படிப் பாயட்டுமா அப்படிப் பாயட்டுமான்னு ரண்டு பக்கமும் பல்லை நீட்டிக்கிட்டு உறுமறாளே' என்று கத்துவார். அதற்கெல்லாம் சேர்த்து வைத்து அவர் மகன் இப்போது அவளை மீள முடியாத சங்கடத்தில் கொண்டுவிட்டுவிட்டாற் போலிருந்தது. அவளே தானே வரவழைத்துக் கொண்டது.

சற்று ஆற அமர யோசித்தாள். நாய்க்கர் மாமா நிம்மதியாக இருக்க வேண்டும். அதற்கு அவர் மகன் மீண்டும் பழைய நிலைக்கு வரவேண்டும். பழைய நிலைக்கு வர, அவன் தன் உதவியைக் கேட்கிறான். ஆனால், கட்டாயப்படுத்தவில்லை.

உதவி செய்ய அவளுக்குத் தவிர்க்க முடியாத ஒரு பொறுப்பு உண்டு.

"என்ன பாலி யோசிக்கிறே? என்னை நீ நம்பலாம். அந்தரங்கசுத்தியா சொல்றேன். எனக்கு உன் வித்தையை நாலுபேர் பார்த்து, நாலு நிஜமான பெரியவங்க பார்த்துச் சந்தோஷப்படணும்னு ஆசை. எனக்கும் அதனாலெ சௌகர்யம் உண்டு. இல்லேன்னு சொல்லலே."

மறுபடியும் பாலி பதில் சொல்லாமல்தான் நின்று கொண்டிருந்தாள்.

"பெரியசாமியைக் கேக்கணுமா?"

"கேட்டாத் தேவலாம்."

"அவரைக் கேட்டா அவர் உங்கப்பாட்ட சொல்லுவார்."

பாலி மறுபடியும் குழம்பினாள்.

"சரி, ரண்டு நாள் போகட்டும். அப்பறம் சொல்றேனே" என்றாள்.

"அதுவரைக்கும் நான் இங்கியே இருக்கலாமா? ... நிச்சயமா உண்டு இல்லைன்னு ரண்டு மூணு நாளிலே சொல்றதா இருந்தா, இருக்கேன் ... நான் இப்ப ஊருக்குப் போயும் ஒண்ணும் செய்யப் போறதில்லே."

"நிச்சயமா சொல்லிடறேன். நாளன்னிக்கு ... வாண்டாம் – நாலா நாள் வாங்க சாயங்காலமா. சொல்லிடறேன்."

"சரி."

"எங்கே தங்கியிருக்கிங்க?"

"நுங்கம்பாக்கத்திலெ" என்று விலாசத்தை எழுதிக் கொடுத்தான் அவன். "கொத்தவால் சாவடியிலே மளிகை வியாபாரம் இவருக்கு. மொத்த வியாபாரி. அவங்களோடதான் தங்கியிருக்கிறேன் ... அப்ப நாலாம் நாள் வரட்டுமா?"

"வாங்க" என்று விடைகொடுத்துத் திரும்பி வந்தாள் பாலி. மணி ஒன்பதரைக்கு மேலாகிவிட்டது. சாப்பிட்டுவிட்டு எல்லோரும் திரும்பிக்கொண்டிருந்தார்கள்.

20

சாப்பிட்டு வந்ததும் பெரியசாமிக்குக் கடிதம் எழுத உட்கார்ந்தாள் அவள். என்ன எழுதுகிறது என்று புரியவில்லை. நாய்க்கர் மகனுக்குத் தான் எழுதினது, அவன் வந்து சொன்ன செய்திகள், அவனுடைய வேண்டுகோள், எல்லாவற்றையும் விவரமாக எழுதிவிட்டு, ஒரு தடவை வாசித்துப் பார்த்தாள். சந்தேகம் வந்துவிட்டது. கிழித்தெறிந்தாள். மீண்டும் வேறு கடிதம் எழுதினாள். அதில் நாய்க்கர் மகன் வந்ததைப்பற்றியே குறிப்பிடாமல், நண்பர்கள் வற்புறுத்துவதாகவும், ஒரு சபைக்கு முன்னால் ஆடலாமா என்று அனுமதி கேட்டும் எழுதினாள். ராமையாவிடம் சொல்ல வேண்டாம் என்றும் குறிப்பாக எழுதி, அன்றைய கட்டிற்கே அந்தக் கடிதத்தைச் சேர்த்துவிட்டாள்.

வெயில் சுரீர் என்று அடித்துக் கொண்டிருந்தது. தபாலாபீசிலிருந்து வரும்போது வெப்பம் தாங்க முடியவில்லை. உள்ளே வந்து படுத்தாள். வெளியே தோட்டத்தில் நாகணவாய்கள் நாலைந்து உரக்கக் கத்திக்கொண்டிருந்தன. மர நிழலில் பதுங்கி, அதன் குளிர்ச்சியைச் சுவைத்துக் கத்தின. கத்தலாக எழுந்தது அது. வானம் ஒரே கப்பு நீலமாக அவளை ஜன்னல் வழியே பார்த்தது. அந்த நீலத்தின் குரல்போல், கழுகு ஒன்று நீளமாகக் குழைத்து எங்கோ உயரத்தில் குரல் கொடுத்தது.

பெரியசாமி தன்னைப்பற்றி அப்படியெல்லாமா சொல்லியிருப்பார்? அப்படியானால், அவர் கட்டாயம் ஆட்சேபிக்க மாட்டார். இல்லை,

அவன் சொன்னது ஒரு சமயம் ஒப்புக்காக, முகத்திற்காக இருக்குமோ? அவன் எதற்காக அப்படிச் சொல்ல வேண்டும்? அதுவும் பெரியசாமி சொன்னதாகத்தானே சொன்னான்? அவர் அனுமதிக்க வேண்டுமே என்று தான் கவலையாயிருந்தது அவளுக்கு.

நடந்துவிட்டு வந்த அசதி இமையை அழுத்திற்று. கடற்காற்றும் மெதுவாகத் தவழத் தொடங்கிற்று. நன்றாக உறங்கிவிட்டாள் அவள்.

○○○

கண் விழித்தபோது வெயில் வெண்மஞ்சளாகத் தணிந்திருந்தது. ஜன்னல் வழியாகத் தோப்பின் மரங்களின் உச்சியில் வெயில் விழுந்திருந்தது – இங்கும் அங்குமாக முக்கால் மரத்திற்குமேல் நிழல் மூடினதைப் பார்த்து, வெகு நேரம் தூங்கிவிட்டதை உணர்ந்து திரும்பினாள். நாற்காலியில் யாரோ உட்கார்ந்திருந்தார்கள். ரத்தினம்.

"தூக்கம் கலைஞ்சுதா?"

"ம் ... நீ எப்ப வந்தே?"

"அரைமணியா உட்காந்திருக்கேன். பொட்டியைத் திறந்து ஏதாவது எடுத்துப் போனாப் போனதுதான். அப்படியா கதவைக் கூடத் தாப்பாப் போடாம தூங்கறது?"

"மறந்து போயிட்டேன். என்னறியாம தூங்கிப் போய்ட்டேன் போல்ருக்கு."

"அதான் கூப்பிடக் கூப்பிட ஏன்னே கேட்கலியே! உன் அருமைப் பிராணனே வந்து கூப்பிட்டுது. அதுக்கே என்னன்னு கேட்கலியே நீ."

"யாரு?"

"செல்லம் வந்தா!"

"செல்லமா!" என்று அலட்சியமாக இழுத்தாள் பாலி.

"செல்லம் மட்டும் இல்லை ... அன்னிக்கி வந்திருந்தாரே, அவர் வந்தாரு."

"யாரு?"

'அன்னிக்கிகூட வரலெ? ரண்டு மூணு தடவை வந்திருக்காரே!'

ராஜாவாகத்தானிருக்கும்.

"அவரா?"

"அவர்தான் உன்னைப் பார்க்க வந்தாராம் ... செல்லம் வந்து உன்னை எழுப்பினா. நல்லாத் தூங்கறா பாவம்னு சொல்லிட்டுப் போனா."

"அவர் புறப்பட்டுப் போயிட்டாரா?"

"அது என்னமோ – அவரைக் காணும். புறப்பட்டுப் போய்ட்டார் போலிருக்கு!"

பாலி முகத்தைக்கூடக் கழுவாமல் எழுந்து செல்லத்தின் அறைக்கு விரைந்தாள். பூட்டியிருக்கவே திரும்பிவிட்டாள்.

'செல்லத்தையும் காணும். ரூம் பூட்டியிருக்கு. என்னென்னு கேட்கலாம்னுதான் போனேன் ... சரி; ராத்திரி கேட்டுகிட்டாப் போச்சு' என்று கோபத்தை மறைத்துக்கொண்டு விட்டாள் பாலி.

முகத்தைக் கழுவி, புடவையை மாற்றிக்கொண்டு கடற்கரைப் பக்கம் உலாவக் கிளம்பினாள் அவள். உலாவப் போகிற எண்ண மில்லை. மனம் என்னமோ நினைத்துக்கொண்டு அவளை உந்திக் கொண்டிருந்தது. மணலில் நின்று நாலு பக்கமும் துருவித் துருவிப் பார்த்தாள். எங்கும் காணவில்லை. வடக்கு நோக்கி நடந்தாள். அதோ ... அதோ! அவள் நினைத்தது தப்பாகிவிடுமா?

இரண்டு பேரும் – ராஜாவும் – செல்லமும் உட்கார்ந்து பேசிக் கொண்டிருந்தார்கள். கையும் களவுமாகப் பிடித்தாகிவிட்டது.

கையும் களவும் என்ன? திறந்த வெளியில்தானே உட்கார்ந ்திருக்கிறார்கள்?

புதிதாக இதில் என்ன இருக்கிறது? பல நாளாகவே தெரிந்ததுதானே!

தூரத்தில் சிறிது நேரம் தயங்கி நின்றாள் பாலி. நடுவே போய் பேசுவதா வேண்டாமா என்று தயங்கிவிட்டு, திரும்பி தூரத்தில் நடந்துபோய் அவர்களைப் பார்க்கும்படியாக ஒரு இடமாகப் பார்த்து உட்கார்ந்துகொண்டாள்.

அதைத்தான் தலைமுழுகித் தொலைத்துவிட்டாயே! அவர்கள் எப்படிப் போனால் என்ன? இருந்தால் என்ன? இங்கு உட்கார்ந்து எதற்காக அரற்றிக்கொள்ள வேண்டும்?

ஆனால், எழுந்து வரவும் மனசு கேட்கவில்லை.

தன் மனசையே முடியைப் பிடித்து நிறுத்திக் கேட்டாள். எதற்காக இப்படி ஆத்திரப்படுகிறாய்? ஆனால், பதில் ஒன்றும் கிடைக்கவில்லை.

இருட்டியதும் இருவரும் எழுந்து நடந்து வந்தார்கள். அவளும் எழுந்தாள். சாலை வந்ததும் இருவரும் பிரிந்துவிட்டார்கள்.

பாலி வேகமாக நடந்து கல்லூரி வாசலில் போய் நின்று கொண்டாள். ஐந்து நிமிஷம் கழித்து அவள் வருவது தெரிந்தது.

அருகே வந்ததும், "அட, இங்கேயா இருக்கே?" என்றாள் செல்லம்.

"எங்கே போய்ட்டு வரே?"

"சும்மாத்தான் காத்தாடப் போயிட்டு வந்தேன்."

"ஏன் இன்னிக்கிச் சுருக்கவிட்டு விட்டார்?"

"என்னது?"

"ஏழரை மணிக்கே பிரிஞ்சுட்டீங்களே!"

"ஓ, உங்க ராஜாவைச் சொல்றியா?"

"உங்க ராஜாவைத்தான்."

"உன்னைத்தான் பார்க்க வந்தார். நீ நன்னாத் தூங்கிண்டிருந்தே. எழுப்பினேன், எழுந்திருக்கிற வழியாயில்லை."

"ஏமாந்து போயிடப் போறாரேன்னு நீ கூடப் போய்ட்டு வந்தியாக்கும்."

இருவரும் தோட்டத்திற்குள் நடந்து வந்துகொண்டிருந்தார்கள்.

"நான் போனது சரி. ஆனால், நீ பேசறதைப் பார்த்தா, நீன்னா ஏமாந்து போனாப்பல இருக்கு?"

"என்ன சொன்னே?" என்று திரும்பினாள் பாலி. ஓங்கி அவள் கன்னத்தைக் காட்டி ஒரு அறைவிட்டாள். எதிர்பாராத இந்த அடி செல்லத்தை ஒரு கணம் தள்ளாடச் செய்தது.

"என்ன பாலி?" என்று மெதுவாகக் குரலைத் தாழ்த்திக் கொண்டாள் அவள். "உனக்கென்ன புத்தி சரியாயில்லியா?"

"எனக்குப் புத்தி சரியாத்தானிருக்கு ... உனக்குத்தான் சரியாயில்லே! உனக்குத்தான் சாதாரண மரியாதைகூட மறந்து போச்சு. பீச்சு மணலெல்லாம் சொல்லும் யாரு புத்தி கெட்டு அலையறாங்கன்னு."

"ஓகோ!"

"ஓகோ! என்ன, கிண்டல் பண்ண உனக்கு என்ன வக்கு வந்தது?"

"கிண்டல் பண்றேனோ என்னவோ, என் இஷ்டப்படி இருக்க எனக்கு உரிமையிருக்கு. அதை யாரும் கேட்க முடியாது."

"அவன் சாதாரண குடும்பத்துப் பையனில்லை."

"நான் சாதாரண குடும்பந்தான். ஆனால், எனக்கு என் இஷ்டப்படிதான் இருக்க முடியும்" என்று நகர்ந்தாள் செல்லம்.

"உன் மனசிலே குறுகுறுங்குது. இல்லாட்டி நின்னு பதில் சொல்ல மாட்டியா?" என்று கூடவே நடந்தாள் பாலி.

"என் மனசு ஒண்ணும் குறுகுறுங்கலியே. நான் ஒளிச்சு மறைக்கிலியே ஒண்ணையும். நீதான் அறிமுகப்படுத்தி வச்சே. அதற்காக உனக்குத் தோழியாகவே நான் இருந்திண்டிருக்கணுமா?"

"செல்லம், சும்மா என் கோபத்தைக் கிளற வாண்டாம்."

"என்ன பண்ணுவே. இன்னும் ரண்டு அடிதானே விழப்போறது? அடிச்சுக்கோயேன். அவருக்காக நான் இந்த அடி வாங்கறது பெரிசாயிடாது. அடிச்ச கைக்கே நான் முத்தம் கொடுக்கத் தயார்" என்று சொல்லிக்கொண்டே, வேகமாக நடந்தாள். தோட்டம் நீங்கி வெளிச்சம் தெரிந்தது. மேலே ஒன்றும் பேச வேண்டாம் என்று பாலி பேசாமல் நடந்தாள்.

படபடப்பு அடங்கவில்லை அவளுக்கு.

அறைக் கதவைச் சாத்திக்கொண்டு படுத்தாள். செல்லம் சொன்ன ஒவ்வொரு வார்த்தையும் உள்ளத்தில் பொங்கி வழிந்து கொண்டிருந்தது. இவளுக்கு உரிமையிருக்கிறதாம்? யாரும் கேட்க முடியாதாம்? இவள் மனது குறுகுறுக்க வில்லையாம்! அவருக்காக இந்த அடி வாங்குகிறது பெரிதாயிடாதாம் – அடியை முத்தம் கொடுக்கக்கூடத் தயாராம்.

நல்லவேளை 'தயார்' என்று சொன்னதோடு நின்றாயே. கையை முத்தமே கொடுத்திருந்தால், இந்த விரல்கள் அப்படியே அந்த வாயைக் கிழித்திருக்கும்.

படுக்க மனம் கொள்ளவில்லை. உடல், உள்ளம் எல்லாம் கொதித்துக் கொண்டிருந்தது. கடற்கரையில் உட்கார்ந்து விட்டுவந்த பிசுக்கு உடம்பை வேதனைப் படுத்திற்று. துண்டை எடுத்துக்கொண்டு குளிக்கிற உள்ளில் போய் செம்பு செம்பாகத் தலையில் விட்டுக் கொண்டாள். உடலெல்லாம் தேய்த்துத் தேய்த்துக் குளித்தாள். திரும்பி அறைக்கு வரும்போது, ரத்தினத்தின் முகம் வியப்புடன் அவளைப் பார்த்தது.

"என்ன பாலி, இத்தினி நேரத்துக்கு மேலே குளியல்?"

"சும்மா – இறுக்கம்."

ரத்தினம் கூடவே அறைக்குள் வந்தாள்.

"எங்கே போயிருந்தே சாயங்காலம்?"

"பீச்சுக்கு!"

"என்னைக் கூப்பிடப்படாதா?"

"கூப்பிடணும்னுதான் நினைச்சேன். இந்தச் சனி ஏதாவது நெனச்சுக்கப் போவுதேன்னுதான் கூப்பிடலே."

"எந்தச் சனி?"

"உனக்குத் தெரியலியா?"

"செல்லமா?"

"பின்னே கேட்கணுமா?"

"ஏன் அப்படி –"

"ஆமாம்; யாராவது பார்க்க வந்தா, இந்தச் சனி சரியாவும் எழுப்பாம, அவரோடவே உட்கார்ந்திண்டு பேசிட்டிருக்கே."

"எனக்கு அப்பவே தெரிஞ்சதுதானே?"

"அவ நடந்துக்கறது எனக்குப் பிடிக்கவே இல்லெ ரத்னம்" என்று பாலி பொருமினாள்.

"இரையாதே மெதுவாகப் பேசு" என்றாள் ரத்தினம்.

ரத்தினம் 'மெதுவாகப் பேசு' என்று எச்சரித்ததே பாலிக்குக் கண்ணைத் திறந்துவிட்டது. கோபம் முழுவதையும் கொட்டித் தீர்த்துவிடலாம் என்று படபடத்தவள், சட்டென்று அடக்கிக் கொண்டாள். புதிதாக ரத்தினத்துக்கு வேறு இதையெல்லாம் சொல்ல வேண்டுமா? ஒவ்வொருவராக இந்த உள் விஷயங்கள் பரவிக்கொண்டேயிருந்தால் . . ? அப்போதுகூட செல்லம் எதிரே நிற்கிற இந்த ரத்தினம் போன்ற பெண்கள் எல்லாரினும் தனிப்பட்டவள், உயர்ந்தவள் என்ற உண்மையை மறக்க முடியவில்லை அவளுக்கு. ஒரு ரகசியத்தைச் சொல்லக்கூடத் தகுதி யாருக்காவது இருந்தால் அது செல்லம்தான். அவளோடு தனியாக நின்று மல்லுக்கு நிற்பதல்லவா மனிதத் தனம்! என்னவோ பலம் தேடுவது போல, புதிதாக ஒருத்தியிடம் ஏன் இதையெல்லாம் சொல்லவேண்டும்? சனியன் என்று அவளைப் பற்றி வெளிப்படையாகக் கூறியதே, தன் பலஹீனத்தைக் காட்டிவிட்டது போலிருந்தது பாலிக்கு.

"என்ன நடந்தது?" என்று ரத்தினம் கேட்டபோது, "ஒண்ணு மில்லே, யாராவது வந்தா என்னை நல்லா எழுப்பப்படாது? சும்மா ரண்டு தடவை கூப்பிட்டு எழுந்துக்கலேன்னா பேசாம போயிடணுமா?... அதுக்குத்தான் சொன்னேன்" என்று நாய்க்கு ரொட்டி எறிவதுபோலச் சொல்லிவிட்டு நிறுத்திவிட்டாள்.

இதற்குமேல் அவளிடம் ஒன்றும் வாங்க முடியவில்லை. ரத்தினம் நாலைந்து விதமாகக் கேள்விகளை விட்டுவிட்டுப் பார்த்தும் பயனில்லாமல் போயிற்று.

"நீ இன்னும் சாப்பிடலியே பாலி!"

"இல்லை ... நீ?"

"நான் ஏழு மணிக்கே முடிச்சாச்சு."

சாப்பிடும்போதெல்லாம் அவளுக்கு அதே நினைவாகத் தானிருந்தது. ஆத்திரத்திலும் புண்பட்ட வேதனையிலும்கூட இந்த ரகசியத்தை வேறு யாரிடமும் பகிர்ந்துகொள்ள மறுப்பது விந்தையாக இருந்தது. உனக்கு நல்ல பாடம் சொல்லிக் கொடுக்கத்தான் போகிறேன். ஆனால், உன் மாதிரி, பத்துபேர் பார்க்க மணல்மீது போய் உட்கார்த்திருந்தாலே, அந்த மாதிரி அம்பலத்தில் நின்று இந்தப் பாடத்தைக் கற்பிக்க மாட்டேன். பயப்படாதே! உன்னைப் பழி வாங்குவதைக்கூட ரகசியமாகச் செய்துவிடுகிறேன்.

"என்ன பாலம்மா, கையை எடுத்துங்கோ – ரசம் கொதிக்கிறது. கையை சுட்டுடப் போறது" என்று அவள் நினைவைக் கலைத்தான் பரிமாறுகிறவன்.

மலர் மஞ்சம்

21

மூன்றாம் நாள் கல்லூரிக்குப் போய்விட்டு இடைவேளைக்காக அறைக்குத் திரும்பியதும் உள்ளே கடிதம் விழுந்திருந்தது. பெரியசாமியின் கையெழுத்துத்தான்.

'குழந்தைக்கு ஆண்டவன் அருள் பரிபூரண மாகக் கிடைக்க வேண்டுமெனப் பிரார்த்தித்துக் கொண்டு ஆசிகள் கூறி எழுதியது; உன் கடிதம் வந்தது. எனக்குக்கூட நீ சபையிலேயே ஆடிப் பார்க்க வேண்டும் என்று ஆவல் வெகு நாட்களாக உண்டு. அந்த ஆவலை ஆண்டவன் பூர்த்தி செய்ய முன் வந்துவிட்டான் போலும். உன் கடிதத்தைப் பார்த்ததே பிடித்து எனக்கு ஓடிவந்து பார்க்க வேண்டும் போலிருக்கிறது. நண்பர்கள் சொல்லும் போது, நீ ஒப்புக்கொள்வதில் தடை என்ன இருக்கிறது? நாலுபேர் பாராட்டுவதற்காக மட்டும் இந்த வித்தையை நாம் கற்றுக்கொள்ளாவிட்டால், மற்றவர்களும் பார்த்து ஆனந்தப்பட வேண்டியதில் தடை என்ன இருக்கிறது? இந்தச் சந்தர்ப்பம் எப்போது கிடைக்கப் போகிறது என்று நான் காத்துக் கொண்டிருந்தேன். நீ உன் தகப்பனாருக்குச் சொல்ல வேண்டாம் என்று நினைப்பதாகத் தெரிகிறது. நல்ல அறிவும் சூக்ஷமமும் ஆண்டவன் உனக்கு அருளியிருக்கும்போது, நான் ஏன் என் மனதைப் போட்டுக் குடைந்துகொள்ள வேண்டும்? ஒரே ஒரு விஷயம் மட்டும் சொல்ல வேண்டும்? மனிதர் களில் நல்லவர்கள் கெட்டவர்கள் எல்லாம் இருக்கிறார்கள். அதைப் புரிந்துகொண்டு பழக வேண்டும். அதுவும் இந்த வித்தையிருக்கிறபோது

தன்னறியாமல் மெய்மறந்து பல மனிதர்கள் நம்மோடு பழக வருவார்கள். அதிலே விஷயம் தெரிந்தவர்கள் பலபேர் இருப்பார்கள் என்று சொல்ல முடியாது. வித்தையை மாத்திரம் ரசிக்கிறோமா என்று தங்கள் மனதையே அறிந்துகொள்ளாமல் சில மந்த அறிவுள்ளவர்கள் பழகுவார்கள். வித்தையை மாத்திரம் ரசிக்கவில்லை என்று தெரிந்துகொண்டும் பலர் பழகுவார்கள். அதனால்தான் ஜாக்கிரதையாகப் பழக வேண்டும் என்று சொன்னேன். இது விஷயமாகப் பல சேதிகளை நேரில் சொன்னால்தான் புரியும்படியாகச் சொல்ல முடியும். எப்போது இந்த வைபவம் நடக்கப் போகிறது என்று எனக்கு எழுதினால் நல்லது. எழுத வேண்டும் என்று கட்டாயமில்லை. அங்குள்ள நிலைமையையும் பார்த்துக்கொள்வது நல்லது. மற்றபடி, குழந்தைக்கு என் பிரார்த்தனைகள் பரிபூரணமாக உண்டு. ஆசிகள் கூறுவதற்கு நாம் என்ன அவ்வளவு பெரியவர்களா? வயசு எவ்வளவு ஆனாலும் இன்னொருவருக்கு ஆசி கூறுவது என்றால், எனக்குக் கொஞ்சம் லஜ்ஜையாகத்தானிருக்கிறது. ஆசிகள் கூறுவதற்கு ஆண்டவன் ஒருவன் தான் உண்டு. மனிதன் என்னதான் மெத்தப்படித்தாலும் எட்டு சித்திகள் அடைந்தாலும், அவன் மனிதன்தான். ஆண்டவனின் புழுப் படைப்பைப் போல ஒருவன்தான். என்னமோ நாலு நாட்களோ வருஷமோ முன்னால் பிறந்துவிட்டால், அவர்களுக்கு ஆசி கூறுவது என்று கட்டுப்பாடு வைத்துவிட்டார்களே, அந்தப் பழக்கத்தில் எனக்கு அந்த வார்த்தை வருவது உண்டு. ஆண்டவன் உனக்கு சகல க்ஷேமங்களும் அருள் புரியட்டும் . . .

இப்படிக்கு, பெரியசாமி.'

கடிதத்தைத் திருப்பத் திருப்ப வாசித்தாள் பாலி. அந்த மனிதனின் பரிவையும் இரக்கத்தையும் கண்டு அவள் மனம் ஆடிவிட்டது. சுத்தமான ஆனந்தம் ஒன்று நெஞ்சின் கரைகள்மீது வழிந்துகொண்டு வந்தது. ஒரு நிமிஷம் அறையின் மௌனத்திடை உட்கார்ந்து கண்ணீர் வடித்தாள்.

என்ன இங்கிதமான பேச்சு! என்ன நம்பிக்கை! இப்பேர்ப் பட்ட மனிதர் நடுவில் சிறிது காலம் ஆதரவின்றிச் சாப்பாட்டுக்கு அல்லல்பட்டார் என்பது ஆச்சரியமாக இருந்தது. இவரிடம் எதற்காக நாய்க்கர் மகனைப் பற்றி எழுதியதை அழித்துவிட்டு, மறைத்து எழுதினோம் . . . ஆனால், நாய்க்கர் மகனை அவ்வளவு நன்றாகப் புரிந்துகொண்டிருப்பாரா அவர்?

அன்று மாலை கல்லூரி விட்டு வந்தவுடனேயே அவளுக்கு இருப்புக்கொள்ளவில்லை. நேராக நுங்கம்பாக்கத்திற்குக் கிளம்பி விட்டாள்.

விலாசத்தைத் தேடிக் கண்டுபிடித்துப்போக அரைமணி யாகிவிட்டது. பெரிய வீடுதான். வாசலில் திண்ணைக்குப் பதிலாகப் பெரிய ஹால். மடக்குக் கம்பி போட்டு முகப்புக்குப் பாதுகாப்பிட்டிருந்தது. நின்று விசாரிக்க வேண்டிய அவசியம் ஏற்படவில்லை. நாய்க்கர் மகன் யாரோ இரண்டு குழந்தைகளுக்குப் பாடம் சொல்லிக்கொடுத்துக் கொண்டிருந்தான்.

"என்ன அண்ணா?"

அவளைப் பார்த்தவுடன் வாரிச் சுருட்டிக்கொண்டு எழுந்தான் அவன்.

"அட நீயா? வாவா" என்று உள்ளே எழுந்து ஓடினான். ஒரு கணத்தில் அவனுடன் நாற்பத்தைந்து வயதிருக்கும் – ஒரு அம்மாள் வந்தாள்.

"நேத்துச் சொல்லலே... காலேஜிலே படிக்குதுன்னு அந்தப் பொண்ணுதான்."

"வாங்க" என்றாள் அம்மாள்.

குழந்தைகள் இரண்டும் ஸ்லேட்டு, புத்தகங்களைக் கீழே விட்டுவிட்டு எழுந்து நின்று பாலியைப் பார்த்துக்கொண்டே நின்றன.

"காலேஜிலே படிக்கிறீங்களா?"

"ஆமாம்."

"தம்பி சொல்லிச்சு" என்று அந்த அம்மாள் அவளை ஏற இறங்கப் பார்த்தாள்.

உள்ளே போனதும் அவனிடம் வந்த காரியத்தைச் சொல்வதா வேண்டாமா என்று தயங்குவதற்குள் அவனே ஆரம்பித்துவிட்டான்.

"பெரியசாமிக்கு எழுதியாச்சா?"

"எழுதி, அவங்களும் பதில் எழுதிட்டாங்களே!"

"அதுக்குள்ரவா? என்ன எழுதியிருக்காரு?"

"உத்தரவு கொடுத்திட்டாங்க."

"கொடுத்திட்டாரா? கொடுத்திட்டாரா!" என்று வியப்பில் உரக்கக் கத்துவது போல அவன் குரல் உயர்ந்தது. "எனக்கு என்னமோ சரின்னு சொல்லுவாரோ மாட்டாரோன்னு ஒரு பயம் இருந்தது. ஆனா கொடுத்து விடுவார்னும் தோணிட்டிருந்தது..."

வீட்டுக்கார அம்மாள் என்னவென்று புரியாமல், கேட்கவும் கேட்காமல், தானே தெரிகிறது என்று நிச்சயமும் இருப்பது போலப் பேசாமல் நின்றாள்.

"அம்மா! பாலி ரொம்ப பிரமாதமா ஆடும்."

"இவங்களா?"

"ஆமாம்."

"காலேஜிலே படிக்கறாங்கன்னீங்களே?"

"படிச்சா என்ன? இது சின்னக் குழந்தையிலேர்ந்தே கத்துக்கிட்டது. இதுதான் காவேரி. படிப்பெல்லாம் நடுவிலே சேந்துகிட்ட அமராவதி நொய்யல்."

"நாங்கள்ளாம் பார்க்கலாமா . . ? பட்டணத்திலே இருக்குறவங்களுக்குக் காவேரி முளுக்குக் கிடைக்குமா?"

"உங்களுக்கு என்ன இருக்கு இஞ்ச. அடையாறு இருக்கு – காவாய் இருக்கு – கிளக்கே போனா உப்புத் தண்ணி . . . நான்தான் காவேரியைக் கொண்டாரப் போறேன்."

"எப்ப?"

"அதுக்குத்தான் ஏற்பாடு நடந்துகிட்டிருக்கு. இதைப் போய்க் கேட்டேன். வாத்யாரைக் கேக்கணும்னிச்சு, வாத்யாரு சரின்னிட்டாராம். அதைச் சொல்றதுக்காக மெனக்கட்டு அங்கேர்ந்து வந்திருக்கு . . . நான்தான் நாளைக்கு வரேன்னேனே!"

"வந்தது நல்லதாச்சு. அம்மாளையும் பார்த்தோம்ல?"

"தம்பி எங்கிட்ட சொல்லவேல்லெ, இதெல்லாம் இப்பகூட நீங்க வராட்டி சொல்லியிருக்காது."

"அதெல்லாம் இல்லெம்மா, காயோ பழமோ யார் கண்டா? முன்னாடி சொல்லிட்டு காயாப் போயிரிச்சின்னா?"

"போனாப் போவுது."

"அப்படியா! என்னமோ இப்ப பழமே நேரே புறப்பட்டு வந்திரிச்சு. ஜெயம் வந்ததுன்னா, நம்மைத் தேடிக் கிட்டு உக்காந்திருக்கிறவங்களை 'என்னண்ணா'ன்னு கூப்பிட்டு எழுப்பும்... பாலி! நான் அப்ப ஏற்பாடெல்லாம் ஆரமிக்கலாமா?"

"உங்க சௌகர்யமண்ணா . . . எனக்குக் கடுதாசி வந்திரிச்சு. அவ்வளவுதானே!"

22

அவன் என்ன செய்தானோ, எங்கு அலைந்தானோ – யாரைப் பார்த்தானோ – ஒரு வாரத்திற்குப் பிறகு ஹாஸ்டலுக்கு வந்தான்.

"பாலி முன்னாடி விஷயந் தெரிஞ்சவங்க பார்க்கணும். அவங்க பார்த்து சேதியைப் பரப்பினாத்தான் நல்லது. முன்னாடி இந்தப் பெரிய மனுசங்களையும் பார்த்துதான் ஆகணும். இதுதான் ரொம்ப மனசுக்குப் புடிக்காத வேலை. ஆனா, படிப்புக்குத் தகுந்த குணம் கிடையாது. நடராசாவே வந்து ஆடட்டும், தானே போய்ப் பாக்கமாட்டாங்க. என்னை வந்து பாக்கலியேம்பாங்க. வித்தைக்கெல்லாம் இந்த சட்டம் வச்சுக்கப்படாதுன்னு புரியாது அவங்களுக்கு. ஆனா அவங்க நல்லால்லேன்னு சொல்லிப்பிட்டா, சனங்களும் அப்படியே நெனச்சுக்கும். ஜனங்களுக்கு சுளுவா புரியும்படியா நம்மகிட்ட ஒண்ணும் கிடையாது. இவங்க நல்லாருக்குன்னு சொல்லிவிட்டா அவங்க சரிம்பாங்க . . . இல்லேன்னா அவங்களும் இல்லேன்னுடுவாங்க. இவங்களைப்போய் பார்க்காமலும் இருக்கக்கூடாது. படிப்பு எத்தனை இருக்கோ அத்தனை அல்பத்தனமும் இருக்கு. படிப்பினாலேயே வந்துதுன்னு கூடச் சொல்லலாம். படிப்புக்குப் பிரயோஜனம் அடக்கம். அப்படின்னு யாரோ உலகம் தெரியாதவன் சொல்லிட்டுப் போயிருக்கான்."

பாலிக்குச் சிரிப்பு வந்தது. நடுவில் ஏதோ சொல்ல வேண்டும் போலிருந்தது அவளுக்கு. அவன் இடம் கொடுத்தால்தானே?

"ஆனா, நான் போய் இதுக்கு ஏற்பாடெல்லாம் பண்ணிப்பிட்டேன். அடுத்த ஞாயித்துக்கிழமை

நம்ம முதலியார் வீட்டு மாடியிலியே பெரிய ஹாலா இருக்கு. பொறுக்கின பேரா ஒரு அம்பது பேரைக் கூப்பிட்டிருக்கேன்."

"சரிண்ணா."

யார் யார் வருகிறார்களோ, என்ன சொல்லப் போகிறார்களோ என்று தினமும் கவலைப்படுவதே வேலையாகிவிட்டது அவளுக்கு. நாள் நெருங்க நெருங்க பயமாயிருந்தது. சாயங்காலம் வந்ததும் வராததுமாக இரண்டு மணி மூன்று மணி என்று ஒத்திகை பார்த்துக்கொண்டாள். சனிக்கிழமை காலையில் வார்டனிடம் இரண்டு நாள் அனுமதி கேட்கப் போனாள்.

"நான் தனியாக ஒரு வார்த்தை சொல்லணும்."

"என்னம்மா?"

"நாளைக்கு ஆடப்போறேன். நீங்களும் வரணும்."

"எங்கே?"

இடத்தைச் சொன்னாள் அவள். "ஆனா, இது இங்கே ஒருத்தருக்கும் தெரியவாண்டாம். நீங்க மட்டும் வரணும். ஏன் மத்தவங்களுக்குத் தெரியவாண்டாம்னு நான் இப்ப சொல்ல விரும்பலெ."

"செல்லம் வராளா?"

"அவளுக்குத்தான் முக்கியமாகத் தெரியப்படாது."

"என்னது!"

"ஆமாம்."

"அதுக்குள்ள சண்டையா?"

"அதெல்லாம் ஒண்ணுமில்லை. என்னமோ நான் அவளுக்குச் சொல்லலே."

"சரி. உன் இஷ்டம் . . . எத்தனை மணிக்கு?"

"நாளை சாயங்காலம் நாலு மணிக்கு வந்திருங்களேன்."

"நிச்சயமா."

சனிக்கிழமை காலையிலிருந்து பின்னால் பாடுகிறவருடனும் பக்க வாத்தியங்களுடனும் ஒத்திகை பார்க்க ஏற்பாடு செய்திருந் தான் நாய்க்கர் மகன்.

நுங்கம்பாக்கம் முதலியார் வீட்டுக்குப் போய் காபி சாப்பிடும்போது, 'ஸத்குரோ' என்று எங்கிருந்தோ குரல் கேட்டது. மனதுக்குள் கேட்டாற் போலிருந்தது. பழக்கமான அந்தக் குரலைக் கேட்டுப் புல்லரித்தது அவளுக்கு.

டம்ளரை உதட்டருகே கொண்டு போனவள் தாழ்த்தினாள். முதுகு ஒரு தடவை உதறிற்று.

"அண்ணா, நாளைக்கு நிச்சயமாக நல்லா ஆடப் போறேன்."

"நான்தான் அப்பவே சொல்லிட்டேனே."

"இல்லண்ணா. இப்பதான் எனக்குத் தைரியம் வந்தது. வாத்தியார் குரலைக் கேட்கிறாற் போலிருந்தது."

"பெரியசாமியா?"

"ஆமாம் . . . அவங்களுக்குக்கூட எழுதி வரவழைச்சிருக்கலாம்."

"ஏன் . . . தஞ்சவூர்தானே? பெரிய முதலியாரு வண்டியை எடுத்துக்கிட்டுப் போயிட்டு வந்திடறது" என்றாள் முதலியார் மனைவி.

"அப்படின்னா, இப்பவே கிளம்பறத்துக்குப் பார்க்கிறேன்" என்று எழுந்து போய்விட்டான் அவன்.

"என்ன திடீர்னு எங்கே போறாரு!"

"பெரிய முதலியாருங்கறது எங்க மச்சினரு. அவருகிட்ட வண்டி இருக்கு. அதுக்காகத்தான் முதலியாரோட அவங்களைப் பார்க்கணும்னு போறாப்போலிருக்கு. அதுக்குத்தான் நெனச்ச உடனே செய்யணுமே."

"நெனச்ச உடனே காரியமே நடக்கணும்" என்று கொண்டே மாடிப் படியிலிருந்து இறங்கினான், நாய்க்கர் மகன்.

"அட!" என்று ஒரு பாய்ச்சலாக எழுந்தாள் பாலி. பெரியசாமி மாடிப் படியில் கடைசிப் படியில் இறங்கி வந்து கொண்டிருந்தார்.

"வா, குழந்தே" என்றார்.

"எப்ப வந்தீங்க?" என்று வியப்புத் தாங்காமல் கேட்டுக் கொண்டே அவர் காலில் விழுந்து கும்பிட்டாள் பாலி. அவள் உள்ளம் நிரம்பிப் பொங்கிற்று.

"குரல் கேட்டது. நாம எழுதக்கூட இல்லியே, சும்மா மயக்கம்னு நெனச்சேன் . . . எப்ப வந்தீங்க?" என்று பேச முடியாமல் தொண்டையடைக்க நின்றாள் அவள்.

"காலமேதான் வந்தேன் குழந்தே!"

"சொல்லவேல்லியா ஒருத்தரும்."

"ஸத்குரோ" என்றார் பெரியசாமி.

அன்று அவர்தான் ஒத்திகை முழுவதும் பின்னால் பாடிக் கொண்டிருந்தார்.

"குழந்தை சாதகம் பண்ணிக்கிட்டு வராப்பல இருக்கே."

"முடிஞ்சவரைக்கும்."

"ம்."

மாடி ஹாலை அரங்கம் மாதிரியே பண்ணி வைத்திருந் தார்கள்.

"இதெல்லாம் எதுக்கண்ணா?"

"இருக்கட்டும். முதலியாருக்கு ஆசை."

முதலியார் யார் என்று இன்னும் தெரியவில்லை. அவர் கடையைப் பூட்டிக்கொண்டு அன்று சற்று முன்னேரத்திலேயே வந்தார் – அதாவது இரவு எட்டு மணியிருக்கும். அவருக்கு ஐம்பது வயதுக்கு மேலிருக்கும். முன்னம் பல் சற்று நீண்டிருந்தது. தலை முழுவதும் வழுக்கை.

"வாங்க" என்றார் வந்ததும்.

"முதலியாரு."

"நமஸ்காரம் உங்களைத்தான் பார்க்கவே முடியலே" என்றாள் பாலி.

"எங்கேங்க! கடை தொறக்க கார்த்தாலே போகணும். கண்ணிலே விளக்கெண்ணெய் விட்டுக்கினு, கவனிச்சுக்கினே இருக்கணும். இன்னிக்கி வந்தது சுருக்கு" என்று அவளைப் பற்றியெல்லாம் விசாரித்தார். அவர் வெறுமே இருக்கும்போது கூட அவர் முகத்தில் ஒரு புன்சிரிப்பு தவழ்ந்துகொண்டேயிருந்தது.

அந்தப் பல்லும் பனங்காயுமாக இருந்த முகத்தைக் கூட அவலட்சணம் என்று தோன்றாமல் காப்பாற்றிக்கொண்டிருந்தது அந்தப் புன்னகை.

சாப்பிட்டுவிட்டுப் படுத்தார்கள். விடியற்காலையில் மாடியில் படுத்திருந்த முதலியார், தனக்கென்று ஒரு தனி ராகத்தில் தேவாரம் சொல்லிக்கொண்டிருந்தார். இருள் பிரியாத விடியற்காலை. குரல் இனிமைதான். ஆனால், சுருதிக்கும் அவருக்கும் சம்பந்தமில்லை. இருந்தாலும், அவர் முகத்தையும் புன்சிரிப்பையும் நினைக்கும்போது, பாலிக்கு அந்த அபஸ்வரங்க ளெல்லாம் கேட்கவில்லை.

23

மாலை நாலு மணிக்கு சொன்னபடி வார்டன் வந்துவிட்டாள். தலைப்பாகையும் கோட்டுமாக ஏழெட்டு பேர் வந்தார்கள். ஐந்து மணிக்குள் நாற்பதுக்குமேல் சின்ன சபையாகக் கூடிற்று. பாலியை எல்லோருக்கும் அறிமுகம் செய்து வைத்தார் முதலியார்.

முதலியார் வெறும் மளிகைக் கடைக்காரர் அல்ல. சைவ நூல்களைக் கரைத்துக் குடித்தவராம். சங்கீதம் என்றால் பைத்தியமாம் அவருக்கு. அவராகப் பார்த்து நல்ல ரசிகர்களாகத் தேர்ந்து அழைப்பனுப்பியிருந்தார்.

உபசாரமும் சிற்றுண்டியும் அமர்க்களப்பட்டது. கலகலவென்று சிரிப்பொலி வேறு. ஆறு மணி கழிந்ததும் பெரியசாமி பாட ஆரம்பித்தார். பாலி அவர் காலைத் தொட்டுக் கும்பிட்டுவிட்டு இடையில் கை வைத்து நின்று உயர வளைந்து ஒரு அஞ்சலி செய்தாள். சிலம்பும் மிருதங்கமும் சேர்ந்து ஒலித்தன.

ஐந்து நிமிஷத்திற்குள் தன்னை மறந்துவிட்டாள் பாலி. அந்த லயம் வரும்வரையில் புதிய இடம், புதிய முகங்கள், இதுவரையில் வந்திராத ஒரு புதிய அச்சம் – எல்லாம் அவளைச் சற்று அலைக்கழித்தன. காலும் தாளமும் கூடுவதற்குத் தத்தளிப்பது போன்ற ஒரு சந்தேகம் எழுந்தது. தற்செயலாகப் பெரியசாமியைப் பார்த்தபோது, அவர் பாட்டுக்கு நடுவில் அலட்சியமாகப் புன்னகை செய்வதுபோல ஒரு பார்வை பார்த்தார். பின்பு,

அவள் பாதங்களைக் கண்ணெடுக்காமல் பார்த்தார். கைகள் ஜாலராவைச் சற்று ஓங்கித்தட்டினாற் போல் தோன்றிற்று. உள்ளுக்குள் உதறிற்று பாலிக்கு. அந்த உதறலோடு இடம், முகங்கள், எங்கிருந்தோ வந்த அந்த அச்சம் எல்லாம் நழுவி விழுந்தன. உடலிலும் உள்ளத்திலும் தாளம் ஒன்றிற்று. உள்ளம் அனைத்தும் லயத்தில் ஏறி அமர்ந்து, புற உணர்வின்றி அசைந்து கொண்டிருந்தது. முகங்களும் ஆஹாகாரங்களும் தெரிந்தன, கேட்டன. இடையிடையே ஓய்வெடுத்துக்கொண்டபோது, கண்ணாடி தெரிந்தது. துடைத்துக்கொள்ளும் துண்டு இருந்தது. முதலியாரின் மனைவி கொடுத்த பாலையும் குடிக்க முடிந்தது. ஆனால், இத்தனையும் அடி மனத்தில் இயங்கிய லயத்தின் மீது நிகழ்ந்துகொண்டிருந்தன. புலன்கள் மேலுக்கு ஏதோ செய்து விவகாரம் செய்தனவே தவிர, உயிர் அனைத்தும் அந்த உள்நெறியில் இணைந்துகிடந்தது. ஒரு அளவுக்குப் புற விவகாரங்களையும் தன் வழியில் அந்த லயம் இழுத்துக்கொண்டிருந்தது என்பதைக் கூட உணர முடிந்தது. ஏனெனில், அவள் இடையிடையே உள்ளே அவர்களோடு பேசியது, முகத்து வேர்வையைத் துடைத்துக் கொண்டது – இந்தச் சிறு இயக்கங்களில் அந்த லயத்தைக் கண்டாள் அவள்.

இந்த அனுபவம் அவளுக்கு அன்று ஏற்பட்ட புதுமை. இத்தனை நாளாக அவள் ஆடியதுண்டு. ஆடும்போதும் பின்பு சிறிது நேரமும் தன் மறதி வருவதுண்டு. ஆனால் இன்று அவளுடைய எல்லாம் ஒருமித்து, கப்பலைப்போல, அடங்கிய அனைத்தோடும் லயத்தில் அசைந்தன. இந்த அசைவு அமிருதத்தைப் போலச் சுவைத்தது. அந்த அனுபவத்திலிருந்து இறங்கிவர அவளுக்கு மனமில்லை. முடியவில்லை.

“ரொம்ப களைச்சுப் போயிட்டுது” என்று முதலியார் மனைவி வந்தாள். அவளோடு நாய்க்கர் மகனும் உள்ளே வந்தான்.

“தம்பி, இது என்ன மிசினா? அதுபாட்டிலே ஆடிக்கிட்டே யிருக்கிறதுக்கு, இத பாரு, குளிச்சாப்பல இருக்கு. உடம்பெல்லாம் இப்படி சூடேறிக் கிடக்கு” என்றாள் முதலியார் மனைவி.

“ஏன் பாலி?”

பாலிக்கு ஒன்றும் பதில் சொல்லத் தோன்றவில்லை. அவளுடைய ஆத்மா எங்கோ ஆனந்த லயத்தில் கிடந்தது.

“என்ன அண்ணா?”

“சிரமமா யிருக்கா?”

“எனக்கு ஒண்ணும் சிரமமாயில்லையே.”

“இன்னும் ரண்டே ரண்டு. அப்புறம் மங்களம். அங்க பாரு எல்லாம் அப்படியே கஞ்சா சாப்பிட்டாப்பல மயங்கிக் கிடக்கு . . . நான் இப்படியிருக்குனு நெனக்கவேல்லெங்கறாரு ஏகாம்பரம். அவரே அப்படிச் சொல்றதுன்னா ... அவரு சொல்றது என்ன? எனக்குத் தெரியலியா! ஆகா . . . இதையெல்லாம் தெரிஞ்சுக்கிட்டிருந்தா, இன்னும் எவ்வளவு நல்லா அனுபவிக்க லாம் . . . பெரியசாமி முகத்தைப் பாரு, என்னவோ கனகாபிஷேகம் பண்ணினாப்பல . . . அவரை போய்க் கேட்டா, இன்னும் ரண்டுமணி நேரம் ஆகட்டும்னுதான் சொல்லுவாரு. இப்ப எழுந்திருக்கறவரா தோணலே அவரைப் பார்த்தா.”

“அப்ப அவங்களைத்தான் கேக்கணும்.”

நாய்க்கர் மகன் ஓடினான். பெரியசாமியிடம் சொன்னான். அவர் பக்கத்தில் உட்கார்ந்து என்னமோ கேட்டான். அவர் எல்லோரையும் பார்த்தார். முதலியார் வந்தார்.

நாய்க்கர் மகன் திரும்பி வந்து, “நான் சொன்னது தான் பாலி. இன்னும் ரண்டு பாட்டு, அப்புறம் மங்களம்” என்றான்.

“சரிண்ணா.”

அந்த இரண்டையும் முடித்த பிறகுகூட அவளுக்கு முடித்தாற் போலில்லை. பெரியசாமி ‘போதும்’ என்று தலையை அசைத்துவிட்டார்.

சிறிது மௌனத்திற்குப் பிறகு எல்லோரும் பேசிக்கொண் டிருந்தார்கள். என்ன பேசினார்கள் என்று கேட்க முடியவில்லை. ஆடை மாற்றிக்கொள்ள உள்ளே சென்றிருந்தாள் அவள்.

இடையில் முதலியார் மனைவி ஓடி வந்தாள்.

“வாத்யார் கூப்பிடறாங்க உங்களை.”

ஆடையை மாற்றிக்கொண்டு வந்தபோது, “வா, குழந்தே – இவங்களுக்கெல்லாம் நமஸ்காரம் பண்ணு. இப்ப இவங்க மனசிலெல்லாம் ஆண்டவன் புகுந்து நெறஞ்சிருக்கிறான். இந்த சமயத்திலே இவங்க ஆசீர்வாதம் பண்ணினா, ஆண்டவன் கடைக்கண்ணு விளுந்தாப்பல . . . வாணாம் தனித் தனியாப் பண்ணவாணாம் இப்படியே மேடையிலே இருந்தபடியே பண்ணலாம்” என்றார்.

பாலி வணங்கி எழுந்தாள்.

“குழந்தே . . . இது பெரிய சமுத்திரம், நாங்கள்ளாம் என்னத்தைச் சொல்லப் போறோம்? தங்குதடையில்லாமே அந்த

சமுத்திரத்திலே போறதுக்கு பலம் கொடுக்கணும் உனக்குன்னு ஸ்வாமியைப் பிரார்த்திச்சுக்கறோம்" என்று கூட்டத்தின் முன்னாலிருந்து ஒரு ஐம்பது வயசுக்காரரின் குரல் கேட்டது.

"அதைச் சொல்லுங்க . . . இதிலே நீஞ்ச ஆரம்பிச்சிட்டா குளத்திலே நீஞ்சணும், குட்டையிலே நீஞ்சணும்னு நெனக்கப்படாது. அதை யார்தான் செய்ய முடியாது?" என்றார் பெரியசாமி.

முதலியார் புன்சிரிப்புடன் எல்லாவற்றையும் கேட்டுக்கொண்டு, எல்லோரையும் மாறிமாறிப் பார்த்துக்கொண்டிருந்தார். அவர் கடைசி வரையில் வாயைத் திறக்கவில்லை பேசுவதற்கு. எல்லோரும் விடைபெற்றுக்கொள்ளும்போது மட்டும் யாருக்கோ பதில் சொல்லிக்கொண்டிருந்தார். "நமக்கெல்லாம் என்னா தெரியுது? ஆயிரம் ரண்டாயிரம் செலவழிச்சுக்கினு தண்ணிக் குள்ளார பூந்து சங்கு கொண்டாரேன், முத்துக் கொண்டாரேன்னு போறாங்க. நமக்கு வீட்டிலே எல்லாம் வருது. பார்த்துப்பிட்டு நல்லாருக்குங்கறோம்."

எல்லோரும் அகன்ற பிறகு, நாய்க்கர் மகன் வந்தான். "நவராத்திரியில் அந்தக் கோயிலில் இவர் சொல்லியிருக்கிறார், அவர் சொல்லியிருக்கிறார்" என்ற ஐந்தாறு பெயர்களைச் சொன்னான்.

"நீ பெரிய ஆளாச்சே" என்றார் முதலியார்.

"இப்ப அவருதான் பெரியசாமி" என்றார் பெரியசாமி.

"பின்ன என்ன மாமா?"

"செய்யி செய்யி . . . ஆனா, சும்மா அதையும் ஒரு வார்த்தை கேட்டுக்க. அதுக்கு உசிரை ஒவ்வொரு அணுவாகக் கொடுத்து ஆட வேண்டிருக்கு. நீ பாட்டுக்குக் கோயில் கச்சேரியா செட்டில் பண்ணாதே. கோயில்லெ தேங்கா மூடிதான் அதிகமா இருக்கும்" என்றார் முதலியார்.

"மாமா! அப்படியெல்லாம் ஏமாந்திரமாட்டேன். பதினாயிர ரூபாய் கொடுத்துல்ல புத்தி கொள்முதல் பண்ணியிருக்குறேன்."

"அட ரூபா வராட்டியும் நஷ்டமில்லெ. ஒரு நாள் சாதகமாச்சு . . . முதலியார்வாள். இதுக்கெல்லாம் ரூபா போட்டு மதிப்புக் காண முடியாது. ஒரு ரூபாயும் கொடுக்கலாம். லக்ஷமும் கொடுக்கலாம். கோடியும் கொடுக்கலாம். சும்மா ஆடினாலும் அதுக்குள்ளது இருக்கும். இது இன்னொண்ணை நம்பிட்டிருக்குறதில்லெ. வைடூரியம் விலை போகாமலேயே கிடக்கலாம். கோடிக் கணக்கிலேயும் போகலாம். சும்மா கிடந்தா

அதுக்குள்ள பெருமை போயிருமா? இதுக்கும் அதுக்கும் என்னமோ சம்பந்தமிருக்கிறாப்பல நெனச்சுக்கறதினால தான் நாமெல்லாரும் அவதிப்படறோம். லக்ஷ்மியும் சரஸ்வதியும் சேர மாட்டாங்கறாங்களே? என்னத்துக்காகச் சேரணும்? சேந்தா என்ன? சேராட்டி என்ன? அதது இருக்கிற இடத்திலே இருக்கு" என்றார் பெரியசாமி.

"மகாராஜாங்கள்ளாம் அட்சரலட்சம் கொடுத்தாங்கன்னு சொல்லுவாங்களே — அதைச் சொல்றேன். நம்ம சந்தோஷத்தைக் காட்றதுக்கு அது ஒரு வழி. அவ்வளவுதான். இல்லாதவங்க ராமன் குகனைக் கட்டிகிட்டாப்பல கட்டிக்கிட்டுப்போறாங்க."

"பின்னே அப்புறம்!"

"நீங்க சொல்றது புரியுதுங்க. இருந்தாலும் பணத்துக்கு ஒரு தெம்பு இருக்கில்ல? அரைப் பட்டினியாக கிடந்தா ஆட முடியுமா?"

முதலியார் என்னமோ சொன்னார் அதற்கு. கட்சிப் பிரதிகட்சி வளர்ந்துகொண்டு வந்தது.

"இந்தப் போட்டியெல்லாம் சாப்பாட்டிலே காமியுங்க பார்ப்பம். இலை போட்டாச்சு" என்று முதலியார் மனைவி வந்தாள்.

"போட்டாச்சா — சரி, எழுந்திருங்க. நீங்க என்ன சொன்னா லும், பணம் இருந்தா ஒரு தெம்பு வரத்தான்யா வரும். பணத்தை ஆண்டு பார்த்தால்ல தெரியும்!" என்று புன்சிரிப்பைப் பெரும் சிரிப்பாகச் சிரித்துக்கொண்டு எழுந்தார் முதலியார்.

தி. ஜானகிராமன்

24

அன்றிரவு எல்லோரும் தூங்கிய பிறகு பெரியசாமியும் பாலியும் மாடி முன் ஹாலில் உட்கார்ந்து பேசிக்கொண்டிருந்தார்கள். படிப்பைப் பற்றியெல்லாம் கேட்டுக்கொண்டிருந்த அவர் இருந்தாற் போலிருந்து "இன்னிக்கி அப்பா வந்திருந்தாங்கன்னா, அப்படியே பொங்கியிருப்பாங்க. நீ அந்த மாதிரி எழுதாட்டி, நான் அழச்சிட்டே வந்திருப்பேன் அவங்களை" என்றார்.

"அப்பாவுக்குச் சொல்லியிருந்தா, அவங்களையும் அழச்சிட்டு வந்திருப்பாங்க."

"யாரை – வக்கீலையாவையா?"

"இல்லே. கும்மாணத்திலேர்ந்து."

"தங்கராஜையா?"

"ஆமாம்."

"தங்கராஜுக்கு இதெல்லாம் பிடிக்காதா?"

"யாருக்கும் எதுவும் பிடிக்காம இராது. ஆனா, கட்டிக்கப் போறவ செய்தா பிடிக்காது."

பெரியசாமி சற்று யோசித்தார். சிறிது மௌனத்திற்குப் பிறகு, "என் நினைவெல்லாம் எப்படியோ ஓடிக்கிட்டிருந்தது. நடப்பு வேற மாதிரியா ஆயிடுது" என்றார்.

மேலே என்ன சொல்லப் போகிறார் என்று காத்திருந்தாள் பாலி.

"நான் நெனச்சுதெல்லாம் வேறே. உன்னைக் காலேஜிலேயே படிக்க வைக்க வாண்டாம்; இதையே சாதகம் பண்ணிட்டிருக்கலாம்னுதான் என் ஆசை."

"நான் எதுக்காகப் படிக்கிறேன்னு எனக்கே புரியலெ" என்றாள் அவள்.

"வக்கீலையா பிடிவாதம்தானே இது?"

"அப்பாவுக்கு வேற பிடிவாதம் – கலியாணத்தைப் பண்ணி வச்சுப்பிடணும்னு. அதுக்கு வக்கீலையா சொன்னதே தேவலை."

"நான் வரப்போதுகூட அப்பாட்ட சொல்லிட்டுவரலே. இப்ப எனக்கே பயமாத்தான் இருக்கு. தெரிஞ்சா என்ன சொல்லுவாங்களோன்னு . . . அப்பாவுக்குத் தெரியாமலா இருக்கப் போவுது?"

"தெரிஞ்சா என்ன? அப்பா ஒண்ணும் சொல்லமாட்டாங்க."

"தங்கராஜனும் ஒண்ணும் சொல்லாதுன்னுதான் எனக்குத் தோணுது."

"நான் அப்படி நினைக்கலே."

"ம்" என்று வழியெல்லாம் அடைந்துவிட்டதுபோல நிறுத்தினார், பெரியசாமி.

"எனக்கு எல்லாம் தெரியும். ஆனா. அண்ணன்கிட்ட ஒப்புக்கிட்டதும் ஆட்சேபம் சொல்ல வழியில்லாமல் ஒப்புக்கிட்டதுதான்."

"நாய்க்கர் மகன் எல்லாம் சொன்னான்."

"அதுவரைக்கும், அவருக்கு உதவி இனிமே தேவையில்லைங்கற வரைக்கும் நடுவிலே யாரும் விழுந்து குளறாம இருக்கணும். நீங்க ஊருக்குப் போனவுடனே அப்பாகிட்ட சமாசாரத்தை நல்லா எடுத்துச் சொல்லணும். நாய்க்கருக்கும் நாங்க எவ்வளவோ கடமைப்பட்டவங்க. இது அவருக்கு மறைமுகமாச் செய்யற உதவிதான்."

"நான் எப்படிச் சொல்லணுமோ அப்படிச் சொல்றேன்."

அவளுக்குத் தங்கராஜனைப் பற்றியும் ஏதோ சொல்ல வேண்டும் போலிருந்தது. ஆனால், அதை இவரிடம் சொல்வது அவசியம்தானா என்று ஐயம் எழுந்து, அவள் வாயைக் கட்டிவிட்டது.

"இன்னுமா தூங்கலெ நீங்க?" என்று பாதித் தூக்கத்தில் எழுந்து வந்தான் நாய்க்கர் மகன். "குருவும் சீடப்பிள்ளையும்

என்ன கோட்டை கட்டுறீங்க? கோட்டைக்கு அஸ்திவாரம் போடற கொத்தன் நான் இருக்கிறேனே இதோ."

"வெறுங் கையாலே கோட்டை கட்ட முடியுமா தம்பி!"

"சாமான் சம்பாரம்லாம்தான் இதோ இருக்கே . . . நான் சொன்னா நம்பமாட்டீங்க. அந்த நாப்பது பேரும் வச்ச கண்ணு வாங்கலே. இதிலே அஞ்சாறு பேரு விஷயம் தெரிஞ்சவங்க. நல்ல நுணுக்கமா ரசிக்கிறவங்கன்னு தெரிஞ்சுது. ஏகாம்பரம் அப்படியே மலைப்புத் தட்டிப் போய் உக்காந்திட்டாரு."

"பரம்பரை என்ன சின்னதா இது? அதிசயமாச் சேதி சொல்றியே . . ?"

"நவராத்திரி ஆறு கச்சேரி இருக்கு. அதுவும் பரம்பரைக்கு வந்த பெருமைதான். ஏன் பாலி, அப்ப லீவு தானே உனக்கு?"

"இல்லெ. முன்னாடியே செப்டம்பர்லெ லீவு முடிஞ்சிடுது. நவராத்திரிம்போது இங்கதான் இருப்பேன்."

"தம்பி, எனக்கு ஒண்ணு சொல்லணும்னு தோணுது."

"என்ன?"

"இதெல்லாம் தகப்பனாரையும் ஒரு வார்த்தை கேட்டுக்கிட்டு செய்தா என்ன?"

"ராமையா மாமாவையா?"

"ஆமாம்."

"மாட்டேன்னா சொல்லப் போறாங்க அவங்க?"

"எல்லாத்துக்கும் அவரையும் கேட்டுக்கிட்டாத்தான் நல்லது. உன் இஷ்டப்படியெல்லாம் நடக்கப்படாதுப்பா. இது நாடகக் கண்ட்ராக்ட்டு இல்லே. இது பெரிய விஷயம். பெரிய குடும்பம் . . . அப்புறம் என்னத்தைச் சொல்றது?"

"நான் சொல்றேன், மாமாகிட்ட. அவங்க . . ."

"அவங்க என்ன?"

"ஏதாவது தடை சொன்னாங்கன்னா!"

"உனக்கும் நல்ல காலம் இன்னும் வரலேன்னு பேசாம இருக்கிறது."

"வாண்டாம்" என்றாள் பாலி.

"என்ன வாண்டாம்?"

"அப்பா படாதுன்னு சொன்னாலும் –"

“சொன்னாலும்?”

“நான் அண்ணன்கிட்ட ஒப்புக்கிட்டாச்சு.”

“உனக்கு அவ்வளவு தைரியம் இருக்கலாம் குழந்தே. எனக்கு வயசாயிடிச்சு, அண்டக் கொடுத்துத்தான் எந்தக் காரியத்தையும் செய்யணும். பின்னாடி பேச்சுக்கிடமில்லாம இருக்கணும்.”

பாலி பதில் பேசவில்லை.

“இதபார் – அவரையும் சம்மதிக்கும்படியா பண்ணலாம். அப்படி இல்லேன்னா பார்த்துக்குவம்.”

“மாமா இனம் தெரியாதவங்க இல்லை...” என்று இழுத்தான் நாய்க்கர் மகன். இந்தப் பிரச்னையை பெரியசாமியே கிளப்பிய போது, அவன் சுருதி சற்றுத் தளர்ந்தாற்போல் தோன்றிற்று. “கட்டாயம் ஒப்புக்குவாங்க. நீங்க பாருங்களேன்” என்று தோல்வியைக் காண அஞ்சி ஒரு முடிவைச் சொல்லிவிட்டுப் பேச்சை மாற்றிவிட்டான்.

“ரொம்ப நேரமாச்சு பாலி, உனக்கு ரொம்ப களைப்பா இருக்கும், படுத்துத் தூங்கு. காலமே காலேஜ் உண்டு” என்றான் அவன்.

“நீங்க எத்தனை நாள் தங்கறதாக உத்தேசம் மாமா?”

“அவங்க இருப்பாங்க இன்னும் ரண்டு மூணு நாளு.”

“ஏ அப்பா – நாளை ராவே கிளம்பிரணும்.”

“கிளம்பிரணும் . . . போய் என்ன செய்யப் போறீங்க?”

“அப்படியா – எத்தினி நாளு இஞ்ச உக்காந்து கிடக்கிறது? அதெல்லாம் . . .”

“இஞ்ச அதெல்லாம் வாணாம் மாமா, முதலியார் வீட்டிலே வேற்று மனுச நெனப்பே யாருக்கும் கிடையாது. அவருக்கு உலகம் முழுக்க தன் மனுசங்கதான். கிறிஸ்மஸ், கோடை லீவும் போது நீங்க வந்து பார்க்கணும். மைத்தநாள்ளதான் என்ன? வடக்கேயிருந்து தெற்கே போற வியாபாரிங்க, தெற்கேருந்து கிளக்கேருந்து போற வங்க – அப்பறம் உறவு ஜனம்னு, பூவாளூர் சந்தையிலே எங்க தாத்தா பொட்டியும் உங்க தாத்தா பொட்டியும் இடிச்சுக்கிட்டுதுன்னு உறவு சொல்லிக்கிட்டு வரவங்க எத்தினி பேரு – இது பெரிய சத்திரம். முதலியாராகட்டும். அவர் சம்சாரம் ஆகட்டும் – என்ன, ஏதுன்னு ஒரு கேள்வி? பேய்மேஞ்ச காடு, இப்ப ரண்டு நாளு ஓச்சலாருக்கு. நீங்க இருங்க. நாலு நாள் பொறுத்துப்போயிக்கலாம்.”

நாய்க்கர் மகன் உரக்கத்தான் இந்த விவரத்தைச் சொல்லிக் கொண்டிருந்தான்.

"அண்ணன் சொல்றாப்பலவே இருக்கட்டும். நாலுநாள் கழிச்சுத்தான் போகலாமே . . . ஊரையெல்லாம் பார்க்கறது."

"ஊரு பார்க்கறதென்ன? பட்ணம் என்ன புதுசா? அந்த நாள்ள வாரத்துக்கு ஒரு தடவை வந்திட்டிருந்த கதைதான்" என்றார் பெரியசாமி. "இங்க தெரிஞ்சவங்களும் இருக்காங்க வேணுங்கப்பட்ட பேரு . . ."

"அப்ப நாலுநாள் இருங்களேன்."

"சரி, குழந்தே இருக்கேன்."

"நாளைக்குச் சாயங்காலமா காலேஜு பக்கம் வாங்க."

"வரேன்."

"நான் உங்களோட நிறையப் பேசணும்."

"கூடை கூடையாப் பேசு."

"சரி. படுங்க" என்றான் நாய்க்கர் மகன்.

பாலி நன்றாக அயர்ந்து தூங்கினாள்.

ooo

மறுநாள் செல்லம் தானாக அறைக்கு வந்து சேர்ந்ததும் அவளுக்குத் திகைப்பாக இருந்தது.

"நேத்திக்கி நீ எங்கே போய்ட்டு வந்தேன்னு தெரியுமே எனக்கு!"

"எங்கே போயிருந்தேன்?"

"நீ என்ன படிக்க வந்தியா, இப்படிக் கூத்தாட வந்தியா?"

"அது என் இஷ்டம்."

"உன் இஷ்டம் எத்தனை நாள் நடக்கும்னு பார்ப்போமே!"

"என்ன செஞ்சுப்பிடுவே?"

"செஞ்சாச்சு . . . இன்னிக்கி லெட்டர்லெ ஒண்ணுவிடாமே எழுதிப் போட்டாச்சு."

கடிதத்தை ஊரில் ராமையாவும், தங்கராஜுவும், அத்தையும் வாசித்துக்கொண்டு நின்றார்கள்.

“எனக்கு தெரியுமே! ஒத்தைப் பொண்ணாயிருந்தா என்ன? இப்படியா இடம் கொடுத்து சீரளிய அடிக்கணும்? ஆனாலும் இப்படிப் புத்திகெட்டு அலையவாணாம் நீ . . . பெரியசாமி இங்கிருந்தே ஒரு வார்த்தை சொல்லாம போனானே. அவன் என்ன மனுசனா? வளப்புக்குத் தகுந்த புத்திதானே வரும்?” என்று அத்தை சரமாரியாகத் தொடுத்துக் கொண்டிருந்தாள்.

ராமையா அப்படியே இடிந்து போய் உட்கார்ந்திருந்தார்.

“மாமா, நம்ம குலம் என்ன? கௌரவம் என்ன? இதெல்லாம் நாம செய்ய வேண்டிய தொழிலா? காலேஜிலே படிக்கலாம்னு போகச் சொன்னா, இப்படி மானங்கெட்டு அலையறத்துக்குக் கூடவா அனுமதி கொடுத்திட்டதாக அர்த்தம்? வெள்ளாளங்க நாம, ஏர் புடிச்சுப் பொறந்திருக்கோம். ஊர் சிரிக்கப் பிறக்கலே மாமா.”

ராமையா அதற்குப் பதில் பேசவில்லை.

“லெட்டரை நல்லாப் பாருங்க. அந்தப் பொண்ணு என்ன பொய் சொல்ற பெண்ணா? நானும் நீங்களும் தானே பார்த்தோம்..? இப்பவே நீங்க போயி, ஊருக்கு இழுத்துக்கிட்டு வரதுன்னா வாங்க. இல்லே, நான் போய் இழுத்துக்கிட்டு வரேன் . . . இல்லே வாணாம். நான் போய் எதுக்காக அதைப் பார்க்கணும்? எனக்கு இதோ மருந்து இருக்கு. வினை தீர்க்கற மருந்து. எந்த அவமானம் வந்தாலும் தீக்கற மருந்து” என்று சரேலென்று எழுந்து தன்னைப் பார்த்துக்கொண்டிருந்த காமரா அறையில் நுழைந்து கதவைத் தாழிட்டுக் கொண்டுவிட்டான் தங்கராஜன்.

அத்தை அலறினாள். “டேய், குளந்தே வாணாம்டா வாணாம். ராசா – ஏய் என்னைக் கேள்ரா . . . கதவைப் புடிச்சு இளேன். என்னமோ திகைப்பூண்டு மிதிச்சாப்பல உக்காந்துட்டியே!” என்று கத்திவிட்டு, ராமையா அசையாமல் உட்கார்ந்திருந்ததைக் கண்டு கதவின் நாதாங்கியைப் பிடித்துத் தட்டி, பலம்கொண்ட மட்டும் தள்ளினாள்.

“ஏய், ஒன்னும் செஞ்சுப்பிடாதேடா! இந்தக் குலத்துக்கே அவமானம் வந்திரும் ஏய் . . . என் ராஜா” என்று அலறிக்கொண்டே, கதவை இடித்துத் தள்ளிக்கொண்டேயிருந்தாள்.

சட்டென்று பாலிக்கு விழிப்புக் கொடுத்தது. மலங்க விழித்தாள். இது தஞ்சாவூர் இல்லை. ஹாஸ்டல் இல்லை. நுங்கம்பாக்கம் முதலியார் வீடு. சத்தம் இதே மாடியிலேயே ஹாலுக்கப்பாலிருந்து கேட்டுக்கொண்டிருந்தது கதவுச்

சங்கிலியைத் தட்டும் ஓசைதான். எதிர்ச் சரகில் தண்ணீர்க் குழாய். அங்கிருந்துதான் இரைச்சல் கேட்டுக்கொண்டிருந்தது. தண்ணீர்ச் சண்டை.

என்ன கெட்ட கனவு! நேராக நடக்கிறாற்போல ஒரே பீதி.

பீதி இன்னும் தெளியவில்லை.

கதவுச் சங்கிலிச் சத்தம் கேட்டுக்கொண்டேயிருந்தது.

"சும்மாயிர்றா. ஏய் போக்கிரி – ஏன் கதவைப் போட்டு உடைக்கறே?" என்று முதலியார் சம்சாரத்தின் குரல் கேட்டது. அவள் மகன்தான் சங்கிலியை ஓசைப்படுத்திக்கொண்டிருந்தான்.

"நெருப்பு அணைக்கிற என்ஜின்மா" என்றான்.

தங்கராஜன் இப்போதுதான் எழுந்து கும்பகோணம் ஹாஸ்டலில் பல் விளக்கிக் கொண்டிருப்பான். அத்தை தோசை சுட்டுக் கொண்டிருப்பாள். ராமையா பூஜையில் உட்கார்ந்து கொண்டிருப்பார்.

இது முதலியார் வீடுதான்.

"முழிச்சுக்கிட்டியா? எப்படித் தூக்கம் வரும்? இது தான் இப்படி உடைக்குதே கதவை" என்று முதலியார் மனைவி வந்து எதிரே நின்று சொன்னாள். ஸ்நானம் செய்துவிட்டு, பின்னால் கூந்தலை வேடுகட்டி துணியைச் சுற்றியிருந்தாள். நெற்றியில் மஞ்சள் குங்குமமும்; கன்னத்தில் மஞ்சள் பூசின குளியலும் மின்னின. ரவிக்கை அணியாமல் வேறு புடவையை முழுவதும் கட்டிக்கொள்ளாமல் வந்து நின்றாள்.

குரூரமான பயத்துக்கு நடுவில் அந்த முகம் ஆறுதல் அளித்தது.

25

காபியைச் சாப்பிட்டு அங்கேயே குளித்து விட்டு, ஹாஸ்டலுக்கு புறப்பட்டாள் பாலி.

"அடிக்கடி வந்து போயிட்டிருங்க" என்றார் முதலியார்.

"உங்க குணம், அம்மா குணம் எல்லாம் சாந்தம். யாரையும் இழுக்கும். அது வந்து இரண்டு நாள் இருந்து, இங்கே வந்து ஆடறேன்னு ஆடினது உங்க குணத்தோட பலத்திலே தான் மாமா."

"தம்பி நல்லா தேறிட்டான் குடுமிக்குப் பூ சுத்தறதிலே" என்று சிரித்தார் முதலியார்.

"அப்படி இவருக்குச் சுலபமா சுத்திர முடியுமா?" என்று அவருடைய தலையைப் பார்த்துக் கொண்டே, பெரியசாமியையும் பாலியையும் பார்த்தான் நாய்க்கர் மகன்.

"சுத்த விட்டுவிட்டா, வியாபாரத்திலே பிழைக்க முடியாதுன்னுதானே முப்பது வயசிலேர்ந்தே வழுக்கையாய்ட்டேன்" என்று தலையைத் தடவிக் கொண்டார் முதலியார்.

"ஆமாம், முப்பது வயசுவரைக்கும் தலை தாங்க முடியாது போல இத்தினி முடியிருக்கும். அப்புறம் சரசரன்று சொட்டை விழுந்தது பாரு. தம்மாத்துண்டு ஆயிரிச்சு ரண்டு வருசத்திலெ. அப்புறம் பாத்தா இப்படியாயிரிச்சும்மா" என்று ஏதோ ஆறு கிணற்றில் யாரோ விழுந்து போய் விட்டது போலச் சொன்னாள் முதலியார் மனைவி.

அந்தப் பார்வையிலும் பரிவிலும் முடியாத ஒற்றுமையும், பாலும் பாலுமாகிப் பிரிக்க முடியாமல் கலந்துவிட்ட அன்பும் பரஸ்பரம் புகலடைந்துவிட்ட தியாகமும் தெரிந்தன.

முதலியாரும் அவர் மனைவியும் சேர்ந்திருப்பதே சொல்பம் தான். கடையைப் பூட்டிக்கொண்டு அவர் வீடு வர இரவு பத்து மணி ஆகும். காலையில் சாப்பிட்டு விட்டுப் பறந்துவிடுகிறார். ஆனால் நேற்று ஒரே நாளில் அவர்களுடைய பரவசமான ஒட்டுறவைப் பார்க்க முடிந்தது. யார் சொல்லி யார் கீழ்ப்படி கிறார்கள் என்று கண்டுபிடிக்க முடியாதபடி அவ்வளவு புரிந்து கொண்டு, இரண்டு கிழவர்களும் நடந்துகொண்டிருந்தார்கள். கிழவர்களா... இல்லை... புதிதாகக் கலியாணம் ஆன தம்பதி போல்தான். அவளிடம் அடக்கம், அவரிடம் தயக்கம். நூறு வயசானாலும் இப்படியேதான் இருக்கப் போகிறார்கள் இருவரும்.

விடைபெறும் கட்டம் இன்னும் முடியவில்லை. முகப்பில் இன்னும் பேசிக்கொண்டேயிருந்தார்கள். பாலிக்கு அந்த இடத்தைவிட்டுப் போகக்கூட ஒரு கணம் மனம் இல்லை. அந்த ஒரு கணத்தில் இரண்டு நாள் சந்தோஷம் முழுவதும் அவள் நெஞ்சில் வந்து நின்றது. அதிலும் அந்த வீட்டில் ஏற்பட்ட ஒரு உரிமையுணர்ச்சிதான் வியப்பைக்கொடுத்தது. எங்கு வேண்டுமானாலும் போகலாம். இந்த வீட்டில் எங்கு வேண்டு மானாலும் நிற்கலாம். எதையும் எடுக்கலாம் எங்கு நின்றும் பேசலாம். எதையும் எடுத்துக் கையாளலாம். நாய்க்கர் மகன் என்னமோ சொந்த வீட்டில் அலைகிற மாதிரி இஷ்டப்படி அலைந்துகொண்டிருந்தான். அவன் என்ன? நேற்று வந்த பெரியசாமியே எதோ பிதிரார்ஜித வீட்டில் இருப்பதுபோல மகா சுவாதீனமாக நடமாடிக்கொண்டிருந்தார். இப்படி யார் வந்தாலும் தன் வீடாக ஆக்கிக்கொள்ளும் உரிமையைக் கொடுக்கிறவர்கள்... இளிச்சவாயர்களா? சை, நமக்கு ஏன் இந்த அற்பங்களெல்லாம் தோன்றுகின்றன..! இல்லை இல்லை, தெய்வத்துளிகள்... உங்கள் இரண்டு பேருக்கும்தான் இது. வேறு ஒருவரையும் இங்கே உள்ளே விடக்கூடாது என்று சொர்க்கத்தில் ஒரு அரண்மனையைக் கொடுத்தால், இவர்கள் நிச்சயமாக அங்கு போகமாட்டார்கள் – போயிருந்தாலும் ஏங்கிச் செத்துப் போய்விடுவார்கள்.

பாலியின் மனம் நிரம்பிக்கிடந்தது. எப்பேர்ப்பட்ட மனிதர்க ளெல்லாம் இந்த உலகத்தில் நடமாடுகிறார்கள்!

"அக்கா ஊட்டுக்குப் போவுதுரா... போய் வா. சுருக்க வந்திடுன்னு சொல்லு" என்றார் முதலியார் சிறுவனிடம். "நீயும் சொல்லு சந்திரீ" என்றார் அடுத்த பெண் குழந்தையிடமும்.

மலர் மஞ்சம்

“போய் வா.”

“இதுங்களுக்கும்தான் வெறிச்சு வெறிச்சுன்னிருக்கும்” என்றார் அவர்.

“கவலைப்படாதீங்க மாமா. சத்திரத்துக்கு ஆள் வந்திரிச்சு” என்றான் நாய்க்கர் மகன்.

வாசலில் வண்டி ஒன்று வந்து நின்றது.

“வெங்கடாசலபதிங்க” என்றான் அவன் மெதுவாக.

“ஆமா ஆமா . . . அடெடெ, காவேரிப்பாக்கம் அத்தங்கால்லெ . . .” என்று முன்னே நகர்ந்தார் முதலியார்.

நாலைந்து மொட்டைகள் வண்டியிலிருந்து இறங்கிக் கொண்டிருந்தன. ஆண் ஒருவர் – நாலு பெண்கள்.

“வணக்கம் மாமா” என்று வந்தார் ஆண்.

“வா தம்பி . . . வாங்க அத்தங்கா” என்று வரவேற்றார். “திருப்பதியா?”

“ஆமாம் கண்ணு” என்று காவேரிப்பாக்கம் அத்தங்காள் வந்தாள்.

“நீங்க வாங்க; நாழியாச்சு” என்றார் முதலியார்.

பாலியுடன் நாய்க்கர் மகனும் வந்தான் – வண்டி பிடித்து ஏற்றிவிட.

சிறிது தூரம் போனதும் “மறுபடியும் என்னக்கி வருவீங்க?” என்று குரல் கேட்டுத் திரும்பிப் பார்த்தாள் பாலி. வஜ்ரவேலு நின்றுகொண்டிருந்தான்.

“அட, நீயா? சுருக்க வரேன்” என்றாள் பாலி.

“என்னய்யா புகையிலை வேணுமா?” என்றான் நாய்க்கர் மகன்.

“ஆமாம் தம்பி!”

“இந்தா ஒரு பொட்டலமே வாங்கிக் கொடுத்திடறேன்.”

“வாண்டாம் தம்பி, ஒரு தரத்துக்குப் போதும்.”

“அட வாங்கிக்கய்யா” என்று இரண்டணாவுக்கு ஒரு பொட்டலத்தை வாங்கிக் கொடுத்துவிட்டு நகர்ந்தான் நாய்க்கர் மகன்.

“சரி போங்க . . . இன்னமே நீங்க ஊருக்குப் போற வரைக்கும் உங்களைக் கேக்கவே மாட்டேன் . . . நல்ல வண்டியாய்ப் பார்த்து

ஏத்தி உடுங்க” என்று பொட்டலத்தை அவிழ்த்துக்கொண்டே நின்றான் வஜ்ரவேலு.

“ஏண்ணா, அவனுக்கு ஏற்கெனவே கடைவாயெல்லாம் வெளுத்து, உடம்பெல்லாம் வெளுத்துக் கிடக்கு. அவன் ஒரு தரத்துக்கு கேட்டா, ரண்டணாவுக்கு வாங்கிக்கொடுக்கிறீங் களே ... அவனுக்கு வேலை செய்யத்தான் தெம்பு வாணாமா?”

“அவன் என்ன முதலியார் வீட்டு வேலைக்காரன்னு நெனச்சியா?”

“பின்னே?”

“சரிதான் போ. அவன் முதலியாருக்கு ஒண்ணுவிட்ட சகலை. இந்த அம்மாளும், இவன் பொஞ்சாதியும் பெரியப்பா சித்தப்பாரு மகளுங்க.”

“அப்படியா?”

“ஆமாம்.”

“மூட்டையெல்லாம் தூக்கிட்டு, வீடு பெருக்கிட்டிருக்காரே!”

“அவருக்கு ஊரிலெ நிலபுலன்லாம் இருக்கு. பொண்டாட்டி செத்துப் போயிட்டா பதினஞ்சு வருஷம் முன்னாடி. அப்படியே விட்டுட்டு ஓடி வந்திரிச்சு. அதிலேந்து வெத்திலை சீவல் புகையிலை தான் ஆகாரம். அன்னியிலேர்ந்து முதலியார் வீட்டோடதான் கிடக்கு. அவர் பையன் மிலிட்டரியிலே இருக்கான். முதலியாரு, அவருகூடப் பிறந்தவரு, இவரு மூணு பேருக்கும் சேந்து தான் கலியாணம் நடந்துதாம். மூணு அக்கா தங்கையுவளுக்கு சேர்த்துக் கலியாணம் பண்ணப்படாது. அப்படிப் பண்ணினதிலேதான் என் பொண்டாட்டியை அடிச்சுப்பிட்டுதுன்னு வஜ்ரவேலு சொல்லிக்கிட்டேயிருப்பாரு. நீ அவன் இவன்னு ஒருமையிலே சொல்றதுகூட முதலியாரு சம்சாரத்துக்கு பிடிக்காது.”

“ஐய்யய்யோ, அப்பவே சொல்லப்படாதாண்ணா, நீங்க?”

“அப்ப நேரமில்லே. இனிமே தெரிஞ்சுக்கவேன்.”

வண்டி அமர்த்துகிற வரையில் அவன் வேறு ஒன்றும் பேச வில்லை. இன்னும் இரண்டு நாளில் பார்ப்பதாகச் சொல்லி விட்டு விடைபெற்றுக் கொண்டான்.

தனியாக விடப்பட்டதும் பாலிக்கு அரவணைப்பு அனைத்தும் கழன்று விட்டாற்போலிருந்தது. இந்த இரண்டு நாளும் வேறு நினைவின்றி ஒரே ஆனந்தமயமாக இருந்தது. இஷ்டம் போல நடமாட விடுகிற வீடு. யாரோடும் ஒட்டுறவாக ஒன்றிவிடுகிற மனிதர்கள், பெரியசாமி, பாராட்டுகள் எல்லாம்

அந்த இரண்டு நாட்களையும் தனி உலகமாக, கலப்பில்லாத சுயமான உவகையாகச் செய்திருந்தன. அவள் ஆடினதையும் நினைத்துப் பார்க்கும்போது அப்படியே ஆடிக்கொண்டேயிருக்க வேண்டும். வேறு விசனங்கள் வந்து பற்றுமுன் உயிர் போய்விட வேண்டும்.

அதுவும் காலையில் கண்ட அந்தக் கனவை நினைக்கும் போது ... இத்தனை நினைவுகளும் நெஞ்சைக் கலக்கின. அந்தக் கனவை நினைக்கும்போது . . .

தங்கராஜு இவ்வளவு அறியாதவனாகவா இருப்பான்? அவன் மனதைக் கலக்கும்படி ஒரு கடிதத்தை இந்தச் செல்லம் எழுதியிருக்க முடியுமா? கனவு உண்மையாகாது. ஆனால் நடக்கப் போவதையாவது கோடிகாட்டுமா . . ?

ராயப்பேட்டை ஆஸ்பத்திரியைக் கடந்துகொண்டிருந்தது வண்டி. கல்லூரி நெருங்க நெருங்க அவளுக்கு ஏதோ குற்றம் செய்துவிட்டு வருவது போலிருந்தது. வயிற்றில் கலக்கம், பயம், வேண்டா இடத்திற்கு மீண்டும் போகும் குழப்பமா . . ? நெஞ்சிலமர்ந்தவர்களை விட்டு வருகிற துயரமா . . ? இந்தக் கெட்ட கனவுதான் இத்தனை பயத்திற்கும் காரணம்.

யாரைக் கண்டு இந்த பயம்?

விடுதிக்குள் வந்தும் அந்தக் கலக்கம் லேசில் தெளியவில்லை. ரத்தினம், நளினி: லூர்து எல்லோரும் வந்து ஆவலாக விசாரித் தார்கள்.

“எங்கடிம்மா திடீர்னு மறைஞ்சு போயிட்டே ரண்டு நாள்.”

“சொந்தக்காரர்கள் வீட்டுக்குப் போயிருந்தேன்.”

“போறபோது ஒரு வார்த்தை சொல்லிட்டுப் போகப் படாதா . . ? கூடவந்து உன் மர்மங்களைக் தெரிஞ்சிக்கிடுவோம்னு பயமாக்கும்” என்றாள் ரத்தினம்.

“இங்கே என்ன மர்மம் பாழாய்ப் போகிறது?”

“நீ மர்ம மனுஷிதான் . . . நான் சொல்லலெ. உங்க செல்லம் தான் சொன்னாள்.”

பாலிக்கு ஒரு தடவை தூக்கி வாரிப்போட்டது.

“நீ எங்கே எங்கே என்று என்னை ரண்டு நாள் நச்சரித்து விட்டாள். அவகிட்ட கூட நீ சொல்லிட்டுப் போகலியாமே . . . அப்படின்னா நாங்கள்ளாம் எம்மாத்திரம்?”

இந்த வேடிக்கைப் பேச்சையெல்லாம் வாங்கிக்கொள்ள பாலிக்கு மனநிலையில்லை. ஆனால், செல்லத்தைப் பற்றியும் கேட்டுத் தெரிந்துகொள்ள வேண்டும் போலிருந்தது.

“எதற்காக என்னைத் தேடினாள் அவள்?”

“உயிர்த் தோழியைக் காணும். எதற்காகன்னு பல்லிலே நாக்கைப்போட்டுக் கேக்கறியே.”

“ம்க்கும் . . . உயிர்த்தோழி!”

“உனக்கு அசட்டையாயிருக்கு. அவ இரண்டு நாளா ரூம் ரூமாப் போய்க் கேட்டுப்பிட்டா. என்னை வந்து கேட்டா. ஒண்ணுமே தெரியாதுன்னேன். ரொம்ப மர்ம மனுஷின்னு அப்பதான் சொன்னா அவ.”

“நானா மர்ம மனுஷி . . . தன்னைப் போலத்தான் பிறரையும் பார்ப்பாங்க எல்லாரும்.”

அவள் சொல்லிக்கொண்டிருந்தபோதே, செல்லம் வந்து விட்டாள். நிலைப்படியிலேயே நின்றுகொண்டு “என்ன பாலி, ரண்டு நாளாக் காணும்?” என்று விசாரித்தாள். பாலிக்குத் திக்திக்கென்றது. செல்லத்தின் குரலில் நெருக்கம், பரிவு ஒன்றையும் காணவில்லை. மூன்றாம் மனிதர்களின் தொலைவுதான் ஒலித்தது.

“சொந்தக்காரங்க வீட்டுக்குப் போயிருந்தேன்.”

“எந்த சொந்தக்காரங்க?”

“அடேடே, மணி ஒன்பதாயிடுத்தே அதான் பசி கிள்ளுது. நீ சாப்பிட்டாச்சா. ரத்தினம் – செல்லம் நீ?”

“ஆச்சு” என்று உனக்கு இவ்வளவா என்று ஆத்திரப் புன்னகையுடன் பதில் சொன்னாள் செல்லம்.

“அப்படின்னா, இதோ நானும் போய்ட்டு வந்திடறேன்” என்று அறையைப் பூட்டிக்கொண்டு கிளம்பிவிட்டாள் பாலி.

வகுப்பிலும் அவளுக்குச் சரியாகக் கவனிக்க முடியவில்லை. எதற்காகப் படிக்கிறேன்? எதற்காக இங்கு வந்து உட்கார்ந் திருக்கிறேன் . . ? இது உலகத்தில் நடக்கிற காரியமா? எனக்கு ஏன் இன்னும் தைரியம் வரவில்லை? நான் செய்வது தவறா? எது தவறு? தவறு என்று யாராவது சொன்னால், நான் அதற்குப் பதில் செல்ல முடியும் . . . ஆனால், யார் கேட்கப் போகிறார்கள்? யாராவது கேட்டு, பதில் சொன்னால் தேவலை போலிருக்கிறது. யார் தெரிந்து கேட்கப் போகிறார்கள். கேட்கப் பண்ணினால்? பெரியசாமியையே கேட்கச் செய்தால் என்ன?

26

பெரியசாமியிடம் என்ன சொல்லப் போகிறோம் என்பது மட்டும் அவளுக்குத் தெளிவாகப் புரிய வில்லை. சொல்லவேண்டும் என்ற துடிப்புதான் உள்ளே உரக்கக் கேட்டுக்கொண்டிருந்தது. அவரிடம் சொல்லத் தயங்கியது தேவையில்லாத தயக்கம் என்று தோன்றியது.

ஆனால் என்ன சொல்லப் போகிறோம்?

"பாலாம்பா, உனக்குச் சொல்ல முடியுமா?" என்று குரல் கேட்டு விழித்தாள் அவள். ஆசிரியையின் குரல்தான் கேட்டது. இடத்தில் எழுந்து நின்று பேந்தப் பேந்த விழிப்பதைத் தவிர, வேறு ஒன்றும் சொல்ல இயலவில்லை அவளால்.

"கேள்வி புரியவில்லை?"

"இல்லை."

"உனக்குப் புரியாது. உடம்பு சரியாயில்லை யென்றால், நீ அறைக்குப் போகலாம். இந்த மாதிரிக் கவனிக்கிறவர்களின் முன்பு பேசுவது உற்சாகக் குறைவாக இருக்கும் என்பது உனக்கு நன்றாகத் தெரிந்திருக்கும். நீயும் நாலு பேரைச் சந்தோஷப் படுத்துகிற கலையைக் கற்றவள். அசிரத்தையாக யாராவது கொட்டாவி விட்டுக்கொண்டிருந்தால், நம்முடைய லயம் எல்லாம் கலைந்துவிடுமே."

"கலையாதே" என்று பாலி சொல்லிவிட்டு, சட்டென்று தன் அசட்டுத் தைரியத்தை உணர்ந்து, "என்னை மன்னிக்க வேண்டும்" என்றாள்.

“மன்னிக்க வேண்டாம். நீ கருத்து வேற்றுமைப் படுகிறாற் போலிருக்கிறது” என்று புரொபசரின் தோரணையிலே தொடர்ந்தாள் ஆசிரியை.

“இல்லை. என்னை மன்னிக்க வேண்டும்.”

“அதுதான் தேவையில்லை என்று சொல்லிவிட்டேனே. கலையாது என்று சொன்னாயே. உண்மைதானா?”

“என்னைப் பற்றியவரையில் உண்மை. நான் எதிரே யிருக்கிறவர்களைப் பற்றிக் கவலைப்படுவதில்லை. அவர்கள் இருப்பதே மறந்துவிட்டாற்போல இருக்கும்.”

“இங்கும் அப்படித்தான் இருந்தாய் போலிருக்கிறது . . . வகுப்பில் கவனமாயிருப்பதும் பழகிக்கொள்ளத் தகுதியுள்ள விஷயம்தான் . . . நீ உட்காரலாம்” என்றாள்.

உட்கார்ந்தாள் பாலி. வகுப்பு முழுவதும் அவளைத் திரும்பித் திரும்பிப் பார்த்துக் கொண்டிருந்தது. ஆசிரியை பேச ஆரம்பித்ததும் முடிந்தவர்கள் ஓரக்கண்ணால் பார்த்தார்கள். வகுப்பு முடிந்தவுடனே தேவகி வந்து கையைக் குலுக்கினாள். “இந்த வாயாடி வாத்தியார்ச்சியையே மடக்கினே பாரு. அதுக்கு” என்றாள். கூட இருந்த நாலைந்து பெண்களும் சிரித்தார்கள்.

“மடக்கவும் இல்லை. கொள்ளவும் இல்லை. நீங்கள் வேறு ஏதாவது பற்றவைக்காதீர்கள்” என்று அவசர அவசரமாகச் சொல்லிவிட்டு, ஆசிரியையின் அறைக்கு ஓடினாள் பாலி. டிராயரைத் திறந்து ஏதோ குடைந்துகொண்டிருந்த அகல்யா, அவளைப் பார்த்து “என்ன?” என்று நிமிர்ந்தாள்.

“நான் மரியாதைத் தவறாக நடந்துகொண்டு விட்டேன். என்னை மன்னிக்க வேண்டும்.”

“நீ அப்படி ஒன்றும் பேசவில்லையே. உனக்குப்பட்டதைச் சொன்னதுதானே.”

“நான் அப்படிப் பேசியிருக்கக்கூடாது.”

“பரவாயில்லை… ஆனால் நீ சொன்னது சரிதானே. என் வேலை எதிரே இருக்கிறவர்கள் புரிந்துகொள்கிறார்களா என்று பார்ப்பதுதான். அதற்காகத்தானே உத்தியோகம் கொடுத்திருக் கிறார்கள்? நீ அந்தமாதிரி செய்தால், கால் தவறிவிடும் என்று சொல்லுகிறாய். வாஸ்தவம்தான்.”

“நான் ஆடுவேன் என்று யார் சொன்னது உங்களுக்கு.”

"என் தகப்பனார்."

பாலி விழித்தாள்.

"நேற்று வந்திருந்தவர்களில் அவரும் ஒருவர். ராத்திரி வந்து உன்னைப்பற்றி ரொம்பப் பாராட்டினார். உனக்கு நல்ல வருங்காலம் காத்திருக்கிறது என்று சொன்னார்."

அகல்யா பேசுவதைப் பார்ப்பதே ஒரு வேடிக்கையாக இருந்தது. குரலிலே பரிவு அதே சமயம் ஒரு கண்டிப்பும் நறுக்கும் தொனித்துக்கொண்டிருந்தன. அந்தக் கண்டிப்புத்தான் பாலியை மேலே நின்று பேசவிடாமல், பின் வாங்கச் செய்தது. சிறிது நேரம் நின்றுவிட்டு, "நான் போய் வருகிறேன்" என்றாள் பாலி.

"சரி . . . நீ ஆர். பாலாம்பாள்தானே?"

"ஆமாம்."

"ஆர் என்றால்?"

"ராமையா."

"உன் தகப்பனார் பெயர் ராமையாவா?"

"ஆமாம். ஏன்?"

"சும்மாதான் கேட்டேன்."

"ம் . . . நான் வரட்டுமா?"

"என்னைத் தவறாகப் புரிந்துகொண்டுவிடவில்லையே?"

"அதெல்லாம் ஒன்றுமில்லையே."

"இல்லை. சில கலைஞர்கள் அம்மாவின் பெயரின் முதல் எழுத்தை வைத்துக்கொண்டிருப்பார்கள்."

"எனக்கு அந்த அவசியமில்லை. என் அம்மா கலியாணம் ஆனவள் மட்டுமில்லை. நாங்கள், பெண்கள் கலியாணம் செய்த வகையாகக் குடித்தனம் செய்கிற சாதாரண வேளாளர்கள்தான்; குடியானவர்கள்" என்று சிரித்துக்கொண்டே சொன்னாள் பாலி.

"அப்படியானால் நீதான் என்னை மன்னிக்கிற அளவுக்குப் பேசிவிட்டேன் போலிருக்கிறது."

"அப்படிச் சொல்லாதீர்கள். தெரியாவிட்டால் கேட்பதில் என்ன தவறு?"

"நம்முடைய நாட்டில் தொழில்கள் ஜாதி ஜாதியாகப் பாகம் பிரித்துச் சுவர்கள் எழுப்பிக்கொண்டுவிட்டன. அதனால்தான்

அப்படிக் கேட்டுவிட்டேன் போலிருக்கிறது. தயவு செய்து வித்தியாசமாக எடுத்துக்கொள்ளக்கூடாது."

"ஏன் இப்படி நான் ஆசிரியை மாதிரியும் நீங்கள் மாணவி மாதிரியும் பேசுகிறீர்கள்?"

"அப்படியா பேசினேன்? போனால் போகிறது . . . நானும் எப்போதும் வாத்தியாராய் இருந்தாலும் கஷ்டந்தான் . . . ம், ஒரு நாள் என் வீட்டுக்கு வாயேன். நான் பக்கத்தில் பார்த்தசாரதி கோயிலண்டைதான் இருக்கிறேன்" என்று வீட்டு இலக்கத்தைச் சொன்னாள் அகல்யை.

"வருகிறேன்."

"கட்டாயம் வா."

"நான் வரட்டுமா?"

"வா."

அவளை விட்டு அகன்றபோது பாலிக்குச் சற்று அமைதியாக, சந்தோஷமாகக்கூட இருந்தது. அன்பைத் தருவதில் எத்தனை வகைகள், எத்தனை கோணல்கள்! சொட்டுச் சொட்டாக, கரண்டி கரண்டியாக, குடம் குடமாக, மண்டையைப் பெயர்த்துவிடும் அருவி அருவியாக . . . அடுத்த வகுப்பில் நிம்மதியாகக் கவனிக்க முடிந்தது அவளால்.

○○○

ஹாஸ்டலுக்குத் திரும்பி வந்த சிறிது நேரத்திற்குள் ஒரு பையன் அவளைத் தேடிக்கொண்டு வந்தான். அவளைத் தேடிக் கண்டுபிடித்து, சமாசாரத்தைச் சொன்னான். சிந்தாதிரிப் பேட்டையில் உறவினர் ஒருவர் வீட்டிற்கு வந்திருக்கிறாராம். ஏதோ அசௌகரியத்தினால் வர முடியவில்லையாம். 'முடிந்தால் நீ இங்கு வரலாம். எப்படியும் நான் நாளைக்குக் கட்டாயம் வருவேன்' என்று எழுதியிருந்தார் அவர்.

மணி இன்னும் ஐந்துகூட ஆகவில்லை. நடந்துபோய் வந்தால்கூட ஒரு மணிதான் ஆகும் – ட்ராமில் போய்விட்டு வந்துவிடலாம் . . . நாளைக்கு வருவார் அவர். ஆனாலும் . . .

காலையிலிருந்து அவருக்காகக் காத்துக்கொண்டிருந்த வேகத்தில் அவளுக்கு இப்போது ஏமாற்றமாயிருந்தது. எப்படி யாவது போய்விட்டு வந்துவிடவேண்டும் என்று உந்திற்று. வார்டனிடம் பெரியசாமியின் பெயரைச் சொல்லியே ஒரு சமயம்

தாமதமானாலும் இருக்கட்டும் என்று அனுமதி பெற்றுக்கொண்டு புறப்பட்டுவிட்டாள். சற்று மேற்கே நடந்து வருவதற்கும் ட்ராம் வருவதற்கும் சரியாயிருந்தது.

பெரியசாமியிடம் என்ன சொல்லப் போகிறோம்? எதற்காக இவ்வளவு அவசரமாய்ப் போகிறோம்?

நச்சு நச்சென்று நினைத்த இடத்தில் எல்லாம் நின்று கொண்டிருந்தது. ஆதம் மார்க்கெட் தாண்டி, வாலாஜா சாலையில் ட்ராம் திரும்பும்போது, திரள் திரளாக சமுத்திரக் கரையை நோக்கி ஊர்ந்து கொண்டிருக்கும் கும்பல் தெரிந்தது.

அதோ! அது யார்? கூட ஒரு குழந்தை வேறு செல்கிறது.

உற்றுக் கவனித்தாள். பார்த்த முகமாகத்தானிருந்தது யார் அது? ஆமாம்; தனபாக்கியம் – தனபாக்கியமேதான். மூன்று நான்கு வயதிருக்கும் ஒரு குழந்தை.

இவள் எங்கே பட்டணம் வந்தாள்?

போலீஸ் தேடிக்கொண்டிருந்த இதே தனபாக்கியம் தான். இறங்கி ஓடிப்போய் அவள் எங்கே போகிறாள் என்று பார்க்கவேண்டும் போலிருந்தது அவளுக்கு. ஆனால், வண்டி கனவேகமாகப் போய்க்கொண்டிருந்தது. அந்தத் திக்கிலேயே பார்த்துக்கொண்டிருந்தாள் அவள். நாலைந்து நொடிக்கெல்லாம் வளைவில் தனபாக்கியத்தின் முகம் மறைந்துவிட்டது.

படபடவென்று பழைய கதைகள் நினைவில் நிழலாடின. ஒரு சின்ன கிராமத்தில் இருந்து கொண்டு தன்னிஷ்டப்படியெல்லாம் நடந்துகொண்ட அவளை நினைக்கும்போது, அவளுக்கு வியப்பும் திகைப்புமாக வந்தது. ராஜங்காட்டில் ஊருக்குப் பெரியவன் என்று ஆட்டி வைத்துக்கொண்டிருந்த ஒரு முரடனின் பலத்தை நம்பி, அவன் ஆசையை நம்பி மோசம் போய், கடைசியில் அவனையும் ரத்த வெள்ளத்தில் கிடத்தி, இந்த உலகத்தைவிட்டே அனுப்பி, கடைசியில் போலீஸ் தேடும்போது இந்த ஜன சமுத்திரத்தில் கவலையில்லாமல் நடமாடிக்கொண்டிருக்கும் அந்தப் பெண்ணை நினைத்து அவளுக்குப் பிரமிப்பாக இருந்தது. கோர்ட்டில் அவனைக் கொண்டு நிறுத்தி, கண்ணில் விரலைக் கொடுத்து ஆட்டின பெண்.

கேஸ் என்ன ஆயிற்று என்று தெரியவில்லை. கோவிந்து, பக்கிரி, பிச்சை எல்லோரும் எப்படியிருக்கிறார்கள்? இன்னும் போலீஸ் கொட்டடியிலேயே இருக்கிறார்களா? அப்பா வந்த போது அவர்கள் இன்னும் கொட்டடியில் இருப்பதாகத்தான் சொன்னார். நாய்க்கர் மாமாவும் ஒன்றும் சொல்லவில்லை.

ஊர் வம்பெல்லாம் அவருக்குக் கரும்பு. ஆனால், தனக்கு வந்த கஷ்டங்களில் ஊர் சமாசாரம் ஒன்றுமே பேசவில்லை அவர். அப்பாவிடமிருந்து கடைசியாக வந்த கடிதங்களிலும் கேஸைப் பற்றி ஒன்றுமே தெரியவில்லை.

எவ்வளவு தைரியமாக நடமாடுகிறாள் இவள்!

ஆனால், இது தைரியமா? அசட்டுத் துணிச்சலா? மனதுக்குள் எப்படி உதைத்துக்கொண்டிருக்கிறாளோ! மூன்று நான்கு வயதில் ஒரு குழந்தை. அப்படியானால் அந்தப் பையன் எங்கே? அவனுக்கு இப்போது பன்னிரண்டு வயதாவது இருக்க வேண்டும். அந்தப் பையனையும் கணவனையும் விட்டுத்தான் ஓடிவந்துவிட்டாள் போலிருக்கிறது. இந்தக் குழந்தையைக் கழுத்தில் கல்லைக் கட்டிக்கொள்வது போலக் கட்டிக்கொண்டு ஏன் அலையவேண்டும்? அவளைப் பிடித்துவிட்டால், இந்தக் குழந்தையை என்ன செய்வார்கள்?

பாலி குழம்பிக்கொண்டே உட்கார்ந்திருந்தாள். வண்டி ரவுண்ட்டாணாவை வளைந்து கொண்டிருந்தது.

மலர் மஞ்சம்

27

பெரியசாமி அவளை எதிர்பார்க்கவில்லை அங்கு. கண்டதும் வியப்புடன், 'வா குழந்தை... வீட்டை எப்படிக் கண்டு பிடிச்சே?' என்று உள்ளேயிருந்து வரவேற்றுக்கொண்டே வந்தார்.

"பையன்கிட்டதான் விசாரிச்சுக்கிட்டேன்."

பெரியசாமி தன்னைக் கூர்ந்து கவனிப்பது அவளுக்குத் தெரிந்தது முக்கியமான சேதி இல்லாவிட்டால், இப்படித் தேடிக்கொண்டு வரமாட்டாள் என்று சொல்லுகிற பார்வை.

"இன்னிக்குக் கட்டாயம் புறப்பட்டு வரணும்னு தான் இருந்தேன். இங்கே வர்றபோது அந்த உத்தேசம்தான். ஆனால், இவங்க விட மாட்டேன்னிட்டாங்க... பார்த்தீங்களா நீங்க விடமாட்டேன்னீங்க, நேரவே புறப்பட்டு வந்திரிச்சு குழந்தே. நான் போகணும்னு, சொல்லலே? நம்மட்ட கத்துக்கிட்ட பொண்ணு. காலேஜிலே படிக்குதுன்னு" என்று நிலையண்டை வந்தவரிடம் சொன்னார்.

"பையன்கிட்ட சொல்லியனுப்பிச்சீங்களே!"

"அதுவே வந்திரிச்சி!"

"உள்ளே வாங்க" என்று ஆங்கிலத்தில் வரவேற்றார் அவர்.

"வரேன் – ஆனா உட்கார நேரமில்லே. வார்டன் உங்களைப் பார்க்கணும்னாங்க. அதான் அழைச்சிட்டுப் போகலாம்னு வந்தேன்."

"யாரு நேத்து வந்தாங்களே அவங்களா?"

தி. ஜானகிராமன்

“ஆமாம்.”

“கொஞ்சம் உட்கார்ந்து ஏதாவது சாப்பிட்டுப் போங்க. ஏய் கொமரு . . . போய் நாலு க்ளாஸ் ஐஸ் போட்டு கிரஷ்ஷு வாங்கிவாடா” என்று கத்தினார் வீட்டுக்காரர். எங்கிருந்தோ ஓடிவந்து குமரு சில்லறையை வாங்கிக்கொண்டு ஓடினாள்.

“குழந்தை ஆடறதை நீங்க ஒரு தடவை பார்க்கணும்“ என்றார் பெரியசாமி.

“கட்டாயம்.”

“ராஜம் ஆடித்துப் பாருங்க – அல்பாயுசு. அதுக்கு நாலு ஓட்டை ஒசத்தின்னு சொல்வேன்.”

“அப்படியா! நெஜமாகவா?”

“சீக்கிரம் பார்க்க வாய்ப்புக் கிடைக்கும். நேத்து தெரு தெரியாம அந்த ஆளு திண்டாட்டிட்டு வந்துட்டான். இல்லாட்டி நீங்க வந்திருக்கலாம். போவுது, இப்ப என்ன? சீக்கிரமே பார்க்கலாம்.”

குமரு கொண்டு வந்த வர்ணத் தண்ணீரைச் சாப்பிட்டதும், “அப்ப நான் போய்ட்டு வந்திர்றேன். குழந்தை மெனக்கட்டு வந்திருக்கே” என்று எழுந்தார் பெரியசாமி.

“கட்டாயம் போகவேண்டியதுதான். ஆனா, சாப்பாட்டுக்கு வந்திரணும்.”

“செஞ்சுபிடறேன் . . . அது ஒண்ணுதான் உருப்படியா செஞ்சுக்கிட்டு வர்றேன் இப்ப. வந்தாப் போவுது. வா குழந்தே.”

○○○

தெருவில் இறங்கியதுமே பாலி சொன்னாள்: “மாமா, நான் சும்மா பொய் சொன்னேன்.”

“என்ன பொய்?”

“வார்டன் உங்களைக் கூப்பிடலே. நான்தான் உங்களோட தனியாப் பேசணும்னு சொல்லி வச்சேன், அப்படி.”

“அதுமட்டும் ஜாடைமாடையாத் தெரிஞ்சுது எனக்கு. அதுக்குத்தான் கூடவரேன்னு அவர் கிளம்பறதுக்கு முன்னாடி நானே கத்திரிச்சிட்டு கிளம்பினேன்.”

இருவரும் மௌண்ட் ரோட் வழியாக நடந்து ரவுண்ட்டாணாவைக் கடந்து நேராக சேப்பாக்கம் கடற்கரைக்குச் சென்று அங்கிருந்து தெற்கு நோக்கி நடந்தார்கள். அதுவரை பாலி ஒன்றும் சொல்லவில்லை.

"நாய்க்கர் மகன் பொதுவா நல்ல பையன்னுதான் சொல்லணும்" என்று ஆரம்பித்தார் பெரியசாமி.

"நான் அவரைப் பத்திக் கவலைப்படலெ மாமா" என்று அவருடைய மனத்தை நிறுத்திவிட்டாள் பாலி. "அவர் நல்ல ரசிகர். அவர் மேலுக்காக எதுவும் பேசுகிற ஆளில்லை. நான் அவரைப்பற்றி பேசணும்னு நெனைக்கலே ... நான் அவருக்கு என்னாலான உதவி செய்யறதாகவும் தீர்மானம் பண்ணியாச்சு. நான் வேற ஏதோ பேச வந்தேன்" என்று சொல்லிக்கொண்டே, சாலையோரத்தைக் கடந்து மணலில் நடந்தாள் அவள். அவரும் கூடவே நடந்து, இருவரும் நடமாட்டம் அணுகாத இடமாக உட்கார்ந்துகொண்டனர். சிறிது நேரம் மௌனமாகக் கழிந்தது.

"குழந்தே. நீ ரொம்ப மனசிலே சங்கடப்படறமாதிரி தோணுதே" என்றார் அவர்.

பாலிக்கு அதைக்கேட்டதும் குபுகுபுவென்று கண்ணில் நீர் தளும்பிக்கொண்டு நின்றது. முழங்காலை மடக்கிக் குத்திட்டு உட்கார்ந்திருந்தவள், முழங்காலிலேயே கண்ணைத் துடைத்துக் கொண்டாள்.

"ஏன் குழந்தே . . . என்ன?" என்று பதறினார் பெரியசாமி.

"ஒன்றுமில்லை" என்பதைச் சொல்ல முடியாமல் தலையசைத்தாள் அவள். அப்போதுகூட பெரியசாமியிடம் சொல்லலாமா வேண்டாமா என்று குழப்பமாகத்தான் இருந்தது அவளுக்கு.

"என்னால் என்ன முடியுமோ செய்யறேன். குழந்தே! என்னத்துக்கு இப்படிக் கண்ணாலெ ஜலம் விடணும்?"

உரப்படுத்திக்கொள்ளச் சிறிது நேரமாயிற்று அவளுக்கு.

"மாமா, என் மனசைப்போட்டு அடிச்சு வெச்சு என்னெல்லாம் செஞ்ச பாக்கறேன். ஒண்ணுக்கும் சொன்னதைக் கேட்க மாட்டேங்குது."

நடுவில் பேசவாண்டாம் என்று கேட்டுக்கொண்டிருந்தார் பெரியசாமி.

"மாமா, நான் நல்லவளா? பொல்லாதவளா?"

". . ."

"சொல்லுங்க மாமா."

"இது என்ன கேள்வி குழந்தே?"

"அதைத்தான் நான் தெரிஞ்சுக்கணும்."

"என்னத்துக்காக இப்படிக் கேக்கறே?"

"எங்கப்பாவுக்கு நான் ரொம்ப சாது. நல்ல பொண்ணுன்னு தான் நம்பிக்கை. ஆனா, நான் நெஜம்மா நல்ல பொண்ணாயிருந்தா அப்பா, கட்டிக்கப்போறவன்னு நிறுத்திருக்கிற ஒருத்தனோட இன்னொருத்தனையும் சேத்துப்பாளா?" பாலி எத்தனை நயமில்லாமல் எத்தனை கரடு முரடாகச் சொல்ல வேண்டுமோ, அப்படிச் சொல்லிவிட்டதாகவே முகத்தையும் வைத்துக்கொண்டாள்.

பெரியசாமியின் கண் அகன்றது. வியப்புக்கூட அதிகம் இல்லை. சித்தம் சரியாயில்லையா என்ற ஐயத்தில் லேசாகப் படர்கிற முதல் மிரட்சி.

"உங்களுக்குத் தெரியாது மாமா. தெரிஞ்சிருந்தா, நீங்க இன்னும் பிடிவாதமா, வீட்டு மனுஷங்கமாதிரி குறுக்கே விழுந்து நான் காலேஜிலே சேர்றதைத் தடை பண்ணியிருப்பீங்க ... உங்களுக்குத் தெரியாது. சும்மா இருந்துப்பிட்டீங்க."

முன்பின் கோர்வையில்லாமல் திடீர் என்று என்னென்னமோ அவள் சொன்னதைக் கண்டு, அவர் முகத்தில் அந்த மிரட்சி இன்னும் அழுத்தமாகத் தெரிந்தது.

"ஆனா, நான் காலேஜிலே சேர ஒப்புக்கொண்டதே இதை யெல்லாம் கொஞ்ச நாள் நினைக்காம இருக்கலாம்னுதான். இதுவா அதுவான்னு குழப்பாம நிம்மதியா இருக்கலாம்னுதான்."

"குழந்தே கொஞ்சம் விளக்கமாச் சொல்லு."

"மாமா, நான் இப்ப இருக்கிறபடி பாத்தா எனக்கு ரண்டு பேர் புருஷர்களாக இருக்க முடியும்."

பெரியசாமியின் முகம் அதிர்ந்தது. ஏதாவது தவறுதலாகக் காரியம் மிஞ்சிவிட்டதா என்று முகத்தில் சந்தேகம்.

"கும்பகோணத்திலே படிக்கிறவரை எனக்குப் புருஷனா அப்பாவே தீர்மானம் பண்ணிப்பிட்டாங்க. வக்கீல் மாமாக்கும் இந்தப் பேரன் பிறக்காம இருந்திருந்தா, எனக்கும் இந்தச் சங்கடங்களெல்லாம் வந்திருக்காது."

"கிண்டியிலே படிக்கிறதே, அந்தப் பிள்ளையா?"

"ஆமாம்."

பெரியசாமி சிறிது நேரம் ஒன்றும் பேசாமல் மேற்கே மேகங்களைப் பார்த்துக்கொண்டிருந்தார்.

"உங்கப்பாகிட்ட நான் சொல்லலாம் ... ஆனா ..."

"இந்த ஆனால் நீங்க நினைக்கிறபடி வேற தினுசு. நான் நினைக்கிறது வேறு; ஆனால் ..."

"சொல்லேன்."

"திருப்பித் திருப்பிச் சொல்ல என்ன இருக்கு! வக்கீல் மாமாவுக்கு என்மேல் ரொம்ப ஆசை. எனக்காக யாரையும் விரோதிச்சுக்க அவர் மனசு இடம் கொடுக்கும் . . . அப்பாவும் எனக்காக எதுவேணும்னாலும் செய்வாங்க – இந்த விஷயத்தைத் தவிர."

பேச்சு அதற்குமேல் ஓடவில்லை. இருவரும் அரைமணி நேரம் அப்படியே உட்கார்ந்திருந்தார்கள்.

வாக்குக் கொடுக்கிறவர்களின் மனப்போக்கே ஒரு விசித்திரம். இந்த உலகமே தனக்கு அடிமைபோல், தன் உடைமைபோல் அவர்களுக்கு ஒரு தீர்மானமோ என்னவோ, இந்த ராமையாதான் எனக்குத் தகப்பனார். தகப்பனார் – தகப்பனார் என்றால் – அந்த வார்த்தைக்கு என்ன அர்த்தம்? அப்படி உண்மையாக ஏதாவது அர்த்தமிருந்தால், அப்படி வாக்குக் கொடுத்திருப்பாரா? பச்சைக் குழந்தை – சற்று முன்புதான் பிறந்த குழந்தை – அதனிடம் ஒன்றும் கேட்டுத் தெரிந்துகொள்ள முடியாது. ஆனால், நம் குழந்தை நமக்கு எதிராக நினைக்காது என்று தீர்மானமாகச் செய்திருப்பார் போலிருக்கிறது.

"நாளைக்குச் சொல்லிக்கொள்ளாமல் கீழே விழப் போகிறவர்கள், எலும்பையும், சாம்பலையும் விட்டுவிட்டுப் போகிறவர்கள் என்ன என்னவெல்லாம் செய்துவிட்டுப் போகிறார்கள்? கூட இரு என்றால் ஒரு க்ஷணம் இவரால் இருக்க முடியப்போகிறதா? எதற்காக இரண்டாவது மனிதர்கள் சம்பந்தப் படக்கூடிய காரியங்களில், தலையிட்டு, குட்டை குழப்பிவிட்டு, ஒரே அவல இறைவாக அடித்துவிட்டுப் போகிறார்கள்! பிறர் மனதிலே வெறுப்பை சாச்வதமாக எழுப்பிவிட்டு மறக்க முடியாத கசப்பாகக் குடியேற்றி விட்டு எதற்காகப் போகிறார்கள்?"

தூரத்தில் அலைமீது கட்டுமரங்கள் திரும்பிக்கொண்டிருந்தன. அடிவானத்திலிருந்து நாலைந்து கட்டு மரங்கள் முளைத்துக் கொண்டிருந்தன. கரையருகில் வந்து கட்டுமரம் ஒன்று நினைத்த இடத்தில் ஏற முடியாமல் தள்ளித் தள்ளிப் போய்க்கொண்டிருந்தது. நீ கரைக்குப் போய்ச் சேர்வாயா பார்ப்போம் என்று வெள்ளை நுரையால் சிரித்துக்கொண்டே, அதை ஒதுக்கித் தள்ளிச் சென்றது ஒரு அலைப்பாம்பு.

"குழந்தே" என்றார் பெரியசாமி.

பாலி திரும்பினாள்.

"நீ சொல்றது எனக்கு ஒரு வழியிலே பார்த்தா ஆச்சர்யமா இல்லே. நாங்கள்ளாம் கூத்தாடி ஜாதின்னு ஒரு சாதாரண வார்த்தையா சொல்லிக்காம, வேறு ஏதோ சொல்லிக்கறோம்.

தி. ஜானகிராமன்

எங்களுக்குச் சொந்தம் கிந்தம்கறதெல்லாம் உங்க முறைப்படியிருக்காது. கூடப்பிறந்த அண்ணன், தம்பி, தங்கைன்னு சொல்றதெல்லாம் ஒரு அளவுக்குத்தான். இந்த மாதிரி இடைஞ்சல்களைப் பத்தி நாங்கயோசிக்கிறதே கிடையாது. உங்க மாதிரி மனசிலே கஷ்டம் தொந்தம் வரப்படாது எங்களுக்கு. அநேகமாக வர்றதுமில்லே. அந்தந்த சமயத்துக்கு எது சுகமோ, அதை அனுபவிக்க வேண்டியது. யாரு என்னன்னு மனசைப் போட்டு அலட்டிக்கப்படாது. அலட்டிக்கிறதே பாவம்னுகூடச் சொல்லாம். தேவடியான்னு பிறந்தா சொத்து இருக்கறவரைக்கும் முகங்கொடுத்துப் பேசுவா, அப்புறம் நடுத் தெருவிலே விட்டுடுவான்னு பழங்கதையெல்லாம் சொல்லுவாங்க. நெஜம் அது இல்லே. நாலு களுதைங்க சொத்து பணம்னு ஆசைப்படலாம். சொத்தும் சுதந்திரமுமா இருக்கணும்னு சுகமா, ஆடம்பரமா ஜீவனம் பண்ணனும்னு ஆசையிருக்கிறதும் தப்பில்லே. எங்களுக்கு நிஜமா அந்த ஆசை கிடையாது. ஒருத்தரோடு அவுராத முடிச்சா முடிஞ்சுக்கிட்டு உக்காந்துகிட்டா அப்பறம் இந்த ஆட்டம் பாட்டம் எல்லாம் ஒரு எளவும் வராது. அப்படியே ஸ்தம்பிச்சுப் போயிரும் . . .”

சிறிது நேரம் பேசாமல் உட்கார்ந்திருந்தார் பெரியசாமி. பிறகு சொன்னார். “அதிகமாகப் பேசுகிறதும் எனக்கு உசிதமாகப் படலே. இந்த வித்தை ரொம்ப வேடிக்கையான வித்தை. கட்டுப்பாடும் வேணும் இஷ்டப்படியும் இருக்கணும். சாமிக்கே நீ சொந்தம்னு ஒரு பெண்ணைக் கொடுத்திடறவங்க, இந்தக் கட்டுப்பாடுதான் வேணும்கிற ஒரு பாவனையிலே, ஒரு தீர்மானத்திலேதான் கொடுத்தாங்க. இந்த உடம்பைச் சொன்னபடி கேக்கறதுக்காக, இந்தவித்தைக்கு அதிதேவதையா ஒண்ணு இருக்கே, அதனுடைய இஷ்டப்படி உடம்பு வளையணும். அதுக்காகத்தான் மனுசன்கிட்டே போகாதேன்னு ஒப்படைச்சாங்க ஆண்டவனுக்குக் காணிக்கையா. ஆனா அது பஞ்சாக்னி மத்தியிலே தபசு பண்றாப்பல. அது உடம்பை வருத்து அனலா எரிச்சுப்பிடும் அப்படியாப்பட்ட கட்டுப்பாடு தான் முதமுதல்லெ விதிச்சுது. ஆனா அது எத்தனை பேருக்குத் தாங்கும்? முடியலேன்னு மனுசாளோட வாழ ஆரமிச்சாங்க. அப்படி இறங்கிப்பிட்டோம்னு தெரிஞ்சுதுன்னா, எத்தனையோ பேர் தாங்கறதுக்குக் காத்துக்கிட்டிருக்காங்க. இவனுக்கு நம் மேலே ஆசை ஜாஸ்தியா அவனுக்கு ஜாஸ்தியான்னு உட்கார்ந்து அழறதுக்குப் போது இல்லே. அழுதுக்கிட்டிருந்தா காரியம் கெட்டுப்போயிடும். அதனாலெ எங்கெங்கே சுகம் கிடைக்கிறதோ, அங்கங்கே ஹோட்டல்லெ சாப்பிடறமாதிரி அடைஞ்சுக்கிட்டுப் போக ஆரமிச்சாங்க. இந்த வித்தையிலே இறங்கறவங்க – ஒண்ணு முழுக்கட்டுப்பாட்டோட இருக்கணும். இல்லே கட்டெல்லாம்

அறுத்து எரிஞ்சுப்பிட்டு இஷ்டப்படி இருக்கணும். நடுவாந்தரமா இருக்கிறதெல்லாம் சாத்யமில்லே. வக்கீல் ஐயா பத்து வருஷம் முன்னாடி சொல்லிக்கொடு குழந்தைக்குன்னு சொல்றப்ப ஒப்புக்கிட்டேன். ஆனா, வரவர இந்த மாதிரி எண்ணங்கள்ளாம் எனக்கு வந்ததுண்டு. இருந்தாலும் ஆரமிச்ச காரியத்தைச் சரியாச் செய்திரணும்னுதான் நான் சொல்லிக்கொடுத்திட்டேன்.”

பெரியசாமி மறுபடியும் மௌனமாகிவிட்டார்.

“மாமா, நீங்க இருக்கிறதைச் சொல்றீங்க.”

“ஆமாம் குழந்தே. நீ கேட்க நினைச்ச கேள்விக்கு நான் நேரடியா என்ன பதில் சொல்ல முடியும்?”

தாங்க முடியாத கொடுமையும் எல்லையில்லாத இரக்கமும் அந்தக் கேள்வியில் இருமுகக் கடவுள் மாதிரித் தலையை நீட்டிக் கொண்டிருக்கும் காட்சியைக் கண்டு பாலி திகைத்துப் போய் உட்கார்ந்திருந்தாள்.

“இதுதான் குழந்தை நடப்பு. சமாதானம் யாராவது சொல்றேன்னு ரொம்பப் படிச்சவங்க சொன்னாலும் சரி, ரண்டுக்கும் நடுவிலே ஆசாரமா ஒரு வழி காட்டறேன்னு யாராவது வந்தாலும் சரி, அவங்ககிட்டியும் இதையே தான் நான் சொல்லிட்டிருப்பேன். ஒண்ணு மனசைக் குண்டுக்கட்டா கட்டி ஆண்டவன்கிட்ட இந்தாடாப்பா உம்பாடு பத்துன்னு கொடுத்திரணும். இல்லே அதைக் களுத்திலே ஏறிக் குந்திக்கிட்டு சவாரி பண்ணவிட்டு, அது போகச்சொல்ற இடத்திலே போயிட்டிருக்கணும். நீ சொல்ற எல்லா இடத்துக்கும் அலையமாட்டேன். சிலதுக்குத்தான் போவேன்னு ஒப்பந்தம் பண்ணிக்கிறதுன்னு இந்த விஷயத்திலே முடியாது. உங்கப்பாவுக்கு ரொம்ப சாந்தமான சுபாவம். நீயும் நல்ல புத்திசாலி. குழந்தே குழந்தேன்னு கூப்பிடறேன். ஆனா, நீ நல்லாப் படிச்சு யோசிக்கிறே . . . ஒரு தினுசில பார்க்கப் போனா நாம எல்லாரும் ஆண்டவனோட குழந்தைங்கதான். குழந்தைங்க பெரியவங்க, படிச்சவங்க, ராஜ்யம் ஆள்றவங்க, நீதி வாடிப் போயிடாம காப்பாத்தறவங்க. பல்லு விழுந்த கிழம் கட்டைங்க – எல்லாரும் ஆண்டவனோட குழந்தைங்க. அவருதான் நமக்குச் சொல்லிக்கொடுக்கணும் . . . அவங்கவங்களுக்கு எது நல்லதோ அதுக்கு அப்பப்ப ஏதாவது தடயம்கிடைக்கும். வழி தெரியாம இருட்டிலே தவிக்கிறப்ப ஏதாவது வெளிச்சம் கிடைக்கும். ஆனா எப்ப கிடைக்கும்னு சொல்ல முடியுமோ? நாம கண்ணை விழிச்சுகிட்டுப் பாத்துக்கிட்டே இருக்கணும்.”

பாலி எங்கோ பார்த்துக்கொண்டிருந்தாள். ஆனால், மனம் முழுவதும் அவர் பேச்சில்தான் இருந்தது.

"நான் என்னமோ கண்டிப்பாச் சொல்றேன்னு வருத்தமா யிருக்கா குழந்தே?"

பாலி திரும்பவில்லை.

"சரி; கிளம்பலாம் குழந்தே – நாழியாச்சு" என்று எழுந்து விட்டார் அவர். அவளும் எழுந்தாள்.

தன்மீது திடீர் என்று ஏதாவது கசப்பு ஏற்பட்டுவிட்டதா அவருக்கு என்று சிறிது கலங்கினாள் அவள். ஆனால், அவர் குரல் அப்படி ஒன்றும் சொல்லவில்லை. சம வயதினருடன் பேசுகிற உரிமை அது, கண்டிப்பு அது என்று அவளுக்கு உணர்ந்து ஆறுதல் கொள்ள முடிந்தது.

மணலைவிட்டு நடக்கும்போது அவர் கேட்டார்:

"ராஜாவைப் பார்க்கறதுண்டா?" சாதாரணமான, க்ஷேமம் விசாரிக்கும் குரல்தான்.

"எப்போதாவது வருவார் . . . இப்ப அதிகமாக வருகிறதில்லை. ஆனால், இரண்டு மூன்று தடவை வந்தாராம். இன்னொரு சிநேகிதி என்னோடு வாசிக்கிறாள். அவளுக்கு அறிமுகப்படுத்தி வைத்தேன் . . . அவளை வந்து இரண்டு மூன்று தடவை பார்த்து விட்டுப் போனாராம்."

"உன்னோட படிக்கறவங்களா?"

"எனக்கு ஒரு கிளாஸ் மேலே."

"சரிதான்."

சாயங்காலக் கூட்டம் நெறிந்துகொண்டிருந்தது திருவல்லிக்கேணிக் கடற்கரையில்.

"உனக்கு நேரமாயிட்டாப்பல இருக்கே குழந்தே?"

"ஆமாம் மாமா."

"வேற ஏதாவது சொல்லணும்னு நினைச்சியா?"

"நினைச்சேன்."

"சொல்லப்படாது?"

"இப்ப ஒரு சிநேகிதின்னு சொன்னேனே, அவகிட்ட வக்கீல் மாமா பேரன் ரொம்ப ஈடுபட்டிருக்காங்க."

"அப்படியா?"

"அதினாலேதான் இப்ப இந்தப் பக்கம் வந்தாக்கூட என்னைப் பாக்கறதில்லை."

"அதுவும் நல்லதுக்குத்தானே?"

"அப்படியா சொல்றீங்க மாமா?"

"குழந்தே நான் ஒண்ணு சொல்றேன் கேக்கிறியா?"

"கேக்கறேன்."

"இது கட்டளை மாதிரி."

"சொல்லுங்க மாமா."

"தினமும் எப்ப படுக்கப்போறே நீ?"

"பதினொரு மணிக்கு."

"அதுவரையில் படிக்கிறியா?"

"ஆமாம்."

"படிப்பைக் கொஞ்சம் முன்னாடி முடிச்சிட்டு ஒன்பது மணியிலேர்ந்து ரண்டு மணி வரைக்கும் சாதகம் பண்ணு. அதையே நடராஜாவுக்கு ஒரு பிரார்த்தனை மாதிரி வச்சுக்க. ஒரு நாள்கூடத் தவறப்படாது."

"இப்ப நானும் கடுமையா சாதகம் பண்ணிட்டுத் தானே இருக்கேன்?"

"தெரியுது, ஆனா, தினமும் நான் சொல்றாப்பல சாதகம் பண்ணணும்; உடம்பு ரொம்ப முடியலேன்னு இருந்தா வேண்டாம்."

"செய்யறேன்."

"நம்ம ஊர் மனுஷங்க ஒருத்தரையுமே கொஞ்ச நாளைக்கு நினைக்க வாண்டாம். உங்க அத்தை, தங்கராஜு, வக்கீல் மாமா, அவர் பேரன் – இவங்களையெல்லாம் கொஞ்ச நாளைக்கு நினைக்காம இரு; நினைவு வந்ததுன்னா உடனே ஏதாவது ஒரு பாட்டை எடுத்துகிட்டு மனசுக்குள்ற அதுக்கு எப்படிக் கையும் காலும் கல்பனை பண்ணலாம்னு யோசிச்சுப் பாரு."

"செய்யறேன். ஆனா யாராவது நினைவிலே வராட்டியும் எதிரேயாவது வராங்களே. இன்னிக்கி நான் ட்ராம்லெ வர்றப்ப, எங்க ஊர் பொம்பிளை ஒருத்தி வீதியோட போறதைப் பார்த்தேன் . . . உங்களுக்குத் தெரியுமா? எங்க ஊர்லெ ஒரு பெரிய மனுஷன் இருந்தாரு நல்ல தெம்புள்ளவரு . . . அவரைக் குத்திக் கொலை பண்ணிப்பிட்டாங்க."

"உங்கப்பா ஏதோ ஒரு நாளைக்குச் சொல்லிட்டிருந்தாங்க?"

"அவருக்கு ரொம்ப வேண்டியவங்களாயிருந்து கடைசியிலே அவரைக் கோர்ட்டிலே கொண்டு நிறுத்தினா ஒரு பொம்பிளே.

அவரைக் கொலை பண்ணினது அவள்தான்னு எல்லாருக்குமே சந்தேகம். ஏன்னா அன்னையிலேருந்து அவளை ஊரிலே காணுமாம். புருஷனையும் ஒரு பெரிய குழந்தையையும் விட்டுட்டு, எங்கியோ போயிட்டா. போலீஸ் அவளைத் தேடிக்கிட்டிருக்கு. இன்னிக்கி சாயங்காலம் அவளைப் பார்த்தேன் ட்ராம்லெ வர்றபோது . . . எனக்கு உடனே பழசெல்லாம் நினைவு வந்தது. அவளைக் கெடுத்த அந்தப் பெரிய மனுஷன் தான் எங்கப்பாவை யும் தொந்தரவு பண்ணிட்டிருந்தான். அவன் தொந்தரவு பொறுக்காமதானே நாங்க ஊரையே விட்டு வந்தோம்."

"தெரியும் குழந்தே . . . நீயே ஒரு தடவை சொல்லி யிருக்கியே . . . எதுக்காக இந்தப் பேச்சு வந்தது? ஆமாம் – யாராவது வந்து பழைய நினைவு, முகம் எல்லாம் கிளப்பி விடறாங்கன்னு சொன்னே, என்ன செய்ய? அவ்வளவு நறுக்குத் தெறிச்சாப்பல, நம்ம இஷ்டப்படி நம்ம ஜன்மம் அமைஞ்சுதுன்னா, அப்புறம் பிறவியெடுத்ததுக்கு என்ன தான் அழகு இருக்கு? . . . மருந்துன்னு வியாதி வந்துதுன்னா கொடுக்கறாங்க. அதை உள்ர வாங்கி பிரயோஜனம் அடையற வக்கு உடம்புக்கிருந்தாத்தான் அதுக்குப் பெருமை. அந்த மாதிரிதான் எல்லாம். நம்மை நாமே தான் தேத்திக்க முடியும். உசத்திக்க முடியும். நமக்கு நாமதான் காவல், பலம் எல்லாம்."

சற்று நின்று ஜனசமுத்ரம் அங்குமிங்கும் ஊர்வதைப் பார்த்துக்கொண்டே இருவரும் நின்றார்கள். ஐந்து நிமிஷம் அப்படியே கழிந்தது.

"இவங்களுக்கெல்லாம் இல்லாத கவலை நமக்கு வந்திருந்தா என்ன? குழந்தே, தைரியமாயிரு. நான் சொல்ற மாதிரி செஞ்சிட்டு வா. தானே புரியும் வழி . . . அப்புறம், நாளைக்கும் சிந்தாதிரிப் பேட்டைக்கு வாயேன்."

"வரேனே."

"கட்டாயமா வருவியா?"

"கட்டாயமா."

"சரி . . . அப்ப, நான் வரட்டுமா?"

"வாங்க . . . உங்களோடு உட்கார்ந்து பேசிக்கிட்டே இருக்கணும் போலிருக்கு. சமுத்ரத்தை எத்தினி நேரம் உட்காந்து பாத்துக்கிட்டிருந்தாலும் அலுக்காது. சூரியோதயம் அஸ்தமனம், தூரத்துமலை – இதுங்களையும் எத்தினி நேரமானாலும் உக்காந்து பாத்துக்கிட்டேயிருக்கலாம். நினைவு, மனசிலே ஓட்டம், அசைவு – ஒண்ணுமேயில்லாம சூன்யமா, நிம்மதியா இருக்கும். அந்த மாதிரி எத்தினி நேரம் வேணும்னாலும் உக்காந்துகிட்டேயிருக்கலாம்.

அதேமாதிரிதான் உங்க கிட்டவும் இருக்கு. நீங்க பேசறது புரியுதோ, புடிக்குதோ – சும்மா உட்காந்துகிட்டே இருந்தாப் போதும்."

"அப்படியெல்லாம் சொல்லாதே குழந்தை. சொல்லிக் கொடுக்கறவங்ககிட்ட இப்படி மரியாதையாயிருக்கிறது நம்ம நாட்டிலே அதிசயமில்லை. ஆனா, உனக்குக் கொஞ்சம் அதிகமா யிருக்கு ... சரி, வா குழந்தே ... நாளைக்குக் கட்டாயமா வந்திரு" என்றார் பெரியசாமி.

இருவரும் பிரிந்ததும் பாலி வேகமாக நடக்கலானாள். அவர் சொன்னது ஒவ்வொன்றையும் நினைத்துப் பார்த்தாள். விசித்திரமாக இருந்தது. நடுவாந்தர வழியே கிடையாதாம். மனசைக் குண்டுக்கட்டாகக் கட்டி ஆண்டிவன்கிட்ட கொடுத்து விட வேண்டும் – இந்த வித்தையின் அக்கரையைக் காண்பதற்கு – இல்லாவிட்டால் கட்டெல்லாம் அறுத்துவிட்டு, இஷ்டத்திற்கு இருக்க வேண்டும் ...

அப்படியா? நடுநெறியே கிடையாதா? அவர் சொன்னதில் சிறிது சூடுகூட இருந்தது ஒரு சமயம். ஒரு சமயம் – அவருக்கே பெரியசாமி என்று பெயர் – அவர் தாயார் காமகோடி பரதத்தில் பிரசித்தையாக இருந்தவள். அவருக்குத் தாயார் பெயர்தான் தெரியும். அந்த ஆத்திரமா?

ஆனால், அதிலும் அவர் லஜ்ஜைப்பட்டதாகத் தெரிய வில்லை. இப்படியிருப்பதுதான் நெறி, இந்த வித்தையைக் கையாள்கிறவர்களுக்கு என்கிறார்.

ஆனால், எனக்கு என்ன பதில் கிடைத்தது?

தங்கராஜன் ... ராஜா ...

திடீர் என்று அவளுக்கு ஒரு பழைய சம்பவம் கண்முன்னே வந்தது.

தஞ்சாவூரில் பெரிய கோயிலுக்குத் தெற்கே ஆறு வெட்டுகிற – வண்டிவண்டியாக மண்ணைப் பெயர்த்துத் தூக்குகிற – இயந்திரம் வந்திருந்தது. அதைப் பார்க்கப்போனார்கள் இருவரும். மேட்டில் நின்றிருந்த தங்கராஜன் கருப்பாக, வாட்டசாட்டமாகப் பளபளவென்று நின்றான். அவன் உருவம் நினைவிலிருக்கிற சில தோற்றங்களில் இதுவும் அவள் உள்ளே ஆழப் பதிந்திருந்தது. அந்த மேட்டில் நின்றுகொண்டே பயங்கரமாக அன்று அவன் சொன்ன ஒரு சொல்!

28

அகழியின் மேட்டில் இருவரும் நின்று கொண்டிருந்தார்கள். கீழே கிடுகிடுவென்று மூளையைச் சுழற்றுகிற பள்ளம். மண்ணைப் பெயர்கிற ராட்சஸ இயந்திரம் ‘கடுகடுகடுகடு’வென்று கழன்றது. எட்டுத் திக்கும் வட்டமாகச் சுழல்கிற அதன் கையிலிருந்து இறங்கிற்று ஒரு பாத்திரம் – இரும்புப் பாத்திரம். ஐம்பது வண்டி மண்ணை ஒரே அள்ளலில் அள்ளுகிற அந்தப் பாத்திரம் மீண்டும் உயர்ந்து அந்தரத்தில் தொங்கி நகர்ந்து கொண்டே கரையில் மண்ணைக் கொட்டிவிட்டு மீண்டும் திரும்பிற்று. வெள்ளையும் பழுப்புமாக இருந்த சுண்ணாம்பு மண்ணும் செப்பூறாம் மண்ணும் கலந்து கரை மீது குவிந்துகொண்டிருந்தன. கரைக்கும் பள்ளத்திற்கும் மாறி மாறி ஊசலாடிய அந்த ராட்சச கரத்தை வேடிக்கை பார்க்க அங்குமிங்கும் கும்பல்கள் கண்ணை அகட்டிப் பார்த்து நின்றன. கடைசியில் வியப்பும் அடங்கி அந்தப் பார்வைகள் கட்டுண்டவைபோல் சும்மா பார்த்துக்கொண்டிருந்தன. எத்தனை நேரம்தான் பார்க்குமோ! அவளும் தங்கராஜனும்கூட அப்படித் தான் பார்த்துக்கொண்டு நின்றார்கள் – அலுக்காமல் சலிக்காமல், தலைக்குமேல் போகும் அந்த ஐம்பது வண்டிப் பாத்திரத்தை அண்ணாந்து பார்த்தார்கள்.

“இது அப்படியே அறுந்து அந்தத் தாண்டவன் தலையிலே விழணும்” என்றான் தங்கராஜன்.

அறுந்து என்று சொல்லும்போதே அவள் கைதானாக அவன் தோளைப் பற்றிற்று. அவன்

முழுவதும் சொல்லி முடித்ததும் அவன் முகத்தைப் பார்த்தாள். முதலில் சிரித்துக்கொண்டு உற்சாகமாகச் சொன்ன அந்த முகத்தில் கடுமையும் ஆற்றாமையும் தவித்தன.

"அப்படித்தானே, தண்டனை கிடைக்கப்போவுது அவனுக்கு – நரகத்திலே" என்றாள் அவள்.

"இந்த ஜட்ஜ் விட்டுட்டானே அந்த, அந்தக் கொலை பாதகனை, அப்பா – நினைச்சாலே வயித்தை என்னமோ பண்றது. அவனை எப்படி விடுதலை பண்ண மனசு வந்தது அவனுக்கு. தலைப்பா, கோட்டு சம்பளம் எல்லாம் கொடுத்து இதுக்காகவா கொண்டாந்து வச்சாங்க அந்த ஆளை" என்று உதடு நடுங்க, முகம் கோணச் சொன்னான். கையாலாகாத நீதியை நினைந்து அவன் உயிர், உடல் எல்லாம் படபடத்தன. "அப்படியே இந்த க்ரேன்லே இருக்கிறது அறுந்து, நேராக அவன் தலையிலே விழவாணாம்? நாம பாக்க வாணாம்?"

அந்த விழுகிற காட்சியின் கோரத்தை மனக்கண்ணால் கூட காண முடியாமல் கண்ணை மூடிக்கொண்டாள் பாலி.

"அதைப் பாக்க வேற வேணுமா?"

"ஆமாம்."

"வாண்டாம். சொல்லாதீங்க... வாண்டாம்" அவள் உடல் பதறிற்று. தங்கராஜன் அவளைத் திரும்பிப் பார்த்தான்.

"ஏன் பாலி, பயமாயிருக்கா?"

"அய்யோ – எனக்கு நெனக்கிறப்பவே நடுங்குது."

"அந்தத் தாய், தகப்பன் மனசு என்ன பாடுபட்டிருக்கும்? ரெண்டு பாறாங்கல்லுக்கும் நடுவிலே அதை அந்தத் தோப்பன் காரன் பார்த்தான். பெத்தவளும் பாத்தா."

"ஆமா."

"பின்னே சொல்றியே? அதைவிட இது கோரமாப் போயிடுமா?"

"வாண்டாம். வேற ஏதாவது நல்லதா பேசுங்க."

"இப்ராஹிம் லோடி இவங்கள்ளாம் என்ன பண்ணுவாங்களாம் தெரியுமா? குத்தம் பண்ணினவங்களை நிக்கவச்சு ஒரு குடத்திலே கையை விடச் சொல்லுவாங்களாம். அந்தக் குடத்திலே ஏழெட்டு நாகப்பாம்பு – பல்லுப் பிடுங்காத – பத்து நாளாப் பட்டினி போட்ட – நல்ல பாம்புங்க கிடக்குமாம்."

"ஐயோ வாண்டாம்."

“ஏன்? அந்தக் குழந்தையை அப்படி செஞ்சவனுக்கு அந்த மாதிரி தண்டனை குறச்சலாப் போயிடுமா?”

போன வருஷம் நடந்த வழக்கு அது. நாய்க்கர் மாமாவுக்குத் தூரத்து உறவு ஒருவர். அவர் வீட்டுக்கு அடிக்கடி வந்து கொண்டிருப்பான் தாண்டவன். ராஜங்காட்டிலிருந்து நாலைந்து மைலில் ஒரு கிராமம். பெரிய கிராமம் அது. அங்கு அவர் வீட்டுக்கு அடிக்கடி வருவான் தாண்டவன். போன சித்திரையில் நாலைந்து நாள் வந்து சாப்பிட்டுத் தங்கியிருந்தான். வீட்டுக்காரரின் பெண் குழந்தையோடு விளையாடிக் கொண்டிருப்பான்.

ஐந்தாம் நாள் பொழுது சாயும் சமயத்திற்கு வந்தான். எங்கெங்கோ போய்ப் பேசிவிட்டு, வீட்டுக்காரரோடு அரைமணி நேரம் பேசிக்கொண்டிருந்துவிட்டு “ஊர்லே கருட சேவை மாமா நாளைக்குக் காலமே. நான் போய்ட்டு வர்றேன்” என்றான்.

“ஆமாண்டா. இத்தினி நேரத்துக்குமேல் என்னடா? இன்னும் கொஞ்சம் போச்சுன்னா இருட்டிப் போயிடும். எல்லாம் காலமெ போயிக்கலாம்.”

“காலமேதான் மாமா சாமி புறப்பாடு – விடியகாலமே. காலமே முழிப்புக் கொடுத்துப் போக முடியாது. இப்பவே கிளம்பிடறேன்” என்று பிடிவாதம் பிடிக்கவே “சரி, சாப்பிட்டுட்டுக் கிளம்பு” என்றார் அவர். கூடவே தானும் உட்கார்ந்து சாப்பிட்டுவிட்டு விருந்தாளியை அனுப்பினார் ஒரு வண்டியைக் கட்டி.

“வண்டி என்னாத்துக்கு மாமா?”

“வண்டி உனக்காக அனுப்பலேடா தம்பி. வட்டச்சேரி ஆளு ஒரு மூட்டை மஞ்சளும் மல்லியும் கொடுக்கிறேன்னான் விலைக்கு. உங்க ஊர் தாண்டித்தானே போகணும். அப்படியே உன்னையும் இறக்கிவிட்டாப்பல இருக்கும்.”

“அப்படின்னா சரி... அப்ப நான் வர்றேன். எங்கே பாப்பா? அதுகிட்டியும் சொல்லிக்கிட்டுப் போயிடறேன்.”

“அது சின்னப் பாட்டி வீட்டுலெ கதை கேட்டுக்கிட்டிருக்கும்.”

“சரி சரி.”

தாண்டவன் போய்விட்டான்.

குழந்தை வெகு நேரமாகியும் வரவில்லை. சின்னப்பாட்டி வீட்டிலும் இல்லை. மற்ற வீடுகளிலும் இல்லை. தேடத் தொடங்கி னார்கள். நேரம் ஆக ஆகக் கவலை வலுத்தது. மறுநாட் காலையில் சிவன் கோயில் மதிலண்டை வைக்கோல் போருக்கும் மதிலுக்கும் இடையில் ஒரு பாறாங்கல் – அதன் மீது படுக்கையில் குழந்தை – அதன்மீது இன்னொரு பாறாங்கல் – இந்தக் காட்சிதான்

தெரிந்தது. இடையில் பட்டுப் பாவாடை, போட்டிருந்த கைக் காப்பு, சங்கிலி, மூக்குத்தி, கொலுசுகளைக் காணவில்லை.

விசாரித்தபோது சிவன் கோயிலுக்குள் யாரோ அவளை அழைத்து வந்ததாகத் தாண்டவனை அடையாளம் சொன்னான் ஒரு மாடு மேய்க்கிற பையன். ஜோஸ்யம் பார்த்தார்கள். போலீசுக்குப் புகார் செய்தார்கள். தாண்டவனைத் தேடிக்கொண்டு போனார்கள். 'அப்படியா அப்படியா!' என்று மாலை மாலையாகக் கண்ணீர் வடித்தான் தாண்டவன். இன்ஸ்பெக்டர் ஓங்கி, ஒரு அறை விட்டதும் ஆள் அதிர்ந்து உண்மையைக் கக்கிவிட்டான். காரியத்தை முடித்துவிட்டு, அவர் வீட்டிலேயே சாப்பிட்டுவிட்டு குழந்தையையும் விசாரித்துவிட்டு, அவர் வீட்டு வண்டியிலேயே போயிருக்கிறான் தாண்டவன். ஜில்லாவே கூடின வழக்காக நடந்தது. முன்னால் எல்லாவற்றையும் ஒப்புக்கொண்டவன் பாதி வழக்கில் போலீஸ் கட்டாயத்திற்காகச் சொன்னது என்று திருப்பிக் கொண்டுவிட்டான். வழக்கில் சாட்சியில்லை. ஆயுள் தண்டனை கூட இல்லை. அதற்கும் குறைவான காலம். அதுவும் அப்பீலில் முழுவதும் இல்லாமல் போய்விட்டது. நகை ருஜூகூட நீதி வழங்கவில்லை. சட்டத்தின் முஷ்டியால் தாக்குண்டு உண்மை இடுப்பொடிந்து விழுந்தது.

தங்கராஜன் மனது இப்போது புகைந்தது. அதை நினைத்துத் தான். "ஊர் உலகத்திற்கெல்லாம் தெரியும் குற்றவாளி யாரென்று. யார் என்ன செய்ய முடிந்தது?"

"உங்களுக்கு ஏன் திடீர்னு அது ஞாபகம் வந்தது?" என்று கேட்டாள் பாலி.

"இந்த மாதிரி பெரிசா ராட்சஸ ரூபமா ஏதாவது பார்த்த வுடனே அதை எப்படி நல்ல காரியத்துக்கு உபயோகப் படுத்தலாம்னு யோசனை வரதிலே என்ன தப்பு?" என்று மீண்டும் அந்தரத்தில் மண்ணுடன் நகர்ந்துவரும் பெட்டியைப் பார்த்தான் அவன். அப்போது தாண்டவன் அங்கு வந்திருந்தால் அவனைக் கீழே நிற்க வைத்து, தானே இயந்திரத்தின் கொக்கியைக் கழற்றி அதை அவன் தலையில் தள்ளிவிட்டுவிடுவான் போலிருந்தது. அவனைப் பார்க்கும்போது – கண்ணில் அப்படி ஒரு ஆவேசம். ஆத்திர மின்னல்.

கடற்கரைச் சாலையில் நடந்துகொண்டிருந்தவளுக்கு அந்த ஆவேசத்தை நினைத்து முதுகுக்குள் ஒரு தடவை சொடுக்கிற்று.

அவனை நினைக்கும்போது பயமாகத்தானிருந்தது அவளுக்கு. ராஜங்காட்டிலிருந்து வந்த முரட்டு மண். ராஜங்காட்டு வளமெல்லாம், மூர்க்கத்தனமெல்லாம் திரண்டு

வந்துவிட்டதுபோல் ஒரு தோற்றம். ராஜங்காட்டுப் பாகல், வெண்டையெல்லாம் ஒரு முழம் நீளமிருக்கும்.

அவனுக்குச் சங்கீதம் கிங்கீதம் ஒன்றும் பிடிக்காது. பிடிக்காது என்றால் காதைப் பொத்திக்கொண்டு ஓடமாட்டான். ஆனால், யாராவது பாடினால் அவன் பாட்டுக்கு என்னமோ நடக்கிறது என்று உட்கார்ந்து கொண்டிருப்பான். அப்போது யாராவது பேச அகப்பட்டால் பேசிக்கொண்டிருப்பான். துளிக்கூட அசையாமல், புத்தகம் கிடைத்தால் வாசித்துக்கொண்டிருப்பான்.

ராமையாவுக்கே அதைக் கண்டு உதட்டில் புன்னகை ஒன்று வரும். எப்போதாவது நினைத்துக்கொண்டு லேசாகச் சிரிப்பார். "சின்னக் குழந்தையாயிருக்கிறப்பதான் அப்படியிருப்பான். யாராவது பாடிக்கிட்டிருந்தா அவன் ஒரு பக்கம் நெருப்பு பெட்டியிலே ஓட்டை பண்ணிக்கிட்டு கனகாரியமா காலண்டர் பண்ணிக்கிட்டிருப்பான். இல்லாட்டி தந்தி பண்றேன் பாருன்னு டப்பாவிலே ஓட்டை பண்ணிகிட்டு உக்காந்திருப்பான். இப்பவும் அப்படித்தான் இருக்கான். நமக்கும் அதுக்கும் என்னன்னு சொல்றாப்பலல்ல என்னமோ பண்ணிக்கிட்டிருக்கான்" என்று சிரிப்பார். சொல்லும்போது அவருக்குக் கோபமோ அலட்சியமோ இல்லை. பாட்டுப் பாடறவனுக்கு போட்டியா இப்படி ஒருத்தனைப் படைத்திருக்கிறானே என்று தெய்வக் குறும்பை நினைத்துச் சிரிக்கிற சிரிப்பு. உண்மைதான். சங்கீதம் எத்தனை அதிசயமோ, அப்படியே அதை அலட்சியம் பண்ணுகிறதும் அதிசயம் தானே . . .

அப்பாவுக்குச் சிரிக்க முடிகிறது.

எனக்கு சிரிப்பு மட்டும் வரவில்லை. ஏன், ஏன் இப்படி என்று உள்ளுக்குள் முனகல் கேட்கிறது.

பாலியின் உள்ளே மண்வெட்டும் இயந்திரம் தொங்கியவாறு நகர்ந்தது. இதயத்தின் மென்மை மீது அறுந்து விழுந்துவிடுவது போல பயமுறுத்தும் நிச்சயமற்ற ஊசலாக நகர்ந்துகொண்டிருந்தது.

ஐஸ் ஹவுஸைத் தாண்டி சிறிது தூரம் நடந்ததும், "எங்கே போய்ட்டு வரே பாலி!" என்று குரல் கேட்டுத் திடுக்கிட்டாள். திகைப்பு, இனிமை, ஆத்திரம் எல்லாம் கலந்த பார்வையுடன் திரும்பினாள்.

ராஜாதான் . . . ஆனால், எப்போது பார்க்கிறபோதும் முதல் முதல் காணும் உவகைக் கண்ணாக விரியும் கண்ணை இப்போது காணோம்.

"சௌக்யமா?" என்று நின்றாள் பாலி.

“சௌக்யம்தான். உன்னைப் பார்க்கணும்னுதான் உட்கார்ந்திருக்கேன்.”

“என்னையா!”

“நீ அப்படிக் கேட்பேன்னு தெரியும்.”

“ஏன்?”

“என்ன பாலி, வேடிக்கையாக இருக்கா உனக்கு?”

“இப்ப என்ன வந்தது வேடிக்கையில்லாமல் மூஞ்சியைத் தூக்கிட்டு அழ!”

“எனக்கு வேடிக்கையாகத் தானிருக்கு, ஒரு தினுசிலே பார்க்கப்போனா . . .”

பாலி ஒன்றும் புரியாமல் பேசாமல் நின்றாள்.

“நாலைந்து தடவை வந்தும் உன்னைப் பார்க்க முடியலியே” என்றான் அவன்.

“என்னைப் பார்க்காவிட்டா என்ன?”

“இனிமே உன்னைத்தான் பார்க்கணும்?”

“என்னத்துக்காம்?”

“இந்தச் செல்லம் பார்க்கிற பார்வை, பழகறது எல்லாம் எனக்கு என்னமோ போலிருக்கு?”

“ஏன் அவளுக்காகத்தானே கிண்டிக்கும் சமுத்ரக்கரைக்கும் நடையா நடந்தாகுது.”

“அப்படி நீ மட்டும் நினைச்சுக்கலே. அவளும் நினைச்சுண்டுதான் ஆபத்தாப் போயிடுத்து . . . உனக்கு நேரமாயிடுத்தா?”

“அப்படி ரொம்ப நேரமாகலெ.”

சற்றுத் தள்ளினாற்போல இருவரும் மணல்மீது உட்கார்ந்துகொண்டார்கள்.

“பாலி, என்னைப் புரிஞ்சிண்டிருக்கியோல்லியோ நீ?”

“இப்ப, என்ன அதைப்பத்தி!”

“நீ புரிஞ்சுக்கலெ.”

“இப்பதான் புரிஞ்சுபோச்சே.”

“இல்லெ பாலி. நீ சரியாப் புரிஞ்சிண்டிருந்தா அந்த செல்லத்தை என்னோட இப்படிப் பழக விட்டிருக்கமாட்டே.”

பாலி தலையைக் குனிந்துகொண்டு மௌனமாக மணலைக் கீறிக்கொண்டிருந்தாள்.

“நான் சாதாரணமாப் பழகறான்னு நெனச்சேன். நாலைந்து தடவையா உன்னை ஒதுக்கிவிட்டு வறதைப் பாத்து எனக்கு என்னமோ போலிருந்தது . . . சும்மா குறும்புக்காரின்னு முதல் முதல்லெ நெனச்சுது, அது இப்ப மாறிவிட்டது. பாலி, நான் செத்தாலும் உன்னை மறந்துடமாட்டேன்.”

சட்டென்று நிமிர்ந்தாள் அவள். ஏதோ சாதாரணமாகப் பேசிக்கொண்டிருந்தவனுடைய குரலில் திடீர் என்று ஒரு வெதவெதப்பும் நடுக்கமும் கேட்டன.

“பாலி, நான் உனக்காக தெய்வங்களையெல்லாம் பிரார்த்திச்சிண்டே இருக்கேன். எனக்கு எல்லாம் தெரியும். எது எப்படி நடக்கப் போறதோ? ஆகப்போறதோ? ஆனா, செத்து மடியறவரைக்கும் தனியா நின்னு காத்திண்டிருப்பேனே ஒழிய, இந்த மாதிரி மாத்து வழிக்கெல்லாம் படிஞ்சுட மாட்டேன் . . . இதபாரு . . . இன்னிக்கிச் சொல்றேன். நீ எங்க வீட்டுக்கு முதமுதல்லெ வந்து இத்துனூண்டு பொண்ணா நின்னுண்டு ஆடினே பாரு. அதிலேர்ந்து எனக்கு ஒண்ணொண்ணும் நினைவிருக்கு. அந்த சின்ன வயசிலெ கலியாணம் கிலியாணம்னு எண்ணம் எல்லாம் வருமான்னு நீ நினைக்கலாம் வரும் – வரும். எங்கம்மாவுக்கு அப்படித்தான் நடந்தது. எங்கப்பாவும் அம்மாவும் தூரத்து உறவு. எங்க பாட்டி வீட்டுக்குச் சொத்து சுதந்திரம் ஒண்ணும் கிடையாது. அவ ஏழு வயசுப் பொண்ணாயிருக்கறபோது தஞ்சாவூருக்கு வேற யாரோ ஒரு உறவுக்கார வீட்டுக்கு வந்தாளாம் அவ பாட்டியோட. ஒரு நாளைக்கு எங்க வீட்டுக்கு அந்த பாட்டி வந்தாளாம் பேத்தியை அழைச்சிண்டு – சொந்தக்காரா, பாத்துவிட்டுப் போலாம்னு வந்தாளாம். அப்ப எங்க தாத்தாவுக்கு பதினாலு வயசாம். ஊஞ்சப்பலகையிலே உட்கார்ந்து நோட்டிலே கணக்குப் போட்டுண்டிருந்தாராம். நீங்க யாருன்னு கிழவியைப்பாத்துக் கேட்டுண்டே எங்க பாட்டியைப் பார்த்தாராம் தாத்தா. அவ்வளவுதான் நாலு வருஷம் கழிச்சு கலியாணம் நடந்தது. எங்க பாட்டியோட அம்மா வந்து கலியாணம் ஆனவுடனே கிடுகிடுன்னு ஓடிவந்து எங்க தாத்தாவுக்கு அப்பாவை நமஸ்காரம் பண்ணி, ‘மாமா, சொன்னா நீங்க நம்பறேளோ என்னமோ . . . ஏழு வயசுக் குழந்தையிலேந்து இந்தப் பொண்ணு சொல்லிண்டிருக்கு. வேடிக்கையாய்ப் பேசுற போது, ‘நான் அவனைத்தான் கலியாணம் பண்ணிப்பேன்னு சொல்லிண்டிருக்கும். ஏதோ குழந்தை பேத்தறதுன்னுதான் நான் நினைச்சுண்டிருந்தேன். நமக்கு இந்த இடம் எப்படிக் கிடைக்கும். மலைக்கும் மடுவுக்கும்னு நெனச்சிண்டு. சரிதாண்டி போடின்னு மறந்துடுவோம். ஆனா, குழந்தை அப்படி நினக்கலே. நான் அவனைத்தான் பண்ணிக்கப்போறேன்னு போன வருஷம்

புடிவாதமாகச் சொல்ல ஆரம்பிச்சுது. அதுக்குத் தெரியுமா முடியாததுக்கு ஆசைப்படப் படாதுன்னு. ஆனா. திருப்பித் திருப்பிச் சொல்லவே, மாமியார் ஒருநாள் சொன்னா, 'போய்க் கேட்டுப்பாரேண்டா. அதிலே என்ன தப்பு? அவா அந்தஸ்தை நினைச்சுண்டு பயந்திண்டேயிருக்க முடியுமா? குழந்தை என்னமோ சொல்லிண்டே இருக்கே. போய்க் கேட்டுப் பாரேன், இஷ்டமிருந்தா சரிங்கறா – இல்லேன்னா ப்ராப்தப்படி நடந்துட்டுப் போறது. நாம கேக்காததனாலே போச்சுன்னு அப்பறம் வருத்தப்படவாண்டாம் பாரு'ன்னு மாமியார் அவரைப் போட்டுத் தொளைச்சு எடுத்துப்பிட்டார். முன்னாடி அவருக்கும் போக யோசனையாத்தானிருந்தது. கடைசியிலே 'சரி என்னதான் ஆறது பார்ப்பம்னு' தான் உங்களை வந்து கேட்டார். 'என் குழந்தை பார்வதி மாதிரி பண்ணின தபஸ் வீணாப் போயிடலே மாமா. ஏழு வயசிலேந்து அப்படி ஒரு ஆசையை ஏத்தி வச்சிண்டு எந்த தெய்வத்துக்கெல்லாம் பூஜை போட்டுதோ அது'ன்னு கண்ணாலெ ஜலம் விட்டுண்டு பேச முடியாம தவிச்சாளாம் எங்க பாட்டியோட அம்மா, எங்க தாத்தாவோட அப்பாட்ட நின்னுண்டு."

அவன் சொல்லுவதைக் கேட்டு பாலிக்கே கண்ணால் கரகரவென்று நீர் வழிந்தது. தொண்டையை வலித்தது. முன்றானையால் கண்ணைத் துடைத்துக்கொண்டாள்.

நல்லவேளையாக மேலே அவன் பேசவில்லை. அந்த அனுபவத்தில் திளைக்க மௌனம் தேவையாயிருந்தது. சிறிது நேரம் கழிந்தது.

"ஏழு வயசுக் குழந்தையா?" என்றாள் பாலி அவனைப் பார்த்து.

"அப்ப ஒரு தடவை அப்பாவை பார்த்ததுதானாம் அம்மா."

"இதெல்லாம் யாரு சொன்னா உங்களுக்கு?"

"என் தங்கைட்ட சொன்னாளாம் பெரிய பாட்டி."

"அப்பா! கேக்கறபோதே கங்கையிலே குளிக்கறாப்போல இருக்கு. நீங்களும் எத்தனை அனுபவிச்சு அதைச் சொல்றீங்க."

"ஆமாம் பாலி. எனக்கு அனுபவிக்க முடியறது. நானும் அதேபோல – எங்க பாட்டிபோல பன்னண்டு பதிமூணு வயசிலேர்ந்து தபஸ் பண்ணிண்டிருக்கேன்."

இருதயத்தில் குப்பலாக தாமரை மொட்டுக்களை வைத்து அடைத்தாற் போலிருந்தது அவளுக்கு. அந்த புஷ்பத்தின் மெல்லிய கந்தமும் மிருதுவான அடைவும் நெஞ்சத்தில் புகுந்து திணிந்து கொண்டன. இங்கு நீர் வீழ்ச்சியின் தாக்கு இல்லை. மனதை

வாரிக்கொண்டு போகிற வேகமில்லை. அமைதியாக, மெல்ல மெல்ல வந்தன அந்தச் சொற்களும், அச்சொற்களின் பொருளும். ஆனால், தட்ட முடியாத பலத்துடன் வந்து புகுந்தன. குழந்தை வருவதைப் போல. அந்தச்சுமையைச் சுமந்துகொண்டு தவித்ததில் அரை நாழிகைக்குமேல் சென்றுவிட்டது. அலைகளும் சூழ்ந்த ஓசைகளும் அந்த அரை நாழிகையில் ஓய்ந்து அழிந்துகிடந்தன. அவள் தலையை நிமிர்ந்தபோது அவனும் அவள் தலைக்குமேல் பின்னால் பார்த்துக்கொண்டிருந்தான்.

எழுந்துகொண்டாள் அவள்.

"நான் வறேன்."

"அப்ப . . ."

"இப்ப ஒண்ணும் பேச வாண்டாம். நான் இப்படியே போகிறேன்" என்று எழுந்து விர்ரென்று நடந்தாள். பின்னாலேயே வந்தான் அவன்.

"பாலி."

"நீங்கள்போய் வாருங்கள். இப்பொழுது கூட வர வேண்டாம்" என்று தடுத்துவிட்டு, தனியாக விரைந்து நடந்தாள் அவள்.

அந்தச் சொற்களைச் சொன்னவனே, வேறு ஏதாவது பேசி அவற்றிலிருந்து சுரந்து நிரப்பிய ஆனந்தத்தைக் கெடுத்துவிடப் போகிறானே என்று பயந்து ஓடிக்கொண்டிருந்தாள் அவள். கருமியிடம் தானம் பெற்றவன் மீண்டும் கூப்பிட்டுப் பிடுங்கிக் கொண்டு விடுவானோ என்று பயந்து ஓடுவது போல விரைந்து கொண்டிருந்தாள்.

விடுதிக்குப்போனவள் யாரோடும் பேசவில்லை. கையைக் காலை அலம்பி சாப்பிட்டாள் – சாப்பிட முயன்றாள். ஆனால், உடல், உள்ளம், எல்லாம் நிறைந்திருந்தன. எழுந்துகொண்டாள்.

"என்ன பாலாம்பா, மோர் போட்டுக்காம எழுந்துனூட்டேளே" என்றான் பரிசாரகன்.

"போதும்" என்று சொல்லிவிட்டு அறைக்கு வந்து தாழிட்டுப் படுத்தாள்.

வேறு நினைவுகள் வராமல், அந்தச் சொற்களையே கேட்டுக் கொண்டிருந்தது மனம். வந்தாலும் ஒதுக்கிவிட்டு, அவற்றை மட்டும் கேட்டது. துன்பத்திலிருந்து தப்பிக்க வழி என்ன? இன்பத்தையே நினைப்பதுதான். வேறு ஒன்றையும் நினைக்காமல் தள்ளிவிடுவதுதான்.

தூக்கம் வந்துவிட்டது.

29

மறுநாள் காலையிலிருந்து அவளுடைய தினப்படி காரியங்கள் சுறுசுறுவென்று நடந்து கொண்டிருந்தன. வேளா வேளைக்குப் படிப்பு. வேளா வேளைக்குச் சாப்பாடு. வகுப்பிலும் நன்றாகக் கவனிக்க முடிந்தது. பெரியசாமியின் கட்டளையும் நிறைவேறிக்கொண்டு வந்தது. மாலையில் அவள் வெளியே போவதை நிறுத்திக் கொண்டாள். கல்லூரியிலிருந்து வந்ததும் அரைமணி இளைப்பாறிவிட்டு, பெரியசாமி சொன்னபடியே இரண்டு மணிநேரம் சாதகம் செய்தாள். புதிது புதிதாக ஜதிக்கட்டு சேர்த்தாள். தன் மனிதர்களின் நினைவு வந்தாலும் அவற்றை ஒதுக்கி ஒதுக்கி மனதைத் திருப்பித் திருப்பி ஓட்டினாள். முதலில் கஷ்டமாதானிருந்தது. பின்பு பழகிப்போன நாயைப் போல அந்த நினைவுகள் மன அறையின் வெளியேயே நிற்கப் பழகிக்கொண்டன.

அன்றைக்கு மறுநாள் பெரியசாமியைப் போய்க் கண்டுவிட்டுத்தான் வந்தாள். அன்று விசேஷமாக ஒன்றும் பேசவில்லை அவர். புதிதாக இரண்டு மூன்று ஜதிகளை வாய்ச்சொல்லாகச் சொல்லிக்கொடுத்தார். வேறு என்னவெல்லாமோ பேசிக்கொண்டிருந்தார். வழக்கம்போல பழைய நினைவுகளைச் சொல்லும் வேடிக்கைச் சம்பவங்கள் – வித்வான்களின் பேச்சுகள், கதைகள், பட்டணத்து விலைவாசிகள், பழக்கங்கள் – இப்படி அன்று பொழுது போய்விட்டது. மறுநாள் மாலையிலேயே அவர் ஊருக்குக் கிளம்பிவிட்டார்.

அவர் சொன்னதையும் மறக்காமல் செப்டம்பர் பரீட்சைக்கும் மும்முரமாகப் படித்துக்கொண்டிருந்தாள் அவள். திடீர் என்று எல்லாவற்றுக்கும் அவளுக்கு நேரமிருந்தது. ஓய்வு இருந்தது, நிம்மதியிருந்தது. எந்த வேலையும் அதிகமில்லை, எதையும் செய்ய முடியும் என்று பலம் உந்திக்கொண்டிருந்தது. ரத்தினம், நளினி, லூர்து எல்லாரோடும் அவளுக்கு அதிருப்திக்கு இடமில்லாமல் பேசிக்கொண்டிருக்க நேரமிருந்தது. தன் வேலையைக் கவனிக்கவும் பொழுது இறைந்து கிடந்தது. செல்லத்தை அதிகமாகச் சந்திக்க முடியவில்லை. அவளும் பரீட்சைக்கு மும்முரமாக, எல்லாரையும் போல படித்துக்கொண்டிருக்கிறாளோ என்னவோ. அவளையும் புறக்கணித்து விடாமல், சந்தித்தபோதெல்லாம் ஒரு புன்னகையும் விசாரிப்பும் தர முடிந்தது.

பரீட்சைக்கு இரண்டு நாள் முன்னால் நாய்க்கர் மகன் வந்தான்.

“பாலி, வர ஞாயிற்றுக்கிழமையன்னிக்கி நம்ம முதலியாருக்கு சிநேகிதர் ஒருத்தரு. அவர் பொண்ணு பெரிசாயிருக்கு . . . அதுக்கு ஒரு கச்சேரி வைக்கணுங்கறாங்க” என்றான்.

“இல்லேண்ணா. கச்சேரியெல்லாம் பரீட்சை முடிந்து லீவுக்கு ஊருக்குப் போய் வந்தப்பறம்தான்.”

“சரின்னு சொல்லிட்டேனே.”

“நீங்க என்னைக் கேக்காம சொல்லப்படாதுண்ணா.”

“சொன்னது தப்புதான். இப்பவும் ஈரொட்டத்தான் சொல்லி யிருக்கேன்.”

“அப்படீன்னா சௌகர்யப்படாதுன்னு சொல்லிப் பிடுங்க . . . அண்ணா, சொன்னாச் சொன்னபடி நடப்பேன் நான். ஆனா, இப்ப வாண்டாம். நவராத்திரி வரைக்கும் என்னை விட்டுடுங்க.”

“சரி, உன் இஷ்டம்.”

“நான் ஊர்லேந்து திரும்பி வந்தப்பறம் ஒரு தடையும் சொல்லமாட்டேன்.”

“சரி, பாலி.”

30

இந்தப் பரிபூரணமான அமைதியும் ஒய்வும் எப்படி வந்தன? மனத்தை இவ்வளவு தெளிவாக, எதையும் கிரகித்துக்கொள்ளக்கூடிய மெழுகுப் பதமாக ஆக்கியது எது?

இந்தக் கேள்விகள் அப்போதைக்கப்போது பாலியின் மனதில் தோன்றிக்கொண்டிருந்தன. அவள் பதிலை எதிர்பார்க்கவில்லை.

சுற்றியிருப்பதெல்லாம் அவளுக்கு ஆனந்தத்தைத் தரும் வஸ்துக்களாகத் தோன்றின. கூடப் படித்த அத்தனைபெண்களும் நல்வர்களாக, நட்பையும் அன்பையும் சுரக்கச் செய்வது போலிருந்தது. ஓயாமல் மழையும் சாரலுமாக அடித்து ஓய்ந்த பிறகு, கூதல் வாடையை விசிறும் ஊசிச் சாரல் ஓய்ந்த பிறகு, சூரிய ஒளி எழுந்து உள்ளத்தில் விழுந்திருந்தது. கூப்பிடு தூரத்தில் கடலில் கரைக்கருகில் கருநீலமாகப் பளீர் என்று ஒளியில் மின்னிய அலையின் வெள்ளி ஊசிகள்; அங்கு வலைகளை உலர்த்திக்கொண்டிருந்த மீனவர்கள்; அவர்கள் அணிந்திருந்த தொப்பி; கடற்கரையில் அலையோரமாகப் பறந்து பறந்து நண்டு பிடித்த காக்கைகள்; பீச்சு ரோட்டில் மசமசவென்று நடைபோட்டுக் கொண்டிருந்த எருமை; விடுதியைச் சுற்றியிருந்த தோட்டத்துப் பசுமை; அங்கு எங்கோ இலைகளுக்கிடையே ஒற்றை கூவலாகக் கூவிய மிளகாய்க் குருவி கண்ணில் படாத இருக்கை — எல்லாமே இந்தக் குளிர்விட்ட நிம்மதியின் பல வடிவங்களாக ஒலித்தன; தோன்றின. பீச்சுரோட்டில்

எப்போதாவது செல்லும் குதிரை வண்டியின் சலங்கையும், குளம்போசையும், நாலைந்து அறைக்கு அப்பாலிருந்து கேட்கும் பெண்களின் பேச்சொலியும், எங்கோ பாதி நிரம்பிய குடத்துக்குள் குழாய் தண்ணீர் விழுந்துகொண்டிருக்கும் ஓசையும் இந்த வடிவத்தில்தான் தெரிந்தன. வேண்டாதது எதுவும் இல்லை. இதமில்லாததாக எதுவும் இல்லை. இவ்வளவு சௌஜன்யமும் பரிவும் காட்டும்படியாக உயிர் ஜடம் எல்லாம் எப்படி மாறின?

அன்று மணலில் கேட்ட அந்த வார்த்தைகளால்தான் என்று அவளுக்கு நிச்சயமாகத் தெரிந்தது. ஆனால், அதைப் பற்றி நினைக்க விரும்பவில்லை. அவள் அது மாற்றியளித்த ஆனந்தத்தில் மட்டும் திளைத்துக்கொண்டிருந்தாள்.

மனதை ஒரு முகப்படுத்திப் படிக்க முடிந்தது. யாரோடும் மனதைவிட்டுப் பேச முடிந்தது.

பரீட்சையைக் கூடக் கவலையில்லாமல் எழுத முடிந்தது.

கடைசிப் பரீட்சை வெள்ளிக்கிழமை மத்தியானம் ஒரு மணியோடு முடிந்ததும் அறைக்கு வந்து சற்று இளைப்பாறினாள் அவள். ஐந்து நிமிஷம் ஆனதும் செல்லத்தைப் பார்க்க வேண்டும் என்று போனாள். அவள் அறை பூட்டிக் கிடந்தது. அவளுக்கு தினமும் பிற்பகல் பரீட்சைகள். மீண்டும் வந்து படுக்கைச் சுருட்டில் சாய்ந்துகொண்டாள் பாலி.

மாலையில் விடுதி வாசலில் ஏகப்பட்ட ரிக்ஷாக்களும் குதிரை வண்டிகளுமாக வந்து நின்றுகொண்டிருந்தன. சென்ட்ரலுக்கும் எழும்பூருக்குமாக ஒவ்வொன்றாகப் புறப்பட்டுக்கொண்டிருந்தது.

கல்லூரியிலிருந்து வந்த செல்லம், பாலியின் அறைக்கு முன் வந்து நின்றாள். "லீவுக்கு ஊருக்குப் போகப் போறியா பாலி?"

"போகாமல்?"

"என்னிக்கி?"

"இதோ – இன்னி ராத்திரிதான்."

"நாம ரண்டு பேரும் சேர்ந்து போகலாமோல்லியோ?"

"போனாப்போவுது."

"திருவனந்தபுரம் பாஸஞ்சர்தானே!"

"ஆமாம்."

"நான் நாளைக்குப் போகலாம்னு இருந்தேன். நீ போறதுனாலெ இன்னிக்கே கிளம்பிடலாம்னு தீர்மானம் பண்ணிப் பிட்டேன்."

"எனக்காக உன் வேலையைக் கெடுத்துக்க வாணாம்."

"பரவாயில்லை. என் வேலையெல்லாம் தீந்து போய்ட்டுது. இன்னிக்கே புறப்பட்டுடறேனே. பொட்டிகிட்டி யெல்லாம் எடுத்து வச்சாச்சா?"

"மத்யானமே எல்லாம் ஆயிடுத்து."

"அப்ப சரி, நானும் இதோ தயாராயிடறேன்" என்று வேகமாக நடந்தாள் செல்லம்.

பாலிக்குத் தயக்கமாயிருந்தது. அந்த அடி அடித்துவிட்டு இன்று எப்படிச் சாதாரணமாக எல்லாவற்றையும் மறந்துவிட்டுப் பேசிக்கொண்டே போக முடியும்?

மன்னிப்புக் கேட்டுக்கொள்ள அவளுக்கு மனம் வரவில்லை. இப்போது கேட்டுக்கொள்ளலாம். ஆனால், இப்போது கேட்டுக் கொள்வது அவள் தோல்வியைக் கண்டு நகைப்பது போல்தா னிருக்கும்.

பாவம்!

பாவம் பாவம் என்று செல்லத்திற்காக அவள் நெஞ்சு இளகிக்கொண்டிருந்தது. அதே சமயம் 'இதெல்லாம் இவளுக்குக் கிட்டுமோ' என்று ஒரு இரக்கம். வேலைக்காரி பட்டுப்புடவைக்கு ஆசைப்படுவதைப் பார்த்து 'பாவம்' போடுகிற எஜமானியம்மாவின் இரக்கம், ஹ்ம்.

அந்தக் காட்சி அவள்முன் வந்து நின்றது. ஊஞ்சலில் ஒரு பையன் உட்கார்ந்து எழுதிக்கொண்டிருக்கிறான். ஒரு பாட்டியும் ஏழு வயதுப் பெண்ணும் வருகிறார்கள். முன்பின் பாராத பெண். ஒரு தடவை அந்தப் பையனைப் பார்த்துவிட்டு ஏழு வயதுக் குழந்தை மனப்பால் குடித்துத் தவம் செய்கிறது. கலியாணம் ஆகிவிடுகிறது. பெண்ணின் அம்மா, பிள்ளையின் உறுதியை – அதன் நம்பிக்கையின் சத்யத்தைச் சொல்கிறாள். அவள் கண்ணில் நீர் ததும்புகிறது.

படிப்புக் கவலை பரீட்சையோடு போய்விட்ட அந்த வேளையில், அந்த வார்த்தைகள் அவள் மனதை நிரப்பி அடைத்துக்கொண்டு நின்றன.

முட்டாள்! இந்தக் கொம்புத் தேனுக்காக நீ போய் ஆசைப் பட்டாய்! இருந்து நாளைக்கு வருகிறேன் என்று சொன்னாயே! அவன் வந்து மனதை மாற்றிக்கொண்டு உன்னைப் பார்க்க மாட்டானா என்று நப்பாசையா! பாவம். வேண்டுமானால்

காத்திரு. ஆனால் கொம்புத் தேன் இருக்கிற இடத்திலே தானிருக்கும்.

சரசரவென்று புதுப்புடவைகள் நகர்ந்துகொண்டிருந்தன. குட்பைகளாக விபூதி ஒலித்துக்கொண்டிருந்தது. சலங்கைகள் நகர்ந்தன. ஒன்றிரண்டு டாக்ஸிகளும் வீறிட்டன.

இருட்டுகிற சமயத்தில் வார்டன் வராந்தாவில் வந்தாள்.

"போய் வரேன் மாடம்."

"வாம்மா. ஊருக்குப் போய்விட்டு வேறு எங்காவது போகப் போறியா?"

"நான் எங்கே போகப் போறேன்!"

"எதற்காகப் போக வேண்டும்? பதினைந்து நாளும் நீ சாதகம் பண்ணிக் கொண்டேயிருந்தால் போதும், குத்தாலம், கொடைக்கானல், ஸ்வர்க்கம் எல்லாம் அதுதான். நீ ரொம்ப அதிர்ஷ்டக்காரி... உன் அப்பா வாத்யார் எல்லோருக்கும் என் வணக்கங்களைச் சொல்ல வேண்டும். நீ இப்போது ஒன்றும் படித்துப் புரட்ட வேண்டாம். சாதகத்தை கவனி. என்ன?"

"சரி மாடம்."

"நானும் போய்ட்டு வரேன் மாடம்" என்று சொல்லிக் கொண்டே வந்தாள் செல்லம்.

"சேர்ந்துதானா ரண்டு பேரும்?"

"ஆமாம் மாடம்."

திருவனந்தபுரம் பாஸஞ்சர் செங்கல்பட்டு வந்ததும் அவர்களோடு பிரயாணம் செய்த இரண்டு பெண்கள் இறங்கிப் போனார்கள்.

"அப்பாடா" என்றாள் செல்லம். "நல்ல வேளையாக இவர்கள் ஊர் செங்கல்பட்டாக இருந்தது."

"ஏன், செல்லம்?"

"இல்லாவிட்டால் நம்மகூடவேதானே வந்திண்டிருப்பா... வாயா வார்த்தையா அந்தரங்கமா ஒரு வார்த்தை பேச முடியாது போயிருக்கும்."

அந்தக் குரலில் கேட்ட பழைய நட்பையும் நெருக்கத்தையும் கண்டு பாலிக்குச் சற்று ஆறுதலாக இருந்தது. இது எப்போதோ நம்மை மன்னித்துவிட்ட குரல்!

“இனிமே சிதம்பரம் போறவரைக்கும் கவலையில்லை. ஆனா அதுவரைக்கும் அந்த ஸீட்டிலே படுத்திருக்கே. அந்தப் பாட்டி வந்து பிடுங்காம இருக்கணும்?” என்று கண்ணால் பலகைக்குப் பின்னாலிருந்த வரிசையைக் காட்டினாள் செல்லம். அங்கு முக்காடும் இரைப்புமாக ஒரு பாட்டி மடித்துப் படுத்துக் கொண்டிருந்தாள்.

“சூர்ணப் பொட்லம் மாதிரி கைகால்லாம் மடிச்சுப் படுத்துண்டிருக்கா. எதாவது இசைகேடா ஆயிட்டாக்கூடக் கையையும் காலையும் பிரிச்சுண்டு ஏந்திருக்க முடியாது போலிருக்கே அவளாலே.”

பாலிக்குச் சிரிப்பாக வந்தது. பாட்டி அப்படித்தான் படுத்திருந்தாள்.

“அப்படி ஆபத்துக்கே எழுந்திருக்க முடியாதவங்களா நம்மோடவந்து பேசப் போறாங்க!”

“அந்தத் தைரியம்தான் எனக்கு.”

அவளுடைய சிரிப்பையும் கிண்டலையும் கண்டு பாலிக்குப் பரிதாபமாக இருந்தது. ‘பாட்டியைப் பார்த்து நீ சிரிக்கிறாய், உன்னைப் பார்த்து நான் சிரிக்கிறேன்’ என்று அவள் அடிமனது சிரித்துக்கொண்டிருந்தது.

பாட்டிக்குக் காது கூர்மை அதிகம் போலிருக்கிறது. இவர்கள் பேச்சைக் கேட்டுத் திரும்பிப் பலகையிடுக்கு வழியாகப் பார்த்தாள். அவள் பார்ப்பதைக்கண்ட செல்லம் – குரலைத் தாழ்த்திக் கொண்ட செல்லம், “இரைஞ்சுப் பேசாதே. கேட்டுண்டு வந்து ஓங்கிக் கன்னத்தில் அறஞ்சுடப்போறா” என்றாள். மேலும் தொடர்ந்து. “அறஞ்சாத்தான் என்ன? நான் திருப்பி அடிக்கப் போறேனா? அந்த வழக்கமேதான் கிடையாதே” என்று ஜன்னலுக்கு வெளியே பார்த்துக்கொண்டே சொன்னாள்.

பாலி பதில் சொல்லவில்லை.

“அப்படி அறைவாங்கியும் எனக்குப் புத்தி வரமாட்டேங்கறதே. பிறத்தியார் மனசைப் புரிஞ்சுக்கற சாகசம், சமத்து எல்லாம் வரமாட்டேங்கறதே எனக்கு. அப்படிச் சமர்த்து இருந்துதுன்னா, அடியே வாங்கியிருக்க வேண்டாமே!”

“ஏதாவது சொல்றதாயிருந்தா நேரடியாகச் சொல்லலாம்” என்றாள் பாலி.

உடனே திரும்பி அவளுக்கு நேராக உட்கார்ந்துகொண்டாள் செல்லம்.

“எனக்குப் பழையபடி பேசணும் போலிருக்கு பாலி.”

“பேசேன்.”

“என்னைப் பார்த்தா எப்படித் தோணுகிறது உனக்கு? நான் முட்டாளா? போக்கிரியா? . . . சொல்லேன்.”

“எனக்கு ஒண்ணும் தோணலே . . . நீ கெட்டிக்காரி தான்.”

“அது இல்லேன்னு எனக்கு நன்னா தெரிஞ்சு போச்சே! உண்மையா கெட்டிக்காரியா இருந்தா உங்கப்பாவுக்காக வக்காலத்து வாங்கிண்டு இந்த வேஷத்தை ஆடியிருக்க மாட்டேனே!”

பாலி அவளை நிமிர்ந்து பார்த்தாள்.

“உங்கப்பா ஒண்ணும் எங்கிட்ட சொல்லலே. ஆனா உங்கப்பா நிலையிலே என்னை வச்சிண்டு பார்த்தேன். உனக்கு ஏதாவது செய்ய முடியுமான்னு பார்த்தேன். ஆனா, என் கெட்டிக் காரத்தனம்னு சொல்றியே, அது பலிக்கவில்லை.”

பாலி ஒன்றும் புரியாமல் அவளைப் பார்த்துக்கொண்டே யிருந்தாள்.

“ஆமாம். இப்படி ஏதாவது பாச்சை காட்டி, அவனைத் திருப்பிவிடலாம்னு பார்த்தேன். அவனைத் திருப்பி விட்டு விட்டா, உன் மனசும் கொஞ்ச நாள் உதைச்சிண்டு பேசமா அடங்கிடும்னுதான் என் எண்ணம். உன் மனசு எப்படி ஆச்சோ . . . ஆனா அவனை அசைக்க முடியலெ. பாறாங்கல்லு மாதிரி இருக்கான் அவன். நீ இல்லாம அவனுக்கு உயிர்கூடத் தங்காது போலிருக்கு.”

பாலி குனிந்து கேட்டுக்கொண்டிருந்தாள்.

“அப்படியா! அப்படியா!”

“நான் சொல்ற ஒவ்வொரு வார்த்தையும் நிஜம் பாலி. ஆற அமர ஆலோசிச்சுத்தான் சொல்றேன். உன்னைப் பத்திப் பேச ஆரம்பிச்சாப்போரும். நடராஜா ஒரு புன்சிரிப்புச் சிரிச்சுண்டு ஆடறதே, அந்த மாதிரி முகத்திலே ஒரு பூரிப்பு, தேஜஸு. அப்ப அவனைப் பார்க்கப்பார்க்க அழகாயிருக்கும். ஏற்கெனவே கொஞ்சம் களையான முகம்தான். ஆனா, உன்னைப் பத்திப் பேசறதைக் கேக்கறபோது எங்கேருந்தோ ஒரு புது அழகு வரும். ஒரு சமயம் உங்கிட்டேருந்துதான் வந்துதோ என்னவோ. அப்ப ஓடி வந்து உன்னைப் பார்க்கணும் போலிருக்கும். உங்கிட்டேருந்து பாதி கழண்டு அந்த அழகு அவன் மூஞ்சிக்கு மாறியிருந்தா, உன்

அழகிலேயும் பாதிதானே இருக்கும்னு நெனச்சுப்பேன். அவ்வளவு கூடின அழகாயிருக்கும் அந்த முகம். அதைப் பார்க்கறதுக்காவே உன்னைப் பத்திப் பேச்சை எடுத்துப் பேசிண்டேயிருப்பேன். நானும் என்னமோ வலையெல்லாம் வீசிப்பார்த்தேன். ஆனா, அவன் கல்லு மாதிரி உன் மனசுக்குள்ளே கிடக்கான். யாரும் அதைப் பெயர்க்க முடியும்னு தோணலே எனக்கு. நான் இப்படிப் பாசாங்கு பண்ணாமல் உண்மையாகவே அவன் மேலே ஆசையிருந்து நடந்திண்டிருந்தாக்கூட அவனைத் திருப்பியிருக்க முடியாது . . . அந்த முகம் அப்படிப் பொங்கறது உன் பேச்சை எடுத்தா . . . அதுக்காகவே, மறுபடியும் உன்னை ஏமாத்தி ஏமாத்தி அழச்சுண்டு போய்ப் பார்க்கணும் போலிருக்கு . . . நிஜமான, ஆழமாக பாசம் இப்படித்தான் அழகாயிருக்குமோ என்னவோ. அழகேயில்லாமல் விகாரமா இருக்கிறதுகள் கூட இந்த மாதிரி சமயத்தில் அழகாயிருக்கிறபோது, இவனுக்குக் கேப்பானேன்! அப்பறம்தான் எனக்குப் பட்டுது. நாம இந்த மாதிரி விளையாடறதே அசட்டுத்தனம்னு தீர்மானம் வந்துது; விட்டுட்டேன்."

இதையேதான் திருப்பித் திருப்பி விழுப்புரம் போகிற வரையில் சொல்லிக்கொண்டிருந்தாள் அவள்.

"நீ என் கன்னத்திலே ஓங்கி அறைஞ்சே பாரு அன்னிக்கி சாயங்காலம். அப்ப சந்தோஷம் வந்தது நான் போட்ட புள்ளி வீண் போயிடாதுன்னு. ஆனால். அவன் மூஞ்சியைப் பார்க்கப் பார்க்க, எனக்குத் தைரியம் குறைஞ்சிண்டே வந்தது. கடைசியா வந்தபோது, இந்தத் திங்கட்கிழமைக்கும் முந்தின திங்களன்னிக்கி, நீ எங்கியோ வெளியிலே போயிருந்தே – அன்னிக்கி வந்தான். நான் வாசல்லே காத்துண்டிருந்தேன். பாலியை இன்னிக்காவது பார்க்க முடியுமா இல்லியான்னு கேட்டான். ஏன்? என்னைப் பார்க்கணும் போலில்லையா உங்களுக்குன்னு கேட்டேன். 'மன்னிக்கணும் செல்லம். நான் உங்களைப் பார்க்கறதுக்காக வந்ததே இல்லே. நீங்க அப்படி நினைச்சுக்கும்படியா நான் நடந்திண்டிருந்தா. என்னை மன்னிச்சுக்கணும்னு' சொல்லிவிட்டு டக்குனு திரும்பிப் போயிட்டான். மறுபடியும் என் கன்னத்திலே யாரோ அறைஞ்சாப்பல இருந்தது. அத்தோடதான் எனக்குப் பயமும் வந்தது, நான் தலையிடறது தப்புன்னு."

பாலிக்கு அதைக் கேட்கக் கேட்க வியப்பாக இருந்தது. செல்லத்தின் குரலில் வழக்கமான அலட்சியம், கேலி எதுவும் இல்லை. குரல் ஆழ்ந்து தணிந்து வந்துகொண்டிருந்தது.

"இந்த மாதிரி ஒருத்தன் பிரியம் வைக்கும்படியா யிருக்கிறதே ஒரு பெரிய பாக்யம். உலகத்திலே இதை எல்லாம் அதிகமாகப்

பார்க்க முடியாது. லாய்க்குக் கொண்டு போறதுக்குள்ளே கையைத் தட்டிவிடுகிறதோ, கை தவறி விடறதோ தான் அதிகம். நான் அப்படித் தட்டிவிடறவளா ஆயிடுவேனான்னு பயந்து போய்ட்டேன். நம்ம கையாலே அதைச் செய்வானேன்னு ஒதுங்கிப் பிட்டேன். பாலி, என்னை ஒண்ணும் தவறாக நினைச்சுக்கப் படாது. நீ, இதுதான் உண்மை. நான் எண்ணினது. ஆசைப்பட்டுது எல்லாம் சத்தியமா இதுதான். என்னைத் தவறா நினைச்சுக்க மாட்டியே . . . என்னைப் பாரு . . . என்னைப் பார்த்துப் பதில் சொல்லு . . . நீ சொல்லப் போறியா மாட்டியா? ஏன் பாலி?"

'தவறாக நினைத்துக் கொள்ளவில்லை' என்ற பாவனையில் தலையசைத்தாள் பாலி.

"நெஜம்மா!"

அதற்கும் தலையசைப்புத்தான்.

"வாயைத் திறந்து சொல்லு."

"அதெல்லாம் ஒண்ணும் இல்லை செல்லம்."

பாலிக்குத் தான்தான் ஏதோ குற்றம் செய்துவிட்டது போலிருந்தது. சற்று கழித்துச் சொன்னாள்: "நான்தான் உங்கிட்ட மிருகத்தனமா நடந்துகிட்டேன்."

"நான் அப்படி ஒண்ணும் நெனச்சுக்கலே பாலி. சாதாரணமா யாரும் இப்படி நடத்துக்குவா அந்த மாதிரி சந்தர்ப்பத்திலே. நீ செஞ்சதிலே ஒண்ணும் தப்பில்லை . . . நானும் ரொம்ப அளவுக்கு மீறிப் பேசினேன். எல்லாம் இந்த விஷவிளையாட்டு விளையாடறதுக்காகத்தான்."

பாலி அப்புறமும் அதிகமாகப் பேசவில்லை.

"சேர்ந்து கோயிலுக்குப் போயிண்டிருந்தோம். அதுவும் நின்னு போச்சு. நானும் கஷ்டத்தோடதான் சகிச்சுண்டிருந்தேன். உனக்கு என்னமோ நல்லது பண்றதாக நினைச்சு. நான் நிஜமாகவே முட்டாள்தான். இப்பதான் நான் கெட்டிக்காரியானேன். உண்மையை ஒப்புக்கறது தான் கெட்டிக்காரத்தனம்" என்றாள் செல்லம்.

விழுப்புரம் வந்ததும் புதுச்சேரிக்கூட்டம் ஒன்று வந்து ஏறி, இருக்கிற இடங்களை அடைத்துக் கொண்டது. ஓரத்தில் உட்கார்ந்திருந்த செல்லம், சாய்ந்தவாறே தூங்க ஆரம்பித்தாள்.

பாலிக்கத் தூக்கம் வரவில்லை. அவளைப் பார்த்துக் கொண்டே உட்கார்ந்திருந்தாள். நிம்மதியான தூக்கம் செல்லத்தை

மடியில் போட்டு மயக்கியிருந்தது. என்ன அழகான முகம்! என்ன களை! ராமையா தூங்குவது போலிருந்தது பாலிக்கு.

சிதம்பரம் வர இரண்டு ஸ்டேஷன்களுக்கு முன்னால் பாலி அவளை எழுப்பிவிட்டாள். பெட்டி படுக்கையெல்லாம் எடுத்து வைத்துக்கொண்டு சொன்னாள் செல்லம்: "ஊருக்குப் போய் கடுதாசி எழுதுவியா? கோவிச்சுண்டே இருப்பியா?"

"கடுதாசு நான் என்னத்துக்காக எழுதணும்? உனக்கு நிஜமா உன் சிநேகிதியைப் பார்க்கணும் போல இருந்துதுன்னா, நீதான் தஞ்சாவூருக்கு வந்து பாரேன்."

"அப்படின்னா வரேன்."

"வரேன்னு சொன்னாப் போதாது. செஞ்சு காமிக்கணும்."

"முடிஞ்சா வரேன். வந்து இருக்கறது பத்து நாள், அதிலே நாலு நாள் வெளியூரா என்பான் அண்ணா – முடிஞ்சா வரேன் . . . நீதான் வாயேன். ஒரு நாளைக்கு அப்பாவை அழச்சிண்டு அவருக்குத்தான் கோயில் குளம்னா உயிராச்சே."

"பார்க்கலாம்."

சிதம்பரத்தில் அவள் இறங்கி விடை பெற்றுக்கொள்ளும்போது, செல்லத்தின் கண்ணில் நீர் ததும்பி நின்றது. "பாலி, உன்னைப் பார்த்தால்தான் எனக்குக் கஷ்டமாயிருக்கு" என்று சற்று நின்றாள் செல்லம். வண்டி நகர்ந்தது. வண்டி போகும்போது 'செல்லம், வந்தியா, ஒரேயடியா தூங்கிப் போய்ட்டேன்' என்று யாரோ சொல்லிக்கொண்டு வந்தார்கள். அவள் அண்ணா போலிருந்தது.

31

தஞ்சாவூர் ஸ்டேஷனில் வண்டி கடந்தபோது 'அதோ அதோ' என்று ராமையாகூட ஓடி வருவது தெரிந்தது. தங்கராஜனும் பெருநடையாகப் பின்னால் வந்தான்.

"என்ன குழந்தே. ராத்திரி முழுக்க தூங்கவேல்லியா?" என்று கேட்டுக்கொண்டே பெட்டியைத் தூக்கிக்கொண்டார் அவர். தங்கராஜனையும் எடுத்துக்கொள்ளவிடவில்லை. படுக்கையை எடுத்துக்கொள்ளவும் பாலி விடவில்லை.

"அப்பன்னா நான் சும்மா கையை ஆட்டிக் கிட்டுப் போறத்துக்கா வந்தேன்?" என்றான் தங்கராஜன்.

"வாண்டாம். கையைக் கட்டிக்கிட்டே வாயேன்... இது என்ன பிரமாத கனம்..? வாம்மா குழந்தே... டிக்கட்டு வச்சிருக்கியா... எடுத்து வச்சுக்கம்மா... ரயில்லெ ரொம்பக் கூட்டம் போல்ருக்கே. தூங்கவே முடிஞ்சிருக்காது..." என்று பெட்டியைப் பற்றி யாராவது பேசிவிடப் போகிறார்களோ என்று பேசிக்கொண்டே நடந்தார் ராமையா.

எந்த வேலைக்கும் தங்கராஜனை விடமாட்டார் அவர். இன்று நேற்றல்ல, சின்னக் குழந்தை முதல் அவன் எந்த வேலையும் செய்யக்கூடாது. அவன் ஏதாவது செய்ய ஆரம்பித்தால், "நீ சும்மா இரேன். நான் பார்த்துக்கறேன்" என்று குறுக்கே

விழுந்து மறிப்பார். அதைக் கேட்கும்போது அந்த உபசாரத்தில் மறைந்திருந்த உறவும் அன்பும் அவள் மனதைக் கிளறச் செய்கிற வழக்கம்.

இன்று அதைக் காணவில்லை. நெஞ்சில் அந்தக் கிளுகிளுப்பு இல்லை. மரத்தாற் போலிருந்தது. அவனைப் பார்க்கும்போதும் யாரோ குடும்பத்திற்கு நெருங்கிய நண்பன் போலிருந்தது.

வண்டியில் ஏறியவுடன், “அத்தைக்குக் கொய்யாப் பழம் பிடிக்குமேப்பா” என்றாள் அவள். தங்கராஜன் ஓடிப்போய் ஒரு டஜன் வாங்கி வந்து போட்டான்.

“அக்கா ராத்திரி முளுக்க தூங்கலெ. உன்னைப் பத்தித்தான். புலம்பிக்கிட்டேயிருந்தா. தூங்குதோ இல்லியோ, ரயில்லே எப்படியிருக்கோ கூட்டம், அது இதுன்னு நீ வருவியோ மாட்டியோன்னு அவளுக்குச் சந்தேகம். உங்கிட்டேயிருந்து லெட்டர் வந்தப்பறம்தான் அவளுக்குச் சமாதானமாச்சு” என்றார் ராமையா.

“வராம அங்கியே இருந்திருவேனா, ஏம்பா?”

“இல்லே குழந்தே . . . அங்கே ஏதாவது கச்சேரி அமத்திக்கிட்டு வர முடியாத போயிடுமோன்னு சந்தேகமாகயிருந்தது.”

“கச்சேரியா?”

“ஆமாம். எங்களுக்கு என்ன தெரியும். பெரியசாமி சொன்னாரு. நான்கூடப் போயிருந்தேன்னு. இப்ப நல்லா ஆடுதுன்னும் சொன்னாரு . . . ஒரேயடியாப் பயந்து போயிட்டியாமே . . . ஏன் குழந்தே . . . நாங்க வாண்டாம்னா சொல்லப் போறோம்?”

பாலிக்குத் திக்குமுக்காடிற்று. பதில் சொல்லாமல் உட்கார்ந்திருந்தாள்.

“அப்பறம் நான் பெரியசாமியைக் கோச்சுக்கிட்டேன். ஏன்யா எங்களையும் அழச்சிட்டுப் போகப்படாதான்னு . . . திருதிருன்னு முழிச்சாரு. அப்பறம்தான் எல்லாத்தையும் சொன்னாரு.”

“என்ன மாமா?” என்றான் தங்கராஜன்.

“இப்ப என்னப்பா அதுக்கு? அப்பறம் பேசிக்கறது” என்றாள் பாலி.

“ஏன், நானும் தெரிஞ்சுக்கப்படாதா?”

“ஒண்ணுமில்லே தங்கம். யாரோ தெரிஞ்சவங்க வீட்டிலே ஆடணும்னாங்களாம். பெரியசாமியும் போய்ட்டு வந்திருக்காரு. நல்லா ஆடித்துன்னாரு. எங்கிட்ட சொல்லப் படாதோன்னு சொன்னேன். அதுதான். இதுக்குப் பயம் நான் ஏதாவது சொல்லுவேன்னு . . . ஏன் குழந்தே! பத்து வருஷம் படிச்சது நான் கோச்சுக்கறதுக்காகவா . . !”

“சரிப்பா, இனிமே உங்களுக்குக் கடுதாசி போட்டுப்பிடறேன்.”

“அப்படிச் சொல்லுவியா!”

வண்டியை விட்டு இறங்கினதுமே அத்தை ஓடிவந்தாள். ஒவ்வொரு கட்டமாக அவள் உபசாரத்தில் புகுந்து புறப்பட வேண்டியிருந்தது. நேற்று இரவு காய்ச்சின திரட்டுப்பால், காலையில் கடைத்தெடுத்த ஒரு பந்து வெண்ணெய், முளுமுளு வென்று பசும் பொன்னாக ஓடிகிற ஊத்தப்பம்.

காபியான பிறகு தையற்காரன் வந்தான். அத்தை வாங்கின ரவிக்கைச் சீட்டியைத் தைத்துக் கொடுக்க.

அவள் போட்டு வைத்திருந்த வெந்நீரில் குளித்துவிட்டு மாடிக்குப் போனாள் பாலி.

“மாடியிலே கொஞ்ச நேரம் படுத்துத் தூங்கும்மா குழந்தே. இப்பவே படிக்க உட்காந்துர வேண்டாம்” என்று கயிற்றுக் கட்டிலைக் காண்பித்துவிட்டுப் போனார் ராமையா.

கட்டில் ஒக்கப் பண்ணியிருந்தது கயிற்றுக் கட்டில்தான். ஆனால், கயிற்றை உருவிவிட்டு நாடா போட்டிருந்தது. புதிதாக ஒரு நாற்காலியும் மேஜையும் வைக்கப்பட்டிருந்தன. கீழேயிருந்த கோட் ஸ்டாண்ட் மாடிக்கு வந்திருந்தது. கொட்டகைக் கீற்று புதிதாகப் போட்டிருந்தது. சற்று நீலம் கலந்து வெள்ளையடித்திருந்தது.

அலமாரியைத் திறந்தாள் பாலி.

இரண்டு பென்சில் மட்டும் புதிதாக வாங்கி வைத்திருந்தது. ஒரு ஸ்வான் மசிக்கூடு.

மேல் தட்டில் ஒரு அட்டைப் பெட்டியின் மூடியை நிமிர்த்தி, அதிலே தூக்கணங் குருவிக் கூட்டை வைத்திருந்தது.

அதே கூடுதான்.

அன்று பத்து வருஷத்திற்கு முன்னால் கோவிந்து கொண்டு வந்து கொடுத்த அதே கூடுதான்.

அதைப் பார்த்துக்கொண்டே நின்றாள் பாலி.

சாலையோரத்தில் ஈச்ச மரத்தில் பல கூடுகள் தொங்கிக் கொண்டிருந்த அந்தக் காட்சி நினைவுக்கு வந்தது. அப்போது வெறுமேயா வந்தோம்? தோட்டம் முழுவதும் அழிந்து அப்பா வெறுப்பும் கசப்புமாக ஊரை விட்டுப் புறப்பட்ட சமயம்.

பழைய சம்பவங்கள், ஊர் எல்லாம் நினைவில் வந்தன.

இந்தக் கூட்டைக் கொண்டு வைத்து விளையாடும்போது தான் ராஜா வந்தான்.

'இவன் யாருடி கறுப்பண்ணசாமி மாதிரி' என்று பாலியிடம் கேட்டான் அவன்.

தங்கராஜனுக்கு அழமாட்டாத குறை.

அன்று ராஜாவையும் அவள் அழ அழ அடித்ததெல்லாம் நினைவுக்கு வந்தது. நாய்க்கர் மாமா அவனை அழ அழச் செய்ததும் . . .

"என்ன பாலி?" என்று குரல் கேட்கவே பாலி திரும்பினாள்.

தங்கராஜன் நின்றுகொண்டிருந்தான். உதட்டில் ஒரு புன்னகை. மூக்கில் அதே சிறிய பள்ளம். அதே புன்னகை. ஏக்கம் கலந்த புன்னகை.

ஆனால், எப்போதும் வருகிற இரக்கமும் பரிவும் வரவில்லை. உள்ளம் மரத்துக் கிடந்தது.

"என்ன பாக்கறே பாலி?"

"இந்தக் கூட்டைத்தான்" என்றாள் அவள்.

அவன் கேள்விக்கு விடை சொல்லிவிட்டு, மீண்டும் கூட்டையே பார்த்துக்கொண்டு நின்றாள் பாலி.

பத்து வருஷமாக அப்படியே இருக்கிறது – ஒரு சிதைவின்றி. ஒரு தளர்வின்றி, எத்தனை உறுதி! லேசில் பிய்க்க முடியாத பின்னல். குருவியானால் துளி – கட்டைவிரல் அளவு. அதிலே ஒரு தலை – ஒரு வால் – ஒரு ஜதைச் சிறகு – ஒரு வாய் – இதைக் காப்பாற்ற என்ன பாடு, என்ன கவலை . . ! இல்லை. இல்லை. தன்னைக் காப்பாற்றிக்கொள்ள இல்லை. வேறு உயிரைக் காப்பாற்ற. இதற்காக மழையென்று பாராமல் வெயில் என்று பாராமல், ஆபத்தைச் சட்டை செய்யாமல் எங்கெங்கெல்லாம் போய் சம்பாரங்களைச் சேர்த்திருக்கிறது, அந்த அம்மா!

மூக்கில் குச்சியைப் பற்றிக்கொண்டு அந்தக் குருவி வான் வெளியில் பறந்து வருகிறது. திடீர் என்று மழை பிடித்துக்

கொள்கிறது. குருவி நனைந்துகொண்டே விரைகிறது. இன்னும் முட்டை வயிற்றிலிருந்து வரவில்லை.

அப்பா! தியாகம் எவ்வளவு ஆழ்ந்த போதை! பிறருக்காக உழைக்க ஆரம்பித்துவிட்டால், தன் உடல், தன் மனம், தன் நினைவு எல்லாம் எப்படிச் செத்துவிடுகின்றன!

அவளும் தன்னை முழுவதும் அந்தப் போதையிடம் பறிகொடுத்துத்தான் நின்றுகொண்டிருந்தாள்.

கூடு அழகாகப் படுத்துக்கிடந்தது. கூடு உப்பி வளைந்த அழகுகூட அந்தத் தியாகத்தின் அழகாகத்தான் தோன்றிற்று. அதைக்கூட அழகாகச் செய்யவேண்டும் என்று எவ்வளவு பாடு!

"பாலி" என்று குரல் கேட்டது. திரும்பினாள்.

"இந்தக் கூட்டைப் பார்க்கவே மாட்டியா?" என்றான் தங்கராஜன்.

"எந்தக் கூடு?"

"இதோ இந்தக் கூடு. இந்தக் கூட்டிலே ஒரு பட்சியை வைத்து நான் காத்துக்கிட்டேருக்கேனே" என்று சொல்லிக்கொண்டே, அருகில் வந்தவன், விறுக்கென்று அவளை ஆட்டுக்குட்டி தூக்கிவிட்டான்.

"க்கும். என்ன இது; விடுங்க சொல்றேன். அப்பா வந்திரு வாங்க."

"அப்பா வரமாட்டாங்க. வர முடியாது. தாப்பாள் போட்டிருக்கு கதவு... கூட்டையே பாத்துட்டிருக்கியே. ம்... அப்பா! எத்தனை உசரம் வளர்ந்திருக்கே! தூக்கறபோதுல்ல தெரியும்!... ம்..."

"அச்சோ... என்ன இதெல்லாம்... ம்க்கும்... என்னை இறக்கிவிடுங்க."

அவளால் கீழே திமிறிக்கொண்டு இறங்க இயலவில்லை. இரும்புப் பிடியாக அந்தக் கைகள் அமர்த்திக்கொண்டிருந்தன.

"திமிறேன் பார்ப்போம்."

"அவ்வளவுதான் தெரியுமாக்கும்."

அவள் முகத்தைக் கண்டதும் கீழே இறக்கிவிட்டுவிட்டான் அவன்.

"நான் போறேன்."

"இனிமே இல்லை. இப்படியே உட்காரு."

தாழ்ப்பாளைத் திறந்துவிட்டு வந்து உட்கார்ந்துகொண்டாள் அவள்.

அவளையே ஏற இறங்கப் பார்த்துக்கொண்டிருந்தான் அவன்.

"என்னமா இவ்வளவு அழகா ஆனே நீ? . . ." அவன் குரல் தாழ்ந்தது. "நான் இத்தனை நாளா கவனிக்கவேல்லியே . . . என்ன உசரம்!"

குனிந்துகொண்டே விரலை நிமிண்டிக்கொண்டு உட்கார்ந் திருந்தாள் அவள். நான் அழகு என்று நன்றாகத் தெரிந்தது அவளுக்கு. முதலியார் வீட்டுப் பெரிய கண்ணாடியில் தன்னையே பார்த்துக்கொண்ட உருவம், அவள் முன் வந்தது. வெடவெட வென்று உயரம். உடல் முழுவதும் ஒரு உறுதி – இழுத்து இறுக்கிக் கட்டிவிட்டாற் போலப் பசுமை ஓடின ஒரு சிவப்பு – கையிலும் புறங்காலிலும். அவளுக்கே அவள் இமை மயிர் பிடித்திருந்தது. அந்தப் பெரிய கண்ணாடியின் முன் வந்து முதலில் நின்றபோது நானா என்று ஒரு கேள்வி! மூன்று நாலு நிமிஷம் பார்த்த பிறகு, நீதான் என்று அந்த நிழல் சொன்ன பதில்!

"என்னம்மா கண்ணாடி பூதம் காட்டுதா?" என்று சொல்லிக் கொண்டே, முதலியாரின் மனைவி வந்தாள்.

"இல்லையே நல்ல கண்ணாடில்ல!" என்று கண்ணாடியைச் சோதிப்பது போலப் பாவனை செய்ய வேண்டியிருந்தது. "இது நம்மூரிலே வாங்கின கண்ணாடியா?" என்று பேச்சைத் திருப்ப வேண்டியிருந்தது – அன்று.

"ஏன் கடுதாசு போடறதையே நிறுத்திட்டே பாலி?" என்றான் தங்கராஜன். "மூணுவாரமாப் போடவேல்லியே."

திக்கென்றது அவளுக்கு.

"பரீட்சை . . . படிக்க வேண்டியிருந்தது. நேரமில்லே."

"இதுக்கெல்லாம்கூட நேரம் தராத பரீட்சைன்னா, அந்தப் படிப்பு வேணுமா?" அந்த விளையாட்டுக் கேள்வியில் கோபமும் சற்று வெதவெதத்துக் கொண்டிருந்தது.

"உங்கிட்டேருந்து வழக்கம்போல வந்திட்டேயிருந்திருந்தா, நான் இந்தப் பரீட்சை இன்னும் நல்லாவே எழுதிருப்பேன். உனக்கு மட்டும் அது தடையா இருக்கு பார்த்தியா . . ? நீ என்ன செய்வே? உங்க இயற்கை அது. உங்களுக்குப் பதில்தான் எழுதத்

தெரியும். முதல் கடுதாசே எழுதத் தெரியாதே." அவளுக்கு ஒன்றும் பதில் சொல்லத் தோன்றவில்லை. பேசாமல் உட்கார்ந்திருந்தாள்.

"எப்பவும் நாங்கதானே முதல்லே ஆரம்பிக்க வேண்டி யிருக்கு . . . எங்க வாத்யார் ஐம்புநாதப் பிள்ளையைத் தவிர, வேறு யாரைக் கேட்டாலும் அப்படித்தான் சொல்லுவாங்க."

"ஐம்புநாதப் பிள்ளையா ?"

"எங்க காலேஜிலே ஐம்புநாதப் பிள்ளைன்னு ஒரு வாத்யாரு இருக்காரு. அவரு இங்கிலீஷ்லே கதையெல்லாம் எழுதுவாரு. எந்தக் கதையை எடுத்தாலும் காதல் கதையாத்தான் இருக்கும் – முக்காவாசி. ஆனா, ஒரு கதையிலேயாவது ஒரு ஆம்பளையும் தானே போய்க் காதலிக்க மாட்டான். முத முதல்லே அந்தப் பொம்பிளை தான் லெட்டர் எழுதுவா. அந்தப் பொம்பிளைதான் அவனுக்காக ஏங்கிக்கிட்டுக் கிடப்பா . . . அவதான் அவனைத் தன்னைக் கவனிக்கும்படியா பண்றதுக்கான காரியங்கள்ளாம் செய்வா. அவதான் முனகுவா. சாப்பாடு வேண்டியிருக்காம தவிப்பா. அந்த ஆம்பிளே கல்லு மாதிரி வரட்டும் வரட்டும்ணு உட்காந்திட்டிருப்பான். இல்லாட்டி வேறே பொம்பளைக்கிட்ட நாட்டமாயிருப்பான். அப்பவும் அந்தப் பொம்பிளேட்ட இவனும் போய் மனசை இழந்திருக்க மாட்டான். அங்கியும் அவதான் முதல்லே அவனைப் பார்த்து அவன் கவனத்தையிழுத்துத் தன் காதலைக் கண்ணாலேயும் தண்ணீராலேயும் தெரிவிச்சிருப்பா. அப்படிப்பட்ட ஐம்புநாதப் பிள்ளை அவரு."

பாலி கேட்டுக்கொண்டே யிருந்தாள்.

"அவரு ஒருத்தரைத் தவிர நான் வாசிச்ச வரைக்கும் வேறு எந்தக் கதையிலேயும் வேறு எந்தப் பொம்பிளையும் இப்படி தலைப் பொறுப்பா இந்தக் காரியத்தை எடுத்துப் போட்டுச் செஞ் சதாகப் பார்த்ததில்லே . . . அவருடைய பொம்பிளைங்களைத் தவிர, பிரம்மா படைச்ச பொம்பிளைங்கள்ளாம் பேசாமதான் இருப்பாங்க. ஆம்பிளைங்கதான் ஏங்க ஆரமிப்பான் முதல்லே – அதுக்காகச் சொல்ல வந்தேன்."

"விச்வாமித்ரர் மாதிரி அவர் போலியா, போட்டியாப் படைக்கிறார் போல்ருக்கு."

"விச்வாமித்ரராவது சண்டையெல்லாம் போட்டவரு. பலசாலி. அப்பறம் தபசு பண்ணி மனசையும் கெட்டிப் படுத்திக்கிட்டவரு. ஆனா ஐம்புநாதப் பிள்ளையைப் பார்த்தா, குட்டையா, கரளையா, எலும்பா காயப்போட்ட அவரைக்காய் மாதிரி இருப்பாரு. இப்படியாப்பட்ட மனுஷன் அப்படியாப்பட்ட

கதையெல்லாம் எழுதுறதுன்னா என்ன நெஞ்சுரப்பு இருக்கணும் பாரு. இத்தினிக்கும் காத்தடிச்சா பயந்திருவாரு" என்று ஜம்புநாதப் பிள்ளையைப் பற்றி அதே தோரணையில் அடுக்கிக்கொண்டே போனான் தங்கராஜன்.

பேச்சு நடுவில் "காபி வேணுமா?" என்று கேட்டாள் பாலி.

"காப்பியா . . . கொண்டாயேன்."

"இதோ" என்று சொல்லிவிட்டுக் கீழே இறங்கினாள் பாலி.

அவளுக்கு வியப்பாக இருந்தது.

ஏன் இவனிடமிருந்து ஒதுங்கிப் போகிறேன்? அப்போதெல்லாம் அவனோடு உட்கார்ந்து அவன் பேச்சைக் கேட்டுக் கொண்டிருக்க வேண்டும்போலிருக்கும். அவனையே பார்த்துக் கொண்டிருக்கத் தோன்றும். இப்போது . . . இப்போது . . . அந்த உற்சாகமெல்லாம் அணைந்து கிடக்கிறது. அவனுடைய பேச்சுக்களைக் கேட்டுக்கொண்டிருக்க மனமில்லை. அருகில் உட்கார்ந்தாலும் அந்த ஆர்வம் இல்லை. யாரோ சிநேகிதியோடு இருக்கிறாற்போலத்தான் தோன்றுகிறது. அவன் கைதொட்டுத் தூக்கினபோதுகூட விட்டுவிட்டால் தேவலை போல் இருந்தது, யாரோ தீண்டத்தகாதவன் தீண்டிவிட்டாற் போல . . .

"என்ன குழந்தே? படுத்து கொஞ்ச நேரம் தூங்குன்னேனே" என்றார் ஊஞ்சலில் உட்கார்ந்த ராமையா.

"கொஞ்சம் போகட்டும் அப்பா. அப்பறம் தூங்கலாம். அப்படி அசதியாகவும் இல்லே . . . தங்கராஜுக்குக் காப்பி கொண்டு கொடுத்துட்டுவரேன்" என்று சொல்லிக்கொண்டே அடுக்களையை நோக்கி நடந்தாள்.

அத்தை சமைத்துக்கொண்டிருந்த சமயம்.

"கொஞ்சம் காப்பி கலந்து கொடு அத்தை" என்று சொல்லி விட்டு உட்கார்ந்துகொண்டாள் அவள்.

"இதோ – தங்கராஜு கேக்கறானா?"

"ஆமாம்."

"கலந்து கொடுத்திடறேனே வாங்கிக்கிட்டுப் போயேன்."

"நீ கலவேன்" என்று சொல்லிக்கொண்டு, தரையிலேயே படுத்தாள் பாலி. அவளுக்கு உடல் அயர்வாகவே இருந்தது – திடீர் என்று வந்த அயர்வு கண்ணை மூடிக்கொண்டாள்.

"குழந்தே" என்றார் ராமையா ஊஞ்சலிலிருந்து எழுந்து வந்து.

"என்னப்பா!"

"இப்ப என்ன சொன்னே, எங்கிட்டே சொல்லு" என்று சிரித்துக்கொண்டே கேட்டார்.

பாலிக்குத் திகைப்பாக இருந்தது.

"ஒண்ணும் சொல்லலியே."

"இப்ப நான் கேட்டதுக்குச் சொன்னியே."

"காபி கொடுத்திட்டு வரேன்னேன்."

"அப்படியா சொன்னே?"

"ஆமாம்."

"இல்லே . . . வேற எதோ சேத்துச் சொன்னே."

"என்ன சேத்தேன்?"

"நல்லா யோசிச்சுப்பாரு."

அத்தையும் புன்சிரிப்புடன் அவளைப் பார்த்துக் கொண்டிருந்தாள்.

"என்னத்தைச் சொன்னேன்?"

"உங்கப்பாதானே சொல்றான்!"

"என்னப்பா?"

"முருங்கைக்காய் கதை தெரியுமா?" என்றார் ராமையா.

"முருங்கைக்காய் கதையா!"

"ஆமாம். ஒரு கிராமத்துப் பொம்பிளை ஸ்டேஷன்லே போய் டிக்கட்டு வாங்கப் போனாளாம் முருங்கப்பேட்டைக்கு. அங்கே போய் ஊர்ப் பேரை முழுக்கச் சொல்லாம அந்தக் காய் பேரிலே ஒரு ஊர் இருக்குமே, அதற்கு ஒரு சீட்டுக் கொடுங்கன்னாளாம். அவன் முழிச்சானாம். அதாங்க நீளமா பள்ளமா இருக்குமே அந்தக் காயிங்கன்னாளாம் . . . ஏன் தெரியுமா?"

அத்தை பெரிய ஹாஸ்யத்தைக் கேட்டு விட்டதுபோல் விழுந்து விழுந்து சிரித்தாள்.

"ஏன் தெரியுமா குழந்தே?"

"ஏன்?"

"நீ இந்தக் கதையைக் கேட்டதில்லே போல்ருக்கு. அவ ஆம்படையான் பேரு முருகன். அவன் பேர்மாதிரியிருக்குல்ல

முருங்கப்பேட்டை. அதுக்காகத்தான் சொல்ல மாட்டேன்னா அவ. இப்ப ஞாபகம் வருதா? . . . நீ மாடிப் படியிலே இறங்கி வர்றப்ப என்ன சொல்லிட்டு வந்தே. தங்கராஜுக்குக் காபி கொடுத்திட்டு வரேன்னு சொன்னே . . . மறந்து போயிடிச்சா? . . . போனாப் போறது. இந்தத் தடவை தவறிச் சொல்லிப்பிட்டே, இனிமே ஜாக்ரதையா இரு. யாராவது மூணாவது மனுசங்க கேட்டா என்ன நெனச்சுப்பாங்க?"

பாலிக்கு இந்த ஹாஸ்யமும் வேண்டியிருக்கவில்லை. மேலே பேச்சை வளர்க்கவும் இஷ்டமில்லை. "சரிப்பா" என்று சொல்லி விட்டு மீண்டும் படுத்துவிட்டாள்.

"காபி சுட்டுப் போச்சு. போய்க் கொடுத்திட்டு வந்திடேன்" என்றாள் அத்தை.

பாலிக்கு எழுந்திருக்க முடியவில்லை. மனசில் அயர்வா, உடல் அயர்வா என்று புரியாமல், பதிலும் சொல்லாமல் படுத்திருந்தாள்.

"சரி, அலுப்பா இருந்தாப்படுத்திரு. நான் போய்க் கொடுத்து விட்டு வரேன்" என்று ராமையாவிடம் கொடுத்துவிட்டு வந்தாள் அத்தை. ராமையா மாடிக்குப் போனார்.

பாலிக்கு இதுவும் வியப்பாகத்தானிருந்தது. தங்கராஜ னுக்கு ஏமாற்றமாகத்தான் இருக்கும். காபி டம்ளருடன் அப்பாவைப் பார்த்ததும். அவன் என்ன நினைத்துக்கொள்ளப் போகிறானே! . . .

அலுப்பில் அவள் தூங்கியே விட்டாள்.

32

சாப்பாடானதும் மறுபடியும் படுத்து உறங்கினாள் அவள்.

தூங்கி எழுந்தபோது மணி ஐந்தரைக்கு மேலாகிவிட்டது.

காப்பியைக் குடித்து, மீண்டும் தூக்க மந்தம் உடலில் சுமந்து கிடந்தது.

இந்த வீடுகூடப் பிடிக்கவில்லையா எனக்கு!

"முகத்தைக் கழுவி பளிச்சுனு ஒரு பொட்டிட்டுக்கயேன் பாலி" என்றாள் அத்தை.

பாலி பேசாமல் ஊஞ்சலில் உட்கார்ந்திருந்தாள்.

"அப்பாவும் தங்கமும் வெளியிலே போனாங்க. உன்னை அழைச்சிட்டுப் போகலாம்னு நெனச்சாங்க. ரண்டு மூணு தடவை கூப்பிட்டாங்க. எழுந்துக்கலே நீ. சரி, ரொம்ப அசதியாத் தூங்குது. தூங்கட்டும்னு புறப்பட்டுப் போயிட்டாங்க. ரயில்லெ ரொம்பக் கூட்டமா?" என்று கேட்டாள் அத்தை.

"க்கும்."

"நல்ல வேளையா தூங்கவாவது தூங்கினியே, எழுந்திரிச்சு முகத்தைக் கழுவிட்டு வா. கலக்கம் ஓடிப்போயிரும்" என்று சொல்லிக்கொண்டே, பூஜை அலமாரியில் இருந்த வெண்கல அகலை ஏற்றி வைத்தாள் வடிவு.

அகலில் எழுந்த ஒளியைப் பார்த்ததும் அங்கிருந்து எழுந்து கொல்லைத் தாழ்வாரத்திற்குப்

போனாள் பாலி. அங்கும் போய் சோம்பல் தாளாமல் உட்கார்ந்து விட்டாள்.

எலுமிச்சை மரத்தில் இரண்டு மூன்று குருவிகள் கீச்கீச் என்று தாவித் தாவிக் கிளை மாறிக் கொண்டிருந்தன.

சற்று கழித்து அத்தை கையில் குடத்துடன் கிணற்றங்கரைக்கு வந்தாள்.

"என்ன பாலி இங்கே வந்து உக்காந்திட்டே . . . ஏந்திரு" என்றாள்.

அவள் கிணற்றிலிருந்து நீரை மொண்டு விடும்போது பாலிக்கு ஆவலாகத்தானிருந்தது. சிவகங்கை ஜலம் பழுப்பு வெள்ளையாகவிருந்தது. இந்தக் கிணற்றுக்கு சிவகங்கைக் குளத்திலிருந்து பூமிக்கடியில் வாய்க்கால் செல்லுகிறது. நெல்லிக்காயைச் சுவைத்துவிட்டு நீர் குடிக்கிறாற் போன்ற ருசி. பாலி எழுந்து முகத்தைக் கழுவிக்கொண்டாள். பறையிலிருந்த சோப்பை எடுத்து நன்றாகத் தேய்த்துக்கழுவிக்கொண்டாள்.

அவளுக்கு எதுவும் சீக்கிரமாகச் செய்ய முடியவில்லை. கை சோர்ந்து சோர்ந்து தூக்குவதற்கே சுமையாக இருந்தது.

புடவையை மாற்றிக்கொண்டு ஊஞ்சலில் உட்கார்ந்தபோது, அலமாரியின் அகல் ஒளி லேசாக நடுங்கிச் சுடர் விட்டது.

பாலி எழுந்து மேல்தட்டில் இருந்த புத்தகங்களைப் புரட்டி நாலைந்து எடுத்து வைத்துக்கொண்டாள். சின்னச் சின்னப் புத்தகங்கள். ஒரு அணா அரையணாவென்று ராமையா வாங்கி வைத்திருந்த ஒரு பெரிய கட்டு. காமாட்சியம்மை விருந்தம், மீனாட்சியம்மை குறம், பெரியநாயகி தாலாட்டு, சற்று கனமாக இருந்தது நந்தனார் சரித்திரக் கீர்த்தனை, மங்களாம்பா தாண்டகம் – இன்னும் என்னென்னவோ.

ஒவ்வொன்றாக எடுத்து வாசிக்க ஆரம்பித்தாள் பாலி. அடித்தொண்டையில் ராகத்தோடு முனகினாள்.

"கொஞ்சம் வாயை விட்டுத்தான் பாடேன் பாலி. நானும் கேக்கறேன்" என்று வடிவு தூணில் சாய்ந்து உட்கார்ந்து கொண்டாள். சமையல் முடிந்துவிட்டது போலிருக்கிறது.

பாலிக்கும் வாயை விட்டு அழவேண்டும் போலிருந்தது. ஒவ்வொரு புத்தகமாக எடுத்துப் பாடிக்கொண்டிருந்தாள். அவளுடைய அழுகையெல்லாம் பாட்டாகக் குழைந்து எழுந்து கொண்டிருந்தது.

நடுநடுவே பாட்டின் பொருளைக் கேட்டு "ஐய்யோ ... ஐய்யோ" என்று வடிவும் குரல் கொடுத்துக்கொடுத்து வாயை விட்டு அரற்றினாள். அவளுக்கு வாழ்ந்த காலம் எல்லாம் ஞாபகத்திற்கு வந்ததோ என்னவோ.

பாலிக்கு பாட்டாக அழ அழ உற்சாகமாயிருந்தது.

ஒரு மணி நேரம் ஒவ்வொரு புத்தகமாக வாசித்து முடித்ததும் அமைதியாக இருக்கவேண்டும் போலிருந்தது. வாயை மூடினாள். கண்ணில் நீர் துளிர்த்துக்கொண்டு வந்தது. அப்படியே கூனிக் குறுகி உட்கார்ந்திருந்தாள்.

அவள் கண்ணைத் துடைத்துக்கொண்டதைப் பார்த்த வடிவு, சிறிதுநேரம் கழித்து, அருகில் வந்து அவளை மடி மீது தலையை வைத்துச் சாய்த்துக்கொண்டாள். அத்தை எப்பொழுதுமே இந்த மாதிரி கொஞ்சுகிற வழக்கமில்லே. இப்போது உட்கார்ந்தவாறே, அவள் மடிமீது தலையை வைத்துப்படுத்து, அவள் கைவருடல் பட்டதும் பாலிக்கும் துக்கம் துக்கமாக வந்தது. தேம்பித் தேம்பி யழுதாள்.

அதை எதிர்பார்த்ததுபோல வடிவு கேட்டாள்.

"காலமே புடிச்சு கேக்கணும்னு இருந்தேன். ஏண்டா கண்ணு, ஏன் முகம் சரியாயில்லே உனக்கு? ஏன் இப்படித் துடிக்கிறே? சொல்லேன்."

பாலி பதில் சொல்லவில்லை. எழுந்து உட்கார்ந்துகொண்டாள்.

"அப்பா ஏதாவது சொன்னானா?"

"இல்லே."

"பின்னே என்ன?"

". . ."

"இத்தினி நேரம் உக்காந்து கதறினியே. சாமி காது கொடுத்துக் கேக்காமலா போயிடும்? எங்கிட்ட சொல்லேன், வேறு யாருடா இருக்கா உனக்கு?"

சாமி காதில் விழவேண்டும் என்று அவள் எந்தக் கோரிக்கை யும் எழுப்பவில்லை. இத்தனை நேரம் பாட்டாக அழுததும் அவள் காதில் விழுவதற்காக இல்லை. தானே கேட்க வேண்டும் என்றுதான். அத்தைக்கு இது எப்படிப் புரியப்போகிறது?

"ஏம்மா?"

“ம்.”

“வாயைத் திறந்து ஒண்ணும் சொல்லாமே இப்படியே தான் இருக்கப்போறியா?... யார்கிட்ட போய் அழப்போற?”

“எனக்கு என்ன பண்ணலாம்னு புரியலே அத்தை.”

“எதுக்கு?”

“ஒண்ணு இஷ்டப்படியிருக்கணும், இல்லே முழுக்கக் கட்டுப்பட்டு இருக்கணும் இதிலே பாதி அதிலே பாதின்னு என்னாலே இருக்க முடியலே.”

“எதிலே பாதி? எதிலே முளுசு? நல்லாச் சொல்லேன். நான் என்ன படிச்சிருக்கேனா உன்னாட்டம். நல்லாச்சொல்லு.”

“இந்தப் புள்ளையை எத்தினி நாளு நாம ஏமாத்திக்கிட்டிருக்கப் போறோம்?”

“எந்தப் புள்ளையை?”

“எந்தப் புள்ளையா!” பாலிக்கு எரிச்சலாக வந்தது.

“உங்க சொர்ணக்கா மகனை.”

“தங்கராஜையா!... ஏமாத்தறது என்ன?”

“எனக்கு இந்த விவகாரமே பிடிக்கலே... என்னைக் கேட்டா நிச்சயம் பண்ணினீங்க?”

அத்தைக்கு விஷயத்தைப் புரியச் செய்தாகிவிட்டது.

ஆனால், அத்தை பதிலே பேசவில்லை. திடுக்கிட்டாற்போல அவளைப் பார்த்துக்கொண்டே உட்கார்ந்திருந்தாள்.

“உங்களுக்கெல்லாம் ஆசை. சின்ன வயசிலேந்து எருபோட்டுத் தண்ணிவிட்டு வளத்துக்கிட்டு வறீங்க. அதையும் வீட்டிலெ கொண்டு வச்சுக்கறது, உபசாரம் பண்றது – ஆனா என் மனசு கேக்கலை.”

அத்தை வாயைத் திறக்கவில்லை. இரண்டு நிமிஷம் கழித்து, “நீ இத்தனை நாளாச் சொல்லவே இல்லியே. உன்னைப் பாத்தா நீயும் சம்மதிச்சிருக்காப்பலதானே இருந்திச்சு” என்றாள்.

“இத்தினி நாளா எனக்குத் தெரியலே.”

“அவனுக்கு என்ன குழந்தே! நல்லா படிக்குது! கறுப்பா இருக்கு ஒத்துக்கறேன் ஆனா பேச்சிலே குறைச்சலா? பார்வையிலேதான் குறைச்சலா? அப்பை சப்பையான புள்ளையா அது? ஏன் இப்படிச் சொல்றே?”

“காரணமெல்லாம் சொல்ல முடியலேத்தை. எனக்கு இதெல்லாம் வாணாம். நான் சும்மா இருந்திடறேன்.”

“ரொம்ப லச்சணமாயிருக்கு பேசறது.”

“ஆமாம். யாரு என்னத்தைக் கண்டாங்க? நீ என்னத்தைக் கண்டே? அப்பாத்தான் என்னத்தைக் கண்டாங்க. போயிப்போயி நாலை அழைச்சிட்டு வந்தாங்களே, எது தங்கிச்சு அவங்களுக்கு?”

அத்தை சூன்யத்தைப் பார்த்துக்கொண்டு உட்கார்ந்திருந்தாள். அவளுடைய அறிவு மனசெல்லாம் என்ன செய்வதென்று அறியாமல் ஒடிந்துவிட்டது போலிருந்தது. சிறிது நேரம் கழித்து ‘ம்ஹும்’ என்று பெரிய பெருமூச்சாக விட்டுவிட்டு, எழுந்து வாசலுக்குப் போனாள்.

பாலிக்குத் தனியாக இருக்க முடியவில்லை. புத்தகங்களை அடுக்கி மீண்டும் மேல் தட்டில் வைத்துவிட்டு, அத்தையைத் தேடிக்கொண்டு போனாள். பெரிய திண்ணைக்குமேல் சுவரோரமாகப் பெஞ்சு மாதிரி செய்திருந்த கடப்பைக் கல்மீது உட்கார்ந்து யோசனையில் ஆழ்ந்திருந்தாள் வடிவு. பக்கத்தில் உட்கார்ந்து கொண்டாள் பாலி.

அத்தையின் முகம் சொல்ல முடியாத கவலையில் ஆழ்ந்து கிடந்தது; பயங்கரமான கவலையும் திகிலும் படர்ந்து கிடந்தன.

“நீ இப்ப சொன்னதெல்லாம் நெசம்மாவா சொன்னே?” என்று கேட்டாள் பாலியைப் பார்த்து.

“ஆமாம்.”

“வீட்டை முச்சூடும் கட்டிப்பிட்டு, திடுதிப்புன்னு இடிச்சுத் தள்ளி அடிவாரத்தையும் குளிபறிக்க முடியுமா?”

“. . .”

“எனக்கு என்ன நினைக்கிறதுன்னிட்டே புரியமாட்டேங்குதே, கலியாணம் கலியாணம்னு ஏகப்பட்ட சாமானா சேத்துகிட்டு வரான். மாசா மாசம் அவன் படிப்புக்கு வேற பணம் கொடுத்திட்டு வர்றான். மன்னார் குடியிலே படிக்கிற நாள்ளேர்ந்து . . . உப்பிலேர்ந்து கற்பூரம் வரைக்கும் இந்தப் புள்ளையை நெனச்சுக் கிட்டே செஞ்சுகிட்டு வர்றான் ராமையா. இப்ப வந்து இப்படிச் சொன்னா, நான் என்ன செய்வேன்?”

“சொல்லு சொல்லுன்னு கேட்டே. சொன்னேன். மனசிலெ இல்லாததை எப்படிச் சொல்றது?”

"இல்லாம எப்படி இருக்கும்?"

"இல்லைன்னுதான் இருக்கு."

"ம்... நீலாம்பா சோதனை பண்றா."

அத்தை இதையெல்லாம் கோபமாகவும் சொல்லவில்லை. அவள் குரலில் பீதிதான் ஒலித்தது. அவள் முகத்தைப் பார்க்கும் போது இன்னும் ஒரு மணி நேரத்தில் முழு மூப்பாகி, உடல் ஒடுங்கி உயிரும் ஒடுங்கிவிடும் போலத் தோன்றிற்று. அத்தனை பீதி – அத்தனை கலவரம்.

ஒரு கண நேரம் ஏன் ஊருக்குத் திரும்பி வந்தோம் என்றிருந்தது பாலிக்கு.

"எந்தத் தெய்வம் சோதனை பண்ணுதோ புரியலியே. அவன் வாய்விட்ட அன்னையிலேருந்து நீயும் புரிஞ்சுக்கிட்டேன்னுதான் நெனச்சு, நான் மாஞ்சு போயிட்டிருந்தேன். நீ ஊருக்குப் புறப்பட்டுப் போறவரைக்கும்கூட இதெல்லாம் தெரியலியே" என்றாள் அத்தை.

அவள் புலம்பலைக் கேட்க முடியாமல் எழுந்து திண்ணை யோரமாகப் போய் நின்றாள் அவள்.

கை மறையும் நேரம். அவள் மேற்கே பார்த்துக்கொண்டு நின்றாள். மேற்கடியில் மட்டும் சிவப்பும் வெளுப்பும் மிச்சமிருந்தன.

"யாரு?... குழந்தையா?"

பாலி திரும்பினாள்.

பெரியசாமி தலையில் மப்ளரைக் கட்டிக்கொண்டு வந்து நின்றார்.

"எப்ப வந்தே குழந்தே?"

"வாங்க மாமா, காலமேதான் வந்தேன்."

"அங்கு யாரு அத்தையா! என்ன வடிவம்மா சௌக்யம் தானே?"

"இருக்கேன் – வாங்க உக்காருங்க. என்ன உடம்புக்கு?"

"ஒண்ணுமில்லே. ஜலதோஷம், இருமல்" என்று சொல்லிக் கொண்டே திண்ணையில் உட்கார்ந்தார் பெரியசாமி.

"இப்படி வாங்க மாமா" என்று கடப்பைத் திண்ணையைக் காட்டினாள் பாலி. அவர் எழுந்து அங்கே அமர்ந்தார்.

"காலமேயே வரலான்னிட்டுத்தான். வெளியிலேயே கிளம்ப முடியலே. சாயங்காலமா ஒரு முக்கால் காபியை ஊத்துனேன். சித்தே... அக்கடான்னு இருந்திச்சு. வந்தேன்."

"இன்னும் கொஞ்சம் காபி சாப்பிடலாமில்ல."

"எதுக்கு குழந்தே?"

"அத்தே."

"கொண்டாரேன்" என்று அத்தை உள்ளே போனாள்.

அப்பாவும் தங்கராஜனும் வெளியே போயிருந்ததைத் தெரிவித்தாள் பாலி.

"அப்படியா? நான் உன்னைத்தான் பாத்திட்டுப்போகலாம்னு வந்தேன்... இருந்தாலும் இனிமே என்ன?... நீ கோச்சுக்க மாட்டியே. நீ ஆடினது கொண்டது எல்லாத்தையும் சொல்லிட்டேம்மா. உங்கப்பாருக்கு ரொம்ப வருத்தம். ஆடினதுக்கில்லே. தானும் வரலியேன்னு. நாய்க்கர் மகனைப் பற்றியும் சொன்னேன். அதுக்கும் அவரு சரின்னுதான் சொன்னாரு."

"அப்பா சொன்னாங்க."

"தங்கராஜுக்கும் தெரியுமோ?"

"கொஞ்சம் கொஞ்சம் தெரியும்போல்ருக்கு."

"அப்படியா! ஆண்டவன் கருணைதான். அப்பறம் பேசிக்கலாம். பரீட்சையெல்லாம் நல்லா எழுதியிருக்கீல்ல."

"நல்லா எழுதியிருக்கேன். நீங்க வந்திட்டுப் போனதிலேர்ந்து எனக்கு நிம்மதியா இருந்திச்சு மாமா. ஒரு கவலையில்லாம படிச்சேன். நீங்க சொன்னாப்பலவே விடாம சாதகமும் பண்ணினேன்."

"ரொம்ப நல்லது. இன்னிக்கி உடம்பு ரொம்ப அசதியா யிருக்குமே ரயில்லியும் கியில்லியும் வந்தது."

"அப்படி ஒண்ணும் இல்லே. அசதியாத்தான் இருந்திச்சு. நல்லாத் தூங்கிப்பிட்டேன்."

"அப்ப ஆட முடியும்கிறியா?"

"உங்களுக்கு உக்காந்துகிட்டு பாக்க முடியுமா?"

"எனக்கு இதைவிட வேற என்ன குழந்தை மருந்து இருக்க முடியும்? நீ முடிஞ்சா ஆடு. நான் பார்த்துக்கிட்டு இருக்கேன். என் தலைவலியெல்லாம் பறந்து போயிடும் சொச்சம் இருக்கறதும்."

"உள்ளே வாங்களேன்."

பெரியசாமி உள்ளே வந்து, தானே அரிசி மூட்டை மேலிருந்த பெரிய கம்பளியை விரித்தார்.

"குழந்தே, இன்னும் பிரகாசமான ரண்டு விளக்கு ஏற்றிவை. இன்னிக்கிப் பிரதோஷம். நடராஜா ஆடி முடிச்சிருப்பான். நீ இப்ப ஆடு. நீ ஆடறதையும் கொஞ்சம் பாக்கட்டும். எனக்கும் பாக்கணும் போலத்தான் இருந்திச்சு. அதான் உள்ளே வந்தேன். எனக்கும் இப்ப உடுக்கு ஓஞ்சு கார்வை கேக்கறாப்பல இருக்கு... நடராஜன் போய் என் தாயிகிட்ட உக்காந்திருப்பான். ஆடு சொல்றேன். வடிவம்மா... சட்டுனு காபியைக் கொண்டாங்க."

"இதோ."

பாலி உள்ளே போய் இன்னும் இரண்டு விளக்குகளுக்கு எண்ணெய் போட்டு வந்து ஏற்றி வைத்தாள்.

33

கம்பளியையும் பிச்சாணாவையும் விரித்து விட்டு, ஆடத் தொடங்குமுன் அலமாரியை நோக்கித் தரையில் குனிந்து வணங்கி, பெரியசாமிக்கும் வணக்கம் செலுத்தினாள் பாலி.

"மாமா, அரைமணி முன்னாடி வரைக்கும் நான் ஆடப் போறன்னே நினைக்கலெ. இதுகூட ஆண்டவன் சங்கல்பம்னு தான் தோணுது" என்று அவரைப் பார்த்துக்கொண்டே நின்றாள் அவள்.

"அப்படியா குழந்தே?"

"ஆமாம். என் மனது தெளியாதா தெளியா தான்னு சித்தெ நேரம் முன்னே அலட்டிக்கிட்டே யிருந்தேன். நீங்க வந்திட்டீங்க."

பெரியசாமி வியப்புடன் அவளைப் பார்த்தார் – புதிதாக எதையோ கண்டுவிட்டதுபோல.

"குழந்தே. என்னைப் போலக் குந்தாணி மாதிரி வயசானவங்கள்ளாம் கிடந்து தவிக்கிறபோது, ஒரு சின்னக் குழந்தைகூட ஏதாவது சொல்லி வழிகாட்டிப் பிடும். இதைப் பல தடவை கண்டிருக்கேன். நீ சொல்றது அவ்வளவும் சரி."

பாலிக்கு ஆட ஆரம்பித்தபோதே, எல்லாம் சரியாக அமைந்துவிட்டதுபோல ஒரு நிறைவும் அமைதியும் உள்ளத்திலும் உடலிலும் அமைந்திருந் தன. காலும் கையும் லகுவாகப் பாவின. எதைத் தொட்டாலும் சந்தேகம் துளியும் இல்லாத ஒரு தீர்மான புத்தி. எந்த அசைவையும் வளைவையும் சாதித்துவிட முடியும் என்ற நம்பிக்கை. லயத்தில் பிரயாசையில்லாத ஒட்டுதல். கற்பனையும் அளவறி யாமல் புதிது புதிதாகத் தோன்றிக்கொண்டிருந்தது.

பெரியசாமி கையிலேயே தாளம் போட்டுக்கொண்டிருந்தார். அவளுடைய தீர்மானமான, தயக்கமற்ற அசைவுகளையும் தன் வசத்தையும் கண்டு கண்டு அவருக்குப் புளகமடித்தது. தொடங்கி இரண்டு நிமிஷத்திற்குள்ளாகவே அவர் அவளுடைய கற்பனையில் ஒன்றி, வேறு உலகத்திற்கு உயர்ந்துவிட்டார். பிறகு அவர் கண்டதும், தாளம் போட்டதும் நடுநடுவே நல்லதுடாப்பா நல்லதுடாப்பா என்று ஆகாகாரம் செய்ததும் அந்த விண்ணுலகத்தின் ஸ்வச்சமான நிலையில் மிதந்துகொண்டு செய்தவைதான். பதினைந்து நிமிஷம் கழித்து அவள் நிறுத்தி நின்ற பிறகுதான் அவருக்கும் உலகப் பிரக்ஞை வந்தது.

"சும்மா சும்மா சொல்லணுமா? இவ்வளவு சொத்தை வச்சிக்கிட்டு, நாம வேறு எங்கெங்கேயோ சுகத்தைத் தேடிக்கிட்டிருக்கோம் பாரு. அதான் ஆச்சரியமாயிருக்கு. ஒண்ணும் புரியாத புதிராகவும் இருக்கு; ஆனா . . . ஆனா . . . ஆனா . . . ம் எப்படிச் சொல்றது புரியலியே. இதெல்லாம் இந்த உடம்புக்குச் சம்பந்தப்படாத விஷயம் . . .ம். அப்படியும் சொல்ல முடியலே. இந்த உடம்போட உதவியாலேதானே இந்த நிலைமையும் அடைய முடியுது. . . அப்படித்தான்; அப்படித்தான் . . . இதையே ஏணியாய் வச்சுக்கிட்டு, அப்பறம் அதைத் தட்டிவிட்டுடணும். நம்ம வீட்டுப் பரண்மேலே ஏறினா இறங்கணுமேங்கற கவலை உண்டு. இந்தப் பரண்மேலே ஏறிப்பிட்டுத் திரும்பி வர முடியுமோ?" என்று யோசித்து யோசித்துப் பேசிக்கொண்டிருந்தார்.

"அப்படி அந்தச் சமயத்திலே இருக்கு. அப்பறம் அப்படியில்லையே" என்றாள் பாலி.

"இல்லே. கீழே இறங்கறது நம்ம மனசும் உடலும் தான். ஆனா, இந்த உடம்போடவே சாதாரணமா இருந்துகிட்டே மேலேயும் உக்காந்திருக்க முடியும். நீ பார்த்துக்கிட்டே இரேன்" என்றார் அவர்.

"பெரியசாமி, கொஞ்சம் விளக்கமாகத்தான் சொல்லுங்களேன். நீங்க என்னமோ சொல்றீங்க. இது என்னமோ என்னைவிட வயசானாப்பல ஏதோ சொல்லிக்கிட்டிருக்கு . . . எனக்கும் புரியாம இல்லை. கொஞ்சம் கொஞ்சம் புரியுது."

"இங்கியும் அப்படித்தான்" என்றார் பெரியசாமி. "யம்மா இத பாருங்க . . . எல்லாருக்கும் தெய்வத்தோட தேஜஸு பளிச் பளிச்சுன்னு எப்பவாவது டாலடிக்கும். எல்லாருக்கும்னா எல்லாருக்கும்தான். சாமியாரு, குடும்பக்காரன், நல்லவன், திருடன், கொலைபாதகன் – எல்லாருக்கும்தான். எப்பவாவது ஒரு சமயத்திலே. அது எப்பவுமே இருக்கப்படாதுன்னு நாவறட்சி மாதிரி ஏற்படும். அது வந்திடுத்துன்னா நல்ல காலம். ஏன்னா அப்ப

கஷ்டமெல்லாம் கஷ்டம்னே படாது. தொந்தரவுகூட சுகத்தோட ஒரு பக்கம்னுதான் தோணும். இப்ப மல்லிகைப் பூ, தாமரைப் பூவெல்லாம் இருக்கு, வெறும் இதழுங்க மட்டும் இருந்தால் போதும். காம்பிலே என்ன இருக்கு? காம்பு என்னத்துக்கு? ஆனா காம்பு இருந்தாலும் அழகாத்தான் இருக்கு –"

அவர் பேசிக்கொண்டிருக்கும்போதே நடையில் செருப்புச் சத்தம் கேட்டது.

ராமையாவும் தங்கராஜனும் உள்ளே நுழைந்தார்கள்.

"வாங்க வாங்க" என்றார் பெரியசாமி.

காலைக் கழுவிவிட்டு இருவரும் வந்து உட்கார்ந்து கொண்டார்கள்.

"இத்தினி நேரம் குழந்தை ஆடிக்கிட்டிருந்தது. நடுவிலே நிறுத்தி ஏதோ பேசிக்கொண்டிருந்தோம். வந்தீங்க . . . குழந்தை – முடிஞ்சுதுன்னு – இன்னும் கொஞ்சம் –"

கொஞ்சம் இல்லை. ஒரு மணி நேரத்திற்குமேல் எல்லோர் கவனமும் சுருண்டு ஒடுங்கிக் கிடந்தது. நடுநடுவே ஒன்றும் பேசாமல் பெரியசாமி அவள் இஷ்டத்திற்கு ஆடுமாறு விட்டு விட்டார். ஆனால் ஆட்டத்தின் நடுவில் மட்டும் நல்லதுடாப்பா என்று பளிச் பளிச்சென்று ஒளிவிட்ட அருளைக் கண்டு அரற்றிக் கொண்டிருந்தார்.

அலை ஓய்ந்ததுபோல ஆட்டம் ஓய்ந்தது.

"பாத்தீங்கள்ள? நீங்க வந்து பார்க்கலேன்னு வருத்தப் பட்டீங்கள்ள? அதுக்குத்தான் இவ்வளவு நேரம் நடந்தது" என்றார் பெரியசாமி.

"கவலையோட, மனசிலே ஒரு மரியாதையோட, அச்சத்தோட செய்தா எப்பவும் நாம முன்னுக்கு வரலாம்" என்றார் ராமையா.

"முன்னுக்கு வரதெல்லாம் அப்பறம் இருக்கட்டும். குழந்தை லீவு முடிஞ்சு திரும்பிப் போறப்ப, பட்டணத்திலே நவுராத்திரிக்கு நாலஞ்சு கச்சேரி காத்துக்கிட்டுக் கிடக்கு. அன்னிக்கி ஆட்டத்தைக் கண்டு அவ்வளவு திருப்தி வந்திருந்தவங்களுக்கு."

"அப்பவாவது வந்து பார்த்தாப் போகுது."

உள்ளே போயிருந்த வடிவத்தை வெளியே வந்து, "இலை போட்டாச்சு வாத்யாருகூட சாப்பிட்டுப் போகலாம்" என்றாள்.

தூணில் சாய்ந்து நின்ற பாலி, "ஆமாம் மாமா! இங்கியே சாப்பிட்டுப் போங்க. நானும் அப்பாவும் கோயிலுக்குப் போயிட்டு வந்திடறோம்" என்றாள்.

"கோயிலுக்கா!" என்று கேட்ட பெரியசாமி. சட்டென்று தன்னை வசப்படுத்திக்கொண்டு, "சரி நானும் தங்கராஜனும் சாப்பிடறோம். நீங்க போய்ட்டு வாங்க" என்று எழுந்தார்.

"அப்பா! வாங்கப்பா. காமாட்சி கோயிலுக்குப் போய்ட்டு வரலாம். சாயங்காலமே போகலாம்னு இருந்தது!"

"இதோ கிளம்பியாச்சு, குழந்தே" என்று புறப்பட்டார் ராமையா.

"நீங்க வாங்களேன் போய்ட்டு. நாங்க காத்திருக்கிறோம்."

"வாண்டாம். அவங்க சாப்பிடட்டும். மாமாவுக்கும் உடம்பு சரியாயில்லே. இத்தினி நாளி உக்காந்திருந்ததே உடம்பு அலண்டு போயிருக்கும்."

"தங்கராஜு நீ சாப்பிட்டிடு – வாத்யாரை வச்சிக்கிட்டு" என்று சொல்லிவிட்டுக் கிளம்பினார் ராமையா.

வெளியே வந்து வீதியில் சிறிது தூரம் நடந்ததும், "மத்தியானமே சொல்லியிருந்தா நாங்க வெளியிலே போயிருக்க மாட்டோமே. இருந்து உன்னைக் கோயிலுக்கு அழைச்சிட்டுப் போய் வந்திருப்பமே" என்றார் அவர்.

"ஏன் இப்ப என்ன? இன்னும் நிம்மதியாப் பார்த்திட்டு வரலாமே."

"தங்கராஜும் வந்திருப்பான்ல!"

"அவரு வாண்டாம்னுதான் நான் இப்ப வந்தேன்."

"ஏன் வாண்டாம்?"

"நல்ல வேளையா வாத்யாரு வந்தாங்க. தனியாக் கிளம்ப முடிஞ்சுது நமக்கு."

"என்ன குழந்தே இது?"

நடந்துகொண்டே இருவரும் பேசிக்கொண்டிருந்தார்கள்.

"அப்பா. உங்களைத் தனியா புடிக்கணும்னு காலமே புடிச்சுத் தவிச்சுக்கிட்டுக் கிடக்கேன்."

"சொல்லு குழந்தே."

"இன்னிக்கி சொல்லத்தான் போறேன்."

"சொல்லு. நல்லா சொல்லு."

"சொன்னப்பறம் இருக்கிற ஒரு குழந்தையும் பிறக்கலேன்னு தான் நீங்க கசந்து போப்போறீங்க."

ராமையா சட்டென்று திரும்பினார்.

“அப்படி என்னம்மா சொல்லப்போறே?”

“நான் ரொம்ப நாளா இதைப்பத்தி நெனச்சு நெனச்சு புழுங்கிக்கிட்டே வரேன். ஒரு சமயம் நிம்மதியா இருக்கு. ஒரு சமயம் பயமாயிருக்கு. ஒரு சமயம் எங்கியாவது ஓடிப் போயிடலாம்னு குழப்பமா இருக்கு . . . மெட்ராஸிலேந்து வரபோது உங்களைப் பார்க்கணும்னு சந்தோஷம் கரை கொள்ளாமதான் ஓடி வந்தேன். ஆனா இங்கே வந்தப்புறம் நிலைகொள்ளலே. இப்ப ஆடறப்ப வாத்தியார் என்னென்னமோ சொல்லிட்டிருந்தாங்க. ஆடறப்ப எல்லாம் நிம்மதியாச் சொர்க்கத் துக்குப் போயிட்டாப்பலதானிருக்கு. இப்பவும் நான் இன்னும் அந்த உயரத்தைவிட்டு இறங்கலே. அதனாலெதான் இப்பவே நெசத்தைச் சொல்லிப்பிடலாம்னு துடிச்சுக் கிட்டிருக்கு. இப்ப தான் திடம்மாவும் சொல்ல முடியும்.”

“திடம்மா சொல்லு. நீ கண் கலங்காம, கவலைப்படாம இருக்கணும்னுதான் நான் உசிரை வச்சிட்டிருக்கேன். இல்லாட்டா, இத்தனை அடிங்களைத் தாங்கிட்டு நிக்கிற சரீரமில்லை இது.”

அவர் குரல் தழதழக்கவில்லை. எத்தனையோ இன்னல் களைப் பட்டுவிட்டு அவரும் நிம்மதியடைந்துதா னிருந்தார்.

“சொல்லு குழந்தே.”

“காலமே தங்கராஜன்னு நான் சொன்னத்துக்கு நீங்க வேடிக்கை பண்ணினீங்க. வாய் தவறித்தான் நான் சொன்னேன். ஆனா, உள்ள இருக்கறதுதான் அப்படி வந்தீச்சு.”

“நீ என்ன சொல்றே குழந்தே.”

“அப்பா எதையும் நுணுக்கமா புரிஞ்சுக்கறவங்கதான். ஆனா, இதிலே உங்க மனசு திடமா இறுகிப் போயிட்டதனாலே தான் என்ன சொல்றேன்னிட்டு கேக்கறீங்க. நானும் எத்தனை நாள்தான் பொய் சொல்லிட்டே இருக்க முடியும்? என்னைப் பொறுத்தவரைக்கும் இந்தத் தங்கராஜை நாமெல்லாரும் ஏமாத்திக்கிட்டு வரதாத்தான் தோணுது.”

“அப்படின்னா?”

“என் இஷ்டத்தைக்கேட்டா, நான் அவரைக் கலியாணம் பண்ணிக்க மாட்டேன்னுதான் சொல்வேன் . . . அவர் ரொம்ப நல்லவர். நல்லா படிக்கிறவர், அழகாயிருக்காரு; புத்திசாலியா யிருக்காரு. ஒரு பொண்ணு விரும்பிக் கலியாணம் பண்ணிக்கக் கூடிய அத்தனை குணமும் இருக்கு. அதனாலேதான் எனக்கு இப்ப சொல்றபோதே கஷ்டமாயிருக்கு. நான் அவரைக் கலியாணம்

பண்ணிக்க முடியும்னு நெனைக்கலே. இந்த விஷயத்தை நினைக்கறப்பவே எனக்கு மனசு கல்லாங்காயாப்பட்டு மரத்து மரத்துப் போகுது. அத்தைகிட்டவும் இதைச் சொல்லிப்பிட்டேன். கொஞ்ச நேரம் முன்னாலெ. அத்தை அப்படியே சமைஞ்சு போய் உக்காந்திட்டாங்க. அப்பதான் வாத்யாரு வந்தாங்க. அவங்க சொல்லித்தான் ஆட ஆரமிச்சேன். ஆடி ஓச்சப்பறம் தான் என் மனசும் ஓஞ்சுது. தைரியமா உங்ககிட்ட சொல்லலாங்கறதுக்கும் நிதானம் வந்தது."

ராமையா ஒன்றும் பேசாமல் நடந்து வந்தார். பாலிக்கும் அவரைத் திரும்பிப் பார்க்கத் தைரியம் வரவில்லை. கண்ணை மூடிக்கொண்டு கொலை செய்வது போல அவள் ஊனக் கண்ணும் அவரைப் பார்க்கத் துணிவின்றி எதிரே வீதியைப் பார்த்துக்கொண்டே போயிற்று.

காமாட்சியம்மன் கோயில் வந்துவிட்டது.

நடையைக் கடந்து முன் மண்டபத்தில் நின்று தொழுதுவிட்டு, உள்ளே போகும்போது "குழந்தே! நான் பிரகாரத்திலே உக்காந் திருக்கேன். நீ கும்பிட்டுட்டு வா" என்று சொல்லிக்கொண்டே பிரகாரத்தை நோக்கிச் சென்றார் ராமையா.

முன் மண்டபத்தில் ஒவ்வொரு தூணுக்கும் மேல் பக்கத்தில் ஒவ்வொரு லட்சுமியாகச் சித்திரம் வரைந்திருந்தான் சைத்ரீகன். தான்யலட்சுமி, தனலட்சுமி, ஸந்தான லட்சுமி என்று ஒவ்வொரு சுகமும் தேவவடிவுடன் நின்றது. அடிக்கடி அவற்றைப் பார்த்துக் கொண்டே நிற்கிற வழக்கம் அவளுக்கு. ஆனால், அவள் வேண்டுவது அந்த அஷ்டலட்சுமிகளிடமும் இல்லை என்றுதான் தோன்றிற்று அவளுக்கு. ஒன்றுமே யில்லாமல் வறண்டு கிடந்த மனத்துடன் கர்ப்பக் கிருகத்திற்குள் நுழைந்தாள்.

ஸ்வர்ண காமாட்சியின் உருவம் அந்த இருளில் மங்கைகள் ஏந்திய விளக்குகளிடையே நின்றது. சின்ன வயசிலிருந்து பார்த்துக் கொண்டே யிருக்கிற உருவம் என்றுதான் எப்போதும் அவளுக்குத் தோன்றுகிற வழக்கம். ஆனால் என்று அந்தப் பீடத்தைவிட்டு நகர்ந்து வரப்போகிறது என்று அவள் கேட்டுக்கொள்வதுண்டு. அது நகர்ந்துவரும் வழியாக இல்லை.

பாலியின் மன வறட்சியை அந்தக் காமாட்சி நீக்கிவிட வில்லை. அதைப் பார்த்துக்கொண்டே நின்றாள். அவள் சாய்ந்து நின்றிருந்த இரும்புக் குழாய், எண்ணெய் பட்டுப்பட்டு, சாய்ந்து வழவழப்பும் வெள்ளையும் ஏறி யிருந்தது. அடிக்கடி அந்தக் குழாயைத் தொடுகிற நினைவைத் தவிர, பிராகாரத்தில் ராமையா உட்கார்ந்திருக்கிற நினைவைத் தவிர, வேறு நினைவுகள் வரவில்லை. அந்த இடத்தைவிட்டு அசையவும்

அவளால் முடியவில்லை. நின்றுகொண்டேயிருந்தாள். மனதிலும் ஒன்றுமில்லாமல், போகவும் இஷ்டமில்லாமல் அங்கேயே அவள் உடல் கட்டுண்டு நின்றது. எதிரேயிருந்த உருவத்தைத்தான் பார்த்தாளா ..? அப்படியும் இல்லை.

யார் யாரோ வந்து வந்து அம்மனைப் பார்த்துவிட்டுப் போவதுமட்டும் தெரிந்தது.

கர்ப்பக்கிருகத்தை நோக்கி யாரோ போனார்கள். ஆமாம் தாடிதான். தட்டை எடுத்துக்கொண்டு தாடியர்ச்சகர் அவள் முன் வந்தார். குங்குமத்தை அவள்முன் நீட்டினார்.

"அப்பா வல்லியா?"

"பிராகாரத்திலே இருக்காங்களே."

"ஓகோ ... ரொம்ப நாளாக் காணுமே உங்களை."

"இன்னிக்குத்தான் வந்தேன்."

"ஊரிலேல்லியா?"

"ஆமாம். பட்டணத்திலே படிக்கிறேன்."

"ஆமாமா... அப்பாகூடச் சொன்னார். இப்ப என்ன லீவா?"

"ஆமாம்."

அவர் போய்விட்டார்.

அவர் போன பிறகும் அந்த இடத்தைவிட்டு அவளால் நகர முடியவில்லை. பத்திரமான இடத்தில், எந்த விபத்தும் வராத இடத்தில் நிற்கும் நிம்மதியோடு கால் நட்டுக்கிடந்தது.

"அர்த்த ஜாமம் எப்பங்க?" என்று குரல் கேட்கவே திரும்பினாள். மொட்டைத் தலையும் காவி வேஷ்டியுமாக ஒரு கிழவன் நின்றுகொண்டிருந்தான். கையில் ஒரு ஓடு.

அவனை வெறித்துப் பார்த்தாள்.

"இன்னும் ஒரு நாளியாகும்கிறாங்களே. அப்படித்தானா?" என்று அவனே கேட்டான்.

இன்னும் ஒரு நாழிதானா?... மணி பத்திருக்கும்போலிருக்கிறதே.

இயந்திரம் போலக் கையெடுத்துக் கும்பிடு போட்டுவிட்டு, பிராகாரத்திற்கு வந்தாள்.

மகிழ மரத்தடியில் உட்கார்ந்திருந்தார் ராமையா. முழங்காலைக் கட்டிக்கொண்டு எங்கேயோ பார்த்துக்கொண்டிருந்தார் அவர். முகம் சோர்ந்து உறங்குவது போலிருந்தது.

“அப்பவே பிடிச்சு இஞ்சதான் உட்கார்ந்திருக்கீங்களாப்பா?”

“ஆமாம் குழந்தே.”

“ஸ்வாமி பார்க்கலே?”

“அதான் பாத்தாச்சே.”

“போகலாமா?”

“ம்.”

“ரொம்ப நேரமாச்சு.”

“அப்படியா?”

“அர்த்தஜாமம் ஆகிற நேரம் இப்ப.”

“அப்படியா?”

அவர் எழுந்து நடந்தபோது நடை தளர்ந்து சோர்ந்திருந்தது. விறுவிறுவென்று எப்போதும் காண்கிற பரபரப்பெல்லாம் ஓய்ந்து, கூனிக் குறுகி நடந்தார் அவர். பாலி சற்றைக்கொருதரம் நின்று நின்று அவருக்காகக் காத்திருக்க வேண்டியிருந்தது.

வீடு போகும்வரையிலும் இருவரும் பேசவில்லை.

தெற்கு வீதியில் காளி கோயில் வாசலில் வரும்போது “இப்பத்தான் வறீங்களா?” என்று திண்ணையில் இருந்து எழுந்து வந்து பெரியசாமி கேட்டார்.

“ம்” என்றார் ராமையா.

“நானும் பையனும் சாப்பிட்டுவிட்டு காத்திட்டிருந்தோம். நீங்க வர்ற வழியாயில்லை. இன்னும் வரக்காணமேன்னு அக்காகூடக் கவலைப்பட்டுக்கிட்டிருந்திச்சு . . . தங்கராஜன்கூட நான் போய்ப் பார்த்து வரேன்னு போச்சே. பாக்கலே . . . அது அப்படியே எல்லையம்மன் கோயில் தெரு வழியாப் போச்சு.”

“அடட!”

“வந்திரும், சட்டுனு போய்ச் சாப்பிடுங்க. எத்தினி நேரமாச்சு?”

“வரேன் மாமா.”

“வா குழந்தே . . . காலமே வர்றேன்.”

ராமையாவை விட்டுக் கண்ணெடுக்க முடியவில்லை பாலிக்கு. சற்றைக்கொருதடவை வைத்தீச்வரா என்று பெருமூச்சுடன் வாய்விட்டு அரற்றிக்கொண்டேயிருந்தார். பேசாமல் கை கால் கழுவினார். பேசாமல் சாப்பிட்டார். வெற்றிலைகூடப்

போட்டுக்கொள்ளாமல் இடைகழியில் பாயைப் போட்டுப் படுத்துவிட்டார்.

அவர் பாயைப்போடும்போது பாலி சாப்பிட்டுக்கொண் டிருந்தாள்.

வெளியே தங்கராஜன் பேசும் குரல் கேட்டது. என்ன பேசினானோ சரியாகக் காதில் விழவில்லை.

உள்ளே வந்தான்.

“என்ன பாலி . . ? ஏன் இத்தினி நேரம் பண்ணிப்பிட்டீங்க?”

“சும்மாதான். ரொம்ப நாளாச்சில்ல பாத்து சாமியை.”

“அதுக்காக கழுத்தைப் புடிச்சுத் தள்றவரைக்குமா உக்காந் திருந்தீங்க? நான் போறப்ப தேசாந்திரிங்களுக்குப் பட்டைச் சோறு கொடுக்க ஆரமிச்சிட்டாங்களே.”

பாலி பதில் பேசாமல் சாப்பிட்டுக்கொண்டிருந்தாள்.

“அப்பாவுக்கு என்ன உடம்பு? அதுக்குள்ளியும் படுத்திட்டாங் களே.”

“என்னமோ தெரியலியே” – அந்தப் பதிலைச் சொல்லும் போது பாலியின் இதயத்துக்குள்ளே ‘பொய் பொய்’ என்று யாரோ கத்துவது போல்தானிருந்தது.

“தினமும் பன்னண்டு மணிக்குக் குறைஞ்சு படுக்க மாட்டாங் களே. ஊர்க் கதையெல்லாம் பேசிப்பிட்டு – புடலங்காய்க் கூட்டு, கருணைக்கிழங்கு மசியல்லேர்ந்து சின்னப் பக்கிரி நாயனம் வாசிச்சவரைக்கும் ஏதாவது பேசி ஓஞ்சாத்தானே, தூக்கம் வரும்? இன்னிக்கி அதுக்குள்ளார படுத்திட்டாங்களேன்னு கேட்டேன்.”

வடிவு அவர்கள் இருவரையும் மாறி மாறிப் பார்த்துக் கொண்டிருந்தாள். பாலிக்கு அத்தையை நிமிர்ந்து பார்க்கத் தைரியமில்லை. வேகமாக அள்ளிப் போட்டுக்கொண்டு எழுந்தாள்.

தங்கராஜன் சிறிது நேரம் ஊஞ்சலில் உட்கார்ந்துவிட்டு மாடிக்குப் போனான்.

பாலிக்கு வீட்டில் கிடந்த அமைதியும் நிசப்தமும் பயங்கரமா யிருந்தன. ராமையாவின் அரற்றல் எப்போதாவது ஒரு தடவை கேட்கும்.

அத்தைக்கு உதவியாகக் கொல்லைக் கிணற்றடியில் பாத்திரங் களைக் கழுவி, எடுத்து, சமையலறையும் மெழுகினாள்.

“நீ மொளுக வாணாம் . . . சும்மாயிரு” என்றாள் அத்தை. “உனக்கு ஏன் இதெல்லாம்?”

அத்தை அந்தக் கையைப் பார்த்தாள். சாணி பூசலில் கை பளபளவென்று மின்னிற்று.

“நீ போ சொல்றேன்!”

பாலி வேணும் என்றே அவளோடு சிற்று வேலைகளைச் செய்துகொண்டே யிருந்தாள்.

வேலையானதும் அத்தையோட ஊஞ்சலுக்கருகில் படுத்து விட்டாள்.

சுவர்க்கோழி எங்கோ படத்திற்குப் பின்னால் கத்தின கத்தல் காதைத் துளைத்தது.

தங்கராஜன் மாடியில் படுத்திருந்தான்.

சொல்லமுடியாத அச்சமும் சூன்யமும் வீட்டை ஆட்கொண் டிருந்தன.

அத்தை ஒரு தடவை இடைகழிவரை போய், ராமையாவைக் கேட்டாள். “என்ன ராமையா, உடம்புகிடம்பு சரியாயில்லையா?”

“இல்லேக்கா.”

அத்தை பேசாமல் திரும்பிவிட்டாள். பிறகு காதோடு காதாக, இருளோடு இருளாகக் கேட்டாள் பாலியின் பக்கம் – “அப்பாகிட்டே சொல்லிட்டியா?”

“சொன்னேன்.”

“என்ன சொன்னே?”

“எல்லாத்தையும் சொல்லிட்டேன்.”

“எப்ப?”

“கோயிலுக்குப் போறப்ப.”

அத்தை மல்லாந்து படுத்தாள்.

அவள் வெகு நேரம் தூங்கவில்லை என்று தெரிந்தது. இரவும் நகரவில்லை. ஒரு பக்கம் ராமையாவின் ஆண்டவக் கூப்பாடு. ஒரு பக்கம் அத்தையின் சிரம அரற்றல். மாடியிலிருந்து தங்கராஜனின் இருமல். அது வெறும் இருமல் இல்லை. அதுவும் இருக்கிறேன் இருக்கிறேன் என்று ஞாபகப்படுத்தும் இருமல்.

வஜ்ரம் போட்டு ஒட்டினாற்போல எதையும் கேட்காமல் படுத்துக்கிடந்தாள் பாலி.

"அத்தை" என்று குரல் கேட்கவே திரும்பினாள்.

"யாரு?" என்று எழுந்தாள் பாலி.

"நான்தான். கொஞ்சம் குடிக்கத் தண்ணி வேணும்" என்று தங்கராஜன் விடிவிளக்கின் மயக்கத்தில் இருளாக நின்று கொண்டிருந்தான்.

"இதோ" என்று உள்ளே போனாள் பாலி.

விடிவிளக்கைக் கையில் எடுத்துப் பெரிது பண்ணிக்கொண்டே, அடுக்களைக்குள் சென்றாள் பாலி. குடத்திலிருந்து ஒரு சிறிய ஜோட்டியில் தண்ணீரை மொண்டு, ஒரு டம்ளரிலும் மொண்டு திரும்பினாள்.

"ரண்டையும் எடுத்துக்கிட்டுப் போகணுமா?" என்று அதை வாங்கிக்கொள்ளாமலேயே கேட்டான் தங்கராஜன்.

"ராத்திரி மறுபடியும் தாகம் எடுத்ததுன்னா?"

"மறுபடியும் தாகம் எடுத்ததுன்னா, இறங்கி வரவாண்டாம். அங்கேயே குடிச்சுடலாம்கிறியா?" – லேசாக ஒரு சிரிப்பு.

பாலி பதில் பேசாமல் நின்றாள்.

"அப்படித்தானே?"

". . ."

அவள் கையிலிருந்து ஜோட்டியையும் டம்ளரையும் எடுத்துக்கொண்டு அவன் சொன்னான்: "உன்னைப் பாக்கற தாகத்தினாலெதான் இறங்கி வந்தேன், பாலி."

அடுக்களை அலமாரியில் வைத்திருந்த விடிவிளக்கின் ஒளி அவள் முகத்தில் விழுந்திருந்தது. அவளைப் பார்த்துக்கொண்டே சிறிது நேரம் நின்றான் அவன். அவளும் அவனை ஏறிட்டுப் பார்த்தாள். முகத்தில் ஒன்றுமில்லாத வெறும் பார்வை.

"நீ இன்னும் தூங்கலெ போலிருக்கே."

தலையசைத்தாள் அவள்.

"ஏன்?"

அதே வெறும் பார்வைதான் விடையாக நின்றது.

"தூக்கம் வரலேன்னா, மாடிக்கு வரமுடியுமா?"

"ஏன்?"

"இந்தப் புது பாலியோட கொஞ்சம் பேசலாம்னுதான்."

"ம்."

"அப்ப விளக்கைக் கூடத்திலேயே வச்சிட்டு வா" என்று சொல்லிவிட்டு, ஜோட்டியையும் டம்ளரையும் எடுத்துக்கொண்டு சென்றான் அவன். அடுக்களைக் கதவைச் சாத்திவிட்டு, அவளும் மாடிப்படி ஏறினாள்.

புதுப்பாலி என்றா சொன்னான்? இந்த இருளில் என் இதயத்தைப் பார்த்துவிட்டானா இவன்?

மாடி அறையில் அவ்வளவு இருளில்லை. தேய்பிறைச் சந்திரனின் பித்தளை வெளிச்சம் கொட்டகைக்குள் கொசுறு விழுந்திருந்தது. நடுநிசிக்கு மேலிருக்கும். கீழே பார்த்தபோது பழுத்துப்போன அந்த மஞ்சளைப் பூசிக்கொண்டு வீட்டுச் சுவர்களும் மாடிகளும் தெரு மண்ணும் மூளையில்லாத கீழத்தர தேவதைகளைப் போலப் பல்லிளித்துக்கொண்டிருந்தன. வீட்டுக்குள் இருந்த மனநிலைக்குப் பந்தல் இட்டுத் தோரணம் கட்டியது போலிருந்தது அந்தக் காட்சி.

அவளைப் போலவே கட்டைச் சுவர்மீது கைவைத்துச் சாய்ந்தவாறு அவனும் இந்தக் காட்சியைப் பார்த்துக்கொண்டு தானிருந்தான். இப்படியே நின்றுவிட்டால் நல்லது. ஏதாவது பேசி என் வாயைக் கிளறினால் . . . இரண்டு உள்ளங்கள் கீழே துக்கப்படுவது போதாதென்று இன்னொன்றும் சேர்த்துக்கொள்ள வேண்டும் . . .

அப்படிப் பேசிக் கிளறினால் என்னதான் செய்யமுடியும்?

உண்மையைச் சொல்லிச் சொல்லி, யார் யாரை எல்லாம் முடியுமோ, அத்தனை பேரையும் புண்படுத்திவிடுவது என்று தீர்மானம் செய்தாகிவிட்டது.

"பாலி" என்று அருகில் வந்து நின்றான் அவன். கோயில் தூணில் கறுகறுவென்று நிற்கும் சிலை நகர்ந்து வந்து நிற்பது போலிருந்தது.

"ரொம்ப கட்டுப்பெட்டின்னு நெனைச்சுப்பிட்டியாமே, என்னை?"

சட்டென்று அவளுக்கு ஒன்றும் புரியவில்லை.

"அப்பா சாயங்காலம் எல்லாம் சொன்னாங்க. நாய்க்கர் மகன் வந்தது, நீ ஆடறதுக்கு நடுங்கினது – எல்லாம் கேள்விப் பட்டேன். இந்தப் பயத்திலேதான் எனக்கு லெட்டரே போட வாண்டாம்னு இருந்திட்டியா? காலமே புடிச்சு பங்காளிக்காய்ச்சல் வந்தாப்பல பதுங்கிப் பதுங்கி ஒதுங்கி ஒதுங்கி ஓடறியே – இதுக்குத்தானா? . . . நீ ஆடிப் பணம் சம்பாதிச்சு ஒரு குடும்ப நண்பருக்கு ஒத்தாசை பண்றதை வேண்டாங்கும்படியா நான் அவ்வளவு சின்னப் பள்ளிக்கூடத்துப் பையனாயிருக்கேனா

இன்னும்? கூஜாத் தூக்கி ஆம்படையான்னு யாராவது சொல்றதுக்குத்தான் பயப்படப் போறேனா? நீ எந்த விதத்திலே எனக்குச் சமானமா இருக்க முடியும்? என்னைப் போல கறுப்பா இருக்க முடியுமா உனக்கு? சங்கீதத்திலியோ மற்ற கலைகளிலோ எம்மாதிரி ஞானசூன்யமா இருக்க முடியுமா? அதிலெல்லாம் அவ்வளவு தாழ்ந்தவளா இருக்கிறபோது, ஏன் என்னைக் கண்டு இப்படி நீ பயப்படணும்? . . . இத பாரு. நீ இனிமே எங்காவது ஆடினா நானும்கூட வந்து முதல்லெ பார்க்க உக்காந்துப்பேன். நீ முதல்லெ யார் காலையாவது தொட்டுக்கும்பிட்டுத்தானே ஆரமிக்கணும்? எல்லா ஆட்டத்துக்கும் பெரியசாமி வர முடியுமா? நான்தான் அவருக்குப் பதிலா வந்து உக்காந்துக்கணும். நம்ம ஊர்லெ கல்லுகூட தெய்வம்தானே? நானும் முனியாண்டி, கறுப்பண்ணன் மாதிரி வந்து உக்காந்துக்கறேன்" என்று அவளுடைய இரு கைகளையும் பிடித்துக்கொண்டே, அவள் கண்களைப் பார்த்தான் அவன். "போதுமா?"

அவளுக்குப் பொய்யாகச் சிரிக்கக்கூட முடியவில்லை. நிர்மலமான அந்த முகத்தின் முன், அந்தச் சிறு பிள்ளைச் சொற்களின் முன் அவளுக்குச் சிரிப்புக்கூட வரவில்லை. சிரித்து ரசிக்கிறாற்போல ஏமாற்ற இதயம் இடங்கொடுக்கவில்லை.

"நான் இவ்வளவு சொல்றது போதாதா? இன்னும் எப்படிச் சொல்லணும்?" என்று கையை உலுக்கினான் அவன்.

இவனிடம் எப்படி மனசைத் திறந்து காட்ட முடியும்? வயது, அறிவு எல்லாவற்றிலும் பெரியவன். திடசித்தம் படைத்தவன். பிடிவாதக்காரன். ஆனால், இப்போது சிறு பிள்ளைபோல வேடிக்கையும் பரிஹாசமுமாகக் குழைந்து நிற்கிறான். பையன் போலப் பேசினாலும் சொல்வது என்னவோ உண்மை.

"ஏன் இன்னிக்கி ஸுரத்தா இல்லே நீ . . . காலமேதான் காபி கொண்டு வரேன்னு போனே. போய்ப் படுத்திட்டே. அப்புறம் உன்னை அண்டக்கூட முடியலே?"

'என்னை அண்டவே வேண்டாம்' என்று சொல்ல வேண்டும் போலிருந்தது அவளுக்கு.

"பாலி" என்று மாடிப்படியின் கீழே குரல் கேட்கவே, "அத்தை கூப்பிடறாங்க" என்று நகர்ந்தாள்.

"பாலி."

"ஏன் அத்தை?"

"மாடியிலே இருக்கியா?"

"இதோ வரேன் அத்தை."

அவள் படியிறங்கியதும் "அப்பா கூப்பிடறாண்டி உன்னை" என்று இடைகழியைப் பார்த்துக் கையைக் காட்டினாள் அத்தை.

இடைகழியில் ராமையா படுக்கையில் எழுந்து உட்கார்ந் திருந்தார். பெட்ரூம் விளக்கு எதிர் சுவரின் அடியில் எரிந்து கொண்டிருந்தது.

"கூப்பிட்டீங்களாப்பா?"

"ஆமாம் குழந்தே – இப்படி உட்கார் ... மாடியிலே பேசிட் டிருந்தியா?"

"ஆமாம்."

"சாதாரணமாகத்தானே?"

"ஆமாம்."

"அவன்கிட்ட ஏதாவது சொன்னியா?"

"ஒண்ணும் சொல்லலியே."

"சொல்லிடப் போறியோன்னுதான் நடுவிலே கூப்பிடச் சொன்னேன் . . . இதபாரு. அத்தை கிட்டவும் சொல்லிப் பிட்டியாம் . . . எங்கிட்டவும் சொல்லிவிட்டே. அவங்கிட்ட இப்ப சொல்ல வாண்டாம். ஏன் சொல்ல வாண்டாம்னு கேப்பியோ?" என்று நிறுத்தினார் அவர்.

"எனக்குக் கேக்கணும் போலத்தாம்பா இருக்கு."

"ஆனா எனக்காகத் தயவு செஞ்சு நீ கொஞ்ச காலம் சும்மாயிரு. உனக்குக் கோடி புண்யம் உண்டு. அதைப் பத்தியே பேசலியே அவங்கிட்ட?"

"சொல்லலாம்னு வாயை எடுத்தேன். அதுக்குள்ளியும் அத்தை கூப்பிட்டுவிட்டா."

"அதுவும் என் வைத்யநாதன் செயல்தான். அத்தை குரலையே அவன் குரலா நினைச்சிட்டு கொஞ்ச நாள் உன் வாயைக் கட்டிக்கிட்டு இரு. வேற ஒண்ணும் இப்ப சொல்லத் தோணலே எனக்கு. எனக்கு ரொம்ப களைப்பாயிருக்கு. நான் படுத்துக்கட்டுமா? ரொம்ப நேரமாச்சே. நீயும் போய்ப் படுத்துக்கவேன். பாதி ராத்திரிக்குமேலே கழிஞ்சிருக்கும் போலிருக்கே."

"தலையைக் கிலையை வலிக்குதா?"

"அதெல்லாம் ஒண்ணும் இல்லே. நீ போ . . . போய்ப் படுத்துக்க. ரயில்லே வேற தூங்கிருக்கமாட்டே. போம்மா."

பாலி கூடத்திற்கு வந்து படுத்தாள்.

'ஏன் இப்போதே அவனிடம் சொன்னால் என்ன? இன்னும் கொஞ்சகாலம் பொய்யைச் சொல்லிக்கொண்டா இருக்க வேண்டும்?'

கொஞ்ச நாள் உன் வாயைக் கட்டிக்கிட்டு இரு – இந்த வார்த்தைகளில் விசித்திரமான ஒரு கசப்பும் கடுமையும் தொனித்தன. 'அடி ராட்சசி!' என்று சொல்வதை வேறு வார்த்தை களில் சொல்வது போல.

எதற்கு அப்பா அந்த நாளை ஒத்திப்போட்டுக்கொண்டே போகிறார்?

அவள் எதிர்பார்த்தது போலவே அத்தையும் தொண்டைக் குள்ளேயே மடியும் குரலில் கேட்டாள்: "ஏண்டி, அவங்கிட்ட சொல்லலியே?"

"இன்னும் இல்லே."

"நல்ல வேளை. அப்பா என்ன சொன்னான்?"

"இப்ப சொல்லாதேங்கறாங்க."

"நீ சொல்லியிருந்தா என்ன ஆயிருக்குமோ? ... என் வைத்தியநாதன் காப்பாற்றினான்."

"யாரை?"

அத்தையிடம் ஒரு பெருமூச்சுதான் பதிலாக வந்தது.

கொட்டு கொட்டென்று விழிப்பிலேயே முக்காலிரவு கழிந்தது. தூக்கம் வந்தபோதும் நல்ல தூக்கமாக வரவில்லை. இடைஇடையே அதிர்ந்து அதிர்ந்து விழிப்புக் கொடுத்தது. இடைகழியில் வழக்கம்போல ராமையாவின் தேவாரக் குரல் கேட்டது. அதாவது, அதிகாலையாக இருக்கவேண்டும். விடிய நாலு நாழிகைக்குமுன் அந்தக் குரல் எழத் தொடங்கிவிடும். அந்தக் குரல் இன்று கம்மி, பஞ்சடைந்து கிடந்தது ஒருநாளுமில்லாத அதிசயமாக, சுருதியோடு பசையிட்டு ஒட்டினாற்போல வரும் சாரீரம். இன்று அங்கும் இங்கும் வெலத்தியாக ஒதுங்கினதைக் கண்டு, பாலிக்கு அதிர்ச்சியாக இருந்தது. மூப்பு முதல் முதலாக குரலில் விதையிட்டதுபோல் தோன்றிற்று.

"உடம்பு சரியில்லையா அப்பாவுக்கு?" என்று தன்னறியாமல் வந்த கேள்வியைக் கேட்காமல் நிறுத்திக்கொண்டாள்.

34

காலையில் முழுகிவிட்டுப் பூஜை அலமாரி முன் உட்கார்ந்த ராமையா, மணி ஏழரை, எட்டரை, ஒன்பதரை ஆகியும், எழுந்திருக்கவில்லை. பாலியும் தலைக்கு நீராடிச் சமையலில் முனைந்துவிட்டாள். அத்தை என்ன சொல்லியும் கேட்கவில்லை. தலையில் வேடு கட்டிக்கொண்டு சமையலில் முனைந்து விட்டாள். இரண்டு மூன்று தடவை அவளைச் சந்திக்க முயற்சிகள் செய்து ஓய்ந்துவிட்டான் தங்க ராஜன். பாலி அடுக்களையைவிட்டு வெளியே வரவில்லை.

ஒன்பதரை மணியிருக்கும். பூஜையலமாரிமுன் உட்கார்ந்து பாராயணம் செய்துகொண்டிருந்த ராமையாவின் முன்னே வந்து நின்றான் தங்கராஜன். அவன் இரண்டு நிமிஷம் சேர்ந்தாற்போல நிற்பதைப் பார்த்த ராமையா, நடுவில் நிறுத்தி நிமிர்ந்தார்.

"பூஜை முடிய ரொம்ப நேரம் ஆகுமா, மாமா?"

"ஏன்?"

"நான் பதினொரு மணி வண்டிக்கு ஊருக்குப் போகலாம்னு பாக்கறேன்."

"எதுக்கு?"

"ரண்டுநாள் இருந்தாச்சு. நேர ஊருக்குப் போயிட்டு வந்திருக்கணும். அம்மா ஏதாவது சொல்லும்."

"ரண்டு நாள் இருந்திட்டுப் போகலாம்."

"இல்லே மாமா, பதினோரு மணி வண்டிக்குப் போயிரணும். காலமே நெனச்சுப்பிட்டேன். உங்கள்ட்ட சொல்லணும் சொல்லணும்னு பார்த்தேன் – பூஜை முடிஞ்சப்பறம் சொல்லலாம்னு நெனச்சேன். நேரமாகும்போல்ருக்கு."

"ஏன் அப்படிச் சொல்றே? இருந்திட்டுப் போப்படாதா?"

"இல்லே மாமா."

"வடிவு!" என்று உள்ளைப் பார்த்துக் கூப்பிட்டார் அவர்.

வடிவு கொல்லையில் இருந்தாள். பாலிதான் ஏன் என்று கேட்கப் போக வேண்டியிருந்தது.

"அத்தை எங்கே?"

"கொல்லையிலே இருக்கு."

"ஊருக்குப் போகணுமாம் தங்கராஜு."

"ஏம்பா அவசரம்?"

"கட்டாயம் போகணும் பாலி."

அவன் முகத்திலிருந்து ஒன்றும் கண்டுபிடிக்க முடியவில்லை.

"சரி குழந்தே. சீக்கிரமா முடிச்சிடறேன் . . . சமையல் ஆயாச்சா?"

"முடிஞ்சு போச்சு."

"மணி என்ன ஆவுது?"

"ஒம்பதே முக்கால்."

"சரி ஆனதைக் கொண்டுவா, படைச்சுப்பிட்டு ரண்டு பேரும் உக்காந்து சாப்பிட்டுடறோம்."

"சரிப்பா."

○○○

அவர்கள் இருவரும் சாப்பிடும்போது அத்தை நோண்டி நோண்டித் துளைத்துக்கொண்டிருந்தாள். "நேத்தெல்லாம் சொல்லவேல்லியே போகணும்னு. என்னாத்துக்கு இப்படி விருட்டுனு புறப்படணும்னு கேக்கறேன்."

அவனும் படிப்பு, வேலை என்று என்னென்னவோ சொல்லிப் போவதை உறுதிப்படுத்திக் கொண்டான்.

"சரி, எப்ப திரும்பி வரே?"

"பாலி ஊருக்குப் போறதுக்குள்ளார வரமாட்டேனா?" என்றான் அவன்.

இலையின் முன் நடந்த எல்லாப் பேச்சுகளையும் கேட்டுக் கொண்டிருந்தாள் பாலி. ராமையா கணத்திற்கு கணம் அவனுக்கு உபசாரம் செய்துகொண்டேயிருக்கிறவர். இப்போது வாயைத் திறக்கவில்லை. ஒரே நாளைக்குள் ஒவ்வொருவருக்குமிடையே பூமி பிளந்து, கிடுகிடு பள்ளமாக ஒன்று தோன்றிவிட்டது போலிருந்தது. சேர்ந்துகொள்ள முடியாமல் ராமையா போட்ட கூச்சல்தான் இப்படி மௌனவடிவில் கேட்பதுபோல் இருந்தது.

இருவரும் கிளம்பும்போது பாலிக்கும் இருப்பாக இல்லை. அவர்களோடேயே கிளம்பி, அவர்களை நாகப்பட்டிணம் ரயிலில் ஏற்றிவிட்டு, சென்னை வண்டியில் தான் போய் உட்கார்ந்து விட்டால் தேவலைபோலிருந்தது.

"கும்மாணம் போறப்ப இப்படியே போகலாம்" என்றாள் வடிவத்தை.

"சரித்தை. அதான் சொன்னேனே, வரேன்னு."

"வரப்ப, உங்கப்பா அம்மா ரண்டு பேரையும் அழச்சிட்டு வா."

"எதுக்கு?"

"பாலியைப் பாக்கணும்பாங்க."

"ஏன், பாலி அங்கே வரக்கூடாதா? ஏன் அத்தை . . ." என்று சொன்னவன், சட்டென்று சிரித்துக்கொண்டு, "சொல்றேன். வந்தா அழச்சிட்டு வரேன் . . . வரட்டுமா பாலி?" என்று கிளம்பி விட்டான் அவன்.

அவர்கள் தலை மறைந்ததும் அத்தை கேட்டாள்.

"ஏண்டி இப்படித் திடீர்னு கிளம்பிட்டான்? அவங்கிட்ட ஒண்ணுமே சொல்லலேன்னியே."

"ஒண்ணும் சொல்லத்தான் இல்லே."

"சரியா இடங்கொடுத்துப் பேசினியா?"

"என்னாத்தைப் பேசறது முகங்கொடுத்து. என்னைப் பார்த்தவுடன் அவருக்கு சாதாரணமா என்ன பேசத்தோணுது . . . எல்லாம் என்னமோ மூணு முடிச்சு விழுந்திட்டாப்பலவேதான் பார்வை, பேச்செல்லாம். படிப்பு, உலகம் இதைப்பத்தியெல்லாம் அவருக்குப் பேச வராது."

“நீதான் சமையல் உள்ளிலே முடங்கிட்டுக் கிடந்தியே . . . அது சரி . . . இன்னிக்கு நீ என்னத்துக்கு சமைக்க கிளம்புனே? அதான் அவன் கோச்சுக்கிட்டுப் புறப்பட்டான்.”

“நான் யாரும் இருக்கறதை வாண்டாம்னு சொல்லலே. அவர் இன்னும் பத்து நாள். இங்கே இருந்தாலும் நான் இப்படித்தான் இருந்திருப்பேன்.”

“சரி; வா . . . சோத்தையாவது கொட்டிக்க” என்று அத்தை உள்ளே போனாள்.

“ஏன் அத்தை, இப்படிப் பேசறே?”

“பின்னே எப்படிப் பேசணும்கறே? உங்கப்பன் போடற சோத்தைத் தின்னுட்டுகிட்டு வரேன். நான் வேற எப்படிப் பேசறதுக்கு முடியும்?”

சுளீர் என்று அடியாக விழுந்தது பாலிக்கு. அந்த வார்த்தை. ஒன்றும் பேசாமல் இலைமுன் உட்கார்ந்து கொண்டாள்.

ஆனால் அத்தை சாதம் போடும்போது, சொல்லில் வந்த வெடிப்போ உறுமலோ இல்லை.

மோர் ஊற்றும்போது, “எனக்கு மாத்திரம் இல்லையா? ஆனா இப்படி தீ மிதிக்கிறாப்பல ஒரு அவலத்திலே கொண்டு நிறுத்திப்பிடுத்தே தெய்வம்னுதான் அடிச்சுக்குது. எனக்கு ஒண்ணும் அந்தாண்டை தாண்டிக்குதிக்கணும், இல்லாட்டி இந்தாண்டை நிக்கணும். இப்படி அவனைத் தகதகன்னு எரியற கனல் மேலே நிக்கவச்சு நகர முடியாம அழுத்திப் புடிச்சிக்கிட்டிருந்தா அவன் என்ன செய்வான்? எனக்கு மாத்திரம் உன் மனசு தெரியலியா? நான் பொண்ணாப் பொறந்து குப்பை கொட்டினவதானே? எல்லாருமா சேந்து கட்டி வச்சாங்க. தலைகீழ நின்னு பார்த்தேன். மாலை மாலையாகக் கண்ணாலெ வடிச்சுப் பார்த்தேன். யார்னாச்சிம் கேட்டாங்களா? இவன்தாண்டி உனக்குப் பொறந்தவன்னா, எனக்கு அத்தையாயிருந்தவ. தெய்வமேன்னு கழுத்தை நீட்டினேன். அப்பறம் எல்லாம் சரியாப் போச்சு. இருந்தாலும் . . . இருந்தாலும் . . . கண்ணாடியை வைரம்னு சொல்ல முடியுமா?”

பாலி நிமிர்ந்து அவளைப் பார்த்தாள். அத்தையின் உள்ளத்திலும் ஒரு முள். எடுபடாமல் சதையிலேயே ஒடிந்து தங்கிவிட்ட ஒரு முள். அந்த வலியைப் பொறுத்துக்கொண்டு அதுவும் சாதாரண நெருடல் ஆகிச் சதையோடு சதையாக வளர்ந்து தங்கிவிட்டதா? இத்தனை காலமாக மறைத்து

வைத்திருந்த அத்தை எதற்காக அதை இப்போது மறைத்துக் காட்டினாள்?

வியப்புடன், வருத்தத்துடன் அவளைப் பார்த்தாள் பாலி.

"கையைக் கையை நீட்டாதே. எது நடந்தா என்ன? அதுக்காக வயித்தை வஞ்சனை பண்ணவாண்டாம். மடக்கு கையை" என்று சோற்றைச் சற்று கூடவே தள்ளினாள் அத்தை.

அத்தையின் முள்ளைக் கண்டதிலிருந்து பாலிக்கும் சற்று ஆறுதலாகத்தான் இருந்தது. சாப்பிட்டுவிட்டுச் சிறிது நேரம் வாசித்துக்கொண்டே உட்கார்ந்திருந்தாள். விடுமுறைக்காகக் கல்லூரி நூலகத்திலிருந்து எடுத்து வந்த ஒரு இங்கிலீஷ் நாவல்.

நிமிர்ந்து கடிகாரத்தைப் பார்த்தபோது சிறிது நேரம் இல்லை; மணி ஒன்றரை ஆகியிருந்தது.

கீழே இறங்கிப் போனாள்.

"அப்பா எங்கேத்தை?"

"இன்னும் வல்லியே?"

"ஸ்டேஷனுக்குப் போனவங்களா இன்னும் வல்லெ?"

"இன்னும் வல்லெ."

"என்ன அத்தே இது?"

"வரவழியிலே வக்கீல் ஊட்டுக்கு வந்து பேசிக்கிட்டிருப்பான்."

"மணி ரண்டுவரைக்குமா? சாப்பிட்டுப் படுத்துக்கக்கூட இல்லெ."

"இன்னைக்கு ஞாயித்துக்கிழமை, கோர்ட்டு இராது."

பாலிக்கு உருவம் பிடிபடாத கவலை ஒன்று கவ்விக் கொண்டது.

"நான் போய்ப் பாத்திட்டு வரேன் அத்தை."

"எங்கே போய்ப் பார்க்கப் போறே? ஆச்சு வர்ற நேரம்தான்."

"இல்லேத்தை, வக்கீல் மாமாவையும் வந்ததே புடிச்சு இன்னும் பார்க்கலே. அவங்க வீட்டிலேயும் எல்லாரையும் பார்த்தாப்பல இருக்கும்."

முகத்தைக் கழுவிப் புடவையை மாற்றிக்கொண்டு கிளம்பினாள் அவள்.

"வாங்கோ வாங்கோ வாங்கோ" என்று உரக்கச் சிரித்துக் கொண்டே வரவேற்றார் வக்கீல்.

"நான் ஒருத்திதானே வர்றேன்? பன்மையிலே கூப்பிடறீங்களே மாமா!"

"பின்னே நேத்திக் காலமே ஊருக்கு வந்து, மெதுவா ஆடி அசைஞ்சிண்டு இன்னிக்கி மத்யானம் வர்ற குறத்தியை எப்படிக் கூப்பிடறது? வா இப்படி – இப்படி நில்லு சொல்றேன். ம்ஹும் தேவலையே" என்று அவளை ஏற இறங்கப் பார்த்து, தலையை ஆட்டினார் அவர்.

"என்ன மாமா?"

"ஹாஸ்டல் சாப்பாடு தெரியறது. ஹாயாகக் கடல் காத்து."

"ஒரு நூல் பெருத்திருக்கேனாக்கும்."

"ஒரு நூலா – மூணு நூல்."

"போறும் உங்க கண்ணைப் போட்டுப்பிடாதிங்கோ" என்று சொல்லிக்கொண்டே வந்தாள், வக்கீல் சம்சாரம். "வாடி குழந்தே . . ."

"குழந்தை நேத்திக்கே வந்துப்பிட்டாள்னேன்."

"இருக்கட்டுமே. ரயில்லெ வந்த அலுப்பு."

படிப்பு விசாரணைக்கெல்லாம் சுருக்கமாக விடையிறுத்து விட்டு, "அப்பா வந்தாங்களோ இங்கே?" என்று கேட்டாள் அவள்.

"பன்னன்டு மணிக்கு வந்தார். உடனே புறப்பட்டுப் போயிட்டாரே!"

"இன்னும் வீட்டுக்கு வல்லியே."

"கோணவா வீட்டுக்குப் போயிருக்காரோ என்னவோ!"

"இருக்கும், அப்ப நான் போயிட்டு அப்பறமா வரேன்."

"ஏண்டி குறத்தி, வந்த உடனே கிளம்பறதுக்கா வந்தே? இப்ப எங்கே போப்போறே?"

"நாய்க்கர் மாமா வீட்டுக்கு."

"நாய்க்கர் மாமா வீட்டிலே பத்திரமாத்தான் இருப்பார் அவர்."

“அடை வாந்துண்டிருக்கா, பறங்கிக் கொட்டையை நறுக்கிப் போட்டு, இப்ப போயிடாதே.”

“நான் அப்பறம் வரேன் மாமா.”

“நெசமாத்தானா?”

“ஆமாம். ராத்திரி வரேன்.”

பிய்த்துக்கொண்டு வருவதற்குள் பெரும்பாடாகப் போய் விட்டது. வெளியே கொண்டு விடுகிறாற்போல அவரும் கீழே வீதி முனைவரையில் வந்தார்.

“ராத்திரி கட்டாயமா வருவியோ?”

“வரேன் மாமா.”

“முக்கியமா பேச வேண்டியிருக்குடிம்மா.”

அவரை ஒரு தடவை உற்றுப் பார்த்தாள் அவள்.

“கட்டாயம் வருவியா?”

“வரேன் மாமா.”

நாய்க்கர் வீட்டில் இருவரையும் காணவில்லை. கடைக்குப் போனாள். நாய்க்கர் கடையில் இல்லை. ராமையா வந்து பேசிக்கொண்டிருந்தாராம். ஒன்றரை மணி சுமாருக்குக் கிளம்பி விட்டாராம். நாய்க்கர் வேறு எங்கேயோ போயிருந்தார்.

மணி மூன்றரை. பாலி விறுவிறுவென்று வீடு வந்தாள். வாசல் திண்ணை மீதிருந்த கடப்பைப் பெஞ்சு மீது பெரியசாமி உட்கார்ந்திருந்தார்.

“எங்கே குழந்தை போய்ட்டு வர்றே?”

“அப்பாவைப் பார்க்கலாம்ணு போனேன்.”

“ஆமா, ஸ்டேஷனுக்குப் போனாங்களாம்.”

“வக்கீல் வீட்டிலே இல்லை. நாய்க்கர் கடையிலேந்தும் ஒன்றரை மணிக்குப் புறப்பட்டுட்டாங்களாம்.”

“அவரு மகன் வீட்டுக்குப் போயிருக்காரோ என்னவோ?”

“எனக்கு அது தோணலே. அவரு வடக்கு வீதிக்கோடியிலல்ல இருக்காரு.”

“சரி, உட்காரு. வந்திருவாங்க.”

“இல்லே மாமா, பாத்திட்டு வரணும் இப்பவே.”

"என்ன குழந்தை இது?"

அத்தையிடம் ஒரு பாடம் எல்லாவற்றையும் ஒப்பித்துவிட்டு, காபியைப் பிறகு வந்து சாப்பிடுவதாகச் சொல்லிவிட்டுக் கிளம்பி விட்டாள் அவள். பெரியசாமி "நானும் வரேன் குழந்தே" என்று கிளம்பிவிட்டார்.

"என்னமோ எனக்குக் கவலையாயிருக்கு மாமா" என்று அரற்றிக்கொண்டே சென்றாள் அவள். மேலவீதி காமாட்சி கோயில்முன் போனதும், "மாமா சித்த இருங்க... இதோ வந்திடறேன்" என்று உள்ளே போனாள்.

"உள்ளே முன் மண்டபம் பூட்டிக் கிடக்கே."

"ஒரு தடவை பிராகாரத்தையாவது சுத்திட்டு வர்றேன்."

"என்ன குழந்தே இது?"

"ஆமாம் மாமா."

பிராகாரத்தை எட்டிப் பார்த்தவள், திரும்பிப் பெரியசாமி யிடம் ஓடி வந்தாள். "மாமா, இங்கதான் இருக்காங்க, வாங்க" என்று கூப்பிட்டாள்.

"ஆ! இங்கியா?" என்று எழுந்து பறந்தார் பெரியசாமி. தென்னண்டைப் பிராகாரத்தில் மகிழ மரத்திற்குப் பக்கலில் ஒரு மேடை சுதையில் பண்ணின சிங்கம் ஒன்று நிற்கும் மேடை. சிங்கத்தின் பக்கத்தில் உட்கார்ந்திருந்தார் ராமையா.

"என்னப்பா இது?" என்றாள் அவள், அருகில் போனதும்.

"என்னங்க இது? ஊரெல்லாம் இப்படித் தேட வச்சிட்டீங்களே!"

"தேடுவானேன்? சாக்கடைக்குப் போக்கிடம் ஏது?"

"ரொம்ப நல்லாருக்கு. குழந்தே அப்படியே சித்தநாழி துடிச்சுப் போயிரிச்சு."

"இப்பதான் வந்து அரை நாழியாச்சு. இன்னும் சித்த நேரத்திலே புறப்படலாம்னுதான் இருந்தேன். இதுக்காகவா ஓடி வந்தே குழந்தே."

"பின்னே என்னப்பா, காலமே போனவங்க..."

"சரி வாங்க, எழுந்திருங்க" என்று என்னமோ சண்டையை சமாதானம் செய்வது போன்ற குரலில் சொன்னார். அவர் குரலில் தொனித்த சந்தேகத்தைக் கேட்டதும் ராமையா நறுக்கென்று

எழுந்துவிட்டார். "ஒண்ணுமில்லே நாய்க்கர் கடைக்கு வந்தேன். அப்புறம் அவர் மகன் வீட்டுக்கு வந்து பேசிட்டிருந்தேன். அப்புறம் இப்படித் தரிசனம் பண்ணலாம்னு வந்தேன். இன்னும் அரை மணியிலே கதவு திறந்திரும்னாங்க. இருந்து தரிசனம் பண்ணிட்டு வரலாம்னு உட்கார்ந்தேன்" என்று பெரியசாமி மேலே பேச இடம் விடாமல் கூடவே வந்துவிட்டார். கோயிலில் ஒருவரும் இல்லை. முன் மண்டபத்து விளக்குகளை சக்கர ஏணியின் மீது ஏறி நின்று கிருஷ்ணன் துடைத்துக் கொண்டிருந்தான்.

"கிருஷ்ணன், காமாட்சி ரண்டு பேரும் அண்ணன் தங்கைதான். கும்பிட்டுட்டுப் போவோம்" என்று கிருஷ்ணனுக்கு அப்பால் இருந்த பெரிய கதவைப் பார்த்துக் கும்பிட்டுக் கொண்டே வெளியே வந்தார் பெரியசாமி. அவருக்கு மனது நெருடத் தொடங்கிவிட்டது. இல்லாவிட்டால் அழுகிற குழந்தையைச் சமாதானம் செய்கிற குரல் அவ்வளவு வீச்சாகத் தொனித்திருக்காது அவர் பேச்சில்.

"வாங்க இன்னிக்கிப் பரமேச்வரய்யர் கிளப்புலே அல்வா சாப்பிட்டுட்டுப் போவோம். ரொம்ப நாளாச்சு" என்று சொல்லிக் கொண்டே சகாநாயகன் தெரு வழியாக அவர்களைத் திருப்பிக் கொண்டு சென்றார் அவர்.

தி. ஜானகிராமன்

35

மூவரும் வீட்டுக்குத் திரும்பியதும், "சும்மா தான் போயிருந்தேன்" என்று வடிவு கேட்ட கேள்விக்கும் மற்றவர்களுக்குச் சொன்னது போலவே சொல்லிவிட்டுக் கொல்லையில் கால் கையைக் கழுவச் சென்றுவிட்டார் ராமையா. அவர் வந்ததும் பெரியசாமி அவர் வாயைக் கிண்டிக்கிண்டிப் பார்த்தார். பயனில்லை "ஒண்ணுமில்லே பெரியசாமி. உடம்பு சூடு கண்டுட்டா எல்லாருக்குமே கொஞ்ச காலம் மனசு சரியா இராது. திடீர்னு வீடு வாசல் பிடிக்காது. கொட்டில்லே வைக்கல் அடைக்கிறாப் பல வைராக்யம் அடச்சுக்கும் மனசை வந்து. இந்த உலகத்தைவிட்டே போயிடலாம்னு இருக்கும். அந்த மாதிரிதான்னு வச்சுக்குங்களேன். ரண்டு நாளைக்கு அப்பறம் சரியாயிடும்" என்றார் ராமையா.

"உடம்பு உஷ்ணமாயிருந்தா கொஞ்சம் சிங்கி பஸ்பமாவது வாங்கிச் சாப்பிடுங்க. அதுக்குன்னு வேளா வேளைக்குச் சாப்பிடாம கோயில்லெ போய் உக்காந்திருக்கிறதுன்னா . . !" – பெரியசாமி இதையும் ஒப்புக்குத்தான் சொன்னார். காரணம் வேறு ஏதோ என்ற சந்தேகம் அவர் மனதை விட்டு நீங்கவில்லை. மினுக் மினுக்கென்று ஏதோ ஒளியடித்தது. பாலி கடற்கரையில் அன்று சொன்ன வார்த்தைகள் அவர் உள்ளத்தில் வெண்ணாந்தை போல நெளிந்தன. சொல்லிவிட்டாளா? . . .

பெரியசாமிக்கு அந்தக் குழப்பத்தை எதிர்த்து நிற்க அப்போது தைரியமில்லை. ராமையாவை நன்றாகவே புரிந்துகொண்டிருந்தவர் அவர். கடைசி யில் வைத்தியப் பேச்சாகவே நாலைந்து நிமிஷம் பேசிவிட்டு, விடைபெற்றுக்கொண்டார்.

அந்தி மயங்கிக்கொண்டிருந்தது.

"அப்பா."

"என்ன குழந்தே?"

"வக்கீல் மாமா சாயங்காலமா வாயேன்னு சொன்னாங்க."

"போய்ட்டு வாயேன்."

"எதுக்கு வரச்சொல்லியிருப்பாங்க?"

"என்ன என்னைக் கேக்கறே?"

பாலி சற்று நின்று அவரைப் பார்த்தாள். 'அப்பாவும் பொண்ணும் பேசிக்கிறது நாத்தனாரும் அண்ணியும் பேசிக்கிறாப்பல இருக்கு' என்று அவரிடமே சொல்லவேண்டும் போலிருந்தது அவளுக்கு. ஆனால், அவள் அதைச் சொல்லவில்லை. "உங்களுக்குத் தெரியுமான்னு கேட்டேன்" என்று சொல்லிவிட்டு வெளியே புறப்பட்டாள்.

மாமா சாகிபு மூலையைக் கடந்ததும் மூக்குக் கண்ணாடிக் கடை வாசலில் படத்தில் ஒரு வெள்ளைக்காரி பெரிய கண்ணாடியைப் போட்டுக்கொண்டு போவார் வருவோரை எல்லாம் பார்த்துக்கொண்டிருந்தாள். அவளுக்கு நல்ல பார்வை வந்துவிட்டது போலிருக்கிறது. அப்பாவுக்கும் ஒரு கண்ணாடியை மாட்டவேண்டுமா? அல்லது எனக்கா?

வக்கீல் வீட்டுக்குப் போனபோது அவர் அவளுக்காகக் காத்துக்கொண்டிருப்பது போலிருந்தது. வாசல் முகப்பில் நாற்காலியில் சாய்ந்திருந்தவர். "வாம்மா" என்று வழக்கமான ஆரவாரமோ சிரிப்போ இன்றி வரவேற்றார். யாரோ மேலதிகாரி கூப்பிட்டுவிட்டாற் போலிருந்தது அவளுக்கு.

"இப்படி உட்காரு."

பாலி கீழே உட்கார்ந்துகொண்டாள்.

"சும்மாதான் வரச்சொன்னேன். என்னமோ ஏதோன்னு பயந்துனுடாதே . . . நாங்கள்ளாம் என்னத்தைச் சொல்லிடப் போறோம்? சொல்லறதுக்குத்தான் என்ன பலமிருக்கு சொல்லு. ரொம்ப நாளைக்கு முன்னாடியே நோட்டீஸ் வந்துடுத்து மேலேருந்து. இப்பகூட புறப்படத் தயாராத்தானிருக்கோம். அப்படியிருந்தாலும் எல்லாத்தையும் விட்டுட்டுக் கிளம்பறதுன்னா மனசு வருமா சொல்லு, பயமாயிருக்கு ஒரு பக்கம். அந்த பயத்திலேயே முக்காவாசி பலம் போயிடுமோல்லியோ. அதனாலெதான் சொல்றேன் – என்னத்தைச் சொல்லிடப் போறோம்னு . . .

நான் என்ன சொல்லப் போறேன்னு ஏதாவது உனக்கு ஊகிக்க முடியறதோ?"

"கெட்டிக்காரங்களா இருந்தா சரியா இதுதான்னு ஊகிக்கலாம்."

"கெட்டிக்காரத்தனம் போறமாட்டேங்கறது. போறவும் போறாது. அதோடு இன்னும் ஒண்ணிரண்டு சேத்திட்டாத்தான் நாம பரிபூரணமா இருக்க முடியும். உங்கப்பா வந்து பேசிண் டிருந்தார் மத்யான்னம். தங்கராஜு ஊருக்குப் போயிட் டானாமே?"

"ஆமாம். கொண்டுவிடத்தான் போனார்."

"திரும்பி வந்தார். பேசிண்டிருந்தார். திடீர்னு நான் பாலியை மறுபடியும் மெட்ராஸுக்கு அனுப்ப வாண்டாம்னு பாக்கறேன்னார்."

"ஏன் மாமா?"

"நானும் ஏன்னுதான் கேட்டேன். நீ இப்பப் பதறினாப்பல நானும்தான் பதறினேன். அவர் இப்படிச் சொல்லமாட்டார்னு தான் நெனச்சேன். ஆனா, அவர் தானேன்னா ஒரு முடிச்சிலே மாட்டிண்டிருக்கார். அதனாலே அவர் சொல்றதும் அப்படி நியாயத் தவறாப்படலே எனக்கு. நீ தீர்மானமாச் சொல்லிப்பிட்டி யாம் அவர்கிட்ட. நீ சிறுசு. உங்களோட மனசு ஹிருதயம் எல்லாம் எங்களுக்கும் ஒரு நாளைக்கு இருந்திருக்கு – இல்லையா? நீங்க சுதந்திரமா சிந்தனை பண்றோம்னு இப்ப நினைக்கிறாப்பல, புடிவாதம் பிடிக்கறாப்பல நாங்களும் ஒரு காலத்திலே நெனச்சதுண்டு. இந்த சுதந்திரத்துக்குக் காரணம் உன்னை மேலே படிக்கவச்சதுதான்னு சாதாரணமா யாரும் சொல்லுவா. ஆனா உங்கப்பா அப்படிச் சொல்லல்லே. நீ மெட்ராஸுக்குத் திரும்பிப்போக வாண்டாம்னு அவர் சொல்லலே. ஆனா, போறதுக்கு முன்னால் ஒரு நிபந்தனை போட்டார்."

"என்ன நிபந்தனை?"

"அவர் நினைச்சபடியெல்லாம் நடந்துட்டா அல்லது நடக்கும்னு ஒரு நிச்சயமான உறுதி கொடுத்தால் மறுபடியும் போய் படிக்கட்டும்கிறார்."

"இதுக்கும் அதுக்கும் என்ன சம்பந்தம்? படிப்பினால் நான் மனம்போனபடி போகமாட்டேங்கிறது அவருடைய நம்பிக்கைன்னு நீங்கதானே சொன்னீங்க அப்ப! சாதாரணமா யாரும் சொல்வாங்கன்னு சொன்னீங்களே இப்ப, அதிலேயும்

ஒண்ணும் தவறில்லெ. படிப்பினாலெ நமக்குத் தெரியாம நம்முடைய மனசுக்குள்ளேயே இருக்குற மூலைமுடுக்கெல்லாம் வெளிச்சம்பட்டு நம் கண்ணுக்குத் தெரியுது. ஆனால் இந்த விஷயத்துலெ மட்டும் படிப்பினாலெ இதெல்லாம் தெரிஞ்சு துன்னு நான் நினைக்கலெ. நாங்கள்ளாரும் எப்ப இந்த ஊருக்கு வந்தோமோ அப்போதிருந்தே என் கண்ணுக்கே அது பட்டுட்டது."

"அப்படியா!" என்று சற்று வியந்து அவளைத் திரும்பிப் பார்த்தார் அவர்.

"ஆமாம். இந்த ஊருக்கு வந்த நாலைஞ்சு நாளைக்கெல்லாம் எந்தப் படிப்பும் இல்லாமல் எந்தப் புஸ்தகமும் இல்லாமல் எனக்கு அது தெரிஞ்சு போயிட்டுது."

"இவ்வளவு தூரம் பேசியான பிறகு, அதைக் கொஞ்சம் விவரமாகத்தாஞ் சொல்லேன்."

"சொல்றேன். ஆனா நீங்க எங்க அப்பாவுக்காகக் கடைசி வரையில் பரிஞ்சு பேசறதுங்கற ஒரு நிச்சயத்தோட பேசறீங்களா அல்லது ஏதோ தெரிஞ்சுக்கலாங்கிற சாதாரண வம்பாசையிலே கேக்கறீங்களா?"

வக்கீல் லேசாகச் சிரித்துக்கொண்டார். "குறுக்கு விசாரணை பண்றது என் உத்தியோகம்னு நெனச்சுண்டிருந்தேன். ஆனா நீ போடற கேள்விகளுக்கு முன்னாலே பதில் தயார் பண்ணிக்க நானும் ஒரு பெரிய வக்கீலைப் பாத்துண்டு போகணும் போலே இருக்கே."

"இப்ப என்னத்துக்கு மாமா நடுவிலெ வேடிக்கை? இந்த மாதிரி நடுவுலெ சிரிச்சா, எனக்குச் சொல்ல வேண்டிய தாரை அறுந்து போயிடும்."

அதைக் கேட்டதும் வக்கீலின் முகத்திலிருந்து சிரிப்பு அடங்கிவிட்டது.

"பத்து வருஷமா உன் அப்பாவோடே பழகறேன். தொட்டதுக் கெல்லாம் நான்தான் யோசனை சொல்லிண்டு வரேன். நான் என்னமோ சரியாச் சொல்வேன்னு ஒரு நம்பிக்கை. இந்த விஷயத்தை அவர் என்னிடம் கலந்து ஆலோசிக்க வேண்டிய அவசியமில்லெ. ஆனா அந்த மாதிரி செஞ்சதுக்குக் காரணம் பழக்கத் தோஷமாகத்தான் இருக்கணும். பள்ளிக்கூடத்துலெ வாத்யார் சிலசமயம் குறும்பு பண்ணுவா. உக்காரு ஏந்திரு, உக்காரு ஏந்திருன்னு மாறிமாறி வேகமாகச் சொல்லிண்டே வருவர். திடீர்னு ஒரு தடவை ஏந்திருன்னு திருப்பிச் சொல்லுவார்.

நீங்கள்ளாம் அப்ப உக்காந்துடுவேள். அந்த மாதிரி எங்கிட்டவந்து சொல்லிட்டார் போலெருக்கு."

"சொன்னவரையில் நல்லதாச்சு."

"அதாவது வம்பாசையில்லாமெ உருப்படியா நான் ஏதாவது சொல்வேன்னு உனக்கும் இப்போ நம்பிக்கை இருக்கு."

"எனக்கு அந்த நம்பிக்கை இல்லெ மாமா."

"ஏன் அப்படிச் சொல்றே?"

"நான் சொல்றதெக் கேட்டுப்பிட்டு உங்களுக்கே மனம் கசந்து போனாலும் போகலாம். ஆனாலும் நீங்களும் கட்டாயம் தெரிஞ்சுக்கத்தான் வேணும். உங்களுக்குக் கோபம் வரலாம்."

"என் மனசெ இப்படில்லாம் சாதாரணமா உன்னாலெ அசைச்சுட முடியாது. எனக்கென்ன இருக்கு இதுலெ கோபம் வரத்துக்கு?"

"இந்த மாதிரி எங்க அப்பாவுக்கு அதிர்ச்சி தரும்படியா எனக்கொரு சந்தர்ப்பம் ஏற்படக் காரணம் உங்க வீட்லெ தானிருக்கு."

"சங்கரி ஏதானும் சொன்னாளாக்கும்? டாக்டருக்குப் படிக்கிறாளோல்லியோ. கிட்டின உறவுகிறவுன்னு ஏதானும் சொன்னாளாக்கும்."

"சங்கரி இல்லெ மாமா காரணம், அவளுக்கு அண்ணாதான்."

"என்ன சொல்றே நீ?" என்று அவளைப் பார்த்தார் வக்கீல். அவள் தலையைக் குனிந்துகொண்டிருந்தாள். இந்தக் குனிவு அவருடைய ஹிருதயத்தில் வெள்ளம்போன்ற ஒரு ஒளி வீச்சைக் கொண்டு கொட்டிற்று. திடீரென்று வெயிலில், ஆடும் கண்ணாடிக்குள் சூரியனைக் கண்டது போல அவர் அகக்கண்களில் தாக்கிற்று அது. சட்டென்று அந்தக் கண் மூடிக் கொண்டது. ஆனால், அவர் வாயடைத்திருந்த அந்த ஐந்து நிமிஷமும் அந்த ஒளி வட்டத்தின் பிம்பம் மிதந்துகொண்டே இருந்தது.

"யார் அங்கே" என்று கேட்டுக்கொண்டே உள்ளே யிருந்து வந்தாள் வக்கீலின் மனைவி. அருகே வந்து "நீயா? எப்ப வந்தே" என்று கேட்டாள் அவள்.

"கால் மணியாச்சு."

"சமையல் முடிஞ்சுட்டுதோ?" என்றார் வக்கீல்.

"சாதம் கொதிக்கிறது. குமுட்டியிலெ வாழைக்காயைப் போட்டிருக்கேன்."

"வாழக்காப் பொடியா! பேஷ், பேஷ்! அடுப்புலெ போட்டுட்டு இங்கே வந்துட்டியே. ஒரேயடியா கருகிடப் போறது."

"நீ சித்தெ இருப்பேல்லியோ பாலி? நான் வேலையா யிருக்கிற சமயமாப் பாத்து வறியே" என்றாள் வக்கீலின் மனைவி.

"அவ இருப்ப, நீ வேலையெ முடிச்சுண்டு வா."

வக்கீல் மனைவி உள்ளே போனதும், "நான் வரேன் மாமா" என்று ஆரம்பித்தாள் பாலி.

"ஏன்? என் மனசு கசந்து கோபம் வந்துடுதுன்னு புரிஞ்சுனுட்டியா?"

"எப்படியோ எனக்குத் தெரியலெ. ஆனால், உண்மையைச் சொல்லலாம்னு சொல்லிட்டேன்."

அவர் மேலே ஏதேதோ சொல்லப் போகிறார் என்றுதான் அவள் காத்திருந்தாள். ஆனால் அவருடைய பேச்சு, நினைவு எல்லாம் ஸ்தம்பித்துக்கிடந்தது. அவர் ஆகாசத்தைப் பார்த்துக் கொண்டு, ஒவ்வொன்றாக முளைத்தெழும் நட்சத்திரங்களைப் பார்த்துக்கொண்டிருந்தார். எதிரே ஆஸ்பத்திரி சாலையிலிருந்தும் பக்கத்திலுள்ள ரஸ்தாவிலிருந்தும் வண்டிச் சலங்கைகள் ஒலித்துக் கொண்டிருந்தன. மணிக்கூண்டின் கடிகாரம் மஞ்சள் ஒளியுடன் பார்த்துக்கொண்டிருந்தது.

"நான் வரேன் மாமா."

"உன்னைப் போன்னு சொல்றதுக்கும் வாய்வரல்லே. இருன்னு சொல்லலாம். ஆனா எதுக்கு இருக்கச் சொல்றது? . . . நீ கிளம்பறதுக்கு முன்னாடி ஒண்ணே ஒண்ணு கேட்டுடறேன். அவன் வந்து உன்னைப் பார்க்கறதுண்டா?"

"உண்டு."

"அவனுக்கும் இந்தமாதிரி மனசுதானோ?"

'ஆமாம்' என்று சொல்லாமல் தலையசைத்தாள் அவள்.

"உள்ளே யாரு?" என்று உரக்கக் கூப்பிட்டார் வக்கீல். வக்கீலின் மனைவி உடனே அடுக்களையிலிருந்து அந்த நீண்ட கூடத்தில் வரும்பொழுது, "இப்ப அவகிட்ட ஒண்ணும் சொல்ல வாண்டான்னு நினைக்கிறேன்" என்றார்.

குனிந்தவாறு அதைக் கேட்டுக்கொண்டாள் பாலி. மனைவி அருகில் வந்ததும், "அவ வீட்டுக்குப் போகணும்கிறா. அதுக்குத்தான் கூப்பிட்டேன்" என்று அவர் சொன்னதும் அவர் மனைவிக்குக் கோபம் வந்துவிட்டது.

"என்னடி வரபோதே ரக்கையெ கட்டிண்டு வரே?"

"நேரமாச்சு. நாளைக்கு வரேன்."

"ஒரு சேதியும் சொல்லலெ. ரண்டு தடவையும் ஒத்தெக் காலை வாசல்லெ வச்சுண்டே பேசிட்டுப் போறியே."

"சரி, என்னமோ அவசரம். போகணும்கிறா. நாளைக்கு வரட்டும் புடிச்சு வச்சுனுடு."

"சரி, அப்ப அவளைக் கொண்டாவது விட்டுட்டு வந்துடட்டும்."

"வாண்டாம் பாட்டி, பரவாயில்லெ."

"இல்லெ நானும் வரேன்" என்று சொல்லிக்கொண்டே கூட வந்தார் அவர்.

36

அன்றிரவும் பேச்சின்றி, கலகலப்பின்றி முதல் நாளிரவு போலவே கழிந்தது. சென்னைக்கு மீண்டும் போக வேண்டாம் என்ற செய்தி, அவளுக்கு அப்படி ஒன்றும் அதிர்ச்சியைத் தந்துவிடவில்லை. சிநேகிதர்கள் எல்லோரையும் ரயில் நண்பர்களைப் போல மறந்துவிட முடியும். பார்க்கப்போனால் அந்த உயர்ந்த படிப்புக்கூட ஒரு ரயில் சிநேகந்தான். ஏற்கெனவே சித்தத்துடன் ஒட்டுறவு கொண்ட சில எண்ணங்கள் தான் அந்தப் படிப்பின் கடாக்ஷத்தில் மேனியும் வண்ணமும் பெற்று வளர்கின்றனவேயொழிய, பெரும்பாலும் வேர்வையும் முடியும்போல அகன்று விடுகின்றன. ஆனால், படிப்பையும் சிநேகத்தையும் தவிர, நெஞ்சைவிட்டுத் தள்ளினாலும் குரங்குப் பிடியாகப் பற்றிக் கொண்டுள்ள அனுபவங்களை என்ன சொல்வது?

சென்னைக்கு மீண்டும் போய்த்தான் ஆக வேண்டும். படிப்பிற்காக இல்லாவிட்டாலும் நாய்க்கர் மகனுக்கு செய்வதாகச் சொன்ன உதவி இன்னும் பேச்சளவில்தான் இருக்கிறது; அதைக் கட்டாயமாகச் செய்து தீர்த்துத்தான் ஆக வேண்டும்.

அப்பாவின் மனதிலிருப்பதைச் செய்துவிட்டால், சென்னைக்குப் போகலாமாம். செய்யாவிட்டால்..?

'செய்யாவிட்டால்?' இங்கேயே இந்த உணர்ச்சித் தேக்கத்தில் கைப்பும் உறவில் துலைவும் நிறைந்து விட்ட இந்தத் தேக்கத்தில் ஆழ்ந்து கிடக்க வேண்டுமாம்.

தி. ஜானகிராமன்

நேற்றைப் போலவே இரவில் தூங்க வெகு நேரம் பிடித்தது. அதனால்தான் வெயிலைப் பார்த்துக்கொண்டே அவள் காலையில் கண் விழிக்க வேண்டி வந்தது. எழுந்து கீழே வந்த பொழுது, வழக்கம் போல் பூஜை அலமாரியின் முன் ராமையாவைக் காணவில்லை. அத்தையைக் கேட்டபொழுது, அவள் சொன்ன பதில் வியப்பை அளித்தது.

"குறுவை அறுப்புக்காவது வாங்க வாங்கண்ணு சொல்லிக்கிட்டிருந்தாங்க சொர்ணக்காவும் அவ ஆம்படையானும். அதான் போய்ப் பாத்துட்டு ரண்டு நாள்ளே வரேன்னு போயிருக்கான்."

"என்ன அத்தே இது! நேத்தெல்லாம் ஒண்ணுமே சொல்லலியே! காலமே என்னை எழுப்பித்தான் சொல்லக் கூடாதா?"

"உன்னை ரண்டு தரம் கூப்பிட்டான். நீ நல்லா உறங்கிட்டிருந்தே. சரி, சொல்லிப்பிடுன்னு புறப்பட்டுப் போயிட்டான்."

"போறதாக எப்போ முடிவு பண்ணினாங்க?"

"நீ வரதுக்கு முன்னாடியே சொல்லிட்டுத்தான் இருந்தான்."

"நிசம்மாவா?"

"உங்கப்பா வாயிலெ எண்ணைக்கிடீ பொய் வந்தது?"

அந்த வார்த்தைக்குப் பிறகு பாலிக்கு ஒன்றுமே பேச முடியவில்லை. பாறையைப் போட்டுக் குகையை அடைக்கிறாற் போல விழுந்த அந்தப் பதிலுக்கு எப்படி மறுப்புத் தர முடியும்?

சாப்பிட்டுவிட்டுப் படித்தாள், தூங்கினாள். ஆனால், எத்தனை நேரந்தான் இதையெல்லாம் செய்துகொண்டிருக்க முடியும்? அத்தையோடு பேசவும் முடியவில்லை. அத்தையின் சொற்கள் நன்றிக்கும் பெண்மைக்கும் மாறிமாறி தாச்சி விளையாடிக் கொண்டிருந்தன. அப்பாவின் பக்கம் பேசுகிறாளா, தன் பக்கம் பேசுகிறாளா? – என்று ஒருவழியாகத் தீர்மானம் செய்ய முடியாத சஞ்சலம். பாலிக்கு அவளுடன் பேசுவது எரிச்சலைத் தராவிட்டாலும் ஒருவிதப் பயத்தைக் கொடுத்தது. தண்ணீர் மேல் கட்டையைப்போட்டு, அதன் மேல் நிற்பது போல. எதிர்பாராத கணங்களில் தூக்கி எறிகிறாற் போல ஒரு அதிர்ச்சி அந்தப் பேச்சில் மாறி மாறி வந்துகொண்டிருந்தது.

மறுநாள் பிற்பகல் சாப்பிட்டதும் கோணவாய் நாய்க்கரைத் தேடிக்கொண்டு, அவர் வீடு சென்றாள் பாலி. நல்லவேளையாக அவர் வீட்டில் இருந்தார். சாப்பாட்டுக்கு வந்திருந்த சமயம். சாப்பிட்டுவிட்டுப் பிரப்பம் பாயை விரித்துப் படுத்திருந்தார்.

பக்கத்தில் அவர் மனைவி உட்கார்ந்து விசிறிக்கொண்டிருந்தாள். பாலி உள்ளே சென்றதும் வாரிச் சுருட்டிக்கொண்டு எழுந்து வரவேற்றார் அவர். அப்பாவிடம் காட்டுகிற அந்தச் சுத்தமான நட்பு அணைத்துக்கொள்கிறாற்போல அவளை வரவேற்றது.

“முந்தாநத்து வந்திருந்தயாமே குழந்தே? கடைக்கு வந்திருந்த யாம். நானே வந்திருக்கலாம். எனக்கும் அதிகமா நடக்க முடியலெ. கடெலேந்து வீட்டுக்கு வர்ரதுக்குள்ளே மூச்ச முட்டுது. எப்படியும் ஒரு ஏழெட்டு நாள் இருப்பே, ரெண்டு நாள் கழிச்சு வந்து பாக்கலாம்னு இருந்தேன். அப்பா எங்கே காணும்?”

“ஊருக்குப் போயிருக்காங்க இன்னிக்காலமெ, குறுவை அறுப்புக்காக. நாளை நாளன்னிக்கு வந்திடுவாங்க?”

“ம் . . . சரி.”

“அண்ணன் சௌக்கியமா இருக்காங்களா மாமா?”

“ட்டேயப்பா! எங்கே இன்னொரு தடவை சொல்லு. ஒண்ணுமே தெரியாது போலெ இப்ப சொன்னியெ. அந்த மாதிரி மூஞ்சியை வச்சிட்டு சொல்லு.”

பாலி வந்த சிரிப்பைத் தொண்டைக்குள்ளேயே அமுக்கிக் கொண்டு, “என்ன மாமா?” என்று ஆச்சரியமாகக் கேட்டாள்.

“இத பாரு. உன்னைவிட மூணு மடங்கு வயசாயிடிச்சு எனக்கு. நீ என்னன்ன பண்ணிருக்கேன்னு எனக்குத் தெரியும். இந்தப் பாவாடைராயன் வேஷமெல்லாம் இங்க வாண்டாம்” என்று அவள் கன்னத்தைப் பிடித்துக் கிள்ளினார் அவர். “பெரியசாமி பயந்திட்டான். அவனுமில்ல அங்க வந்திருந்தான்? நமக்கு ஏதாவது அபவாதம் வந்திருமோன்னு பயந்தானோ என்னவோ, எங்கிட்ட வந்து சொன்னான் எல்லாத்தையும். உங்கப்பாட்டயும் சொல்லிருக்கானோ என்னவோ! நான் சரித்தான்னு கேட்டுட்டு இருந்திட்டேன். பதினாயிர ரூபாயிக்கி வாரண்ட் கிளப்பியிருக்கானுவ கடங்காரப் பயலுவ. அதைச் சம்பாரிக்கக் கொடுத்துப்பிட்டு. என் மூஞ்சிலெ முழிக்கட்டுமெ. என் ராசாத்தி வேற கை கொடுக்கறேன்னிருக்கா. வரட்டுமேத் தானா!”

பாலிக்கு ஒரே குழப்பமாக இருந்தது. அவர் என்ன மனநிலையில் பேசுகிறார் என்று புரியவில்லை. சந்தோஷமா கோபமா என்று கண்டுபிடிப்பதே கடினமா யிருந்தது. அவர்

குரலில் மகிழ்ச்சியின் பூரிப்பும் அதே சமயம் இன்னதென்று புரிந்துகொள்ள முடியாத பிடிவாதமும் ஒலித்துக்கொண்டிருந்தன. குழந்தையின் பிடிவாதம் போல ஒரு பிடிவாதம்.

சட்டென்று அவர் தன் மனைவியின் பக்கம் திரும்பிக்கொண்டே சொன்னார். "இவகூடத்தான் சும்மா இருந்தாளா என்ன? பிள்ளையாண்டான் அவதிப்படறானேன்னு ரண்டு வடச் சங்கிலி ஒண்ணை ஓசைப்படாமெ கொடுத்தனுப்பிச்சுட்டா. மருமவ வந்து அழுதாளாம். தெரிஞ்சுது. 'ஒண்ணு கோணவா நாய்க்கனுக்குப் பொண்டாட்டியா இருக்கணும். இல்லெ அவள் மவனுக்கு அம்மாவா இருக்கணும். ஒரே சமயத்திலெ ரண்டும் செய்யிறது நடக்காது. என்ன சொல்றே? 'இங்கே இருக்கியா, இல்லே, புள்ளைகிட்ட போயிருக்கியா?' அப்படின்னு கேட்டேன். பேசாமெ வாலைச்சுருட்டிக்கிட்டு உக்காந்துட்டா. நான் இடியாப்பம் வித்தேன், கன்னுக்குட்டி மாடெல்லாம் வித்தேன். அப்புறம் கோடி வேட்டி வித்தேன். நாலு காசு வந்தது. அந்த மாதிரி அவனவன் வரட்டுமே. ஒத்தெ புள்ளையாயிருந்தா அப்பன் சம்பாதிச்சதெல்லாம் கரைக்கணும்னு எங்கியானும் எளுதி வச்சிருக்காங்களா? எல்லாம் ஒளுங்காத்தான் இருந்தான். அப்புறம் புத்தி குட்டிக்கரணம் அடிச்சிடுச்சி. ஆயிரம் ஆயிரமா வாரிக் கட்லாம்னு பாத்தாம்போலெ யிருக்கு. இருக்கறதும் தொலைஞ்சுது. யாரையாவது கேட்டானா, போனானா?" என்று அவர் மனைவியைப் பார்த்தே பேசிக்கொண்டிருந்தார். அவள் பதில் பேசாமல் எல்லாவற்றையும் கேட்டுக்கொண்டே யிருந்தாள். இந்தப் பேச்சை அவள் பல தடவை கேட்டிருக்க வேண்டுமென்று பாலிக்குத் தோன்றிற்று. அவள் குறுக்கிட்டுச் சொன்னாள்: "மாமா! அண்ணனைப்பத்தி நீங்க நினைச்சிருக்கிறது அவ்வளவும் தப்பு. அவர் கேவலம் பணத்துலெ குறியா பண்ணலெ. நல்ல நாடகம்னா ரொம்ப ஆசை அவருக்கு."

"ஆசையாயிருந்தா நம்ம ஊர்லேயே நாடகம்போடறவங்க ரண்டு மூணு கும்பல் இருக்கு. அங்க எதிலியாவது ஒண்ணுலே சேர, அரிதாரத்தெ பூசிட்டு ஆட, எங்கெங்கியோ இருக்குறவங்களை யெல்லாம் ஆடவச்சாத்தான் ஆசைன்னு தெரியுமோ?"

"மாமா! எனக்கு இப்போ இடியாப்பம் வேண்டியிருக்கு. நீங்களெ இடியாப்பம் ஆயிட முடியுமா மாமா? நீங்கவோணா வாங்கிக்கொடுக்கலாம்."

இதைக் கேட்டிட்டு நாய்க்கர் மனைவி முந்தானையை வாயில் வைத்துச் சிரித்தாள்.

“கழுதே! என்ன வாய் நீண்டு போச்சு” என்று பாலியின் கன்னத்தைக் கிள்ளினார் அவர்.

“நிசம்மாத்தான் சொல்றேன் மாமா. நாடகம் ஆடத் தெரிஞ் சாத்தானெ ஆடலாம். இல்லாட்டி தெரிஞ்சவங்களெக் கொண்டு ஆடச் சொல்லிக் காம்பிக்கணும்.”

“அது சரி. அந்தப் பய எப்படி வந்தான், என்ன சொன்னான், எல்லாத்தையும் சொல்லு பாப்பம்! இந்தப் பெரியசாமி பேச ஆரமிச்சான்னா சாவடிக்கடை காபி மாதிரி இருக்கும். காபியா டீயான்னு புரியாது. அவன் என்ன சொல்றான்னு யாருக்குப் புரியுது. திடீர்னு திடீர்னு நடராஜா என்பான். வித்தே இம்பான். நடுவுலெ பெண்டாட்டி செத்துப் போனாப்பல அழுவான். இந்த வக்கீலையாவும் நீயும்தான் புரிஞ்சுக்கணும் அவன் பேச்சே. நீ சொல்லு நல்லா புரியும்படியா, எதிராளியாரு, யாருகிட்டே என்ன பேசலாம் . . . ம் . . . ம் . . . எல்லார்கிட்டேயும் ஒரே சாமியார் பேச்சு.”

பாலிக்கு ஒரே சிரிப்பாக வந்தது.

37

ராமையா தன்னிடம் சொல்லிக்கொள்ளாமல் புறப்பட்டது, வக்கீலின் வெளிக்காட்டிக்கொள்ளாத திகைப்பு, வீட்டை வெறிச்சிடச் செய்திருந்த உணர்ச்சி முடக்கம் – எல்லாம் சேர்ந்து பாலியை வாய்விட்டுச் சிரிக்கும் நிலையில் வைக்கவில்லை, ஆனால், கோணவாய் நாய்க்கரிடம் பேசும்போதெல்லாம் விவரம் தெரிந்த நாள் முதல், ஒரு மிதக்கிற உற்சாகத்தில்தான் பேசுகிற வழக்கம் அவளுக்கு. சிரிப்புக்கு இடமே இல்லாத செய்திகளைக்கூட, உம்மென்று முகத்தை வைத்துக்கொண்டு பேசுகிற பழக்கமே இல்லை, அவரோடு பேசும்போது. அவர் ஹாஸ்டலுக்கு வந்திருந்தபோது பேச்சில் ஏற்பட்ட 'கடுமை'கூட அவராக ஆரம்பித்ததுதான். அன்று அவருடைய உடலும் மனதும் ரத்த அமுக்கத்திற்கு அடிமைப்பட்டுக் கிடந்த சமயம். இப்போது பழைய நாய்க்கராகத்தான் உட்கார்ந்திருந்தார் அவர். தன்னறியாமல் தன்னையும் மீறியே சிரித்துப் பேசிக்கொண்டிருந்தாள் பாலி.

"சொல்லமாட்டியா சொல்லமாட்டியா?" என்று தார் போட்டுக்கொண்டேயிருந்தார் நாய்க்கர்.

"பெரியசாமி சொன்னது புரியாம இல்லே. நானும் புடைச்சு சலிச்சு என்ன விஷயம்னு தெரிஞ்சுக்க முடிஞ்சுது. இருந்தாலும் நீ நேரடியா சம்பந்தப்பட்டவளாச்சே, நீ என்னமாச் சொல்றே பார்க்கலாம்னு கேக்கறேன். இஷ்டமிருந்தாச் சொல்லு, இல்லாட்டிப் போயேன்" என்றார் அவர்.

"மாமா, நான் எப்படிச் சொன்னாலும் உங்களுக்குப் புரியாது மாமா! ஒருத்தருக்கு ஒரு

விஷயத்திலே அனுதாபம் இருந்தாத்தானே அதை நம்புவாங்க? அது முடியும், நடக்கும்னெல்லாம் நம்பிக்கை வரும், இல்லாட்டி 'ஆமாம்; கிளிச்சாங்க'ன்னு முச்சுக்கொட்டத்தானே செய்வாங்க!"

"ட்டேயப்பா . . . ம் . . . இவ்வளவுதான் தெரியுமா உனக்கு!"

"சுருக்கமாச் சொல்றேனே, விஷயம் இதுதான். நீங்க வந்து அண்ணனைப் பத்தி அப்படியெல்லாம் சொல்லிட்டுப் போனீங்க. அப்பறம் நானாத்தான் அண்ணனுக்குக் கடை விலாசத்துக்கு எழுதினேன் மெட்ராஸுக்கு வரச் சொல்லி. பதினாயிர ரூபா கடனை அடச்சுப்பிட்டா, நீங்க இருக்குற ஒரு பிள்ளையோட முகங்கொடுத்துப் பேசிட்டு வயசான காலத்திலே சந்தோஷமா இருப்பீங்கள்ள? அதுக்கு நானும் உதவி செய்யக் கடமைப்பட்டவதானேன்னு அண்ணனை வரச் சொன்னேன். அண்ணன் வந்து அவரோடு பேச்சுக் கொடுத்தப்பதான் அவங்களுக்கு நிஜமாகவே உசந்த மனசு, நல்ல மனசுன்னு புரிஞ்சுது. அப்பதான் நான் இத்தனை வருஷமாக் கத்துக்கிட்டதை முதல் பண்ணலாம்னு முடிவு கட்டினோம். உடனே புது ஊராச்சே. நாலு பெரிய மனுஷங்க பார்க்கட்டும்னு ஒரு தேதியை வச்சு. கூட்டம் கூட்டினாங்க அண்ணன். வாத்யாரும் அதுக்குத்தான் வந்தாங்க. அதுதான் சேதி. அண்ணனைப்பத்தி உங்களுக்கு ஒண்ணுமே தெரியாது மாமா. அவங்க சாதாரண ஆள் இல்லே. உள்ளூர் மாடு உள்ளூர்லெ விலை போகுமா? அதுதான் உங்களுக்குத் தெரியலே. உங்களுக்குப் பதினாயிர ரூபாதானே அவங்களைவிடப் பெரிசாப்போச்சு?"

பேசும்போதே அசைப்பில் திரும்பியபோது நாய்க்கர் மனைவி விசும்பி விசும்பி அடக்கி அடக்கி அழுவது தெரிந்தது. சட்டென்று பாலி நிறுத்தினாள். நாய்க்கர் இருவரையும் மாறிமாறிப் பார்த்து ஒன்றும் சொல்ல முடியாமல் விழித்தார்.

"ரூபாதானே உங்ககிட்ட கேக்கப்படாது? அவரும் கேக்கத் தயாராயில்லை. இன்னும் ஆறு மாசம் இல்லை, ஒரு வருஷத்துக் குள்ள, அந்த ரூபாயைக் கொடுத்துவிட்டு, உங்ககிட்ட நிமிர்ந்து வந்து நிக்கிறாங்களா இல்லியா பாருங்களேன், அண்ணன்."

நாய்க்கர் மனைவியின் விசும்பல் இன்னும் அதிகமாகிவிட்டது.

"நீ என்னாத்துக்கு இப்பக் கண்ணைக் கசக்கிறே, அறிவு கெட்ட பொணமே? எல்லாம் நீ கொடுத்த இடம் தானே அந்தப் பயலுக்கு! ஆரம்பத்திலேயே இதெல்லாம் வாண்டாம்டா. உங்கப்பனுக்கு இதெல்லாம் புடிக்காதுன்னு நெடிகாமிச்சிருந்தா, சரியாப் போயிருக்கும்."

“உங்களுக்குத்தான் புள்ளை குட்டின்னு கரிசனம் கிடையாதுன்னா, அவங்களுக்கும் அப்படியிருக்க முடியுமா மாமா.”

“நீ என்ன சொல்றே இப்ப? அவன் எப்படி வேணும்னாலும் கூத்துக் கொட்டகையிலே காசைக் கரியாக்கட்டும். நான் கரிசனமா அப்படியே பொறுத்துக்கணும்கிறியா?”

“அப்படியில்லே மாமா! ஏதோ ஒரு தடவை நடந்திட்டுது – அவரே நினைக்கலே. சேத்திலே ஒரு கால்போய் அதை எடுக்க ஆரமிச்சா, இன்னும் அழுந்தும் காலு. அந்தமாதிரி ஆயிடிச்சு. அதுக்காக மூஞ்சியிலேயே முழிக்காம இருப்பேன்னு வீறாப்பு பண்ணுவாங்களா என்ன?”

“அந்தக் கோபத்திலேதான் வந்த அன்னியிலேந்து நீ, இங்க வரவே இல்லியா?”

“எனக்கு என்ன மாமா கோபம்? நான் அன்னிக்கிக் கூடத்தான் வந்தேன். நீங்க இல்லே. அவங்களைத்தான் கேளுங்களேன். கோபமா இருந்தா இன்னிக்கி மாத்திரம் வந்திருப்பேனா?”

“சரி, நீ இப்ப என்ன பண்ணனும்கிறே?”

“நீங்க ஒண்ணும் செய்ய வாண்டாம். அவரு கடனடைச்சப்பறம்தான் இங்க வரப்போறாங்க. அதுவும் சீக்கிரத்திலே முடிஞ்சிடும். நீங்க ஒண்ணும் செய்ய வாணாம். நான் சும்மா உங்களையும் அவங்களையும் பார்க்கலாம்னுதான் வந்தேன்.”

“தாராளமா கடன்கிடன்லாம் அடச்சப்பிட்டு ஆம்பிள்ளை சிங்கமா வரட்டுமே.”

“வரத்தான் போறாங்க.”

“வரட்டும். எத்தினி கச்சேரிக்கு ஏற்பாடு பண்ணியிருக்கான்? அதாவது தெரியுமா?”

“இதோ லீவு முடிஞ்சு போனவுடனே அஞ்சாறு கச்சேரி நவராத்திரிம்போதேயிருக்கு.”

“ஜமாய்ங்க. நாங்கள்ளாம் வந்து பார்க்கலாமா?”

“டிக்கட்டு வாங்கிட்டு வந்தா யாரைத் தடுக்க முடியும்?”

“எங்களுக்குக்கூடவா டிக்கட்டு?”

“உங்ககிட்டதான் முதல்லே வசூல் பண்ணனும்! நீங்க தானே எல்லாத்துக்கும் காரணம்?”

“நீ இப்ப ஆடறத்துச் சமயம் கிடைச்சுதும் அதனாலெ தானே?”

“எப்படியிருந்தா என்ன? நீங்க ஓசியிலே வந்து பார்க்க முடியாது?”

“சரி; எல்லாக் கச்சேரியையுமே வந்து பார்க்கறேன். எத்தினி யாகும் எல்லாத்துக்கும் முதல் கிளாசு? உசந்த கிளாஸ் டிக்கட்டு எத்தனை வச்சிருக்கீங்க?”

“அது அண்ணனைல்ல கேக்கணும்?”

“சுமாராக்கூடத் தெரியாதா?”

“எனக்குத் தெரியாது.”

“சரி; இப்பவே பணத்தைக் கொடுத்திடறேன்”

“கொடுங்களேன்.”

“கொடுக்கத்தான் போறேன் . . . ஏய்’ அந்த செக் புஸ்தகத்தை யும் பேனாவையும் கொண்டா . . . என்ன உக்காந்துகிட்டிருக்கே. நான் சொல்றேன் கொண்டான்னு . . .ம்.”

நாய்க்கர் மனைவி புன்சிரிப்புடன் எழுந்து போனாள். “எனக்கும் சேத்து வாங்கும்படியாப் போடுங்க பணத்தை” என்று சொல்லிக்கொண்டே, புஸ்தகத்தையும் பேனாவையும் எதிரே கொண்டு வந்து வைத்தாள்.

“உனக்கில்லாமியா? நம்ம ராசாத்தி ஆடறதுக்கு நீ வராமியா?”

நாய்க்கர் எழுதும்போது “உங்க பொண்ணும் மாப்ளையும் வந்து பார்க்கட்டும். அவங்களுக்கும் சேத்து எழுதுங்க. எப்படி யாவது எங்களுக்குப் பணம் வந்தாச் சரி” என்றாள் பாலி.

“சரி, அவங்களுக்கும் சேத்து எழுதறேன்.”

“எழுதுங்க எழுதுங்க!”

நாய்க்கர் எழுதியே விட்டார்.

“நீ பார்க்காதே.”

“பார்க்கலை.”

நாய்க்கர் எழுதி ‘செக்’ கடுதாசியைக் கிழித்துப் படித்து அவளிடம் நீட்டினார்.

“இப்ப பார்க்கலாமா?”

"பார்க்கலாம்."

பாலி அதைப் பார்த்துவிட்டுத் "தேவலையே!" என்று தலையாட்டினாள். பதினாயிரம் ரூபாய் எழுதியிருந்தது அதில்.

"அண்ணன் கடன் இப்பவே தீர்ந்து போயிடுச்சு போலிருக்கே."

"அவ்வளவுதானே, அவன் புள்ளி போட்டிருக்கிறதும்?"

"ஆமாம்."

"அப்ப இந்தப் பணத்தை வச்சுக்கிட்டு நீ மெட்ராஸிலே போய் ஆடுவானேன்? இங்கியே ஆடேன்!"

"ம் . . . ஆசை."

"நெசமாத்தான் சொல்றேன். இதைகொண்டுபோய் உங்க அருமை அண்ணன்கிட்ட கொடுக்கிறது மெட்ராஸிலே ஏதாவது கச்சேரிக்கின்னு அச்சாரம் வாங்கியிருந்தான்னா, திருப்பிக் கொடுத்திரச் சொல்லிப்பிடறது."

"என்னதுக்கு?"

"இங்க ஆடறது அந்த ஆட்டத்தை."

"ரொம்ப ஒழுங்காயிருக்கே!"

"இதுதான் ஒழுங்கு."

"அங்கதான் அவங்க ஏற்பாடெல்லாம் பண்ணியிருக்காங்க."

"நீ மறுபடியும் அங்கே போனாத்தானே? அந்த ஏற்பாடெல் லாம் நிக்கப்போறது?"

பாலியின் முகம் சட்டென்று கறுத்தது.

"என்ன மாமா இது ?"

"ஆமாம், அப்படித்தான்" என்று தலையசைத்தார் நாய்க்கர்.

"நல்லாச் சொல்லுங்களேன்."

"நீ உங்கப்பாகிட்ட என்ன சொன்னே?"

"எதைப் பத்தி?"

பாலி நாய்க்கர் மனைவியைப் பார்த்தாள்.

"சும்மா சொல்லு. இவளுக்குத் தெரிஞ்சா என்ன?"

"எதைப்பத்தி மாமா?"

“எதைப் பத்தின்னு இவ்வளவு சொன்னப்பறம் எதுக்குக் கேக்கறே? உன் கலியாணத்தைப் பத்தித்தான்.”

“உங்க கிட்டியும் சொல்லிட்டாங்களா?”

“ஏண்டா கண்ணு, சொல்லப்படாதா எங்கிட்ட? அவனுக்கு வேற மனுஷங்க யாரு இருக்கா?”

பாலிக்குக் குபுகுபுவென்று அழுகை வந்துவிட்டது.

“இதைப் பாரு, என்னத்துக்கு அழறே இப்ப? நீ என்னெ பாக்கமாட்டே?”

“ஏன் மாமா, இப்படி பேர்பேரா அழுதுகிட்டு நிக்கும்படியா ஆயிடிச்சு எனக்கு?”

“பேர் பேரா என்ன? நாங்க என்ன அசலாருங்களா? அன்னியங்களா? எங்கிட்டவும்தான் சொல்லிவையேன். என்ன சொன்னே உங்கப்பாக்கிட்ட?”

“என்னாது?” என்று கேட்டாள் நாய்க்கர் மனைவி.

“அது என்னத்தைக் கண்டுது? அது மனசைப் போட்டு குழப்பறான் அவன்!”

“எனக்கு ஒண்ணும் புரியலியே” என்று பதில் சொன்னாள் அவள்.

“புரியணும்தான் இதைக் கேக்கறேன்.”

“எனக்கு மனசிருந்தாத்தானே மாமா? அப்பாதான் என்னை புரிஞ்சுக்கமாட்டேங்கறாங்க.”

“நீ என்ன சொன்னே?”

“நான் அந்தப் புள்ளையைப் பண்ணிக்க முடியாதுன்னு கறாராச் சொன்னேன்.”

“எந்தப் புள்ளையை?” என்றாள் நாய்க்கர் மனைவி.

“நீ புதுசாக் கேளு.”

“தங்கராசுதானே!”

“பின்னே ஏன் கேக்கறே?”

“கேக்கட்டும் மாமா! கேட்டா என்ன? அதைத்தான் கல்லிலே பொறிச்சு வச்சிருக்காங்க எல்லாருமாச் சேர்ந்து! கேக்கட்டுமே.”

"இத பாரு. எல்லாருமாச் சேந்துங்காதே. நான் அன்னையிலேந்து உன்னைப் பார்த்துக்கிட்டுத்தான் வரேன். ஸ்டேசன்லே முதமுதல்லே உன்னை இடுப்பிலே தூக்கி வைச்சுக்கிட்டேனே, அதிலேந்து எனக்கு உன் மனசு அன்னையிலேந்தே தெரியும்."

"அதுக்குத்தான் இதை எழுதிக் கொடுத்தீங்களாக்கும்" என்று செக்கை அவர் பக்கம் எறிந்தாள் பாலி.

"அது இல்லே குழந்தே! அவன் வீம்பும் பிடிவாதமும் எனக்குத் தெரியும். அதுக்காக உன் மனசும் குறைப்படவாண்டாம்னு இப்படிச் செஞ்சேன்."

"அதெல்லாம் நடக்காது மாமா. நான் திரும்பிப் போகத்தான் போறேன். அண்ணனுக்குச் சொன்னபடி செய்யத்தான் போறேன்."

"செய்யிம்மா. நான் வேண்டாங்கலே. நீ திரும்பிப் போறதையும் படிக்கிறதையும் வாண்டாங்கலெ. ஆனா அதுக்கெல்லாம் என்ன பிரயோசனம்..? உன்னைத்தான் திருப்பி அனுப்பறதா இருந்தா, அவன் இப்ப ஊருக்குப் புறப்பட்டுப் போவானா நீ வந்திருக்கிறப்ப? பதினஞ்சு நாள் வந்துகூட இருக்கறபோது, ஒரு நிமிஷம் உன்னை விட்டுட்டு இருப்பானா?"

"ஆமாமா ... வந்த அன்னியிலேந்து என்னோட சரியாப் பேசவேல்லெ ... கேட்ட ஒரு வார்த்தையிலே பதில். நான் நிஜத்தைச் சொன்னத்துக்குத் தண்டனை."

"நீ இப்ப போட்டு அலட்டிக்கிட்டிருக்காதே. கொஞ்சம் பொறுத்துக்க. ஊரிலேந்து வரட்டும். உன்னை மறுபடியும் பட்டணத்துக்கு அனுப்பறது என் பொறுப்பு."

"அனுப்பிச்சு? ..."

"மீதியை அப்பறம் யோசிச்சுக்கறது."

"இப்பவே யோசிங்களேன்."

"பேச்சைக் கேட்டுக்கிட்டே உட்காந்திருக்கியே. காப்பியைப் போடேன் ... அப்பறம் என்ன பேசினோம்னு விவரமா உங்கிட்டே ஒப்பிக்கிறேன். போதுமா?' என்று ஒரு தடவை முறைத்தார் அவர். உடனே அவர் மனைவி எழுந்து போய்விட்டாள்.

"மாமா, இவ்வளவும் தெரிஞ்சு வச்சுக்கிட்டுத்தானே ஒண்ணும் தெரியாததுபோல் பேசிட்டிருந்தீங்க. நான் வந்தவுடனே."

"வந்த அடியோடு உன்னை அழவிடணுமா? ... உங்கப்பா வந்தான். நாய்க்கரே மோசம் போய்ட்டேன் அய்யா. வைத்தீச்வரன் சோதனையை இன்னும் விடலே. அன்னிக்கி அந்த வையன்னா

பய செஞ்சுகிட்டிருந்தான். இப்ப வயத்திலே பொறந்தவளே ஆரமுச்சுப்பிட்டாய்யான்னான். முகத்தைப் பார்க்க முடியலே. நல்ல சேப்புவேறியா? மூஞ்சியெல்லாம் ஜிவுஜிவுன்னு செவந்து போயி, என்னமோ எல்லாம் போயிட்டாப்பல திகிலடிச்சுப் போய் நின்றான். என்ன ராமையா, என்ன வந்திடுத்துன்னேன். நான் உப்புப் பொறாதவனா ஆயிடுவேன் போலிருக்குன்னான். அட! என்னையா சொல்லுன்னப்பறம் இந்தக் குட்டி இந்த மாதிரி சொல்றாள்னான். எனக்கு என்ன சொல்றதுன்னு புரியலே. எனக்குத்தான் அன்னையிலேந்து தெரியுமே!"

"என்ன மாமா தெரியும் உங்களுக்கு?"

"ஏன், எனக்கு என்ன தெரியாது?"

"என்ன தெரியும்?"

"டாட்டாவிலே அந்தப் பையனுக்கு உத்யோகம் கிடைச்சுது. வேண்டியப்பட்டவங்கள்ளாம் பெரிய உத்யோகத்திலே இருக்காங்க. பத்து வருஷத்திலே ஆயிரக்கணக்கில் சம்பளத்தைக் கண்ணாலெ பார்க்க முடியும். இவ்வளவும் தெரிஞ்சு அந்தப் புள்ளை கிண்டியிலே படிக்கிறேன்னு போனது ஏன்னு எனக்குத் தெரியாதா? நீ படிப்பை நிறுத்தியிருந்தா, அது என்ன பண்ணி யிருக்குமோ?"

பாலிக்கு அவரை அப்படியே விழுந்து வணங்கவேண்டும் போலிருந்தது. வாயில் துணியை அமுக்கிக்கொண்டு அழுகையை அடக்கப் பார்த்தாள்.

"நீ ஊருக்குப் போற அன்னிக்கி அதுவும்தான் ரயிலேத்திவிட வந்திருந்தது ஸ்டேஷனுக்கு எங்களோட . . . ரயில் ஊதினப்பறம் அது முகத்தைப் பார்த்தேன். சேச்சே, என்னடா ராமையா இப்படி என்னத்தையோ செஞ்சிப்பிட்டு நிக்கிறானேன்னு எனக்குப் பகீர்னுது. ரொம்ப நாளா இருக்கற எண்ணம்தான். ஆனா அந்த சமயத்திலே எனக்கு திடீர்னு ஒரு கலவரமாவே வந்து மண்டையிலே அடிச்சுது. நான் நெனச்சேன். அப்பவே நாம யாரு. அது யாரு? இப்படி தெய்வம் எங்கியோ நாச்சந்தியிலே கொண்டே நிறுத்தியிருக்கேன்னு. சரி, நடக்கறபடி நடக்கட்டும்னு பேசாம வந்தேன். இப்ப எனக்கும் ஒண்ணும் புரியலே. கண்ணைக் கட்டிக் காட்டிலே விட்டாப்பல ஆயிருக்கு. நானும் தவிச்சிக்கிட் டிருக்கேன் . . ."

பாலி கண்ணைத் துடைத்துக்கொண்டு தரையைப் பார்ப்பதும், அவரைப் பார்ப்பதுமாக உட்கார்ந்திருந்தாள்.

“ஆனா, இத பாரு. எங்கப்பன் ஆணையாச் சொல்றேன். நான் மாத்திரம் உனக்காக நாலு வார்த்தை சொல்லாம இருந்திடுவேன்னு நினைக்காதே. அதினாலே என்ன வந்தாலும் வந்திட்டுப் போவுது. நாமெல்லாம் மனுஷங்கதானா? ஆகாசத்திலேந்து கொட்டாத கண்ணையும் பாவாத காலையும் எடுத்து வச்சுப்பிட்டு, கொட்ற கண்ணும் பாவற காலுமா இந்தப் பூமியிலே வந்து முளைச்சிட்டோமா . . ? குழந்தே, என்னை மாத்திரம் நம்பு. எம் வயத்துலெ பொறந்தாப்பல நான் இத்தனை நாளா நினைச்சிட்டு வரது நெசமாயிருந்தா, என் உசிரு இருக்கிற வரைக்கும் உன் மனசுக்கு மாறா ஒண்ணு நடந்திர விட்டிர மாட்டேன் –”

“மாமா!”

“என் மண்டை சாயறவரைக்கும் உனக்கும் ஒண்ணும் நடந்திராது.”

பாலிக்கு இதைக் கேட்கக் கேட்க நெஞ்சு நெகிழ்ந்து கொண்டேயிருந்தது. நோவு எடுத்தது.

உள்ளே அடுப்பு விசிறும் ஓசை கேட்டுக்கொண்டிருந்தது.

“இந்த பாரு, எனக்கு சாமி பேர்லெ நம்பிக்கை உண்டு. ஆனா இந்தப் பூனைக்குட்டி விசுவாசம்தான். அவன் எனக்கு இடைஞ்சல் பண்ணணும்னு நெனைச்சான் – நான் ஏன் அவனைப்பத்திக் கவலைப்படணும்? அட, அவனே படைச்சிருக்கட்டும் – இந்த லோகத்தையும் இந்த லோகத்தில் இருக்கிற நீ, நான், என் பெண்டாட்டி, பிள்ளை இன்னும் கழுதை குதிரை எல்லாத்தியும். ஆனா, இவங்கள்ளாம் கண்ணு கலங்கும்படியா அவனே பண்ணினானோ, எனக்குக் கெட்ட கோபம் வந்திரும் . . . கடைசிலே அவனோட சண்டைபோட்டுக்கும்படியாத்தான் வரும். பாத்திருவமே, யார் கை ஓங்குதுன்னு – நீ மாத்திரம் இப்ப சொல்றேன், பாத்துக்க. நான் உங்கப்பாவோட ரண்டிலே ஒண்ணுன்னு முடிவு பண்ணத்தான் போறேன் . . . கொஞ்சம் பொறுத்துக்கோ. அவ்வளவு தான் சொல்லுவேன். நீ ஏதாவது அவசரப்பட்டுப் பேசப்படாது. செய்யப்படாது. ராமையாவும் மனுஷன்தானே . . . நீ அவசரப்படாம, பரபரன்னு ஏதாவது செய்யாம இருப்பியா . . . சொல்லு.”

“இருக்கேன்.”

“அப்படிச் சொல்லு . . . எழுந்திரு சொல்றேன். உள்ற போய், காப்பி கலக்கினா போலிருக்கு, ரண்டு பேருக்கும் எடுத்திட்டு வா. நாய்க்கச்சிக்குக் கொஞ்சம் ஒத்தாசை பண்ணு . . . ம் . . .”

"இதோ வரேன் மாமா."

"கண்ணையெல்லாம் நல்லாத் துடைச்சிட்டுப் போ."

அவர் சொன்னபடியே கண்ணைத் துடைத்துக்கொண்டு உள்ளே சென்றாள் பாலி.

"நான் கொண்டாரேம்மா."

"கலந்தாச்சா. வாங்க கிட்டிலோட எடுத்துக்கிட்டுப் போவம். அங்கே வாங்க. எல்லாருமா அங்க குடிக்கலாம்" என்று கெட்டிலையும் நாலைந்து டம்ளர்களையும் கையில் எடுத்துக்கொண்டாள் பாலி.

கூடத்திற்கு வந்ததும், "இந்தா இத பாரு, இங்க நடந்த பேச்செல்லாம் அப்படியே பெட்டியிலே பூட்றாப்பல பூட்டி வச்சுக்கணும் . . . தெரியுதா?" என்று மனைவியைப் பார்த்து அதட்டினார் நாய்க்கர்.

"ஆமாம். உங்களுக்கு இருக்கிற அக்கறை எனக்கில்லை. உங்க மகமாதிரின்னா, நான் மட்டும் வேறியாக்கும். இப்படியே பிரிச்சுப் பிரிச்சு இன்னும் எத்தினிநாள்தான் பேசப்போறீங்க? இவங்க ஒருத்தருக்குத்தான் தயவு, சாமர்த்யம் எல்லாம் உண்டு. மைத்தவங்களாம் ராட்சதங்க" என்று பாலியைப் பார்த்தாள் அவள்.

பாலியைப் பார்த்துக் குறும்பாகக் கண்ணைச் சிமிட்டினார் நாய்க்கர்.

"போங்க மாமா, உங்களுக்கு ஏதாவது சொல்லிட்டே யிருக்கணும் அவங்களை."

"பின்னே! ஆம்படையான் பொண்டாட்டின்னா எப்படி யிருக்கிறதாம்? . . . ட்டேயப்பா, நீ தேவலாமே . . . சரி சரி. காபியை எடுத்துவிடு" என்றார் அவர்.

தி. ஜானகிராமன்

38

நாய்க்கரிடம் விடைபெற்றுக்கொண்டு கிளம்பும்போது பொழுது நன்றாகச் சாய்ந்துவிட்டது. அவர் மகன் ஊரில்தான் இருக்கிறானாம். அவனைப் போய்ப் பார்க்கவேண்டும் என்று நினைத்தாள் அவள். ஆனால், வீட்டை விட்டுப் புறப்பட்டு நேரமாகிவிட்டது.

நாய்க்கரும் கடைக்குப் புறப்பட்டவர், வாசலில் பிரியும்போது, "குழந்தே, போய் நல்லாத் தூங்கு. சும்மா எதையாவது நெனச்சு அலட்டிக்கிட்டேயிருக்காதே, நான் உசிரோட இருக்குறவரைக்கும் உன் மனசு இடிஞ்சிரும்படியா எதுவும் நடக்கிறதை நான் பார்த்திட்டிருக்க மாட்டேன். என்ன?" என்றார்.

"சரி மாமா."

"சரி மாமாங்கிறியே ஒழிய, முகத்திலெ தெம்பைக்காணுமே . . . சரி; போய்ட்டு வா . . . உங்கப்பாவை நானே வந்து பாக்கறேன். என்னிக்கி வரேன்னிட்டுப் போனான்?"

"எனக்குத் தெரியாது மாமா. நான் தூங்கறப்பல்ல கிளம்பிப் போய்ட்டாங்க."

"சரி; வரட்டும்."

வீட்டு வாசலுக்கு வரும்போது வாசல் பிறை இரண்டிலும் அந்தி அகல்கள் எரிந்துகொண்டிருந்தன. உள்ளே கூடத்திலும் பவர் விளக்கு பெரிதாக எரிந்தது.

“அத்தை” என்று கூப்பிட்டுக்கொண்டே உள்ளே போனாள் பாலி.

“அத்தை கோயிலுக்குப் போயிருக்கு” என்று பதில் வந்தது.

ராமையா ஊஞ்சலில் உட்கார்ந்திருந்தார்.

“எப்பப்பா வந்தீங்க?”

“ரண்டு நாழியாச்சி, எங்க போயிருந்தே?”

“நாய்க்கர் மாமா வீட்டுக்கு.”

“சௌக்கியமா இருக்காரா?”

“இருக்காங்க.”

“பிளாஸ்கிலெ காபி வச்சு மூடியிருக்கு. அத்தை உன்னை எடுத்துக் குடிக்கச் சொல்லிச்சு.”

“நான் சாப்பிட்டாச்சு. நீங்க சாப்பிடுங்களேம்ப்பா.”

“சாப்பிட்டாச்சு ... சரி ... கொண்டா, கொஞ்சம் சாப்பிடு வோம்.”

காப்பியைக் கொண்டு வந்து அவருக்குக் கொடுத்தாள் பாலி.

“சாயங்கால வண்டியிலே வந்தீங்களா?”

“ஆமாம்.”

“எங்கிட்ட போறேன்னு சொல்லவே யில்லியே.”

“நீ தூங்கிட்டிருந்தே. அதான் சொல்லிப்பிடுன்னு போனேன்.”

“எழுப்பிச் சொல்லிக்கப்படாதா?”

“அதனாலெ என்ன இப்ப?”

“எந்தக் கோயிலுக்குப் போயிருக்கா அத்தை?”

“நான்தான் போகச் சொன்னேன். காமாட்சி கோயிலுக்கு.”

“நீங்க போகச் சொன்னீங்களா?”

“உங்கிட்ட தனியாப் பேசணும்னுதான்.”

“என்னப்பா?”

“நான் அறுவடை பார்க்கறதுக்காகப் போகலே குழந்தே. அறுவடையெல்லாம் இனிமே நான் பார்க்கவே வேண்டியதில்லை.”

“அப்படின்னா?”

"நிலத்தை விக்கறதாக ஏற்பாடு பண்ணிப்பிட்டேன்."

"அ!"

"ஆமாம். குழந்தே. எக்ரிமெண்ட் எழுதியாச்சு."

"எதுக்காக நிலத்தை விக்கணும் இப்ப?"

"பின்னே உன் வார்த்தையை நீ காப்பாத்தறதுக்கு நானும் உதவி செய்ய வாண்டாமா?"

"என் வார்த்தையா?"

"ஆமாம் குழந்தே? நாய்க்கர் மகனுக்கு பதினாயிரம் ரூபா கடன் இருக்கு. அதை அடைக்க உதவி செய்யறதாகத் தானே வாயைக் கொடுத்தே நீ?"

பாலிக்கு ஒரு நிமிஷம் வாயை அடைத்துவிட்டது.

தனக்கு முன்னால் இருப்பது தன் தந்தையா அல்லது வேறு யாராவதா என்று ஒரு பிரமை. அவரிடம் நெருங்கி நிற்பதுபோல ஒரு நிச்சயத்தோடு, அவர் எங்கோ தொலைவில் நிற்பது போல, யாரோ சம்பந்தமில்லாத வேற்று மனிதனோடு பேசிக்கொண்டிருப்பது போன்ற ஒரு தொலைவும் அவளைச் சிறிது நேரம் பேசமுடியாமல் அடித்தது.

"நாய்க்கர் குடும்பம் நமக்கு இன்னிக்கி நேத்திக்கி சிநேகம் இல்லே. நாம செய்யறதுதானே கடமை?" என்றார் அவர்.

"நானே, என் முயற்சியாலே உதவி செய்யணும்னுதான் நான் நினைச்சுது."

"அதெல்லாம் வாண்டாம்."

"ஏன் வாண்டாம்."

"நாய்க்கர் சொல்லியிருப்பாரே... வக்கீல் மாமாவும் சொல்லி யிருப்பாங்களே!"

நேருக்கு நேராக முட்டிக்கொள்வதை எதற்கு ஒத்திப்போட வேண்டும்? இப்போது அவராக அதற்குச் சந்தர்ப்பத்தை ஏற்படுத்திக்கொண் டிருக்கும்போது ஒத்திப்போடுவதும் அவ்வளவு நியாயமானதல்ல.

"ரண்டுபேர் சொன்னதிலியும் கொஞ்சம் வித்யாசம் இருந்தது."

"என்ன?"

“வக்கீல் மாமா சொன்னதைப் பார்த்தா நான் பட்டணத்துக்குத் திரும்பிப் போக முடியும்னு தோணிச்சு. நாய்க்கர் மாமா நான் திரும்பிப் போகவே முடியாதுங்கற மாதிரி சொன்னாங்க.”

“வக்கீல் மாமாகிட்ட பேசறப்ப எனக்கு ஏதோ நம்பிக்கையிருந்துது ஆனா, யோசிச்சுப் பார்த்தேன். நான் சொல்ற நிபந்தனைக்கு நீ கட்டுப்படுவியோன்னு எனக்குச் சந்தேகம் வந்துது. அதனாலெ அவர்கிட்ட அந்த நிபந்தனையைச் சொல்லலே.”

“அதுக்காக நிலத்தை வித்துப்பிடறதுன்னு தீர்மானம் பண்ணினீங்களா ?”

“வேற வழி . . ? பாலி, இதைப் பாரு நீ திரும்பிப்போய் படிக்க வாண்டாம்னுதான் எனக்குத் தோணுது. சீக்கிரம் கலியாணத்தை முடிச்சுப்பிடனும்னு நான் துடிச்சுக்கிட்டிருக்கேன். எனக்கு உடம்பு வரவர தெம்பு குறைஞ்சிட்டு வருது. உடம்பு மட்டுமில்லெ. மனசிலேயும் முன் மாதிரி தெம்பு இல்லெ . . . கலியாணத்தைப் பண்ணி இன்னும் இருக்கிற சொச்ச நாளை உங்களோட கழிச்சிட்டுப் போய்டலாம்னு பார்க்கறேன்.”

“எனக்கு இதிலே இஷ்டமில்லேன்னுதான் அன்னிக்கே சொன்னேனே !”

“இஷ்டம் என்கிறதெல்லாம் நம்ம கையிலே இல்லை.”

“இது கோணல் பேச்சுண்ணு உங்களுக்கே படலியா ?”

“குழந்தே, இதைப் பாரு” என்று திரும்பினார் அவர் – அதாவது பழைய ராமையாவாக ஆகிவிட்டார்.

“குழந்தே, நான் பட்ட கஷ்டம், மனசிலே கிடந்து அனுபவிச்ச துக்கம் எல்லாத்தையும் உங்கிட்ட சொல்லி அழுது, கையொடிஞ்சவன் மாதிரி ஆதியிலேர்ந்து ஆயிட்டேன்னு உங்கிட்ட புலம்ப இஷ்டமில்லே எனக்கு. ஒருத்தன் ஆயுசிலே கஷ்டமே பட்டுக்கிட்டிருந்தான்னு சொல்றது நம்மைப் படைச்ச தெய்வத்துக்குத் துரோகம் செய்யறதாகத்தான் அர்த்தம். நான் இப்ப ஒண்ணும் தாங்க முடியாமல் கஷ்டப்பட்டுட்டதாக நான் நினைக்கலே. நாலு பேர் நம்ம வீட்டுக்கு ஒருத்தர்பின் ஒருத்தரா வந்தாங்க. ஆனா, என் காத்து பட்டவுடனே எல்லாம் பொக்கு பொக்குனு அணைஞ்சி போச்சு; ஊதல் காத்துலெ அகல் விளக்கை எடுத்திட்டுப் போனாப்பல. அந்த சமயத்திலே இதை நினைக்கறப்ப என் மனசு கஷ்டப்படத்தான் பட்டுது. இப்படி ஒரு மனுஷனை அடிக்கிறதிலே தெய்வம் என்ன சந்தோஷத்தைக் கண்டுதுன்னு மனசிலே கொஞ்சமா

துயரப்படலெ. போலீஸ் ஸ்டேஷன்லே குத்தவாளியை ஊட்டங் கொடுத்துக் கொடுத்துத் திருப்பித் திருப்பி அடிச்சிக்கிட்டே யிருப்பாங்க. பத்து அடிக்கு மயக்கம் போட்டு விழுந்தான்னா, மறுபடியும் ஆகாரத்தைக் கட்டாயமா வாயிலே திணிச்சுத் திங்கப் பண்ணி, மறுபடியும் அடிப்பாங்க. அந்த மாதிரி நாலு தடவை என்னைச் சந்தோஷப்படுத்தறாப்பல பண்ணி அடிச்சுது தெய்வம். தெய்வம்னு சொல்றதுகூட அபசாரம் தான். நான் பண்ணினதுங்களோட பலனாத்தான் இருக்கணும் அதெல்லாம். கடசீலே எல்லா விளக்கும் அணைஞ்சு போயிடலேன்னு கண்டுட்டேன். கடசி விளக்கு அணையறப்ப, ஒரு சின்ன விளக்கை ஏத்தி வச்சிட்டுத்தான் போச்சு. அது இந்த வீட்டிலெ பிரகாசமா, மங்கள ஜோதியா விளங்கணும்னுதான் நான் நெனச்சேன். ஆனா, அது என்னையே சுடும்படியா எரிய ஆரமிச்சிருமோன்னு கவலை வந்திருக்கு இப்ப. அவ சூலாயிருந்தப்ப நான் பொக்குனு ஒரு நாளைக்கு அணைஞ்சி போயிடுவான்னு நெனக்கலை. ஆனா, அணைஞ்சு போப்போறோம்னு ஏதோ நிச்சயமாத் தெரிந்தப்பறம் தான் எனக்கு ஒரு உத்தரவைப் பிறப்பிச்சிட்டுப் போயிருக்கணும். எனக்கு நீ தங்கராஜனைத்தான் பண்ணிக்கனும்னு இப்பவும் கட்டாயமில்லே. ஆனா, இது அவளோட ஏக்கம், பிறந்தவுடனே பொண்ணான்னு அலுப்பா மூச்சுக் கொட்டினேன். ‘பரவால்லே. நம்ம சொர்ணக்கா மகனுக்குக் கொடுத்திருங்க’ன்னா. நானும் செஞ்சுப்பிடறேன்னு சொல்லிப்பிட்டேன். எனக்கு யாரையும் மனசு கஷ்டப்பட்டுப் பாத்துக்கிட்டு இருக்கணும்னு ஆசை கிடையாது. ஆனா, நான் சொன்ன வார்த்தைக்கு மாறா ஏதாவது நடந்திறப் படாதுங்கற கவலையிலேதான் நான் உன்னை மறுபடியும் பட்டணத்துக்கு அனுப்ப வாண்டாம்னு தீர்மானம் பண்ணினேன். நீ பட்டிருக்கற கடனையும் அடச்சுப்பிடறது என் பொறுப்பு. அதுக்காகத்தான் நிலத்தையும் விக்கறதாக முடிவு பண்ணி எக்ரிமெண்ட் எழுதி வாங்கினேன். கூத்தாநல்லூர் சாயபு ஒருத்தருக்கு விக்கிறதாக எக்ரிமெண்ட் ஆயிருக்கு. அவருக்கு அக்கரையிலே பெரிய வியாபாரமாம். சுத்திச் சுத்திப் பேசறதுலெ காரியம் ஒண்ணுமில்லே. இதுதான் சங்கதி. நீ மறுபடியும் பட்டணம் போறதை நான் விரும்பலெ. போனா, நான் கொடுத்த வாக்குக்கு மாறா கட்டாயமா ஏதாவது நடக்கும்னு எனக்கு பயமாத்தான் இருக்கு. அதனாலெதான் நீ யாரை நெனச்சுட்டு இவனை வாண்டாம்கறேன்னு தெரிஞ்சுக்கக்கூட ஆசைப்படலே நான். நான் அதை உங்கிட்ட கேக்கவும் போறதில்லெ. நீ எனக்குச் சொல்லவும் வாண்டாம் . . .”

பாலிக்கு ஒன்றும் பேசத் தோன்றவில்லை. ஒன்றே ஒன்று மட்டும் தோன்றிற்று. ஏன் இப்பேர்ப்பட்ட ஒருவரை எனக்குத்

தந்தையாகப் படைத்தாய்? இவ்வளவு நல்லவரை . . . அல்லது இவ்வளவு கெட்டவரை . . . இல்லை இல்லை . . . இவ்வளவு நல்ல சுயநலக்காரரை . . . இவ்வளவு முரட்டு சாதுவை ஏன் என் தந்தையாகப் படைத்தாய்?

"நான் சொல்ல வேண்டியதெல்லாம் சொல்லியாச்சு குழந்தே. அத்தை வரதுக்கு முன்னாடி என் மனசிலே உள்ளதையெல்லாம் சொல்லி, கெஞ்சணும்னு தோணிச்சு. சொல்லியாச்சு."

"அப்பா! உங்க சத்யத்தை நான் இல்லேன்னு சொல்லலே. அதை அலட்சியமாகவும் பேசலே. ஆனா, என் மனசுக்கும் இதிலே கொஞ்சம் இடம் கொடுக்கலாம்னு உங்களுக்குத் தோணலியாப்பா?"

"அதனாலேதான் சொன்னேன் குழந்தே. நீ இவனைப் பண்ணிக்கணும்னு எனக்கு ஒண்ணும் நிர்ப்பந்தமில்லேன்னு சொன்னேன். ஆனா, நான் என்ன செய்ய முடியும்? ஒரு வார்த்தையை எங்கிட்டக் கொடுத்து காவல் காருன்னு சொல்லி, என்னைக் காவல் போட்டிருக்கறப்ப நான் என்ன செய்ய முடியும்?"

படிப்பை நிறுத்துவதுகூட இந்தக் காவலில் ஒன்றுதான் என்று அவர் குரல் ஒலித்ததும் அவள் காதுக்குத் தப்பவில்லை.

"நான் இவனை மாப்பிளைன்னு நெனச்சுத்தான் இத்தனை நாளா பழகிப்பிட்டேன். அவன் குரலைக் கேட்டாலே ஏதோ தெய்வத்தோட குரலைக் கேக்கறாப்பல தான் எனக்கு மயிர்க்காம்பெல்லாம் சிலித்துக்கிட்டு வரும்."

"மாப்பிள்ளையா ஒருத்தரை நினைக்கிறதும் கற்புதான் உங்களுக்கு."

"சரியாச் சொன்னே நீ . . . ஆமாம். வேறு ஒருத்தனை மாப்பிள்ளையா நினைக்கிறது என் கற்புக்கு விரோதமாப் படுது."

"நீங்கதான் கட்டாயம் இல்லேன்னு சொன்னீங்களே."

"அந்தச் சமாதானம் என் கீழ் மனசு பண்ணிக்கிறது. நான் சாதாரணமாக, சாப்பிடறது கொள்றதுன்னு மிருக மாட்டமா காரியம் செஞ்சிட்டு இருக்கறப்பத் தோண்ற சமாதானம். ஆனா, மனசு உசந்திருக்கிற சமயங்கள்ள அது சரிப்பட்டு வரலே."

"அப்படின்னா நான் திரும்பிப் பட்டணத்துக்குப் போறது சாத்யமில்லே?"

"முடியாது குழந்தே."

“பெத்த பெண்ணுக்கிட்டவே இத்தனை அவநம்பிக்கையா?”

“என் மேலேதான் அவநம்பிக்கை குழந்தே. நான் என் கடமையைத் தூங்கிப்போயிடாம செய்யணும். காலங்கெட்டு முழிச்சுக்கப்படாது.”

அவளுக்கு அழுவதா சிரிப்பதா என்று புரியவில்லை. அவரைப் பார்த்தால் ஒரு கணம் படுமுட்டாளைப்போல் தோன்றிற்று. மற்றொரு கணம் சர்வ ஞானியாகத் தோன்றிற்று. இன்னொரு கணம் குழந்தையாகவும் கோழையாகவும், கோழையின் குரூரத்தனம் எல்லாம் உடம்பெடுத்து வந்தாற் போலவும் தோன்றிற்று. இவ்வளவிலும் எது உண்மையோ எது பொய்யோ! ஆனால், அவருடைய பிடிவாதத்தை அசைக்க முடியாது போலிருந்தது.

“ஏம்பா, உங்களுக்குச் சக்தியிருக்கறதினாலெதானே என் படிப்பையே நிறுத்திடறேங்கிறீங்க?”

“இல்லை, என் மனசிலெ பலம் இல்லாததினாலெதான் குழந்தே . . .”

“அதான் அதான், எனக்கு உங்க தடையை மீறிக்கிட்டுப் போய்ப் படிக்கத் தெம்பு இல்லெ. நீங்க பணம் அனுப்பிக்காட்டா நான் படிக்க முடியாது. இல்லையா?”

“நாம எல்லோரும் ஒரு மரியாதைக்குக் கட்டுப்பட்டுத்தானே விவகாரம் நடத்தறோம்? பழைய காலத்திலே சண்டை போட்டவங்ககூட வரைமுறையோடதான் சண்டை போட்டாங்க. இந்தக் காலத்திலெ கூடதான் ஆஸ்பத்திரி மேலே குண்டு போடப்படாதுங்கறாங்க.”

அவரும் பதிலுக்குப்பதில் சொல்லிக்கொண்டேயிருந்தார்.

“குழந்தே! நீ ஆடறத்தை நான் வாண்டாங்கலெ. நாய்க்கர் மகன்கிட்ட பணத்தைக்கொடு. நீ இங்கேயே உன் சாதகத்தைப் பண்ணிக்க. தங்கராஜு அப்படியெல்லாம் மரியாதையில்லாத பிள்ளையில்லே. உன்னோட அறிவு, மனசு எல்லாத்திலியும் அவனுக்கு அசைக்கமுடியாத நம்பிக்கை உண்டு. உன்மேல் ஒரு துரும்பு பட்டாக்கூட அவன் சகிக்சுக்கிற பிள்ளை இல்லே. நீ என்ன செய்தாலும் அவன் வாண்டாம்னு சொல்லமாட்டான். இதைவிட நான் உனக்கு வேறு என்ன சொல்லணும்? நம்ம இஷ்டம், நம்ம இஷ்டம்னு சொல்லிட்டேயிருந்தா என்ன நடக்கும் . . ? சரி குழந்தே. நான் காலைக் கையைக் கழுவிட்டு ஏதாவது சொல்லணும். எனக்கு நேரமாச்சு . . . நீயும் வாயேன். திருமுறை உன்னோடு சொல்லி ரொம்ப நாளாச்சு” என்று

சொல்லிக்கொண்டே, பிறையிலிருந்த மடலிலிருந்து விபூதியை எடுத்துச் சிறு பொட்டணமாகக் கட்டிக்கொண்டு, கொல்லைக் கிணற்றங்கரைப் பக்கம் போனார் ராமையா.

சிறிது நேரம் சூன்யத்தைப் பார்த்தவாறு நின்றாள் அவள். ராஜங்காட்டு நிலங்களையெல்லாம் ஏதோ பெரியகை ஒன்று கட்டாகத் தூக்கிச் செல்வது போலிருந்தது அவளுக்கு. பரம்பரை பரம்பரையாக வந்த நிலம் அது. எந்தப் பெரிய காரணத்திற்கும் அந்த மண்ணைப் பிறன் உடைமையாக்க யாரும் துணிய மாட்டார்கள். மண்ணின் வல்லமை தெறிக்கும் அந்தக் கவர்ச்சியையெல்லாம் உதறிவிட்டு, அவர் அதைத் தாரைவார்த்து விடத் துணிந்துவிட்டார். தான் சொன்ன வார்த்தையைக் காப்பாற்ற இது. அந்த வார்த்தை வேறு ஒரு வார்த்தையில் தொங்கிக்கொண்டு நின்றது. அந்த முதல் வார்த்தையைக் கறையான் அரித்துக் கொண்டிருப்பது போல் தோன்றிற்று.

ராமையா திருநீற்றை அணிந்து கொல்லையிலிருந்து வந்திருந்தபோது எழுந்து அவளும் கொல்லையிலேயே கால் கை கழுவிவிட்டு, ஒருவாறு திருநீற்றை அணிந்து அவருடன் உட்கார்ந்தாள்.

எதிரே பூஜை அலமாரியிலிருந்த பரமசிவன், ராமன், கிருஷ்ணன், லிங்கம், பாணம் எல்லாம் அவள் கண்ணில் தெரிந்தன. அவற்றினூடே ஒருகை ராஜங்காட்டு நிலங்களைப் பெயர்த்துத் தூக்கிச் சென்று கொண்டிருந்தது.

39

மழலை பேசுகிற நாளிலிருந்து, பிறகு விவரம் தெரிந்த நாளிலிருந்து பக்கம் பக்கமாக ராமையா உருவேற்றியிருந்த தேவாரம், திருவாசகம் எல்லா வற்றையும் அவள் வாய் மனசில் படாமல் அவரோடு சொல்லிக்கொண்டேயிருந்தது. கூடச் சொல்லுகிறவளுக்குத் தடங்குகிறதா, அவள் எங்கே யிருக்கிறாள் என்றெல்லாம் அவர் கவலைப் படுவதாகத் தெரியவில்லை. கண்ணை மூடியவாறு அவர் மனமும் வாயும் உள்ளுக்குள் ஒன்றியிருந்தன.

பாலி எங்கெல்லாமோ பருத்தி விதையாகப் பறந்துகொண்டிருந்தாள். எங்கோ கனகாரியமாக விரைவது போலிருக்கும். திடீரென்று திசை மாறும். ராஜங்காட்டு நிலங்களை யாரோ தூக்கிச் சென்று கொண்டிருந்தார்கள். கோவிந்தும் பக்கிரியும் பிச்சையும் இனிமேல் வண்டியிலேற்றி நெல்லும், விறகும், புளியும் வருஷாந்தரமாக இங்கே கொண்டு போட மாட்டார்கள். அவருக்கு வயது பெருகின காலத்தில் மீண்டும் ராஜங்காட்டுக்குப் போக முடியாது. கிராமத்து வீட்டு முற்றத்தில் காலைத் தொங்கப் போட்டுக்கொண்டு, அவர் போடும் உத்தரவுகளை வாங்கக் கோவிந்தும் பக்கிரியும் நிற்கமாட்டார்கள். திண்ணையில் உட்கார்ந்து அவர் வாழைப் பட்டை சீவமாட்டார். வயல் வெளியைப் பார்த்துவிட்டு வந்து, ஊன்று கோலில் ஒட்டியிருந்த சேற்றை, அவள் செம்பில் நீர் கொண்டுவர அவர் கழுவமாட்டார். கூடத்து ஒட்டுத் திண்ணையில் விரைக்கோட்டை உட்கார்ந்திராது. சங்கராந்தியான கையோடு அவளும் அவரும் அறுப்பைப் பார்க்கக் களத்திற்குப் போகிற வழக்கம். வழக்கம் என்ன? நாலுதடவை அந்த மாதிரி நடந்தது – இரண்டு குறுவைக்கும் இரண்டு தாளடிக்கும். ஆனால்,

தடவைக்கு ஏழெட்டு நாள் என்று சேர்ந்தாற் போலப் போயிருந்த தால் வழக்கம் மாதிரித் தோன்றிற்று. நாலுவயதில்தான் முதல் முதல் அவள் அவரோடு வயலுக்குப் போனாள். குறுவையறுப்பின் போது தன் தந்தை முதல் தடவை அவளை இடுப்பில் தூக்கிக் கொண்டு வரப்பில் வழுக்க வழுக்க நடந்து வாய்க்கால் வாய்க்காலாகத் தாண்டி, களத்தில் ஏறினது அவளுக்கு நன்றாக ஞாபகமிருக்கிறது. களத்தில் மஞ்சள் யானை யானையாக நெல் நீங்கிய வைக்கோலைப் போர் கொட்டியிருந்தார்கள். நாலைந்து இடத்தில் கடாவடி நடந்துகொண் டிருந்தது; களத்து நடுவில் கரளை தட்டிக்கிடந்த ஆலமரத்தை ஒட்டிப் பத்துப் பதினைந்து ஆட்கள் தாள் கட்டுகளை வீசிவீசித் தரையில் அடித்துக்கொண்டிருந்தார்கள். ராமையா அவளைப் பொத்தென்று ஒரு வைக்கோல் போரின் மீது போட்டார். மேலெல்லாம் அரிக்க அரிக்க, அவர் மேல் துண்டைப் பிடுங்கிப் போரின் மீது பரப்பி, அதன் மீது உட்கார்ந்து கொண்டது குழந்தை. வயல் வெளி முழுவதும் நிசப்தம். அந்த மௌனத்துக்கிடையே களத்தில் சொத்துச் சொத்தென்று தாளடியோசையும் களமள களமளவென்று ஆட்களும் நிலக்காரர்களும் பேசுகிற பேச்சும் கேட்கின்றன. சாயங்கால வெயிலும் மறைந்து ஜிலுஜிலுவென்று இதமான காற்று. த்தா . . .சை'யென்று களத்துக்குள் ஓடிவந்து நெல்லின் மீது காலைத் தூக்கின நாயை யாரோ விரட்டுகிறான். நாய் மருண்டு ஓடி, களத்தை விட்டு இறங்கி வாய்க்காலைத் தாண்டிக்கொண்டு வரப்பில் ஏறி எங்கோ போகிறது.

இரண்டாம் தடவை போனதுதான் சுகம். சங்கராந்திக் கரும்பை நறுக்கித் துண்டுதுண்டாக மடியில் கட்டிக்கொண்டு அவள் வைக்கோல் போர்மீது உட்கார்ந்து துப்பிக் கொண்டிருந் தாள். ராமையா அவள் மீது இழுத்து இறுக்கி ஒரு துண்டைச் சுற்றியிருந்தார். அதையும் மீறிக் கூதல் சில்லிட்டது. நெல்லைக் குவித்து சாணிப்பால் குறிபோட்டு, வைக்கோலைப் போட்டு மூடுகிறார்கள். இருட்டு தூக்கத்து இமை மூடுகிறாற் போல் மெள்ள மெள்ள மூடி வருகிறது. குளிர் நடுக்குகிறது. ராமையா துணியை எடுத்து அவள் தலையில் கட்டுகிறார். அந்த அமைதி, நிசப்தம், குளிர் – எல்லாம் இனிமேல் வராது. களவடி. சாணிப்பால், நெல் பட்டரை, களத்து நாய் – ஒன்றும் நடக்காது. வீட்டுக்கு வந்து அலமாரிமுன் உட்கார்ந்து குத்து விளக்கிற்குப் பக்கத்தில் நாலுபாட்டைப் பாடிவிட்டு, அத்தை உறைக்க உறைக்க, சுடச்சுடச் செய்து வைத்திருந்த அவரைக் குழம்பை நொட்டையிட்டுக் கொண்டு சாப்பிடமுடியாது. மாடு கறக்கிறவன் வரமாட்டான். மண்ணே இல்லாதபோது ஊர் ஏது, வீடு ஏது, களம் ஏது, பட்டரை ஏது?

நிமிர்ந்து அவரைப் பார்த்தாள் பாலி. அவர் கண் திறக்கவில்லை. இத்தனை நினைவுகள் முளைத்து மண்டிக்கிடந்த நிலத்தை விற்கவா போகிறார்! ஏதாவது சொல்லிப் பயமுறுத்துகிறாரா?

அவர் கையை மேலே தூக்கிக் கும்பிட்டுப் பாடலை நிறுத்தினார். அவளும் நிறுத்தினாள்.

"குழந்தே, உனக்கு உடம்பு சரியா இருக்கு?"

"ம்."

"அப்பன்னா, ஏதாவது ஆடேன் – எக்காலத்திலும் மறவேனே பாடறேன் நாட குறிஞ்சியிலே. ஆடேன் அதுக்கு. ஏன், முடியுமில்லெ?"

"முடியும்பா!"

அவரே மனசு முழுவதும் ஒருமித்து உருகத்தான் பாடினார் அவளும் சளைக்கவில்லை. என்ன செய்தாலும் நான்மட்டும் அசைந்து கொடுத்து விடுவேனா, கலங்கிவிடுவேனா என்று சவால் விடுவதுபோலத்தான் ஆடினாள்.

கள்ளக் குரலில் பாடினார் அவர் – சுருதியைவிட்டு விலகுகிற பயம் அவருக்கு வந்துவிட்டதை இந்தத் தடவை கவனிக்க முடிந்தது. எக்காலத்திலும் எக்காலத்திலும் என்று திருப்பித் திருப்பிப் பல்லவியைப் பாடிக்கொண்டேயிருந்தார் அவர். பத்துத் தடவை, பதினைந்து தடவை, இருபது தடவை ஆகிவிட்டது. போட்ட சங்கதிகளே திருப்பித் திருப்பி வந்து கொண்டிருந்தன. ஒரு சங்கதியை இரண்டாம் தடவை மனசறிந்து போடுகிற ரஸக்குறைவு எப்போதுமே காண முடியாத அந்தக் குரல், மீண்டும் மீண்டும் இப்போது ஒன்றையே திருப்பிக் கொண்டிருந்தது. அவளும் தடவைக்குத் தடவை மாற்றி, புதுக் கற்பனைகள் எல்லாம் செய்து பார்த்தாள். பள்ளிக்கூடத்துப் பையனைப் போலவும், சுக்ரீவனைப் போலவும், அகலிகையைப் போலவும், துஷ்யந்தனைப் போலவும், நளனைப் போலவும் இன்னும் தன் புத்திக்கு எட்டின பாத்திரங்களையும் ஆடி ஆடித் தீர்த்தாள். புதிதாக ஒன்றும் ஆட இல்லை. நின்றுவிட்டாள். அவர் பாடிக்கொண்டே இருந்தார் – அதே அடிதான்.

"ஏம்மா?"

"மேலே பாடினாத்தானே ஆடலாம்?"

"இது தீர்ந்து போச்சா?"

"எனக்கு இதுக்குமேலே ஒன்றும் தெரியலே."

"சரி" என்று புன்முறுவல் பூத்துவிட்டு, அனுபல்லவிக்குப் போனார் அவர். அவர் பாடும்போதுகூட, அவளைப் பார்த்துக் கொண்டே பாடும்போதுகூட, அவர் கண் தன்னுள்ளேயே திரும்பியிருப்பது தெரிந்தது. இப்படி இருக்கிறவர், ஏன் என்னைப் பற்றி இத்தனை கவலைப்படுகிறார்? நானும் அல்லது யார்தான் எப்படிப்போனால் என்ன?

தாளத்தை இடறவிடும் அந்த நினைவைத் தள்ளிவிட்டு மீண்டும் ஆட்டத்தில் முனைந்தாள் அவள்.

வரவர வாய்விட்டுப் பாடத் தொடங்கினார் அவர். என்ன குரல்! என்ன குரல்! எத்தனையோ வித்வான்களின் பாட்டை யெல்லாம் கேட்டாகிவிட்டது. ஆனால், இந்தக் குரலையும், குரலிலேயே இரண்டாவது இயற்கையாகப் படிந்துவிட்ட ராக பாவத்தையும் யாரிடமும் கேட்கவில்லை. அவர் ஒரு அரை நிமிஷம் ராகம் பாடினாலே தனி அழகு. என்னமோ பிழிந்து பிழிந்து இனிமை அடர்ந்து போன துளிகளாக வடித்துக் கொடுக்கிறாற் போன்ற ஒரு அனுபவம். கோயில் கல்லில் நீள வாக்கான ஒரு கல்லில் சின்னச் சின்னதாக, அழகு அழகாக நூறு வடிவங்களைச் செதுக்கினாற் போல ஒவ்வொன்றும் ஒரு அழகு.

அந்தப் பரவசம் அவளையும்பற்றி ஆட்கொண்டது.

முடித்தவுடன் புன்சிரிப்புடன் "உட்காரு" என்றார் அவர். அந்தப் புன்சிரிப்பில் அவருக்கு இருந்த திருப்தியும் நிறைவும் தெரியும்.

"இவ்வளவும் நல்லாத்தான் இருக்கு . . ." என்று இழுத்து, முடிக்காமல் விட்டுவிட்டார் அவர்.

பேசாமல் குனிந்துகொண்டு உட்கார்ந்திருந்தாள் அவள் – தரையைக் கீறிக்கொண்டு. அப்பா சொல்கிறபடியே நடந்து விட்டால் தான் என்ன? தங்கராஜன் . . . தங்கராஜன் . . . அவன் குரலைக் கேட்கும்போது மயிர்க்காம்பெல்லாம் சிலிர்த்துக் கொண்டு வரும் என்று சற்று முன்தான் அவர் சொன்னது உண்மைதான். அப்படியே உண்மை. அவளுக்கும் அப்படித் தான் இருந்தது. அவன் வருகிறான் என்று சொல்லும் போதே, கேசாதிபாதம் ஒரு ஓட்டம் ஓடுகிற பூரிப்பு. இப்போது அவிந்தாற் போல் கிடந்தது. சத்துத் தீர்ந்த மின் கலம்மாதிரி அவள் உடல் ஆகிவிட்டது.

நடுக்குக் குரலில் அத்தை ஒரு பாட்டை முனகிக்கொண்டே, கோயிலிலிருந்து வந்துவிட்டாள்.

– "ரொம்ப நேரமாயிடுச்சா? ... இன்னக்கிக் கோயில்லே கண்கொள்ளாத அலங்காரம் அம்மனுக்கு. இந்தாண்டை அடியெடுத்து வைக்க மனசில்லே. கொஞ்சம் நின்னுப்பிட்டேன்" என்று சொல்லிக்கொண்டே, கிட்ட வந்து நின்றாள். "என்ன! பாட்டுப் படிச்சீங்களா என்ன?"

"ஆமாம்க்கா."

அத்தையைப் பார்த்த பிறகு திடீர் என்று ஒரு புதிய கவலை பிறந்தது பாலிக்கு – ஒரு பயம். நிலத்தை விற்றுவிட்டு இந்த ஊரில் என்ன வேலை? சாப்பாட்டுக்கு என்ன செய்கிறது? இந்த அத்தைக்குக்கூட தனியாகத் தன் காலில் ஊன்றி நிற்க வக்கு உண்டு. புருஷன் வீட்டு மார்பில் அவளுக்கு வருஷம் பதினாறு கலம் நெல் வந்துகொண்டிருந்தது. அந்தப் பதினாறு என்ன கணக்கோ தெரியவில்லை. ஆனால், அவள் சாகிறவரைக்கும் சாப்பாட்டுக்குக் கண்டும் காணாமலும் அருள் செய்த அந்தப் பதினாறுக்குப் பழுதில்லை. ஆனால், அப்பா யார் தைரியத்தில் இந்த நிலங்களை விற்பதாகக் குடுகுடுவென்று ஓடிப்போய் எழுதிக் கொடுத்துவிட்டு வந்திருக்கிறார்? வரப்போகிற மாப்பிள்ளை தயவில் சொச்ச நாளை ஓட்டிவிட முடியுமென்றா? இவரா . . ?

ஒரு பக்கம் சிரிப்பாக வந்தது. அவருடைய ஆத்திரமும் அவசரமும் முன் யோசனையில்லாமல் செய்துவந்த காரியமும் அவளைக் குழப்பிவிட்டுவிட்டன.

அவளும் அவரும் சேர்ந்துதான் சாப்பிட்டார்கள். பாதி சாப்பாட்டில் வாசல் கதவு தட்டும் சப்தத்தைக் கேட்டு அத்தை ஓடினாள். திரும்பிவந்து, "வக்கீல் ஐயா வந்திருக்காங்க" என்றாள்.

"உள்ளே கூப்பிடறதானே?"

"காத்தாட இருக்கட்டும்னு வாசலிலேயே உட்காந்திட்டாரு."

அவசர அவசரமாகச் சாப்பாட்டை முடித்துக்கொண்டு விட்டார் ராமையா.

வாசலில்தான் இருவரும் உட்கார்ந்து பேசிக்கொண் டிருந்தார்கள். வக்கீல் ஒன்றும் ரகசியம் பேசிவிடவில்லை.

"என்ன ராமையா. பொண்ணு என்ன சொல்றா?" என்று ஆரம்பித்தார்.

"என்னத்தைச் சொல்றது?" என்று தொடங்கி இவரும் நிலம் விற்கிற முயற்சியையும் சொல்லிவிட்டார். அதைக் கேட்ட வக்கீல் சிறிது நேரம் ஒன்றும் பேசவில்லை – சற்று தலையில் அடித்தாற்போ லிருந்திருக்க வேண்டும் அவருக்கு. சிறிது கழித்து, "ஏன் இப்படி அவசரப்பட்டீர்?" என்றார்.

“எனக்கு இருக்கிற இக்கட்டு எனக்குத் தெரியும்.”

“அது சரி, யாராவது இதைக் கேட்டாச் சிரிக்கமாட்டாளோ? உம்ம பொண்ணு யாரையோ பார்த்துக் கடனடைக்கக் கைகொடுக்கிறேன்னு சொல்லவாவது? அதுக்காகப் பட்டணம் போயிடப் போறாளேன்னு நீர் குடுகுடுன்னு ஓடிப்போய் அக்ரிமெண்ட் எழுதுகிறதாவதுய்யா?”

“இது உங்களுக்கும் நாய்க்கருக்கும்தான் தெரியும். ஊரில் கூடக் காரணத்தைச் சொல்லவில்லை.”

“அது சரி, நான்தான் சிரிக்கமாட்டேனோ?”

“நீங்களே சிரிச்சா, அப்புறம் என்ன இருக்கு?”

“அப்படியா . . .ம்” என்று சிறிது நேரம் தெருவைப் பார்த்துக் கொண்டு உட்கார்ந்திருந்தார் வக்கீல். “சரி, பாலி! வாயேன் – சித்தெ என்னோட. கொஞ்சம் காற்றாட நடந்துட்டு வருவோம்” என்று பாலியை அழைத்தார் அவர்.

“போயிட்டு வா குழந்தே!” என்று ராமையா சொன்னதும் கிளம்பினாள் அவள்.

தெருவில் இறங்கிச் சற்று தூரம் நடந்ததுமே, “மாமா! அப்பா செய்யற காரியம் எல்லாம் பார்த்தால் எனக்குப் பயம்மாயிருக்கு.”

“உன்னைப் பயமுறுத்தினாத்தான் அவர் தைரியமா யிருக்க முடியும்! இது எல்லாரும் செய்யறதுதான். ஆனா இவ்வளவு தூரம் செய்வர்னு நான் எதிர்பார்க்கலெ. எனக்கும் திக்குனுது. அங்கே என்ன சொல்றதுன்னு புரியலெ. கொஞ்சம் தனியா யோசிக்கலாம்னுதான் புறப்பட்டு வந்தேன் . . . நான் வந்த காரியம் வேறே. உன்னைப் பார்த்துத்தான் வேற ஏதோ சொல்லணும்னு வந்தேன்.”

“என்ன மாமா?”

“சொல்றேன்” என்று எப்படி ஆரம்பிக்கலாம் என்று யோசிப்பவர்போல நடந்துகொண்டே யிருந்தார் அவர்.

மாமா சாகிபு மூலை தாண்டியாயிற்று. கண்ணாடிக் கடை, பிராந்திக்கடை எல்லாவற்றையும் கடந்தாயிற்று. அவருக்கு இன்னும் எப்படித் தொடங்குவது என்று புரியவில்லையோ என்னமோ! பேசாமல் நடந்துகொண்டே யிருந்தார். அவர் கைத் தடிமட்டும் டொக்கு டொக்கென்று முன்னேறிக்கொண்டிருந்தது. அவர் தெற்கலங்கத்தில் திரும்பித் தன் வீட்டுக்குள்ளேயே புகுந்துவிட்டார். அவளும் கூடவே கடந்தாள்.

"உட்காரு" என்று கைத்தடியை மூலையில் வைத்துவிட்டு வந்தார். உள்ளே பார்த்து, "யாரங்கே? கொஞ்சம் வெந்நீர் கொண்டா?" என்று சத்தம் போட்டார்.

"உட்காரம்மா."

இன்னும் ஒன்றும் சொல்லவில்லை அவர்.

"இவ சினிமாப் பார்க்கணும் பார்க்கணும்னு சொல்லிண்டே யிருந்தா! இந்தக் குட்டியும் வந்திருந்தாளா? சரி; போயிட்டுவான்னு சொல்லியனுப்பிச்சேன்."

"பாட்டியையா?"

"ஆமாம்."

"யாரு வந்திருக்கா இன்னும்?"

"சங்கரி."

"எப்ப வந்தது அது?"

"மத்யானம் மூணு மணியிருக்கும். திருச்சினாப்பள்ளி வந்துட்டு அப்புறம் மத்யானம் வண்டியிலே புறப்பட்டு வந்தா."

அவர் சொல்லி முடிப்பதற்கும் வெந்நீர் வருவதற்கும் சரியாக இருந்தது. வெந்நீர் கொண்டுவந்த ஆசாமியைப் பார்த்ததும் அவளுக்குத் தூக்கிவாரிப் போட்டது. ராஜா வெறும் உடம்போடு வெந்நீர்ப் பாத்திரத்தைத் துணியில் தாங்கி வந்து, மேஜைமீது வைத்தான். வைத்துவிட்டு, "அட நீயா?" என்றான் அவளைப் பார்த்து.

"சாப்பிட்டியாடா?"

"ஆச்சு. எச்சில் இட்டிட்டிருந்தேன். அதான் நேரமாச்சு."

"மணி என்ன ஆறது?"

"எட்டு இருபது."

"அவாள்ளாம் வர எத்தனை நேரமாகும்?"

"ஒன்பதரை மணிக்கு மேலேதான் வருவா . . . நீங்க சாப்பிட்டுடுங்களேன்."

"நான் அப்பறம் சாப்பிட்டுக்கிறேன். நீ நன்னாப் போட்டுண்டு சாப்பிட்டியோல்லியோ – ஒண்ணையும் மறக்காம?"

"மறக்க என்ன இருக்கு தாத்தா? தேங்காய்த் துவையல், பருப்பு ரசம், நாலு கருவடாம், ஊறுகாய் . . . இன்னிக்கி ஊரிலேந்து

வந்திருக்கோமே, பாட்டி ஏதாவது தோசைகீசை வாத்துப் போடுவா, சாப்பிட வாய்க்குன்னு இருந்தேன். அதான் பலவந்தமா கிருஷ்ண லீலா பார்த்துட்டு வான்னு நீங்க அனுப்பிச்சேள்."

"கிருஷ்ண லீலா இன்னியோட சரிடா."

"நாளைக்கு வேற படம் பார்க்கறது. சினிமான்னு சொன்னாலே வள்ளுனு விழுவா தாத்தா. இன்னிக்கி மெனக்கட்டு பாட்டியைக் கிளப்பு கிளப்புன்னு கிளப்பி அனுப்பிச்சிருக்கா."

"இந்த சான்ஸை விட்டா அப்பறம் வராதுரா."

"ம்க்ம், பெரிய படம்."

"படத்துக்கு இல்லேடா – இவளைப் பாக்கறதுக்குத்தான்."

ராஜா தலைநிமிர்ந்து அவரைப் பார்த்தான்.

பாலியும் அவரைப் பார்த்தாள்.

"என்ன மாமா இது?"

"நீ பேசாம இரு குழந்தே. எலே. இப்படி வாடா?" என்று அதட்டினார் அவர்.

ஒன்றும் புரியாமல், கையும் களவுமாக அகப்பட்டவனைப் போல விழித்துக்கொண்டே நின்றான் அவன்.

"இப்படி வாடாங்கறேன்" என்ற இரண்டாவது அதட்டலுக்குப் பிறகு இயந்திரம் மாதிரி தானாக வந்து நின்றான்.

"இவ யாரு தெரியுமாடா உனக்கு?"

"ஏன்?"

பாலிக்கு ஏதோ உள்ளே நடுங்கிக்கொண்டேயிருந்தது.

"கேட்டதுக்குப் பதில் சொல்லுடா."

"இவ யாருன்னு என்ன கேள்வி? அவ பாலி."

"அதைக் கேட்கலே . . . அவ உண்மையா யாருன்னு தெரியுமா!"

". . ."

"சொல்லுடா."

"எனக்குப் புரியலே நீங்க கேக்கறது."

"உனக்குப் புரியாது. உன் ரத்தத்திலேயே இல்லை அது. நான் சொல்றேன் கேளு. அவ மூளையிலே பத்திலெ ஒண்ணு கூட உன்

மண்டையிலே கிடையாது. சங்கீதத்திலே நல்ல செவியாறல்லாம் கேட்டு ஊறிப்போன ஒரு பெரிய மனுஷரோட வயித்துலெ பொறக்கிற பாக்யம் பண்ணினவ அவ. நம்ம நாட்டுப் பழைய தத்துவம் எல்லாம் உடம்பெடுத்து வந்தாப்பல வாழ்ந்து காட்டுகிற மகான் ஒருத்தரோட பொண்ணு அவ. நீ யாரு தெரியுமா? பணம் பணம்னு சதா பிசாசுமாதிரி அலையற ஒருத்தனோட பேரன்; அப்படியாப்பட்ட ஒருத்தனோட பிள்ளை, நம்மையெல்லாம் செடியிலிருந்து கிள்ளி வாணலியிலே போட்டு வறுத்தாச்சு. நாம மறுபடியும் முளைக்க முடியாது. ஆனா இவ இன்னும் வளர்ந்திண்டே யிருப்ப. உனக்கு இதையெல்லாம் புரிஞ்சுக்க புத்தியிருக்கோ என்னமோ. சொல்லித் தொலைக்கிறேன். அவ ஆட ஆரம்பிச்சானா, பரம்பரை பரம்பரையா அதிலேயே ஊறிண்டு வந்திருக்கிறவாகூட அவகிட்ட நின்னுண்டு பிச்சை கேக்கணும். எல்லாம் அவருக்குப் பிறந்ததனாலெ வந்த பாக்யம். நீ யாரு? சங்கீதம்னா வீசை என்ன விலைன்னு கேக்கற அப்பனுக்கும் பாட்டனுக்கும் வாரிசாப் பொறந்தவண்டா. அதனாலெதான் சொல்றேன். இனிமே அவகிட்டப்போய் கண்ணைச் செருகிண்டு, இளிப்பு இளிச்சுண்டு நிக்கவாண்டாம். அவ கால் தூசிகூடப் பொறமாட்டே நீ. உன்னாலெ என்னடா முடியும்? ஒரு பாட்டுக்கு ஆகான்னு சொல்ற இடம் கண்டு பிடிக்க இன்னும் ஜன்மம் தபஸ் பண்ணனும். நீ. இந்த உடம்பிலே குறுக்கே டவாலி ஒன்னு இருந்துடுத்துன்னா, வேதம் சாஸ்திரம் சங்கீதம், ராஸிக்யம் எல்லாம் வந்துடும்னு நெனச்சியா? என்ன தைரியத்திலேடா அவகிட்ட போய் அவ மனசைக் குழப்ப ஆரமிச்சே நீ . . ? ஏண்டா அரசிக மண்டூகம்? எனக்கு இந்த சேதி காதிலே விழுந்ததிலேர்ந்து பைத்தியம் புடிச்சாப்பல அலைஞ்சிண்டிருக்கேன். அவ அப்பா பண்ணியிருக்கிற ஏற்பாடு தெரியுமாடா உனக்கு . . ? தெரியுமா . . . சொல்லேண்டா!”

வக்கீலின் ஸ்வரம் ஏறிக்கொண்டே யிருந்தது. ஆனால், இரைந்து சத்தமில்லை. வாசற்படியில்கூடக் கேட்காமல் இவ்வளவு இரைச்சலையும் போட்டுக்கொண்டிருந்தார் அவர்.

“தெரியுமா . . . சொல்லேண்டா!”

“–”

“நீ இப்ப வாயைத் திறக்கப் போறியா . . . இல்லாட்டா இந்த ரூல் தடியாலெ உன் பல்லையெல்லாம் உடச்சூடட்டுமா?”

“மாமா, நான் வீட்டுக்குப் போறேன் மாமா” என்று கனகோபமாக எழுந்தாள் பாலி.

“குழந்தே, நீ கொஞ்சம் உட்காரு . . . சொல்லேண்டா!”

“என்ன ஏற்பாடு?”

“ஏய், உனக்கு வயசாயிடுத்து. ஒண்ணும் தெரியாத சிறுசு மாதிரி பேசாதே . . . இவளைக் கட்டிக்கப் போறவன் வேறு ஒருத்தன் இருக்கான்னு தெரியுமா தெரியாதா உனக்கு?”

“தெரியும்.”

“அது அவராப் பார்த்து தேர்ந்து எடுத்தது. இதிலே நீ போய்க் குறுக்கே விழுந்து ஏதாவது பண்ணினயோ, அவர் மனசு பஞ்சாக்னிமாதிரி எரியும். அதிலே நீ விழுந்து, பஸ்பமாப் போயிடுவே. ஜாக்ரதை . . ! இப்பவே இவ கால்லெ விழுந்து மன்னிப்புக் கேட்டுக்கோ. அதுக்காகத்தான் அதுகளையெல்லாம் அனுப்பிச்சிட்டு, இவளை அழைச்சிண்டு வந்தேன். நாலு பேருக்கு எதிரக்க நீ சிரமப்படப் போறியேன்னு நான் தனியா இந்த மாதிரி அழச்சிண்டு வந்து நிறுத்தினேன். நீ இப்ப இவகால்லெ விழுந்து, ‘இனிமே இந்த மாதிரி உத்தேசத்தோட உங்கிட்ட வரமாட்டேன். என்னை மன்னிச்சுடு’ன்னு கெஞ்சணும் இப்ப. என் எதிரக்கவே அதைச் செஞ்சிப்பிடு. உருப்படியா, மூளியில்லாம, சௌக்யமா இருக்கனும்னா அந்த மாதிரி செய்யி. பாழாப் போகத்தான் போவேன், அவர் சாபத்தைத் தின்னுண்டு உடம்பிலே நோயும் நொடியுமா, ஊர் ஊரா சவுண்டி சாப்பிட்டுண்டு அலையத் தான் போறேன்னு அடம் புடிச்சா கேட்க வாண்டாம் . . . என்னைப் பாருடா, இவகிட்ட சொல்லு. சொல்லேண்டா . . . இதபாரு! இந்த வாட்சைப் பார்த்திண்டேயிருப்பேன். அஞ்சு நிமிஷம் டயம் கொடுக்கிறேன். நீ சொல்லிப்பிடு . . . இல்லே . . . என்ன ஆகும்னு எனக்குத் தெரியாது” என்று நாற்காலியில் கல்லாக உட்கார்ந்துவிட்டார் அவர். முகமும் கல்லாகத்தான் இருந்தது. ஏறிட்டு அதைப் பார்த்தாள் அவள். அவளுக்குப் பேசுவதற்கும் வாய் வரவில்லை. இந்த மாதிரி நிலையில் அவரைப் பார்த்ததேயில்லை அவள்.

அவர் கடிகாரத்தைப் பார்த்துக்கொண்டே உட்கார்ந்திருந்தார். தங்கச் சங்கிலி போட்ட அந்தக் கடிகாரம் வெல்லக் கட்டியை எறும்பு உருட்ட முயல்வதுபோல, காலத்தை டிக்கு டிக்கென்று அவசர அவசரமாக எண்ணிக்கொண்டிருந்தது.

பாலிக்கு நடுக்கமும் கோபமுமாக வந்தது. இவர் யார்? என்னை இங்கு அப்படிக் கொண்டுவந்து நிறுத்தி அவமானப் படுத்த? மிக மிக உரிமையோடு வீட்டில் இருந்தவளைக் கரகரவென்று இழுத்து வந்தது இதற்குத் தானா?

ஆனால், கோபம் தொய்ந்துகொண்டே யிருந்தது. பயம் அந்தக் கோபத்தை எல்லாம் அடிசரித்துக்கொண்டிருந்தது.

"என்னடா?"

"என்ன தாத்தா?"

"அஞ்சு நிமிஷம் ஆயிட்டுது."

"எனக்கு அஞ்சு நிமிஷம் டயம் போறாது."

"அஞ்சு வருஷம் கொடுத்தாலும் நீ வேற தினுசாச் சொல்ல முடியாதுடா . . . சரி; வாம்மா குழந்தே . . . உன்னை வீட்டிலெ கொண்டு விட்டுடறேன் . . . வா."

பாலி பேசாமல் எழுந்து அவரைப் பின் தொடர்ந்தாள். இருவரும் பேசவில்லை. மாமா சாகிபு மூலை தாண்டியதும், "குழந்தே, என்னை மன்னிச்சுப்பிடு . . . நான் இப்படியெல்லாம் சொன்னேன்னு நினைக்காதே . . . நான் சொன்னது அவ்வளவும் சத்யம் . . . எனக்கு என்னமோ பயமாயிருக்கு. உங்கப்பா மனசைக் கலக்கும்படியா ஒரு பேரனைப் பெத்தேன் பாரு . . . நெருப்போட போய் விளையாடறேளே நீங்க ரண்டு பேரும்" என்றார். அவர் குரல் தளதளவென்று நடுங்கிற்று.

"இவர்தான்னு அப்பாவுக்குத் தெரியாது மாமா" என்று தன்னறியாமல் சொன்னாள் அவள்.

"அந்த மாதிரி மனசு இல்லே அது. அது பகையைத் தேடிக்கிண்டு போய் அடிக்கும் . . . அவ்வளவு உறுதியுள்ள மனசு அது."

பாலிக்கு ஒரு கணம் கண்ணில் பூச்சி பறந்தது.

'பகையைத் தேடிக்கொண்டுபோய் அடிக்கும் . . . அவ்வளவு உறுதியான மனசு.'

கண்ணில் பூச்சி பறந்தது மட்டுமில்லை. நடக்க முடியாமல் சற்று நின்றாள் அவள்; நிற்கவும் முடியாது போலிருந்தது.

"மாமா."

பின்னால் அவள் நின்றதைப் பார்த்தார் வக்கீல்.

"என்னம்மா" என்று அவர் அருகில் வந்ததும், தன்னறியாமல் அவர் கையைப் பற்றிக்கொண்டாள் அவள்.

"என்ன குழந்தே!" என்று திகைத்தாற்போலக் கேட்டார் அவர்.

"ஒண்ணுமில்லே மாமா . . . சரியாப் போயிடுத்து."

"என்ன?"

“ஒண்ணுமில்லை. என்னமோ சட்டுனு கொஞ்சம் தலையைச் சுத்தறாப்பல இருந்தது. இப்ப சரியாப் போயிட்டுது!”

“இந்தத் திண்ணையிலே வேணும்னா கொஞ்சம் உக்காந்துக்கறியா?”

“வேண்டாம் மாமா . . .”

“மயக்கமாயிருக்கா?”

“இல்லை. சடார்னு ஒரு ஆட்டு ஆட்டிச்சு. அவ்வளவு தான் . . .”

“என்ன இப்படித் திடீர்னு?”

“மாமா, ஒரு நிமிஷத்திலே படபடன்னு என்னென்னமோ சொல்லிடீங்களே, மாமா.”

“அதனலெதான் இப்படி வந்ததா உனக்கு!”

“நாய்க்கர் மாமாவுக்கு அவர் மகனைப் புரிஞ்சுக்க முடியலெ. உங்களுக்கு உங்க பேரனைப் புரிஞ்சுக்க முடியலே.”

“உனக்கு உங்க அப்பாவைப் புரிஞ்சுக்க முடியாதது போலத்தான். ஒருத்தருக்கொருத்தர் நன்னா புரிஞ்சிண்டிருந்தா, உலகத்திலெ இத்தனை மனஸ்தாபம், கிலேசம் எல்லாம் ஏன் வரது? அது இல்லாமத்தானே லோகமே இப்படிக் கிடந்து தத்தளிக்கிறது . . ! இதைப் பாரும்மா . . . நான் சொல்றேன்னு வருத்தப்படாதே! நான் அப்பவே உங்கிட்ட மன்னிப்புக் கேட்டுண்டேன். மன்னிப்புக் கேட்டுண்டது, உன்னைக் கொஞ்ச நாழி கஷ்டப்படும்படியாய் பண்ணிப்பிட்டாமேங்கற ஒரு வருத்தத்தினாலெதான். ஆனா, நான் அந்தப்பயகிட்ட சொன்னது ஒண்ணும் தப்பில்லை. அவ்வளவும் நான் மனசோட நினைச்சு, நடுங்கிப் போய் சொன்னதுதான்.”

ராமையா வீட்டுக்கு முன் வீடு வந்துவிட்டது. வக்கீல் சற்று நின்றார்.

“குழந்தே . . . நீ படிக்கிற சமயம் . . . அவனும் புடிச்சிண் டிருக்கான் . . . இதையெல்லாம் மனசாலே நினைக்கிறகாலம் இல்லே இது . . . எல்லாத்தியும் மறந்துப்பிட்டு இரு” என்றார்.

“நான் படிக்கப்போறதா இருந்தாத்தானே! நீங்க தானே சொன்னீங்க அப்பா சொன்னாங்கன்னு.”

“ஆமாம் . . . எனக்கும் முன்னும் பின்னுமா சித்தம் குழம்பறது . . . சரி . . . நீ போ; அப்பறம் வந்து அப்பாவைப் பாக்கறேன்னு சொல்லு.”

"வந்திட்டுப் போகலாம், மாமா."

"இப்ப வாண்டாம்" என்று பக்கத்து வீட்டு வாசலிலேயே விடைபெற்றுக்கொண்டு வந்த வழியே திரும்பினார் அவர்.

சற்று தயங்கி அவரைப் பார்த்துக்கொண்டே நின்றுவிட்டு வீட்டு வாசலையடைந்தாள் பாலி.

ஊஞ்சல் பலகையில் உட்கார்ந்து பவர் விளக்கின் வெளிச்சத்தில் ஏதோ புஸ்தகம் பார்த்துக்கொண்டிருந்தார் ராமையா.

"என்ன குழந்தே . . ? போய்ட்டு வந்துட்டியா ?"

"ம்."

"வக்கீல் மாமா வரலே?"

"அப்பறமா வந்து பார்க்கறேன்னு சொல்லிட்டுப் போயிட்டாங்க."

"கடைத் தெருவுக்குப் போயிருந்திங்களா ?"

"இல்லே. அவங்க வீட்டுக்குத்தான் போனேன்."

"வெறுமனேதானே ?"

"ஆமாம்."

வடிவத்தை உள்ளே அடுப்பு மெழுகிக்கொண்டிருந்தவள், சற்று எட்டிப் பார்த்துவிட்டு மறுபடியும் மெழுகத் தொடங்கினாள்.

காலைக் கழுவிவிட்டுக் கூடத்துத் தூணோரமாக வந்து உட்கார்ந்தாள் பாலி. அப்படி உட்கார்ந்தவாறே ராமையாவைப் பார்க்க வேண்டும் போலிருந்தது அவளுக்கு.

ராமையாவின் பார்வை புஸ்தகத்தில் ஒட்டியிருந்தது. மனதில் ஒன்றுமே இல்லாததுபோலப் புஸ்தகத்தைப் பார்த்துக் கொண்டிருந்தார் அவர்.

பகையைத் தேடிக் கொண்டுபோய் அடிக்கும் . . . அவ்வளவு உறுதியான மனசு.

வக்கீல் சொன்ன அந்த வார்த்தைகள் மனதைவிட்டு அசைய வில்லை. பள்ளிக்கூடத்துப் பையனைப் போல இவர் இங்கு வாசித்துக்கொண் டிருக்கிறார். இந்த அமைதி வக்கீல் சொன்னது நீறு மூடிய நெருப்பா ? அவரைப் பார்க்கப் பார்க்க அவள் பயம் அதிகரித்தது. ஒரு நிமிஷம், இரண்டு நிமிஷம், மூன்று நிமிஷம் உட்கார்ந்து பார்த்தாள். கடைசியில் உட்கார்ந்திருக்க முடியாமல் எழுந்தாள். கூடத்து ஓரமாகச் சிறிதுபண்ணி வைத்திருந்த அரிக்கேன் விளக்கை எடுத்துக்கொண்டு மாடிப்படி யேறினாள்.

காலையில் பாதி வாசித்து மீதியிருந்த புத்தகம் அலமாரியிலிருந்து அதை எடுத்தாள் . . . ஆனால், மேல் தட்டில் அந்தக் கூடு – தூக்கணங்குருவிக் கூடு உட்கார்ந்திருந்தது.

திகைத்துப் போனாற்போல நின்றாள் அவள். கூடு, கூடு, கூடுதான் . . . அதன் பின்னால் . . . அவன் முகம்தான் தெரிகிறது . . . மலையாளத்துச் சமையற்காரனைப் போல செக்கச் செவேலென்று வெறும் உடம்புடன் அவன் வெந்நீர்கொண்டு வந்தானே . . !

சட்டை போட்டுக்கொண்டு பன்னிரண்டு வயதுப் பையனாக நின்று, ‘இது யாருடி கறுப்பணசாமி மாதிரி’ என்று அன்று அவன் கேட்கிறான் . . . அவளுக்கு வந்த கோபம் . . . அழுது கொண்டு அவன் மன்னிப்புக் கேட்டது! எவ்வளவு அழகாக மன்னிப்புக் கேட்டான்!

கடற்கரையும் மகாபலிபுரமும் அவள் முன்னே வந்து நின்றன.

சரேலென்று சத்தம் கேட்டது. திடுக்கிட்டுத் திரும்பினாள் அவள்! வக்கீல் இல்லை. காற்றடித்து மூலையில் மடிந்தும் கசங்கியும் கிடந்த பத்திரிகைத் தாளொன்று சரசரவென்று நகர்ந்ததுதான்.

வக்கீல் இத்தனை கோரமான வார்த்தைகள் பேசமுடியும் என்று அவள் நினைத்ததே யில்லை . . . நோயும் நொடியுமாக . . . அவளுக்கு நெஞ்சை முள்ளால் நெருடுவதுபோல் சுரீர் என்றது. எத்தனை குரூரமான, க்ஷாத்திரமான வார்த்தைகள்! எத்தனை கொடுமையான பார்வை!

அங்கேயே பாயைக் கொண்டு வந்து போட்டுப் படுத்தாள் அவள்!

கீழே அவரைப் பார்க்கிறபோதெல்லாம் பயம் வளைந்து வளைந்து வந்தது. தப்பித்தால் போதும் என்று மாடியில் பாயை விரித்துப்படுத்தாள் அவள்.

பயத்தைவிட இப்போது கலவரமும் குழப்பமும்தான் மிஞ்சி நின்றன. தேவர்களையெல்லாம் மனதிலே அழைத்தாள். ஒவ்வொரு தேவனும் வந்து அவள் பதறி வேண்டிய அமைதியைக் கொடுக்காமல் கையை விரித்துவிட்டுப் போனார்கள். ராமனும், கிருஷ்ணனும், காமாட்சியும், கற்பகாம்பாளும் கையை விரித்துவிட்டார்கள்.

‘வைத்தீச்வரா, வைத்தீச்வரா!’ என்று அவள் மனம் திருப்பித் திருப்பித் திருப்பித் திருப்பி அழைத்தது.

வைத்யநாதா, வைத்தீச்வரா!

போர்வையை இழுத்து முகத்தையும் மூடி, கண்ணைமூடி, காதை இரு விரல்களால் பொத்தி அந்தப் பெயரைச் சொல்லிச் சொல்லி யழைத்தாள்.

அந்தக் கோயிலின் அகன்ற பிராகாரத்தில், அந்தி வானத்தின் வெளுப்பில் அமர்ந்து அழைப்பது போலிருந்தது அவளுக்கு. தானே ராமையாவின் உடலும் உயிருமாக மாறி அழைப்பது போலிருந்தது.

வைத்தீச்வரா! வைத்தீச்வரா!

அவள் நெஞ்சும் உயிரும் கூவிக்கொண்டே யிருந்தன.

மணி இரண்டடித்தது.

இந்த அனுபவத்திலும் பயங்கரமான வினோதம் இருக்கத்தான் இருந்தது. ராமையா நம்பியிருக்கிற வைத்தீச்வரனைக் கூவிக் கூவி அவள் மனமும் அழுத குழந்தை ஓய்ந்தாற்போல அமைதியுற்று அமர்ந்தது.

இரண்டரை அடித்தது அவள் காதில் விழவில்லை. துயில் அவளை ஆட்கொண்டிருந்தது.

○○○

கனவில்லாத ஆழ்ந்த துயிலாத் தூங்கி, விடியற்காலையில் விழிப்புக் கொடுத்து எழுந்திருந்தாள் அவள். படுக்கையைச் சுருட்டும்போதே அவள் தன்னறியாமல் 'வைத்தீச்வரா! வைத்தீச்வரா!' என்று அந்தப் பெயர் மனதிற்குள் ஒலித்ததைக் கேட்டு அவளுக்கு வேடிக்கையாக இருந்தது. தூக்கத்திலும் அதைச் சொல்லிக்கொண் டிருந்தேனா என்ன?

கீழே இறங்கியபோது ராமையாவைக் காணவில்லை. மார்க்கெட்டுக்குப் போயிருப்பதாக அத்தை சொல்லவே, காப்பியைக் குடித்துவிட்டு நாய்க்கர் வீட்டை நோக்கிக் கிளம்பினாள் பாலி. நாய்க்கரிடம் அப்பா செய்துவிட்டு வந்த காரியத்தைச் சொல்ல வேண்டும்போல் துடித்துக் கொண்டிருந்தது அவளுக்கு. போகும் வழியெல்லாம் அவளுக்கு ஒரே ஒரு எண்ணம்தான் தலைதூக்கி நின்றது – இந்த நாய்க்கரைத் தவிர நமக்கு வேறு ஒருவரும் கதியாக நின்று துணைபுரிய மாட்டார்களோ என்று.

அவர் வீட்டு வாசலையடையும்போது நாய்க்கர் மனைவியே அவளை வரவேற்றாள். பூக்காரியுடன் பேரம் பண்ணிக் கொண்டிருந்தவள், ஒரு பூவை அவளிடம் நீட்டினாள்.

"மாமா இருக்காங்களா?"

"மாமா இருக்காங்க – உங்க அப்பாவும் வந்திருக்காங்க."

"அப்பாவா . . ! எப்ப வந்தாங்க?"

"அவங்க வந்து அரை மணியாச்சே."

ரோஜாப் பூவையும் அந்தச் செய்தியையும் மாறி மாறிப் பார்த்தாள் பாலி.

ரெட்டிப்பாளையம் ரோஜாப் பூக்கள் பெரிதும் சிறிதுமாக அந்தச் சின்னக் கூடைக்குள் குழுமி, காற்றை மணக்கச் செய்து கொண்டிருந்தன. செம்மண்ணில் விளைகிற பூக்கள்! வேறு எந்த ஊரிலும் காணமுடியாத தனி மணம்!

அந்த மணத்தில் இறங்கி "அப்பாடா" என்றாள் பாலி. 'என்ன வாசனை?' என்று நாய்க்கர் மனைவி கொடுத்த மலரை முகர்ந்தாள்.

"வாசனை சுமாரா இருக்குன்னுதான் நூறு முக்காலணாவுக்குக் கேட்டேன். இல்லாட்டி அரையணாத்தான்."

"யம்மா, காலங்காட்டியும் வவுத்திலே அடிக்காதம்மா. இருக்கறது அறுநூறு பூவு. மூணு மைல் நடந்து, ஆறணா சம்பாரிக்க வாணாமா? ஒரே முட்டா முக்காலணாங்கிறியே. பறிக்கிற கூலிகூட நான் கேக்கலியே."

நாய்க்கர் மனைவி விட்டுக் கொடுக்கவில்லை.

பாலிக்கு அழுகை வந்துவிடும் போலிருந்தது. விற்கிறவள் சாமர்த்தியம் பிறந்த ஊரிலேயே பிறக்கவில்லை என்று தோன்றிற்று. கூடையே எடுத்துக்கொண்டு போய்விடலாம். ஆனால், இந்தக் கிராக்கியை விட்டால் வேறு போக்கிடமே இல்லாதது போல – சொல்லவும் முடியாமல் மெல்லவும் முடியாமல் – தவித்தாள். "ராஜாத்தி, இதப்பாரு. எட்டணாவாவது கொண்டாந்திரனும்ணுருக்காரு ஊட்டுக்காரரு, நீ இப்படிச் சொல்றியே. ஆறணா விலைக்குக்கூட இப்படித் தகராறு பண்றியே பூவைப் பாரும்மா . . . இப்படியாப்பட்ட பூ கிடைக்காதும்மா . . . நீ சொல்லுமா" என்று பாலியைப் பார்த்தாள் அவள்.

பாலிக்கு என்ன சொல்வதென்று தெரியவில்லை. அழ வேண்டும் போலிருந்தது. மனிதர்கள் எவ்வளவு ஈரமில்லாமல் பேசுகிறார்கள்! எத்தனை கண்டிப்பு! எவ்வளவு தைரியம்!

இத்தனை பூக்களையும் பார்க்கவே கிடைக்காது போலிருந்தது. சின்னச் சின்னப் பேரதிசயங்களாகக் குவிந்து கிடந்த இந்த அழகுகளுக்கு ஏன் விலை பேசுகிறார்கள்!

நூற்றுக் கணக்கில் குழந்தைகள் ஒண்டிப் படுத்துக் கிடப்பது போல பூக்கள் கூடையில் நெருங்கி யிருந்தன. எப்பேர்ப்பட்ட மேதையும் யுகயுகமாகத் தலை கீழாக நின்றாலும் இதைப்போல் ஒன்றை உருவாக்கிவிட முடியாது. இதை யார் செய்தார்கள்? இத்தனை மென்மையும், மணமும் வர்ணத்தையும் யார் இப்படிக் கலந்தார்கள்? சின்னச் சின்னக் கனவுகள் தவிர வேறு ஒன்றுமில்லை – வெறும் பிரமைகள் என்று ஒரு கணம் தோன்றிற்று அவளுக்கு! இவ்வளவையும் ஒரு கூடையில் போட்டுக்கொண்டு வந்து கொடுக்கிறவளிடம் இத்தனை பேரமா பண்ணவேண்டும்!

அவள் எழுந்து போகமாட்டாள் போலிருந்தது.

"உனக்குக் கட்டலேன்னா வேறு எங்கியாவது நல்ல விலைக்குக்கொடுத்துக்கவேன்" என்றாள் பாலி. அவளைக் காப்பாற்றி விடவேண்டும் என.

"முதமுதல்லெ, கூப்பிட்டுட்டாங்கம்மா, இறக்கியாச்சு கூடையை; போணி பண்ணட்டும் இப்பவே கோணிச்சின்னா முழுக்கக் கோணிக்கும் ... யம்மா ... நீ அத்தினியும் எடுக்க வாண்டாம். நூறு எடுத்துக்க போதும். ஒரு அணா கொடுத்திரு. இன்னும் பத்துப் பூப் போட்டுடு."

"உனக்கு முடிஞ்சாக் கொடு ... இல்லாட்டி எழுந்து நட, எனக்கும் வேலை யிருக்கு."

"பாரேன்."

"சரி, நீங்க உள்ற போய்ப் பாத்திரம் கொண்டாங்க, நான் அதுக்குள்ற எண்ணுறேன்" என்று நாய்க்கர் மனைவியை உள்ளே அனுப்பினாள் பாலி.

அவள் மறைந்ததும் அவசர அவசரமாக இடையிலிருந்த தலைப்பை எடுத்து அவிழ்த்து, ஒரு ரூபாயை எடுத்து அவளிடம் நீட்டினாள்.

"இந்தா இதைப் புடி. அம்மாவுக்குத் தெரிய வாண்டாம்."

"சில்லறையில்லியேம்மா."

"சில்லறை வாண்டாம். நீயே வச்சுக்க ... அந்த அம்மா ஏதாவது கொடுத்தாலும் வாண்டாங்காதே ... வாங்கிக்க ... இது உனக்கு இனாம் ... நல்லா பூவா இருக்கு; அதுக்காக."

அதையே மனசில்லாமல் தயங்கித் தயங்கித்தான் சொன்னாள் பாலி. 'விலையில்லாததற்கு விலைகொடுக்கிற அகந்தையில்லை; முட்டாள் தனம்தான், என்னை மன்னித்து

மலர் மஞ்சம்

விடு' என்று தனக்குள்ளேயே யாரையோ பார்த்து வேண்டிக் கொண்டாள்.

"அடி என் ராசாத்தி, மகாலட்சுமி..! நீ எப்படி இருக்கப்போறே பாரு!" என்று அவள் கன்னங்கள் இரண்டையும் வழித்துப் பொட்டில் சொடுக்கிக்கொண்டாள் பூக்காரி.

"நீ எங்கம்மா இருக்குறே?"

"தெக்கு வீதி."

"தெக்கு வீதியிலே!"

வீட்டை அடையாளம் சொன்னாள் பாலி.

"கண்ணாலம் ஆயிரிச்சா?"

"ஏன்? மாப்பிள்ளை வச்சிருக்கியா?" என்று சிரித்தாள் பாலி.

"இதபாரு, உன் கலியாணத்துக்குப் படுக்கை உள்ளுக்கு இந்த மாதிரி நூறு கூடை கொண்ணாந்து போட்டு, மெத்தையிலே போட்டு, உன் மயிர்க்காம்பெல்லாம் மணக்க அடிக்கிறேன் பாரு . . . அம்மா வர்றாங்க."

நாய்க்கர் மனைவி பெரிய கூடையாகக் கொண்டு வந்தாள். எண்ணிப்போடச் சொன்னாள். மொத்தமாக வாங்கினதற்காக அரையணாவைப் பிடிக்க முயன்று விட்டுக் கொடுத்து வாங்கிக் கொண்டாள்.

"நான் வரேம்மா. ராசாத்தி! நான் வரேன்" என்று சொல்லிக் கொண்டாள் பூக்காரி.

"ரொம்ப சாது" என்று அவளுக்கு நல்ல பெயர் கொடுத்தாள் நாய்க்கர் மனைவி. "வா உள்ளே."

"அழேழே . . . நீயும் வண்டுப்டியா?" என்று நடையில் வந்தார் நாய்க்கர். வாய் நிறைந்துவிட்ட புகையிலைச் சாற்றை வாசலில் வந்து ஒரு ஆழாக்குத் துப்பிவிட்டு, "வா வா, நல்ல சமயத்துக்கு வந்தே . . . உள்ளார அப்பா வந்திருக்கான்" என்று அழைத்துக்கொண்டு போனார் அவளை.

"ராமையா, உம் பொண்ணும் வந்திருக்கா . . . நல்லா வாய் விட்டுப் பேசிருவம் வா" என்றார்.

"நீ எப்பம்மா வந்தே?"

"இப்பதான்."

"உட்காரு குழந்தே" என்றார் நாய்க்கர். பாலி உட்கார்ந்ததும் "திருவழுத்தான் காரியமா ஆயிடிச்சு; நம்ம புள்ளையாண்டான்

செஞ்சிருக்கற காரியம். அவன் தான் அப்படின்னா நீங்க அதுக்குமேலே இருக்கு. ஏன் ராமையா! உனக்கு என்ன ஏதாவது பைத்யம் கியித்யம் பிடிச்சிருக்கா . . . குடு குடுன்னு ஓடிப்போய் குடுமியைச் சரைச்சுக்கிட்டு வந்தமாதிரி இது என்ன காரியம். என்ன சமத்து . . ! உனக்கு தெரியமா, குழந்தே!"

"அவகிட்டச் சொல்லியாச்சு" என்றார் ராமையா.

"அப்பா ஒரு பைத்யம். மக ஒரு பைத்யம் . . . சரி, அவதான் சிறுசு – ஏதோ உளர்றாள்னா நீ உடனே அதை நோட்டு எழுதிக் கொடுத்த கடன் மாதிரி நெனச்சுக்கிட்டு அ . . ! எங்கிட்டே ஒரு வார்த்தை சொல்லப்படாது! எக்ரிமெண்ட் எழுதவாதுய்யா! எவனாவது கேட்டா வழிச்சுக்கிட்டுச் சிரிக்க மாட்டான்!" என்று தலையில் மெதுவாகத் தட்டிக்கொண்டார் நாய்க்கர்.

ராமையா தனி மனிதனாக உட்கார்ந்து, அந்தக் கோபச் சிரிப்பைக் கேட்டுக்கொண்டிருப்பதைப் பொறுப்பது சிரமமா யிருந்தது பாலிக்கு.

"மாமா, ஊரரார் சிரிப்பாங்கன்னு ஒரு காரியத்தைச் செய்யாம இருக்க முடியாது மாமா" என்றாள்.

"அது சரி. நானும் அந்தப்பயலும் சேர்ந்து இருக்கணும்னு எங்களுக்கு ஒத்துமை விலைகொடுத்து வாங்கப் பார்த்தெ பாரு மகராஜி . . . நீ பேசமாட்டே!"

"அவ நெனைச்சதிலியும் தப்பில்லையே நாய்க்கரே!" என்றார் ராமையா.

"பின்னே பைத்தியத்துக்குப் பைத்தியம் தானே பிறக்கும் . . . போதும் போதும் . . . அப்பனும் மவளுமா உங்க சாமர்த்யத்தை இஞ்ச கொடி கட்டிப் பறக்கவிட வாணம் . . . இதபாருடிம்மா, என் தேவதே, இந்தப் பதினாயிர ரூபாய்க் கடன்காரனை நான் மறுபடியும் வீட்டிலெ கூப்பிட்டுக்கறேன் . . . அவனை என் கடையிலே உக்காத்தி வச்சிக்கிறேன் . . . இல்லெ மறுபடியும் அவன் கடையிலே உக்காத்தி வைக்கிறேன் . . . முன்னாடி அந்த அக்ரிமெண்டைக் கிளிச்சுப் போட்டுடனும் ராமையா."

"ரொம்ப நல்லாருக்கே!"

"என்ன நல்லால்லே!" என்று உரக்கத் தொண்டை கிழியக் கத்தினார் நாய்க்கர். பாலிக்குத் தூக்கிவாரிப்போட்டது. ராமையா முகத்தில் அடித்தாற்போலத் திகைத்துவிட்டார். நாய்க்கரின் மனைவி அடுக்களையிலிருந்து வந்து நிலையண்டை வந்து ஒன்றும் புரியாமல் நின்றாள்.

“என்ன நல்லால்லே . . . ம் . . . அப்படியே . . . ம் . . . உன்னை . . . எனக்கு என்ன பண்றதுன்னு புரியலே ம் . . . அப்படியே . . .” என்று கையை மூடிக்கொண்டு ராமையாவின் முகவாய்ப் பக்கம் முஷ்டியை ஒரு ஆட்டு ஆட்டிக்கொண்டு நின்றார்.

ராமையா வெலவெலத்துப் போய்விட்டார். முகத்தில் ரத்தம் சுண்டி முருங்கைப் பூவின் வெளுப்பு படர்ந்தது. தன்னறியாமல் நாய்க்கரின் முஷ்டியைத் தடுப்பதற்காக முகத்தின் முன் கேடயம் தூக்கிய இரண்டு உள்ளங் கைகளும் அதே நிலையில் நாலு விநாடி நின்றன.

“அப்படியே உன்னை என்ன செய்யணும் தெரியுமா? உன்னைப் பார்த்து நாலு பேர் சிரிச்சா எனக்கில்ல அவமானம்? தொட்டத்துக்கெல்லாம் எங்கிட்டே யோஜனைக்கு வந்து நிப்பே! வக்கீல் அய்யர் கிட்ட போய் நிப்பே! இப்ப ரண்டும் வாண்டாம்னு குடுகுடுன்னு ஓடிப்போய் ஒரு கடுதாசிலே எழுதிக் கொடுத்துட்டு அப்பறம் வந்து எங்கிட்ட சொல்றியோ! உன்னை என்னதான் செய்யப்படாது . . ?” என்று குரல் இறங்காமல் கத்தினார் நாய்க்கர்.

ராமையா திகைத்துப்போய் வாயடைத்து உட்கார்ந் திருந்தார். பள்ளிக்கூடத்துப் பையனைப் போலத்தான் இருந்தது அவரைப் பார்க்கும்போது.

“எக்ரிமெண்ட் எழுதினாராம் எக்ரிமெண்டு; உனக்கென்ன தெரியும்கற தைரியத்திலெ நீ எழுதிக் கொடுத்தே? நாலு பாட்டு பாடத் தெரியும்! கூத்துப் போடத் தெரியும்! ராகு சனியைப் பார்க்கறான், சனி குந்தாணியைப் பார்க்கறான்னு ஜாதகக் கட்டைப் பார்த்து முணுமுணுக்கத் தெரியும்? . . . வேறே உலகச்சேதி? . . . எங்க, விரலைவிட்டு எனக்கு முன்னாலெ எண்ணிக்காட்டு, பார்ப்பம் . . . ஆமாம், இதைப் படிக்க வச்சியே . . . நீ வக்யல. வக்கீல் சொன்னார். சரின்னே . . . அப்ப சரின்னு சொல்லிப்பிட்டு, இப்ப வந்து எடக்குப் பண்ணக் கிளம்பியிருக்கியே . . . இதைப்பாரு, அவ கட்டாயமா இன்னும் படிக்கத்தான் போறா. நீ கட்டை போட்டா நடந்திடும்னு நெனச்சுக்காதே. அதுக்கெல்லாம் இஞ்ச ஒத்தரும் பயப்படற ஆள் இல்லே. நான் படிக்க வக்கிறேன். அப்பறம் அவளுக்குப் புடிச்சப் பையனாப் பார்த்து நான் கட்டிவக்கிறேன்.”

ராமையா அப்படியே அவரை அசையாமல் பார்த்துக் கொண்டிருந்தவர், கடைசி வார்த்தையைக் கேட்டதும் முகத்தில் திகில் படர இரண்டு தடவை விம்மினார். மென்று விழுங்கினார்.

கண்ணில் நீர் மல்கித் துளிர்த்தது. பச்சைக் குழந்தையைத் திடீர் என்று அரள அரள அதட்டினாற்போல, அவர் உதடு கோணி அசைந்தது.

நாய்க்கர் அதைப் பார்த்து மிரண்டுவிட்டார்.

"எல்லாரையும் ஒரு வார்த்தை கேட்டுப்டு செஞ்சா நல்லாருக்கும்" என்று எங்கேயோ பார்த்துக்கொண்டு, அசட்டுக் குரலில் சமாதானம் செய்தார். செய்ய முயன்றதுதான். ஆனால், சமாதானம் செய்யும் சொல் ஒன்றும் அதில் இல்லை. தேற்ற முடியாத குழந்தையைத் தேற்றத் திணறுவது போல்தானிருந்தது அது.

மேலே தொடர்ந்தும் அவர்தான் பேசினார். இப்போது சமையல் அறை நிலையைப் பார்த்துக்கொண்டு சென்றது பேச்சு. அங்கே அவர் மனைவி அவர் ஆடுகிற ஆட்டத்தைப் பார்த்து, அவர் முரட்டுத்தனத்துக்குப் பயந்து உள்ளூக்குள்ளேயே துணுக்குற்றுத் துடித்து நின்றுகொண்டிருந்தாள்.

"மளமளன்னு போய் செஞ்சுபிடறதா? . . . பரம்பரை பரம்பரையா வர்ற பிதிரார்ஜிதம்; சுயார்ஜிதமாயிருந்தா சரிங்கலாம். அட ஒண்ணுக்குப் பத்தா செலவழிக்கட்டும். வாண்டாம்கலே. அப்படியே முழுசாக்கொண்டே வித்துப்பிட்டு, கையை விரிக்கிற கேஸா இது? ஏதுடா நாலுபேரு நாலு சொல்வாங்களே? எதுக்காக விக்கிணும். ஆணியறஞ்சாப்பல சொல்றதுக்கு ஏதாவது காரணம் இருக்காங்கறதெல்லாம் யோசிக்க வாணாம்? . . . இனிமே இவன் போப்பறானா . . . எக்ரிமெண்டை ரத்து பண்றதுக்கு இவனுக்கு முடியுமோ . . . அதுக்கு இனிமே நான் புறப்பட்டுப் போகணும். எங்கே இவனைப்போய் சொல்லச் சொல்லு . . . இப்ப விக்க சௌகர்யமில்லேன்னு . . ."

"எக்ரிமெண்டைக் கான்ஸல் பண்ண வாண்டாம்" என்றார் ராமையா.

"பாத்தீல்ல . . ! நான் என்னமோ கொலை பண்ணிப் பிட்டாப்பல அங்க நின்னுண்டு பாத்திட்டிருக்கியே . . . நீயே கேளு இவர் பேசற பேச்சை . . . ராமையா, இதபாரு . . . என்னைப் பாருன்னேன் . . . எக்ரிமெண்டை நான் கான்ஸல் பண்ணிக் கிறேன். நீ அரிச்சந்திரன் சிம்மாசனத்தை விட்டு எழுந்திருக்க வாணாம். நானே போய் அவனை 'எனக்கு வாண்டாம் நிலம் இப்ப. ஐயாயிரத்தைத் திரும்பி வாங்கிக்கிடறேன்'னு சொல்லச் சொல்றேன் . . . நான் சொன்னதைக் கேளு . . . மைனர் கையெழுத்து இருந்தாத்தான் செல்லும். சட்டப்படி உம்மக மேஜராறதுக்கு இன்னும் கொஞ்ச காலம் இருக்கு.

நானே விஷமம் பண்ணினாலும் பண்ணுவேன் . . . பேசாம இரு . . . உனக்குக் கோடி புண்யம் உண்டு. எங்கிட்ட விடு இந்தப் பொறுப்பையெல்லாம்' என்று கோபம் கலந்த போலிக் கெஞ்சல் கெஞ்சினார் நாய்க்கர். 'நல்ல காலம்; சாசனம் எளுதாம வந்தியே. இல்லாட்டி கட்டாய ரிஜிஸ்டர்னுல்ல கிளம்பிருவான்? பணத்தை மடிநிறைய வச்சிக்கிட்டு எங்கடாப்பா சொத்து சொத்துன்னு காத்திட்டுக் கிடக்கறானுக அவனுக!"

ராமையா சற்று அமைதி அடைந்திருந்தாற்போல் தோன்றிற்று.

"சரி . . . இன்னிக்குப் புறப்பட்டுப்போறேன் கூத்தா நல்லூருக்கு. எக்ரிமெண்டைக் கான்ஸல் பண்றேன்."

"அது அவசியமா நாய்க்கரே?"

"பின்னே எது அவசியம்?"

"விக்கிறேன்னு வாயாலெ சொன்னது போதாதுன்னு எழுதி வேற கொடுத்தாச்சே!"

"விக்கிற முடைதான் நீங்கிடிச்சே இப்ப . . . ராமையா . . . உம் மனசு சரியால்லெ இப்ப. நீ பேசாம இரு. நிலத்தை விக்க உனக்கு உரிமை கிடையாது. விக்கிற அவசியமும் இல்லை இப்ப . . . அதை நான் பார்த்துக்கறேன். இப்ப நாம இதையெல்லாம் யோசிக்கறதுக்கு முன்னாடி இன்னொரு முக்கியமான காரியத்தை யோசிச்சாகணும்."

"என்ன?"

"என்னவா? நாம நல்ல தோப்பனா எப்படி யிருக்கிறது, நல்ல மனுசனா எப்படி யிருக்கிறதுங்கறதை இது கிடந்து மனசிலெ புழுங்கிட்டுக் கிடக்கு. அதை முன்னாடி மறுபடியும் பட்டணத்துக்கு அனுப்பறேன்னு சொல்லு."

"வாண்டாம் நாய்க்கரே."

"ஏன் வாண்டாம்?"

"முன்னாலெ கலியாணத்தைப் பண்ணி வைப்பம்."

"கலியாணம் பண்ணிக்கறதை நான் பாத்துக்கறேன். அதுக்காக ஆரமிச்சதை நிறுத்த வாணாம். கொஞ்சம் ஆற அமர யோசிப்பம் . . . அது என்ன சொல்லுது . . ? ஏம்மா."

"நான் சொல்றதுதான் தெரிஞ்சிருக்கே" என்றாள் பாலி.

"அதுக்குப் படிப்பைவிட இஷ்டமில்லே."

“அப்ப கலியாணத்தைப் பண்ணிக்கிட்டுப் போய்ப் படிக்கட்டும்.”

“கலியாணத்தைத்தான் அப்பறம் பாத்துப்பம்னேனே!”

“உனக்கும் அப்படித்தான் படுதா குழந்தே?” என்று புதிதாகக் கேட்கிறாற்போலக் கேட்டார் ராமையா.

“ஆமாம்பா.”

“அப்ப நீ இங்கியே இரு” என்று விறுக்கென்று எழுந்தார் ராமையா. “நான் போய்ட்டு வாரேன்.”

சொல்லிக்கொண்டே வாசலுக்குப் போகும் நிலை யண்டை போய்விட்டார் அவர்.

“ராமையா . . ! ஏ ராமையா!”

“ஏன்?”

“இப்படி வா சொல்றேன்.”

“திருப்பித் திருப்பி என்ன சொல்லக் கிடக்கு? நான் வரேன்” என்று கிளம்பிவிட்டார். “பழுக்காததுன்னாலும் காயின்னாலும் ஒண்ணுதானே . . .”

நாய்க்கர் எழுந்து போவதற்குள் அவர் வாசலைவிட்டு இறங்கி நடந்துவிட்டார். நாய்க்கர் மனைவியும் அவரோடு வாசல்வரை போய் நின்றாள்.

பாலி பிரமிப்பும் மரப்புமாக உட்கார்ந்திருந்தாள். நினைவு தடைபட்டு ஒடிந்து நின்றது. இரண்டு நிமிஷம் கழித்து நாய்க்கர், “இதுவும் நல்லதுக்குத்தான்” என்று சொல்லிக்கொண்டே உள்ளே வந்தார். பாலி அதே மரப்புடன் தான் அதையும் கேட்டுக் கொண்டு தூணில் சாய்ந்திருந்தாள்.

40

நாய்க்கரின் மனைவி ஏதோ நடக்கக் கூடாதது நடந்துவிட்டதுபோலக் குலைந்து போய்விட்டாள். நாய்க்கரும் குரலில் ஒலித்ததுகூட சமாதானமாக இருந்ததே தவிர ஒரு தீர்மானமான தைரியமாக இல்லை.

பாலியின் மரப்பின் ஊடே பழைய நினைவுகள் ஓடின. வேலய்யா குளத்தில் தள்ளப்பட்டுத் தத்தளித்த காட்சி அவளுக்குச் சட்டென்று நினைவுக்கு வந்தது.

நாய்க்கர் விரிப்பில் உட்கார்ந்திருந்தார். வெற்றிலைப் பெட்டியைத் திறந்து பாக்கைப் பாக்கு வெட்டியில் தட்டிவிட்டு அவர் சீவுவது கேட்டது.

"இன்னும் பச்சைக் குழந்தையாத்தான் இருக்கான்... போகட்டும், போகட்டும். இதை யெல்லாம் விட்டுத்தான் பிடிக்கணும்..."

அவருக்கு மேலே ஒன்றும் பேச வரவில்லை போலிருக்கிறது. புகையிலையைப் போட்டுக் குதம்பிக் கொண்டே, விரிப்பைப் பார்த்துக்கொண்டே நாலு நிமிஷம் உட்கார்ந்துவிட்டு "சரி, தண்ணி சுட்டுப் போச்சா?" என்று அடுக்களையைப் பார்த்துக் குரல் கொடுத்தார்.

"சுட்டு ஒரு நாளியாச்சு."

"ஒரு நாளியாச்சா?" என்று எழுந்து குளிப்பதற் காகக் கொல்லைப் பக்கம் போனார் அவர்.

யாருமில்லாத கூடத்தில் உட்கார்ந்திருந்தாள் பாலி. தூணில் சாய்ந்தவாறு. அந்தக் கூடத்தின் வெறுமையினாலோ தனிமையினாலோ, அவள் மனம்கூட மயங்கிச் செயல் ஒடுங்கிக் கிடந்தது. நினைவு செத்த அந்த நிலையில் ஒன்றுக்கும்

அர்த்தமில்லாதுபோல் ஒரு உணர்வு மட்டும் அவள் மனதில் வந்து பரவிற்று. இந்த வீட்டுக்கும் கூடத்துக்கும் அர்த்தம் என்ன? அப்பா இப்படிக் கோபித்துக்கொண்டே எழுந்து போனதின் அர்த்தம் என்ன? அம்மா செத்துப்போனதற்கும் தஞ்சாவூருக்கு நானும் அவரும் குடி வந்ததற்கும் இப்போது எங்கோ போய்ப் படிப்பதற்கும் அர்த்தம் என்ன? நாய்க்கருக்கு ஒரு மனைவியும் பெண்ணும் பிள்ளையும் இருப்பதற்கும் அவர் மகன் சண்டை போட்டுக்கொண்டு ஒதுங்கி இருப்பதற்கும் அர்த்தம் என்ன? அவனே திரும்பி வந்து மீண்டும் ஒற்றுமையுடன் வாழப்போவதின் என்ன அர்த்தம் இருக்கப்போகிறது? வாசலில் ஒரு பிச்சைக்காரி மோகனராகத்தில் ஏதோ பாடுகிறாள் – குரல் நடுங்குகிறது. ஆனால் ராகம் பிசகவில்லை. அப்படி விரிவான பாட்டு இல்லை. மோகன ராகத்தின் எலும்புக்கூட்டை வைத்துக்கொண்டு அவள் பிழைப்பு நடத்தி வருகிறாள். தெற்கு வீதிக்கும் அடிக்கடி வருகிற கிழவிதான். பத்து வருஷம் முன்னால் கேட்டதிலிருந்து குரலில் ஒரு மாறுதல் இல்லை. அதே நடுக்கம், அதே பாட்டு, அதே சங்கதிகள். சங்கதிகள் ஏது எலும்புக் கூடுதானே? யாரோ எலும்புக் கூடு ஒன்றைத் தோளில் போட்டுக்கொண்டு, வீடு வீடாக ஏறி ஏறி இறங்குவதுபோல் தோன்றிற்று அவளுக்கு. இந்தப் பாட்டுத்தான் என்ன அர்த்தம்? அதைக் கேட்டவுடன், 'போபோ! வந்திட்டியாக்கும் காலங்காட்டியும்' என்று தன்னறியாமல் எழும் குரல்கள் – இல்லை; தன்னறியாமல் அரிசிப் பானையில் போகும் ஒருகை. எதற்குத்தான் என்ன அர்த்தம்! இங்கிருந்து எழுந்து போனால் என்ன? இந்தத் தூணில் சாய்ந்தவாறே உயிர்வற்றிக் கல்லானால்தான் என்ன ஆகிவிடப் போகிறது? மீண்டும் போய்ப் படித்துத் தான் என்ன செய்யப்போகிறோம்? மறுபடியும் கடற்கரை மணலில் வந்து அவன் பேசப்போகிற வார்த்தைகளுக்குத்தான் என்ன அர்த்தம் இருக்கப் போகிறது? எத்தனையோ பேர் அங்கு உட்கார்ந்து, இந்த மாதிரி ஏதாவது சொல்லிப் பிதற்றப் போகிறார்கள். காற்றும் கடலும் பேரோசையிட்டு அந்த ரகசியங்களை நக்கி விழுங்கிக்கொண்டிருக்கும். அவர்களும் அப்படியே இறுகத் தழுவினாலும்தான் என்ன வந்துவிடப் போகிறது?

நாய்க்கர் குளித்துவிட்டு ஒரு வண்ணான் மடியைக் கட்டிக் கொண்டு வருகிறார். வழுக்கையிலிருந்து கிளம்பிய மயிர், குலையும் கோணலுமாகச் சிரிப்பை ஊட்டுகிறது. தன் இடத்தைவிட்டு வேறு இடம் போய்விட்டால் இந்தப் பொருள்கள் மனிதனை எததனை விகாரப்படுத்துகின்றன! எத்தனை பரிஹாசத்துக்கு இடமாக்கி விடுகின்றன! ஒரு சின்னக் கண்ணாடியை இடது கைவிரலில் அண்டக் கொடுத்து நாமம் போட்டுக்கொள்கிறார் அவர்.

“ஏய், இந்த ரோசாப்பூவிலெ கொஞ்சம் கொண்டா.”

ஒரு தட்டில் வந்த ரோஜாப்பூவைக் கூடத்து ஓரத்தில் இருந்த ஒரு வெங்கடாஜலபதி படத்தின் சட்டத்து வளையத்தில் செருகுகிறார். பக்கத்தில் சிறிசாக இரண்டு படங்கள். ஒரு பசு மாடு. அதன் வயிறு, கால், கை எல்லாம் ஸம்ஸ்கிருதத்தில் ஏராளமாக எழுதி யிருந்தது. பால் காம்பில் சம்ஸ்கிருதம். வயிற்றில் எழுத்து, முகத்தில் எழுத்து. எழுத்துத்தான் கறக்கும் போலிருக்கிறது இந்த மாடு. அந்த ஸம்ஸ்கிருத மாட்டுக்கு ஜோடியாக வெங்கடாசலபதியின் இடது பக்கத்தில் ஒரு காமதேனு தலையில் அழகாக நடுவகிடு எடுத்து வாரிக்கொண்டு மார்பைக் காண்பித்துக் கொண்டு போட்டோவுக்கு நிற்பதுபோல் நின்றது. அவற்றின் மேல் சட்டங்களிலும் பூக்களை வைத்தார் நாய்க்கர். திரும்பிப் பாலியைப் பார்த்தார்.

“என்ன பாலி?”

“. . .”

“பூவெல்லாம் வக்கிறனேன்னு பாக்கிறியா? பின்னே இதுங்களுக்குச் சோறு போட்டுக் கட்டுமா? . . . நெத்தி முளுக்க மறைச்சுக்கிட்டு நாமம் போட்டிருக்கான் இவன். இவனும் நாமஞ்சாத்திர பயதான். அதுக்குப் பயந்துகிட்டுத்தான் நானும் வருஷம் ஒரு தடவை திருப்பதிக்குப் போய்ட்டு வந்துப்பிடறது. உங்கப்பா கோச்சுக்கிட்டா சரிதாண்டா போடாய்யாங்கலாம். ஆனா போக்கிரிப் பயலுவளோட விரோதம் இருக்கப்படாது பாரு’ என்று சொல்லிக்கொண்டே கும்பிட்டார். பிறகு படத்தைப் பார்த்துக்கொண்டே சொன்னார். ‘யப்பா, இதுவரைக்கும் நம்மகிட்ட வாலாட்டாம நல்லவனாக நடந்துகிட்டு வர்றே. இன்னமேயும் அதே மாதிரி ஒழுங்கா நடந்துக்க . . . நடந்துக்கலே, அப்புறம் இந்த ரெட்டிப்பாளையம் ரோஜாப்பூக்குக்கூட லாட்ரி அடிக்கணும்.”

“பாசுரம் சொல்றாங்க” என்றாள் அவர் மனைவி பாலியைப் பார்த்து.

“நல்லாருக்கு” என்றாள் பாலி.

“ஏன் நல்லாருக்கப்படாது?” என்று சொல்லிக்கொண்டே இரண்டு நிமிஷம் கண்ணை மூடிக்கொண்டு நின்றார் நாய்க்கர்.

அவர் வந்ததும், “பலகாரம் வச்சிருக்கேன். ரண்டு பேரும் சாப்பிடுங்க” என்றாள் அவர் மனைவி.

“வா குழந்தே.”

இட்லியைச் சாப்பிட்டதும் சட்டையை மாட்டிக்கொண்டே சொன்னார் அவர்: “குழந்தே, நீ இப்ப வீட்டுக்குக் கிளம்பிப்

போயிடாதே! இங்கியே இரு! அப்பறம் வேணும்னா நான் கொண்டு விட்டுக்கறேன்."

பாலி அந்த வற்புறுத்தலைக்கூடத் தேவை என்று நினைக்க வில்லை. ஆகட்டும் என்று தலையசைத்தாள்.

"உனக்குப் பொழுது போகலேன்னு பயப்படவாணாம். கள்ளிப்பொட்டி நிறைய புஸ்தகங்க இருக்கு. இவளும் பத்து மணிக்குமேலேதான் சமைக்கக் கிளம்புவா. அதுவரைக்கும் பேசிட்டிருக்கலாம் . . . அப்ப வரட்டுமா?"

"சரி மாமா."

நாய்க்கர் வீட்டில் பொழுது நன்றாகத்தான் நகர்ந்தது. கூடத்துப் பெரிய கல் தூணின் தோள்மீது உட்கார்ந்து இரண்டு குருவிகள் ஓயாமல் கத்திக்கொண்டே யிருந்தன. பறந்து பறந்து சந்தனக்கல் மேடைமீது மாட்டியிருந்த கண்ணாடியைக் கொத்தின. கூடத்தில் இந்தச் சின்ன ஒலிகள்கூட எதிரொலித்தன.

நாய்க்கர் மனைவி அவள் பொழுதைப் பேசிப் போக்கவில்லை. நாலுபடி உளுந்தைக் கொண்டு வைத்துக்கொண்டு ஒரு பெரிய உட்கார்கிற மணையை எடுத்துச் சப்பணங்கொட்டிய முழங்காலுக்கும் தரைக்குமாகச் சாய்த்துகொண்டு ஒரு ஒரு பிடியாக எடுத்து உருட்டி, கல் பொறுக்க ஆரம்பித்தாள். உளுந்து மணிகள் உருண்டு உருண்டு கீழே விழுந்துகொண்டிருந்தன. இருவரும் பேசவில்லை. குழந்தைகள் சறுக்குமரம் சறுக்குவதைப் போல உருண்டு தரையில் பாய்ந்து அமர்ந்தன கருமணிகள்.

பாலி அதைப் பார்த்துக்கொண்டே இருந்தவள், சிறிது நேரம் கழித்து, தானும் ஒரு மணையை எடுத்துக்கொண்டு வந்து உருட்ட ஆரம்பித்தாள்.

சந்தோஷமாக உருண்டு உருண்டு தெறிக்கும் இத்தனையும் நாளைக்குத் தவிடுபொடியாகி, மாவாகி வயிற்றுக்குள் போகப் போகிறது.

அப்பா பூஜையை ஆரம்பித்திருப்பாரா இந்நேரம்? அத்தை யிடம் நடந்ததை யெல்லாம் சொல்லிக்கொண்டிருப்பாரா? மாட்டார். அத்தையை இந்தச் செய்திகளை முதலில் சொல்லத் தகுதி வாய்ந்தவளாக அவர் நினைத்ததேயில்லை. எல்லாம் அவள் தானாகத் தெரிந்து கொண்டால்தான். அப்படித் தெரிந்து கொண்டால்தான் என்ன சொல்லப் போகிறாள்?

'குறுகுறுத்துவிட்ட நாள் புடிச்சே செல்லம் கொடுத்துக் கொடுத்துக் களுதையாக்கி யாச்சு. இப்ப அடிச்சுக்கிட்டு என்ன பண்றது?' என்று அப்பாவைச் சுடப் போகிறாளா? . . .

மலர் மஞ்சம்

மாட்டாள்! நாலைந்து நாள் முன்னால் வரையில் அப்படித்தான் சொல்லியிருப்பாள். ஆனால், அன்று அவள் என்னமோ சொன்னாளே..!

வெயில் ஏறிக்கொண்டிருந்தது. நாய்க்கர் போய் இரண்டு மணி நேரம் இருக்கும் போலிருக்கிறது. மாடி ஜன்னல் வழியாக விழுந்த வெயில் கூடத்தில் கிழக்கு நோக்கி நகர்ந்துகொண்டிருந்தது. உளுந்தை நாய்க்கர் மனைவி அப்போதே எடுத்துப் போய் முடித்து, ரோஜாப்பூக் கூடையைக் கொண்டு வந்து ஒரு ஈரத் துணியைக் கீழே விரித்துக் கொட்டி மாலை கட்ட ஆரம்பித்தாள். அவள் மாலை கட்டுற லாகவத்தைக் காணக் காண வியப்பாக இருந்தது பாலிக்கு. ஒரு இதழ் கீழே விழாமல் சுற்றுக்கு ஏழு எட்டு என்று பூக்கள் வெளியே பார்த்துக்கொண்டு நின்றன. கையில் என்ன நயம்! ஆச்சரியத்துடன் பார்த்துக்கொண்டிருந்தாள் அவள்.

"நானும் கட்றேனே!" என்றாள் சற்றுக் கழித்து.

"கட்டேன்."

"தெரியாதே?"

"சொல்லித் தரேன்."

அவள் சொல்லிக் கொடுத்தாள். அதைக்கூடச் சாமர்த்யமாக நயமாகத்தான் செய்தாள். நடுவில் ஒரு தடவை "கை அழுத்த மாகவும் இருக்கணும். பூவையும் கசக்கப்படாது. என்ன பாலி! இதுவரைக்கும் கட்டியிருக்கிறதிலே ஒரு பூவை வெளியிலே இழுத்துப்பிடு பார்ப்பம்... பாரேன்..."

"வாண்டாம்."

"இந்தக் கடைசி சுத்தை இழேன்! மறுபடியும் கட்டிக்கலாம் பரவாயில்லே."

பாலி இழுத்துப் பார்த்தாள். காம்பைக் குரங்குப் பிடியாக நார் பிடித்துக்கொண்டிருந்தது.

"அவ்வளவுதான். இதழ்தான் உதிரும். காம்பை அசைக்க முடியாது. அப்படிக் கட்டணும்... முதல்லே வராது; பழகினாச் சரியாப் போயிடும்... இந்தா! இதை வச்சுக்கிட்டு கசக்கிக் கிசக்கிக் கத்துக்க... போவுது நூறு பூ. மலுவா வாங்கினதுதான் நூறு ஒரு அணாவுக்கு. பூலோகத்திலேயே கிடைக்காது இவ்வளவு பெரிய பூவா."

நாய்க்கர் மனைவி சாதாரண கெட்டிக்காரி இல்லை என்று தோன்றிற்று. இதுவரை ஒன்றுமே அவள் பாலி விஷயமாகப் பேசவில்லை. வேணும் என்று பேசவில்லையா? கவலைப்பட

வில்லையா? அவளைப் பார்க்கப் பார்க்க, அந்த விஷயத்தை அலட்சியம் செய்கிற பிறவியாகவே தோன்றவில்லை. மாலை கட்டுற தினுசுகளைப் பற்றி அவள் பேச்சு முனைப்பாகப் போய்க் கொண்டிருந்தது. கையும் கட்டிக்கொண்டேயிருந்தது. இரண்டு கட்டு மாலைகள் இதோ என்று முடிந்துவிட்டன.

"குளிச்சிட்டு வந்து படத்துக்குப் போடணும்" என்று எழுந்தாள். "நீ முன்னாடி குளிக்கிறியா?"

"நான் இதை முழுக்கக் கட்டிப் பாக்கறேன்."

"உனக்கு இன்னும் இரண்டு மணி நேரமாகும் போல்ருக்கே!"

பாலி சிரித்தாள்.

"மாமா" என்று வாசலில் குரல் கேட்டது.

"யாரு!"

"நாய்க்கர் மாமா இல்லே" என்று சொல்லிக்கொண்டே, உள்ளே வந்த ராஜாவைப் பார்த்ததும்...

"அட வா ராஜா" என்றாள் நாய்க்கர் மனைவி. "உட்காரு."

"மாமா இல்லே?"

"இல்லியே."

"என்ன பாலி, நீ எப்ப வந்தே?"

"முதல்லெ உட்காரு" என்று நாய்க்கர் மனைவி ஒரு ஸ்டூலை எடுத்துப் போட்டாள். அவன் ஊருக்கு வந்து, வீட்டு சௌக்கியம் எல்லாவற்றையும் விசாரித்துவிட்டு, ஒரு டம்ளர் காப்பியையும் கலந்து கொடுத்துவிட்டு, "நான் குளிச்சிட்டு வந்திடறேன் நீ இரு!" என்று சொல்லிக்கொண்டே கொல்லைப்பக்கம் போனாள்.

"நான் போகணும்" என்று கத்தினான் அவன்.

"எல்லாம் போகலாம். தினம் தினம் வர்றே பாரு. நீ பேசிக்கிட்டிரு; வந்திடறேன்" என்று சொல்லிக்கொண்டே போனாள்.

"வால் கிண்ணத்திலே எண்ணெய் எடுத்துண்டு போறாளே. எங்க வரப்போறா இப்ப?" என்று பாலியைப் பார்த்தான் அவன்.

பாலி பேசவில்லை. குனிந்து பூக்களைப் பார்த்துக் கொண்டிருந்தாள். பூக்காரியின் உருவத்தைத் தள்ளிவிட்டு, வக்கீலின் சொற்கள் அந்த மலர்களில் வெதும்ப வெதும்பப் புகைந்துகொண்டிருந்தன.

41

தன் தகப்பனார் பெயரைச் சொல்லி, அவர் பெருமையைச் சொல்லி வக்கீல் அவனைத் திட்டினதை நினைக்க நினைக்க அவளுக்கு உடலெல்லாம் குத்துவது போலிருந்தது. பெரிய மகான் என்று தன் தகப்பனரைச் சொல்லி, அவர் மனது வேகச் செய்வது தீராத சாபத்துக்கும் பிணிக்கும் ஆளாக்கிக்கொள்வதில்தான் வந்து முடியும் என்று அவர் சொன்ன சொற்கள் அவளுக்குத் தான் செய்த குற்றமாகப்பட்டன. என் அப்பாவின் சாபம்! அதுவும் என்னைக் காரணமாக வைத்துக்கொண்டு! இந்த இரண்டையும் நினைக்கும்போது அவள் உடல் உள்ளுக்குள் குன்றிற்று. புருவங்கள் சுருங்கின. கண்ணை மூடி அந்த நினைவுகளையும் சொற்களையும் மனதைவிட்டு விரட்ட முயன்றாள்.

இருவருமே பேசாமல் உட்கார்ந்திருந்தார்கள்.

அவனுக்குக் கோபமாகத் தானிருக்கும்.

மலர்களைத் தொடுக்க முயன்றாள் அவள். கை ஓடவில்லை.

"நீ ரொம்ப நேரம் இங்கே இருக்கப் போறாப் போலிருக்கே" என்றான் அவன்.

திடீர் என்று இதைக் கேட்டதும் வியப்பாக இருந்தது அவளுக்கு.

"ஏன்?" என்றாள்.

"நானும் அவ்வளவு நேரம் இருக்கமுடியாது என்பதற்காகச் சொன்னேன். பூ, நார் எல்லாம் நீ வைத்துக்கொண்டு உட்கார்ந்திருப்பதைப்

தி. ஜானகிராமன்

பார்த்தால், இங்கேயே சாப்பிட்டுத் தூங்கிவிட்டு மெதுவாகப் போகலாம் என்று வந்திருக்கிறாற் போலிருக்கிறது."

அவள் மெதுவாக ஒரு புன்னகை செய்தாள்.

"எனக்கு அந்த நேரமிராது. அதனால்தான் இப்போது கிடைத்திருக்கிற சந்தர்ப்பத்தை விடவேண்டாம் என்று நினைத்தேன். வாய்விட்டுப் பேச இதைவிட வேறு சமயம் கிடைக்காது... தாத்தா என்ன என்னமோ சொன்னார். அவர் சொன்னது வாஸ்தவம்தான். உனக்கு எந்த விதத்திலும் சமான மில்லை நான்..."

அவன் மேலே பேச வார்த்தை கிடைக்காமல் தவிப்பது போலிருந்தது.

"அவர் சொன்னது சரி. உன் கால் தூசிக்குக்கூட நான் பொறமாட்டேன். அது எனக்குத் தெரியும். ஆனால், உன்னையும் வைத்துக்கொண்டு, உன்னை என்னமோ கிண்டல் செய்கிறாற் போல, பயமுறுத்துகிறாற் போல, சொல்லியிருக்க வேண்டாம். இவ்வளவு மரியாதைக் குறைவாக அவர் பேசினதற்கு, நீ என்னைத்தான் மன்னிக்க வேண்டும். அதைச் சொல்லத்தான் நான் வந்தேன்."

இதைச் சொல்ல வந்தானா?

அவள் நிமிர்ந்து பார்த்தாள்.

"ஆமாம். நாய்க்கர் மாமா வந்து சொன்னார், நீ இங்கு இருப்பதாக. சாயங்காலம் வரையிலும் இங்கேயே நீ இருக்கப் போவதாகவும் சொன்னார். அதனால்தான் வந்தேன்."

"உங்கள் தாத்தா மரியாதைக் குறைவாக என்னை ஒன்றும் பேசிவிடவில்லையே" என்றாள் அவள்.

"அவருக்குக் கோபம் வருவது சகஜம்தான். அதை இப்படிக் காண்பிக்க வேண்டிய அவசியமில்லை... நான் உனக்கு எந்த விதத்திலும் ஈடு இல்லைதான். ஆனால் கடவுளைப் பார்த்துக்கொண்டு நிற்கிறவர்கள், அவனோடு ஒன்றிவிட ஏங்குகிறவர்கள் எல்லாரும் அவனுக்குச் சமானம் என்றா நினைத்துக்கொள்கிறார்கள்? அவர்களுக்குத் தெரியாதா தங்களுடைய குறைகள். தாங்கள் ஒரு துளி என்று?"

"எனக்கு இப்படியெல்லாம் உளறத் தெரியாது."

"நான் உளறவில்லை. ஆனால் ஒரு பேச்சுக்குத்தான் சொன்னேன். கடவுள் என்றால் காதலிக்கக்கூடாதா என்ன? கடவுள் எப்போதும் காதலனாகவே இருக்க வேண்டிய அவசியம்

இல்லை. பெண்ணாகவும் இருக்கலாம். தாயாக மட்டும் இருக்க வேண்டாம். கடவுளைத்தான், தாய் என்று நினைத்துத்தான் பெண்களையும் நெருங்க முடியாத தெய்வங்களாகப் பண்ணி விட்டார்கள். அதாவது பாபத்தை உண்டாக்குகிற ஊற்றுகளாகச் செய்துவிட்டார்கள். கடவுளைக் காதலியாகப் பாவிக்கப் பழகி யிருந்தால், பெண்ணின் ஹ்ருதய அழகையெல்லாம் முழுதும் பார்த்திருக்க முடியும்."

அவன் சொல்வதையும் முழுவதும் அவளால் புரிந்து கொள்ள முடியவில்லை. புரிந்துகொள்வதற்காக மனம் இருளில் தடவுவதுபோல் தடவிக்கொண்டிருந்தது.

"பாலி, ஒன்றே ஒன்றுதான் சொல்ல நேரம் இருக்கிறது இப்போது. குளிக்கப் போனவள் வந்தாலும் வந்துவிடுவாள். எனக்கு நேரம் இல்லை. தொப்தொப்பென்று நான் உளறிக் கொட்டத்தான் முடியும். தாத்தா இரைந்ததையெல்லாம் யோசித்து யோசித்துப் பார்த்தேன். உங்கப்பா பெரிய மகான்தான். அவர் மனதில் ஏற்பட்ட புண் இன்னும் தீராத புண்களை ஏற்படுத்த முடியும். ஒப்புக்கொள்கிறேன். ஆனால் அதற்காகப் பயந்துகொண்டு நான் உன்னை மறக்க முடியும் என்று தோன்ற வில்லை. உனக்குப் பிடிக்குமோ பிடிக்காதோ, நான் சொல்லி விடுகிறேன். நான் சொல்வதை நினைத்து உனக்குச் சிரிப்பாகக்கூட இருக்கும். என்னடா இவன் சாதாரண பாமரர்கள் மாதிரி ஆரம்பித்துவிட்டானே என்று! ஆனால், பாமரர்கள் கூடத் தன்னம்பிக்கையால்தான் அதைச் செய்கிறார்கள்."

எதைச் செய்கிறார்கள்? என்று வாயைவிட்டுக் கேட்காமல் அவனை நிமிர்ந்து பார்த்தாள் அவள்.

"உன் முகத்தைப் பார்த்துக்கொண்டு சொல்ல எனக்குச் சற்று சங்கோசமாக, பயமாக இருக்கிறது. ஆனால், சொல்லிவிட்டால் தைரியம் வந்துவிடும். அது வரையில்தான் இந்தப் பயம், சங்கோசம் எல்லாம்."

மறுபடியும் 'என்ன?' என்று கேட்காமலேயே பார்த்தாள் அவள்.

"உனக்கு ஊஹிக்க முடியவில்லையா?"

". . ."

"நாம் இரண்டு பேரும் ஓடிவிடப் போகிறோம்" என்றான் அவன். சொல்லிக்கொண்டே அவள் முகத்தை ஏறிட்டுப் பார்த்தான். மேலும் சொன்னான்: "இதைச் சொல்லும்போது ஒரு அகாரியத்தைச் செய்கிறவர்கள், ஆரம்பித்த வேகத்தில் கடைசிவரையில் வெறிபிடித்தாற் போலச் செய்வார்களே, அந்த

உணர்ச்சிதான் ஏற்படுகிறது எனக்கு. ஆனால், அகாரியத்துக்கு மட்டுமில்லை. நல்லது, நியாயம் என்று நினைத்துச் செய்வதற்குக் கூட இந்த வெறியும் தைரியமும்தான் வேண்டியிருக்கிறது. உயிருக்குத் தப்பி ஓடுகிறவனுக்குப் பயம், வெறி, முரட்டுத்தனம் எல்லாம் வரும். அதே மாதிரிதான் நானும் சொல்லுகிறேன். நாம் இரண்டு பேரும் எங்கேயாவது போய்விடுவோம். இந்த தர்மம், சத்யம் – இந்த நெடிகள் அடிக்காத இடமாக எங்காவது ஓடிப்போய்விடுவோம். இங்கேயே இருந்துகொண்டு, கோவிலுக்குள் நின்று மூச்சுத் திணற வேர்த்துத் தவிப்பது போலத் தவிக்க வேண்டாம்...”

பாலிக்கு இதைக் கேட்டதும் யாரோ ஓங்கி அறைந்து மரப்பை எல்லாம் கலைத்துவிட்டாற்போல் ஒரு அதிர்ச்சி கிளம்பிற்று. ஆனால், ஒரு கணத்தில் அந்த அதிர்ச்சி அடங்கிவிட்டது. திறக்க முடியாத மூடியைத் திறந்துவிட்ட அதிர்ச்சிதான் அது. உடல் ஒரு கணம் புல்லரித்தது. பயமும் கோழைத்தனமும் அந்தப் புல்லரிப்பை இன்னும் பெருக்கிவிட்டன. எங்கோ அருவியின் கீழே நிற்பது போல, பசுமையும் சோலையும் நித்ய ஒளியும் மண்டிய தனிமையில் நிற்பது போல மயிர்க்கூச்சிட்டது. எதையோ மாந்தி மாந்திக் குடிப்பது போல ஒரு நிறைவும் தாகமும் உடலிலும் உள்ளத்திலும் ஊடுருவி நிறைத்தன.

ஒருகணம் கண்ணைமூடும் குழப்பம் ஒன்று முகத்தில் படர்ந்தது. இவனா இப்படிச் சொல்கிறான்? இவ்வளவு படித்தவனா? இந்த வக்கீல் மாமாவின் பேரனா?

வக்கீலின் மனைவி, அவர் வீட்டுக் குழந்தைகள், அவர்கள் – அவர்களின் அடக்கம், கட்டுப்பாடு – எல்லாம் அந்தக் குழப்பத்தைப் பெருக்கின.

ஒரு கணம் சிரிப்பாக வந்தது அவளுக்கு – மனதுக்குள்.

இவ்வளவு சிந்தனையும் தர்க்கவாதமுமாகப் பேசுகிறவனா? இவ்வளவு குணம் நிறைந்தவனா? இவனா இதைச் சொல்கிறான்?

‘ஏன் சொல்லக்கூடாது?’

‘மூச்சடைக்கும் அறையிலிருந்து திமிறி ஓடத்தானே வேண்டும்? காற்றையும் விடுதலையையும் நகர்ந்துதானே மூச்சு விடவேண்டும்?’

அவளுக்கே சிறிது நேரம் அடைபட்ட அறையிலிருந்து வெளிப்பட்டுத் தென்றலை நுகர்வது போல் ஒரு விடுதலையுணர்வு உடலில் எல்லாம் பட்டுத் தண்ணென்றிருந்தது.

அப்போது அவன் சொல்லிக்கொண் டிருந்தான்.

“சாதாரண ஆசாமிகள் கண்மூடித் துணிச்சலோடு செய்கிற காரியம்தான் இது. ஆனால், அது அவ்வளவு அசட்டுத்தனமா? எனக்கு அப்படிப் படவில்லை ... ம், இதைத்தான் சொல்ல வந்தேன் ... இங்கிருந்தே உன்னைத் தூக்கிக்கொண்டு போய் விடலாம். ஆனால், நாய்க்கர் இதற்கு வழி பண்ணிக் கொடுத்ததாக இருக்க வேண்டாம் ... எனக்கும் படிப்புக் கெட்டுவிடும் ... வழக்கம்போல இந்தச் சந்தர்ப்பங்களில் முதலில் கஷ்டப்பட்டு, சந்திசிரிக்கத்தான் வேண்டியிருக்கும். ஆனால், ஒருவருக்கொருவர் பலமாயிருக்கும் போது, எல்லாம் சிரிப்பாகத்தான் இருக்கும். அவதியில் சிரிக்கிற சிரிப்புத்தான் சிரிப்பு. சிரித்துக்கொண்டே சிரிக்கிறது சிரிப்பு இல்லை ... நான் உனக்கு முன்னாலேயே சொல்லிவிட வேண்டுமென்றுதான் வந்தேன். ஜெஸிகாவைப்போல நீ நகையும் ரத்னங்களும் மணிகளையும் மூட்டை கட்டிக்கொண்டு வரவேண்டாம். ஒருத்தர் திருடுகிறது போதும் ... என்ன பார்க்கிறாய்? இவ்வளவு துணிச்சலாகப் பேசுகிறேனே என்ற ...? ஆமாம். எனக்குத் துணிச்சல் கட்டுக்கடங்காமல் தெறிக்கிறது. அதனால்தான் பொறுப்பில்லாமல், மரியாதை யில்லாமல் ... நான் வரட்டுமா ..?”

“உங்களை இருக்கச் சொன்னாங்களே அவங்க!”

“சரி இருக்கேன் ... இந்த மாலைகளும் நீதான் கட்டினாயா?”

“இல்லை – நாய்க்கர் அம்மா.”

அந்த மாலையை எடுத்து முகர்ந்தான் அவன்.

“முகர வேண்டாம் ... அது ஸ்வாமிக்குப் போடப் போகிறது.”

“முகர்ந்தாய் விட்டதே!”

“போனால் போகிறது ... அந்த மாலையை சேர்க்க வேண்டாம்.”

“இது அசுத்தமாகிவிட்டதா?”

“அப்படியில்லை. முகர்ந்து பார்த்ததை ஸ்வாமிக்குப் போடக் கூடாது என்று சொல்லுவார்கள்.”

“அந்த ஸ்வாமிக்குத்தானே போடக்கூடாது?” என்று வாசலையும் கொல்லையையும் ஒருமுறை பார்த்துவிட்டு, சட்டென்று அவள் கழுத்தில் அந்த மாலையைப் போட்டு விட்டான்.

“ஐயையோ!”

“எடுக்காதே ... எடுக்காதே ... சொன்னாக் கேக்கணும். மூந்து பார்த்தாச்சு ... வேற யாருகிட்ட போடறது?”

"வாண்டாம்."

"எடுக்கக்கூடாது . . . நான் பார்க்கிறேன்."

மீற முடியாமல் முட்களை வாரிப் போட்டுக்கொண்டதுபோல நொந்துகொண்டே நின்றாள். அவளைப் பார்த்தவாறே அவனும் நின்றான்.

"என்னமோ கிடந்து தவிக்கிறியே. கொஞ்சம் நில்லு. உன் தோளுக்கும் மாலைக் கனத்துக்கும் சரியாயிருக்கு."

"எனக்காகக் கட்டலை இது."

"இப்ப உன் கழுத்திலேதானே இருக்கு?"

"அப்பா உன்னைக் கூட்டியாரச் சொன்னாங்க" என்று குரல் கேட்டது. தூக்கி வாரிப் போட்டுத் திரும்பினார்கள் இருவரும்.

வடிவத்தை தலையைக் குனிந்து இடைகழி நிலையண்டை வரலாமா வேண்டாமா என்று கேட்பது போல் தயங்கி நின்று கொண்டிருந்தாள்.

மாலையைக் கழற்றிக் கீழே போட்டு, பிரமை பிடித்து நின்றாள் பாலி.

"வாங்க அத்தே" என்றான் ராஜா.

"நாய்க்கர் வீட்டு அம்மா இல்லே?"

"குளிக்கிறாங்க" என்றான் அவன்.

"அப்பா கூட்டிவரச் சொன்னாங்க அவளை."

"பாலியையா?"

"ஆமாம். ஊர்லேந்து அந்தப் பொண்ணு வந்திருக்கு – சிதம்பரத்திலேர்ந்து."

"எந்தப் பொண்ணு!"

"இதோட படிக்குதாமே – செல்லம்ணு."

"அட, உன் தோழி வந்திருக்காளாம். போ போ ..."

"வறியா?" என்றாள் பாலியைப் பார்த்து, வடிவத்தை.

"வரேன் அத்தை."

"நான் போய் நாய்க்கர் அம்மாகிட்ட சொல்லிட்டு வறேன்" என்று கொல்லையில் போனாள் வடிவு. பயம் பாலியையும் அவளைப் பின்தொடரச் செய்தது. ஏதாவது சொல்லிவிடப் போகிறாளே!

மலர் மஞ்சம்

“இந்த மாலையைக் கழுத்திலே போட்டுனுட்டேன். கோச்சுக்காதேன்னு சொல்லு பாலி. தப்பித்தவறி ஸ்வாமிக்கு அதைப் போட்டுடப் போறா” என்று அசட்டு சமாளிப்புக் குரலில் போகிறவளைப் பார்த்துச் சொன்னான் ராஜா.

“குளிச்சாச்சா?” என்று குளிக்கிற அறைக்கு வெளியில் நின்றாள்.

“இதோ இரண்டு நிமிஷம். ராஜா ஊட்டுக்குப் போயிரிச்சா என்ன?”

“இருக்கு. நான்தான் போப்பறேன். அத்தை வந்திருக்கா.”

“அத்தையா?”

“ஆமாம். நான்தான். இதோட காலேஜிலே படிக்கிற பொண்ணாம்; அது வந்திருக்கு சிதம்பரத்திலேர்ந்து. அழச்சிட்டுப் போகலாம்னு வந்தேன்.”

“இதோ வந்திட்டேன். ஒரு நிமிஷம் இருங்க கூடத்திலே… சாப்பிட்டாச்சா?”

“இனிமேத்தான்.”

“நீங்க பத்து மணி சாப்பாட்டுக்காரங்களாச்சே!”

“கொஞ்சம் போகட்டும் போகட்டும்னு உட்கார்ந்திருந்தான் ராமையா, பசிக்கலே பசிக்கலேன்னு.”

“பசிக்காம என்ன? உடம்பு சரியாயில்லியா?”

“உடம்புக்கு ஒன்றுமில்லே. என்னமோ பசிக்கலேன்னு உக்காந்துக்கிட்டே யிருந்தான். இந்தப் பொண்ணு வண்டியிலே வந்து இறங்கிச்சு. சாப்பிடச் சொல்லிச்சு அதை. பாலியும் வரட்டும்னிச்சு அது. அதான் அழச்சிட்டுப் போகலாம்னு வந்தேன்” – அறைக்குப் பதில் சொல்லிக்கொண்டே பாலியைத் துருவித் துருவிப் பார்த்துக்கொண்டிருந்தாள் வடிவு.

“இருங்க வந்திடறேன்.”

கூடத்திற்கு அவர்கள் வந்து நின்றுகொண் டிருந்தார்கள்.

“எங்க ராஜா வந்தே?”

“சும்மாதான் வந்தேன். இங்கே வந்தா, பாலி உட்கார்ந்திருந்தது. ரோஜாப்பூ தொடுத்திண்டு. ஒரு மாலையைத் தூக்கி அவ கழுத்திலேயே வச்சு அமுக்கினேன். ஒரேயடியாப் பயந்து போயிடுத்து” என்று பழைய நாள் குரலில் சொன்னான் அவன்.

"திடுதிப்புன்னு போட்டா பயப்படாம என்ன செய்யும்..? நீ வந்து ரொம்ப நேரமாச்சா?"

"கால்மணியிருக்கும்."

பிறகு அவனுக்குக் காலேஜ் திறக்கிற நாள், ரெட்டிப்பாளைய ரோஜாப்பூ என்று என்னென்னமோ பேசிக்கொண்டிருந்தாள் வடிவு.

நாய்க்கர் மனைவி வர ஐந்து நிமிஷமாயிற்று.

"போறபோது கொடுக்க மறந்து போயிட்டேன். உங்க தம்பி நல்லா பூசை பண்ணுவாங்க" என்று ஒரு தாழம்பெட்டியில் ரோஜாப்பூக்களை அள்ளிக் கொடுத்தாள் அவள்.

"இந்த மாலையை மூந்து பாத்தாச்சு" என்றான் ராஜா.

"அப்படின்னா அதை நீயே எடுத்துக்கிட்டுப் போ... இல்லாட்டி பாலிட்ட கொடுத்திடு."

"பாலி! நீயே எடுத்திண்டு போ."

வடிவத்தை எல்லோரையுமே ஒரு மாதிரியாகப் பார்த்துக் கொண்டிருந்தாள். நாய்க்கர் மனைவி குழந்தைகளிடம் பேசுவது போல இருவருக்கும் பேசிவிட்டு, விடைகொடுத்தனுப்பினாள்.

"நீங்கள்ளாம் போங்க. நான் அப்பறம் வரேன்" என்று தயங்கினான் ராஜா.

"எப்ப அத்தே வந்தா செல்லம்?" என்று தெருவில் இறங்கி நடக்கும்போது கேட்டாள் பாலி.

"நீ மாலை மாத்திக்கிட்டு நிக்கிறதுக்கு அரைமணி முன்னாலெ."

பாலி பதில் பேசவில்லை.

"இவன்தான்னு எனக்கு நிழலாடிட்டுத்தான் இருந்திச்சு, ஆனா இவங்க யாரு, நாம யாரு – அதெல்லாம் இராதுன்னும் தோணிக்கிட்டே இருந்திச்சு. எப்படியாவது போங்க – ஆனா, பக்கம் போது பார்க்காம இப்படிக் குலாவணுமாங்கறேன்?... நான் இல்லாம உங்கப்பன் அழைக்க வந்திருந்தான்னா?..."

பாலி எல்லாவற்றையும் ஒப்புக்கொண்டுவிட்டது போலப் பதில் பேசாமல் நடந்துகொண்டிருந்தாள்.

"ராம ராம" என்று அத்தை ஒரு பெருமூச்சு விட்டாள்.

"அப்பா செல்லத்தோட பேசிட்டிருக்காங்களா?"

"பேசாம சண்டையா போடுவான்?"

“சாப்பிடச் சொல்லப்படாதான்னு கேட்டேன்.”

“அது மாட்டேங்குதுன்னுதானே நான் வந்தேன். உன்னைக் கூப்பிட?”

“நீ பேசினியா?”

“பேசினேன்.”

“நல்ல பொண்ணுதானே?”

“நல்ல பொண்ணுதான், முதல்லெ பார்த்தவுடன் படம் எடுத்து ஆடுவாங்களாக்கும் எல்லாரும்.”

அத்தை சாதாரணமாகத்தான் சொன்னாள். ஆனால், பாலியின் மனநிலையில் என்னென்னமோ அர்த்தங்கள் தோன்றிக்கொண்டிருந்தன, அந்தப் பதிலுக்கு. தன்னைத்தான் மறைமுகமாகக் கடிந்துகொள்கிறாள் என்று செய்துகொண்ட சமாதானம்கூடச் சரியாக உறைக்கவில்லை. போகப் போக மனதைத் தேற்றிக்கொண்டே சென்றாள். விடுமுறைக்கு வருகிறேன் என்று சொன்னவள்தான். நான்தான் அழைத்தேன். வந்திருப்பாள்.

திண்ணைச் சுவரோரமாக இருந்த சின்னத் திண்ணையில் உட்கார்ந்திருந்த செல்லம் அவளைப் பார்த்ததும், “வாங்கம்மா, எப்ப வந்திங்க? இப்பதான் வர்றீங்களா?” என்று வரவேற்றாள். படியேறியதும், அவளை இறுக அணைத்துக்கொண்டாள்.

“நீ ஒரு கழுதை; அங்கேதான் உதைத்தாய் என்று நினைத்தேன். இங்கே வந்தும், எங்கோ போய் உட்கார்ந்துவிட்டு இப்போது வருகிறாயே. இப்பவும் நான் தானே உன்னை அழைக்க வேண்டியிருந்தது” என்று ஆங்கிலத்தில் அணைப்பைவிடாமல் சொன்னாள்.

“வீட்டை விட்டு அசையமாட்டேன். இன்னிக்கி ஏதோ போலாம்னு போனேன். அவ்வளவுதான். எப்ப வந்தே?”

“ஏது மாலை? கலியாணம் பண்ணிண்டு வராப்பல வர்றியே” என்று கேட்டாள்.

“அவங்க தொடுத்து வச்ச மாலையை மூந்து பார்த்தாச்சு, இவ கையிலே கொடுத்தனுப்பிச்சிட்டாங்க. சாமிக்காகத் தொடுத்து வச்சது!”

“அப்பா, என்ன வாசனை!”

“நீ வராம சாப்பிடவே மாட்டேன்னிட்டுது” என்றார் ராமையா. “... நீ குளிச்சாச்சா?”

“இல்லேப்பா.”

"சட்டுனு குளிச்சிட்டு வா. அது குளிச்சாச்சாம் காலமேயே. சட்னு வா. பாவம், பசி அதுக்கு."

"மாமா, இதைப் பாருங்க... உங்க வீட்டுக் கன்னுக்குட்டியா நான்... என்ன அது இதுங்கிறீங்க? அவ இவன்னு சொல்றது?" என்றாள் செல்லம்.

ராமையா சிரித்தார். "துள்ளுற வயசு எல்லாம் கன்னுக் குட்டிங்கதான்... சட்டுனு குளிச்சிட்டு வாம்மா."

துண்டை எடுத்துக்கொண்டு போன பாலிக்கு அப்பாடா என்றிருந்தது. ராமையா சிரித்தாரே!

"ரொம்ப நன்றி உனக்கு" என்றாள் மெதுவாக செல்லத்தைப் பார்த்து.

"எதுக்கு?"

"நீ வந்ததுக்காகத்தான்."

"ஊருக்குத் திரும்பிப் போறபோது சொல்றாப்பல சொல்றியே."

"சை."

"பின்னே திடீர்னு என்ன நன்றி இப்ப?"

"போடி வக்ரம்..." என்று அவளை அர்த்தத்துடன் பார்த்துக் கொண்டே கொல்லைப் பக்கம் போனாள் பாலி.

மத்தியானச் சாப்பாடானதும் இருவரும் மாடியில் போய் இளைப்பாறிக் கொண்டிருந்தார்கள்.

"கொஞ்ச நேரம் தூங்கேன்" என்றாள் பாலி.

"தூங்கறதுக்கா இங்கே வந்தேன்?"

"அதையும் செய்துதானே ஆகணும்?"

"அப்பறம் செய்யலாம். உட்காரு இப்படி. லீவெல்லாம் எப்படிப் போயிண்டிருக்கு?"

"எப்பவும் போலக் குழப்பமாகவும் கஷ்டமாகவும்தான்" என்று ஆங்கிலத்தில் சொன்னாள் பாலி.

"ஏன்?"

"நான் வந்த அன்னிக்கே அவர் வந்திருந்தார். அவரும் அப்பாவும் என்னை அழைத்துப் போக ரயிலடிக்கு வந்திருந் தார்கள்."

"எந்த அவர்?"

“அந்த அவர்.”

“எனக்கும்தான் குழம்பறது அந்த இந்தங்கறதை சரியாப் புரிஞ்சுக்க முடியலே.”

“அந்தன்னா அந்தண்டை இருக்கிறதுதான்.”

“உங்கப்பாவோட மாப்ளையா?”

“ஆமாம்.”

“சரி, என்ன சொன்னார்?”

“என்னை இந்த மாடியில் திடீர் என்று குண்டுக் கட்டாகத் தூக்கி முத்தமிட்டார்.”

“ஆஹா!”

“என்ன மயங்கறே?”

“நான் யாரையும் முத்தமிட்டதில்லை. குழந்தைகளைத் தவிர, மயங்கத் தெரியாது எனக்கு. ஏதோ சம்பிரதாயமாகச் சொன்னேன்.”

“நானும் மயங்கத்தான் இல்லை . . . திமிறிக் கொண்டேன். அப்புறம் அவரோடு பேசவில்லை. கோபித்துக் கொண்டு போய்விட்டார் அவர் ஊருக்கு. அவர் போவதுக்கு முன்னாடியே அப்பாவிடம் அவரை அனாவசியமாக ஏமாற்ற வேண்டாம் என்று சொல்லிவிட்டேன். அப்பா இரண்டுநாள் பிரமை பிடித்தாற்போல் திரிந்துகொண்டிருந்தார். வழக்கம் போலக் கோயில் பிராகாரத்தில் உட்கார்ந்து மௌனமாக அழுதுகொண்டிருந்தார் போலிருக்கிறது. அப்புறம் திடீர் என்று ஊருக்குப் போனார். இரண்டு நாள் கழித்துத் திரும்பி வந்தார். என்னை மறுபடியும் படிக்க வைக்கப் பட்டணத்துக்கு அனுப்பப் போவதில்லை என்றார். நேற்று வக்கீல் வந்தார். கூப்பிட்டார். போனேன். உள்ளே ராஜா வந்திருந்தது தெரிந்தது. அவரைக் கூப்பிட்டு வாயில் வந்தபடித் திட்டினார் வக்கீல். இன்று காலமே நாய்க்கர் – அன்று ஹாஸ்டலில் மயக்கம் போட்டு விழுந்தாரே – அவர் வீட்டுக்குப் போனேன். அங்கு ராஜா வந்தார். அங்கு வந்து நாம் இரண்டு பேரும் ஓடிப் போய்விடுவோம் என்றார். அதைக் கேட்டுத் திகைத்து நின்று, மனசைத் துருவிக்கொண்டிருந்தேன். நீ வந்திருப்பதாகச் சொல்லிக்கொண்டு அத்தை வந்தாள். வந்துவிட்டேன்.”

செல்லத்திற்கே இதைக் கேட்டுத் திகைப்பாக இருந்தது. விழி அகல அகலப் பார்த்தாள்.

“ஒரு ஒரு கல்லாத் தூக்கிப்போடு. நாலைந்தைச் சேர்த்துப் போட்டால் செல்லம்கூடத் தாங்க முடியாது” என்றாள்.

42

"நான் வந்ததே பிடித்து இங்கு நடக்கிற தெல்லாம் ஆச்சரியங்களைத் தவிர ஒன்றுமில்லை" என்றாள் பாலி.

"எனக்கு என்னமோ மண்டையில் கல் விழுகிறாப் போலிருக்கிறது. மெதுவாக, காரண காரியத்தோடு, முன்பின் வரிசையோடு சொல்லு" என்றாள் செல்லம்.

பாலி அவளைச் சிதம்பரம் ரயிலடியில் பிரிந்ததிலிருந்து ஆரம்பித்து, ஒவ்வொன்றாக, ஒன்றுவிடாமல் சொல்லிக்கொண்டு வந்தாள். செல்லம் 'ம்' போடக்கூடச் செய்யாமல் பேசாமல் கேட்டுக்கொண்டே வந்தது அவளுக்குச் சாதக மாகவும் இருந்தது. எரிச்சலாகவும் வந்தது. இஷ்டப் படி தன் எண்ணங்களையெல்லாம் சொல்ல முடிந்தது அவளால். அவள் என்ன நினைக்கிறாள் என்று குறிப்புக் காணாதது எரிச்சலாக இருந்தது. ஆனால், ஒன்றையும் விடாமல் நடந்தது நடந்தபடி சொல்லிக்கொண்டு வந்தாள். அத்தையின் உள்ளத் தில் கிடந்த குறையைக்கூட அவள் விடவில்லை.

அவள் எல்லாவற்றையும் சொல்லி முடிக்க ஒரு மணி நேரம் ஆயிற்று. நடுவில் செல்லம் எழுந்து கீழே போய் ஒரு கூஜாவில் தண்ணீர் கொண்டு வந்தாள். ஒரு டம்ளர் அவளுக்கு எடுத்துக் கொடுத்தாள்.

"இந்தா சாப்பிடு, விடாம பேசிண்டிருக்கியே. நெஞ்சு உலர்ந்து போயிருக்கும்."

“எனக்கு அம்மா இருக்கான்னு தோண்றது இப்ப உன்னைப் பார்த்தா” என்று பாலி அதை வாங்கிக் குடித்தாள். அவள் கண் கலங்கிவிட்டது.

“அழறது அப்பறம் இருக்கட்டும். முன்னாலெ முழுக்க எல்லாத்தையும் சொல்லிமுடி. அப்பறம் யோசிக்கலாம், அழறதா சிரிக்கிறதான்னு.”

“இன்னும் கொஞ்சம்தான் பாக்கி” என்று வக்கீல் தன்னை அழைத்துப் போய் ராஜாவை இரைந்ததிலிருந்து தொடங்கினாள்.

“பத்து நிமிஷத்துக்குள்ளே முடிச்சிப்பிட்டியே முக்கியமான பாகத்தை” என்று மேஜையிலிருந்த கைக்கடிகாரத்தைப் பார்த்தாள் செல்லம்.

“எந்தச் சமயத்திலே எது பேசறதுன்னே தெரியாமல்ல பழக்கி வச்சிட்டிருக்கே உன்னை நீ.”

“அப்படியா? பத்து நிமிஷம் முன்னாலெ சொன்னியே! என்னைப் பார்த்தா உங்க அம்மா உசிரோட இருக்காப்பல இருக்குன்னு!”

“அதனாலெதான் இடிச்சபுளி மாதிரி ஒரு மணி நேரம் கேட்டுக்கிட்டிருந்தியாக்கும்.”

“பின்னே? அம்மாவா இருக்கிறதே கஷ்டம்! அதுவும் உங்கம்மா எப்படியிருந்திருப்பான்னு மனசிலே வாங்கி, அது மாதிரி இருக்கிறது எனக்கு சுலபமாயில்லை.”

“ஏன்?”

“பிறந்த குழந்தைக்கு சாகிற போக்கிலெ ஒரு கலியாணத்தை நிச்சயம் பண்ணிவிட்டுப் போனவ, அதுவும் தன் ஆம்படையான் எப்பேர்ப்பட்டவன்னு தெரிஞ்சிண்டவ. அந்த மாதிரி சொல்லிட்டுப் போனவ உங்கம்மா. அவளாக இருக்கிறது எனக்குக் கஷ்டமாத்தானிருக்கு!”

“நான்கூட அப்படி நினைச்சேன். ஏதோ சொல்லிட்டுப் போனா ஒருத்தி. சாவு எல்லாத்தையும் புனிதமாப் பண்ணிவிடாது.”

“ஆமாம். இப்ப நான் உங்கம்மா. நானும் அதைத்தான் சொல்றேன். உங்கம்மா செத்துப்போகாமல் நானாக இருக்கா இப்ப. அந்த அம்மாவுக்கு உன் வேதனை உன் மனசு எல்லாம் தெரியறது. உன்னை சந்தோஷமாப் பார்க்கணும்னுதான் ஆசைப் படறா அவ. உன்னை ஓடிப்போற அளவுக்கு விடமாட்டா அவ . . . ம் . . . இப்ப நான் செல்லமாகப் பேசறேன். ஓடிப்

போக நினைக்கிறவா இப்படி அதைப்பத்தி போகலாமா வாண்டாமான்னு யோசிச்சிண்டிருக்கமாட்டா.”

“நான் அப்பவே கிளம்பியிருப்பேன்.”

“கூட ஓடத்தான் ஆள் இல்லை. உங்க ராஜா யோசிக்கிறதுக்காக வீட்டுக்குப் போய்ட்டார்.”

அவள் குரலில் ஒலித்த கிண்டல் சற்று உரக்கவே ஒலித்தது.

“நாய்க்கர் தலையிலியும் பழியைச் சுமத்தணுமா?”

“சரி . . . இப்ப இங்க வந்திருக்கே . . . நான் இருக்கேன் இப்ப. என் தலைக்கும் பழி வரப்படாது. நான் இருக்கிற வரைக்கிலும் ஒத்திப் போடத்தானே வேணும்.”

“. . .”

“இதபாரு. உன்னை நான் சங்கடப்படுத்த விரும்பலே. நான் நாளைக் காலமே புறப்பட்டுப் போறேன். லீவுக்கு வான்னு சொன்னே நீ. வந்தாச்சு. இருந்தாச்சு. காலமே போறேன். மறுபடியும் அவன் வந்து கேட்டவுடனே உடனே கிளம்பிவிடு.”

“. . .”

“என்ன?”

“சரி.”

அவள் கன்னத்தை நிமிண்டினாள் செல்லம். “பரம முட்டாளே! நான் சொன்னதை அப்படியே நம்பிவிடாதே. சிரகாரி சிரகாரின்னு ஒருத்தன் இருந்தான். அவன் அப்பா அவன் அம்மாவைக் கொல்லச் சொன்னார். அவன் யோசிச்சிண்டே யிருந்தான். கடைசிலே அவர் மனசு மாறிடுத்து. இந்த சிரகாரிதான் மனுஷ்ய சமூகத்துலே லட்சிய புருஷன். நினைத்தவுடனே எதையும் செய்யறவாளை மனித இனத்தைச் சேர்ந்தவான்னு சொல்லிவிட முடியாது. பழைய புலி சிங்கத்தோட குணங்கள் இன்னும் அவாகிட்ட ஒட்டிண்டிருக்குன்னு அர்த்தம். இல்லாட்டா நானும் ஆம்படையான் செத்துப் போனதை நெனச்சிண்டு ஒரு நாளைக்கு ஸயனைடை சாப்பிட்டிருக்கலாம். இந்த உலகத்திலே சாவுக்கும் விஷத்துக்கும் பஞ்சம் கிடையாது. சாவு, பரபரப்பு, சாகசம் எல்லாம் எங்கே பார்த்தாலும் இறைஞ்சு கிடக்கு. அதுகளுக்குத்தான் பசி இப்ப. மனுஷன் சரியா வரலியேன்னு. இந்த மனுஷ்ய பலத்தைத்தான் கோழைத்தனம்னு பல பேர் சொல்றா. ஆனால், எதையும் உடனே செய்யற சாகசம் தான் கோழைத்தனம்.”

"அவர் என்னை வந்து கூப்பிட்டா?"

"கூப்பிடறவரையில் உனக்கு யோசிக்க நேரமிருக்கே."

"அப்ப நீ காலமே புறப்பட்டு விடுவியா?"

"கட்டாயமா! உன்னையும் தனியா யோசிக்கவிட வாண்டாமா?"

"நீ போக வாண்டாம். ரண்டு நாள் இருந்துட்டுப் போகலாம்."

"நெஜமாவா சொல்றே?"

"ஆமாம், நாலஞ்சு நாளா இந்தத் தனிமையை என்னாலெ தாங்க முடியலெ."

"நான் இருந்து சரியாயிடுமா அது?"

"ஆகட்டும்னு சொல்லு. சும்மா பேச்சுக்குப் பேச்சு எதிர் சொல்லாதே."

"இப்ப நான் ஆகட்டும்னு சொல்ல முடியாது. நான் சிரகாரி."

"நீ பிடாரி. உனக்கு வக்ரப் பேச்சும் இம்சையும்தான் பிடிக்கும்."

"சரி, எனக்குக் காப்பி வேணும் இப்ப."

இருவரும் கீழே போனதும் ராமையா கேட்டார்: "என்னம்மா, ரண்டு பேரும் இங்கிலீஷிலெ நாலு நாழியா பொளந்து கட்டினீங்களே. என்னல்லாம் பேசி முடிச்சீங்க?"

"பேச ஆரமிச்சா, எது முடியும்? நாக்கு வரண்டு போச்சுன்னு தான் காப்பி குடிக்க வந்தோம்."

"வடிவு காபி கலவேன்."

"அத்தை தூங்குதப்பா. நானே கலக்கிறேன்."

"சரி."

"இங்கிலீஷ் ரொம்ப ஜோராப் பேசறியே நீ? நம்பமேல வீதி வக்கீல் மாதிரி சும்மா கிடுகிடுகிடுன்னு ஒரு தங்கு தடையில்லாம, பிரவாகம் மாதிரி – அ..! பெரிய விஷயமாக்கும்."

"ஏதோ எங்களுக்குத் தெரிஞ்சுது."

"என்ன அப்படிப் பேசினீங்க?"

"எல்லாம்தான்" என்று சொல்லிக்கொண்டே செல்லம் அடுக்களையுள் போய் பாலிக்கு உதவியாக அடுப்பை விசிறி, காபியைக் கலந்தாள்.

"முதல்லெ நீங்க சாப்பிடுங்கோ" என்று ராமையாவுக்குக் கொண்டு கொடுத்தாள்.

"நீங்க சாப்பிடுங்க. எனக்கு என்னத்துக்கு இப்ப?"

"பரவாயில்லெ."

"சரி... ரொம்ப நல்லாருக்கே... பாலி, எப்படிக் கலந்திருக்கு பாரு..."

"அவளுக்கு என்னப்பா!"

"நான் இனிமே எங்கே அவளோட சேந்து காப்பி சாப்பிடப் போறேன்? இன்னிக்கும் நாளைக்கும்தான்" என்றாள் செல்லம்.

"ஏன்?"

"அதான் அவ பட்டணத்துக்கு வரப்போறதில்லையாமே."

ராமையா சட்டென்று திகைத்து, சமாளித்துக் கொண்டார்.

"ஏன் வரலேங்றா அவ?" என்று கேட்டாள் செல்லம்.

"ஏன்னு சொல்லலியா அவ?"

"சொன்னா, இருந்தாலும் நீங்க சொல்ற மாதிரி இருக்குமா?"

"என்ன செய்யிறது? படிச்சது போருமே."

"அதுக்கு இந்தக் கால் கிணறு தாண்டவாண்டாமே."

"கால் கிணறு தாண்டினாப்பலதான் ஆயிருக்கு இப்ப."

"இருந்தாலும் நீங்க பண்றது நியாயம் இல்லே."

"எது?"

"யாரோ எப்பவோ சொன்னாங்கறதுக்காக, யாரையோ போட்டு அவதிப்படுத்தறது தர்மம் இல்லே."

"தர்மத்தைப்பத்தி நாமெல்லாம் என்ன பேச இருக்கு. அப்படி சுலபமா தன்னை காமிச்சிராது அது."

"உங்களுக்கு காமிக்கிறபோது எங்களுக்கும் காமிக்காதா?"

"நான் அதைப் பார்த்துவிடலியே."

"சரி, நீங்க என்மேலே கோச்சுக்கிண்டு எங்கியாவது எழுந்து போயிடாதீங்கோ இப்ப. எனக்குத் தோணினதை நான் சொன்னேன்."

"இன்னிக்கி சாயங்காலம் தங்கராஜு வரப்போறான், செல்லம்" என்றார் ராமையா திடீர் என்று.

“அப்படியா!”

“ஆமாம்.”

“பாலி எங்கிட்ட சொல்லலியே.”

“அவளுக்குத் தெரியாது.”

“நீ பார்த்திருக்கீல்ல அவனை ... பாத்திருக்கே பாத்திருக்கே. நாங்க ரண்டு பேரும்தானே பட்டணம் வந்தோம். ஹாஸ்டலுக்கும் ரண்டு பேரும்தான் வந்தோம்.”

“ஆமாம் இன்னிக்கி வரானா? நல்லதாப்போச்சு. நானும் பார்த்தாப்பல இருக்கும்” என்றாள் செல்லம்.

காபிக்கடை முடிந்ததும் இருவரும் மீண்டும் மாடிக்குப் போனார்கள்.

“இன்னிக்கு அவர் வருவார்னு அப்பா எங்கிட்ட சொல்லவேல்லே” என்றாள் பாலி.

“என்னத்துக்குச் சொல்றது உங்கிட்ட? சந்தோஷச் சேதியா யிருந்தாலும் சொல்லலாம்.”

“நான் இப்ப அவர் வந்தாலும் சந்தோஷப்படத்தான் செய்வேன்.”

“நான் வந்து ஏற்படற சந்தோஷம் மாதிரிதானே அதுவும்? சந்தோஷம்னு வார்த்தைக்கு ஒரே ஒருத்தர்தான் இடம்.”

“ரொம்ப கண்டே நீ.”

“கண்டுதான் சொல்றேன். எங்க ஆம்படையானோட பழகறபோது எனக்கு விவரம் தெரியாத வயசுதான். நான் பெரியவளானதுக்கு இரண்டு வருஷம் முன்னாலெ. ஆனா அவனைப் பாக்கறபோது வந்த சந்தோஷம் எனக்கு இன்னும் கிடைச்சதில்லே ... அதனாலெதான் சொல்றேன்.”

செல்லம் தன் கணவனைப் பற்றிப் பேசும்போதெல்லாம் பாலி உடனே பதில் சொல்லாமல் சற்று பேசாமலிருப்பாள். அந்த உணர்ச்சிக்கு மரியாதை செலுத்துவது போலச் சிறிது மௌனமாக இருப்பது வழக்கம் அவளுக்கு.

செல்லம் அவள் மௌனமாக நிற்பதைப் பார்த்து மேலும் சொல்ல ஆரம்பித்தாள். “உங்க தங்கராஜு இப்ப வருகிறது நல்லதுதான். எனக்கு எப்போதும் புண்ணைக் கீறிக் குணமாக்கிறதிலேதான் நம்பிக்கை அதிகம்.”

“செல்லம், எனக்கு அவர் எதிரி இல்லை.”

"உங்கப்பாதான். தெரியும் எனக்கு. இருந்தாலும் அவர் நீ பேசலேன்னு கோபமாப் போயிருக்கார்னியே. அந்தக் கோபத்தைத்தான் ஆத்திப்பிடறேன்னு சொன்னேன்."

"சாமர்த்தியமிருந்தா செய்யேன்."

"பார்க்கிறேன். அதுவரைக்கும் ஒரே ஒரு நிபந்தனை."

"என்ன?"

"தங்கராஜன் வரவரைக்கும் நாம் இந்தப் பேச்சையெல்லாம் நிறுத்தி வைப்போம். வந்ததே புடிச்சு இதையே பேசிப் பேசி, எனக்குப்புளிச்சுப் போச்சு. இந்த உலகத்திலே வேறே விஷயமே கிடையாதா?"

"நானும் அதையேதான் நினைச்சேன்."

"எனக்குப் பெரிய கோவில், சிவகங்கைத் தோட்டம், அரண்மனை எல்லாத்தையும் ஒருதடவை பார்க்கணும் போலிருக்கு. புது ஆறு வேறு வெட்டிண்டிருக்காளே, அதையும் போய்ப் பார்க்கணும் போலிருக்கு ... பெரிய கோவில் இந்த ஊருக்குத் தெற்கே இருக்கில்லியா இப்ப?"

"ஆமாம்."

"ஊருக்குத் தென்னண்டைப் புறத்திலே கோயில் கட்ற வழக்கமில்லே. பழைய காலத்திலெ சோழர்காலத்துத் தஞ்சாவூர், கோயிலுக்குத் தெற்கே இருந்திருக்கணும்கறாளே. இந்த ஊர்லே யாராவது அதைப்பத்திச் சொல்றவா இருக்காளா?"

"இந்த ஊர்லே இருக்கறவங்க அந்தக் கோயிலையே பார்த்ததில்லே. எப்பவோ சின்னக் குழந்தையாயிருக்கிற போது போயிருப்பாங்க. இல்லே யாராவது ஊரிலேர்ந்து வந்தா, அவங்களைக் கொண்டு காண்பிக்கறதுக்காகப் போற வழக்கம். அதுக்குங்கூடக் குழந்தைகளைத் தயார் பண்ணிப்பிடுவாங்க. அவங்களுக்கு ஊர் எங்கே யிருந்திருக்கணும்னு என்ன கவலை வந்தது இப்ப?"

"அதுதான் சரி. இந்தக் கவலைக்குப் பிரயோஜனம் கிடையாது தான். ஊர் கோவிலுக்குத் தெற்கே இருந்ததுன்னு நிச்சயமானால் என்ன பண்ணப் போறோம்? நமக்குக் கோயிலையே பார்க்கத் தெரியலே."

அத்தை மேலே வந்தாள் அப்போது.

"வாங்கத்தை."

"காபி சாப்பிட்டீங்களா! என்னை எழுப்பக்கூடாதா?"

"நல்லாத் தூங்கிட்டிருந்தீங்க."

"ஆமாம்மா – சாப்பிட்டவுடனே படபடன்னு வந்திருது இப்பல்லாம். ஒரு நாழியாவது கண்ணயராட்டி சாயங்காலம் நடக்க முடியலே. குனிஞ்சு நிமிர முடியலே. அதுக்காகத் தான்."

"நல்லாத் தூங்கியாச்சா இப்ப?"

"அதான் பாத்தீங்களே. இவ்வளவு பேச்சுப் பேசியிருக்கீங்க. அடுப்பைத் பத்த வச்சிருக்கீங்க. ஒண்ணும் தெரியாம தூங்கி யிருக்கேனே!"

"நீங்க தூங்கினதும் நல்லதுதான். அப்பதானே தெம்பா எங்களோட வரலாம்?"

"எங்கே போப்போறீங்க?"

"பெரிய கோயில், சிவகங்கை தோட்டம்!"

"நான் எங்கே வரக்கிடக்கு? எனக்குக் கால் இத்துப் போயிடும் . . . நீங்க போய்ட்டு வாங்க . . . அரிசி வேற நனைச்சு வச்சிருக்கேன். அரைச்சாகணும்."

"அதெல்லாம் அப்பறம் பாத்துக்கலாம்."

"ம்ஹ்ம் . . . என்னாலெ மாளாதும்மா. நீங்க போய்ட்டு வாங்க."

"அப்படின்னா தங்கராஜுவைத் துணைக்கு வச்சிட்டுப் போறோம் உங்களுக்கு."

"தங்கராசையா?"

"ஆமாம். அவர் ஊர்லேர்ந்து வரப் போறாரே."

"யாரு சொன்னா?"

"உங்க தம்பிதான்."

"எப்ப சொன்னான்?"

"இப்பதான்."

"எங்கிட்ட சொல்லுவானா அவன்? நான் என்ன இந்த வீட்டு மனுசியா?"

"எங்களுக்கு இப்பதான் தெரியும் அத்தை."

"எப்ப வரப்போவுதாம்."

"சாயங்காலம்."

"நெசம்மாவா?"

"அப்பா சொன்னதுதான். எனக்கென்ன தெரியும்?"

"நான் போய்க் கேட்டுக்கறேன்" என்று கீழே இறங்கிப் போய்விட்டாள் அத்தை.

நாலரை மணி இருக்கும். தங்கராஜன் வந்துவிட்டான்.

"அட, நீங்க எப்ப வந்தீங்க?" என்று செல்லத்தைப் பார்த்து ஆச்சரியமாகக் கேட்டான் அவன்.

"இன்னிக்கிக் காலமே."

அவர்கள் பேசிக்கொண்டிருந்த அரை மணிக்குள். அத்தை முறுக முறுகத் தோசை வார்த்துவிட்டாள்.

"நீங்க வரப்போறேள்னு சொன்னதுதான் தாமசம். அத்தை கல்லோரலுக்கு முன்னாடி உட்காந்துப்பிட்டா" என்றாள் செல்லம்.

சாப்பிடும்போது செல்லம் சொன்னாள். "நீங்க வராட்டா அப்பவே கிளம்பியிருப்பேன்."

"எங்கே?"

"பெரிய கோயில் எல்லாம் பார்க்கணும் எனக்கு."

"நீங்க பார்த்ததில்லையா?"

"பார்த்திருக்கேன். மறுபடியும் பார்ப்பமேன்னுதான். நீங்களும் வரது தெரிஞ்சவுடனே சேர்ந்து போகலாம்னு இருக்கோம்."

"இதோ ... நான் தயார்."

"சட்சட்ன்னு பாத்திட்டு வாங்க. இருட்டினப்புறம் அங்க இருக்கவாணாம். பயம்மாயிருக்கும்" என்று ஏதோ சொல்லி வைத்தார் ராமையா. அவருக்குக்கூட வர வேண்டும் என்று ஆசை. சூசனையாக அதைக் காண்பித்ததை யாரும் கவனித்ததாகத் தெரியவில்லை. 'நடக்கிறது நடக்கட்டும்' என்று சொல்லுவதற்குப் பதிலாக அப்படிச் சொல்லி வைத்தார்.

ஒப்புக்கு ஒரு தடவை அத்தையை கூப்பிட்டாள் செல்லம்.

"நான் வந்தா ராத்திரி நீங்க எப்படிச் சாப்பிட முடியும்?"

பதிலுக்குச் செல்லம் இரைந்து ஒரு சிரிப்புச் சிரித்ததும் மூவரும் கிளம்பினார்கள்.

வீதி வழியாகப் போகும்போது செல்லத்திற்கு உற்சாகம் கரைபுரண்டு ஓடிக்கொண்டிருந்தது.

“ஏன் இப்படி முழிச்சு முழிச்சுப் பாக்கறா எல்லாரும்?” என்று கேட்டாள்.

“உங்க ஊர்லெ பார்க்கமாட்டாங்களா?” என்றான் தங்கராஜன்.

“மூணு பேர் இப்படிப் போறபோது பாக்காம இருப்பாளா?”

“பின்னே ஏன் கேக்கணும்?”

“அவாள்ளாம் என்ன நினைச்சிண்டிருக்கா தெரியுமா? இவ்வளவு சின்னப் பையன், இந்த இரண்டு பேரை ஏன் கல்யாணம் பண்ணிண்டான்? அப்படி என்ன அபாயம் வந்துட்டுது இப்ப?... அப்படியிருந்தாலும் இவா ரண்டு பேரும் எப்படி இவ்வளவு ஒத்துமையாயிருக்கா? இல்லை, இந்த ஒத்துமை சும்மா மேலுக்கு வேஷம். உள்ளுக்குள்ளே ரண்டும் எலியும் பூனையுமா அடிச்சிண்டாலும் அடிச்சுக்கும்...”

“சை போ” என்றாள் பாலி.

“நான் சொல்லலே பாலி. அவாள்ளாம் இப்படி நினைச்சிண்டு உதைச்சிண்டிருப்பான்னு சொல்றேன்.”

“வேற தினுசா நினைக்கக்கூடாதா?” என்றான் தங்கராஜன்.

“நான் இப்ப மனுஷாளுடைய முதல் அபிப்ராயத்தைப் பேசிண்டிருக்கேன். அப்பறம் நெருங்கினப்புறம்தானே ஆணும் பொண்ணும் அண்ணா தமக்கையா, ஆம்படையான் பொண்டாட்டியான்னு தெரியப் போறது . . . ஆனா நாம இப்ப ரண்டு அபிப்ராயத்துக்கும் இடம் கொடுத்திண்டிருக்கோம், இல்லையா?” என்று கேட்டாள் செல்லம்.

“வேற ஏதாவது பேசுவமே” என்றான் தங்கராஜன்.

“நான் சொன்னது சாருக்குப் பிடிக்கலெ.”

“இப்ப என்னத்துக்கு இந்த ஆராய்ச்சி! அவங்க நம்மைப்பத்தி என்ன நினைச்சிட்டா என்ன? எப்படிப் போனா என்ன?”

“அப்படியிருந்திர முடியுமா? நாமெல்லாம் கூட்டத்திலே வாழறவா இல்லியோ?”

“அது சரி. இப்ப நம்மைப்பத்தி நமக்கு நல்லாத் தெரியும். நாம தனியாத்தான் இருக்கோம்.”

“நம்மைப்பற்றி நமக்கு நன்னா தெரியுமா?”

“தெரியும்.”

“என்ன தெரியும்?”

“நீங்க சிநேகிதி. நான் தங்கராஜன். இவள் பாலாம்பாள்.”

“அவ்வளவுதானா?”

“மத்ததெல்லாம் பாலியைத்தானே கேட்கணும்?”

“நிச்சயமா?”

“அவதான் சொல்லணும்.”

“ஏன் பாலி!”

“என்ன?”

“நீ என்ன சொல்றே இதுக்கு?”

“எனக்கு ஒண்ணும் புரியலே.”

“அவளுக்கு ஒண்ணும் புரியலியாம்... அவளுக்கும் இந்தப் பேச்சு பிடிக்கலே. சரி; வேற ஏதாவது பேசுவம்... ஏன் மிஸ்டர் தங்கராஜன், பெரிய கோயில் சோழர்கள் காலத்திலெ தஞ்சாவூருக்கு வடக்கே யிருந்ததா, தெற்கே இருந்ததா?... வடக்கே இருந்திருந்தா, ஒரு பெரிய கல்லுக்கட்டிடத்துக்கு மஞ்சள் நதியோ, சிந்து நதியைப்போல தன் இருப்பிடத்தை மாற்றிக்கொண்டு எப்படி ஊருக்குத் தெற்கே போக முடியும்?”

“அப்படியானால் ஊர் தெற்கேயிருந்து வடக்கே வர இன்னும் கஷ்டப்பட்டிருக்குமே” என்றான் தங்கராஜன்.

செல்லமும் பாலியும் சிரித்தார்கள்.

“தெற்கேயும் வடக்கேயும் இருப்பதைவிடக் கோயிலுக்குள் நாம் போவதுதான் நாம் இப்போது செய்யக்கூடிய காரியம்” என்றாள்.

பேசிக்கொண்டே பெரிய ஆஸ்பத்திரியைக் கடந்து கோயிலுக்குப் போகும் சாலையில் வந்துவிட்டார்கள் மூவரும். கோயிலும் கோட்டையும் சாயும் வெயிலில் கம்பீரமாக நின்றன. “ஆட்டு மந்தை படுத்திருப்பது போலிருக்கிறது மதிலும் கோட்டையும். கோயில் கோபுரம் இடையனைப் போலவும் நிற்கிறது” என்றாள் செல்லம்.

அதை நினைத்துக்கொண்டே, பார்த்துக்கொண்டு மூவரும் நடந்து, கோயில் வாசலுக்கு முன்னுள்ள வழியில் திரும்பினார்கள்.

முன் கோபுரத்தை அண்ணாந்து பார்த்துக்கொண்டு நின்றார்கள் மூவரும். வாசல் நுழைவு முழுவதும் வெயில் சற்று

வடக்கே நிழல்விட்டு விழுந்திருந்தது. இரண்டு மூன்று காக்கைக் கரைசலைக் கேட்கவே இவ்வளவு கோபுரமும் பிரம்மாண்டமான பிராகாரமும் மதிலும் எழுந்தன போலிருந்தது. மூவரும் அந்த மௌனத்தில் ஒன்றிப்போய் நின்றார்கள்.

“பாவம்” என்றாள் செல்லம்.

“ஏன்?” – தங்கராஜன் புன்சிரிப்புடன் கேட்டான்.

“இவ்வளவும் செய்து என்ன ஆச்சு? இந்த இரண்டு காக்காய் குடியிருக்கறதுக்கா இத்தனை பெரிய கோயில் கட்டணுமா?”

“ஆமாம்.”

“எத்தனை கருங்கல்! எத்தனை ஆளு! எத்தனை சில்பி! நீங்க அழுதுருவீங்க போல்ருக்கே.”

“நானா! ம்ஹ்ம். அழமாட்டேன். ஒரு மனுஷனுக்கு இவ்வளவு அகம்பாவமான்னுதான் இந்த இரண்டு காக்காயும் சிரிச்சிண்டிருக்கு. இதுக்கு முன்னாடி இந்த அப்பா அம்மா காக்கா, தாத்தா பாட்டி காக்கா, முப்பாட்டன் முப்பாட்டிக் காக்கா – எல்லாம் கரைஞ்சிண்டேயிருந்திருக்கு. காக்காயே சிரிக்கிறபோது, நான் சிரிக்காம இருப்பேனா?”

“இவ்வளவு ஈரமில்லாம நீங்க பேசறதைப் பார்த்தா, இதெல்லாம் நீங்க உண்மையாச் சொல்லலை போலிருக்கே.”

“அவ்வளவும் உண்மை. நாமெல்லாம் என்ன சாகசம் பண்ணினாலும், அதுக்கெல்லாம் இப்படி ஒரு காலம் வரும்.”

தங்கராஜன் பேசாமல் முன்னால் நடந்துகொண்டிருந்தான்.

“இரு” என்று பாலியைக் கையமர்த்தி நிறுத்தினாள் செல்லம்.

பாலி திரும்பி அவளைப் பார்த்தாள்.

“போகட்டும் . . . உங்கிட்ட அனுமதி வாங்கினூடறேன் இப்பவே.”

“எதுக்கு?”

“நான் அவன்கிட்ட எல்லாத்தியும் வாய்விட்டுச் சொல்லிடப் போறேன் – மனசைத் திறந்து சொல்லப்போறேன். இல்லாட்டா, அவன் கண்ணைத் திறக்க முடியாது. நீ குறுக்கே ஒண்ணும் பேசவாண்டாம். உனக்குக் கேக்கறதுக்குக் கஷ்டமாயிருக்கும். நீ அந்தண்டை போய் நிக்கறதுதான் தேவலை.”

பாலி எதையோ பறிகொடுப்பதுபோல நின்றாள்.

“என்ன?”

"ஒண்ணே ஒண்ணு கேட்டுக்கறேன், செல்லம். உனக்கு நாக்கிலே நரம்பில்லாம பேசிப் பழக்கம், அப்படி ஏதாவது சொல்லி, அவரைப் பதைபதைன்னு பதைக்கும்படியா பண்ண மாட்டேன்னு சொல்லு."

"நான் எப்படிச் சொன்னா என்ன? விளைவு ஒண்ணு தான் ... சித்திரவதை பண்ணியும் உசிர் போகலாம் அல்லது ஒரே வெட்டா வெட்டித் தலையைப் பிரிச்சுப்படலாம். அதைத்தான் நாகரிக உலகம் பண்ணிண்டிருக்கு."

"செல்லம், எனக்கு என்னமோ பயம்மா யிருக்கு."

"அப்படின்னா நீ என்னோடவே இருக்கியா?"

"ஆமாம் செல்லம், உன்னைக் கண்டா எனக்குப் பயமாத் தானிருக்கு. நானும்கூட இருக்கறதுதான் நல்லது.

செல்லம் புன்சிரிப்புடன் "வா போகலாம்" என்று முன்னே நகர்ந்தாள்.

இருமருங்கிலும் இலவ மரங்கள் நெடிது நின்ற நெடுவழியில் நடந்தார்கள் இருவரும். இரண்டாவது கோபுரத்தையும் தாண்டினதும் பரவெளியைப்போல ஹோவென்று வானத்தை உண்டு மாந்திய முன்வெளி. அவர்களை அணைத்துக்கொண்டது மௌனம் முன்னைவிடப் பெருகி நின்றது அங்கு. நாலைந்து குருவிகள் கீச்சு கீச்சென்று கத்தி, அந்த மோனத்தின் மடியில் விளையாடிக் கொண்டே பறந்து போயின.

"இங்கு உட்கார்ந்திருந்தாலே போதும். இந்த உலகத்தில் வேறு ஒண்ணுமே வாண்டாம்" என்றான் தங்கராஜன்.

"நெஜம்மாவா?"

"உங்களுக்கு அந்த உணர்ச்சி வரவில்லையா?"

"எனக்கு உணர்ச்சியே கிடையாது. நான் வெறும் செங்கல்."

"நான் அப்படியில்லை. நான் இங்கேயே வருஷக் கணக்கில், ஆயுசு பூராவும் வேறு ஒண்ணும் வாணாம்னு உட்கார்ந்திருப்பேன்."

"சாப்பாடு?"

"வாண்டாம்."

"தூக்கம்?"

"வேண்டாம்."

"காதல்?"

தங்கராஜன் புன்சிரிப்புடன் பெரிய கோபுரத்தின் ஸ்தூபியைப் பார்த்தான்.

"எந்தக் காதல்?"

"பெண்ணை ஆண் பார்த்துக் காதலிக்கிற காதல்."

"வேண்டாமே."

"நிஜமாவா?"

"நிஜமாகத்தான்."

"உங்களுக்கு எப்படி இந்தமாதிரி சொல்ல மனசு வந்தது?"

"உன் சிநேகிதிக்கு மனசு வந்தாற்போல."

பாலிக்கு அந்த அதிர்ச்சியைத் தாங்க முடியவில்லை. கசப்பும் புண்ணுமாக வெதும்பி வந்த அந்தப் புன்னகையில், உயிர் விழுந்து துடித்தது.

"பாலிக்கு இதில் இஷ்டமில்லைதான்."

"தெரிந்ததுதானே நானும் சொல்கிறேன்."

"நீங்கள் தெரிந்துகொண்டதுபற்றி எனக்கு சந்தோஷம் தான். உள்ளுக்குள்ளேயே வைத்துக்கொண்டு இனிமேல் புகைய வேண்டாம்."

"தெரிந்துகொள்வது வேறு, ஆனால் . . . இப்போது அதைப் பற்றி ஏன் பேச வேண்டும்?"

"சொல்லுங்கள்."

"தெரிந்துவிட்டது. ஆனால், நான் அதற்காக அழாமல் இருக்க முடியுமா? உணர்ச்சியை அறிவினால் அழித்துவிட முடியுமா? என்னால் தாங்கத்தான் முடியவில்லை. அதனால் தான் இந்த ஹோவென்று கிடக்கும் வெளியிலே என்னை அழித்துக்கொள்ளப் பார்க்கிறேன். இந்த மௌனத்திற்கும் பரந்து கிடக்கும் ஆகாசத்திற்கும் நம் சிறுமையை இடித்துக் காட்டுகிற வல்லமை உண்டு. நீங்கள் சொன்னாற்போல இத்தனை கல்லு, இத்தனை சில்பி. இத்தனை சிரமம் . . . எல்லாம் காக்காய்களுக்குத் தான் மிஞ்சியிருக்கு. இதுவே இப்படி ஆய்விட்ட போது, நாம் என்ன அவ்வளவு பெரிசாப் போய்விட்டோம்? நான் இங்கேயே உட்கார்ந்து, இந்த வெளியிலே என்னையே கரைத்து ஒண்ணுமில்லாததாகப் பண்ணிக்கொள்ளலாம் . . ."

பாலிக்கு அங்கு நிற்க முடியவில்லை. செல்லமும் அந்த சமயம் கண்ணால் விடுத்த சைகையைப் பார்த்து மெதுவாக அப்பால்

நகர முயன்றாள். முடியவில்லை. அங்கேயே ஒட்டிப்போய் நின்றாள்.

"உங்களுக்காக நான் வருத்தப்படுகிறேன். ஆனால், நாம் என்ன செய்ய முடியும்? நாம் ஏதோ நினைத்துக்கொண்டு வழியில்லாத வழியில் போய்க் கொண்டேயிருக்கிறோம். வெகு தூரம் போன பிறகுதான் இங்கே வழியில்லை என்று எழுதியிருக்கிறது. இது அப்போதே தெரிந்திருந்தால் இவ்வளவு தூரம் நடந்திருக்க வேண்டாமே என்று மனதில் சலிப்பும் களைப்பும் ஏற்படுகிறது. முன்னாலேயே யாராவது சொல்லியிருக்கலாம். அப்படிச் சொல்வதற்கு யாரும் இருப்பதில்லை. இல்லாவிட்டால் மனிதர்கள் எல்லாரும் சௌக்யமாக இருந்துவிடலாம்."

"இல்லை. எனக்கு அவ்வப்போது தோன்றினது உண்டு. ஆனால் நாம் எல்லாம் விட்டில்பூச்சி மாதிரி. திரும்பத் திரும்ப எல்லாம் நமக்குக் கைவசமாகும் என்று நம்பிக்கொண்டே இருக்கிறோம். நம்பிக்கையில் திரும்பித் திரும்பிப் போய் விழுந்து, கடைசியில் உடம்பை எரித்துக் கொண்டு விடுகிறோம்... மாமா வந்து சொன்னபோது தான் எனக்கு இந்த நம்பிக்கை ஒரு நெருப்பு என்று உணர்வு வந்தது."

"இவள் அப்பா உங்களிடம் சொன்னாரா?"

"சொன்னார்."

"எப்போது?"

"நிலத்தை விற்க ஒப்பந்தம் எழுதிவிட்டு, மறுநாள் வீட்டுக்கு வந்தார். கிராமத்தில் கிண்டி கிண்டி அப்பாவும் அம்மாவும் கேட்டார்கள். நான் தனியாக அழைத்துக்கொண்டு போய்க் கேட்டேன். அப்போதுதான் எனக்கு நடப்புத் தெரிந்தது. எப்போதுமே ஒரு எண்ணம் உண்டு எனக்கு, இந்தப் பெரிய அதிர்ஷ்டம் எனக்கு எப்படிக் கிடைக்கும் என்று. மாமாவின் எண்ணம் எல்லாம் என்னை மயக்க வந்த ஏதோ பிரமை என்று ஒரு சந்தேகம் தோன்றிக்கொண்டேயிருக்கும். அது பிரமைதான் என்று நிச்சயமாகிவிட்டது இப்போது."

"அவள் பேரில் வருத்தம்தானே உங்களுக்கு?"

"வருத்தம் இல்லை என்று சொல்லமுடியாது. ஆனால், விவேகம் வருத்தப்பட ஒன்றுமே இல்லை என்றுதான் சொல்லும். ஆனால், புத்தி வேறு, மனம் வேறு இல்லையா?... புத்தி மட்டும் இருந்தால் சுக துக்கங்கள் ஏது?"

அதற்குச் செல்லம் ஒன்றும் பதில் சொல்லவில்லை. சிறிது தூரம் நடந்ததும் அவள் சொன்னாள்: "பாலிக்கு மேலே படிக்க வேண்டும் என்று ஆசை. நீங்கள் அதற்கு உதவி செய்ய முடியுமா?"

"நான் கட்டாயம் அவள் படித்துத்தானாக வேண்டும் என்று சொல்கிறேன். நான் அவளைக் கலியாணம் செய்துகொள்ள மறுக்கிறதற்கும் அவள் படிப்புக்கும் சம்பந்தமில்லை. ஒரு விதத்தில் சம்பந்தமுண்டு. எனக்கு இஷ்டமில்லாத கலியாணத்தில் அவர் எப்படி என்னை பிணைக்க முடியும்?"

"நீங்கள் ரொம்ப துரதிருஷ்டசாலி."

"ஆமாம்."

"நான் ஏன் அப்படிச் சொல்கிறேன், தெரியுமா? இவ்வளவு அழகான மனசு படைத்தவரை நான் கலியாணம் செய்து கொண்டால் என்ன என்று எத்தனையோ பெண்களுக்குத் தோன்றும் – நான் உள்பட."

'ஹூம்' என்று வறட்டுப் புன்னகை ஒன்றை விடுத்துவிட்டுச் சொன்னான்: "நீங்கள் வேடிக்கையான மனுஷி என்றுதான் சொல்லவேண்டும். மனசில் தோன்றியது, தோன்றாதது எல்லாவற்றையும் நடுக் கூடத்தில் போட்டு உடைக்கிறீர்கள். நீங்கள் சொன்னதுபோல உண்மையாகவே உங்களுக்கு உணர்ச்சியே கிடையாதா அல்லது வெறும் உணர்ச்சிகளைத் தவிர, வேறு ஒன்றுமில்லாத பிறவியா என்று சந்தேகம் வந்துவிடுகிறது. சில சமயம் கருங்கல் மாதிரியிருக்கிறது. சில சமயம் இந்த வெகுளித்தனம், கல்நெஞ்சத் துணிச்சல் எல்லாம் உணர்ச்சி பண்ணுகிற மாப்பிள்ளைச் சமர்த்து மாதிரி இருக்கிறது."

"நான் எப்படியாவது தொலைகிறேன்! உங்களுக்கு முக்கியமாக ஒரு பொறுப்பு இருக்கிறது! பாலியை மறுபடியும் கல்லூரிக்கு அனுப்பும்படியாக அவள் அப்பாவைச் சம்மதிக்கச் செய்கிற பொறுப்பு."

"நான் அதை அப்போதே ஏற்றுக்கொண்டுவிட்டேனே."

பாலிக்குத் தலையைச் சுற்றிற்று. வயிற்றில் கல்லாக ஒரு கனம் விழுந்து கிடந்தது. சோற்றுக்கும் பிழைப்புக்கும் வழி தெரியாத கைதியைச் சிறைக் கூடத்தை விட்டுக் கழுத்தைப் பிடித்து வெளியே தள்ளிவிட்ட மாதிரி இருந்தது. நெஞ்சு நோவெடுத்தது. பெரிய நந்தியருகில் நின்று பேசிக்கொண்டே நகரும்போதே அப்படியே காட்டில் விட்டாற் போல நின்றாள்.

சற்றுத் தொலைவிலிருந்து குரல் கேட்டது.

"பாலி, வரலே நீ?" என்றாள் செல்லம்.

"நீங்கள் போய்விட்டு வாருங்கள். நான் இங்கேயே இருக்கிறேன்."

“நிச்சயமாகவா?”

“ஆமாம்.”

ஒரு நாலு விநாடி அவளைத் தூரத்திலிருந்தபடியே பார்த்துவிட்டு மேலே நடந்தாள் செல்லம். அவனும்கூடவே போய்க்கொண்டிருந்தான். நந்திக்குப் பின்பக்கம் வந்து நிற்க முடியாமல் கோபுர வாசலைப் பார்த்துக்கொண்டே உட்கார்ந்தாள்.

அழுகை வரவில்லை. மனம்மட்டும் அழுதது. கண் வறண்டு விட்டாற்போலிருந்தது.

கல்லாக உட்கார்ந்திருந்தாள் அவள்.

நானும் கூட இங்கேயே உட்கார்ந்து ஆயுள் முழுவதையும் கழித்து விடுவேன்? நான் யார்? ஐந்தாறு எருதின் பருமனுக்கு ஒரு நந்தி, மூன்று ஆள் உயர லிங்கம். வானக்கோலாய் வடித்த கோபுரம். ஆகாயத்தைப் போல பிரகாரம் – இவைகளுக்கே மரியாதை இல்லை. யாரும் சீந்தக் காணோம். நானும் அப்படியே இருந்துவிட்டால் போகிறது.

காலையில் நாய்க்கர் வீட்டில் வந்த வறட்சி இன்னும் பூதாகாரமாகப் பெருகி வந்தது. இவ்வளவு பெரிய சாதனைகளும் உட்கார்ந்து பார்க்க ஆளில்லாமல் அர்த்தமற்ற கைவிடப்பட்ட பொருளாகிவிட்டது போல ஒரு ஓசையோ ஜீவனோ இன்றித் தனிமையும் வெறுமையும் அரசாளும் பிரகார வெளி அவளையும் ஆட்கொண்டது.

கோயில் முழுவதும் நாதியற்றவர்களின் தனிமையும் ஏக்கமும் மண்டி நிற்பதுபோலிருந்தது. அந்த மௌனம் வெறும் மௌனமாக இல்லை. அலட்சியத்தின் அரசிகர்களின் கையோங்கிய துர்த்தசையின் கேலிச் சிரிப்பைத் தாளாமல் எழும் அழுகுரலாகக் கேட்டது. நோவு தாளாமல் துடித்துத் துடித்து ஓய்ந்துபோன மௌனமாக ஒலித்தது அது.

முழங்காலைக் கட்டிக்கொண்டு உட்கார்ந்திருந்தவள் கண் முன் சங்கிலிகள் வானில் ஏறி இறங்கிக் கொண்டிருந்தன.

“பாலி... பாலி.”

தங்கராஜன் நின்றுகொண்டிருந்தான்.

“நாய்க்கர் மகனும் பெரியசாமியும் வந்திருக்காங்க – கருவூரார் சந்நிதியிலே பெரியசாமி உன்னைக் கூட்டிவரச் சொன்னார்” என்றான்.

பேசாமல் எழுந்தாள் அவள். அவனும் பேசவில்லை.

அவனோடு செல்ல அவளுக்கு இஷ்டமில்லை. ஆனால், ஏதோ கட்டியிழுத்தாற்போலிருந்தது அவளுக்கு.

இது என்ன வேடிக்கை! அவனைக் கண்டால் எனக்கு அந்தச் சிலிர்ப்பு ஓடுகிறதே! இரண்டு பேரை, ஒரே மனதில் ஒரே பாவனையில் வைத்துப் பார்க்க முடியுமா?

சாத்யம்போலத்தான் இருந்தது. இரண்டு பேர்கள் கணவர்களாக இருக்க முடியுமா? இரண்டு மனைவிகள், ஒரே கணவனின் அணைப்பில் நிற்பது போலவா? வலது கண்ணும் இடது கண்ணுமாகவா?

சாத்யம்தான், சாத்யம்தான் என்று நினைக்கும்போது அவளுக்குச் சிரிப்பே வந்தது.

"பாலி" என்று மறுபடியும் அழைத்தான் அவன். "உங்கப்பா குழந்தை மாதிரி என்று சொன்னார். இரண்டு நாள் முன்னால் ஊருக்கு வந்திருந்தபோது ..."

". . ."

"எனக்கு அதைக் கேட்கிறபோது வேடிக்கையாயிருந்தது. நீ சொன்னதையெல்லாம் சொன்னார். கடைசியாக அதற்குக் காரணம் கண்டுபிடித்தும் சொன்னார் 'எதுவும் கேட்டால் தான் கிடைக்கும். அவள் குழந்தை. ஒருவார்த்தை சொன்னால்தான் நல்லது. நாங்கள் நிச்சயம் பண்ணியிருக்கிறதென்னவோ உண்மை தான். அதுக்காக 'அதுங்கிட்டேயும்' மனசிலெ இருக்கிறதைச் சொல்லத்தான் வேணும். இந்த நாள் பெண்ணுங்க . . . அதுவும், நாலு எழுத்துப் படிக்கிறது. அப்படித்தான் இருக்கும்' என்றார் அப்பா. இன்னும் இதைப்பற்றியே நான் அவரைக் கொரடாச்சேரி ரயிலடிக்குக் கொண்டு விடுகிறவரையில் பேசிக்கொண்டுதான் வந்தார் 'யாரையோ பார்க்கிறோம்? அவங்க சௌக்கியமா இருக்காங்கன்னு தெரியும். அதுக்காக சௌக்யமான்னு கேட்காம இருந்தா, அது பெரிய தப்புதான்' என்றார். இந்த மாதிரி எனக்குப் பாடம் சொல்லிக் கொண்டே வந்தார் அவர். அதாவது வெள்ளைக்காரர்கள் செய்கிற மாதிரி, 'நான் உன்னை நேசிக்கிறேன் என்று சொல்ல வேண்டும், வாய்விட்டுச் சொன்னால்தான் தெரியும்' என்று சொல்லாமல் சொன்னார் அவர். நான் ஒன்றும் சொல்லவில்லை. அவருக்கு முன்னால் சிரிக்கக்கூடாது என்று சிரமப்பட்டு அடக்கிக்கொண்டேன். இன்று வரும்போது அதைப் பற்றி யோசிக்கவும் யோசித்தேன். அந்த வார்த்தைகளைச் சொல்ல முடியும் என்று எனக்குத்

தோன்றவில்லை. ஒரு விஷயத்தை வாய்விட்டு சொல்லிவிட்டால், அதுவும் இதைச் சொல்லிவிட்டால், ஏதோ செடியைப் பிடுங்கி வெளியே போடுவதுபோல் இருக்கிறது எனக்கு ... எனக்கு அதைச் சொல்ல இஷ்டமுமில்லை ...”

தட்சணாமூர்த்தியின் சந்நிதியைத் தாண்டி, மேற்குப் பிராகாரம் வந்துவிட்டது.

பெரியசாமியும் நாய்க்கர் மகனும் செல்லமும் கருவூரார் சந்நிதியில் உட்கார்ந்திருந்தார்கள். நாய்க்கர் மகன் அங்கிருந்தே சிரித்து, அவளை வரவேற்றுக் கொண்டிருந்தான். பெரியசாமி சிலையின் புன்சிரிப்புடன் அவளைப் பார்த்துக் கொண்டிருந்தார்.

“என்னம்மா இது? நந்தி இப்பதான் உத்தரவு கொடுத்தாரா?” என்றார் பெரியசாமி.

“நீங்களே பேசுங்க அதோ – வந்து இத்தனை நாளாச்சு; என்னை வந்து பார்க்கலெ இது. எனக்கு என்ன முடை இப்ப பேசறதுக்கு?” என்றான் நாய்க்கர் மகன்.

“பார்க்கணும்னுட்டுத்தானிருக்கேன். என்னமோ வர முடியலெ. என்ன காரணம் சொல்றதுன்னும் புரியலே எனக்கு. நான் வராம இருந்தது தப்புதான்” என்றாள் பாலி.

“உட்காரு குழந்தே” என்றார் பெரியசாமி. “ஏன் அங்கேயே உட்காந்திட்டே, சாமியைக்கூடப் பார்க்காம? அப்படியே திரும்பிடலாம்னு இருந்திட்டியா? சாமி பேர்லெ கோபமா?”

“பின்னே சாமி நம்ம இஷ்டபடியெல்லாமா நடக்கிறார்?” என்றாள் செல்லம்.

“சாமியை நம்ம இஷ்டப்படிதான் நடக்க வைக்கணும். இந்தக் கருவூராரும் அப்படி சாமிகிட்ட சண்டித்தனம் பண்ணினவருதான். மகா கோவக்காரரு. இவரு கேட்டதையெல்லாம் சாமி கொடுக்கப் பழகிக்கிட்டாரு. மூன்றீசரைப் பார்த்து, ‘ஓய் எனக்குக் குடிக்கிறதுக்குக் கள்வேணும்’னுதாம் இது. சாமி கொடுத்திட்டாரு. ‘திங்கிறதுக்கு மீன் வேணும்னு’ தாம். அதையும் கொடுத்தாரு சாமி. அப்பறம் அந்த ஊரிலெ பெருமா கோயில்லெ போய் ‘ஓய் பெருமாளே! நான் உன்னைப் பார்க்கணும்’னாராம். அவர் வரலை. உடனே ‘நீ எப்ப வரலியோ நான் கூப்பிட்டவுடனே, உனக்கு இங்கே பூசையிருக்காது போ’ அப்படின்னு சபிச்சிட்டு மண்ணை உதறிப்பிட்டு அந்த ஊரைவிட்டுக் கிளம்பிட்டாரு. அப்பறம் குத்தாலம் போனாரு. அப்பறம் திருநெல்வேலி போயி நெல்லையப்பான்னு மூணு தரம் கூப்பிட்டாராம். அது வரலெ. அப்படியே அந்தப் பெருமாளுக்கு வந்ததே உனக்கும் வரட்டும். நீ

இருக்கிற இடத்தில் எருக்குத்தான் முளைக்கும். இனிமே வில்வம் பூவெல்லாம் கிடைக்காதுன்னு சொல்லிட்டுப் போய்ட்டாராம். அப்பறம்தான் சாமிக்கும் புத்தி வந்திச்சு. அவரைத் தனியாகப் பார்த்து அடிக்கடி தரிசனம் கொடுத்தது. அப்பறம்தான், 'சரி போ! இனிமே உனக்குப் பூசை நடக்கும்னு' சொல்லிப்பிட்டு சீரங்கம் வந்தாரு இவரு. ஆள் மினுமினுமினுன்னு தங்க ரேக்கு மாதிரி இருப்பாராம். சித்தர் இல்லெ! அதைப் பார்த்தா சீரங்கத்து தாசி ஒருத்தி அவரை விடமாட்டேன்னிட்டா. சரின்னு அங்கே இருந்தாரு. ரண்டு நாளைக்கு அப்பறம் புறப்பட்டாரு. அவளுக்கு ஏதாவது கொடுக்கணுமே. அதுக்காகப் பெருமாளைப் போய்க் கேட்டிருக்காரு. அது ஒரு நவரத்தினப் பதக்கத்தை எடுத்துக் கொடுத்திருக்கு. அதைத் தாசிகிட்ட கொடுத்திட்டுப் போய்ட்டாரு. இவ கழுத்திலே பதக்கத்தைப் பார்த்துப்பிட்டு சந்தேகப்பட்டு, அந்தப் பொம்பிளை வீட்டை சோதனை போட்டிருக்காங்க. அந்தப் பொம்பிளை உடனே கருவூராரை நினைச்சிருக்கு. உடனே அவரே வந்து 'அட நான்தான்யா கொடுத்தேன்'னு ஆகாசத்திலேயே நின்னு குரல் கொடுத்திட்டுப் போனப்புறம் அந்தப் பொம்பிளையை விட்டாங்க. விட்டதோட இல்லை. அவர் கால்லெ விளுவோம்னு கரூருக்கு வந்திருக்காங்க. அப்ப 'ஏன்யா, பெரிய சித்தரு முனிங்கிறீங்க. அப்படின்னா இவருக்கு என்னாத்துக்கய்யா தாசி? இவன் ஏதுக்கு மாமிசம் திங்கிணும், கள்ளுக் குடிக்கணும்? அநாசாரம் புடிச்ச பய. ஊரை வெளிச்சம் போட்டுக்கிட்டுத் திரியறான்'னு அந்த பிராமணாள்ளாம் ராஜாவை நிமிண்டி விட்டுட்டாங்க; உடனே ராஜா கிளம்பி, அவர் வீட்டைச் சோதனை போட்டிருக்கான். உள்ளே நுழைஞ்சா ஒரே வில்வமும் புஷ்பமும் சந்தனமுமா வாசனையடிக்குது. பூஜை உள்ளுவாசனை . . . ராஜா அப்பறம் தலையைக் குனிஞ்சு, அவர்கால்லெ விளுந்திட்டுப் போய்ட்டான். உண்மையிலே குறை சொன்னவங்கதான் கள்ளு கறி எல்லாம் சாப்பிட்டுக்கிட்டிருந்தாங்கன்னும் தெரிஞ்சுது. அவங்களை உடனே ஊரைவிட்டு வெரட்டினான் ராஜா. இப்படி எங்கேபோனாலும் சாமியை அதிகாரம் பண்ணிப் பண்ணி வாங்கிக்கும். அந்த மாதிரி சாமி மேலே கோச்சுக்கிட்டுப் போயிட்டியோன்னு பார்த்தேன்" என்று பாலியைப் பார்த்தார் பெரியசாமி.

"மாமா! இது என்ன மாமா ஆச்சரியமான கதையாயிருக்கு! எனக்குத் தெரியவே தெரியாதே!" என்றான் நாய்க்கர் மகன்.

"முனிசிபாலிட்டிக்காரன் நாயைப் புடிக்கிற வயித்தெரிச்சலைக் கூட அழ அழச் சொல்லும் குழந்தைகள்ளாம். நீங்க என்னமோ கோமாளி கதை மாதிரி இதை சொல்லிப்பிட்டேளே" என்றாள் செல்லம்.

"பின்னே – எப்படிச் சொல்றதும்மா? இந்த உலகத்திலே நெஜம் தெரிஞ்சவங்கள்ளாம் கோமாளியாத்தான் மத்தவங்களுக்குப் படுவாங்க. நிசம் இருக்கிறபடி தெரிஞ்சா நமக்குச் சிரிப்புத்தான் வரும். நான், இவரு, இந்தக் கோயில் எல்லாம் உன் கண்ணிலே தெரியறபடி நீ பார்த்தா உனக்கு பயமாயிருக்கு. நீ சயன்ஸிலே வாசிச்சிருப்பியே. நமக்கு எல்லாம் தலைகீழாத் தெரியும் கண்ணிலே விழறாப்பல தெரிஞ்சுதுன்னா. ஆனா நேர இருக்கு இருக்குன்னு பொய் சொல்லிச் சொல்லி நெசமாப் பண்ணி வச்சிருக்கோம். மண்ணுமேலே கால் பாவி நிக்கறாப்பல நிம்மதியாயிருக்கோம்."

செல்லம் அதைக்கேட்டு வாயடைத்து உட்கார்ந்திருந்தாள். மற்றவர்களும் ஒன்றும் பேசவில்லை. அவர் சொன்ன கதையை மூவரும் நினைத்து நினைத்துப் பார்த்துக்கொண்டிருந்தார்கள். பெரிய மதிலும் கோபுரமும் நிசப்தமும் பரந்து கிடந்த வெளியும் அவர்களை ஆயிர ஆண்டுகளுக்கு முந்திய உலகத்தில் பெயர்த்து இறக்கிவிட்டிருந்தன. வெளியுலக நினைவை மதில் தடுத்தது. கோபுரம் நிகழ்காலத்தை நசுக்கிக் கொண்டு உயர்ந்து நின்றது. நிசப்தம் 'தானை' அழிந்துவிட்டிருந்தது.

க்ராச் க்ராச் சென்று நாலைந்து கிளிகள் கோபுரத்தில் கத்திக்கொண்டிருந்தன.

அந்த இடத்தைவிட்டு எழுந்து போக யாரும் துணியவில்லை போலிருந்தது.

மூன்றாம் பாகம்

1

ராமையாவுக்கு ஏமாற்றம்தான்! அந்த மூவரோடு பெருவுடையார் கோயிலுக்குப் போக வேண்டும் என்ற ஆசை அவருக்கு. ஆனால், அந்த ஆசையை வெளியிடக்கூட அவர்கள் இடம் தரவில்லை. வருகிறீர்களா என்று கேட்கவும் இல்லை.

எல்லோரையும் அனுப்பிவிட்டு, திண்ணை மீதிருந்த ஒட்டுத் திண்ணையில் உட்கார்ந்து கொண்டிருந்தவருக்கு உள்ளுக்குள்ளே நமநமவென்று கவலை நெளிந்தது.

ஏன் இந்தக் கவலை? மூன்று பேரும் கோயிலுக்குப் போவதில் நமக்கு என்ன பயம்?

பயம் என்று சொல்ல முடியவில்லை. ஏதோ நடக்கப் போகிறது என்று வானத்தில் மப்புப் போட்டாற்போல, மழை அனுப்புகிற குளிர் காற்றைப்போல ஒரு வேதனை உள்ளே மெதுவாகச் சுழன்றது. மழைக்கு இந்த பயம் பயப்படுவானேன்? மழைக்கு முன்னால் வரும் காற்று மேலே பட்டாலும் இதமாகத்தானே படும்?

திண்ணையிலிருந்து இறங்கி அங்கும் இங்கும் நடந்தார். ஓரத்தில் நின்று தெருவைப் பார்த்தார். நாய்க்கர் வீட்டுக்குப் போகலாமா? அவரிடம் மன்னிப்புக் கேட்கலாமா? இல்லை, வக்கீல் வீட்டுக்குப் போகலாமா?

வெளியே போவதே வேம்பாகக் கசந்தது.

ஆமாம்... இந்த சமயத்தில் ஒரே ஒரு இடம்தான் உண்டு. அங்கேதான் போக வேண்டும்.

மலர் மஞ்சம்

உள்ளே போனார். பூஜை அலமாரியைத் திறந்து வைத்து உள்ளே இருந்த படங்களைப் பார்த்துக்கொண்டே ஊஞ்சலில் உட்கார்ந்தார். ஒருமுறை எழுந்து அலமாரியண்டை போய் நின்றார். திரும்பி வந்து உட்கார்ந்துகொண்டார். கண்ணை மூடினார். அவருக்கே ஆச்சரியமாயிருந்தது. விடியற்காலையில் வசமாகினாற் போல அவர் கண்முன் வைத்தீச்வரனின் உருவம் தெளிவாக சிறிது நிலைத்தே நின்றது. இவ்வளவு சட்டென்று அவர் மனம் கூம்புகிற வழக்கம் இல்லை. அந்த ஆனந்தத்திலேயே திளைத்தார். ஊஞ்சலில் ஒரு காலைத் தூக்கி அதன்மீது ஒரு கையைப் போட்டு உட்கார்ந்திருந்தவர் சரியாக சப்பணம் கட்டி உட்கார்ந்தார். ஆனால், அவர் அதற்கென்று பிரத்யேகமாக உட்கார்ந்ததும் அந்தத் தெளிவு மறைந்துவிட்டது. அவருக்குச் சிரிப்பாக வந்தது. பழைய நிலையிலேயே உட்கார்ந்து கொண்டார்.

ஆமாம், வெளியே இருந்த பயம் இல்லை இப்போது. ஆனால், கண்ணைமூடி நினைவைக் கூப்பியே வைத்திருந்ததால் மனம் நிம்மதியைக் கண்டு அல்லல் இன்றி அமர்ந்திருக்க முடிந்தது.

முணுமுணு என்று துதிகளைச் சொல்லிக் கொண்டிருந்தார் அவர்.

"கடைக்குப் போய்ட்டு வந்தாத் தேவலாம்" என்று உள்ளே வந்தாள் வடிவு.

"எதுக்கு?"

"சர்க்கரை ராவுப் பாலுக்குத்தான் காணும்."

"அதுக்கென்ன போனாப் போவுது!"

இந்தப் பதிலை வாங்கிக்கொண்டு அவள் போக வேண்டியவள்தானே? போகாமல் நின்றுகொண்டிருந்தாள்.

"ஏனக்கா?"

"ஒண்ணுமில்லே. என்ன யோசிச்சுக்கிட்டே உக்காந்திருக்கே?"

"ஒரு யோசனையும் இல்லை."

"இந்த பாரு – நான் ஒண்ணுமே உன் வாயைத் திறந்து கேட்டதில்லே . . . நீ எதுவும் எனக்குச் சொல்றதுமில்லே. அதை நினைக்கிறப்ப எனக்குக் கொஞ்சம் தாங்கலாத்தான் இருக்கு. நான் தாங்கல்பட்டு என்ன பண்றது? அந்தரங்கமா நாலு வார்த்தை பேசறதுக்கு நாம லாயக்கா இருந்தாத்தானே சொல்லுவாங்கன்னு நினைச்சிட்டு சும்மா இருக்கப் பளகிப்பிட்டேன். ஆனா, இப்ப அஞ்சாறு நாளாவே தொடர்ந்தாப்பல உன் முகம் எல்லாம் சரியாயில்லே நானும் கவனிச்சுட்டுத்தான் வர்றேன்."

ராமையா இப்படித் தனியாக அகப்பட்டுக்கொண்டோமே என்று நெளிந்து கொடுத்தார். என்ன பதில் சொல்கிறது. அவள் சொல்கிறதென்னவோ, உண்மைதான். அல்லும் பகலுமாக இந்த வீட்டோடு கிடந்து உழைத்துப்போடுகிறவளுக்கு வாயும் வார்த்தையுமாக மனதில் உள்ளதைச் சொல்லிக் கலந்துகொள்கிற உரிமையைகூடத் தான் கொடுத்ததில்லை. அவருக்கு மனைவிகள் வந்துகூட வாழ்ந்தது ஏதோ குருவி உட்கார்ந்துவிட்டுப் போகிறாப் போல நடந்த சம்பவங்கள். மற்ற சமயங்களில் எல்லாம் இவள்தான் கூட இருந்து இந்தக் குடும்பத்தை நடத்தி, இந்தப் பெண்ணையும் வளர்த்து ஆளாக்கியிருக்கிறவள்.

"என்னைப் பார்த்தால் கவலைப்படறாப்பலவா இருக்கு?" என்று கேட்டார் அவர்.

"எனக்கு அப்படித்தான் படுது."

"நீதான் சொல்லேன், எனக்கு என்ன கவலையிருக்க முடியும்?"

"உனக்கு என்ன கவலையிருக்கும் இப்ப? பொண்ணுதான் படிச்சிட்டிருக்கு. கலியாணம் பண்ணனுமேன்னு கவலை யிருக்கலாம். இப்பதான் அந்தக் கவலையில்லை. மாப்பிள்ளையை யும் பிறந்த நாளைத்தொட்டுப் பண்ணிவச்சாச்சு."

ராமையா அவளைச் சற்று கூர்ந்து கவனித்தார் சிறிது புன்னகை செய்தார்.

"உனக்கு ஊகம் பண்ணக்கூட முடியலியா?"

"எதை?"

"தங்கராஜுவைப் பண்ணிக்க மாட்டேன்னு எந்தப் பொண்ணாவது சொல்லுமா? அவனுக்கு என்ன குறைச்சல்? படிப்பு இல்லையா குணமில்லையா? ஆள் அங்கமாயில்லையா? சொல்லேன்."

"இத்தனையும் இல்லாதவரோட நானும்தான் வாழ்ந்துகிட்டு வந்தேன்."

அவள் முகத்தில் படர்ந்த கசப்புக்கு அர்த்தம் என்ன வென்று அவரால் கண்டுபிடிக்க முடியவில்லை. அவர் அவளைப் பார்த்துக்கொண்டிருக்கும்போதே 'இத்தனையும் இருக்கிறவங் களோட வாழறதுதான் கஷ்டம். இத்தனையும் எத்தனையோ பேருக்கு இருக்கு' என்று நின்றாள்.

ராமையாவுக்கு ஒரு குரலாகத் தன் துக்கத்தையெல்லாம் அவளிடம் சொல்லித் தீர்த்துவிட வேண்டும் போலிருந்தது. அதற்காகத்தான் திடுதிப்பென்று எப்படியோ எங்கேயோ பேச்சை

ஆரம்பித்தார். அக்காவையும் இதில் கலந்துகொண்டால் ஒழிய தனக்கு விமோசனம் இராது என்ற கவலை வந்துவிட்டது அவருக்கு.

ஆனால், அவர் ஏதோ ஆரம்பிப்பதற்குள் "மாமா" என்று குரல் கேட்டது.

ராஜா நின்றுகொண்டிருந்தான்.

"அட! வா ராஜா" என்று எழுந்தார் அவர். "எப்ப வந்தே?"

"இப்பத்தான்."

"ஊரிலேந்து ..."

"ஊரிலேந்து நேத்திக்கி வந்தேன்."

"ராஜா ரொம்ப இளைச்சிருக்கு" என்றாள் வடிவு.

ராஜா அதைக் கவனிக்காதது போல நின்றான்.

"படிப்பு ஜாஸ்தி."

இரண்டு நிமிஷம் விசாரிப்புகளுக்குப் பிறகு "தாத்தா உங்களைக் கையோட அழச்சிண்டு வரச் சொன்னார்" என்றான் அவன்.

"என்ன விசேஷம்?"

"தெரியலெ."

உடனே கிளம்பிவிட்டார் அவர்.

வாசலுக்குப் போனதும் "வாங்களேன் மாமா, இப்படித்தான் போவோம்" என்று கிழக்கே போவதற்குப் பதிலாக மேற்கே நடந்தான் அவன்.

"சரி."

"சும்மாதான் காற்றாடப் போவோம்."

மேற்கே சென்றதும் "மாமா, தாத்தா உங்களை அழச்சிண்டு வரச் சொல்லலே. உங்கள்ட்ட ஒரு லெட்டர் கொடுத்திட்டு வரச் சொன்னார். பாலி, தங்கராஜன், அந்த பொண்ணு மூணு பேரும் இல்லே, அங்கேயே உங்கள்ட்ட அதைக் கொடுத்திருக்கலாம். ஆனா, அத்தையிருந்தாளா? நான் கொடுக்க வாண்டாம்னு பார்த்தேன்" என்றான் அவன்.

"எனக்கு லெட்டர் எதுக்குக் கொடுக்கறாங்க தாத்தா? கூப்பிட்டனுப்பிச்சா வரமாட்டேனா?" என்று குழம்பினார் அவர். அவன் எதற்காக அதை இங்க வந்து சொல்கிறான் என்றும் புரியவில்லை.

"மாமா! அதை அந்தண்டை போய்ப் பிரிக்கலாம் மாமா" என்றான் அவன்.

"என்ன இது?" என்று கடிதத்தைப் பாதி கிழித்தவர், அவன் பக்கம் திரும்பினார்.

"ஒண்ணுமில்லே மாமா. அதிலே என்னைப்பத்தி ஏதாவது எழுதியிருப்பாரோன்னு சந்தேகம்."

"உன்னைப் பத்தியா? என்னது!" என்று வியந்து கொண்டே நடந்தார்.

சிறிது நேரம் இருவரும் பேசாமல் நடந்தார்கள். ஒரு பர்லாங் நடந்து அகழிப் பக்கம் ஒரு மேட்டில் உட்கார்ந்தார்கள்.

"இப்ப பிரிச்சுப் பாருங்க மாமா."

இன்னும் அதே குழப்பத்துடன் வைத்தீச்வரனை வேண்டிக்கொண்டே கவரைப் பிரித்தார் அவர். 'மகா ராஜ ராஜஸ்ரீ ராமையாவுக்கு அநேக ஆசீர்வாதம்...' அதைப் படித்ததுமே அவருக்குச் சிரிப்பு வந்தது. 'ஒரு பெரிய அபசாரம் நடந்திருக்கிறது. அபசாரம் பண்ணுகிற குற்றவாளியே உங்களிடம் இந்தக் கடுதாசைக் கொண்டுவருகிறான். பரம சாதுவாகவும் சாம்பவராகவும் இருக்கிற நீங்கள் மனதில் ஒன்றும் வைத்துக் கொள்ளாமல் அவனை விசாரித்து மன்னித்துவிட வேண்டும். இதுதான் என் பிரார்த்தனை. அந்தப் பயல் மன்னிப்புக் கேட்டுக் கொள்ளத் தவறினால் அவனை என் முகத்தில் முழிக்காமல் எங்காவது புறப்பட்டுப் போகச் சொல்லிவிடவும். மன்னிப்புக் கேட்டுக்கொண்டால்தான் அவன் இந்த வீட்டுக் குத்துச் செங்கல் ஏறமுடியும். என்ன அபசாரம் செய்தான் என்று சொல்ல எனக்குக் கை வரவில்லை. அதை நீங்களே அவனிடம் தெரிந்துகொள்வதுதான் நல்லது! அதை அவன் சொல்லாமல் இருக்கமாட்டான். என்னோடு சிநேகம் வைத்துக்கொண்டதற்காக இந்த தண்டனை. அபசாரம் எல்லாம் செய்த எங்கள் எல்லாரையும் நீங்கள் மன்னிக்க வேண்டும். இப்படிக்குத் தங்கள் விதேயன் நாகேச்வரன்.'

ராமையா திரும்பத் திரும்பப் படித்தார். அவருக்கு நிச்சய மில்லாத பல குழப்பங்கள் தோன்றிச் சுழன்றன.

"எனக்கு ஒண்ணுமே புரியலியே" என்றார் அவர்.

"என்ன மாமா?"

"இந்தா, நீயே வாசி."

"நான் வாசிக்கலாமா?"

“நீ வாசிக்காத போனால் எனக்கு ஒண்ணுமே விளங்காது.”

அதை வாங்கி வாசித்தான் ராஜா.

“என்ன ?”

“வாஸ்தவம்தான் மாமா.”

“என்ன ?”

“ஆனால், நான் செய்கிறது அபசாரமான்னு எனக்குப் புரியிலெ. உங்க ரீதியா அபசாரமாயிருக்கலாம்.”

“என்ன சொல்லேன்.”

“உங்களுக்கு இன்னும் புரிஞ்சுக்க முடியலியா ?”

“இவ்வளவு தூரம் சொல்லியாச்சு. முழுக்கச் சொல்லேன்.”

“மாமா, எனக்கு டாட்டாவிலே நல்ல உத்தியோகமாக் கிடைக்கும்போலிருந்தது. நான் இப்ப படிக்காட்டா அங்கேதான் இருந்திருப்பேன்.”

“ஆமாம். தாத்தா சொன்னாங்க. இந்தப் பயலுக்கு மேலே படிக்கணும்னு ஆசை. சரி படிக்கட்டும்னு விட்டுப்டேன்னாங்க.”

“படிப்பிலே ஆசை ரண்டாம் பட்சம்தான் மாமா எனக்கு. நான் படிக்கிறதாகப் பட்டணம் போனதுக்கே, அவளைப் பார்த்திண்டாவது இருக்கலாமேன்னுதான்.”

“யாரை ?”

“பாலியை.”

“பாலியையா !”

“ஆமாம் – பாலியைத்தான். உங்களுக்கு அவ பொண்ணு. ஆனா, நான் கேவலம் ஏதோ படிச்சிண்டிருக்கற சாதாரணப் பெண்ணா அவளை நினைக்கலே. பத்து வருஷமா, சின்னப் பையனாயிருக்கிறதிலேர்ந்து ஒரு கோயில் கட்டிண்டு வரேன் நான். அந்த கோயிலுக்குள்ளே அவதான் ஸ்வாமி. அந்தக் கோயிலை நீங்க பார்க்க முடியாது. அது எனக்குள்ளேயே இருக்கு. உங்களுக்குத் தெய்வத்துக்கிட்ட இருக்கலாம். எனக்கு இவதான் தெய்வம், உறவு எல்லாம் . . . நீங்க என்ன உத்தேசம் பண்ணியிருக்கேள்னு எனக்குத் தெரியும். ஆனால், எனக்கு ஒண்ணுமே செய்ய முடியலியே. நான் என்ன செய்வேன் ?”

ராமையா ஒன்றுமே பேசாமல் உட்கார்ந்திருந்தார்.

“இந்த விஷயத்தைப் பாலியே தாத்தாவிடம் சொன்னாளாம். அவள் எப்படிச் சொன்னாளோ !”

“அவள் சரியாகத்தான் சொல்லியிருப்பாள் ராஜா” என்று இதுவரை வாயைத் திறவாமலிருந்த ராமையா சொன்னார்.

“தாத்தா என்னைக் கொஞ்சமாகச் சபிக்கவில்லை. அவர் சபித்ததோடு மட்டுமில்லை. அந்த மகானுடைய சாபமும் உன் தலையில் விழப்போகிறது என்று கத்தினார். உங்கள் காலில் விழுந்து மன்னிப்புக் கேட்கச் சொல்கிறார். உங்கள் சாபம் என்னைச் சாம்பலாக்கிவிடும். என்னைச் சோற்றுக்கும் பறக்க விடும். சித்தபிரமை பிடித்த என்னை ஆட்டி அலைக்கழிக்கும் என்று கத்துகிறார்.”

“உனக்கு ஒரு குறைவும் வராது. தாத்தா அப்படியெல்லாம் சொன்னாரா? அவர் நல்ல படிப்பு ஸம்ஸ்காரம் எல்லாம் உள்ளவராயிற்றே?”

“அதனால்தான் அப்படிச் சொன்னாரோ என்னவோ!”

சற்று மௌனமாக இருந்துவிட்டு ராமையா மேலும் சொன்னார். “ராஜா . . . இதபாரு. நான் ஒரே ஒரு விஷயம் சொல்லவேண்டும். இதைப்பற்றி ஒரு தடவையில்லை இரண்டு தடவையில்லை. இந்த மாதிரி எத்தனையோ சந்தர்ப்பங்கள் ஏற்பட்டிருக்கின்றன எனக்கு. பாலிக்கு ஐந்து வயது ஆனதிலே யிருந்து இந்த சோதனைகள் எனக்கு வந்துகொண்டேயிருக்கின்றன. ஒவ்வொன்றையும் நான் சீறி விழுந்து விரட்டித் தப்பித்துக் கொண்டு வருகிறேன். சாபம்கூடக் கொடுத்திருக்கிறேன். இந்த ஊருக்கு நான் பத்து வருஷம் முன்னால் வந்ததே அதையெல்லாம் தப்பித்துக் கொண்டு நான் கொடுத்த வார்த்தையை நிறைவேற்றுகிற இடமாகப் பார்த்துக் குடியேற வேண்டுமென்றுதான். ஆனால், உன்னை நான் எப்படிச் சபிக்க முடியும்? தங்கராஜன் எனக்கு மாப்பிள்ளை. நீ பிள்ளை. நீ இஷ்டப்படி வீட்டுக்கு வந்து போய்க் கொண்டிருந்தபோதெல்லாம் எனக்கு அந்தமாதிரி ஒரு பூரிப்பு ஆட்டிவைக்கும். ஆனால், பகவான் வேறு தினுசாக அதை வளர்த்து வந்திருக்கிறான் என்று நான் நினைக்கவேயில்லை. அதனால்தான் நீ சொல்லுகிறதை மனதில் அப்படியே வாங்கிக் கொள்ளவும் முடியவில்லை. நான் என்ன செய்ய முடியும்? என்னை ஒரு வார்த்தை, நான் வேறு சுகத்தையே காண முடியாமல் பூட்டுப் போட்டு ஒரு அறையில் பூட்டி வைத்திருக்கிறது . . . நான் ஒன்றே ஒன்றுதான் செய்ய முடியும். நான் ஒருத்தன்தானே இந்த இக்கட்டுக்களைச் சமாளிக்க முடியாமல் திண்டாடிக்கொண்டு வருகிறேன்? நானே இல்லாமல் இருந்துவிட்டால்!”

“மாமா! என்ன இது!”

"நீ பதற வேண்டாம்! இந்த மாதிரி ஒரு வெறியாருக்கும் வருகிறதுதான். எனக்கு இரண்டு மூன்று நாளாக வந்துகொண்டிருக்கிறது. ஆனால், வேறு யார் என்றெல்லாம் நான் கவலைப்படவேயில்லை. தெரிந்துகொள்ளவும் பயமாயிருந்தது. நீ என்று தெரிந்ததும், எனக்கு இந்த வெறி அவசியம் என்றுதான் தோன்றுகிறது! வைகுண்டமோ கைலாசமோ போ என்றால் எதைத் தேர்ந்து எடுத்துக்கொள்கிறது?"

"மாமா, வாருங்கள் வீட்டுக்குப் போகலாம்" என்றான் ராஜா.

"வீட்டுக்கு அப்புறம் போவோம். இப்போது பெரிய கோயிலுக்குள் போகலாம். அந்த மூன்று பேரும் அங்கு தான் போயிருக்கிறார்கள்."

"வேண்டாம் மாமா. தங்கராஜனை நான் பார்க்க வேண்டாம்."

"பார்க்கலாம் வா. என்னை எல்லோருமாகச் சேர்ந்து கரையுங்கள். இல்லை புத்தி சொல்லுங்கள். உங்கள் தாத்தா சொல்வதும் எனக்குப் பிடிக்கவில்லை. அவர் மாதிரி நானும் கத்திப் புகைந்தவன்தான். ஆனால், இப்போது உங்களிடமிருந்தே நான் நியாயத்தைக் கேட்டு விடுகிறேன். நீ வா."

ராமையாவை வெறிதான் உந்திக் கொண்டிருந்தது. ராஜாவைக் கையைப் பிடித்து அழைத்தார். அந்தக் கையைத் தொட்டதும் அவருக்கு ஒரு அதிர்ச்சி அடிக்கிற மாதிரி இருந்தது. ஒரு உவகையின் பேற்றின் தாக்குதல் போல இருந்தது அவருக்கு. கசப்பும் வெறுப்புமாக அதிர அடிக்க வேண்டிய இந்தக் கை இப்படி நேர்மாறாக என்னமோ செய்கிறதே என்று அவர் அறிவு துடித்தது.

"நீ வா. எனக்கும் சாயங்காலமே பிடித்து மனசு கிளர்ந்து கொண்டேயிருந்தது. ஏதோ நடக்கப் போகிறது என்று இந்தக் கடுதாசைப் பார்த்ததுமே எனக்கு இன்னும் அந்த சந்தேகம் கெட்டிப்பட்டுவிட்டது. என்ன நடக்கப்போகிறது என்றுதான் பார்த்துவிடுவோமே. இத்தனை நாளாக நான் அஞ்சி அஞ்சி ஓடிக்கொண்டிருந்தேன். இப்போது நேராகவே போய் நாமாகவே நம் சங்கடங்களுக்கு நம்மை என்ன செய்கிறதாக உத்தேசம் என்று பார்த்துவிடுவோம்... வா."

ராஜா எழுந்து அவரோடு நடந்துகொண்டிருந்தான்.

இத்தனை உவகை ஏன் ஏற்பட வேண்டும் என்று அவருக்கும் புரியவில்லை. மோகினி நம்மை மயக்கி அழைத்துப் போகிறது

போல – இவன் யாராவது துர்த்தேவனா – நம்மை ஏமாற்ற வந்த காமரூபியான அரக்கனா? –

அந்த உவகையை அடித்துவிட முடியாமல்தான் நடந்தார் அவர்.

சூரியன் அஸ்தமித்து அந்தி நகரை எங்கும் மூடியிருந்தது. அகழிக்கு அப்பால் கோட்டைச் சுவருக்குப் பின்னால் ஆழ்ந்து முழுகும் கதிரின் இறுதிச் செக்கர் சிறிது சிறிதாக மங்கிக் கொண்டிருந்தது.

கோயில் வாசல் முன்னே தெரிந்தது. சோழ அரசனின் வெற்றிகளை எல்லாம் வானில் சாச்வதமாக எழுதி வைத்திருக்கிற சாசனமாக நின்றது முன் கோபுரம், விமானம், அந்த மௌனம் எல்லாம். வாசித்த கதை எல்லாம் அவருக்கு ஞாபகம் வந்தது. இத்தனை பெரிய அற்புதத்தைக் கட்டிவிட்டு ராஜராஜன் நிமிர்ந்து இறுமாந்திருக்க வேண்டும். ஆனால், பெருவுடையான் சிரித்தான்.

கும்பாபிஷேகம் செய்ய வேண்டும். அஷ்டபந்தனம் அந்தத் தெய்வச் சிரிப்பின் வெதுவெதுப்பில் இளகிக்கொண்டேயிருந்தது. மறையும் மந்திரமும் கற்றவர்களெல்லாம் வந்து பார்த்தார்கள். பந்தனம் இறுகவில்லை. கடைசியிலே கருவூம் தேவரை அழைத்து வந்தார்களாம். அவர் வந்ததும் பந்தனம் இறுகிற்று. அரசனும் தலைகுனிந்து நின்றானாம்.

அந்தக் கதையை நினைக்க நினைக்க அவருக்குக் குழப்பம் தான் அதிகரித்தது. 'யாருக்கு இப்போது இறுமாப்பு? எனக்கா? இந்தப் பாலிக்கா? இந்தப் பையனுக்கா? என்னைத் தவிர எல்லோரும் நல்லவர்களாகத் தானே இருக்கிறார்கள்!

"எப்போது போனார்கள் அவர்கள்?" என்று கோயிலுக்குள் நுழைந்ததும் கேட்டான் ராஜா.

"நீ வருகிறதற்குக் கால் மணி முன்னால்தான் போனார்கள்."

"முன்னாலேயே பார்த்துவிட்டு எங்காவது போய் விட்டார்களோ என்னவோ."

"பார்ப்போம்."

மௌனமும் கீச்சொலியும் சேர்ந்து விளையாடும் பிரகாரத்திற்கு வந்தார்கள். நந்தியைப் பார்த்துவிட்டு அவசர அவசரமாக உள்ளே போய் லிங்கத்தைப் பார்த்துவிட்டு விரைந்தார் ராமையா. ராஜாவும் கூடவே நடந்துகொண்டிருந்தான்.

"ஒருவேளை பின்னால் இருக்கிறார்களோ என்னமோ, சுப்ரமண்யசுவாமி கோயிலைப் பார்த்துக் கொண்டிருக்கிறார்களோ என்னவோ, வா" என்றார்.

அவருடைய எழுச்சியைக் கண்டு வியந்துகொண்டே நடந்தான் ராஜா.

ஏகப்பட்ட படிக்கட்டுகளுடன் எங்கோ உயரத்தில் தெற்குப் பார்த்து அமர்ந்திருந்த தட்சணாமூர்த்தியைக் காண படிக்கட்டு களில் ஏறினார் அவர்.

"ஞானகுரோ, குருநாதா . . . நீ வாயைத் திறக்கமாட்டாய். நீ என்னை ஒரு தடவை பாரு. எனக்கு . . . கண் தெரிந்துவிடும்" என்று புலம்பாத குறையாக முனகிக்கொண்டே ஏறி தட்சணா மூர்த்தியைப் பார்த்துக்கொண்டு நாலைந்து கணம் நின்றுவிட்டுக் கீழே இறங்கினார்.

"நீயும் பார்த்துவிட்டு வா" என்று கீழே இறங்கி ராஜாவிடம் சொன்னதும், அவன் ஏன் என்னவென்று கேட்காமல் விறுக் கென்று மேலே போய் தட்சணாமூர்த்தியைப் பார்த்துக் கன்னத்தில் போட்டுக்கொண்டு கீழே இறங்கினான்.

ராஜா, தட்சணாமூர்த்தியின் படிகளை ஒவ்வொன்றாக இறங்குவதற்குள், மேலண்டைப் பிராகாரத்தை எட்டிப் பார்த்த ராமையா சட்டென்று திரும்பி வந்தார்.

"அதோ அங்கேதான் இருக்காங்க அவங்க . . . கருவூரார் சன்னதியிலே" என்று சொல்லிக்கொண்டே என்னவோ யோசனை தாக்கினாற்போல நின்றார்.

"தங்கராஜனும் இருக்கானா?"

"அவனும் இருக்கறாப்பலதான் இருக்கு."

"நீங்க போங்களேன். நான் அப்பறம் வரேன்" என்று தயங்கினான் ராஜா. தயக்கத்தோடு ஒரு அச்சத்தையும் அவன் கண்ணில் காண முடிந்தது.

"நீ வா . . . எனக்கு இனிமேல் தாங்க முடியாது. ஒன்று, எல்லாருமாகச் சேர்ந்து என்னை முறித்துப் போடுங்கள். இல்லை பிடித்து நிறுத்துங்கள். இரண்டுமில்லாமல் தொங்கவிட்டு ஆட்ட வாண்டாம் . . . என்னால் இனிமேல் தாங்கவே முடியாது. இந்தத் தட்சணாமூர்த்தி யாரு கண்ணைத் திறக்கப் போகிறான், பார்த்துவிடுவோம்."

ராஜா நின்றுகொண்டேயிருந்தான்.

"வரமாட்டாயா?" என்று கெஞ்சினார் ராமையா.

தி. ஜானகிராமன்

"மாமா, நான் மெட்ராஸ் போகிறபோது பாலிக்கு லெட்டர் எழுதிக் கொடுத்தான் தங்கராஜன். அதைக் கொண்டு பாலியிடம் கொடுத்தேன். சந்தோஷமாகக் கொடுக்கிறாப்போல காட்டிக் கொண்டேன். ஆனால், என் மனது அப்போது சரியாக இல்லை... எனக்கு துக்கம் துக்கமாக வந்தது. அப்புறம், நீங்களும் அவனும் பட்டணம் வந்தபோது அவனைப் பார்த்தேன். அப்போதும் அவனை கலகலப்போடு பார்க்க முடியவில்லை. பேசக்கூட முடியவில்லை. சிரித்துப் பேசுகிறாற்போல வேஷம்தான் போட்டேன்" என்று சட்டென்று நிறுத்தினான் ராஜா. ஒரு நாழிகை போன்ற கணம் சென்றது. எங்கேயோ பார்த்தான். உதடு நடுங்கிற்று. கன்னம் சிலிர்த்தது.

"மாமா, எதற்கு அதிகம் பேச வேண்டும்? பாலிக்கு தங்கராஜன் பேரில் மனது செல்லாது. நான்தான் அவளுக்காக பிரார்த்தனை யெல்லாம் செய்து வருகிறேன். அவ்வளவுதான். தாத்தா, நீங்கள், தங்கராஜன் எல்லாருமாக என்னை சித்திரவதை செய்துவிடுங்கள்" என்றான். அவன் உடல் துடித்தது. வார்த்தைகள் குழறிக் குழறிக் கரகரத்தன. அவன் உடல் அவன் வசமில்லைபோல பறந்தது.

வார்த்தைகளைவிட அந்தத் தோற்றம் அவரை அதிரச் செய்தது. அப்படியே சமைந்து அவனைப் பார்த்துக்கொண்டே பேசத் தெரியாமல் நின்றார் அவர்.

ராஜா வெகுநேரம் பேசிவிட்டதுபோல, சிறிது இரைத்துக் கொண்டே கண்ணை இறுக மூடினான். மூச்சு ஒருமுறை ஆழ்ந்து உள்ளுக்கிழுத்தது. மூடிய கண்ணின் மூலையில் ஒரு பொட்டு நீர் துளித்தது.

ராமையாவுக்கும் சோகம் நெஞ்சை யடைத்தது. பார்த்துக் கொண்டே நின்றார். அவனைக் கையால் தொட்டார்.

கண்ணைத் திறந்தவன் "வாருங்கள் போகலாம்" என்றான். கண்ணைத் துடைத்துவிட்டார் அவர்.

ஆனால், மனதைத் துடைக்க முடியவில்லை அவருக்கு. கோபுரத்தை நிமிர்ந்து பார்த்தார். குனிந்து கோபுரத்தின் கீழுள்ள பெருமாளைத் தன்முன் நிறுத்திக்கொண்டார். "உன் கையை நீட்டி, என்னை அழைத்துப் போ" என்று வேண்டிக்கொண்டே நடந்தார்.

நிமிர்ந்து பார்த்தபோது பெரியசாமியும் நாய்க்கர் மகனும் உட்கார்ந்திருப்பதைக் கண்டு அவர் மனம் படபடத்தது.

"அடேடெ! வாங்க வாங்க!" என்று உரக்கக் கத்தினார் பெரியசாமி. "இன்னிக்கி என்ன திருக்கூட்டமாகச் சேர்ந்துட்டுது எல்லாம்."

மலர் மஞ்சம் 559

"திருக்கூட்டமாகச் சேரணும்னு அவன் கட்டளை போட்டான்னா, தானா கூட வேண்டியதுதான். திருக்கூட்டமா, வெறுங்கூட்டமான்னு காட்றதுதான் நம்ம பொறுப்பு."

பாலியும் செல்லமும் ஒருவரையொருவர் பார்த்துக் கொண்டார்கள். பெரியசாமி பாலியைப் பார்த்தார்.

தங்கராஜன் "எப்ப வந்தே ராஜா?" என்றான்.

"நேத்து. நீ?"

"நான் இன்னிக்கி" என்றான் தங்கராஜன்.

"நீங்க வந்தாச்சுண்ணா அந்த இடம் திருக்கூட்டம்தான்" என்று சிரித்துக்கொண்டே ராமையாவுக்குப் பதில் சொன்னார் பெரியசாமி. "உட்காருங்க."

ஒவ்வொருவராகப் பார்த்தார் ராமையா.

"நான் என்ன..?" என்று ஆரம்பித்தவர் என்னமோ யோசித்துக்கொண்டே தயங்கினார்.

"நீங்க?... அப்பறம் சொல்லுங்களேன்."

"ஒன்றுமில்லை. நீங்களெல்லாம் திருக்கூட்டம்தான்."

"நீங்க முதல்லெ உட்காருங்க" என்றார் பெரியசாமி.

ராமையாவை உற்றுப் பார்த்தவுடன், முதலில் அவர் கூப்பிட்ட உற்சாகம் எல்லாம் அடங்கிவிட்டது. அவருக்கு மட்டும் இல்லை. அந்தத் 'திருக் கூட்டமே' அவரைக் கண்ட மரியாதையில் ஒடுங்கிவிட்டது. அவர் கண்ணில் அலைந்த பார்க்காத பார்வையும் சிரிக்காமல் சிரித்த பித்தும் அவர்கள் பேச்சை முடக்கிவிட்டன.

"உட்காருங்க" என்று ஏதோ சித்தபிரமை கொண்டவரையோ, குழந்தையையோ பார்த்துச் சொல்லுகிறது போல சற்று குரல் உயர்த்தி, மீண்டும் சொன்னார் பெரியசாமி.

ராமையா உட்காரவில்லை.

"உடம்பை ஏதாவது செய்யுதா?"

"உடம்பு ஒண்ணுமில்லே அவங்களுக்கு. நீங்க உட்காருங்க மாமா" என்றாள் செல்லம்.

ராமையா உட்கார்ந்தார்.

"மாமா, என்னமோ போல இருக்கீங்க நீங்க..." என்றாள் செல்லம் மேலும்.

"எப்பவும் இருக்கிறாப்பலதான் இருக்கேன்."

தி. ஜானகிராமன்

"ஆமாம் மாமா – இந்தப் பொண்ணுக்கு வயசானதிலேர்ந்து இப்படியேதான் இருக்கீங்க."

ராமையா, 'என்ன என்ன' என்று காதில் விழாததுபோல, விழித்துக்கொண்டாற்போல அவளைப் பார்த்தார்.

பெரியசாமியும் நாய்க்கர் மகனும் உட்காரவும் முடியாமல் எழுந்திருக்கவும் முடியாமல் அசைந்து கொடுத்தார்கள்.

"உங்களுக்கு வேறு யார் கவலை கொடுக்கப் போறா? எங்க மாதிரி பெண்ணைப் பெக்கறதே சோதனைதான். உலகத்திலெ எல்லாருமே புருஷர்களா இருந்துவிட்டா நல்லது இல்லையா? இந்த மாதிரி தர்மசங்கடமே வராது."

"ரொம்ப நல்ல யோசனையாயிருக்கே" என்று நாய்க்கர் மகன் சிரித்தான்.

"எனக்குத் தர்மசங்கடமே கிடையாது" என்றார் ராமையா.

"மாமா, சும்மா சொல்லாதிங்கோ. தர்ம சங்கடமில்லாதவா மனுஷாளா இருக்க முடியாது."

"எதைப்பத்திச் சொல்றீங்க?" என்றார் பெரியசாமி.

"அது எதோ சொல்லிச்சு. நான் பதில் சொன்னேன்."

"திடீரென என்ன தர்ம சங்கடம்? இப்ப வந்திருத்து?"

"தர்மசங்கடம் இல்லாதவா ஒருத்தரும் இருக்க முடியாதுன்னு என் கட்சி. என்னை எடுத்துக் கொள்ளுங்களேன். எங்கப்பாவுக்கு ஒரு பிள்ளை மேலே ரொம்ப ஆசைன்னு வச்சுக்குவம். அந்தப் பையனுக்குத்தான் என்னைக் கொடுக்கணும்னு ஆசைப்படறார். நான் வேறொரு பையனை நினைச்சுண்டேயிருக்கேன். எங்கப்பா வும் என் மேலேயும் உசிரை வச்சிருக்கார். இப்ப என்ன பண்றது?" என்றாள் செல்லம்.

"ஏம்மா நீ பேசறது எனக்குப் புரியலியே. கலகம் பண்ணணும்னு கச்சை கட்டிக்கிட்டு வருவாங்களே அவங்க மாதிரி பேசறியே" என்றார் ராமையா. அவர் குரலில் இருந்த கடுமை அந்த மௌனத்திலும் தனிமையிலும் பயங்கரமாக இருந்தது. தங்கராஜன் மெதுவாகப் புன்னகை பூத்தான். பாலி முகம் சிணுங்கிற்று. நாய்க்கர் மகன் நடுக்காட்டில் விட்டதுபோல விழித்தான்.

"நான் என்னமோ நிஜத்தைச் சொல்லிவிட்டது போல கோபப்படறேளே நீங்க" என்றாள் செல்லம்.

"நீ நிஜந்தான் சொல்றே! அதுவும் இத்தனை பேருக்கு நடுவிலே என் வாயைப் பிடுங்கி ஏதாவது சொல்லி வைக்கணும்னு பார்க்கறே."

"இத்தனை பேரும் அன்னியர்கள் இல்லியே – அப்படியே நான் நிஜத்தைச் சொல்றதாக இருந்தாலும், டான்ஸ் வாத்தியாரும் உங்களுக்கு ரொம்ப வேண்டியவர். அவரும் வேண்டியவர் தானே" என்று நாய்க்கர் மகனைப் பார்த்தாள் செல்லம்.

அவ்வளவுதான். "நான் இதோ வந்திடறேன் மாமா" என்று நாய்க்கர் மகன் எழுந்தான்.

"நான் வேடிக்கையான்னா சொன்னேன்! நீங்க எங்க போறேள்?" என்றாள் செல்லம்.

"இல்லை இதோ வந்திடறேன்" என்று எழுந்து நடந்து வடவண்டைப் பிராகாரத்தில் மறைந்தான் அவன்.

எல்லோரும் அவனையே பார்த்துக்கொண்டிருந்தார்கள்.

"ரொம்ப மரியாதை தெரிஞ்ச மனுஷர்" என்றாள் செல்லம்.

ராஜாவும் எழுந்துகொண்டான். "நானும் இப்படியே கொஞ்சம் உலாத்திவிட்டு வரேன்."

"என் வாயைக் கண்டு இவரும் பயந்து போய்ட்டார்."

"இல்லை..." என்று சிறிது தயங்கிவிட்டு "அதுவும் தான்" என்று சொல்லிவிட்டு அவனும் நடக்கத் தொடங்கியதும் "ராஜா, இங்கே வா... உட்கார்" என்று அவனை அழைத்தார் ராமையா.

"பரவாயில்லை... மாமா..."

"பரவாயில்லை என்ன? உட்காரு" என்று ராமையா அவனை அழைத்தார்.

"ஒவ்வொருவராக பயந்து சாகிறார்கள்" என்று ராமையாவின் வற்புறுத்தலையும் மீறி நடந்து சென்ற ராஜாவைப் பார்த்துக் கொண்டே சொன்னாள் செல்லம்.

தங்கராஜன் கல்லாக உட்கார்ந்திருந்தவன் "உனக்கும் எழுந்து போக வேண்டும் என்று தோணலியா?" என்று பாலியைப் புன்முறுவலுடன் பார்த்தான்.

ஆனால், பாலி அவனைக் கண்கொட்டாமல் ஐந்தாறு விநாடி பார்த்தாள். அந்தப் பார்வையைத் தாங்க முடியாமல் முகத்தைத் திருப்பிக்கொண்டான் தங்கராஜன்.

"நீங்கள் சொல்றதைச் சொல்லியாச்சு, இல்லியா?" என்று செல்லம் தங்கராஜனிடம் கேட்டாள்.

"நீங்கள் ஆத்திரப்பட வேண்டாம். மாமா என்னை மருமகனாக பெண் பிறந்த உடனே நினைத்தது என்னமோ வாஸ்தவம். ஆனால், இந்த உலத்தில் உயர்ந்த விஷயங்களைக்

கண்டு பிரமித்துப் பூசை பண்ணுகிற அறிவு எனக்கும் உண்டு. அது செவிட்டுக் காதில் விழும்போது, கபோதிக் கோபம் வரும். அதனால்தான் நிதானம் கூடத் தவறிவிட்டது எனக்கு ...”

“சரி. ஆனால் மாமாவா நினைத்தார் அப்படி?”

“மாமா நினைக்காவிட்டாலும், நான் மாட்டேன் என்று சொல்ல ஆரம்பித்தால், என்ன செய்ய முடியும் அவரால்?”

“அவர் கொடுத்த வார்த்தை உங்களைக் கட்டுப்படுத்தாது, அவருடைய நிலம், வீடு, அகப்பைக்கூடு, பசுமாடு மாதிரி இருக்கிற அவர் பெண்ணைத்தான் கட்டுப்படுத்தும். இல்லையா?” என்றாள் செல்லம்.

“எனக்குத் தெரியவில்லை.”

“தெரியாமல் இல்லை. நன்றாகச் சொல்லுங்கள். சும்மா கல்லுளி மங்கன் மாதிரி பேசக்கூடாது.”

“செல்லம்–” என்று இடைமறித்தாள் இத்தனை நேரமும் சும்மா இருந்த பாலி.

“நீ சும்மா இரும்மா?” என்று அவளைச் சட்டை செய்யாமல் தங்கராஜனைப் பார்த்தாள் செல்லம்.

“நீங்கள் சொல்லுங்கள். நீங்களும் படிச்சிருக்கேளே ... நீங்கள் மாட்டேன் என்று சொன்னால் அவருக்கு நிலத்தை விற்கவோ, இவள் படிப்பை நிறுத்தவோ தோன்றியிராது ... இவள் மாட்டேன் என்று சொல்லக்கூடாது, அவ்வளவு தானே?”

“நான் அப்படிச் சொல்லவில்லை.”

“அவளையும் கட்டுப்படுத்தாது என்று சொல்ல ஆசை உங்களுக்கு. ஆனால், நீங்க அவமேலே வச்சிருக்கிற ஆசை அந்த ஆசையைத் தலை நீட்டாமல் அமுக்குகிறது.”

“இருக்கலாம். ஆனால், அவர் சொன்னதற்காக நான் ஆடவில்லை. அப்படியிருந்தால், ஒரு கொலையைச் செய்திருக்க மாட்டேன்.”

“என்னது?”

“ஆமாம். நிஜக் கொலைதான் ... அந்த வையன்னான்னு ஒருவனை நான்தான் கொலை செய்தேன். போலீஸ்காரர்கள் உண்மையில் சாமர்த்யசாலிகளாக இருந்திருந்தால் கோவிந்துக்குப் பதிலாக என்னைக் கெட்டடியில் போட்டிருப்பார்கள். இத்தனை நாள் நான் வெறும் நினைவாகக்கூட இருக்கமாட்டேன். தூக்கில் தொங்கின குற்றவாளியை யார் நினைத்துப் பார்க்கப் போகிறார்கள்?”

ராமையா, பெரியசாமி, பாலி எல்லோர் முகத்திலும் பீதியும் திகைப்பும் படர்ந்து கொண்டிருந்தன.

"நிஜமாகவா?" என்று கேட்பதைத் தவிர செல்லத்திற்கு வாய் வரவில்லை.

"நிஜமாகவா என்றால் என்ன அர்த்தம்! அன்று இவள் நாட்டியமாடுகிறாள் என்று சொல்லக்கூடாத வார்த்தையைச் சொல்லி, வண்டியை மறித்தான் வையன்னா. அப்போதே அவன் உயிரைப் போக்கியிருக்கலாம். ஆனால், பாலி அப்படித் திருப்பிக் கொள்வாள் என்று அவன் எதிர்பார்க்கவில்லை. அப்படியே அதிர்ந்துபோய் நின்றான். அதற்குள் நான் அவனை இந்த உலகத்தில் வைப்பதில்லை என்று தீர்மானம் செய்துவிட்டேன். அவர்கள் ஊருக்குப் போனதும் நானும் என்ன செய்யலாம் எப்படிச் செய்யலாம் என்று புரண்டு கொண்டேயிருந்தேன். இந்தக் காரியத்தைச் செய்யச் கிராமத்தில் இடம், பொழுது தாராளமாக இருக்கும். ஆனால் இதையெல்லாம் கூடிய வரையில் ரகசியமாகச் செய்யவேண்டும் என்றுதான் சாதாரணமாகத் தோன்றுகிறது. கூட்டத்திலோ அஜாக்கிரதையாகவோ செய்தால், காரியம் நிறைவேறாது என்று ஒரு சந்தேகம். அப்புறம், நாலு ஜனங்களுக்கு மத்தியில் செய்யக்கூடிய காரியமில்லை என்றும் ஒரு நாகரிக பயம். யுத்தமா பஹிரங்கமாகக் கொலை செய்வதற்கு? ஆனால் இதெல்லாம் பிறகு வந்த நினைப்புதான். நான் புரண்டு புரண்டு மண்டையைக் குழப்பிக்கொண்டுவிட்டு, தனபாக்கியத்திடம் போனேன். வையன்னாவின் சம்சாரத்தைவிட அவளுக்குத்தான் இன்னும் நெருக்கமாகத் தெரிந்திருக்கும் என்று எண்ணம் அவனுக்கு. வைப்பாக இருந்தவள் இல்லையா? பகையும் அதனால் அதிகம்! அவளைப் போய்க் கெஞ்சிக் கேட்டேன் என்னைக் காப்பாற்ற வேண்டும் என்று. கும்பகோணத்திற்குப் போனேன். குறித்த தேதிக்கு முதல் நாள் இரவு தனபாக்கியத்தின் வீட்டிற்கு வந்தேன், கொல்லை வழியாக அவள் வீட்டு மச்சின்மீது ராத்திரியும் மறுநாளும் இருந்தேன். விடியற்காலையில் மாட்டுக் கொட்டிலுக்கு வரும்போதே முடித்துவிட வேண்டும் என்று எண்ணம். முடியவில்லை. சாயங்காலம் அஸ்தமித்த பிறகு கிளம்பினேன். அத்தான் வயல் வரப்புக்கருகில் உட்கார்ந்திருந்தேன். அந்தப் பக்கம் போய்விட்டுத்தான் அவன் திரும்புகிற வழக்கம். வந்தான், வரப்பைக் கடந்ததும் ஒரே பாய்ச்சலாகப் பாய்ந்து குத்தினேன். முனகல் சப்தம் கேட்டது. ஆனால் பிழைக்கிற முனகல் இல்லை. ஏனென்றால் காரியத்தை ஆரம்பிக்கிற வரையில்தான் பயம். அப்புறம் வெறிதான் வரும். காரியம் முடிந்துவிட்டது என்று நிச்சயமாகிற வரையில் செய்துவிட்டுத்தான் கிளம்பினேன். சாதாரணமாக நடந்தேன்.

வயல் வரப்பில் சுற்றிச் சுற்றி கும்பகோணத்திற்கு நடந்து போய் விட்டேன். சொன்னபடி குழந்தையை அழைத்துக்கொண்டு எங்கேயோ போய்விட்டாள் தனபாக்கியம். காலேஜில் அன்று நான் இருந்திருப்பதாக ரிஜிஸ்தரில் கோடு இருக்கிறது. ஒரு சின்ன மீட்டிங்கிலும் பேசினதாக என் நண்பன் குறிப்பு எழுதி யிருக்கிறான். அதுவும் போதாதென்றுதான் போலீஸைத் திருப்பி விடுவதற்காக தனபாக்கியமும் ஓடிவிட்டாள். கோவிந்து காளி, பிச்சை எல்லோரையும் ஹிம்சை செய்து என்ன? அந்த சமயத்தில் மாமா வீட்டு ஆளின் தங்கையும் வையன்னாவிடம் அவமானப்பட்டு அந்த துரதிர்ஷ்டமும் நடந்த சமயம். எனக்கு எல்லாம் சாதகமாகப் போய்விட்டது. இப்போது அவர்களையும் விடுவிடுத்து விட்டார்கள். இனிமேல் தனபாக்யம் வந்தால்தான் கேஸ் நடக்கும். தனபாக்யம் மெட்ராஸில் பதுங்கிப் பதுங்கியிருந்து விட்டுக் காசிக்குப் போய்விட்டாள். எனக்கு தைரியம் அவளைப் போலீஸ் பிடித்துவிடாதென்று. தனபாக்யம் இஷ்டப்படி இருக்கப் பிறந்தவள். நல்ல மனுஷி. கெட்டிக்காரி. அவளை அவளுடைய மனிதத்தனம் காப்பாற்றிக்கொண்டேயிருக்கும். கடவுள் காட்டிக் கொடுத்தால்தான் உண்டு. போலீஸ்காரர்கள் இதிலே ஒன்றும் செய்ய முடியாது."

"நீ பேசாம இருக்கமாட்டே?" என்று கத்தினார் ராமையா இடைமறித்து, தங்கராஜன் குரல் போகப் போக மாறிக்கொண் டிருந்தது. ஆரம்பத்தில் இருந்ததற்கு மாறாக அதில் ஒரு வெறியும் எக்களித்தது, "போலீஸ் என்ன செய்ய முடியும்? போலீஸுக்கு அகப்படாத கொலைகள்தான் அதிகம். அப்படிப் போலீஸ் கண்டுபிடித்தாலும் ஒன்றும் மோசம் போய்விடாது" என்று வெறியிடும் அந்தக் குரலைக் கேட்டு ராமையா பதைத்துக் கொண்டிருந்தார்.

"நான் அப்புறம் எல்லோருடனும் சேர்ந்து மாமாவோடுகூட வந்து கொலையெல்லாம் பற்றி விசாரித்தேன். பாலிக்குகூட எழுதினேன்."

"போதும்னேனே" என்று மறுபடியும் கத்தினார்.

"நிறுத்திவிடுகிறேன்... இதைச் சொல்ல நான் பயப்பட வில்லை. ராஜா இருக்கிறபோதே சொல்லுவேன். ஆனால் நான் என்னமோ பெரிய சாகசம் செய்துவிட்டதாகப் பேசுகிறேனே என்று நினைத்துக்கொள்வானே என்று சந்தேகம் எனக்கு."

"பெரியசாமி, இந்தப்பய கழுத்தைப் பிடிச்சு அவன் வாயை மூட வக்கில்லையா உமக்கு?" என்று கத்தினார் ராமையா.

"தம்பி, பேசாமல் இரு. இனிமே இதைப்பத்திப் பேசாதே!" என்றார் பெரியசாமி.

"ஏன், பேசினா என்ன? நான் மனசிலே நினைச்சேன். செஞ்சேன். ரகசியமாப் பண்ணினதுக்குக் காரணம், உசிரோட இருக்கணும்னு ஆசையாயிருந்தது."

"நீ பேசிக்கிட்டேதான் இருப்பியா? பேசுடா பேசு, பேசு. நீ என்ன பண்ணுவே? நான் இதையெல்லாம் கேக்கணும்னு என்னை இன்னும் உசிரோட வச்சிருக்கான் பாரு" என்று ராமையா அரற்றினார்.

"கொஞ்சம் பேசாமலிருக்க மாட்டீர்களா?" என்று செல்லம் தங்கராஜனைப் பார்த்தாள்.

தங்கராஜனின் வாய் மூடிற்று.

ராமையா முழங்காலைக் கட்டிக்கொண்டு முகத்தைப் புதைத்துக்கொண்டு உட்கார்ந்தார்.

கொலைகாரனா இவன்? இந்தப் பையனா? என் தங்கராஜனா?

பகபகவென்று அடிவயிற்றில் புரண்டது. காதுக்கு மேல் இரண்டு பொட்டுகளும் படபடவென்று தெறித்தன. கண்ணை இறுக மூடிக்கொண்டார். அதனுள் தோன்றிய கருமையிலும் சிவப்பிலும் பக்கத்திலிருந்த கோபுரம் அடைத்து நின்றது. உள்ளேயிருந்த பெருவுடையானும் அதனிடை நின்றான். செவ்வட்டத்தில் ஒட்டிவைத்தாற் போல் விமானம் நின்று கொண்டேயிருந்தது. ஆடாமல், அசையாமல் நின்றது.

வேறு எதுவும் யாருமில்லாத அடர்த்தியாக நின்றது. எப்போது இருக்கிறோம், எங்கேயிருக்கிறோம் என்ற உணர்வு அழிந்து கிடந்தது. அவருமில்லை; யாருமில்லை. கோபுரம் மட்டும்தான் இருந்தது.

அசைக்கிற அசைப்பில் நிலை கலைந்து கண் விழித்தார் அவர்.

"மாமா மாமா" என்றார் பெரியசாமி. அவரைத் தொட்டு அசைத்துக் கூப்பிட்டார்.

"என்ன?"

"போகலாமா? ரொம்ப நேரமாயிடிச்சே."

"அ?"

"இருட்டிப் போயிடித்தே" என்றார் பெரியசாமி.

ஆமாம் கைமறையும் அந்தியும் மங்கி இருள் பரந்திருந்தது. நட்சத்திரங்கள் முளைத்திருந்தன. லேசாகக் காற்று வீசிக் கொண்டிருந்தது.

ராமையா மீண்டும் கண்ணை மூடிக்கொண்டார்.

"நல்லா இருட்டிப் போயிடுத்தே. வீட்டுக்குப் போக வாணாமா?"

மீண்டும் கோயில் கோபுரம் அவர் புருவத்திடை கறுத்து நின்றது.

அகிலாண்டம் இப்போது அங்கு நின்றிருந்தாள்.

"அகிலம் அகிலம்" என்றார் அவர். "நான் ஒன்றும் செய்ய முடியவில்லை. எனக்கு எதுவும் முடியவில்லை. இவர்கள் உன் மகளை என் சொத்து, ஆடு, மாடு, வீடு என்று பட்டியலில் சேர்க்கிறார்கள். அப்படியிருந்தால் தான் என் வார்த்தை அவளைக் கட்டுப்படுத்துமாம்... நான் என்ன சொல்லப் போகிறேன். உண்மையை ஒப்புக் கொண்டு விடுகிறேன். எனக்கு இதில் எண்ணமில்லை. அவள் இஷ்டத்திற்கு விரோதமாகப் பிணைத்து வைக்க இஷ்டமில்லை. இந்தச் சின்னக் குழந்தையை இத்தனை காலம் நான் படுத்தியது போதும். நான் இப்போது பொய் சொல்லத்தான் போகிறேன். உன் வார்த்தையை மீறத்தான் போகிறேன். அவள் கண்ணீர் விடும்போது உன் ஞாபகம்தான் வருகிறது. என்னை விட்டுவிடு. அவள் இஷ்டப்படி நடக்கலாம் என்று சொல்லுகிறேன். அந்த சமயமே நான் இந்த உடலைவிட்டுக் கிளம்பி விடவேண்டும். ஆமாம், இந்த உடல் இருக்கிற வரையில் இந்தப் பொய்யிலிருந்து தப்ப முடியாது. இதை அழித்துக் கொண்டுதான் இந்தப் பொய் கிளம்ப வேண்டும்... நான் உனக்கு வேறு சமாதானம் என்ன சொல்ல முடியும்? சொல்லு சொல்லு... ஒரு வார்த்தை சொல்லு" என்றார்.

அகிலத்தின் சிரிப்புத்தான் அந்தக் கோபுரத்தில் ஒலிக்கிறது. என்ன சிரிப்பு இது! என்னைக் கேலி செய்கிற சிரிப்பா? இல்லை வேறு யாரையாவது பார்த்து சிரித்துக் கொல்கிறாயா?... சொல்லு... நான் சொல்லிவிடட்டுமா?...

காலத்தின் உணர்வு ஊடே ஊடே அவருக்கு இருந்தது. ஆனால், கோபுரம் மூடிய கண்ணுள் தெரிந்த போது, கண் வட்டத்தை நிறைந்து நின்றபோது, நான் எங்கேயிருந்தேன்? கோபுரம்தான் நின்றது. கோபுரமாய் நானுமாகி நின்றேன். எத்தனை காலம்! வெகு நேரம் போலத் தோன்றிற்று. ஒரு வருஷம்; இல்லை. ஒரு யுகம் போல; அதுவுமில்லை. கணக்கினுள் வராத காலவெளியாக இருந்தது. ஒரு க்ஷணமாகவும் இருப்பது போலிருந்தது. க்ஷணமில்லை. யுகமில்லை. இது என்ன விந்தை? கோபுரம் தெரிந்த இடத்தில் ஒன்றுமில்லை. கோபுரமில்லை. கோபுரம் எழுதிய படுதாவைப்போல் நின்ற செவ்வெளியில்லை.

ஒன்றுமில்லை, எல்லாம் ஒழிந்து விட்டிருந்தது. அதற்கு ஈடாக என்ன கொடுக்க முடியும்?

அந்த நிலை எத்தனை நேரம் இருந்தது? யுகம் போலும் கணம்போலும் தோன்றிய அந்த இன்மையிலிருந்து யாரோ உலுக்கி எழுப்பினது போலிருந்தது. அந்த ஒருமை பிளந்தது. கோபுரம் தெரிந்தது. அவரும் வேறாக அதைப் பார்த்துக்கொண்டு, கண்ணை மூடி முழங்காலைக் கட்டிக்கொண்டு உட்கார்ந்திருந்தார்.

மறுபடியும் அந்தப் பிளவு ஒட்டிக்கொண்டு விடுமா?

"மாமா, எத்தினி நேரம் இப்படியே உட்கார்ந்திருக்கப் போறீங்க?"

"அ!"

"ரொம்ப இருட்டிப் போச்சு இரண்டாம் கால பூஜை நடக்கிற சமயம்" என்றார் பெரியசாமி.

"பாலி எங்கே?"

"ஏம்பா?"

"இங்கேதான் இருக்கியா..? சரி."

"இத்தனை நேரம் இங்கே இல்லை நாங்கள். இப்போது தான் வந்தோம். கால் மணியாச்சு" என்றாள் செல்லம்.

"இங்கே இல்லையா?... எங்கே போயிருந்தீங்க?"

"நீங்கள் கண்ணை மூடி ரண்டு மணி நேரமிருக்கும். முதலில் காத்துக் காத்துப் பார்த்தோம். அப்புறம் கொஞ்சம் எழுந்து போனோம். தட்சிணாமூர்த்தி சந்நிதிக்கு நேரே நானும் பாலியும் உட்கார்ந்திருந்தோம்... தூங்கிப்போயிட்டேளா?"

"இல்லேம்மா..." என்று சுற்றிலும் இருட்டில் துருவிப் பார்த்தார் ராமையா.

"இது யாரு?"

"நான்தான் மாமா" என்றான் நாய்க்கர் மகன்.

"எங்கே அவங்க ரண்டு பேரும்?"

"தரிசனம் பண்ணிட்டு வரேன்னு போயிருக்காங்க."

"போகலாமா?" என்றார் பெரியசாமி

"இப்ப என்ன அவசரம்?" என்று செல்லத்தின் குரல் கேட்டது.

"எனக்கும் இங்கேயே உட்காந்திருக்கலாம் போல் தானிருக்கு... நீங்கள்ளாம் போறதுன்னா போங்க. நான்

இன்னும் கொஞ்சம் இருந்திட்டு வரேன். எனக்கு இப்ப எழுந்திருக்க முடியாதுன்னு தோணுது.”

“நாங்களும் அப்படித்தான் உட்கார்ந்திருந்தோம். தட்சிணா மூர்த்தி சந்நிதியிலே” என்று செல்லம் மேலும் சொன்னாள். “கொஞ்சம் தள்ளினாற்போல உட்கார்ந்து நான் கோபுரத்தை அண்ணாந்து பார்த்துக் கொண்டிருந்தேன் மாமா. எனக்குத் துக்கம் துக்கமா வந்தது.”

“ஏம்மா?”

“நான் சாயங்காலம் கோயிலுக்குள் வரும்போது இரண்டே இரண்டு காக்காய்தான் கத்திண்டிருந்தது. பரிகாசம் பண்ணிக் கொண்டே வந்தேன். இவ்வளவு பெரிய கோயிலை எதற்காக கட்டினான். வேலை மெனக்கெட்டவன்? இப்படி சீண்டுவார் யாருமில்லாமல் காக்காய்தான் கத்தப் போகிறது என்று தெரிந்திருந்தால், காசு, உழைப்பு எல்லாத்தையும் மிச்சப்படுத்தி, பேசாமல் இருந்திருப்பான் என்று சிரித்துக்கொண்டே வந்தேன். ஆனால், அங்கே போய்த் தனியாய் பாலியோடு உட்கார்ந்து இருட்டில் ஸ்தூபியைப் பார்க்க முடியாமல் தவித்தபோது, என்னை யாரோ பார்த்துப் பரிகாசம் பண்ணுவது போலிருந்தது. இவ்வளவு பெரிதாகக் கட்டினவன் ஸ்வாமியைப் பார்த்தானா, பார்த்திருப்பானா? நிச்சயமாகப் பார்த்திருக்க மாட்டான். ஆனால் ஒன்றே ஒன்று மட்டும் செய்துவிட்டுப் போய்விட்டான். வருகிற ஒரு பிராணி பாக்கி யில்லாமல் கழுத்து வலிக்க வலிக்க மேலேயே பார்க்கும்படி செய்துவிட்டான் அவன். அத்தனை உயரத்தில் வைத்த கண்ணைக் கீழே திருப்ப முடியாமல் செய்து விட்டான். மத்தியான்னம் சாயங்காலம் எல்லாம் அந்த ஸ்தூபி பளபளவென்று கண்ணுக்குத் தெரிந்தாலும் இந்த இருட்டில் பார்க்க வேண்டும் போலிருந்தது எனக்கு. இடுக்கி இடுக்கிப்பார்த்தேன். எல்லாவற்றையும் மறந்துவிட்டுப் பார்த்தேன். மனசெல்லாம் குவித்துப் பார்த்தேன். தெரிந்துவிட்டது. நன்றாகத் தெரிகிறதடி என்று பாலியைப் பார்த்துச் சொன்னேன். எனக்கும் தெரிகிறது என்றாள் அவள். சொல்லிவிட்டு அழ ஆரம்பித்தாள். நான் ஏன் அழுகிறாய் என்று கேட்கவில்லை. நல்லது செய்கிற போது அழுகைதான் வரும். அவ்வளவு ஆனந்தத்தைத் தாங்க முடியாமல் நம்முடைய ஹிருதயம் அழ ஆரம்பித்துவிடுகிறது. இப்போது அவளுக்கு ஒரு கவலையுமில்லை. துக்கமோ, சிணுக்கமோ இல்லை. ‘செல்லம் அப்பா சொல்கிறதுதான் சரி. இத்தனை நாளாக எனக்கு ஒன்றும் கண்ணுக்குத் தெரியவில்லை. எங்கு பார்த்தாலும் வெளிச்சமாக இருந்தால் நிஜமான வெளிச்சம் இருக்கிற கண்ணுக்குத் தெரியமாட்டேன் என்கிறது. இருள் வந்துவிட்டால் அந்த வெளிச்சம் பளீர் என்று தெரிகிறது.

எனக்குத் தெரிந்துவிட்டது' என்று சொன்னாள் பாலி. நீங்கள் இனிமேல் எழுந்து வரலாம் மாமா" என்று முடித்தாள் செல்லம்.

"என்ன என்ன! என்ன சொன்னா! என்ன சொன்னா?" என்று படபடவென்று கேட்டார் அவர்.

"அவள் வாயை விட்டு அதிகமாக ஒன்றும் சொல்லவில்லை. நான் இப்போது சொன்னதைத்தான் சொன்னாள். உண்மை மனசில் படுவதற்குக்கூட மற்ற வெளிச்சங்களை அப்புறப்படுத்த வேண்டியிருக்கிறது. இருள் வேண்டியிருக்கிறது. இவ்வளவு சின்னப் பெண்ணுக்கு இது எப்படித் தெரிந்தது என்று நினைக்க நினைக்க எனக்கு என் உள்ளெல்லாம் ஏதோ அடைத்துக் கொண்டு வெடித்துவிடும் போல் ஆய்விட்டது."

"இதுக்கெல்லாம் வயசு வேணுமா? கோடானுகோடி வருஷமா வாழற புழுவுக்கு வயசாகவில்லையா?" என்று குறுக்கிட்டார் பெரியசாமி.

"நானும் இதைப்பற்றி எத்தனையோ நாளாக யோசித்து வருகிறேன் மாமா. யாரோ எப்பவோ சொல்லிவிட்டுப் போனாள். செத்தும் போய்விட்டாள். அப்போது செய்கிறேன் என்று சொன்னார் ஒரு மனிதர். ஆனால், இந்தப் பெண்ணுக்கு என்று தனியாக ஒரு உயிர், உடம்பு எல்லாம் கிடையாதா என்று நினைத்தேன். இப்போதுகூட அதையே பேசிப் பேசிச் சாதிக்கலாம். பல பேருக்கு நியாயமாகப் படலாம். எனக்கும் நியாயமாகத்தான் பட்டது சற்று முன்னால் வரையில். ஆனால், இதையெல்லாம் பேசியோ யோசித்தோ தீர்க்க முடியாது. எது சரி என்று படுகிற வேளை வந்தால்தான் உண்டு. உங்கள் பெண் உங்கள் வாக்குக்கு ஒப்புக்கொண்டுவிட்டாள். ஆமான்னே பாலி?" என்று கேட்டாள் செல்லம்.

"ஆமாம், செல்லம்."

அந்த இருளில் அந்தக் குரலைக் கேட்டு ராமையாவுக்கு என்ன செய்வதென்று புரியவில்லை. அந்தக் குரல் அவரைத் திணற அடித்தது.

"குழந்தே, குழந்தே! இப்படி வா . . . இப்படி வா" என்றார்.

"என்னப்பா இது?"

"நானே வரேன்" என்று எழுந்து பாலியின் கையைப் பிடித்தார் ராமையா. தோளைப் பிடித்து லேசாக அணைத்து, வகிடை முகர்ந்தார். "குழந்தே பொய் சொல்லிக்கிட்டே செத்துப் போய்விடுவமோன்னு நெனச்சேன். நீ இப்ப என்னைக் காப்பாத்திட்டே."

அதற்குமேல் அவருக்குப் பேச்சு வரவில்லை. பாலியின் கையைப் பிடித்துக்கொண்டே நின்றார்.

"மாமா! நான் ராஜாவிடம் சொல்லிவிட்டேன். அவர், மாமாவிடம் சொல்லிவிடுங்கள். இப்போது அவரைத் தொந்தரவு செய்ய வேண்டாம்" என்று சொல்லிவிட்டுப் போய் விட்டார் . . . "நாய்க்கர் பிள்ளை இருக்கிறாரே, அவருக்குத் தெரியாது."

"என்ன என்ன?" என்றான். இருளில் நாய்க்கர் மகனின் குரல் கேட்டது.

"ஒன்றுமில்லை. நீங்கள் அதைப் பற்றிக் கேட்க வேண்டாம்."

"அவருக்கும் தெரியட்டுமே. அவர் மாதிரி மனுஷங்க கிடைக்கவே மாட்டாங்க" என்றாள் பாலி.

"இப்ப அவர் தெரிஞ்சிண்டு என்ன பண்ணப்போறார்? சொன்னாலும் சரி, சொல்லாவிட்டாலும் சரி அவருக்கு. அப்படித்தானே, ஏன் ஸார்?"

"எனக்கு எதைத் தெரிஞ்சிக்கணும்? வக்கீல் ஐயா பேரனை பத்தியே எனக்கு ஒண்ணும் தெரியலே. இப்ப ஏதோ கொஞ்சம் கொஞ்சம் தெரிஞ்சுது. அது தெரிஞ்சுதான் தெரியாட்டித்தான் எனக்கென்ன? எனக்கு ஒண்ணு. நீங்கள்ளாம் பேசறதைப் பார்த்தா தங்கச்சிக்கு இப்பவே கலியாணத்தை முடிச்சிருவீங்க போலிருக்கு. முடியுங்க. எல்லாம் காலா காலத்திலெ நடக்க வேண்டியதுதான். ஆனா கலியாணம் பண்ணினவுடனே இத்தனை நாளாப் படிச்ச படிப்பு, வித்தை எல்லாம் காத்திலெ பறக்க விட்டுடற வழக்கம். நீங்க என்ன செய்யப் போறீங்களோ?"

"மாமா... நீங்க இப்ப கலியாணம் பண்ணினாலும் பண்ணாட்டாலும், இவ படிக்கத்தான் போறா. ஆடத்தான் போறா. இவர் அப்பா சௌஜன்யமாப் போய், இவரை வீட்டுக்குள்ளே அழச்சிண்டாலும் அவருக்கு மனசிலே நினைச்சதைச் சம்பாதிச்சுக் கொடுக்கத்தான் போறா" என்றாள் செல்லம்.

"செய்யட்டும் செய்யட்டும்" என்றார் ராமையா. ஆனால், படிப்பு, ஆட்டம், அவர்கள் பேச்சு இவையெல்லாம் அப்போது அவர் மனதில் உறைக்கவில்லை. இவ்வளவும் ஈடுகொடுக்க முடியாத வேறொன்றில் திளைத்துக் கொண்டிருந்தன அவருடைய உணர்வும் இதயமும்.

"குழந்தே . . . நீ இனிமே எப்படி இருந்தா என்ன? என்ன செய்தா என்ன? உங்கம்மாவுக்கு மகளாக ஆயிட்டே இப்ப. எனக்கு அதுதான் கவலையாயிருந்தது. இனிமே தங்கராஜன்

கூட எதைச் சொன்னா என்ன, என்ன ஆனால் என்னஙகற கவலைகூட வராது போலிருக்கு... கவலையில்லாம இராது. ஆனா இது நடந்தப்பறம், எது நடந்தாலும் பாதகமில்லைன்னு தோணுது" என்று நெகிழ நெகிழக் கூறினார் அவர்.

"அவர் ஒண்ணும் சொல்ல மாட்டார் ... நீங்கள் ஒன்றையும் பற்றிக் கவலைப்பட வேண்டாம்..." என்று அவர் வாயை மூடினாள் செல்லம். "பெரிய வெளிச்சம் தெரிய இருட்டு வேண்டிருக்கு. ஆனா இருட்டிலே எப்படி முகத்தைப் பார்த்துப் பேச முடியறது? முகஜாடையை எப்படிப் புரிஞ்சுக்க வைக்க முடியும்?"

நாய்க்கர் மகன் குறுக்கிடவில்லை. அவன் மனம் இருளில் துருவிக் கொண்டிருக்க வேண்டும்.

"இப்பவாவது போகலாமா?" என்றார் பெரியசாமி.

"போகலாம். தங்கராஜன் எங்கே?"

"தங்கராஜு" என்று பெரியசாமி குரல் கொடுத்தார்.

"இதோ வரேன் மாமா" என்று தென்னண்டைப் பக்கத்தி லிருந்து குரல் கேட்டது.

"இங்கே தானிருக்கானா? தரிசனத்துக்குப் போயிருக்கான் னியே."

"ஆமாம், தட்சிணாமூர்த்தி கிட்டத்தான் போயிருந்தார்" என்றாள் செல்லம்.

இருளைத் துளைத்து அவன் வருவதைப் பார்த்துக் கொண்டே யிருந்தார் ராமையா. அவன் அருகே வந்ததும் அவன் கையைப் பற்றி "தங்கம், தங்கம்... என் அகிலம் மனசு நிறைவேறிடிச்சு. அகிலம் நினைச்சுது வீண்போகாது. அவ அப்பேர்ப்பட்ட தெய்வாத்மா. அவள் குரல் மங்கிக் கிடந்தது. இப்ப கேக்க ஆரம்பிச்சுட்டது. இல்லாட்டா, செல்லம் சொல்றாப்பல, வெளிச்சத்திலே அமுங்கிக் கிடந்தது. இப்ப அதை எல்லாத்தையும் அணைச்சுப்பிட்டு அது தன்னையே நமக்கெல்லாம் காமிச்சிக்கிட்டிருக்கு... இத்தனை நாளா உன் மனசு வேதனைப்பட்டிருக்கும். உசிரோட இருக்கணும்னு ஆசையிருந்ததுன்னியே. அந்த வார்த்தையிலே துடிச்சுப் போய்ட்டேன். உன் கிட்ட மன்னிப்பு கேட்டுக்கலாம். நான்தான் கேட்டுக்கணும்... குழந்தை என்ன செய்யும்? அது கிட்ட அந்த மாதிரி எல்லாம் மன்னிப்பு கேட்காதே. அவ வேற நினைச்சதெல்லாம், வேறு நிலையிலே. இப்ப வேறு மாதிரியா ஆயிட்டா அவ. அவளுக்கும் எனக்கும் மலைக்கும் மடுவுக்கும் கோபுரத்துக்கும் குப்பை மேட்டுக்கும்..."

ராமையா நிலைகொள்ளாமல் பேசிக்கொண்டிருந்த போது செல்லம் இடைமறித்தாள்.

"உங்களுக்கு, இத்தனையும் புரிகிறதோ என்னமோ? சுருக்கமா நான் சொல்லிவிடறேன். உங்கள் மாமியார் நினைத்தபடியே நீங்கள்தான் அவருக்கு மாப்பிள்ளையாகப் போகிறீர்கள். மாமா இதைத்தான் சொல்லுகிறார். நடுவில் நடந்ததற்கெல்லாம் அவரே மன்னிப்புக் கேட்கிறார். பாலி மன்னிப்புக் கேட்க வேண்டிய அவசியமில்லை என்கிறார். அப்பறம், இன்னொரு வேண்டுகோள். நீங்கள் இன்று சொன்ன விஷயங்களைப் பற்றி இனிமேல் யாரிடமும் எங்கேயும் வாயைத் திறக்கக்கூடாது. உங்கள் மனைவி பாலியிடம், மனைவியாக வரப்போகிற பாலியிடம்கூட. நாய்க்கர் மகனுக்கு அது தெரியவேண்டாம். நான் தெரிந்து கொள்ளவும் ஆசைப்படவில்லை என்று அவரும் சொல்லிவிட்டார்... சரி, இப்ப போகலாமா?" என்றாள் செல்லம்.

"போகலாம். ஆனால்..." என்று மேலும் சொன்னார் பெரியசாமி. "இந்தக் கருவூரார் சன்னிதியிலே இரண்டுபேரையும் ஒரு நமஸ்காரத்தைப் பண்ணிவிட்டுவரச் சொல்லுங்க. அவரை யாருமே லேசில் புரிஞ்சுக்க முடியலே அந்தக் காலத்திலே. அவரு சாதாரண மனுஷன் இல்லை. அதே சமயம் சாதாரண மனுஷராவும் இருந்தாரு. ஆகாசத்திலே பறப்பாரு. சாமியையே அதிகாரம் பண்ணுவாரு. அதே சமயம் சீரங்கத்துத் தேவடியா கூப்பிட்டாள்னா அங்கேயும் போவாரு. உள்ளுக்கு ஒண்ணும் மேலுக்கு ஒண்ணா வாழ்ந்தவரு இல்லை அவரு, சுத்தயிருக்கிற வங்கள்ளாம் அப்படி நினைச்சாங்க. ஆனா, நல்லது கெட்டது எல்லாம் ஒண்ணுதான் அவருக்கு. எல்லாமே அவர்கிட்ட பொசுங்கிப் போகும். ஆண்டவ வாசனையாகவும் கம கமன்னு மணக்கும். யாருக்கும் எதுவும் புரியாதுன்னு தெரிஞ்சுக் கணும்னா அவரைப் பார்க்கணும். அதனாலெ அவரு சந்நிதி யிலே நமஸ்காரத்தைப் பண்ணச் சொல்லுங்க... நமஸ்காரம் அவருக்குன்னு பண்ணினாலும் சரி அல்லது எல்லாத்தையும் குழைச்சு, எப்படி வேணும்னாலும் இருக்க முடியும்கற அவரோட தைரியத்துக்கும் பெரிய தனத்துக்கும் பண்ணினாலும் சரி . . . அவங்க அவங்க இஷ்டம்."

"முடிச்சிப்பிட்டேளா?" என்றாள் செல்லம்.

பெரியசாமி சிரித்தார். "முடிச்சிப்பிட்டேன்னுதான் தோணுது. ஆனாலும் எனக்கு மட்டும் ஒரு ஆசை. நமஸ்காரம் பண்ணும் போது, இந்த நாட்டியம் எல்லாத்தையும் எப்பவும் மறக்க மாட்டேன். மனசுக்குள்ளாறவாவது ஆடிக்கிட்டிருப்பேன்னு அது வேண்டிக்கிட்டா, எனக்கும் சந்தோஷமாயிருக்கும்.

பின்னே நான் என்ன கேக்கப்போறேன்? நாயைக் கேட்டா, இன்னும் கோடி ஜன்மத்துக்கு நாயாவே தான் பொறக்கணும்னு கேட்கும். கழுதையும் அதே மாதிரி தான் கேக்கும் அவங்க அவங்களுக்கு அந்த அந்தப் பிறவிதான் வெல்லம். அதுமாதிரி நானும் ஆடணும்னுதான் கேட்பேன். அப்படி ஒண்ணும் சின்ன ஆசையில்லியே. நடராஜாவே படற ஆசைதானே?"

"பெரியசாமி, நீங்க அதுக்கு ஞானகுரு மாதிரியிருக்கீங்க அது ஒண்ணையும் மறக்காது. கவலைப்படவாண்டாம்" என்றார் ராமையா.

"மாமாவுக்கு இப்ப எத்தனை உரம், நம்பிக்கை எல்லாம் வந்துடுத்து பார்த்தேளா!"

பாலி சந்நிதியில் விழுந்து வணங்கினாள். தங்கராஜன் ராமையாவை வணங்கிவிட்டு, சந்நிதியில் வணங்கினான்.

"ஸத்குரோ . . . வரேண்டய்யா" என்று பெரியசாமி விடை பெற்றுக்கொள்ளும் குரலைக் கேட்டு, ராமையா புளகித்துக் கொண்டே நடந்தார்.

யாரும் பேசாமல் நடந்தார்கள். இருளில் எந்த விளக்கும் இல்லாமல், எந்த விளக்கையும் எதிர்பார்க்காதது போலக் கோபுரம், சுப்ரமண்ய சுவாமி கோயில், சுவர் மதில் எல்லாம் நின்றுகொண்டிருந்தன. சிள்வண்டுகள் 'ஙீஙீ' என்று இரண்டு மூன்று சுருதியில் கத்திக்கொண்டிருந்தன. அந்த மௌனத்தை அருந்திக்கொண்டே எல்லோரும் நடந்தார்கள்.

கோயிலுக்குள்ளிருந்து கைமணியோசை கேட்டுக் கொண்டிருந்தது.

இருளுக்குக் கண்கள் பழகிப் போயிருந்தன. நட்சத்திரங்களும் வாரித் தெளித்திருந்ததால் தட்டித் தடவாமல் நடந்து போக முடிந்தது.

ராமையாவுக்கு அந்த மோன வெளிப் பிரகாரத்தையும் நட்சத்திரங்களையும் தனிமையையும் கண்டு அங்கேயே உட்கார்ந்துவிட வேண்டும் போலிருந்தது. அதே சமயம் அந்தத் தனிமையைவிட்டு உலகத்திற்குள் விழுந்து தனக்கு உயிர் வந்த அதிசயத்தை முடிக்க வேண்டும் போலும் துடித்தது.

'நீ தோத்துப் போவியா எப்பவாது? ஆது எப்படிடா முடியும்?' என்று வைத்தீச்வரனும் பெருவுடையானும் ஒரு முடிவாக வந்து அமர்ந்திருந்த இதயத்தைப் பார்த்துச் சொல்லிக்கொண்டே நடந்தார்.

முகப்பை நெருங்கியதும் படியேறி பெருவுடையான் சந்நிதிக்குள் அவர் போன போதும் எல்லோரும் அவரைப் பின் தொடர்ந்தார்கள்.

அவர்கள் போவதற்கும் கற்பூர ஆரத்தியை முடித்துக் கொண்டு குருக்களும் பரிசாரகனும் கர்ப்பக் கிருகத்தை விட்டுக் கிளம்புவதற்கும் சரியாக இருந்தது. அவர்களைக் கண்டதும் குருக்கள் நின்று இடுப்பிலிருந்து விபூதிப் பையை அவிழ்த்து ஒவ்வொருவராக வழங்கினார்.

"நீங்க இன்னும் போகலியா?" என்றார் அவர்.

"கிளம்பிட்டிருக்கோம். நல்லவேளை பூஜை காலமும் ஒத்துக் கிட்டது. வந்தோம்."

"ஏழு மணிக்கு மேலே நான் இங்கே மனுஷா தங்கியே பார்த்ததில்லை ஸ்வாமி. குறவஞ்சி நாடகம் நடக்கிற போது மட்டும் நாடகம் பாக்கறதுக்காக பத்து ஜனம் வந்திருக்கும். மத்தநாள்ள இந்த நேரத்திலே யாரைப் பார்த்திருக்கேன்?"

"அப்படின்னா நாங்க மனுஷா இல்லியாக்கும்?" என்றார் பெரியசாமி.

குருக்கள் தீவட்டி ஒளியில் அவரை நன்றாகப் பார்த்து அடையாளம் புரிந்துகொண்டு, "அடடா, நீங்களா!" என்றார்.

"என்ன? சௌக்யம்தானே!"

"இருக்கேன். எங்கே இவ்வளவு தூரம்?"

"சும்மாதான் வந்தேன்."

"குருக்களய்யாவுக்கில்ல?" என்றார் ராமையா.

"என்ன?"

"இந்த ஸ்வாமியோட ரொம்ப நாளாப் பழகிட்டு வறீங்களே? தொட்டா எப்படியிருக்கும்? இறுக அணைச்சுக்க முடியுமோ அவரை?" என்று கேட்டார் அவர்.

எல்லோரும் அவரைப் பார்த்தார்கள். குருக்களும் ஏதோ பையன் கேள்விக்குப் பதில் சொல்வதுபோல ஒரு புன்னகையுடன், 'ஏ அப்பா! அவரையா? அது எப்படி முடியும்?' என்று விபூதிப் பையைக் கட்டி இடுப்பில் சொருகி கொண்டார்.

'சாமி!' என்று அவர் மேலே நடக்க முயலுவதைக் கண்ட பெரியசாமி கூப்பிட்டார்.

"என்ன?"

"அவசரமாப் போகணுமோ?"

'ஏன்?"

"அடியேனுக்காக ஒரு அரை நாழி சந்நிதியைத் திறந்து வைக்கலாமோ . . ? ஒண்ணுமில்லே. இந்தக் குழந்தைக்குக் கலியாணம் நிச்சயம் பண்ணியிருக்கிறோம். குழந்தை நல்லா ஆடும். ஒரு பாட்டுப்பாடி ஆடி, சாமிக்கும் படைப்புப் பண்ணணும்னு ஆசை."

"பேஷா, நானும் பாக்கறேன். ஆனா இப்படியேவா ஆடப் போரேள்! உடுப்பு மாத்திக்க வாணாமா? பக்க வாத்யம் வாண்டாமா?"

"சாமி, நமக்கு வேலை செஞ்சவனுக்கு உடனே கூலியைக் கொடுத்திரணும். குளிச்சிப்பிட்டு சாப்பிட்டுப் பிட்டு அப்பறம் வந்து கொடுக்கறேங்கப்படாது."

"அப்படியா? அப்படின்னா சரி" என்று சிரித்துக்கொண்டே கதவைத் திறந்துவிட்டார் குருக்கள்.

"குழந்தே, சும்மா சின்னதா ஒண்ணுபோதும். இந்தக் கோயிலுக்கு வரதே அபூர்வம். அதுவும் ஐயா சொல்றாப்பல ராத்திரி வேளையிலே வர்றது அபூர்வம். சுத்தி ஒரு மைலுக்குக் கடை கண்ணி ஒண்ணு கிடையாது. அப்படியாப்பட்ட இடமாப் பாத்து உக்காந்திருக்கான் ஐயன். இப்ப எங்கே புஷ்பத்துக்கும் தேங்காய்க்கும் போறது! ஒரு ஆட்டத்தையாவது ஆடிட்டுப் போவோம்" என்று சொல்லிக்கொண்டே கருவூரார் பாடல் ஒன்றைப் பாடத் தொடங்கிவிட்டார் பெரியசாமி. அறை முழுவதும் கேட்டுவிட்டு, அர்த்தத்தைப் புரிந்துகொண்டு, அவர் மறுபடியும் அதைப் பாடும்போது ஆடத் தொடங்கினாள் பாலி.

கால் நாழிகைக்குள் முடிந்துவிட்டது ஆட்டம்.

"எனக்கே ஆடணும் போலிருக்கு" என்று ராமையா பேச்சுக் குழறித் தடுமாறினார்.

குருக்கள் மறுபடியும் கற்பூர ஹாரத்தி செய்த பிறகு 'திருக்கூட்டம்' வெளியே நடந்தது.

பிராகாரத்தைக் கடந்து வாசல் கோபுரத்தை நோக்கிச் செல்லும் பாதைக்கு வந்ததும், "விறுவிறுன்னு நடங்களேன். செல்லம்மா, நீங்க நறுக்குனு ஏதாவது சொன்னாத்தான் வேகம் வரும்" என்றார் பெரியசாமி செல்லத்தைப் பார்த்து.

"நான் நறுக் நறுக்குன்னு எவ்வளவு நாள்தான் பேசிண்டிருக்க முடியும்?" என்று வேகமா நடந்தாள் செல்லம். பாலியும்கூடத் தொடர்ந்தாள்.

“அந்தப் பொம்பிள்ளைப் பிள்ளைங்க இப்படி நடக்குது. நீ என்னமோ எருமைத் கன்னுக்குட்டி மாதிரி அசையறியே” என்று பெரியசாமி நாய்க்கர் மகனிடம் சொன்னதும், அவனும் சிரித்துக் கொண்டே சிறு ஓட்டமும் பெருநடையுமாகக் கிளம்பினான். அவர்கள் காது கேட்காத தூரம் சென்றதும் பெரியசாமி நின்றார்.

“தங்கராஜு” என்றார்.

“என்ன?”

“நீ சாயங்காலம் சொன்னதைக் கேட்டுப்பிட்டு மாமா இருந்த நிலையை நீயே பார்த்தே! அவரு ஐயன்கிட்ட மன்றாடியிருப்பாரு. இருந்தாலும் நீயும் மனசார ஒரு வார்த்தை சொல்லிப்பிட்டு வந்திரு.”

“நான் செய்த காரியத்தை நினைச்சு வருத்தப்படலெ. இன்னும் நாலுதடவை அவன் பிழைச்சு வந்தாலும் அதையே செய்யத் தாயார் நான்.”

“அப்படியா . . ? சரி . . . உன் அளவிலே என்னமோ நியாயமா யிருக்கலாம். ஆனா கொலை கொலைதான். நமக்கெல்லாம் பொறுத்துக்கிட்டிருக்கத்தான் உரிமை யுண்டு. ஒறுக்கறதுக்கு நாம யாரு? நீ செய்யிற காரியத்தை நான் செஞ்சுப்பிட்டேன்னு கன்னத்திலே நீ போட்டுக்கத்தான் வேணும் சாமியைப் பார்த்து.”

தங்கராஜன் கண்ணை மூடிக்கொண்டு ஒரு நிமிஷம் நிற்பது போலிருந்தது.

“அப்படியே இன்னொரு விஷயம். இது மாமாவுக்காக. இனிமே எந்த சமயத்திலேயும் யார்கிட்டவும் நீ செஞ்சதைப் பத்தி சொல்றதில்லேன்னு சொல்லிக்க. மாமா கொஞ்சம் பயந்தமாதிரி. அவங்க சொச்ச நாளை நிம்மதியாகக் கடத்திட்டுப் போகணும்னு ஆசை எனக்கு. இத்தினி நாளு அவங்கபட்டது போதும்.”

மீண்டும் சிறிது நேரம் மௌனம் நிலவிற்று.

தங்கராஜன் நடக்கத் தொடங்கியதும் ராமையாவும் பெரியசாமியும் கிளம்பினார்கள்.

○○○

எல்லோரும் வீடு வந்து சேரும்போது, தெற்கு வீதிக்கடைகள் எல்லாம் ஒவ்வொன்றாகக் கட்டிக்கொண்டிருந்தார்கள். வெற்றிலை பாக்குக் கடைகள் இரண்டுதான் திறந்திருந்தன. தட்டாரப் பட்டறையும் மூடவில்லை. வெள்ளி கொலுசை பத்தர் பிரஷ்போட்டு நீரில் தேய்த்துக் கொண்டிருந்தார்.

“போய்ட்டே இருங்க. வந்து சேந்துவிடறேன். இன்னக்கி அங்கேதான் சாப்பாடு எனக்கும். அத்தைக்கு முடியுதோ இல்லையோ. சமைச்சுத்தான் ஆகணும்” என்று எல்லையம்மன் கோயில் தெருவில் புகுந்தார் பெரியசாமி.

“பயப்படாதீங்கோ. நாங்க இருக்கோம்” என்றாள் செல்லம்.

“நடுவிலே இப்ப என்ன வேலையாம். சேந்தாப்பல போவோம், வாங்களேன்” என்று கூப்பிட்டார் ராமையா.

“அட, போங்களேன். வரேன்னா” என்று பெரியசாமி சென்றுவிட்டார்.

வாசலில் காத்துக்கொண்டிருந்த வடிவத்தை “எங்கே போய்ட்டீங்க எல்லாரும்? பயாஸ்கோப்புக்குப் போனீங்களாக்கும்” என்று அலுப்பும் குறையுமாகக் கேட்டாள்.

“பயாஸ்கோப்புக்கு இனிமேத்தான் போகணும்! இன்னும் ஒரு மணி நேரம்தான் இருக்கு. சட்டுப்புட்டுனு இல்லையைப் போடுங்க. பசிக்கிறது” என்று வேகமாகக் கையைக் காலைக் கழுவ ஓடினாள் செல்லம்.

“நீயும் சாப்பிடறியா?”

“எனக்கு இல்லாமியா கல்யாணச் சாப்பாடு?” என்றான் நாய்க்கர் மகன்.

“என்னது?”

“பின்னே என்ன? பாலிக்குக் கலியாணம் பண்றதுன்னு சாமிக்கு முன்னாலெ நிச்சயம் பண்ணித்து இன்னிக்கி. மாப்பிள்ளை சாயங்காலத்துக்கு இப்ப ஒரு நூல் பெருத்திருக்கிறது கண்ணிலே படலே?”

“என்னடா ராமையாது! நெசம்தானா?”

“அதுதான் சொல்லுதே அது?”

“அதான் சொல்லுதேயா! இப்படி சும்மா சொன்னா ஆயிடுமா? பூ, பழம், வெத்திலை பாக்கு, கல்கண்டு எல்லாம் போய் வாங்கி வருவியா?”

“வரேன் வரேன். அதுவும் வயிறு நிறைஞ்சுதான் செய்யணும். இலையைப் போடு, பாலி, தங்கராஜு, சாமி அலமாரியைத் தொறந்து கும்பிட்டுப்பிட்டு, அத்தையையும் விழுந்து கும்பிடுங்க ரண்டு பேரும்.”

அலமாரியை அவரே திறந்து சுடல் தட்டி முத்திட்டிருந்த வெண்கல விளக்கை நெருடிப் பெரிது பண்ணினார். சுடர் நீண்டு எழுந்தது.

"இலையும் பச்சையுமா ஆயிரம் வருசம் வாளணும்" என்று அத்தை வாழ்த்திக்கொண்டிருந்தாள்.

"பெரியசாமியும் சாப்பிட வராரு அக்கா."

"எல்லா சாமியும் வரட்டும்; சாப்பாடு இருக்கு. கறி குளம்பெல்லாம் எல்லாருக்கும் கண்டிரும். காநாழி பொறுத்தீங்கன்னா பாயஸம் வச்சிப்பிடுவேன்!"

"வைங்க, வைங்க" என்றான் நாய்க்கர் மகன்.

பாயஸம் வைத்து இலை போடுவதற்குள் பெரியசாமி வந்துவிட்டார். நாலு சீப்பு வாழைப்பழம், கற்கண்டு, சர்க்கரை, புஷ்பம், வெற்றிலை எல்லாவற்றையும் மேல் துண்டிலிருந்து ஒவ்வொன்றாக ஊஞ்சலில் எடுத்துவைத்தார். தாம்பாளத்தைச் கொண்டுவரச் சொல்லி எல்லாவற்றையும் அதில் மாற்றி சுவாமி அலமாரிமுன் வைத்துவிட்டுக் கண்ணை மூடி நின்றார்.

சாப்பாடான பிறகு செல்லமும் பெரியசாமியும் நடனத்தைப் பற்றி பெரிய வாக்கு வாதத்தில் ஈடுபட்டிருந்தார்கள். பாலி எங்கே எங்கே ஆடவேண்டும் என்று திட்டம்போட்டுக்கொண்டிருந்தான் நாய்க்கர் மகன். ராமையா அந்தக் காலத்தில் ராஜங்காட்டில் நடந்த கூத்துக்களைப் பற்றிப் பேசத் தொடங்கிவிட்டார்.

மணி பதினொன்று அடித்துவிட்டது.

"ராமையா" என்று வாசலில் குரல் கேட்டது.

வக்கீலின் குரல்தான்.

ராமையா எழுந்து ஓடினார்.

"வாங்க வாங்க."

வக்கீல் கைத்தடியை ஒட்டுத் திண்ணையில் வைத்துக் கொண்டே உட்கார்ந்தார்.

"என்ன சேதி ... இன்னும் படுத்துக்கலியா?"

"இப்பத்தான் சாப்பிட்டோம்."

"வாங்க" என்றார் உள்ளேயிருந்து வந்த பெரியசாமி.

"யாரு, பெரியசாமியா? உனக்கு இங்கேதான் சாப்பாடா?"

"ஆமாம் ... எங்கே இத்தினி நேரத்துக்கு மேலே."

"சும்மாதான் ஸ்டேஷனுக்குப் போயி ..."

"ஸ்டேஷனுக்கு எங்கே போயிருந்தது ஆண்டவன்?"

"பேரப்பய ஊருக்குப் போனான் போட் மெயில்லே. ஏத்தி அனுப்பிச்சுட்டு வந்தேன்."

"பேரனா! யாரு?"

"ராஜாதான்."

"ராஜாவா! கோயிலுக்கு வந்திருந்துதே. எங்கிட்டல்லாம் ஊருக்குப் போறேன், கொள்றேன்னே சொல்லலியே."

"என்னமோ ஏழரை மணிக்கு வந்தான். போட்மெயில்லே ஊருக்குப் போகணும்னான். இந்தக் காலத்துப் பிள்ளைகளை என்னன்னு சொல்றது? முன்னாடியே நல்ல வேலையா வரது, டாட்டா நகருக்குப் போடான்னேன். அப்ப கேக்கலெ. இப்ப வந்து திடீர்னு டாட்டாவுக்குப் போறேன்னான். ஏண்டான்னா, படிப்பு பிடிக்கலையாம். இப்பதான் ஞானோதயம் உண்டாச்சு பிள்ளைக்கு. நாம என்ன சொல்லக் கிடக்கு? சரி; உன்னிஷ்டம்னு பணத்தை எடுத்துக் கொடுத்துப்பிட்டேன். அவன் பாட்டியும்தான் கேட்டா, என்னடா திடீர்னு கிளம்பறேன்னு! 'இல்லே பாட்டி என்னமோ படிக்கணும்னு தோணித்து, படிக்க ஆரமிச்சேன். ஆனா இந்த என்ஜினீரிங் படிப்பு எனக்கு வராது போலிருக்கு. ரொம்ப கஷ்டமாயிருக்கு'ங்கறான். இந்தக் காலத்துப் பிள்ளைகள் எல்லாம் ஸ்வயம் பிரப்புக்கள். யாராவது சொன்னாக் கேக்கறானுகளா? பணத்தை வேணுங்கறபோது எடுத்துக் கொடுக்கிறது நம்ம கடமை. அதைக் கரியாக்கறதோ, புத்தியாக்கறதோ அவாசித்தம். பேசாத விட்டுட்டேன். தாத்தா பணத்துக்குச் சிணுங்க மாட்டார்னு தைரியம். கிளம்பிப்பிட்டான். போறது, இதுக்காவது பணம் நமக்குக் கை கொடுக்கறதேன்னு விட்டுட்டேன். மூட்டையைக் கட்டிண்டான். கிளம்பினான். ஸ்டேஷனுக்குப் போனேன். ஜேம்ஷட்பூருக்கு டிக்கட்டை வாங்கிக் கொடுத்தேன். ரயில்லே உக்காத்தி வச்சேன். வந்துட்டேன். நாம என்னத்துக்குன்னு கவலைப்பட்டு முடியும்? அவனவன் தனக்கு சரின்னு தோணின வழியிலே போகட்டுமே."

வக்கீல் சாதாரணமாகப் பேசுவதுபோல சொல்லிக்கொண்டு வந்தார். எல்லோரும் அவரைக் கேட்டுக்கொண்டிருந்தார்கள். ராமையாவுக்கு நாடகம் பார்ப்பதுபோல் இருந்தது. யார் யாருக்குப் பயப்படுகிறார்கள் என்று புரியாமல் எல்லோருமே அவர் சொல்வதைக் கேட்பதுபோல் இருந்தது.

"அது ஒரு தினுசான பிள்ளை. என்ன நெனச்சிட்டிருக்கு, என்ன செய்யப் போவுதுன்னு சாதாரணமாக் கண்டுக்க முடியாது.

ஏழு மணிவரைக்கும் மொழுக்கு மாதிரி குந்தியிருந்தது. திடீர்னு கிளம்பிரிச்சே! அ!" என்று பெரியசாமி சொன்னதையும் கேட்டுக் கொண்டிருந்த ராமையாவுக்கு, எல்லையில்லாத துக்கம் ஒன்று படர்ந்தது.

'ப்ஸ' என்று மூச்சுக் கொட்டிக்கொண்டு திண்ணைத் தரையைப் பார்த்துக்கொண்டிருந்தார். 'வடிவு பாயாசம் வைத்திருந்தாள். மீதியிருக்கும். ஒரு டம்ளர் கொண்டு வா' என்று சொல்ல வேண்டும் போலிருந்தது. ஆனால், பாயாசம் கொடுக்கிற நிலையிலோ குடிக்கிற நிலையிலோ இருவரும் இல்லையே என்று விழுந்த மரத்தின்கீழே சிக்கினதுபோல உள்ளே முனகல் கேட்கிறது.

"சரி நாழியாச்சு. வரட்டுமா?" என்று எழுந்தார் வக்கீல்.

"புறப்பட்டுட்டீங்களா..?" என்றார் பெரியசாமி.

ராமையா மட்டும் திண்ணையை விட்டு இறங்கி வக்கீலின் கூடவே நடந்தார்.

"குழந்தை அது. அதை ரொம்ப வாதைப் பண்ணிப்ட்டாப்பல இருக்கே" என்று பாதி தூரம் வரையில் மௌனம் சாதித்துவிட்டுச் சொன்னார் அவர்.

'ம்' வக்கீலிடமிருந்து பெருமூச்சு வருவது போலிருந்தது. "ராமையா, நமக்கு வயசாயிடுத்து. நம்முடைய யௌவன காலம்கூட மறந்து போயிடற அளவுக்கு மறதி நம்ம மனசிலே மூட்டம் போட்டுண்டிருக்கு. அந்த லோகத்தைப்பத்தி உங்களுக்கும் நமக்கும் என்ன தெரியப் போறது... அந்தப் பய மன்னிப்பு கேக்கறது அவசியமில்லேன்னே நினைச்சிருப்பன். பரவாயில்லே, அவன் இப்ப புறப்பட்டுப் போனதே மன்னிப்புக் கேட்டாப்பலதான்... நீங்க நில்லுங்கோ... நான் வரேன். இந்த ராத்திரி இருட்டோட இதெல்லாம் போயிடட்டும். நீங்க நில்லுங்கோளேன்" என்று விறுவிறுவென்று நடந்தார் வக்கீல். நிற்கச் சொல்லி இரண்டாந்தடவை சற்று குரல் உயர்ந்து வந்த கட்டளையைக் கேட்டு, தன்னறியாமல் அவரைப் பார்த்துக் கொண்டே நின்றார் ராமையா. மாமா சாகிபு மூலையில் வக்கீலின் உருவம் திரும்பிற்று.

தலையைக் குனிந்துகொண்டே நடந்தார் ராமையா. பழுத்துப் பழுத்து அளிந்த கனியாக அவருடைய உவகையும் அளிந்து கிடந்தது. நிமிராமல் நடந்தார் அவர்.

பெரியசாமி வாசலில் நின்றவர் சற்று முன்னால் வந்து, "நேரமாச்சு, நானும் உத்தரவு வாங்கிக்கிறேன்" என்றார்.

மலர் மஞ்சம் 581

"பெரியசாமி, கோயில்லெ என்ன நடந்தது?" என்று வீட்டு வாசலைக் கடந்து அவரோடு போய்க்கொண்டே கேட்டார் ராமையா.

"நீங்க ஏந்திருக்கிற வழியாயில்லே. இந்த செல்லம்மா எழுந்து போச்சு. ராஜாவோட பேசிக்கிட்டிருந்தது. மேல பிராகாரமும் வடக்குப் பிராகாரமும் கூடற இடத்திலெ ரண்டு பேரும் ஒரு நாழி பேசிக்கிட்டிருந்தாங்க. அவ்வளவு தான். திரும்பி வந்தாங்க. நான் போய்ட்டு வரேன்னு ராஜா எல்லாருக்கிட்டியும் சொல்லிக்கிட்டுது. உங்களை ரண்டு தரம் கூப்பிட்டுது. நீங்க எழுந்திருக்கலே. சரி, சொல்லிடுங்கன்னு புறப்பட்டுடிச்சு."

ராமையா பேசாமல் நின்றார்.

"நான் வரேன். தூங்குங்க. நேரமாச்சு" என்று அவர் மனதையே பார்க்க முடியாதவர்போல சொல்லிக்கொண்டு நடந்தார் பெரியசாமி.

இடுப்பில் இரு கைகளையும் வைத்து, குனிந்த தலையுடன் திரும்பினார் ராமையா.

வாசலில் சொல்லிக்கொள்வதற்காக நின்று கொண்டிருந்தான் நாய்க்கர் மகன். உள்ளேயிருந்து பாயை உதறுவதும் தலையணை களைத் தட்டுவதும் கேட்டன.

"வரேன் மாமா."

"கிளம்பிட்டியா?"

"கிளம்பிட்டேன். அப்பாட்ட சொல்றேன் போறப்ப."

"என்னத்தெ?"

"இப்ப என்ன அவசரம்? தூங்கிக்கிட்டிப்பாரு. நான் சொல்லிக்கிறேனே காலமே."

"ஏன் நான் சொல்லப்படாதா..? சரி. வர்றேன்" என்று கீழே இறங்கினான்.

○○○

வெகு நேரம் வரையில் தூக்கம் வரவில்லை அவருக்கு. வாசல் திண்ணையில் பாயைப் போட்டுப் படுத்தவர் புரண்டு புரண்டு பார்த்துவிட்டு எழுந்து உட்கார்ந்தார். சப்பணம் கட்டி உட்கார்ந்து மூச்சை உள்ளுக்கிழுத்துக் கண்களை மூடிக்கொண்டார். தங்கராஜன் முகம்தான் அவர் கண்முன் நின்று கொண்டிருந்தது. கருமையும் இளமையும் உடல் வலுவும் அழுத்தமும் பளபளக்கிற அந்த வடிவத்தைக் கண்டு கண்டு அவருக்கு உவகை பொங்கிப் பொங்கி வந்தது. அதில் கலந்திருந்த துயரமும் அவரை ஒரு

பக்கம் குத்திற்று. மது கலந்த மருந்தைப் போல அது நெஞ்சைச் சுட்டது. போதையும் ஊட்டிற்று.

“வைத்தீச்வரா, வைத்தீச்வரா” என்று கண்ணை மூடிக் கொண்டு ஒவ்வொன்றாக அப்புறப்படுத்தி மனதைக் காலி செய்து, துடைத்துக்கொண்டே வந்தார்.

அதே நிலையில் தூக்கமும் அவரை அணைந்துக்கொண்டது. சொப்பனமில்லாத தூக்கம். காலமும் இடமுமில்லாத தூக்கம்.

கண் விழித்தபோது அவருக்கே வெட்கமாயிருந்தது. தெருவில் வெயில் விழுந்திருந்தது. வாசலில் எதிர்த்த வீடுகளிலும் சாணி தெளித்துக் கோலம் போட்டு வெகு நேரமாயிருக்கும் போலிருந்தது. வெயில் வந்தும் தூங்கிக்கிடந்த வெட்கம் உதைக்கப் பரபரவென்று எழுந்துகொண்டார்.

“என்ன இப்படித் தூங்கறே இன்னிக்கி?” என்று குரல் கேட்டதும் திரும்பினார். நாய்க்கர் திண்ணை மீதிருந்த ஒட்டுத் திண்ணையில் உட்கார்ந்திருப்பதைப் பார்த்ததும் அவருக்கு உடல் குன்றியே போய்விட்டது.

“கரிச்சான் கத்தறவரைக்கும் தூக்கம் வரலே. அப்ப படுக்காம இருந்திருக்கணும்... எப்ப வந்தீங்க?” என்றார்.

“நான் வந்து அரை மணியாச்சு. எழுப்பட்டுமான்னு கேட்டுச்சு, பாலி. வாண்டாம்னேன்.”

பாயை உள்ளே கொண்டு வைத்துவிட்டு வெளியே வந்தார் ராமையா.

“பய ராத்திரி வந்தான். எல்லாத்தியும் சொன்னான். உன் மனசுப்படி ஆயிடிச்சு, இல்லையா?”

“ஏதோ வைத்தீச்வரனைத்தானே நம்பிட்டிருக்கோம் நாம் எப்பவும்?”

“நம்பு, நம்பு... பாலி... பாலி” என்று கூப்பிட்டார் நாய்க்கர், உள்ளே பார்த்து.

மாடியிலிருந்து பாலி ஓடி வந்தாள்.

“என்னை விழுந்து கும்பிட வாண்டாம் போலிருக்கு. அ! நானாச் சொல்லணுமோ?”

பாலி அவரை ஒரு தடவை ஏறிட்டுப் பார்த்தாள். நாலு விநாடிக்குப் பிறகு ஒரு புன்னகை.

“இந்த பாரு. சும்மா இந்தக் கிண்டல்லாம் வாணாம். பண்றியா இல்லியா?”

"பண்றேன் மாமா" என்று சொல்லி, வாசற்படியைக் கடந்துவந்து கீழே வகிடுபட வணங்கினாள் பாலி.

"நான் வரேன்."

"என்ன நாய்க்கரே, வந்ததும் வராததுமா?"

"அட சர்த்தாண்டா போடா. தலைக்கு மேலே வேலை கிடக்கு."

"காபி சாப்பிடுங்க."

"பாலி கொடுத்துப்பிட்டாளே."

"பலகாரம் சாப்பிட்டுப் போகலாம், மாமா."

"நேரமாச்சும்மா; வேலை கிடக்கு. நான் வரேன்" என்று எழுந்து நடையைக் கட்டினார்.

"உங்களுக்கு உங்க வேலைதான் மாமா பெரிசு" என்றாள் பாலி.

"எல்லோருக்கும் அப்படித்தான்" என்று சொல்லிக்கொண்டே நாய்க்கர் தெருவில் இறங்கிவிட்டார்.

"நிசமா காப்பி சாப்பிட்டாராம்மா அவர்?"

"சாப்பிட்டாரு."

"கொஞ்ச நேரம் இருக்கப்படாது? என்னதான் வேலையோ. மகா கொரளி. சித்தம் போக்கு சிவன் போக்கு" என்று வாசலைப் பார்த்துக்கொண்டே சொன்னார் ராமையா.

அவர் சொன்னது உண்மைதான். நடுப்பகல் இருக்கும்போது, நாய்க்கரின் மனைவியும் மகனும் பரபரவென்று ஓடி வந்தார்கள்.

"மாமா, மாமா" என்று தொண்டை தழதழக்கக் கத்தினான் அவன்.

"என்னப்பாது?"

"இத பாருங்க" என்று மேல் துணியால் வாயைப் பொத்திக் கொண்டே ஒரு கடுதாசியை நீட்டினான். அவன் தாயார் விம்மி அழுதாள். அவசர அவசரமாகக் கடுதாசை வாங்கிப் பார்த்தார் ராமையா.

"என்னைத் தேடவேண்டாம். பயப்படவும் வேண்டாம். உயிருக்கு ஆபத்தில்லை. உலக வாழ்வுதான் முடிந்துவிட்டது. உடல் இனி இந்த வீட்டில் இராது. உயிர் உள்ளவரைக்கும் தலங்களில் திரியும் – கோணவாயன்" என்று எழுதியிருந்தது.

தி. ஜானகிராமன்

ராமையா அதிர்ந்து நின்றார். வடிவும் விழித்தாள். நாய்க்கர் மனைவியும் மகனும் தேம்பினார்கள். செல்லமும் தங்கராஜனும் யோசித்துக்கொண் டிருந்தார்கள்.

“பாவம்” என்றாள் பாலி. அவளுக்குப் புரிந்துதான் இருந்தது.

ஹரிச்சந்திர கட்டம்

காசியில் கங்கைக் கரையிலிருந்த கேதாரநாதர் கோயிலிலிருந்து வெளிப்பட்டு அருகேயிருந்த ஹரிச்சந்திர கட்டத்திற்கு வந்து சேர்ந்தது கோணவாய்ச்சாமி. நாலைந்து படகுகள் சடக் சடக் கென்று யாத்ரீகர்களை ஏற்றிக்கொண்டு அஸி கட்டத்துக்கும் வாரண கட்டத்துக்குமாக நகர்ந்துகொண்டிருந்தன. குடை குடையாக நாலைந்து பெரும் ஆமைகள் படிக்கட்டின நீருக்குள் தலையை அசைத்து அசைத்து வயிற்றை நிரப்ப வழி தேடிக் கொண்டிருந்தன. அதோ வெள்ளத்தின் நடுவே ஒரு வாய் திறக்கிறது. மறைந்துவிட்டது. நீர் யானை. இப்பாலே இரைச்சல். சோப்புப் போட்டு கங்கை நீரில் துணி தோய்த்துக்கொண்டிருந்த இரண்டு மூன்று பையன்களைப் பக்கத்துக் கட்டத்தில் அதட்டிக் கொண்டிருந்தான் பண்டா ஒருவர்.

வெயில் சாய்ந்துகொண்டிருந்த சமயம். மணி நாலு இருக்கும்.

“என்னய்யா, அன்னிக்கு சரியாக் கொடுத்தீரா?” என்று கோணவாய்ச்சாமி கேட்டதும், ஆமைகளை வேடிக்கை பார்த்துக் கொண்டிருந்த கிழவர் பரபரத்து எழுந்து திரும்பினார். மூக்குக் கண்ணாடிக்குள் அவர் கண்கள் பெரிய சோழியாகப் பெருத்து விழித்தன.

“கொடுத்தேனே, சரியாத்தான் கொடுத்தேன்.”

“என்ன கொடுத்தீர்?”

“அதான் ஸ்வாமி சொன்னமாதிரிதான். இந்த மாதிரி கோணவாச் சாமியார் உங்களை அவசரமாப் பார்க்கணும்கிறார். ஹரிச்சந்திர கட்டத்திலே உங்களுக்காகக் காத்திண்டிருக்கார். உடனே புறப்பட்டு வரது. தனியா வந்தாப் போதும். இல்லாட்டா அக்காவை மட்டும் அழச்சிண்டு வந்தாப் போதும்னு அவிடத்திலெ சொன்னாப்பலதானே கொடுத்தேன்.”

“பின்னே ஏன் இன்னும் வரலே?”

“திங்கட்கிழமை கொடுத்தது. என்னதான் தந்தின்னாலும் ஆயிரம் மைல் இருக்கே. மறுநாள்தான் போயிருக்கும். அங்கே என்ன சௌகர்ய அசௌகர்யமோ? ஊரிலே இருக்கணும் அவர். தந்தி கிடைச்சு பணம் சாமான்லாம் சேக்கணும். கிட்டத்தட்ட

நாலுநாள் பிரயாணமாச்சே. இன்னிக்கி சனிக்கிழமை. கொடுத்து ஆறாம் நாள்."

"வாசகம் எல்லாம் சரியாயிருந்துதா?"

"என்ன அப்படிச் சொல்லிப்பிடுத்து அவிடத்திலே! காசியிலே வந்து இப்ப தானம் வாங்கிண்டிருக்கேன், என் தலை எழுத்து. அதுக்காக படிச்ச படிப்பு இல்லேன்னு ஆயிடுமோ? பழைய மெட்ரிகுலேஷன். இப்பவும் இந்தக் காலத்து எம்.ஏ. எல்லாம் என்மாதிரி இங்கிலீஷ் பேசவோ எழுதவோ தெரிஞ்சுண் டாலே போரும். நறுக்கா, தெளிவா கொடுத்திருக்கேனே."

"ம்" என்றார் கோணவாய்ச்சாமி. "வரட்டும். வராம இருக்கமாட்டான்."

அவர் "உக்காரும்" என்றதும் அந்த ஆசாமி உட்கார்ந்து கொண்டார்.

"மூணுநாளாச் சாப்பிடலையே அவிடத்திலே. ஏதாவது பழம்கிழம் வாங்கிண்டு வரேனே!"

"பழம்தான் பழுத்துக்கிட்டிருக்கே. நல்லா பழுத்தா, தன்னாலெ விழுந்துபிடுது."

"என் மனசு என்னமோ பண்றது."

"சும்மா இரும்யா? நான் என்ன உம்ம அப்பனா, பிள்ளையா, அண்ணனா? என்னமோ தவிக்கிறீரே கிடந்து! சித்தெ பேசாம இரும். சிவசிவான்னு சொல்லிக்கிட்டு இரும்."

சோழிக் கண் வாயை மூடிக்கொண்டது. அவரையே கவலையும் அன்புமாகப் பார்த்தது.

கோணவாய்ச்சாமியின் இடுப்பில் கோவணம்தான் இருந்தது. அரைநாண் கயிறாக இல்லாமல் துணியாக இருந்தது. நெற்றியில் திருநீறு. புகையிலைச் சாறு வழிகிற இடம் வற்றிக் கிடந்தது.

அவர் ஓடுகிற நீரை பார்த்துக்கொண்டே நின்றார்.

"இந்த வருஷம், பலே வெள்ளம். இல்லே?" என்றார்.

"நான் வந்து பத்து வருஷமாச்சு. இப்படிப் பாத்ததில்லே."

கோணவாய்ச்சாமி சற்றுநின்று புன்சிரிப்புடன் வெள்ளத்தைப் பார்த்துவிட்டு கரையிலிருந்த சிமிண்டுத் தொட்டியைத் தடவிக் கொடுத்தார். 'நல்லாருக்கு' என்று தலையை அசைத்தார்.

தொட்டி ஒரு ஆள் உயரத்திற்கு இரண்டு ஒட்டை கூடுதலாக இருக்கும். சச்சதுரமாக இருந்தது. ஒவ்வொரு பக்கமும் ஒரு கை நீளம்.

அவர் தடவுவதைப் பார்த்துவிட்டு 'சங்கரா' என்று பெருமூச்சு விட்டார் சோழிக்கண்.

கண்ணாடியைக் கழற்றி அவர் கண்களைத் துடைத்துக் கொள்வதைப் பார்த்ததும் கோணவாய் அவரைப் பார்த்து முறைத்தது.

"ஏன்யா இதுக்குத்தான், உம்மை உட்காரச் சொன்னேனா?"

"நான் ரொம்ப பாமரன். என் மனசு எப்படி கல்லாக இருக்கும்."

"ட்டேயப்பா, ரொம்பப் பேசத் தெரிஞ்சுக்கிட்டாப்பல இருக்கு!"

"மண்ணு மாதிரிதான் இருக்கேன். இங்கே வந்து எல்லாத்தையும் மறந்துட்டேன். ஆனா, இதெல்லாம் என் கையாலேயே செய்யும்படியா ஆயிடுத்தே" என்று உதடு கோணக் கோணச் சொன்னார் சோழிக்கண்.

"சரி, எழுந்திரும் – எழுந்திரும் சொல்றேன். காரியம் இருக்கு."

"எழுந்துனுட்டேன். என்ன செய்யணும்?"

"கண்டோன்மெண்ட் ஸ்டேஷனுக்குப் போம், அந்த ஆளு சாயங்காலம் வண்டியிலே வரானா பாரும். அங்கே இல்லேன்னா ஸிட்டி ஸ்டேஷன்லே போய்ப் பாரும் . . . ராமையா ராமையான்னு கூப்பிடும். நல்ல சேப்பு. அம்பத்தாறு அம்பத்தேழு வயசிருக்கும். குடுமியிருக்கும். பார்த்தாலே தெரிஞ்சுக்கலாம். நேரா எதையும் பார்க்க மாட்டான். எங்கேயோ நினைச்சிக்கிட்டிருக்காப்பல இருக்கும் கண்ணு. இதுதான் அடையாளம். நல்ல எலுமிச்சம் பழச் சேப்பா இருக்கும் உடம்பு. தனியா வந்தா அப்படி. கூட அவ அக்காளை அழைச்சிட்டு வந்திருந்தா சுலபமாக் கண்டுபிடிச்சிரலாம். அவ அக்கா சொருக்கு முடிச்சு போட்டிருப்பா. வெள்ளைப் புடவை கட்டிகிட்டிருப்பா."

"எப்படியாவது வரட்டும், பாத்துக் கண்டு பிடிச்சுடறேன். பத்து வருஷமா. இந்த வேலையெதானே செஞ்சிண்டு வரேன். ஸ்டேஷனுக்குப் போறது யாத்திரிகாளை அழைச்சிண்டு வரது, ஊர் சுத்திக் காட்டுகிறது. வழி யனுப்பறது. ஆனா வழியனுப்பறதிலேயும் இப்படி ஒரு தினுசு வரும்னு நான் எதிர்பார்க்கவே இல்லை–"

"ஆரமிச்சிட்டீரா? வாயை மூடிக்கிட்டுக் கிளம்பும்."

சோழிக்கண் கிளம்பிவிட்டார். பழுப்பேறின பஞ்சகச்சம் மேலே ஒட்டுப்போட்ட ஐந்து முழ வேட்டி. கழுத்திலெ

ஸ்படிக மாலை. தலையில் வழுக்கை. வெள்ளி ப்ரேம் போட்ட சாளேச்சரக் கண்ணாடி. அதில் ஒரு காம்பு பாதியில் ஒடிந்து பின்பு கயிறாகக் கிளம்பி இடது காதில் சுற்றியிருந்தது. அதைப் பார்த்துக்கொண்டேயிருந்த கோணவாயர் "ஓய் கேதாரம்" என்று கூப்பிட்டார்.

"என்ன ?"

"ஒரு சமயம் வந்துட்டான்னா நல்ல ஜாகையாப் பார்த்து இறக்கி, சாப்பாடு கீப்பாடு பண்ணி அப்புறம் அழச்சு வாரும் அவனை !"

"சரி."

கோணவாய் எழுந்து நின்று கங்கை நீரைப் பார்த்தார். அஸிகட்டம் வரையில் வளைந்து கோவில் விமானங்களும் படிக்கட்டுகளும் மாளிகைகளும் ஸ்தூபிகளுமாக நெருங்கிச் சித்திரமாக நின்ற ஸ்நான கட்டங்களைப் பார்த்துக்கொண்டே நின்றார். திரும்பி ஒரு தடவை சிமிண்டுத் தொட்டியைத் தடவிக் கொடுத்தார்.

"ராம் நாம் ஸத்த ஹை" என்று சத்தம் கேட்டது. நாலு பேர் ஏதோ மனித உடம்பைக் கொண்டுவந்து கொண்டிருந்தார்கள்.

அரிச்சந்திர கட்டத்தில் வந்த நாள் முதலாக தினம் சராசரி முப்பது நாற்பது வீதம் வரும் சடலங்களைப் பார்த்துப் பார்த்து, திரும்பிப் பார்க்கிற ஆவல்கூட அவருக்கு மறைந்துவிட்டது. எழுந்து படிக்கட்டில் ஏறி தெருவில் நடக்க ஆரம்பித்தார்.

"நமஸ்தேஜீ, பகவான்" என்று ஒரு திண்ணையில் நெய் காய்ச்சிக்கொண்டிருந்த ஒரு முக்காடிட்ட வட தேசத்துப் பெண் உரக்கக் கத்திற்று.

புன்னகையால் அதை ஏற்றுக்கொண்டே நடந்தார் கோணவாய். பழைய வெண்ணெய் நெடியையும், கடுகெண்ணெய் நெடியையும், சந்து நடுவில் மலையாகப் படுத்திருந்த பசுவையும் தாண்டிக் கொண்டே சென்றார். விச்வநாதர், விசாலாட்சி, அன்னபூரணி இவர்களைத் தரிசித்துக் கொண்டு தசாச்வமேத கட்டத்துக்கு கோவிலுக்கும் போய்விட்டு வந்த வழியே திரும்பினார்.

மழை பெய்து முதல் நாளுக்கு முதல் நாள் தான் ஓய்ந்திருந்தது. தெருவில் இன்னும் நசநசப்பு வரளவில்லை. அங்கு மிங்கும் குட்டைகள் தேங்கிருந்தன.

பழைய வெண்ணெயின் மொச்சை வாடைக்காற்றில் எங்கும் கலந்திருப்பதுபோல மூக்கை அருவிற்று. வீட்டு வாசற்படி

யில் உட்கார்ந்து மடியில் வெயிஸ்ட் கோட்டைப் போட்டு சீலைப்பேன் எடுத்துக்கொண்டிருந்தான் ஒருவன். "நம்ம ஊரிலே தலையிலிருந்துதான் பேன் எடுப்பாங்க. இந்த தேசத்திலே துணியிலே பேன் எடுக்கிறாங்க. அத்தனை சுத்தம்" என்றார். கோணவாயர், சந்தோடு போய்க்கொண்டிருந்த ஒரு தமிழ்ப் பெண்பிள்ளையைப் பார்த்து அந்த அம்மாள் திரும்பிய உடன், "அடெடெ, வேலம்மாவா! யாரோ மாதிரியிருந்தது" என்றார்.

"கும்பிடறேன்" என்று தெருவிலேயே விழுந்து கும்பிட்டு விட்டுப் போனாள் வேலம்மாள்.

"வேலம்மா, நாளைக் காலமே நல்ல இட்டலி ஒரு டஜன் சுட்டுக்கொண்டாருவீங்களா?... மல்லிகைப்பூ மாதிரி இருக்கணும்."

"சாமிக்கு இல்லாமியா? வெய்யில் புறப்படறப்ப வந்திரும்."

"மெதுவா வந்தாலும் பாதகமில்லை. பண்டம் நல்லா யிருக்கணும்."

"சாமியே பாத்துக்கட்டும்."

"வரேன்."

அவர் திரும்பி அரிச்சந்திர கட்டத்திற்கு வந்து சேரும்போது அஸ்தமித்து விட்டது. அவர் கிளம்பும்போது வந்த உடல், கரையில் ஒரு மூலையில் எரிந்துகொண்டிருந்தது.

படிக்கட்டில் இறங்கிக் கையையும் காலையும் கழுவிக் கொண்டார் கோணவாயர். நீரில் நின்று தற்செயலாகத் திரும்பி அனுமான் கட்டத்தைப் பார்த்ததும், அவர் கண் வியப்பில் அகன்றது. "ஏய், ராமையா... ராமையாவ்" என்று கத்தினார்; ஓடினார்.

அங்கே குளித்துவிட்டு வேட்டியைப் பிழிந்துகொண்டிருந்த உருவம் அவரைப் பார்த்தது.

"அடேடே – நாய்க்கரா" என்று வேட்டியும் கையுமாக ஓடி வந்தார் ராமையா.

கோணவாயர் அப்படியே அவரை வாரியணைத்துக் கொண்டார். ராமையாவின் கண்களில் நீர் பெருக்கெடுத்தது.

"அட, வடிவும் வந்திருக்கா?" என்று கரைமேலே பார்த்தார் கோணவாயர். வடிவும் "என்ன நாய்க்கரே" என்று ஓடி வந்து அவரை ஏற இறங்கப் பார்த்தாள்.

ராமையாவின் கண்ணீர் ஓய ஒரு நிமிஷமாயிற்று.

"எப்ப வந்தீங்க?"

"நாங்க வந்து ரண்டு நாழியாச்சு. இதோ இந்தத் தெருவிலேயே தான் தங்கியிருக்கோம். அரிசந்திர கட்டத்திலே வந்து பார்த்தோம். உங்களைக் காணும். என்னடாதுன்னு ரண்டு பேரும் கவலைப்பட்டுப் போயிட்டோம். ஏதாவது கனாக்கண்டு கிளம்பி வந்திட்டமோன்னு என்னென்னமோல்லாம் நினைச்சுட்டேன். அப்பறம் தங்கியிருக்கிற இடத்திலேர்ந்து கூட வந்திருந்தாரு ஒருத்தரு. நீங்க முன்னாடி முழுகுங்க. அப்பறம் பாத்துக்கலாம். நான் போய்ப் பழம் கிழம் ராத்திரி பலகாரத்துக்கு வாங்கி வைக்கிறேன்னிட்டுப் போனாரு . . . அப்பவே புடிச்சு இங்கேதான் இருக்கீங்களா? என்ன திடீர்னு அப்படிக் கிளம்பிட்டீங்க? வீட்டுலெ, எங்கிட்ட, வக்கீலையாகிட்ட ஒருத்தர்ட்டியும் ஒரு வார்த்தை சொல்லாம! அப்படி என்ன நடந்தது?"

"கூறாமற் சந்நியாசம் கொள்ளுனு சொல்லியிருக்கு. தான் அப்படிக்கூட வரலியே. எழுதி வச்சிட்டுத்தானே வந்தேன் . . ? அன்னிக்கிக் காலமே உன்னைப் பார்த்தப்பறம் பெரியசாமி, வக்கீல் ஐயா ரண்டு பேரையும் பாத்துப் பேசிட்டுத்தானே வந்தேன் . . . சந்நாசம் வாங்கிக்கப் போறேன்னு அவங்ககிட்ட சொல்ல முடியுமா? கடசீத் தடவையா பாத்துப்பிடலாம்னு போனேன். பாத்தேன். சீட்டெழுதி ஏரவாணத்திலே சொருகினேன். கிளம்பினேன்."

"திடீர்னு அன்னக்கின்னு கிளம்பினீங்களே!"

"உலகத்திலே இருந்தது போதும்னு தோணிப் போச்சுன்னா அந்த க்ஷணமே கிளம்பிவர வேண்டியதுதான் . . ."

"புள்ளையும் அம்மாவும் கொஞ்சமா அலுவலே. ராமேச்ச புரத்திலேந்து சிதம்பரம், கும்மாணம், திருவண்ணாமலை, காஞ்சிபுரம்னு தேடிச்சு தேடிச்சு அப்படித் தேடிச்சு புள்ளை. இன்னமும்தான் தேடிகிட்டிருக்கு."

"சரி, இன்னம் கோயிலுக்கெல்லாம் போகலியே?"

"இனிமேத்தான். இப்பத்தானே வந்தோம். முழுகினோம்."

"போயி விசுவநாதர், அன்னபூரணி கோயில்லாம் பாத்துப் பிட்டு, சாப்பிட்டுப்பிட்டு இளைப்பாறுங்க. அக்காளுக்குக் களைப்பா இருக்கும். படுத்துக்கட்டும். நீ வாணா இப்படி வா. இங்கேதான் இருப்பேன். பேசிக்கிட்டு இருக்கலாம் . . . வடிவு, காசி எப்படி இருக்கு பாத்தியா? மனசு எப்படியிருக்கு?"

"என் ஜன்மத்திலே இது எங்கே கிடைக்கப் போவுதுன்னு நெனச்சேன். திடீர்னு சாமி கூப்பிடறாப்பல தந்தி வந்தது.

எனக்கு இது கிடைக்கணும்னுதான் நீங்க சாமியானீங்களோ என்னவோ . . . இந்தத் தண்ணி பட்டவுடனே என் கருமங்கள்ளாம் எரிஞ்சு போயிருக்கும். எம் மனசு அப்படியிருக்கு."

"அதான் இங்க வரவங்க அப்பாலே போகமாட்டாங்க. ஊருக்குள்ளார சாக்கடை, அழுக்கு எல்லாம் ஜாஸ்தி. அதைப் பார்த்துக்கிட்டிருக்கப்படாது. கங்கையோரமா வந்திரணும்."

"முழுகியாச்சா?" என்று கேட்டுக்கொண்டே வந்தான் அப்போது ஒரு ஆசாமி.

"யாருய்யா, உலகுவா, நீதானா? . . . முன்னடியே தெரியுமா இவங்களை?"

"இல்லே; நம்ம சத்திரத்தை விசாரிச்சிட்டு வந்தாங்க. புடிச்சிக்கிட்டேன்."

"சரி போ, கோயிலுக்கெல்லாம் அழச்சிக்கொண்டு காமி . . . சாப்பாட்டுக்கும் நீ ஏற்பாடு பண்றியா? நான் பண்ணட்டா?"

"சாப்பிடலியாம். ஸ்தலோபவாசமாம். பழம் பாலு வாங்கி வச்சிருக்குறேன்."

"சரி, அப்ப, போய் வாங்க. வடிவுவைக் காலமே பாக்கறேன் . . . ஊர் சமாச்சாரங்களும் பேசணும் வடிவுக்கு. காலமே பேசிக்கலாம். வந்த சூட்டிலே, சாமியைப் பாருங்க."

"இங்கேதானே இருப்பீங்க? ராத்திரி வர்றேன்" என்று விடை பெற்றுக்கொண்டார் ராமையா.

படிக்கட்டிலேயே உட்கார்ந்தார் கோணவாயர். இப்பாலும் அப்பாலும் அறுபத்துமூன்று கட்டங்களும் தெரிந்தன. படிக்கட்டு களிலேயே ஒரு நகரத்தை அமைத்துவிட்டதுபோல இருந்தது. கோணவாயரின் மனதிலே ஒன்றுமில்லை. நினைவே இல்லாத சூன்யமாக இருந்தது அது. கண்ணில் பட்ட காட்சிகளாகவே மனது அவ்வப்போது மாறிக்கொண்டிருந்தது. கண்டதே காட்சி கொண்டதே கோலமாக. குழந்தையாக உட்கார்ந்திருந்தார் அவர். கடைசியில் சிறிது சிறிதாக அந்தி வெளிர் மங்கி இருளுள் மறைந்தது. எதிர்க்கரையிலும் கட்டங்களிலும் விளக்குகள் தோன்றின. நீரில் மிதக்கும் படகுகள் சிலவற்றில் ஒளிகள் தெரிந்தன.

அனுமான் கட்டத்திலேயே காத்துக்கொண்டிருந்தார் அவர்.

இருட்டி வெகு நேரம் கழித்துத்தான் ராமையாவின் குரல் கேட்டது.

"நாய்க்கரா?"

“நாய்க்கர் இல்லை. நாய்க்கர் செத்துப் போய்ட்டார். கூப்பிடாமியே பேசு ... சாப்பிட்டாச்சா?”

“ஆச்சு.”

“சாமி தர்சனம் பண்ணியாச்சா?”

“ஆச்சு.”

“வடிவு?”

“வடிவுவும் படுத்திட்டா ... உலகுவும் தூங்கப் போயிட்டாரு.”

“நல்லது.”

சிறிது மௌனத்திற்குப் பிறகு நாய்க்கர் வாயைத் திறந்தார்.

“நெசமாச் சொல்றேன். உங்களுக்கு இப்படி வைராக்யம் வரும்னு நெனக்கலே. கதை சொல்வாங்களே. அது சரியாப் போச்சு. சன்னாசம் வாங்கிக்கறது எப்படி எப்படின்னு கேட்டு கிட்டேயிருந்தானாம் பக்கத்து வீட்டுக்காரனை. ஒரு நாளைக்குத் திடீர்னு ‘இப்படித் தான் வாங்கிக்கிறது’ன்னு வேட்டியைக் கிழிச்சு கௌபீனமாகக் கட்டிக்கிட்டு எழுந்து வெளியே போய்ட்டானாம் பக்கத்து வீட்டுக்காரன். அந்த மாதிரி ஆயிட்டுது” என்றார் ராமையா.

“பின்னே, நான் மட்டும் சொன்ன வார்த்தையைக் காப்பாத்த வாணாமா?”

“நீங்க என்ன வார்த்தை சொன்னீங்க?”

“உன் மககிட்டே சொன்னேன். என் உசிரு இருக்கற வரைக்கும் உன் மனசுக்கு விரோதமா எதுவும் நடக்கும்படியா விடமாட்டேன்னு. நடந்திருத்து. கிளம்பிட்டேன். உசிரைவிட முடியுமா? நாம உசிரைப் போக்கிக்க முடியுமா? சந்யாசம் என்கிறது வேற ஜன்மம் மாதிரி. அதனாலெதான் இப்படிக் கிளம்பிட்டேன்.”

“என்னது!” என்று திகைத்துப்போய் அவரைப் பார்த்தார் ராமையா.

“சிறு பிள்ளை பேசறாப்லே இருக்கா? நடந்தது அதுதான்.”

“குழந்தை மனசுதான் திரும்பிடுச்சே.”

“நீ திருப்பினே. இல்லாட்டி திரும்பிருமா?”

ராமையா சிறிது நேரம் சமைந்துபோய் உட்கார்ந்திருந்தார். கோயில் மணிகள் எங்கிருந்தோ ஒலித்துக்கொண்டிருந்தன.

எதிர்க்கரையில் மங்கி மினுங்கிய விளக்குகளின் ஒளி கங்கை நீரில் நீண்டு விழுந்து நெளிந்துகொண்டிருந்தது.

சற்றுக் கழித்து மௌனத்தைக் கலைத்தார் கோணவாயர்.

"அது போவுது. மவளும் மாப்பிள்ளையும் எப்படியிருக்காங்க?"

"ரொம்ப பிரியமாத்தான் இருக்காங்க."

"கலியாணம் பண்ணியாச்சா?"

"குழந்தை முதல் வருஷம் இன்டர் படிச்சுத் தேறிச்சு. உடனே போன வைகாசியிலே கலியாணத்தைப் பண்ணினேன். அப்புறமும் படிச்சுது. இந்த வருஷம் கவர்மெண்ட் பரிட்சை யிலும் நல்லாத் தேறியிருக்கு. மேலே படிக்கலேன்னிட்டுது. தங்கராஜன் பி.ஏ. முடிச்சிட்டு, உங்க மவனோட கூட்டு சேர்ந்து நெல்லு மிஷினும் ஜவுளிக் கடையும் வச்சிருக்கான். நெல்லு மிஷின் பெரிசு. மொத்தத்துக்கு அரைக்கிறது. அதைத் தங்கராஜன் பார்த்துக்கறான். ஜவுளிக் கடையை உங்க மகன் பாத்துக்கறான் . . . இரும்புக் கடையை உங்க மகன் உங்க மாப்பிள்ளை பேருக்கு எழுதிக் கொடுத்திட்டான். அவரு வேலையை ராஜிநாமாப் பண்ணிட்டு உங்க இடத்திலே உட்கார்ந் திருக்காரு."

"பலே பலே. உலகம் ரொம்ப மாறிக் கிடக்கே" என்று சிரித்தார் கோணவாயர். "ம் . . . கலியாணம் ரொம்ப பலமோ?"

"தஞ்சாவூரிலேதான் நம்ம வீட்டிலேதான் நடந்தது. பலம் என்ன? எல்லாரும் வந்திருந்தாங்க. 'சாந்தி முகூர்த்தத்தன்னிக்கி செல்லம்தான் படுக்கையறை ஜோடிச்சிது. ரெட்டிப்பாளையத்தா ஒருத்தியைப் புடிச்சி பதினைஞ்சு கூடையிருக்கும்; ரோஜாப் பூவைக் கொண்டாரச் சொல்லி ஒரு சாண் உசரத்துக்குப் படுக்கையிலே போட்டுடுத்து."

"முழுப்பூவாவா? உதிர்த்தா?"

"இது என்ன கேள்வி? உதிர்க்காமலேயா போடுவாங்க?"

"உதிர்க்காம போட்டா கொஞ்சம் சொரசொரன்னு இருக்கும். மனசிலே இருக்கிறது போதும்னு விட்டுப்பிட்டாப்பல இருக்கு" என்று சிரித்தார் கோணவாயர்.

"அப்படீன்னா?"

"மஞ்சத்திலே பக்கத்திலே படுத்திருப்பான் உன் மாப்பிள்ளை. மனசிலே அந்தப் புள்ளையும் வந்து வந்து போகுமில்ல? அதுதானே எங்கேயும் நடக்குது! என்னை அப்படி வெறுப்பாப் பார்க்காதே. அதுதான் நடப்புங்கிறதைச் சொன்னேன்."

“அது எப்படி நடக்கும்?”

“உன் மாதிரியே உலகம் எல்லாம் இருக்குமா? . . . சரி. அதுக்கு என்ன இப்ப? உன் மக இன்னும் ஆடிக்கிட்டிருக்கா?”

“வேளை தப்பினாலும் ஆட்டம் தப்பறதில்லே. சாயங்காலம் விளக்கேத்தி வச்சவுடனே ஆரமிச்சுடுது . . . உடம்பு கிடம்பு சரியில்லாட்டிக்கூட விடறதில்லே.”

“அதுதான் வேணும். நீயும் திருப்தியா, நிம்மதியாயிருக்கே.”

“நிம்மதியாத்தான் இருந்தேன் . . .”

“இப்ப என் கோணவாயாலே என்னத்தையோ சொல்லிக் கலக்கிப்பிட்டேன்னு வேதனைப்படறே . . . இல்லியா? அதை யெல்லாம் நினைக்கப்படாது. உன் மக உன்னைவிட வீம்பு பிடிச்சவ. உன் மாப்பிள்ளையை விட்டு ஒரு நிமிஷம் பிரிய மாட்டா. ஆனா மனசிலெ ஒரு படுக்கை போட்டிருக்கே. அது அடிக்கடி தெரியும். அப்படியே தெரியாட்டி அது இருந்த வடுவாவது இருக்கும். அதுக்கு யாரு என்ன செய்ய முடியும்?”

“இதை சொல்றதுக்காகவா கூப்பிட்டீங்க?”

“அட போடா பித்துக்குளி . . . உங்கிட்ட சொல்லிட்டுப் போகணும்னு வரவளைச்சேன்.”

“எங்கே போப்போறீங்க?”

“கிளம்பின நாளா நடையாவே இந்த உடம்பு ஊர் ஊரா அலைஞ்சு இஞ்ச வந்து சேர்ந்தது. ஒரு வருஷமாச்சு. அதுவும் தளர்ந்து போச்சு. போன வெள்ளிக்கிழமை ஒரு கனாக் கண்டேன். நீங்கள்ளாம் ஒரு பொட்டியை தண்ணிக்குள்ள இறக்கறாப்பல. பொட்டி தண்ணிக்குள்ளார விழுந்திச்சு. அப்புறம் பார்த்தா நான்தான் அதுக்குள்ளார இருக்கேன்.”

“என்ன இது?”

“நிஜமாத்தான் எனக்கும் உடம்பைத் தூக்க முடியலே. சும்மா பழக்கத்திலேதான் தூக்கிக்கிட்டு அலையறேன். சின்ன புள்ளங்கள்ளாம் அப்பா செருப்பைப் போட்டுக்கிட்டு நடக்கும் பாரு – அந்த மாதிரி இருக்கு இப்ப எனக்கு. இதை எப்படிப்பா வீசியெறியலாம்னு இருக்கேன். இங்கே வாயேன்” என்று எழுந்தார் கோணவாயர். அவரோடு நடந்தார் ராமையாவும். படிக்கட்டு வழியாகவே ஹரிச்சந்திர கட்டத்தை நோக்கி நடந்து மேலே ஏறி, கோணவாயர் ராமையாவை அருகே அழைத்தார்.

“இதைப் பார்த்தியா?”

“என்ன இது?”

“தொட்டுப்பாரு.”

“என்ன இது? தொட்டி மாதிரி.”

“நான்தான் பண்ணச் சொன்னேன். இந்த அமாவாசை தாண்டமாட்டேன். உசிரு போனவுடனே இந்த உடம்பை இதிலே இறக்கு. மேல் நல்லா மூடி, படகிலே கொண்டு போய் நட்டாத்திலே இறக்கிட வேண்டியது. உன் கையாலே அதைச் செய்யணும்தான் வரவழைச்சேன். சன்னாசியை எரிக்க மாட்டாங்க. புதைக்கிறதுதான் பழக்கம். என்னை கங்கையிலேயே புதைக்கணும்தான் இப்படி செஞ்சிருக்கேன். எனக்கு ஒண்ணுலியும் பிடிப்பில்லை இப்ப. ஆனா, வீட்டிலேர்ந்து புறப்பட்ட நாளா தினம் ரண்டு நாழியாவது உன்னைப் பத்தி நினைக்காம இருக்க முடிஞ்சதே இல்லெ. அதான் கிளம்பறதுக்கு முன்னாடி உன்னை எப்படியாவது பாத்துப்பிடறதுன்னு தீர்மானம் பண்ணினேன்.”

ராமையா ஒன்றும் பேசாமல் நிற்பதைப் பார்த்தார் அவர்.

“வா. போகலாம்.”

“நாய்க்கரே . . . ஒண்ணும் நெனச்சுக்காதீங்க. நாய்க்கரேன்னு கூப்பிடறதுதான் எனக்குப் பாந்தமாயிருக்கு. உங்களுக்குப் பிடிவாதம் உண்டுங்கறது தெரியும். ஆனா அது இப்படியெல்லாம் இருக்கும்னே நான் சொப்பனங்கூடக் கண்டதில்லை.”

“பிடிவாதமா இருந்ததனாலே பணம் வந்தது. கடை, வீடு, எல்லாம் வந்தது. எல்லாத்துக்கும் பிடிவாதம்தானே வேணும்? . . . இதைப் பாரு நான் என்னமோ சொன்னேன்னு வருத்தப்படாதே. நான் அந்த மாதிரி சொல்லியிருக்கப்படாது. இருந்தாலும் எனக்கு வாய் சும்மா இராது.”

“நான் இப்ப அதைப்பற்றி நினைக்கவே இல்லெ. நீங்க தொட்டி கட்டியிருக்கிறதை நினைக்க எனக்கு ஆறமாட்டேங்குது.”

“ரண்டு மூணு நாள் இந்த ஊரிலே இருந்து எல்லாத்தையும் பார்த்தா அதெல்லாம் அடங்கிவிடும். இது ஒரு தினுசான ஊரு. கலியாணம் நம்ம வீட்டிலே வரப்போவுதுன்னா, நாம ரொம்ப நாளா ஆவலா எதிர்பார்த்துக்கிட்டு இன்னும் பத்துநாள். எட்டு நாள்னு துடிச்சுக்கிட்டே உட்கார்ந்திருப்போமே. இந்த ஊரிலே சாகிற நாளை அவ்வளவு சந்தோஷமா எதிர்பார்த்து உக்காந்திருக்கத் தோணும். எனக்கு இப்ப அப்படித்தான் இருக்கு.”

இரவு இரண்டு மணிக்கு ராமையா அவர் தூண்டுதலின் பேரில் எழுந்தார். பழைய நாட்களைப் பேசிப் பேசித் திளைத்துக் கொண்டிருந்தார்கள் இருவரும், ராமையாவுக்குப் போக

மனமில்லை. கழுத்தைப் பிடித்துத் தள்ளாத குறையாக அவரை ஜாகைக்குக் கிளப்ப வேண்டியிருந்தது.

அவர் போன பிறகு கோணவாயர் படிக்கட்டிலேயே படுத்துக்கொண்டார். உண்மையில் இத்தனை நேரம் பேசினதும் நடந்துவிட்டு வந்ததும் தாங்க முடியவில்லை. படுத்திருக்கும் போதுகூட உயிரின்மீது உடம்பு பெரிய அரிசி மூட்டை வைத்தது போல கனத்தது. விடியற்காலை கண்ணை மூடித் தூக்கம் வந்து அணைந்த அரைமணி நேரம் அந்தச் சுமை குறைந்திருந்தது. நட்சத்திரங்கள் இருக்கும்போதே விழிப்புக் கொடுத்துவிட்டது. இறங்கிவிட்டுக் கிழக்கே பார்க்க உட்கார்ந்தார். கண்ணை மூடிக்கொண்டார். நட்சத்திரங்கள் மங்கி மறைந்தன. கிழக்கு வெளுத்து.

“சாமிக்கு பூசையெல்லாம் முடிஞ்சிரிச்சா?” என்று மேலே குரல் கேட்டது.

“அடெடே! வேலம்மாவா? சொன்னபடியே வந்திட்டியே.”

“பூப்போல இட்லி வந்திருக்கு.”

“மூட்டையை இப்ப அவுக்க வாணாம், விருந்து இன்னும் வரலே.”

“விருந்தா?”

“எனக்கு என்னாத்துக்கு? ஊரிலே விருந்து வந்திருக்கு.”

“சாமி மூஞ்சியெல்லாம் வாடியிருக்கே, சாப்பிடவேல்லே போலிருக்கே.”

“சாமிக்கு இப்ப என்ன தீனி இப்ப..? தொட்டுக்க என்ன போட்டிருக்கே? நம்ம விருந்தாளிக்கு, நல்லா நொட்டை கொட்டிச் சாப்பிடற ஆத்மா.”

“கொத்தமல்லி சட்னி, கத்திரிக்கா கூட்டு – ரண்டும் கொண்டாந்திருக்கேன்.”

“கொத்ஸு பண்ணத் தெரியுமா?”

அவ்வளவுதான். பெண்பிள்ளை ஆரம்பித்துவிட்டாள்.

கோணவாயர் அதைக் காதில் போட்டதும் போடாததுமாக அனுமான் கட்டத்தைப் பார்த்துக் கொண்டிருந்தார். சளசளவென்ற சட்னியும் கொத்ஸுமாக வலது காதில் விழுந்து கொண்டிருந்தது. திடீர் என்று “விருந்து வந்திடிச்சு” என்றார் அவர்.

ராமையா வந்தார்.

"அட, நீங்க எப்ப வந்தீங்க? நான் யாரோன்னுள்ள நெனச்சேன்!" என்று எழுந்தாள் பெண்பிள்ளை.

"அட தனபாக்கியமா?" என்று கண் அகல ஸ்தம்பித்தாற்போல நின்றார் ராமையா.

"தனபாக்யமா! என்ன வேலம்மா இது?"

"வேலம்மாவா! பேரையும் மாத்திக்கிட்டியா? தனபாக்யம், நீதான் பாலாம்பா வடிவெடுத்து வந்திருக்கே . . . நான் என்னத்தைச் சொல்லப்போறேன்?" ராமையாவின் குரல் தழதழத்தது.

"என்ன? என்ன?" என்றார் கோணவாயர்.

"இது மனுஷப் பிறவியில்லே. என்னைப்பத்தின வரைக்கும் இது தெய்வப் பிறவி . . . தனபாக்யம், நீ இனிமே ஊருக்குப் போகலாமோ என்னவோ – கீழ்க்கோர்ட்டிலேயே கேஸைத் தள்ளிப்ட்டாங்க – கேஸ¬ ஒரே குழப்பமாயிருக்குன்னு. ஆனா நீ போனா என்ன ஆகுமோ!"

"நான் இந்த ஊரை விட்டு நகரமாட்டேன் மாமா."

"குழந்தை எங்கே?"

"இந்த ஊரிலேதான் இருக்கு. ஒரு பணம் படைச்சவரு படிக்க வக்கிறாரு. அங்கேயே சாப்பிட்டுட்டு வளருது."

"என்ன ரண்டு பேரும் புரியாம பேசிட்டிருக்கீங்களே!"

ராமையா எல்லாவற்றையும் சொன்னார்.

"நானும் எல்லாத்தியும் கரைச்சுப்பிடலாம்னுதான் இங்கே வந்திருக்கேன்" என்று தன் ரகசியங்களையும் ஒளிவு மறைவில்லாமல் சொல்லிவிட்டாள் தனபாக்யம்.

"ட்டேயப்பா" என்று ஒரு வார்த்தைக்கு மேல் கோணவாயரால் சொல்ல முடியவில்லை. தனபாக்கியத்தைப் பார்த்துக்கொண்டேயிருந்தார்.

"வடிவும் வந்திருக்கு தனபாக்யம்."

"அக்காளா? எங்கே இருக்காங்க?"

ராமையா இடத்தைச் சொன்னதும், "நான் மத்யானமா வந்து பாக்கறேன். இப்ப காலமே சாப்பிடறவங்கள்ளாம் வந்திருப்பாங்க. போகணும்" என்று அவருக்கு இட்லியைக் கொடுத்துவிட்டு விடைபெற்றுக் கொண்டாள் தனபாக்யம்.

"என்னடாது ராமையா! வறப்பவே ஒரு சாட்டான் கூடை நிறைய ஆச்சரியத்தையும் கொண்டாந்துப்பிட்டியே."

“உங்களுக்குத்தான் தெரியுமே எல்லாம். நீங்க இவளைப் பார்த்ததில்லே.”

“ராமனாதபுரம் சீமையிலேந்து வந்தாப்பலல்ல பேசுறா . . . கொள்றா!”

“நாய்க்கரே, நேத்து நீங்க கேட்டீங்க. இப்ப நீ திருப்தியா, நிம்மதியா இருக்கீல்லன்னு? இருக்கேன்னேன். இப்ப சொல்றேன். அகிலம் சொன்னா, பண்ணியாச்சு. ஆனால், பாக்கறபோதெல்லாம் அவன் வயல்லெ ஒரு உசிரைக் குத்திப் போக்கடிச்ச கோலம் வந்துகிட்டே இருக்கு. நம்ம பிடிவாதத்தைப் பார்த்து தெய்வம் சிரிக்கணும்னா இப்படி ஒரு வழி பண்ணிச்சு பாத்தீங்களா?”

“எல்லாரும் பணத்தைப் பரிசமாக் கொடுப்பாங்க. உன் மருமவன் ஒரு உசிரையே பரிசமாக் கொடுத்தான். இதிலே என்ன?”

“எனக்கு அதைக் கேட்ட நாளா மறக்க முடியலே.”

“நீ என்ன சொல்றே இப்ப! நிம்மதியில்லேங்கிறியா?”

“இருக்கு, ஆனா ஜலத்திலே வீடு கட்டிக் குடியிருக்கிறாப்பல இருக்கு.”

கோணவாயர் பதில் பேசவில்லை.

ஒருவாரம் கழிந்தது. ராமையா படகில் ஏறிக்கொண்டு கட்டம் கட்டமாக இறங்கி முழுகி முன்னோர்களுக்கும் வையன்னா வுக்கும் எள்ளும் நீரும் இறைத்தார். அஸிகட்டத்துக்குப் போய் விட்டு அன்று திரும்பிய உடனே, அவர் கண்ட காட்சி அவரை உலுக்கிவிட்டது.

அரிச்சந்திர கட்டத்தில் கோணவாயர் நாராகக் கிடந்தார். ராமையாவையும் வடிவையும் கண்டதும், அவரை அங்கே அழைத்தார். உலகு, கேதாரம் எல்லோரும் பக்கத்தில் நின்று கொண்டிருந்தார்கள்.

“ராமையா, ராமையா!” என்றார் அவர். “கவலைப்படாதே, போலீஸு, முனிசிபாலிட்டி – எல்லார்கிட்டவும் சொல்லிவிட்டேன். ஒருத்தரும் உடம்பை ஒண்ணும் செய்ய மாட்டாங்க . . . ம்.” சிமிண்டுத் தொட்டியைச் சுட்டிக் காண்பித்தார்.

எல்லோரையும் பார்த்துக்கொண்டேயிருந்தார். பக்கத்தில் உட்கார்ந்திருந்த ராமையாவைப் பார்த்தார். கால்மணி கழிந்து கண்மூடிக் கொண்டது.

ராமையா, கேதாரம், தனபாக்யம், வடிவு – யாருக்கும் வாய்க்குள்ளே அழமுடியவில்லை. யாத்ரீகர் கும்பல் ஒன்று இதைக் கண்டு ஒரு அழுகை அழுதுவிட்டு நகர்ந்தது.

ராமையாவும் கேதாரமும் சடலத்தை சிமிண்டுப் பெட்டிக்குள் வைத்து, மேலே பலகை போட்டார்கள். கொத்தன் மூடியில் சிமிண்டைப் பூசினான்.

தொட்டியைப் படகில் ஏற்றினார்கள். நட்டாற்றில் போனதும் கேதாரமும் ராமையாவும் மெதுவாக நீரில் இறக்கினார்கள். கரையில் நின்ற கூட்டம் "ஹரே ராம், மகாதேவ" என்று சத்தமிட்டது.

கரைக்கு வந்தது படகு.

"வடிவு, நீ புறப்பட்டு ஊருக்குப் போ. நான் இங்கேயே இருக்கேன்" என்றார் ராமையா.

"ஊருக்கா? எனக்கு மட்டும் அங்கே என்ன வச்சிருக்கு?"

"நான் இப்ப வரப்போறதில்லே. நான் வரதே நிச்சயமில்லை" என்று தொட்டி நீரில் மூழ்கின இடத்தைப் பார்த்துக்கொண்டு நின்றார் அவர்.

'நாய்க்கரே, ராத்திரி நீங்க சொன்னதுக்கு நீ திரும்பிப் போன்னா அர்த்தம் இல்லவே இல்லை. அப்படின்னா என்னைக் கூப்பிட்டிருக்கவே மாட்டீங்களே' என்றார் வாயைவிட்டு.

தொட்டி இறங்கின இடத்திற்கருகில் ஒரு நீர் யானை வாயைப் பிளந்துவிட்டு முழுகிற்று.

○○○